અશ્વિની ભટ્ટ

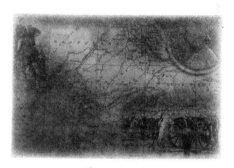

ઓથાર

ભાગ બે

સાર્થક
પ્રકાશન

OTHAR VOL-2 (GUJARATI NOVEL) BY ASHWINI BHATT
PUBLISHED BY SAARTHAK PRAKASHAN, AHMEDABAD. 2018

પ્રકાશક
સાર્થક પ્રકાશન
૩, રામવન ફ્લૅટ્સ, દિલીપ ધોળકિયા માર્ગ, નેહરુપાર્ક,
વસ્ત્રાપુર, અમદાવાદ-૩૮૦ ૦૧૫
E-mail: spguj2013@gmail.com
www.saarthakprakashan.com

પ્રથમ આવૃત્તિ: ૧૯૮૪
પુનઃમુદ્રણ: ૧૯૯૦, '૯૭, ૨૦૦૧, '૦૯, '૧૩
નવસંસ્કરણ: જાન્યુઆરી, ૨૦૧૮

મુખ્ય વિક્રેતા:
બુકશેલ્ફ
૧૬, સિટી સેન્ટર, સ્વસ્તિક ચાર રસ્તા પાસે,
સી.જી.રોડ, નવરંગપુરા, અમદાવાદ-૩૮૦૦૦૯
www.gujaratibookshelf.com

નકલ: ૧૫૦૦

કિંમત: રૂ. ૧૦૦૦.૦૦ (બે ભાગના)

ISBN: 978-93-84076-26-9

આવરણ:
ધ્વનિ અને અપૂર્વ આશર ● અશ્વિની ભટ્ટ ફોટોગ્રાફ: નીતિ ભટ્ટ

ટાઇપસેટિંગ: **અપૂર્વ આશર**

www.e-shabda.com

મુદ્રક: યુનિક ઑફસેટ, એન. આર. એસ્ટેટ, તાવડીપુરા, અમદાવાદ

Monali Desai
405 Walden Ln
Prospect Hts, IL 60070

630.289.6460

जननी जन्मभूमिश्च स्वर्गादपि गरीयसी...

પૂ. ભા... ને

અશ્વિની ભટ્ટનાં પુસ્તકો

૧૯૭૯ લજ્જા સન્યાલ

શૈલજા સાગર

નીરજા ભાર્ગવ

આશકા માંડલ

૧૯૮૪ ઓથાર (બે ભાગ)

૧૯૮૫ ફાંસલો (બે ભાગ)

૧૯૯૨ કસબ

૧૯૯૩ અંગાર (ત્રણ ભાગ)

૧૯૯૭ આયનો

કટિબંધ (ત્રણ ભાગ)

૧૯૯૮ કરામત

૧૯૯૯ આખેટ (ત્રણ ભાગ)

૨૦૦૧ કમઠાણ

મારાં પોપચાંની ભીતરમાં આતશબાજી ચાલતી હતી... અલૌકિક, તેજ:પુંજ જેવાં, રંગીન અને આકાર વિહોણાં વાદળો મારી આંખ સામે ઘૂમતાં હતાં. જાંબલી... લાલ... કેસરી... રૂપેરી... ભૂરા... એવા અદ્ભુત રંગો! અવકાશમાં જાણે નવા સૂર્ય, નવા તારા, નવા ધૂમકેતુઓ શૂન્યમાંથી સર્જાતા હોય તેમ એકાએક વિસ્ફોટ થતાં, મને મજા આવતી હતી. મને આંખ ઉઘાડવાનું મન થતું ન હતું.

હું ગુજરી ગયો હતો? ઊંઘમાં હતો? સ્વપ્નમાં હતો? બેહોશ હતો? વગેરે પ્રશ્નો મને મૂંઝવતા હતા. હું યાદ કરવા પ્રયત્ન કરી રહ્યો હતો, પણ મારા મગજમાં ઘમસાણ-ગૂંચવાડો થતો હતો. મારા માથામાં કોઈએ સીસું ભર્યું હોય તેટલું ભારે લાગતું હતું. મારાં પોપચાં, ત્રાજવાનાં ભારે પલ્લાંની માફક નીચાં નમતાં હતાં... મારે જાગવું ન હતું. મારે ઊંઘી જવું હતું... મારા કાનમાં કંઈક શબ્દો અથડાતા હતા. મારા આત્માને કોઈક ખંખોળતું હતું. મારું શરીર નિશ્ચેત પડ્યું હતું અને હું તેની બાજુમાં ઊભો હતો. કોઈ ભયાનક સ્વપ્નના ઘેરા ઓછાયા નીચે મારું શરીર પડ્યું હતું.

'તારે કંઈ જ બોલવાનું નથી. કંઈ જ નહીં. હોઠ સીવેલા રાખવાના છે... તદ્દન સીવેલા...' મને કોઈએ હુકમ આપ્યો. એ અવાજ મને પરિચિત હતો. વારંવાર એ અવાજ મારા કાનમાં મોટા પડઘા પાડતો. મને કાનમાં ખણ આવતી. એ મારો પોતાનો જ અવાજ હતો. મારી બાજુમાં, મારા શરીરની બાજુમાં જ હું... મારી જાતને ઊભેલી જોઈ શકતો હતો. હું ચોક્કસ મરી ગયો છું...

✳

પણ હું ગુજરી ગયો ન હતો. ધીમે ધીમે મારા મગજના કોષો સરખા થયા હતા. હું મારા કમરામાં હતો!! રંગીન, ચમકતા તેજ:પુંજની જગ્યાએ મારી આંખ સામે હવે દૃશ્યો દેખાતાં હતાં. મને ગઢમાંડલાનો રસ્તો દેખાતો હતો. મારો સાથીદાર જેડો રાઉટીઓ દેખાતો હતો. એ કમબખ્ત મને આગ્રહ કરીને

શરાબ પાતો હતો. તે મને મૂકવા આવતો હતો... યસ, એ મને મૂકવા આવતો હતો. મારે સેના... સેના... બારનીશની સાથે જવું હતું. આજો માતાઈ સાથે જવું હતું પણ જેડાએ મને રોક્યો હતો. શરાબ પાઈ પાઈને મને અધમૂઓ કરી નાખ્યો હતો... યસ... યસ... આઈ મસ્ટ કિલ હીમ... આઈ મસ્ટ કિલ ધ બ્લડી રાસ્કલ...

'જેડા... જેડા...' મને ખબર નથી કે મેં બૂમ પાડી કે નહીં, પણ એકાએક મારી આજુબાજુ ચહેરાઓ ધસી આવ્યા. મારી મૉમ... ગ્રેઇસ... બાલીરામજી... ડૉક્ટર મિલમૅન... મારી આંખો આપોઆપ ફરતી હતી...

'સેજલ!'

'યૉર હાઇનેસ!'

એકસાથે બધાના અવાજો મેં સાંભળ્યા. ઘડીભર હું ચકિત થઈ ગયો. મને ખ્યાલમાં આવતું નો'તું કે હું ક્યાં છું? મારા કમરામાં છું કે ગઢમાંડલાના રસ્તા પર? મને ઊંડે ઊંડે થતું હતું કે જેડો રાઉટીઓ મને બળદગાડામાં નાખી રહ્યો છે, પણ બળદગાડામાં મૉમ ક્યાંથી? ગ્રેઇસ ક્યાંથી હોય! મને એટલી ઊંઘ આવતી હતી કે મારાથી મારાં પોપચાં ઉઘાડાં રખાતાં ન હતાં.

મારે જેડાને મળવું હતું... મારે ઊંઘવું હતું... મારે મારા હોઠ સીવેલા રાખવા હતા... ઊંઘ મને ઘેરી વળી હતી. ઘડીમાં હું સ્વસ્થ થતો હતો અને ઘડીમાં મારી આંખો ઢળી જતી હતી...

*

કેટલા સમય પછી હું સ્વસ્થ થયો તેની મને ખબર ન હતી. કદાચ બે-ત્રણ દિવસ વીત્યા હશે! કમરામાં કોઈ હતું નહીં, પણ એ કમરો મારો જ હતો. હું પલંગમાં સૂતેલો હતો. મારે કોને બૂમ મારીને બોલાવવા જોઈએ તેનો ખ્યાલ મને આવતો ન હતો. એક જ વાત મારા મનમાં ઘોળાતી હતી. મારે જેડાને મળવું જરૂરી હતું... જેડો રાઉટીઓ...

'જેડા... જેડા...' મેં ધીરેથી બૂમ પાડી અને આંખ ફેરવી. મારા પલંગની બાજુમાં ગ્રે કૉસ્ચ્યુમમાં કોઈ સ્ત્રી ઊભી હતી. અંગ્રેજ સ્ત્રી...

'યસ, યૉર હાઇનેસ...' તે બોલી.

'જેડો... ક્યાં છે?' મેં ધીરેથી પૂછ્યું. તેણે સ્મિત વેર્યું. તે ક્યાંક ચાલી ગઈ. થોડી વારમાં રૂમમાં ગરમાવો ફેલાયો. ફરી પાછા પરિચિત ચહેરા મારા

પર ઝૂકતા દેખાયા... મૉમ, બાલીરામજી, ગ્રેઇસ... ડૉ. મિલમૅન...

'જેડો... ક્યાં છે?...' મેં પૂછ્યું.?

'જેડો, કર્નલ મૅલેટ સાથે છે' મૉમે કહ્યું અને હું એકાએક બેઠો થયો. પગ ઉલાળીને હું પલંગ પરથી, નીચે ફરસ પર ઊભો થયો. એકાએક મને તેની ગંભીરતાનો ખ્યાલ આવ્યો. મારી ઊંઘ ચાલી ગઈ. હું અચાનક તદ્દન સ્વસ્થ અને ખૂંખાર થઈ ગયો હતો. મારા મગજમાં એકાએક આખી વાત તદ્દન સ્પષ્ટ થઈ ગઈ હતી... 'જેડાને બોલાવશો કોઈ...' મેં કહ્યું. મારાથી ઊભા રહેવાતું ન હતું. ભીંતનો ટેકો લઈને હું મહામુસીબતે ઊભો રહ્યો.

'રિલૅક્સ... રિલૅક્સ... યૉર હાઇનેસ' ડૉક્ટર મિલમૅનનો અવાજ સંભળાયો.

'જેડાને... કૉલ જેડા... આઈ વૉન્ટ જેડા હિઅર... તમને સંભળાતું નથી?' મેં રાડ પાડી. બધાં સ્તબ્ધ થઈ ગયાં.

'હું બોલાવું છે.' મૉમે કહ્યું અને તેમણે બાલીરામજીને ઇશારો કર્યો.

'સેજલ! સેજલસિંહ, યૉર હાઇનેસ...' ગ્રેઇસ બોલી, પણ મેં તેની સામે ન જોયું. મને ઉચાટ હતો કે જેડાને અંગ્રેજો હેરાન કરશે.

'તમે કંઈ પીશો...?' ડૉક્ટર મિલમૅને પૂછ્યું.

'હા... પીશ... પીશ... પણ જેડાની સાથે... જેડો ક્યાં છે?'

'એ મહેલમાં જ છે.' મિલમૅને કહ્યું.

'એ અહીંયાં કેમ નથી. હી ઇઝ માય ફ્રૅન્ડ... માય ફ્રૅન્ડ...' મેં કહ્યું. મારા મગજમાં ફટકા વાગતા હોય તેવો દુખાવો થતો હતો. મેં ડાબે હાથે મારું માથું દબાવ્યું.

'તમે આ ગોળી ખાઈ લેશો?' ડૉક્ટર મિલમૅને મને ધીરેથી પૂછ્યું. મેં ભીંત સામે જોયું. ડૉક્ટરના હાથમાંથી મારી મૉમે ગોળી લીધી.

'સેજલ... આ ગોળી લઈ લે તો દીકરા.' મૉમ બોલી, 'ગ્રેઇસ, તું જરા પાણી આપીશ?'

ગ્રેઇસે મને પાણી પિવડાવ્યું અને સ્મિત વેર્યું. તેની આંખોમાં મને ઘેરી ઉદાસી દેખાતી હતી.

'તમારે હજુ થોડું ઊંઘવાની જરૂર છે.' મિલમૅન બોલ્યા.

'જેડો કેમ ન આવ્યો?' મેં પ્રશ્ન કર્યો. તે મિનિટે કૉરિડૉરમાં પગલાં સંભળાયાં.

'આ આવ્યો જેડો.' મારી મૉમ બોલી. હું પથારીમાં પડ્યો. જેડો અંદર

આવ્યો. તેના ચહેરા પર એકાએક સંકોચ તરી આવ્યો હતો. તે થોડો દૂર ઊભો રહ્યો. ડૉક્ટર મિલમૅનના ચહેરા પરના ભાવ બદલાયા. જેડાના મોંમાંથી, કપડાંમાંથી વિચિત્ર પ્રકારની મીઠી વાસ આવતી હતી.

'જેડા... ક્યાં હતો હરામખોર?' મેં પૂછ્યું. 'ઓ.કે. મૉમ, હું અને જેડો દોસ્તો છીએ... તમે બધાં બહાર જશો?'

'સેજલ!' મારી માએ સહેજ કરડાકીથી કહ્યું. હું આવું બોલીશ તે તેની કલ્પનામાં ન હતું.

'આઈ મીન ઇટ મૉમ... જેડો મારો દોસ્ત છે. તેણે મને મદદ કરી છે. ખવરાવ્યું છે. પિવડાવ્યું છે, મારે તેને ઍન્ટરટેઇન કરંવો પડશે... વેલ... મૉમ... થોડી વ્હિસ્કી મંગાવ અને જેડાને માટે જમવાનું લાવ... ઓહ! કેટલા વાગ્યા છે?'

'પણ તેને હું ઍન્ટરટેઇન કરું છું.' મૉમે કહ્યું.

'નહીં મૉમ, મારી સામે જ...' મેં કહ્યું. મારે ગમે તે રીતે જેડાને પાંચ મિનિટ માટે પણ એકલા મળવું હતું. તે સમય અત્યારે જ હતો. મને બધું જ સમજાયું હતું કે હું ક્યાં હતો. એકાએક સમજાયું હતું અને એટલે જેડાને મળવું જરૂરી હતું. તે પણ એકલા જ. અત્યારે હું બીમાર હતો એટલે હું જેમ કહીશ તેમ કરવા બધાં તૈયાર હતાં, એ પણ મને ખ્યાલમાં આવ્યું હતું.

'ઓ.કે. તારી ઇચ્છા...' મૉમે કહ્યું અને સૌ બહાર નીકળ્યાં. એક ચપરાસી વ્હિસ્કી અને નાસ્તાની ટ્રે લઈ આવ્યો.

'જેડા... જેડા...' મેં ધીરેથી કહ્યું. 'આવ જેડા, આપણે મહેફિલ કરીએ. બારણું બંધ કર...' મેં જેડા પાસે કમરાનું બારણું બંધ કરાવ્યું. વ્હિસ્કીના ગ્લાસ ભરવાનું કહ્યું અને પછી ધીરેથી તેના કાનમાં મોં નાખીને પૂછ્યું: 'તેં શું કહ્યું આ લોકો ને... તું મને ક્યારે લઈ આવ્યો અહીં? તારે મને જગાડવો જોઈએ ને? ઓહ ગૉડ... તારે મને અહીં લાવવાનો ન હતો. કેટલા કલાક થયા અહીં આવ્યે?'

'રાજા... તમે મને ગભરાવી નાખ્યો. આવો બેહોશ થનારો આદમી મેં જોયો નથી. મને એમ કે શરાબ તમને ગમે છે... પણ તમે તો... તદ્દન ગાયબ. મને થયું કે તમે મરી જશો, તો હું આજોને શું જવાબ દઈશ...'

'શીઈઈસ... આજોનું નામ તેં દીધું છે? કર્નલ તને શું પૂછતો હતો?'

'સરકાર, તમે ચિંતા ન કરતા. હું બુંદેલી સિવાય કોઈ ભાષા સમજતો નથી.' તેણે લુચ્ચાઈથી હસીને મારા કાનમાં કહ્યું અને તાલી આપી.

'પણ તેં મારી બાબતમાં કહ્યું શું?'

'આજોએ સમજાવ્યું હતું એ જ.'

'પણ શું સમજાવ્યું હતું?'

'કે તમે ઘવાયેલી હાલતમાં મારા કસબા પર આવી પહોંચ્યા. તમે બેહોશ જેવા હતા. મેં તમને ઝૂંપડાંમાં સુવાડ્યા, પાટાપિંડી કરી અને બીજે દિવસે તમને અહીં લઈ આવ્યો.'

'પણ તારા કસબામાં હું કેવી રીતે આવ્યો?'

'તેની મને શી ખબર? તે તો તમને ખબર હોય ને!' જેડાએ કહ્યું. મારા ધારવા કરતાં જેડો ચાલાક હતો.

'પછી!'

'પછી શું? મેં તમને પૂછ્યું, પણ તમે કહ્યું, મને જાનોર મૂકી આવ. એટલે હું તમને લઈ આવ્યો. તમે કહ્યું: તને ત્રણ ઘોડા અને દસ સોનાના સિક્કા ઇનામ મળશે અને દરવેશ મળશે.'

'મેં તને એવું કહ્યું?'

'હા, એટલે તો હું તમને લઈ આવ્યો' જેડાએ આંખ મારીને કહ્યું.

'રામસતિયાની વાત...'

'કોણ રામસતિયો?' એકાએક આશ્ચર્યમાં પડ્યો હોય તેમ તે બોલ્યો. મને નિરાંત થઈ. આજો માતાઈ ઓછો ન હતો...

થોડી વાર પછી મેં જેડાને સમજણ પાડીને મારા કમરામાંથી બહાર મોકલ્યો અને હું ઊંઘ્યો. મારે પોતે પણ હવે શું કહેવું તેની રામાયણ તો હતી જ, પણ જ્યાં સુધી મને પરિસ્થિતિનો પૂરેપૂરો ખ્યાલ ન આવે ત્યાં સુધી હું બોલવાનો ન હતો. અને એટલે જ હું ઊંઘ્યો હતો. મને એક વાતની ખૂબ જ નિરાંત હતી કે જેડા રાઉટીઆ પાસેથી કશી વાત કોઈ કઢાવી શકશે નહીં.

સાંજે ડૉક્ટર મિલમૅન ફરીથી આવ્યા ત્યારે તેમની સાથે સર પૉવેલ, કર્નલ મૅલેટ, જૅક મૅકગ્રેગર, જીના વગેરે સૌ મારી ખબર લેવા આવ્યાં હતાં. હું તે બધાંની સાથે વાત કરી શકું તેમ હતો છતાં મને અપરંપાર વેદના થતી હોવાનો ડોળ ચાલુ રાખ્યો. મારી મૉમ કદાચ એ સમજતી હશે. ગમે તેમ પ્રશ્નોની ઝડીઓ હાલ પૂરતી મોકૂફ રહી હતી. એક પછી એક સૌ ચાલ્યાં ગયાં, પણ સાંજ સુધીમાં જાનોરમાં શું હાહાકાર મચ્યો હતો તે મેં જાણી લીધું હતું. મારી સેવામાં રોકાયેલા નોકરો અને ધાનોજી દ્વારા મેં જાનોરની પરિસ્થિતિનો તાગ મેળવ્યો હતો.

જબલપુરથી હોશંગાબાદ અને જાનોરથી કટંગી અને દમોહ સુધી હાહાકાર સર્જાયો હતો. જાનોરની કેન્ટની જેલ... અંગ્રેજોનું નાક ગણાતી. એ જેલ તોડવામાં આવી. કેદીઓ છૂટ્યા હતા અને સંત્રીઓ મરાયા હતા. આંધીની માફક બાગીઓ આવીને, આંખને પલકારે અંગ્રેજોના બંદોબસ્તને જમીનદોસ્ત કરીને ફરાર થયા હતા.

ખરેખર તો શરૂઆતમાં કેદીઓ અમારા યુનિફૉર્મને કારણે ગૂંચવાડામાં પડ્યા હતા, પણ રામચરણે જ્યારે સંત્રી પર પહેલી ગોળી ચલાવી અને જો ગિબ્સનને મેં માર્યો ત્યારે તેમને ખ્યાલ આવ્યો હતો કે અમે અંગ્રેજોની ફોજના સૈનિકો ન હતા. ડાઇનેમાઇટના ટેટા રામચરણે ફેંક્યા હતા અને જેલ ધણધણી ઊઠી હતી. છૂટેલા કેદીઓ એ રમખાણમાં જોડાયા હતા... ભાગ્યા પણ હતા... જાનોર કેન્ટમાંથી તરત જ ફરજ પરના સંત્રીઓ દોડ્યા હતા, પણ તેમને ખાસ્સી વાર થઈ હતી. રોન મારતી ઘોડેસવાર ટુકડી ઉત્તર દરવાજેથી નીકળીને જેલ તરફ આવી પહોંચે તે પહેલાં તો અમે જેલના ફાટક પરથી નીકળીને ગઢમાંડલાને રસ્તે પડ્યા હતા. પરિણામે અમારી પાછળ પડતાંય સંત્રીઓને ખાસ્સી વાર થઈ હતી. વળી ભાગેલા કેદીઓ જાનોર શહેર તરફ કેન્ટોન્મેન્ટની ઉત્તર તરફ અને નર્મદાના કિનારા તરફ એમ નોખી દિશાઓમાં ભાગ્યા હતા. ત્રણ કેદીઓ ઘવાઈને ત્યાં જ પડી ગયા હતા. કુલ સાત સંત્રીઓ ગંભીર રીતે ઘવાયા હતા. બે તત્કાલ મૃત્યુ પામ્યા હતા.

કેન્ટની જેલનું મકાન ભડકે બળવું શરૂ થયું હતું. જે કેદીઓ ઘવાયા હતા તે ત્યાર પછી ઘવાયા હતા તેમ કહું તો ખોટું નથી. અલબત્ત, કેન્ટની જેલની પાછળ આવેલાં ક્વૉર્ટર્સ પર પણ હલ્લો થયો હતો. રામચરણે કોઈ કેદીના હાથમાં થોડા ડાઇનેમાઇટના ટેટા પકડાવ્યા હતા, અને તેણે પારાવાર નુકસાન એ ટેટાઓથી સર્જ્યું હતું. જો આ બધું ન થયું હોત તો કદાચ ગઢમાંડલાને રસ્તે ભાગતી અમારી ફૂપેને સંત્રીઓ આંબી શક્યા હોત. જેલનાં રેસિડેન્શિઅલ ક્વૉર્ટર્સ પર જે હલ્લો કેદીઓએ કર્યો તે અંધાધૂંધ હતો. ત્યાંથી બહાર તબેલામાં બાંધેલા ઘોડા તફડાવીને કેટલાક કેદીઓ રવાના થયા હતા.

પાંચેક જણ જાનોર શહેરમાં પહોંચ્યા હતા અને આખું જાનોર ઊંઘમાંથી જાગી ઊઠે તેટલો શોરબકોર તેમણે કર્યો હતો. જાનોર શહેરની ચોકીઓમાં ફરજ પરના સંત્રીઓ કશું સમજે તે પહેલાં તો લોકો શેરીઓમાં આવી ગયા

હતા અને ચોકીઓ પર મરજીવા લોકો ત્રાટક્યા હતા.

'માર ડાર મ્લેચ્છન કો... જય મહાકાલ... જય મહાકાલ...'ના નારાથી જાનોર ગાજી ઊઠ્યું હતું. અંગ્રેજ વિરોધી લોકોને આ મોકો મળ્યો હતો. જંગલમાં લાગેલી આગની માફક કેન્ટની જેલ તૂટવાના સમાચાર આખા જાનોરમાં ફેલાયા હતા. લોકો ઉશ્કેરાટમાં હથિયારો લઈને બહાર પડ્યા હતા. ભાગેલા કેદીઓએ નેતૃત્વ લીધું હતું.

કેન્ટોન્મેન્ટમાં બ્યૂગલો ફૂંકાયાં હતાં. કેન્ટોન્મેન્ટનાં બંને ચર્ચ પરના ઘંટ રણકી ઊઠ્યા હતા. દરેક અંગ્રેજ જેટલી બને તેટલી ઝડપે યુનિફૉર્મ ચડાવીને બહાર પડ્યો હતો. ભેડાઘાટથી દડમજલ કરીને આવેલી લશ્કરી ટુકડી સાબદી થઈ હતી. અંગ્રેજ સ્ત્રીઓની દોડભાગ શરૂ થઈ હતી. કેન્ટોન્મેન્ટ વિસ્તારમાં આંખને પલકારે સિક્યૉરિટીનો બંદોબસ્ત કરવામાં આવ્યો હતો. અંગ્રેજોની આ વિશિષ્ટતા હતી. તેમના કૅન્ટોન્મેન્ટ વિસ્તારની બધી જ ગોઠવણો, ઇમારતો, રહેઠાણો, સંરક્ષણના ખ્યાલ સાથે જ રચવામાં આવતી. જેથી મુસીબતના સમયે કેન્ટોન્મેન્ટ લાંબો વખત સુધી ટક્કર ઝીલી શકે. આ ગોઠવણ થઈ કે તરત કેન્ટની ભડકે બળતી જેલ તરફ ફાયર ફાઇટર ટુકડી મોકલવામાં આવી. બકબોર્ડ પર ગોઠવેલાં પાણીનાં ટાંકાં ઉલેચવામાં આવ્યાં. ઘવાયેલા સંત્રીઓ અને કેદીઓને બહાર ખેંચવામાં આવ્યા હતા. જો ગિબ્સનનું મૃતશરીર બહાર લાવવામાં આવ્યું હતું. તેનું શરીર જોઈને બે અંગ્રેજ સ્ત્રીઓ બેહોશ થઈ ગઈ હતી. જો ગિબ્સનની ખોપરી માવા જેવી થઈ ગઈ હતી. મેં એના મૃત શરીરને જોયું ન હતું પણ તેનું વર્ણન સાંભળીને મારા શરીરમાં ધ્રુજારી પ્રસરી હતી. અંગ્રેજોના રોમ રોમમાં આ બનાવથી ક્રોધ પ્રગટ્યો હતો. જે કેદીઓ જાનોરમાં પહોંચ્યા હતા તેમણે ભાત ભાતની અફવાઓ ફેલાવી હતી. પરંતુ ગમે તે રીતે એક વાત જાનોરમાં જાહેર થઈ હતી કે જો ગિબ્સનને રાજકુમાર સેજલસિંહે માર્યો હતો.

સર પૉવેલની કોઠીમાં અને રાજમહેલમાં મધરાતે તાકીદની મિટિંગો થઈ હતી. બાલીરામજી, મારી મૉમ, ભુવનસિંહ અને સર પૉવેલ ઘટનાની જગ્યાએ પહોંચ્યા હતા. સવાર પહેલાં ભાગી છૂટેલા કેદીઓમાંથી ચારને પકડી પાડવામાં આવ્યા હતા. તેમાંના એકે કડીબદ્ધ બયાન આપ્યું હતું. જેલ તોડનારા લોકોમાં એક રાજકુમાર સેજલસિંહ જેવો આદમી હતો અને એક ઓરત પણ એ ટુકડીમાં સામેલ હતી. બીજા કેદીએ ગજનને અને ઘેનુને ઓળખ્યા હતા.

જબલપુરમાંથી નીકળતા સમાચારપત્રે છાપ્યું હતું કે જેલ તોડવામાં રાજકુમારનો હાથ... રાત્રિમાં જાગેલા ભયાનક ભૂતાવળની માફક ત્રાટકેલા બાગીઓમાં એક ઓરત પણ હતી. એ ઓરત કોણ હશે તેની અનેક અટકળો કરવામાં આવી હતી. જેલમાં પુરાયેલા કેદીઓમાંથી એકને લઈને બાગીઓ નાસી ગયા હતા તે વાત પણ જાહેર થઈ હતી.

દરમિયાનમાં જાનોર રાઇફલ્સ, સાતપુડા રેન્જર્સ, જબલપુર હૉર્સિસ, મદ્રાસ નેટિવ ઇન્ફન્ટ્રીની બે કંપનીઓ, શાહપુરા ગેરિસન અને ચૌરાગઢ ગેરિસનને સાબદી કરવામાં આવી હતી. તારસંદેશાઓની આપલે થઈ હતી. જાનોર કેન્ટ પર મૂઠીભર માણસોએ કરેલા સફળ હલ્લાને કારણે જૂના વિપ્લવાદીઓમાં ફરી હામ આવી હતી. ૧૮૪૨ના બુંદેલી બળવા અને સન સત્તાવનના વિપ્લવ પછી અંગ્રેજો માટે આ થડકાવનારો બનાવ હતો. આવા જ બનાવની નાનકડી ચિનગારીથી દાવાનળ સર્જાય તેનો અનુભવ અંગ્રેજોને હતો.

કર્નલ મૅલેટની સરદારી હેઠળ વ્યૂહરચના ગોઠવાઈ હતી.

તૂટક તૂટક વાતચીતમાં મેં આ વિગતો મેળવી હતી. મારી મૉમ કે બાલીરામજી આ બાબતમાં કંઈ બોલ્યાં ન હતાં. જાનોરમાં 'ડિપ્લોમૅટિક ક્રાઇસિસ (રાજનૈતિક કટોકટી) સર્જાઈ હતી.

રાત પડી ત્યાં સુધીમાં મારે કોઈ પ્રશ્નોના જવાબો આપવાના આવ્યા નહીં. ખૂબ જ દર્દ થતું હોવાનું નાટક બરાબર અસરકારક રીતે મેં ભજવ્યું. તે દિવસે રાત્રે વરસાદ પડ્યો હતો. ભીની ખુશબૂની સાથે ધીરેથી મારા એન્ટેરૂમનું બારણું ખૂલ્યું હતું અને મને અંધારામાં કોઈના હલનચલનનો અણસાર આવ્યો. ભીની ખુશબૂની ઉપરવટ થઈને આવતી ખુશબૂ રેલાઈ, 'કોણ છે?' હું બોલી ઊઠ્યો.

અંધકારમાં મારા કમરામાં રેલાતી ખુશબૂ મને પરિચિત હતી.

'ગ્રેઇસ!' મેં ધીરેથી પૂછ્યું.

'શીઈઈસ' તેણે સિસકારો કર્યો અને ધીરેથી મારા 'સ્વીટ'નું પ્રવેશદ્વાર અંદરથી બંધ કર્યું. તે મારા એન્ટેરૂમમાંથી પ્રવેશી હતી. મતલબ કે તે અગાસીમાં હતી.

'તું અહીં...'

'એક કલાકથી રાહ જોઉં છું... ઓહ... સેજલ...' તે નજીક આવી. હું બેઠો થવા ગયો, પણ તેણે મને સુવાડી દીધો. ધીરેથી તેણે મારા વાળમાં હાથ ફેરવ્યો અને ઝૂકી. તેનો ચહેરો ઠંડો હતો. તેના સ્પર્શમાં અવર્ણનીય સ્નિગ્ધતા હતી.

'ગ્રેઇસ...'

'આ બધું શું છે, સેજલ...!' તેણે ધીરેથી પૂછ્યું. 'તેના લીસા વાળ, બારીમાંથી આવતી વરસાદની છાલક સાથે ઊડતા હતા અને મને રોમાંચનો અનેરો અનુભવ કરાવતા હતા.

'શું ગ્રેઇસ?' મેં પૂછ્યું. મને જેડો રાઉટીઓ લઈ આવ્યો હતો. ખૂબ જ ખૂબીથી લઈ આવ્યો હતો. ઘડીભર મને પોતાને શંકા ગઈ હતી કે ખરેખર આજો માતાઈએ જ જેડાને મને નશાર્ત કરવાનું કહ્યું હશે? શું સેના પણ એવું ઇચ્છતી હશે? ગમે તેમ પણ મને થયેલી ઈજાઓ અને મારી નશાગ્રસ્ત હાલતને કારણે મને કોઈએ પ્રશ્નો પૂછ્યા ન હતા. જેડાની જોરદાર ઊલટતપાસ થઈ હશે અને કદાચ અત્યારે પણ થઈ રહી હશે તેનો મને ખ્યાલ હતો.

'તું ક્યાં ગયો હતો, સેજલ?' ગ્રેઇસે પૂછ્યું.

'ક્યાં જવાનો હતો?' મેં ઉડાઉ જવાબ આપ્યો. મને પોતાને ખબર ન હતી કે મારી ગેરહાજરીનો શું અંદાજ લોકોએ કાઢ્યો હતો.

'તને ખબર છે લોકો શું કહે છે તે?'

'ઓહ ગ્રેઇસ... લોકો શું કહે છે તે મને કહેવા તું અત્યારે આવી છું?'

'સેજલ... મને સમજાતું નથી. મને ખરેખર કંઈ સમજાતું નથી. તું એકાએક મને મૂકીને ચાલ્યો ગયો... અને મને થયું કે તું હવે કદી પાછો નહીં આવે. ત્યાં ખબર મળ્યા કે તને કોઈ ઉઠાવી ગયું છે. હજુ એ વાત સાચી પુરવાર થાય ત્યાં ખબર આવ્યા કે સાર્જન્ટ બાર્કર અને બીજા ચાર જણને તેં ગોળીઓ મારી હતી... ત્યાં ખબર આવ્યા કે પિંઢારીઓ સાથે તું ભળી ગયો છે... કોઈ ખબર લાવ્યું કે રહમતમીરે તને બાનમાં રાખ્યો છે. આ બધું સમજમાં ઊતરે તે પહેલાં તો જોનાર કૅન્ટની જેલ ધણધણી ઊઠી હતી... કેદીઓ ભાગ્યા... જેલ તૂટી... જો ગિબ્સનનું ભયાનક મોત થયું. ફરી પકડાયેલા કેદીઓમાંથી બે જણે કહ્યું કે જેલ તોડનારા ડાકુઓ સાથે તું હતો અને તેં જ જો ગિબ્સનને માર્યો હતો... આખું જાનોર કહે છે કે તું બાગી બની ગયો છું...' ગ્રેઇસ બોલી અને હું હસ્યો. મને હસવું બે કારણોથી આવ્યું હતું: એક તો એ કે જિંદગીમાં ક્યારેય મારા વિશે આટલો ઊહાપોહ થશે તે મેં કલ્પ્યું ન હતું. અને બીજું એ કે આજો માતાઈ મારા ધારવા કરતાં પણ રાજકારણનો અઠંગ ખેલાડી નીવડ્યો હતો. મને હવે ખ્યાલમાં આવતું હતું કે શા માટે તે મને તેની સાથે રાખવા માગતો ન હતો અને શા માટે સેના પણ તેની વાતમાં સંમત હતી.

'આ ઊડતી વાતો તને ક્યાં સ્પર્શે છે, ગ્રેઇસ?' મેં કહ્યું.

'આ ઊડતી વાતો છે, સેજલ? ખરેખર આ બધું ખોટું છે... શું તારી વાતો સાથે મારો કોઈ સંબંધ નથી. ઈશ્વર જાણે છે સેજલ કે મારી શું દશા હતી તે! તને કલ્પના આવે છે? સવારના પહોરમાં તું ચાલ્યો ગયો ત્યારે મને શું થયું હતું તે!'

'ઓહ ગ્રેઇસ, હું ક્યાં ચાલ્યો ગયો હતો? અને ચાલ્યો ગયો હોઉં તો પાછો શા માટે આવું?'

'પણ તારે મને કહેવું જોઈએ ને!'

'પણ તું ખૂબ ઘસઘસાટ ઊંઘતી હતી... અને... મને પરિતાપ થયો હતો. જો મારી જાત પર મને... આઈ મીન... રાત્રે જે બન્યું તે બરાબર ન હતું... મારે... મારે સંયમ જાળવવો જોઈતો હતો' મેં કહ્યું.

'શા માટે? સેજલ... શા માટે? તું શું મને ચાહતો નથી... હું શું તને ચાહતી નથી? આપણે બંને એકબીજાને પ્રેમ કરીએ તેમાં પરિતાપ શો?'

'ઓહ ગ્રેઇસ... પણ તું હજુ મારી...'

'તારી પત્ની નથી એમ જ ને! દેવળમાં જઈને જ એક સ્ત્રી કોઈની પત્ની થઈ શકે? કેવળ વાજાં વગડાવીને તમારા રિવાજ મુજબ ફેંટા બાંધીને લગ્ન થાય તો જ શું કોઈ પુરુષ પતિ બની શકે? અરે તમારી જ કથાઓ વાંચીને પ્રેમ શું તે હું સમજતી થઈ છું. અને તું મને લગ્ન વિશેની વાત કરે છે... કમ ઑન સેજલ, ટેલ મી...'

'તું નહીં જ સમજે. જો તે દિવસે રાત્રે હું આટલો આવેગમાં ન આવ્યો હોત તો—'

'તો હું સમજત કે તું પુરુષ નથી અથવા હું તને ગમતી નથી. તું ચાલ્યો ગયો તેનાથી એક સ્ત્રી તરીકે મને—'

'પણ હું ક્યાં ચાલ્યો ગયો હતો? હું તને એ જ કહેવા માગું છું કે રોજની જેમ ત્યારે પણ હું નર્મદાને કાંઠે ફરવા ગયો હતો. મારે સ્નાન કરવું હતું. ઘડીભર મારું પાપ ધોઈ નાખવાની મારી ઇચ્છા હતી.'

'પણ તેં પાપ કર્યું છે તેવું માનવાની કોઈ જરૂર છે, સેજલ?'

'આ તારી નમ્રતા છે, ગ્રેઇસ.'

'હું તને ચાહું છું, સેજલ! હું તને ચાહું છે અને એટલે જ હું તને અત્યારે મળવા આવી છું. તું પાછો આવ્યો તેનો આનંદ મને કેટલો છે તે હું શી રીતે

દર્શાવું? અલબત્ત, મારા દિલમાં હંમેશાં મને હતું જ કે તું પાછો આવીશ... કમ-સે-કમ મને મૂકીને તું ચાલ્યો જાય તેવું હું માનતી ન હતી, પણ મને સમજાતું નથી. આ બધું બન્યું કેવી રીતે?'

'એ ખૂબ લાંબી વાત છે, ગ્રેઇસ.'

'મને ઉતાવળ નથી.'

મેં ધીરેથી તેને વાત કરી. પિંઢારી સરદાર સાથેની મારી મુલાકાત, એ ધિંગાણું, તેણે આચરેલો હત્યાકાંડ, મેં ચલાવેલી ગોળીઓ... એ બધું મેં તેને વિગત વાર કહ્યું. તે થડકી ઊઠી હતી. ત્યાંથી મહોબા ઘાટી સુધી મને લઈ જવામાં આવ્યો અને રાત્રે ચાલતી મહેફિલ દરમિયાન હું કેવી રીતે છટક્યો તે પણ મેં તેને કહ્યું. અલબત્ત, સોહારસિંગે મને મદદ કરી હતી તેવું કહેવાની મને જરૂર દેખાઈ નહીં.

'હું ખરેખર ડરી ગયો હતો. એ પિંઢારી સરદાર પાગલ છે. કોઈ વિચિત્ર ગ્રંથિઓથી પીડાય છે. તેની ક્રૂરતાની કોઈ સીમા નથી... અને ગ્રેઇસ જો હું ન છટક્યો હોત તો તેણે મને બાનમાં રાખીને મારી મૉમ સાથે તારો સોદો કર્યો હોત અથવા સર વિલિયમ કૅમ્પબેલ સાથે, તારી મારફતે મારો સોદો કરાવ્યો હોત.'

'ઓહ સેજલ!' તે એટલું જ બોલી.

'હું ત્યાંથી ભાગીને જાનોર તરફ આવતો હતો ત્યાં નર્મદાને કિનારે મને જાનોર રાઇફલ્સના સૈનિકો મળ્યા... મેં તેમને મારી ઓળખાણ આપી. એ લોકો જાનોર જતા હતા એટલે મને ભેગો લીધો... પણ મને ખબર ન હતી કે એ લોકો ખરેખર સૈનિકો ન હતા, પણ ધાડપાડુઓ હતા. તેમાંથી એક આદમી આગળ ગયો, તેણે શું કર્યું તે મને ખબર નથી, પણ ગજનને લઈને, તે રાજમહેલમાંથી કૂપે લઈ આવ્યો. એ કૂપે તે શા માટે લઈ આવ્યો તેની પણ તે વખતે મને ખબર ન હતી, પણ કૅન્ટની જેલ તરફ જ્યારે એ કૂપે લેવામાં આવી ત્યારે મને ખરેખર ડર લાગ્યો હતો. તે લોકો જેલ પર હુમલો કરવા નીકળ્યા હતા. મારે તેમાં સામેલ થવું પડ્યું એ ભયાનક હતું...'

'સાચું સેજલ!' ગ્રેઇસે ઉદ્‌ગાર કાઢ્યો. 'તો જો ગિબ્સનને તેં નથી માર્યો?'

'માર્યો હશે કદાચ... ત્યાં એવું ઘમસાણ થયું કે કોણ કોને મારે છે તેની કલ્પના આવવી મુશ્કેલ હતી. જાનોર રાઇફલ્સના યુનિફૉર્મ ડાકુઓએ પહેરેલા હતા. જેલના સંત્રીઓ પણ યુનિફૉર્મમાં હતા... એટલે જ્યારે કેદીઓને છોડવામાં

આવ્યા ત્યારે તેમને પણ ખબર નહોતી પડતી કે કોણ સાચો સંત્રી છે અને કોણ ધાડપાડુ. ગમે તેમ પણ એક જાડિયા આદમી પર બધા કેદીઓ તૂટી પડ્યા હતા...'

'એ જ જો ગિબ્સન... એ જેલર હતો.'

'કેદીઓ બૂમ પાડતા હતા કે એ હત્યારો છે અને એને છૂંદી નાખવો જોઈએ. ગમે તેમ મારે બચવા માટે હાથ ઉપાડ્યા વગર છૂટકો ન હતો. એ જાડિયા આદમીએ મને પણ સખ્ત પીટ્યો હતો. હું બેહોશ જેવો થઈ ગયો હતો... અને મને કોઈએ ઉપાડીને કૂપેમાં નાખ્યો હતો. કૂપેની પાછળ સૈનિકો પડ્યા હતા. મારે માટે કૂપેમાં પડ્યા રહ્યા વગર કોઈ છૂટકો ન હતો. ગઢમાંડલાના રસ્તા પર એકાએક ઘોડા છૂટી ગયા હતા અને કૂપે પછડાઈ હતી. ડાઇનેમાઇટના ટેટાને કારણે આગ લાગી હતી અને કૂપેમાં બેઠેલા અને ઘોડા પર આવતા બધા જ વેરવિખેર થઈ ગયા હતા. હું રસ્તાની બાજુની ખાઈમાં એક વળાંક પાસે ફંગોળાયો હતો. કેટલો વખત હું ત્યાં પડ્યો રહ્યો હોઈશ તેની મને કલ્પના નથી, પણ તે પછી મેં દૂર ઢોલના અવાજો સાંભળેલા અને ગમે તેમ કરીને તે તરફ હું પહોંચ્યો હતો... જેડો રાઉટીઓ જો મને મળ્યો ન હોત તો કદાચ આજે પણ હું અહીં આવી શક્યો ના હોત... એ રાઉટીઓ ગજબનાક છે.'

'સેજલ, આ લોકો કંઈ જુદો જ ખ્યાલ ધરાવે છે.'

'કયા લોકો?'

'સર પૉવેલ, કર્નલ મૅલેટ... જેક... અરે બધા જ...'

'મૉમ પણ?' મેં પૂછ્યું. કારણ, હજુ સુધી મારી મૉમ કે બાલીરામજી સાથે કોઈ વાત થઈ ન હતી, એટલે તે શું વિચારે છે તેની મને ખબર ન હતી, પણ ગ્રેઇસ સાથે વાત કરતાં કરતાં મને પ્રતીતિ થઈ હતી કે, આજે જો માતાઈની વાત બરાબર હતી. હું પાછો જાનોર જાઉં એવો તેનો આગ્રહ તદ્દન ગણતરીપૂર્વકનો હતો.

'નહીં સેજલ... રાજેશ્વરીદેવી જ એકલાં બધાંની વાતમાં સંમત ન હતાં.'

'અને તું?'

'હું ડઘાઈ ગઈ હતી. મારા મનમાં ભયાનક ફડક પેઠી હતી... મને એમ કે...'

'હું બાગી થઈ ગયો છું.'

'બધા જ એવું કહેતા હતા.'

'મારી મૉમ શું કહેતી હતી?'

'તારી મૉમ ગજબ ઓરત છે. તે પોતાના દીકરાને ખૂબ ઓળખે છે. તે એકલાં જ માનવા તૈયાર ન હતાં કે જો ગિબ્સનને તેં માર્યો હોય અને તે પણ આટલી ક્રૂરતાથી, પણ સર પૉવેલ પુરાવો લઈને આવ્યા હતા. જેલમાંથી ભાગેલા કેદીઓમાંથી, જે ફરી પકડાયા હતા તેમાંના બે તને બરાબર ઓળખતા હતા. તેમણે તો કહ્યું કે, જેલ તોડનારાઓમાં તું પણ હતો. એટલું જ નહીં પણ જો ગિબ્સનને તેં જ માર્યો હતો...'

'પણ મૉમે કહ્યું શું?'

'શું કહી શકે! એ લોકો તારી શોધ માટે જબ્બર તૈયારીઓ કરતા હતા. આજે તું ન આવ્યો હોત તો આવતી કાલે જાનોરનું ગામડેગામડું તલાશવામાં આવ્યું હોત. જબલપુરથી આખી કન્ટિન્જન્ટને એટલા માટે ઉતારવામાં આવી છે, પણ તારી મૉમનું જજમેન્ટ સાચું હતું. તે કહેતાં હતાં કે સેજલ આવું કરે નહીં. તે પાછો આવવો જ જોઈએ અને ખરેખર તું પાછો આવ્યો.'

'શું કામ ન આવું? મેં કોઈ ખરાબ કામ કર્યું ન હતું. મને શો ભય હોય...'

'ઓહ સેજલ... હું તને ખૂબ ચાહું છું.' તે બોલી. તેણે મારા બંને ગાલ તેની હથેળીઓમાં લીધા અને મને ચુંબન કર્યું. 'જલદી સાજો થઈ જા... ઓહ ઈશ્વર... મેં કેટકેટલા વિચારો કરી નાખ્યા હતા.'

*

એ બીજી એવી રાત્રિ હતી જે મારા જીવનમાં ક્યારેય ભુલાશે નહીં. ગ્રેઇસ પાગલ હતી... ખરેખર પાગલ... તે ચાલી ગઈ પછી ક્યાંય સુધી હું અનંત દ્વિધા અનુભવતો રહ્યો...

સેના અને ગ્રેઇસ... ગ્રેઇસ અને સેના... પહેલી વખત હું ગ્રેઇસને વિશે ગંભીરતાથી વિચારતો રહ્યો. સાચું કહું તો જેડા રાઉટીઆના કસબામાં જે રીતે મને મૂકીને આજો અને સેના ચાલ્યાં ગયાં હતાં તેનો આઘાત મને ઓછો લાગ્યો ન હતો, પણ આજો માતાઈનું ગણિત સાચું હતું. મારી મૂર્ખામીઓ કે મારા સંવેગોને કારણે જે અનર્થો સર્જાય તે ભયાનક નીવડે તેમ હતા. જો હું જાનોર પાછો ન વળ્યો હોત તો હું ગુનેગાર ઠર્યો હોત... અલબત્ત, તેનાથી મારી જિંદગીમાં કોઈ ફરક ન પડ્યો.

*

જે ઓથાર હેઠળ મારે જીવવાનું હતું તેમાંથી હું મુક્ત થયો નહીં જ... ગમે તેમ તે દિવસ માટે, તે પ્રસંગ પૂરતો આજો સાચો હતો. અને સેના તેનું કહ્યું માનવામાં પણ સાચી જ હતી.

*

કર્નલ મૅલેટને મારી સાથે વાતચીત કરવાની ઉતાવળ હતી. તેને માટે એ સાવ સ્વાભાવિક હતું. તેની જગ્યાએ હું હોઉં તો મને પણ એટલી જ ઉતાવળ હોય, પણ મારી તબિયત અસ્વસ્થ હતી. કોઈ સામાન્ય માણસ મારી જગ્યાએ હોય તો તેનું ઇન્ટરરોગેશન ક્યારનુંય શરૂ થઈ ગયું હોય, પણ હું સામાન્ય માણસ ન હતો. વળી મારી પૂછપરછ કરવામાં કે મારા પર આરોપો મૂકવામાં અનેક ડિપ્લૉમૅટિક પ્રશ્નો ઊભા થયા વગર રહેવાના ન હતા.

જાનોર કેન્ટની જેલ તૂટે એ કોઈ સામાન્ય બનાવ ન હતો. વળી તેમાં હું ખુલ્લેઆમ ભાગ લઉં તે વાત પણ એટલી જ અજુગતી હતી, પણ મારી તબિયત સારી થાય તેટલી રાહ જોવી તો કર્નલ માટે જરૂરી હતી.

ડૉક્ટર મિલમૅને મને ફરી તપાસ્યો. મારા હાથ પરનો સોજો થોડો ઓછો થયો હતો. પાંસળીઓમાં થતું દર્દ પણ હળવું થયું હતું. અલબત્ત, મારા મગજ પર ઘેનની દવાઓની અસર હજુ હતી.

'મને લાગે છે વાતચીત કરવામાં તમને હવે તકલીફ પડવાની નથી.' ડૉ. મિલમૅને કહ્યું.

'નહીં ડૉક્ટર,' મેં હસીને જવાબ આપ્યો.

ડૉક્ટર બહાર નીકળ્યા પછી સર પૉવેલ, કર્નલ મૅલેટ, જૅક મૅકગ્રેગર, જીના વગેરે મને મળવા આવ્યાં. થોડી વાર પછી મારે માટે વ્હિલચૅર લાવવામાં આવી. મને કમરાની બહાર લઈ જવામાં આવ્યો. મારી મૉમનો પગ હજુ સાવ સુધરી ગયો ન હતો. તે લાકડીને ટેકે થોડું ચાલતી હતી. તેને માટે ખાસ પ્રકારની ગાદીઓ અને સ્ટ્રેપ્સવાળા બૂટ બનાવવામાં આવ્યા હતા. પરિણામે તે હતી તેનાથી વધારે ઊંચી લાગતી. તેણે મારા માથા પર હાથ મૂક્યો અને રોજની જેમ સ્મિત વેર્યું.

*

એક રાજકુમારની પૂછપરછ કરવાનો કદાચ આ પ્રથમ પ્રસંગ હશે કે નહીં તેની મને ખબર નથી, પરંતુ આ પ્રસંગ અનન્ય હતો, ગંભીર અને મહત્ત્વનો હતો. એ બેઠક મારા બાપુના કમરામાં ગોઠવવામાં આવી હતી. મને ખૂબ આશ્ચર્ય થતું હતું કે મારી મૉમ આટલી સ્વાભાવિક, આટલી તટસ્થ કેવી રીતે રહી શકતી હશે.

સર પૉવેલ, તેમનો એ.ડી.સી. કર્નલ મૅલેટ, કૅપ્ટન માલ્કોમ, આસિસ્ટંટ પોલિટિકલ એજન્ટ જે. પી. રૉબર્ટ્સ, લીગલ ઑફિસર મિ. ડબ્લ્યૂ જી. વુલી, બાલીરામજી, મારી મૉમ એટલાં અંદર ગોઠવાયાં. કમરાનું ફર્નિચર થોડુંક હેરફેર કરવામાં આવ્યું હતું. બાજુના કમરામાં જૅક મૅકગ્રેગર, જીના, ગ્રેઇસ, આસિસ્ટંટ જેલર સેન્ટ્રલ જેલ મિ. ડોનાલ્ડ નેઇલસન, બીજા બે અજાણ્યા અંગ્રેજોને બેસાડવામાં આવ્યા હતા. બહાર કૉરિડૉરમાં નેતરની ખુરશીઓ નાખીને જેલના બે ઘવાયેલા સંત્રીઓ, બે કેદીઓ અને બીજા થોડા માણસોને બેસાડવામાં આવ્યા હતા.

સર પૉવેલે ગંભીરતાથી બેઠકની શરૂઆત કરી હતી. જાનોર અને બ્રિટિશ સલ્તનતના સંબંધો વિશે તેમણે ટૂંકમાં ખ્યાલ આપ્યો હતો. સર પૉવેલ મુદ્દાસર બોલનારો આદમી હતો. છતાં અત્યારે તે કંઈક ખચકાઈને, થોડી થોડી વારે મારી મૉમ સામે જોઈને બોલતો હતો. જાનોરે બ્રિટિશ હકૂમતનું છત્ર સ્વીકાર્યું હતું. છતાં પણ ઘણીબધી બાબતોમાં જાનોર સ્વાયત્તતા ભોગવતું હતું. એ બધો ખ્યાલ આપીને તેમણે કહ્યું હતું: ‘મને ખૂબ રંજ થાય છે કે યૉર હાઇનેસ સેજલસિંહ! આપને મારે આજે આ કમિશન સામે ઊભા કરવા પડે છે. હું આશા રાખું છું કે આપણું કામ સરળતાથી પૂરું થાય તે માટે આપ કમિશનને સાથ આપશો અને તેના પ્રશ્નોના સાચા ઉત્તરો આપશો.’

‘સર... પૉવેલ... આપણે કોઈ કાર્યવાહી શરૂ કરીએ તે પહેલાં હું પૂછી શકું કે આ કમિશન શા માટે નીમવામાં આવ્યું છે અને મને કઈ હેસિયતથી અહીં ઉપસ્થિત કરવામાં આવ્યો છે?’

‘યસ સર, યૉર હાઇનેસ, જાનોરમાં છેલ્લા ચાર દિવસમાં ઘણા ગંભીર બનાવો બન્યા છે. તેમાં સાર્જન્ટ બાર્કર અને બીજા ચાર લશ્કરી અધિકારીઓ, કેન્ટની જેલના સુપરિન્ટેન્ડેન્ટ જો ગિબ્સન, કૅપ્ટન સ્મિથ અને બીજા કેટલાક સંત્રીઓનાં મોત થયાં છે. આ મોત સર્જાવનારી ટુકડીઓ વિશે આપ કેટલીક માહિતી ધરાવો છો અને એમ જણાવવામાં આવે છે કે સાર્જન્ટ બાર્કર અને

બીજા ચાર જણાં પર તેમ જ જો ગિબ્સન પર જે ઘાતકી હુમલો થયો તે આપે કર્યો છે અને એટલે—'

સર પૉવેલ બોલતા હતા ત્યારે મેં મૉમ તરફ નજર ફેરવી, મૉમ એટલી જ સુંદર, એટલી જ સ્વસ્થ લાગતી હતી જેટલી હું વર્ષોથી તેને જોતો હતો. તે ખુરશી પર કોણી ટેકવીને, હથેળી હડપચી હેઠળ ટેકવીને બેઠી હતી.

'એટલે સર પૉવેલ, મને ગુનેગાર તરીકે અહીં બોલાવવામાં આવ્યો છે?' મેં ધીરેથી પૂછ્યું.

સર પૉવેલે સહેજ શ્વાસ લીધો. 'નહીં, આ ફેક્ટ ફાઇન્ડિંગ કમિશન છે. આ કમિશન એક રિપોર્ટ તૈયાર કરશે અને તે લેફ્ટનન્ટ ગવર્નરને મોકલવામાં આવશે અને ત્યાર પછી નિર્ણય લેવાશે કે આ બાબતમાં શું પગલાં લેવાવાં જોઈએ.'

'વેલ સર પૉવેલ... અંગત રીતે હું આવા કમિશનમાં માનતો નથી. તેનો વિરોધ કરું છું, છતાં તમને સહકાર આપવાનો હું વિરોધ કરતો નથી. મારે એક બીજી સ્પષ્ટતા એ કરવાની કે જો આ કમિશન દ્વારા મારા પર અંગત રીતે અથવા જાનોરના ભાવિ રાજા તરીકે 'કેસ' ચલાવવાનો ઇરાદો સેવતું હોય તો તેને હું રાજકીય ગણતરી લેખીશ. એટલું જ નહીં, પણ જે ક્ષણે મને એવું લાગશે તે ક્ષણે હું સહકાર આપવાનો બંધ કરીશ.'

'સર પૉવેલ એવું કંઈ ઇચ્છતા નથી, યૉર હાઇનેસ' બાલીરામજીએ ગળું સાફ કરીને કહ્યું.

'તો મને શો વાંધો હોઈ શકે?' મેં કહ્યું અને કમિશનનું કામ આગળ ધપાવવામાં આવ્યું.

મેં જે વાત ગ્રેઇસને કરી હતી તે બધી સવિસ્તર સૌને કહી સંભળાવી. મારા બાપુના કમરામાં સન્નાટો છવાયો. હું જાણે એકલો જ બોલતો હોઉં. કોઈ સાંભળનાર ન હોય તેમ એ કમરામાં પડઘા પડતા હતા. બરાબર અડધા કલાકે હું અટક્યો. એકાએક સૌએ શ્વાસ છોડ્યા.

'મોસ્ટ સરપ્રાઇઝિંગ... મોસ્ટ યુનિક... માય ગૉડ...' કહીને સર પૉવેલે પરસેવો લૂછ્યો. રહમતમીરે પકડેલા અંગ્રેજો પર મેં ગોળીઓ ચલાવી હતી. એ ખુલ્લેઆમ મેં કબૂલ કર્યું હતું. તેમને કોઈને કલ્પના ન હતી કે હું તે કબૂલ કરીશ. જો ગિબ્સનની બાબતમાં હું સત્ય બોલ્યો હતો, પણ સહેજ અવળું ફેરવીને. મારી સાથે આજો માતાઈ હતો અને સેના પણ હતી તે વાત મેં છુપાવી હતી.

'મને પણ આ ઘટના મોસ્ટ સરપ્રાઇઝિંગ નાઇટમેર જેવી લાગે છે, છતાં આ સત્ય છે.' મેં કહ્યું અને ધીરેથી ઉમેર્યું, 'જો એ સત્ય ન હોત તો હું જાનોરમાં કદી પાછો આવ્યો ન હોત. નર્મદાનાં કોતરોમાં જો રહમતમીર રહી શકતો હોય, ખેરાસિંહ અને સંતોજી બારનીશ રહી શકતા હોય, તો સર પૉવેલ, હું પણ જરૂર રહી શકું, પણ મારે એવું કશું કરવું ન હતું... કરવાની જરૂર ન હતી' મેં કહ્યું.

'એની ક્વેશ્ચન્સ...?' સર પૉવેલે કર્નલ મૅલેટ તરફ જોયું. મૅલેટની એક આંખ ચમકી, તેણે ધીરેથી એક ફોલ્ડર ઉઘાડ્યું અને તેમાં જોયું.

'યૉર હાઇનેસ... આપને ખબર છે જે દિવસે રહમતમીર ખાને અંગ્રેજ કંપની પર હલ્લો કર્યો ત્યારે એ કંપની રાઇફલો લૂંટનારા ડાકુઓનો પીછો કરી રહી હતી?'

'એ કંપની અંગ્રેજોની હતી તેની ખબર મને રહમતમીરે પકડ્યો ત્યાર પછી જ પડી હતી.'

'મારો પ્રશ્ન એટલો જ કે સવારે આપ ત્યાં કેવી રીતે પહોંચ્યા કે જ્યાં બરાબર બે ટુકડીઓ વચ્ચે ટક્કર થઈ?'

'મેં આપને જણાવ્યું કે હું કેવી રીતે પહોંચ્યો.'

'હું એ નથી પૂછતો. હું એમ પૂછું છું કે શા માટે આટલી વહેલી સવારે આપ એ જંગલમાં પહોંચ્યા?'

મેં સ્મિત વેર્યું. 'વેલ કર્નલ, આનો જવાબ હું આપી શકું તેમ નથી. મને નર્મદામાં નાહવું ગમે છે, જેમ સર પૉવેલની બહેનને ગમે છે. હું અને જીના પણ એ જગ્યાની આસપાસ સ્નાન કરવા જઈ આવ્યાં છીએ. હવે કોઈ જીનાને પૂછે કે તે શા માટે ત્યાં ગઈ હતી તો તેની પાસે કોઈ ઉત્તર ન હોય...'

'રહમતમીરને આપ પ્રથમ વાર મળ્યા?'

'જી. અને આ એક જ મુલાકાત, આખરી મુલાકાત બની રહે તેમ ઇચ્છું છું.'

'આપે કહ્યું કે આપને જાનોર રાઇફલ્સના માણસો... એટલે કે જાનોર રાઇફલ્સના ગણવેશધારી માણસો મળ્યા. આપ કહી શકશો કે એ માણસો કઈ કોમના હતા?'

'તેમાંના બે માણસો પિંઢારીઓ હતા અને એક ઠાકુર હતો.' મેં જવાબ આપ્યો.

'આપને એ ખબર છે કે રાઇફલોની લૂંટ કરનારા ડાકુઓ પાસે જૅક મૅકગ્રેગરના ઘોડા હતા?'

'એવું મેં સાંભળ્યું હતું.'

'એ બાબત જેક સાથે આપને કોઈ વાત થઈ હતી?'

'જેક એ બાબતે ચિંતિત હતો.'

'સર પૉવેલની બહેનનું અપહરણ થયું ત્યારે આપ જ જેકના ઘોડા લઈને ગયા હતા બરાબર?'

'બરાબર,' મેં મૅલેટની એક આંખમાં જોઈને જવાબ આપ્યો.

'એ ઘોડા આપ આપવા ગયા ત્યારે રામસતિયા નામનો આદમી આપની સાથે હતો?'

'મને બરાબર યાદ નથી, પણ એક ગૂંગો માણસ મને યાદ છે.' મેં જવાબ આપ્યો.

'એ રામસતિયાને અમુક ગુનાઓ માટે પકડવામાં આવ્યો હતો.' મૅલેટે કહ્યું અને મારી સામે જોયું. હું ધ્યાનથી સાંભળી રહ્યો. 'એ આદમીને કેન્ટની જેલમાંથી ડાકુઓ ઉઠાવી ગયા હતા.'

'મને ખ્યાલ છે ત્યાં સુધી એક અધમૂઆ આદમીને કૂપેમાં નાખવામાં આવ્યો હતો, પણ તે વખતે મારી જ હાલત ગંભીર હતી.'

'એ આદમી ક્યાં છે?'

'એ હું જાણતો નથી.'

'આપને એ ખબર છે કે જે લોકોએ કેન્ટની જેલ પર હલ્લો કર્યો તેમની પાસે પણ જેકના ઘોડા હતા?'

'ખરેખર?' મને આંચકો તો લાગ્યો. છતાં બને તેટલું આશ્ચર્ય મેં ઠાલવ્યું.

'અને જે હથિયારો પકડાયાં તેમાં એક વિન્ચેસ્ટર અને એક મૉર્ટિમર રાઇફલ હતી જે હથિયારો પેલી ટ્રેઇનમાં લૂંટાયેલાં વૅગનોમાંથી મળેલાં હતાં.'

'તે હોઈ શકે. મને તેની કેવી રીતે ખબર પડે?'

'મારું કહેવાનું એટલું જ હતું કે રાઇફલો લૂંટનારા લોકો પાસે જેકના ઘોડા હોય, કેન્ટની જેલ પર હલ્લો કરનારાઓ પાસે વૅગનોમાંથી લૂંટાયેલી રાઇફલ અને જેકના ઘોડા બંને હોય, તે ખૂબ જ મોટો યોગાનુયોગ હોય તેવું આપને નથી લાગતું?'

'જરૂર લાગે છે.'

'અને એથીય વધુ મોટો યોગાનુયોગ આપને કહી સંભળાવું?' મૅલેટે સ્મિત વેર્યું.

'ઘોડા આપવા માટે પણ આપ ગયા હતા... રામસતિયા નામનો આદમી પણ ગયો હતો... જે ટુકડી પકડાવાની અણી ઉપર હતી તે વખતે તેના પર હલ્લો થયો ત્યારે પણ આપ તે જ જગ્યાએ હાજર હતા અને કેન્ટની જેલ લૂંટાઈ ત્યારે પણ એ જ જગ્યાએ આપ હાજર હતા...' મૅલેટે કહ્યું.

તેના જ સ્વરમાં મેં ઉમેર્યું, 'અને આજે પણ આવું બધું કરવા છતાં હું અહીં હાજર છું.'

એ સાંભળીને બીજા લોકો હસ્યા.

'એક છેલ્લો સવાલ યૉર હાઇનેસ... આપને એ ખબર છે... આપને લઈ આવનાર જેડા રાઉટીઆ પાસે પણ જૅકનો ઘોડો છે?' કર્નલ મૅલેટે પૂછ્યું.

હું એક ધબકારો ચૂકી ગયો. મારી મૉમ સહેજ ટટ્ટાર થઈ. બાલીરામજીએ ચશ્માંમાંથી આંખો ઊંચી કરી...

કર્નલ મૅલેટે એક ક્ષણ માટે મને આંચકો આપ્યો હતો. પરંતુ કેવળ એક ક્ષણ માટે. કર્નલ પોતે ખુશ થતો હતો. ખિસ્સામાંથી એક પછી એક ટ્રમ્પસર સરકાવતો હોય તેમ તે ખૂબીથી પોતાનાં પાનાં ખુલ્લાં કરતો હતો, પણ હવે હુંયે ધીટ થવા માંડ્યો હતો. મને પણ કોઈ બાલિશ આનંદ અને આત્મસંતોષ થતો હતો. ત્યાં બેઠેલી મારી મૉમ અને બાલીરામજી નિર્લિપ્ત લાગતાં હતાં. તે શું વિચારતાં હતાં તે મારાથી કળાતું ન હતું, પણ મારા પિતાની છબિ મલપતી હતી. તેમની આંખમાં તોફાની ચમકારો હતો.

'સાચેસાચ કર્નલ! ગજબ કહેવાય' મેં કેવળ ઉદ્‌ગાર કાઢ્યો.

'જેડો કહે છે એ ઘોડો તેને રામસતિયાએ આપ્યો હતો.' કર્નલે મારી આંખમાં જોઈને કહ્યું. મેં કાન સરવા કર્યા. મૅલેટ હવે રામસતિયા પર આવ્યો હતો... બિચારો રામસતિયો, અંગ્રેજોએ તેને મારીને ચૂર ચૂર કરી નાખ્યો હતો અને એ ભાંગેલો આદમી જેલમાંથી છૂટીને પણ મુક્ત ન થઈ શક્યો. 'રામસતિયો—જેને કેન્ટની જેલમાંથી છોડાવી જવામાં આવ્યો તેણે... તે તો આપને ખબર જ હશે.'

'તેને છોડાવી જવામાં આવ્યો તે કે તેણે જેડાને ઘોડો આપ્યો તેની ખબર હશે?'

'બંનેની કદાચ.'

'કર્નલ, એ બેમાંથી એક પણ વાતની મને ખબર નથી. જેડો કહેતો હોય કે ઘોડો તેને રામસતિયાએ આપ્યો તો તે સાચી વાત હશે.'

'છે જ. તે રામસતિયા પાસે પણ મને લઈ જવાનો છે. એ કહે છે કે રામસતિયો ક્યાં છુપાયો છે તેની તેને ખબર છે' કર્નલે કહ્યું. હું મનમાં જ હસ્યો, જેડો પણ કમ ન હતો.

'તેની મને ખબર નથી. સાચું પૂછો તો જેલમાંથી જે માણસને બાગીઓએ ઊંચકીને કૂપેમાં નાખ્યો હતો તે ઓળખાય તેવો ન હતો. જો ગિબ્સને તેના બૂરા હાલ કર્યા હતા.' મેં કહ્યું, 'કેન્ટની જેલમાં આવા ભયાનક અત્યાચાર થતા હશે તેની મને તે દિવસે જ ખબર પડી, પણ મને વધુ તપાસ કરવાની ફુરસદ ન હતી. સર પૉવેલ, મને ખાતરી છે કે એ જેલમાં જવાનું પસંદ કરવા કરતાં લોકો મોત વધુ પસંદ કરે.'

'યૉર હાઇનેસ! આપણે એ જેલ વિશે પછી ક્યારેક વાત કરીશું. એ રામસતિયો આપના વિશે ઘણું બધું જાણતો હતો' કર્નલે ધીરેથી કહ્યું.

'મારા વિશે ન જાણવા જેવું છે પણ શું?'

'છે, ઘણું બધું છે અને એ બધું આપને જિંદગીભર મુસીબતમાં મૂકી શકે તેવું છે' કર્નલે તેની એક આંખ તગતગાવીને કહ્યું.

'કર્નલ, એ બધી બાબતો કદાચ ખોટી હોઈ શકે અથવા તેની વિકૃત રજૂઆત પણ થઈ શકે. દાખલા તરીકે કેન્ટની જેલનો પ્રસંગ...' મેં કહ્યું.

'તેની વાત હું પછી કરું છું યૉર હાઇનેસ. પહેલાં આપણે જૅકના ઘોડાની વાત કરીએ... જીનાનું અપહરણ એટલા માટે થયું કે બાગીઓને ઘોડા જોઈતા હતા.' કર્નલે કહ્યું.

'બાગીઓને જે જોઈતું હતું તે જાહેર કરવામાં આવ્યું હતું.'

'એ ઘોડા લઈને આપ ગયા...'

'ગયો નહીં, મને મોકલવામાં આવ્યો, સર પૉવેલ, માફ કરજો, પણ મારે મોકલવામાં આવ્યો તેવું એટલા માટે કહેવું પડે છે કે મારા માટે કોઈ ગેરસમજ ન કરે. કર્નલ મૅલેટ, હું એમ કહેવા માગું છું કે જો જીનાની જિંદગીનો પ્રશ્ન ન હોત અને સર પૉવેલની તે બહેન ન હોત તો મેં જોખમ લીધું ન હોત' મેં કહ્યું.

'તે સાથે હું સંમત થાઉં છું, પણ રામસતિયો કહેતો હતો કે એ આખી વાત બનાવટ હતી.'

'તમારે રામસતિયાને અહીં હાજર કરવો જોઈએ' મેં કહ્યું.

'રામસતિયાને બદલે જૅક હાજર છે.' કર્નલ મૅલેટે બીજું પત્તું ફેંક્યું. મારી મૉમ ટટ્ટાર થઈ. તેણે ખુરશીના હાથા પર હાથ લંબાવ્યો.

'તેથી કોઈ ફરક પડતો નથી' મેં કહ્યું. મને ધીમે ધીમે ખ્યાલ આવતો જતો હતો કે રામસતિયાએ ઘણીબધી વાતો કહી દીધી છે.

'આપણે જૅકને બોલાવીએ...!' સર પૉવેલે કહ્યું અને જૅકને અંદર બોલાવવામાં આવ્યો. તેણે અંદર આવી ઊંડો શ્વાસ લીધો. તેણે મારી સામે જોવાની હિંમત ન કરી.

'વેલ સર પૉવેલ, હું એક વાતની અહીં સ્પષ્ટતા કરવા માગું છું. મને એમ કહેવામાં આવ્યું હતું કે નર્મદાને કિનારે અને કૅન્ટની જેલ તૂટી તે અંગે તમારે માહિતી મેળવવી હતી. તમારે એ અંગે મારી કેફિયત સાંભળવી હતી અથવા તો ઇન્ક્વાયરી કરવી હતી. ખેર! મને તેનો વાંધો નથી, પણ જો તમે અહીંયાં સાક્ષીઓ તપાસવાના હો તો તે સામે મારો વિરોધ છે. મારા પર કેસ ચલાવવાની તમારી કોઈ સત્તા નથી. જૅક મૅકગ્રેગરને આ ઇન્ક્વાયરી સાથે લેવાદેવા નથી.'

'ઍક્સક્યુઝ મી સર, પણ હિઝ હાઇનેસની વાત સાથે હું પણ સંમત છું. મને જાહેરમાં કોઈ પ્રશ્નોના જવાબ આપવામાં રસ નથી.' જૅકે કંઈક મક્કમતાથી કહ્યું.

'બ્રિટિશ હકૂમતના શ્રેષ્ઠ હિતને લક્ષમાં રાખીને જ આ તપાસ કરવામાં આવે છે અને અંગ્રેજ તરીકે તમારી ફરજ છે કે જે જાણતા હો તે કહેવું.' કર્નલ મૅલેટે જૅકને સંબોધીને કહ્યું.

'હું જે કાંઈ જાણતો હતો તે મેં તમને કહેલું છે.' જૅક બોલ્યો, 'મને ખબર હોત કે તેનો તમે આવો ઉપયોગ કરવાના છો તો મેં કહ્યું ન હોત.'

'પણ મેં તમે કહેલી કોઈ વાત જાહેર કરી નથી. કારણ હું સમજી શકું છું કે તે અંગત વાત છે.' કર્નલે કહ્યું.

'તો પછી અત્યારે પણ એ વાત જાહેરમાં ન થાય તે બધાના હિતમાં છે.' જૅક બોલ્યો.

'સર પૉવેલને માહિતગાર કરવાની મારી ફરજ છે.' કર્નલે ધીરેથી કહ્યું.

'હું સર પૉવેલની સાથે એકલો વાત કરી શકું?' જૅકે કહ્યું.

'સર પૉવેલ હા કહે તો મને વાંધો નથી.' કર્નલે જવાબ આપ્યો.

'સર પૉવેલ તમારી વાત સાંભળ્યા પછી કમિશનના બીજા સભ્યોને કહી શકશે.'

'એ મને મંજૂર નથી.'

'પણ આપ એ વાતમાં હાજર રહો તેમ હું ઇચ્છું છું.' જૅકે મારા પગ તરફ જોઈને કહ્યું.

'તો મને વાંધો નથી જૅક...' મેં કહ્યું.

'આપણે બધાને બહાર જવાનું કહીએ તે કરતાં આપણે જ જઈએ.' સર પૉવેલે કહ્યું, પણ બીજાઓએ તેનો વિરોધ કર્યો.

'આપ અંદર રહેશો તો વાંધો નથી.' જૅક મૅકગ્રેગરે મારી મૉમને કહ્યું. મારી મૉમ બેસી રહી. બાકીના સૌ બહાર નીકળ્યા. જૅકે બારણું બંધ કર્યું તે પહેલાં જીના ત્યાં આવી હતી. જૅકે તેને અંદર લીધી. કમરામાં હું, મારી મૉમ, સર પૉવેલ, જીના, કર્નલ મૅલેટ અને જૅક ઘડીભર સ્તબ્ધતામાં બેસી રહ્યાં. જૅક શૂન્યમનસ્ક લાગતો હતો. તેના ચહેરા પર અબોલ ભાર વર્તાતો હતો.

'મિ. મૅકગ્રેગર, કેટલાક ગમખ્વાર બનાવો છેલ્લા કેટલાક સમયમાં બન્યા છે' ગળું ખંખેરીને કર્નલ મૅલેટે કહ્યું. 'અને એ બનાવોનું પગેરું કાઢવામાં મોટે ભાગે હું સફળ થયો છું. બ્રિટિશ સલ્તનતના હિતમાં અને હિઝ હાઇનેસ સેજલસિંહના અંગત હિતમાં આ ઇન્ક્વાયરી થઈ રહી છે. એટલે જેટલી સાચી હકીકતો જાણવા મળે તેટલો વધુ ફાયદો જાનોરના વ્યવસ્થાતંત્રને છે અને સેજલસિંહજીને છે. એટલે સાચી વાત રજૂ કરવામાં તમારે ડર રાખવાની જરૂર નથી.'

'હું જે કહું તેનો ઉપયોગ હિઝ હાઇનેસ સેજલસિંહની વિરુદ્ધમાં થવાનો હોય તો હું કશું બોલવા તૈયાર નથી.' જૅકે કહ્યું.

'મને કોઈ ડર નથી જૅક, મેં મારું વચન પાળ્યું છે. આમેય કર્નલની વાત પરથી મને ખ્યાલ આવે છે કે કર્નલને તેં વાત કરી જ છે. એટલે મારી સામે તેનો ઉપયોગ નહીં થાય તેવી ગૅરંટી તારે હવે માગવાનો અર્થ નથી.' મેં કહ્યું.

'આપને છેહ દેવાનો મારો ઇરાદો ન હતો, પણ રામસતિયાએ એ વાત—' જૅક બોલ્યો.

'આપણે મૂળ વાત પર આવીએ. કર્નલ, તમારે શું કહેવાનું છે?'

'મારે જૅકની પાસેથી કેટલીક વાતો, તેના મોંએ સાંભળવી છે.' કર્નલે કહ્યું.

'તમે પૂછશો તેટલા જ જવાબો હું આપીશ. બ્રિટિશ સલ્તનતના શ્રેષ્ઠ હિતમાં આ વાત ન હોત તો હું કદી કશું બોલત નહીં.'

'જૅક મૅકગ્રેગર, રામસતિયાએ કહ્યું હતું કે જીનાનું અપહરણ કરવામાં હિઝ હાઇનેસ સેજલસિંહની બુદ્ધિ હતી અને તારી સંમતિ હતી!' કર્નલે

ભાવહીન અવાજે કહ્યું. સર પૉવેલની આંખો પહોળી થઈ. તેમને ચમકાવી નાખે તેવો આ પ્રશ્ન હતો.

'રામસતિયાએ શું કહ્યું તેની મને ક્યાંથી ખબર હોય?' જૅકે જવાબ આપ્યો.

'જૅક મૅકગ્રેગર, હું તમને બ્રિટિશ સલ્તનતના શ્રેષ્ઠ હિતમાં પૂછું છું કે, જીનાનું અપહરણ તમે અને હિઝ હાઇનેસે યોજેલી એક નાદાન રમત હતી... વાત સાચી છે?'

'એ કમનસીબ બનાવ હતો. મને જો ખબર હોત કે એ ઘોડાઓ લૂંટમાં વપરાવાના છે તો મેં એ બનાવ બનતો અટકાવ્યો હોત.' જૅકે કહ્યું.

'વૉટ?' સર પૉવેલ તડૂકી ઊઠ્યા. જીના ઊભી થઈ ગઈ.

'મિ. મૅકગ્રેગર, તમે... તમે જીનાના અપહરણ માટે સંમતિ આપી હતી, હું બરાબર સાંભળું છું!'

'સર પૉવેલ, હું જીનાને ચાહું છું, પણ બ્રિટિશ હિતને નુકસાન થાય તેવું ક્યારેય ઇચ્છતો ન હતો અને ઇચ્છતો નથી.'

'પણ... જૅક, જીનાનું અપહરણ થવાનું છે તેની તને ખબર હતી...'

'યસ, સર... પૉવેલ...' જૅકે કહ્યું.

સર પૉવેલ અચંબાથી તેની સામે તાકી રહ્યા. જાણે જૅકને બદલે તેનું ભૂત જોતો હોય તેમ... 'તું શું એમ કહેવા માગે છે જૅક કે જીનાનું અપહરણ એક નાટક હતું?'

'યસ, સર પૉવેલ...'

'હિઝ હાઇનેસ તેમાં સામેલ હતા?'

'યસ, સર પૉવેલ...'

'અને જીના...'

'ઓહ નો, સર પૉવેલ... તેને ખબર ન હતી.' જૅકે જવાબ આપ્યો. સર પૉવેલના માથા પર વીજળી પડી હોય તેવો તેમનો ચહેરો થયો હતો, પણ તેમની આંખમાં ગુસ્સાની આગ જલતી હતી. તેમના હોઠ ધ્રૂજતા હતા.

'યુ ડર્ટી... ડબલ ક્રૉસિંગ... બાસ્ટર્ડ સન ઑફ એ લાઉઝી ઇંડિયન બીચ... યુ ડેર ટુ કોલ યૉરસેલ્ફ એન ઇંગ્લિશમૅન!'

'સર પૉવેલ!' કર્નલે ઉદ્ગાર કાઢ્યો.

'કર્નલ મૅલેટ... આ વાત તમે મને કરી નહીં? અને તમે મારી બહેનને... મારી આ અંગ્રેજ બહેનને આ લાઉઝી નેટિવ હૉર્સ-ટ્રેડરને...'

'સર પૉવેલ, હું તમારી ગાળો ખાવા અહીં નથી આવ્યો.' જૅક બોલી ઊઠ્યો, 'મેં જે કર્યું તે જીનાના પ્રેમ ખાતર કર્યું છે. આઈ લવ જીના...'

'માય ફૂટ યુ લવ... આઈ હેઇટ યુ. એક ગંધાતા જીવડા કરતાં પણ વધુ ચીતરી મને ચડે છે.'

'આ મારું અંગત અપમાન છે' જૅક તાડૂક્યો.

'અપમાન? મને સ્વપ્ને પણ ખ્યાલ ન હતો કે તું આવું કરીશ. બટ આફ્ટર ઓલ એ બાસ્ટર્ડ ઇઝ એ બાસ્ટર્ડ. આઈ ઑર્ડર યુ આઉટ... આઉટ...'

'સર પૉવેલ...' પ્રથમ વાર મારી મૉમ બોલી, 'આવા શબ્દો તમારે નહીં બોલવા જોઈએ... જૅક અત્યારે મારે ત્યાં છે. મારા મકાનમાં કોઈ બેઅદબીથી વાત કરે તે મને પસંદ નથી. તે માફીનો અધિકારી છે. તમારે આવું બોલવા માટે તેની માફી માગવી જોઈએ.'

'વૉટ? યૉર હાઇનેસ... હું તેની માફી માગું કે તેણે મારી માફી માગવી જોઈએ!' પણ હું તેને માફ કરવાનો નથી... ધ ડર્ટી રેપ્ટાઇલ... હું તેને માફ કરવાનો નથી. આઈ ઑર્ડર હિઝ એરેસ્ટ.'

'એટલી આસાન વાત નથી, સર પૉવેલ... તેની ધરપકડ કરવી હોય તો હિઝ હાઇનેસની પણ ધરપકડ થવી જોઈએ. સર પૉવેલ, જીનાનું અપહરણ થયું તે એટલું અગત્યનું નથી જેટલા એ ઘોડા અગત્યના છે. ઘોડા લઈ જનારા અગત્યના છે.' મૅલેટે ધીરેથી કહ્યું.

'મારે માટે આ બનાવ એટલો જ અગત્યનો છે... યુ નો વૉટ યુ હેવ ડન... તેં એક અંગ્રેજ ઓરતનું અપહરણ કર્યું છે.'

'મેં જીનાનું અપહરણ નથી કર્યું...'

'તેં કરાવ્યું છે, હિઝ હાઇનેસ સેજલસિંહ, તમે આ ગંધાતા ઍંગ્લો-ઇંડિયન જીવડાને પ્રોત્સાહન આપ્યું છે. અને તેને માટે હું કાયદેસર પગલાં લઈશ. અંગ્રેજ ઓરતનું અપહરણ કરવામાં શું થાય છે તે પણ તું જોઈ લે મૅકગ્રેગર...'

'તેને કશું જોવાનું નથી.' એકાએક ત્યાં બેઠેલી જીના બોલી ઊઠી. એ અપહરણ પુરવાર થવાનું નથી. સર પૉવેલ... હું જાતે જ ચાલી ગઈ હતી.' જીનાની વાત સાંભળીને પૉવેલ ચોંકી ઊઠ્યા હતા.

'તું જૂઠું બોલે છે, તું આ કમબખ્ત પોદળાના કાળા જાદુ હેઠળ છે...'

'જૅકને દેવાતી ગાળો હું બરદાસ્ત નહીં કરું.' જીના બોલી,'મારું અપહરણ થયું છે તેવું હું માનતી નથી. તેવું હું કહેવાની પણ નથી. મને છોડાવવા માટે

તમારે કાવડિયું પણ ખર્ચવું પડ્યું નથી. જૅકે પોતાના શ્રેષ્ઠ ઘોડા આપી દીધા હતા... મારા પ્રેમ ખાતર... મારી સલામતી ખાતર...'

'માય ફૂટ... એ નાટક હતું છોકરી. નાટકમાં માણસ હજારો ઘોડા આપી શકે... ઑફ... વૉટ એ શેઇમ જીના, તું અત્યારે જ ઘેર ચાલી જા... આ આદમી સાથે તારે કાંઈ નથી, સમજી. હું તેનો અને તારો સંબંધ નામંજૂર કરું છું.'

'કોઈ મહેસૂલી હુકમની માફક મારો પ્રેમ રદ થઈ ન શકે. તેવી કોઈ સત્તા નથી જે મને જૅકથી વિખૂટી પાડી શકે. તમારાથી થાય તે તમે કરી શકો છો સર પૉવેલ...' જીના બોલી.

'તું મારી બહેન છું.'

'છું એટલે જ વધુ બોલતી નથી. બાકી માનવમૂલ્યોની તમને કોઈ પડી નથી. તમે કહેવાતા સંસ્કૃત લોકો છો. જેની કાયા સોનાની છે અને ભીતર કથીરનું.'

'સ્ટૉપ ધીસ નૉન્સેન્સ, જીના... કર્નલ, એ આદમીની ધરપકડ થવી જોઈએ. તેના ઘોડા હથિયારોની લૂંટમાં પકડાયેલા છે. હથિયારોની લૂંટ મ્યુટિની છે. મ્યુટિનીની સજા મોત છે.' સર પૉવેલ બોલ્યા.

'પોલિટિકલ એજન્ટ સર ઍડમન્ડ પૉવેલ તરીકે હું તમને હુકમ કરું છું એરેસ્ટ જૅક મૅકગ્રેગર. અને આવતી કાલે તેને મારા દફ્તરમાં રજૂ કરો.' કહીને સર પૉવેલ ઊભા થયા.

'સર આપણે બીજું કામ કરવાનું છે.' કર્નલ મૅલેટે કહ્યું.

'બીજું કામ આપણે પછી કરીશું. જૅક મૅકગ્રેગર પર કાયદેસર પગલાં લેવાવાં જોઈએ. હું વુલીને કાગળિયાં કરવા કહું છું!'

'યુ આર અંડર એરેસ્ટ' કર્નલ મૅલેટે કહ્યું.

'એ અહીં નહીં થઈ શકે કર્નલ...' મેં કહ્યું. સર પૉવેલ ઊભા રહી ગયા. તેમણે મારી સામે જોયું.

'યૉર હાઇનેસ. મેં આપને ખૂબ બરદાસ્ત કર્યા છે. મારે આપને પણ કહેવાનું કે લેફ્ટનન્ટ ગવર્નરના રિપોર્ટમાં હું ઘણું બધું લખવા માગું છું, પણ રાજેશ્વરીદેવી પ્રત્યેની લાગણી અને આપના સદ્‌ગત પિતા પ્રત્યેનું માન મને તેમ કરતાં રોકે છે. જૅકને મદદ કરવામાં હું તમને ઍક્સેસરી બિફોર ધ ફેક્ટ ગણી શકીશ. કર્નલ મૅલેટ, મારા હુકમનું પાલન કરવાની તમારી ફરજ છે.'

'એક મિનિટ... સર પૉવેલ...' મારી મૉમ બોલી. 'એક મિનિટ... હું માનું

છું કે તમારે થોડી ધીરજથી વિચાર કરવો જોઈએ.

'એ સલાહ આપ હિઝ હાઇનેસ સેજલસિંહને આપી શકો તો સારું.'

'તેને પણ હું એ જ સલાહ આપવાની છું. ખેર! અહીં આ કમરામાં જે બની રહ્યું છે તે કૌટુંબિક પ્રશ્ન છે અને તેને રાજકીય સ્વરૂપ ન અપાય તે—'

'યૉર હાઇનેસ... આપને ખબર નથી. જે માહિતી અમને મળી છે તે ભયાનક છે. સેજલસિંહે ઊંઘતા સર્પને છંછેડ્યા છે. આપને તેની કલ્પના નથી.'

'સેજલસિંહે સંનિષ્ઠ ભાવે જે કર્યું તેનો અનર્થ થઈ રહ્યો છે.' જીના બોલી.

'તું ઘેર ચાલી જા... એ મારો હુકમ છે.'

'જૅકના ઘર સિવાય હવે હું ક્યાંય જવાવી નથી' જીના બોલી, 'મને કલ્પના ન હતી કે મારો ભાઈ આટલો સંકુચિત છે!'

'તારું ડાચું બંધ રાખ. જૅક પોતાને ઘેર પહોંચવાનો નથી. સેન્ટ્રલ જેલની બરાક તેને માટે રાહ જુએ છે.'

'એ બરાકમાં હું પણ જવાનું પસંદ કરીશ. મને ખબર નહીં કે ઍંગ્લો-ઇંડિયન પ્રત્યે તમને આટલો રોષ હશે.'

'તેનાં કારણો છે મારી પાસે. એ ઍંગ્લો-ઇંડિયન છે. એટલું જ નહીં, એ બાસ્ટર્ડ છે. ઍન્ડ આઈ હેઇટ વાઇટ બાસ્ટર્ડ્ઝ...' સર પૉવેલ બોલ્યા.

'તમારી જીભ બંધ રાખો સર પૉવેલ, હવે હદ થાય છે' જૅક મૅકગ્રેગર બોલ્યો અને તે સાથે જ આંખના પલકારામાં તેણે પિસ્તોલ કાઢી. 'નાઉ... નાઉ ટેલ મી... હવે મને બાસ્ટર્ડ કહો... સર પૉવેલ, હવે મને બાસ્ટર્ડ કહો.' તે બરાડી ઊઠ્યો.

'જે... જૅક મૅકગ્રેગર.' મારી મૉમ બોલી.

'કોઈ પણ આ કમરામાં હાલ્યું છે તો હું ફાયર કરીશ' તે બોલ્યો. જૅકના પટામાં હેન્ડ ગન ભરાવેલી હતી તેનો ખ્યાલ સર પૉવેલને નહીં હોય. 'રેઇઝ યૉર હેન્ડ્ઝ... પ્લીઝ..' તેણે હુકમ કર્યો. બધા સ્તબ્ધતાથી તેની સામે જોઈ રહ્યા.

'કમ સર પૉવેલ... આપણે સાથે જ અહીંથી બહાર નીકળીએ.'

કમરામાં સન્નાટો છવાયો. જૅક મૅકગ્રેગર આવું કંઈ કરશે તે મેં કલ્પ્યું ન હતું. કોઈએ કલ્પ્યું ન હતું. 'જીના, તું બારણું ખોલ અને યૉર હાઇનેસ, મને એક રાઇફલ મંગાવી આપો...'

'જૅક, તું ઉશ્કેરાઈશ નહીં. આ બરાબર નથી.' મારી મૉમે કહ્યું.

'નહીં, યૉર હાઇનેસ... આ લોકોને હું બરાબર ઓળખું છું. સેજલસિંહજી,

આપને ખબર નથી આ લોકોએ આપના વિરુદ્ધ શું કેસ તૈયાર કર્યો છે તે. પ્લીઝ, મને એક રાઇફલ મંગાવી આપો. નહીં મંગાવો તો સર પૉવેલના હાથમાં મારે ગોળી મારવી પડશે.' તેની આંખોમાં જે ખુન્નસ હતું તેના પરથી મને લાગ્યું કે ચોક્કસ તે ગોળી છોડશે. મેં મારી મૉમ તરફ જોયું... મૉમની એક આંખ સહેજ નમી. તેણે મને અનુમતિ આપી હતી! મને બરાબર સમજાયું નહીં. તેમ છતાં હું બોલ્યો.

'જીના, મારા કમરામાં રાઇફલ્સ પડી છે. કાર્ટ્રિજ પણ ત્યાં આર્મ્સ કપબોર્ડમાં પડ્યા છે. જીના ઊભી થઈ. બારણું ઉઘાડીને પાછું બંધ કરીને જીના બહાર ગઈ. થોડી વારમાં હાથમાં બે રાઇફલ્સ અને કારતૂસોનો એક હારડો અને એક બૉક્સ લઈને પાછી આવી.'

'ગુડ બાય યૉર હાઇનેસ. હું સર પૉવેલને થોડો વખત હવા ખાવા લઈ જાઉં છું. તમે ચિંતા ન કરતા. કર્નલ મૅલેટ, એ શાંત રહેશે તો હું તેમને ઈજા નહીં કરું.'

'તું જિંદગીભર પસ્તાઈશ, જૅક...'

'મને પરવા નથી. સર પૉવેલ, મેં તમને મદદ કરવા પ્રયત્ન કર્યો. તે મારી ભૂલ હતી. યૉર હાઇનેસ, મને શરમ આવે છે—મેં મારા ગણેલા માણસોને સમજવામાં ભૂલ કરી હતી... ડોન્ટ મૂવ કર્નલ...' એકાએક જૅક મૅકગ્રેગરે ત્રાડ પાડી અને કર્નલ મૅલેટ પૂતળાની માફક સ્થિર થઈ ગયા.' એ પેપરવેઇટ ધીરેથી નીચે નાખી દો.' જૅકે કહ્યું. કર્નલ મૅલેટે હળવેથી પિત્તળનું પેપરવેઇટ કમરાની કાર્પેટ પર નાખ્યું.

'જીના, તું પાછળથી મને કવર આપજે. યૉર હાઇનેસ... તમારા બે ઘોડા અને કૂપે મને ઉધાર આપશો?

'જરૂર, જૅક... પણ તું ઉશ્કેરાઈશ નહીં, સર પૉવેલ જીનાના ભાઈ છે. તારા સાળા છે. તે ઉશ્કેરાયેલા છે. બાકી તે સજ્જન છે.'

તેમની સજ્જનતા મેં જોઈ લીધી છે. યૉર હાઇનેસ, તે કાવતરાબાજો છે. રામસતિયાને તેમણે અધમૂઓ કરી નાખ્યો હતો' તે બોલ્યો.

'ચિંતા ન કર જૅક... મેં કશું ખોટું કર્યું નથી' હું બોલ્યો.

*

જેક કૉરિડૉરમાં આવ્યો ત્યારે સન્નાટો છવાયો હતો. બધા સ્તબ્ધ થઈ ગયા હતા. કોઈને કલ્પના ન હતી કે આવું કંઈ થશે. સર પૉવેલની પાછળ રાઇફલની અણી લગાડીને જેક ચાલતો હતો. તેની પાછળ જીના સૌને બંદૂક બતાવતી ચાલતી હતી. આખું ટોળું તેમની પાછળ ચાલતું હતું. મારી મૉમ દાદરને છેડે લાકડીને ટેકે ઊભી રહી હતી. તેના ચહેરા પર તોફાન હતું.

'તે ઍંગ્લો-ઇંડિયન છે, પણ તેનામાં રાજપૂતનું લોહી છે.' મારી મૉમ બોલી. હું વિચારમાં પડ્યો. મેં તેને ટેકો આપ્યો. ત્યારે જેક બંદૂકની અણીએ સર પૉવેલને અમારી કૂપેમાં બેસાડી રહ્યો હતો.

'મૉમ...' મેં આશ્ચર્યથી તેની સામે જોયું.

તે મને કંઈ કહેવા માગતી હતી. તેણે મારી સામે જોયું અને સ્મિત વેર્યું, 'સેજલ... જેક કોણ છે તે તને ખબર છે?'

'નહીં મૉમ...'

'એ ખેરાસિંહ બરવાનો ભાઈ છે... ગેરકાયદે... અલબત્ત...'

હું એ સાંભળીને થીજી ગયો. મારી મૉમ પાસે બધાં જ હુકમનાં પત્તાં હોય તેવું મને લાગ્યું.

અચાનક આવેલા પલટાએ નાટકીય ટૅબ્લો સર્જ્યો હતો. જેક મૅકગ્રેગર અને જીનાની પાછળ આખું ટોળું દાદર ઊતર્યું હતું. અંગ્રેજ અફસરો ચોંકી ઊઠ્યા હતા. મારી ઇન્ક્વાયરીમાં મદદરૂપ થવા માટે લાવવામાં આવેલા ઘવાયેલા સંત્રીઓ અને કેદીઓને સર્વન્ટ્સ માટેની સર્વિસ સ્ટેર કેઇસ તરફથી નીચે ઉતારવામાં આવ્યા. કર્નલ મૅલેટ, જે. પી. રૉબર્ટ્સ, વુલી, વગેરે મુખ્ય દાદર પરથી નીચે ઊતર્યા. એ જ દિવસે આવેલા બે અજાણ્યા અંગ્રેજ અધિકારીઓ પણ જેક, જીના અને પૉવેલની પાછળ નીચે ઊતર્યા હતાં. હું ઘવાયેલો હતો. મારી મૉમથી ઝડપથી ચલાતું ન હતું એટલે અમે છેલ્લાં હતાં. તે વખતે દાદરને મથાળે મને મૉમે કહ્યું હતું કે, 'જેક ખેરાનો ભાઈ છે. જેક મૅકગ્રેગરમાં કટંગીના ઠાકુરનું લોહી વહે છે.' આ ચોંકાવનારી વાત હતી, પણ મારી મૉમ તથ્યહીન ગપગોળા ચલાવે તેવી ઓરત ન હતી.

'ખરેખર મૉમ... જેક મૅકગ્રેગર ખેરાસિંહનો ભાઈ...!' હું વાક્ય પૂરું કરું તે પહેલાં મારી મૉમની આંખો સહેજ પહોળી થઈ. તેણે જમણો હાથ ઊંચો કરીને એક આંગળી નાકે અડાડી અને સિસકારો કર્યો.

'ઓહ મૉમ! તું સાચું કહે છે કે—' મેં ફરી પૂછ્યું, પણ તે પહેલાં તો તેણે ડાબે હાથે કઠેડાનો ટેકો લીધો અને ધીરેથી પગથિયાં ઊતરવા માંડી. નીચે રાજમહેલના વિશાળ વરંડામાં ધમાલ ચાલતી હતી.

જૅક મૅકગ્રેગરે સર ઍડમન્ડ પૉવેલને અમારી કૂપેમાં ચડાવી દીધા હતા. તેની રાઇફલ તેમના પડખામાં સ્થિર હતી. જીના કોચમૅનની બેઠકમાં ચડી ગઈ હતી. તે ગાડી ઉપાડે તે પહેલાં જ નીચે પહોંચી ગયેલા કર્નલ મૅલેટે બૂમ પાડી હતી. તેણે પણ પિસ્તોલ કાઢીને તૈનાત રાખી હતી. 'જૅક, જૅક મૅકગ્રેગર, તું ગંભીર ભૂલ કરી રહ્યો છું. બ્રિટિશ સલ્તનતની કસમ ખાઈને હું કહું છું કે તું સર પૉવેલને છોડી દે... તારા પર કોઈ પગલાં લેવામાં નહીં આવે.'

'કર્નલ મૅલેટ... તમારો આભાર' જૅક કૂપેની બારીમાંથી બોલ્યો, 'જીના વગર મારે કોઈ મુક્તિ જોઈતી નથી.'

'પણ હું સર પૉવેલને સમજાવીશ.'

'સર પૉવેલને હું સમજાવીશ કર્નલ.' જૅકે જવાબ આપ્યો.

'રાજમહેલ છોડતાં પહેલાં તું નિર્ણય લઈ લે. તે પછી તું ગુનેગાર કહેવાઈશ. અંગ્રેજનું અપહરણ કરવાના ગુનાની સજા મોત છે.'

'મને એ સજા મંજૂર છે કર્નલ. તમારે મને સમજાવવાની જરૂર નથી. સર પૉવેલને સમજાવવાની જરૂર છે.' જૅકે જવાબ આપ્યો.

'તું મને તક આપ. હું સમજાવીશ. તારે અંગત પ્રશ્નને આટલી ભયાનક હદે લઈ જવાની જરૂર નથી' કર્નલ મૅલેટ બોલ્યા.

'તમે મને ખૂબ ઉલ્લુ બનાવ્યો છે કર્નલ... પણ હવે નહીં. આમેય હું તો ગોરો બાસ્ટર્ડ છું ને...'

'કર્નલ મૅલેટ, તમે ચર્ચા બંધ કરો. તમે લશ્કરી પગલાં લો. મારા જાનની ફિકર કરવાની જરૂર નથી.' એકાએક સર પૉવેલ બોલ્યા અને જૅક હસ્યો. તેના હસવાનો અર્થ હું સમજ્યો, મારી મૉમ સમજી અને કર્નલ મૅલેટ પણ સમજ્યા. સર પૉવેલ જાતે જ એવું પગલું ભરી શક્યા હોત, પણ તેમને જિંદગી વહાલી હોય તે સ્વાભાવિક છે.

'તું ક્યારેય ઇંગ્લિશ ચેનલ ઓળંગી નહીં શકું' કર્નલ મૅલેટે સાદ કર્યો. 'તારાથી ક્યારે ઇંગ્લૅંડ જવાશે નહીં.'

'એ સ્વપ્નું તો ક્યારનુંય તૂટી ગયું છે. કર્નલ... ગોરી ચામડીનો મોહ હવે નથી મને... અને ગોરા સનાતની રૂઢિચુસ્તોનો દેશ મને હવે ખપતો નથી.

આમેય હું ક્યાં ઇંગ્લૅંડમાં જન્મ્યો હતો? મને આ હિંદની ધરતી પસંદ છે.'

'જીનાનો જાન જોખમમાં મૂકવાનો તને અધિકાર નથી.' કર્નલે બૂમ પાડી.

'મારો જાન ખતરામાં હોય તો મને પરવા નથી. કર્નલ... તમે તમારું કામ કરો. આ મારો અને એડમન્ડનો અંગત મામલો છે.

'મોટા ભાગના ગુનાઓ અંગત મામલા જેવા હોય છે, છતાં ગુનો એ ગુનો જ રહે છે. તેની સજા રાજ્યે કરવાની હોય છે.' કર્નલે કહ્યું, 'જૅક તું સર પૉવેલને ઉતારી દે... હું તને વચન આપું છું, હું તને જવા દઈશ.' કર્નલ મૅલેટે કહ્યું.

'આવું વચન તમે ઘણાને આપ્યું છે કર્નલ... છેલ્લે છેલ્લે પેલા છોકરાને પણ આપ્યું હતું... બિચારો રામસતિયો, મને દયા આવે છે... રંજ થાય છે. સેજલ યૉર હાઇનેસ...' જૅકે એકાએક મને જોયો અને કહ્યું, 'આઈ ટેલ યુ સર, બિવેર ઑફ ધ ઇંગ્લિશ... બિવેર ઑફ ધીઝ અનસ્ક્રુપ્યુલસ એમ્પાયર બિલ્ડર્સ... રામસતિયાને કદાચ મળો તો કહેજો કે હું દિલગીર છું. શરમિંદો છું. જે યાતના હેઠળ આ કર્નલ અને પેલા ગિબ્સને તેને મૂક્યો હતો એ ભયાનક હતી. કર્નલ, તમે એ છોકરાને વચન આપ્યું હતું ને...'

'જૅક, તું પાગલ છું...'

'છું જ. પાગલ નહીં. ગોરો બાસ્ટર્ડ... કેમ જીના... આપણો સમય બરબાદ થાય છે.' એ બોલ્યો અને જીનાએ ઘોડા હંકાર્યા. જૅક મૅકગ્રેગરે હવામાં બાર કર્યો. ધૂળનો નાનકડો ગોટ ઊડ્યો અને રાજમહેલની કૂપે પટાંગણથી દૂર સરી. ને સાથે જ સ્થગિત, અવાચક, સ્તબ્ધ થઈને ઊભેલા ટોળામાં એકાએક જાન આવ્યો. બધાએ એકસાથે બોલવા માંડ્યું હતું. કર્નલ મૅલેટે એક પછી એક હુકમો આપવા માંડ્યા. અંગ્રેજ અફસરો વુલી અને રોબર્ટ્સ નીચે ઊતર્યા. અને તેમનાં વાહનોમાં ગોઠવાયા. કૅપ્ટન માલ્કોમે પોતાનો ઘોડો સાબદો કર્યો. થોડી વારમાં તો લશ્કરી ઝડપે સૌ વીખરાયા.

'હું આપને પછી મળું છું, યૉર હાઇનેસ... આપને તકલીફ આપવા બદલ દિલગીર છું.' કર્નલ મૅલેટે મને કહ્યું. તેનો અવાજ બદલાયો હતો, મારા કમિશનના હાલ આવા થશે તેવું તેણે કલ્પ્યું ન હતું.

'એવી ઔપચારિકતાની જરૂર નથી કર્નલ. હું સમજી શકું છું કે તમારે તમારી ફરજ બજાવવાની હોય છે... મને લાગે છે મારી ઇન્ક્વાયરી વિશે હમણાં...'

'ઓહ, યૉર હાઇનેસ... મારે સર પૉવેલને બચાવવા પડશે. ઘેટ હૉર્સટ્રેડર ઇઝ અનપ્રિડીક્ટેબલ.' કર્નલ મૅલેટે કહ્યું અને મારી મૉમની રજા માગી.

'જૅક થોડો નાદાન છે કર્નલ, બાકી છોકરો સારો છે. સર ઍડમન્ડ પૉવેલે ધીરજથી કામ લેવું જોઈતું હતું.' મૉમે કહ્યું.

'હું હંમેશાં તેમને કહું છું, પણ તેમને ઍંગ્લો-ઇંડિયન્સ તરફ ભયાનક નફરત છે.'

'એ વ્યવહારુ વાત નથી.' મૉમે કહ્યું, 'ખેર! મારી કંઈ મદદ જોઈએ તો મને કહેશો.'

'જરૂર યૉર હાઇનેસ...' કહીને કર્નલ ચાલ્યા ગયા. મારી મૉમે આજુબાજુ જોયું. અને જાણે ટેલિપથીથી જ સંદેશ પહોંચ્યો હોય તેમ બાલીરામજી ત્યાં આવ્યા.

'ભુવનસિંહ દેખાતા નથી?'

'એ લાઇબ્રેરીમાં છે.' બાલીરામજીએ કહ્યું.

'કોણ જાય છે?' મૉમે પૂછ્યું. મેં કાન સરવા કર્યા.

'બંદોબસ્ત કરી નાખ્યો છે.' બાલીરામજીએ કહ્યું અને લાઇબ્રેરી તરફ ચાલ્યા ગયા. મારી મૉમ દીવાનખંડ તરફ ચાલી. તેના ચહેરા પર રોનક હતી. તેના પાસા સફળ પડતા ત્યારે તેના ચહેરા પર સુરખી આવતી. હું તેની પાછળ ગયો.

'મૉમ... મારી જિજ્ઞાસાની સીમા હવે તૂટતી જાય છે, તું મને ક્યારે બધું કહેતી થઈશ? જૅકની શું વાત છે? આવા ગંભીર મામલામાં તને આનંદ શેનો આવે છે?'

'ઓહ સેજલ, તું ભારે લપ્પી છું.'

'તું મને એવી રીતે બનાવ નહીં.'

'તને એટલું સમજાતું નથી કે વાત કરવાનો આ સમય નથી. બહાર કેટલા લોકો છે અને દીવાલને પણ કાન હોય છે અને રાજમહેલની દીવાલોના કાન વધુ સરવા હોય છે. તું જા... પેલી છોકરી તારી રાહ જોતી હશે.'

'મૉમ, મારે અત્યારે જ તારી સાથે વાત કરવી છે.' મેં કહ્યું, પણ ત્યાં જ ગ્રેઇસ આવી પહોંચી ને સૉરી કહીને પાછી જતી હતી, પણ મારી મૉમે બૂમ પાડી.

'અરે! ગ્રેઇસ અહીં કશું ખાનગી નથી. આવને અંદર.'

મને કહેવાનું મન થયું કે, ગ્રેઇસ તું હમણાં જા, પણ વિવેક ખાતર હું બોલ્યો નહીં. વળી, ગ્રેઇસ ઉશ્કેરાયેલી હતી. મારા પર ઇન્ક્વાયરી કમિશન બેસે તે તેને પસંદ ન હતું. તેમાં વળી આ છબરડો થયો.

'ઇટ ઇઝ હૉરિબલ... લોકો આટલા સંકુચિત હોય છે તે મને ખબર ન હતી. સર એડમન્ડ પૉવેલ પણ જો આવું વિચારતા હોય તો તે હદ કહેવાય!' ગ્રેઇસ બોલી. તેણે આખો ટૅબ્લો જોયો હતો.

'જેક ઍંગ્લો-ઇંડિયન છે. બીજી પેઢીની ઍંગ્લો-ઇંડિયન ઓરતનું સંતાન છે.' મારી મૉમ તદ્દન સ્વાભાવિકતાથી બોલી.

'તો પછી તે મૅકગ્રેગર કેવી રીતે છે?' ગ્રેઇસે પૂછ્યું.

'કારણ કટંગીના લેફ્ટનન્ટ મૅકગ્રેગરને ત્યાંથી એ મળ્યો હતો. એ છોકરાનો ઉછેર બ્રિટિશરની જેમ કરવામાં આવ્યો છે, છતાં મૅકગ્રેગરની કોઈ ભૂલ કે પછી પ્રેમનું એ પરિણામ છે' મૉમે કહ્યું.

'પણ મૉમ... એ માણસ નથી? શું એ ગેરકાયદે બાળક હોય એટલે તેને પ્રેમ કરવાનો અધિકાર નથી? શું જીના પોતાના મનપસંદ આદમીને પ્રેમ કરી ન શકે! પરણી ન શકે?' ગ્રેઇસ આવેગમાં બોલી.

'લોકો એટલા સરળ નથી હોતા ગ્રેઇસ અને આવા લોકો ઇંગ્લૅંડમાં છે તેવું પણ નથી. હિંદુસ્તાનમાં પણ આ જ મનોદશા છે.' મૉમે કહ્યું.

'મૉમ... તમે ક્યાં એવાં છો?' ગ્રેઇસે કહ્યું. તે હવે મારી માને, મારી માફક મૉમ કહીને સંબોધવા માંડી હતી.

'કારણ હું સનાતની નથી. મારો સેજલ તને પરણે અને એ લગ્ન તમારા બંનેના પ્રેમનું પરિણામ હોય તો મારે શા માટે વચ્ચે આવવું જોઈએ?' મારી મૉમ હદ વટાવતી હતી.'

'એ વાત સાચી છે મૉમ, પણ સમાજમાં એવો પણ એક વર્ગ છે જેના જીવનમાંના બનાવોને, તેમનાં વાણી અને વર્તનને જાહેર હિત સાથે સંબંધ છે. તેં જ ન જોયું મૉમ, ગ્રેઇસને લઈને હું જાનોરમાં ગયો ત્યારે શું થયું તે—હું કેવળ એક વ્યક્તિ નથી, સામાન્ય માનવી નથી. હું એક સંસ્થા છું, રાજા છું અને એટલે લોકો કંઈ અપેક્ષા રાખે છે. તેમાં કદાચ મારે થોડો ભોગ આપવો પડે તો મારે આપવો જોઈએ.' મેં કહ્યું.

'પાછો તું ચર્ચાએ ચડ્યો. જવાનીનું આ જ એક દુ:ખ છે. આવેગ... ઉશ્કેરાટ... ચર્ચા અને સંવેગો... આ ચક્કરમાંથી તમે બહાર આવતા નથી.

જુવાની ગુમાવો છો અને ઘડપણ બગાડો છો... જા ગ્રેઇસ, મારા આ વાચાળ દીકરાને લઈ જા. એ તેની માની આંગળીએથી છૂટે તેવું કોણ જાણે ક્યારે થશે.'

'મૉમ... તું ખરેખર...'

'નાઉ... યુ ગો... મારે ઘણાં કામો છે.' તે બોલી અને દીવાનખંડમાં ભુવનસિંહ દાખલ થયા.

તે આખો દિવસ મેં ગ્રેઇસ સાથે ગાળ્યો. ગ્રેઇસ થોડી ચિંતિત હતી. સર વિલિયમ કૅમ્પબેલ નાગપુરથી આવવાના હતા, પણ કોઈ અગત્યનાં કારણોસર રોકાઈ ગયા હતા. નાગપુરમાં પણ ભોંસલેની અસ્કામતો અને મહેસૂલી અધિકારો અંગે ગડભાંજ ઊભી થઈ હતી. કર્નલ મૅલેટે, જૅક અને પૉવેલ અંગે શું વ્યવસ્થા કરી હતી તે મને ખબર ન હતી, પણ સાંજે જેડો રાઉટીઓ મને સલામ કરવા આવ્યો હતો. ગ્રેઇસને મિ. વુલીને ત્યાં જમવાનું આમંત્રણ પાંચ દિવસ પહેલાંનું મળ્યું હતું, એટલે રાત્રે તેને ત્યાં જમવાનું હતું. તેણે વુલીને ત્યાં 'ના' કહેવાનો પ્રયત્ન કર્યો. કારણ મારાથી તેની સાથે જવાય તેમ ન હતું. મેં તેને આગ્રહ કરીને મોકલી. મારે તેનાથી છૂટા પડવું હતું. એટલું જ નહીં, જૅકની બાબતમાં મૅલેટે શું પગલાં લીધાં તે પણ જાણવું હતું.

જેડો રાઉટીઓ આવ્યો ત્યારે ગ્રેઇસ જવાની તૈયારી કરતી હતી. જેડાની સાથે સેન્ટ્રલ જેલના ચાર સંત્રીઓ પણ આવ્યા હતા. જેડો સ્વસ્થ હતો.

'મહારાણીસાહેબને પગે લાગીને હું જઈશ.' તેણે મને કહ્યું. સંત્રીઓ કૉરિડૉરમાં ઊભા રહ્યા હતા, પણ ગ્રેઇસ મારા કમરામાં બેઠી હતી એટલે તે અદબથી ઊભો રહ્યો. મેં ગ્રેઇસને તેની ઓળખાણ આપી. જેડાએ સ્ટાઇલથી બટલરી અંગ્રેજીમાં કહ્યું, 'થૅંક યુ મેમસાહેબ... સર્વન્ટ સેલ્યુટ સર... વેલકમ જંગલ હોમ મેમસાહેબ' વગેરે ગમે તેવા અંગ્રેજી શબ્દોના ડબ્બા જોડીને તે બોલતો રહ્યો અને ગ્રેઇસ ખૂબ હસીને વિદાય થઈ.

'રાત્રે મળું છું. તું ઊંઘતો હોઈશ તો ડિસ્ટર્બ નહીં કરું.' તે ગઈ કે તરત મેં જેડાને પૂછ્યું.

'શું થયું જેડા?'

'કૅપ્ટન માલ્કોમ આવે છે સાથે, પણ તૈયારી બરાબર છે. બે પલટન આવશે તેવું લાગે છે.' જેડાને બે કંપની અને બે પલટનનો ભેદ સમજાતો ન હતો.

'પણ તું એ લોકોને ક્યાં લઈ જાય છે?'

'રામસતિયાને મળવા... 'તે બોલ્યો અને હસ્યો, 'મને એક હજાર રૂપિયા

મળશે યૉર હાઇનેસ અને એક ઘોડો. રાઇફલ આપી પણ દીધી છે. કૅપ્ટન મૅલેટ જબરો આદમી છે' તેણે આંખ મિચકારીને કહ્યું.

'કૅપ્ટન નહીં કર્નલ...' મેં સુધાર્યું.

'પણ રામસતિયો કેવી રીતે મળવાનો?'

'એ ભાગી ગયો હોય તેમાં હું શું કરું?' જેડાએ જવાબ આપ્યો, 'આપને ખબર છે... સંતોજીની શી કિંમત છે? પચાસ હજાર અને રાજાનો ઇલકાબ, મહોબા ઘાટીનાં પાંચ ગામ... આપણે ફરી મળીશું ત્યારે તો હું રાજા હોઈશ યૉર હાઇનેસ...'

તે મજાક કરતો હતો કે ગંભીર હતો તે મને સમજાયું નહીં. 'માતાજી ક્યાં છે યૉર હાઇનેસ?'

'નીચે, ચાલ હું આવું છું.' મેં કહ્યું. હું ધીરેથી ઊભો થયો. જેડાએ મને ટેકો આપ્યો.

દીવાનખંડમાં મારી મૉમ અને ગ્રેઇસને લેવા આવેલા મિ. વુલી બેઠા હતા. જેડાએ નમસ્કાર કર્યા અને બારણે ઊભો રહ્યો. મારી મૉમ લાકડીને ટેકે બારસાખ પાસે આવી. જેડો ઝૂક્યો. તેણે મારી મૉમના પગમાં પહેરેલી મોજડીઓ પર માથું મૂક્યું અને બુંદેલી દેહાતી લઢણમાં બોલ્યો.

'હું જાઉં છું. મારા નાના રાજાસાહેબની તબિયત સારી થાય એટલે ખબર કાઢવા આવીશ.' તે બુંદેલીમાં બોલ્યો.

'જરૂર આવજે જેડા...' મારી મૉમે કહ્યું અને ચપરાસીને બૂમ પાડી. 'જેડાને એક બૅરલ વ્હિસ્કી આપ... અને જેડા, તને તારું ઇનામ મળ્યું ને!' મારી માએ તેની જ જબાનમાં જવાબ આપ્યો.

'મળ્યું ને... બીજું ઇનામ કર્નલ મૅલેટ આપવાના છે.'

'અચ્છા, તો જેડા તું જા. વરસાદ અંધરાયો છે. તારે આખી રાત મુસાફરી કરવી પડશે અને બાબા મળે તો કહેજે તમારી ખૂબ ચિંતા થાય છે.' આ વાક્ય તેણે ધીરેથી કહ્યું.

'જરૂર રાણીસાહેબ...' કહીને જેડો ચાલ્યો ગયો. થોડી વાર પછી ગ્રેઇસ પણ વુલી સાથે ગઈ.

'મૉમ, તારી સાથે હું જમવાનો છું.'

'મૉમ... ખેરા અને જેકની વાત...'

'તને કહેવાની જ હતી... આજે મને ખાતરી થઈ છે કે જો તું તારી

નાદાનિયત કમ કરી દે તો તું મારો ભેરુ થઈ શકે તેમ છે, પણ દીકરા, રાજકારણ સંવેગોથી પર રહેવું જોઈએ. મારી ક્યારેય ઇચ્છા ન હતી કે તારે રાજરમત ખેલવી જોઈએ, પણ ગ્વાલિયરથી તું પાછો આવ્યો ત્યારથી મને થતું હતું કે તું પણ તારા બાપુ જેવો જ છું; તને આ રમત વગર ચેન પડવાનું નથી... તો સાંભળ.' કહીને મારી મૉમે વાત શરૂ કરી... 'તેં આટલી જિજ્ઞાસા બતાવી ન હોત તોપણ હું તને આ વાત કહેવાની હતી. બાલીરામજી કહે છે તે વાત સાચી છે... આ અંગ્રેજોના લોભને કોઈ થોભ નથી. ગમે તેટલી તડજોડ કરો તોપણ તે ભૂખ્યા ગીધડાંઓની માફક ત્રાટક્યા જ કરે છે. તેમની સત્તાલાલસા, આર્થિક શોષણનો અપરંપાર લોભ વધતો જ જાય છે. મને ક્યારેક થાય છે કે એક ટક્કર અનિવાર્ય બની રહેવાની છે. એ થાય ત્યારે તું સજાગ હોવો જોઈએ. અને એટલે જ હું બે સલાહ તને આપું છું. ક્યારેય કોઈ અંગ્રેજનો વિશ્વાસ કરીશ નહીં.' મારી મૉમે મને કહ્યું ત્યારે મને પૂછવાનું મન થયું કે, તો પછી શા માટે મને ગ્રેઇસ સાથે પરણવાનું તે કહે છે, પણ મારે અત્યારે ખેરાની વાત, જૅક મૅકગ્રેગરની વાત જાણવી હતી, 'અને બીજી વાત સેજલ... તક મળે ત્યારે અંગ્રેજને ખસેડવાનું ચૂકતો નહીં.'

'મૉમ... એ બધું હું સમજું છું. મને મૅકગ્રેગરની વાત જાણવામાં રસ છે' મેં કહ્યું.

'એ ટ્રૅજિક વાત છે. કેટલીક વાતો એવી છે કે એક મા તેના દીકરાને કહેતાં શરમાય, પણ હું તને એટલું કહીશ કે કદાચ મારી અને તારા બાપુની મુલાકાત ન થઈ હોત તો હું કટંગીના સૂરજસિંહને પરણી હોત. મધ્ય પ્રાંતમાં આંગળીને વેઢે ગણી શકાય તેવા રાજપૂતોમાં કટંગીના સૂરજસિંહ મને ગમતો આદમી હતો. રુક્ષ, હૅન્ડસમ ડેવિલ... હી વૉઝ ઑલ ફાયર.' બોલતાં બોલતાં મારી મૉમ વર્ષો પહેલાં વીતેલી વાતને પોતાની આંગળીઓના નખમાં જોતી હોય તેમ નખ તરફ જોતી બોલતી રહી. તેનો એ ભાવ વર્ણવવા માટે કલમ વામણી છે.

'કટંગીના બરવા ઠાકુર સૂરજસિંહનું બાળલગ્ન થયેલું...' મારી મૉમ ધીરેથી બોલી. તેના ચહેરા પર અનેરી રતાશ તરી આવી હતી. તેના જીવનની સૌથી નાજુક પળોની એ વાત કરી રહી હતી. એ પ્રસંગ... એ વાત... અનેરી હતી... વિષાદમય... દુઃખદ... સુખદ... અને મુલાયમ... એક મા તેના દીકરાને પોતાના પ્રેમની... પ્રેમીની વાત કરે ત્યારે રોમાંચક સંકોચ ઊભો થાય તે કેટલું સ્વાભાવિક હતું!

'સ્ત્રીઓ મોટી ઉંમર સુધી અપરિણીત રહે તે આપણા સમાજમાં બનતું નથી, પણ હું અપરિણીત હતી... લોકો મને રૂપાળી કહેતા... કંઈક આદમીઓને હું પસંદ હતી... હોઈશ... કટંગીના ઠાકુર સૂરજસિંહ મારા પ્રેમમાં પડ્યા હતા, પણ હું તારા બાપુને મનથી વરી ચૂકી હતી. તારા બાપુ સાથે હું પરણી તે દિવસ સુધી તેમણે મને ઝંખી હતી. મારાં લગ્નનો તેમને પારાવાર આઘાત લાગ્યો હતો... છતાં એ વીરલો હતો... તારા બાપુની માફક જ લાખોમાં એક આદમી હતો. તારા બાપુનો એ મિત્ર હતો... તેણે ક્યારેય એ મૈત્રીમાં ઊણપ આવવા દીધી ન હતી.

'મેં કહ્યું તેમ સૂરજનાં એક લગ્ન તો બાળપણમાં જ થયાં હતાં. મેં એમને હા પાડી હોત તો મારી સાથેનું તેમનું લગ્ન, બીજું લગ્ન હોત. અલબત્ત, તે પરણેલા હતા. તેને કારણે મેં તેમને ના પાડી હતી તેવું ન હતું. હું તારા બાપુને ચાહતી હતી એટલે મારે માટે સૂરજને પરણવું શક્ય ન હતું. સૂરજને લીધે, કદાચ તારા બાપુએ મને પરણવાની ના પાડી દીધી હોત... તે જાણતા હતા કે સૂરજ મને કેટલું ચાહે છે. મને એ બીક હતી, પણ સિંધિયાએ એ વાત સમાલી લીધી હતી... હું જાનોરની રાણી બની.

'પણ સૂરજ પારાવાર હતાશ થયો હતો. તેના ચહેરા પર હાસ્ય રમતું, પણ તેનું ભીતર સળગ્યા કરતું. એ આગ હોલવવા તેણે શરાબનો આશરો લીધો હતો. પુરુષ અજબ પ્રાણી છે. તે હતાશ થાય છે ત્યારે શરાબને ખોળે જાય છે. શરાબ તેને ઉત્તેજિત કરે છે, પણ તે ઉત્તેજના, હતાશાની... પરાભવની... નિરાશાની ઉત્તેજના હોય છે અને એથી હતાશાની માત્રા ઘટતી નથી. ઉત્તરોત્તર વધ્યા કરે છે. અને એક વિષચક્ર સર્જાય છે. સૂરજનું એવું જ થયું... તેણે મને મેળવ્યા પહેલાં... તેની પ્રથમ પત્ની પણ ખોઈ હતી...' મારી મૉમે નિઃશ્વાસ નાખ્યો. તેની સ્થિર આંખો કમરામાં ક્યાંક મંડાઈ રહી હતી

'બિચારી જયા...' તે ધીરેથી બોલી. 'સૂરજસિંહની પત્ની... સૂરજસિંહને વિના કારણે જયા પ્રત્યે અભાવ જાગ્યો હતો. જયાનો તેમાં કોઈ દોષ ન હતો. તે સાદી... સીધી... સાલસ સ્ત્રી હતી. પતિપરાયણ હતી. અવહેલના જેવું અપમાન કદી કોઈ સ્ત્રી સહન કરી શકતી નથી, પણ આપણા સમાજમાં સ્ત્રીની હાલત કફોડી જ રહેલી છે. જોકે તેમાં વાંક સ્ત્રીઓનો છે. તેમણે સદીઓથી એક પરંપરા સ્વીકારી છે. સતીત્વની પરંપરા... ઇટ ઇઝ ટ્રેજિક... રિયલી ટ્રેજિક...

સૂરજની અવહેલનાથી જયાને શું થયું હશે તેનો વિચાર કરતાં હું ધ્રૂજી

ઊઠું છું. તે પણ રૂપાળી હતી, પણ દિવસે દિવસે તે કૃશ થતી ગઈ હતી. મોટે ભાગે તે પૂજાપાઠમાં દિવસ વિતાવતી. સૂરજસિંહ શરાબ અને તવાયફોથી ઘેરાયેલા રહેતા... ગમે તેમ પણ સૂરજસિંહ કટંગીનો શેર હતો... તેમાં કોઈ બેમત ના હોય.

કટંગીનો એ નાનો યુવરાજ હતો. ગાદીનો વારસ તો હતો... માધવસિંહ. માધોસિંહ કવિ હતો. સૂરજથી તદ્દન અલિપ્ત પ્રકૃતિનો આદમી. કિશોર વયથી તેને દમ થયો હતો. સહેજ મોસમ બદલાય કે તરત તેને ખાંસીના ભયાનક હુમલા આવતા. પરિણામે તેનું પણ લગ્નજીવન બરબાદ થયેલું હતું.

માધોસિંહની પત્ની વિશાખા તેજીલી ઘોડી જેવી ઓરત હતી. સતનાની એ રાજકન્યામાં જાટ-રજપૂતાઈનું લોહી ફરતું. દમિયલ પતિને કારણે તે પણ એક હતાશ ઓરત જ હતી. માધોસિંહને મોટે ભાગે પંચમઢીમાં રહેવાનું થતું. તેની તબિયતને કારણે પંચમઢી સિવાય તે ચેનથી રહી શકતો નહીં. વિશાખાને પંચમઢી રહેવું ગમતું નહીં. વળી, તે જિન્સી ઓરત હતી... પુરુષ સમાગમની તેની ઘેલછા એક માનસિક દર્દ સમી હતી. તેનો દેખાવ મારકણો હતો. કોઈ પણ પુરુષને સંમોહિત કરી શકે તેવું દેહસૌંદર્ય તેનામાં હતું. માધોસિંહની ગેરહાજરીમાં અને તેની દમિયલ તબિયતને કારણે વિશાખાએ સ્વચ્છંદ આચર્યો હતો, એ સ્વચ્છંદમાં લેફ્ટનન્ટ મૅકગ્રેગર અને માધોસિંહનો ભાઈ સૂરજ બંને લપટાયા હતા. મારી મૉમે તેની નજર ફેરવી અને મારી સામે જોયું. હું સ્તબ્ધતાથી તેને સાંભળતો હતો.

પંચમઢીમાં જ વિશાખા લેફ્ટનન્ટ મૅકગ્રેગરના પરિચયમાં આવી હતી. રેવન્યુ અને સર્વેયરની સાથે રહેતી એક નાનકડી લશ્કરી ટુકડી સાથે લેફ્ટનન્ટ મૅકગ્રેગર પંચમઢીમાં, માધોસિંહની કોઠીમાં આવતો-જતો. જવાન લેફ્ટનન્ટ નિરંકુશ ઘોડા જેવું જીવન ગાળતો. સ્કૉટિશ ખેડૂતનો એ દીકરો તેના વતનમાં ક્યારે ન અનુભવે તેવું સુખ અને સાહેબી અહીં ભોગવવા માંડ્યો હતો. કટંગીનો માધોસિંહ માંદલો આદમી હતો અને તેની પત્ની વિશાખા એક અતિ જિન્સી ઓરત હતી. તેને પૌરુષત્વભર્યા આ અંગ્રેજ સાથે વાસનાભીનો પ્રેમ જાગ્યો હતો. હકીકતમાં પુરુષસમાગમની એષણા તેમાં કારણભૂત હતી. કારણ કટંગીના ઠાકુરની યુવતી કોઈ દેશી માલગુજારી સાથે આડો સંબંધ બાંધે તે શક્ય ન હતું. તેમ કોઈ કરવા તૈયાર ન થાય. અને એટલે જ મૅકગ્રેગર વિશાખાની પસંદગી પામ્યો હતો. તેમનો પ્રણય છ મહિના ચાલ્યો હશે અને

વિશાખાને દિવસો રહ્યા હતા.

વિશાખા પરિણીત સ્ત્રી હતી અને તેને દિવસો રહે તેમાં કોઈ અજુગતી વાત ન હતી. મૅકગ્રેગર એ બાબતે નિશ્ચિંત હતો, પણ વિશાખા માટે એ વાત સહેલી ન હતી. મૅકગ્રેગરનું સંતાન ઍંગ્લો-ઇંડિયન બને... અને એવું ગોરટિયું સંતાન અવતરે તો એ ચર્ચાનો વિષય બની જાય. વિશાખા માટે બે જ રસ્તા હતા: ગર્ભપાત કરાવવો અથવા કોઈ પણ રીતે સામાન્ય સુવાવડ થવા દેવી અને બાળકને વગે કરવું.

તેણે ગર્ભપાત કરાવવાનો નિર્ણય લીધો અને જાત જાતના દેશી ઓસડિયાં લેવાં શરૂ કર્યાં. થોડા જ વખતમાં તેની તબિયત એકદમ ખરાબ થઈ. સ્વાભાવિક જ બરવા ઠાકુરોના ફૅમિલી ડૉક્ટરને બોલાવવાનો પ્રસંગ આવ્યો. ડૉક્ટર આવે તો આખી વાત બહાર આવે. પરિણામે, ખૂબ જ ખરાબ તબિયત હોવા છતાં વિશાખા પોતાના ભાઈ ભવાનીસિંહને ત્યાં ચાલી ગઈ.

વિશાખાની તબિયત ખરાબ થઈ તેનાથી લેફ્ટ. મૅકગ્રેગર મૂંઝાયો હતો. તેણે સિમલા પોતાની બદલી કરાવી હતી. તે મધ્ય પ્રાંતમાં હતો ત્યારે કેવળ વિશાખા જ નહીં અન્ય સ્ત્રીઓની સાથે પણ સમાગમમાં હતો. એવી જ એક ઓરત હતી મૅરી પિટર્સ. લેફ્ટનન્ટ મૅકગ્રેગર પાછળ એ ઓરત ગાંડી હતી. એ લોકોમોટિવ એન્જિનિયર લેરી પિટર્સ અને બનારસની એક તવાયફ નજારતબાનુની દીકરી હતી. અલ્લાહાબાદ રેલવે નંખાવાની શરૂઆત થઈ ત્યારનો એ પ્રણયકિસ્સો હતો. મૅરી બ્રિટિશ અને બનારસી લોહીનું અજબ મિશ્રણ હતું. લેફ્ટનન્ટ મૅકગ્રેગરનો તેની સાથે પરિચય જબલપુર કેન્ટમાં થયો હતો. લેરી પિટર્સ અકસ્માતમાં ગુજરી ગયા પછી તે અને તેની મા જબલપુરમાં રહેતાં. મૅકગ્રેગરે તેની સાથે લગ્ન કરવાનું નક્કી કર્યું હતું. પંચમઢીના તેના નિવાસ દરમિયાન વિશાખા સાથેનો તેનો પરિચય દૈહિક સંબંધમાં આવ્યો હતો, પણ મૅરી સાથે મૅકગ્રેગરની દોસ્તી તો ચાલુ જ હતી.

વિશાખાને તેના નસીબ પર છોડીને લેફ્ટનન્ટ મૅકગ્રેગરે મૅરી પિટર્સ સાથે લગ્ન કર્યાં અને તેને લઈને એ સિમલા ચાલ્યો ગયો હતો. વિશાખા ગંભીર પરિસ્થિતિમાં તેના ભાઈ ભવાનીસિંહને ત્યાં આવી હતી. ભવાનીસિંહ પહેલાં તો ખૂબ ગુસ્સે થયો, પણ તેણે બહેનને મદદ કરવાનું બીડું ઝડપ્યું હતું. ગર્ભપાતની શક્યતાઓ ચાલી ગઈ હતી. વિશાખાને લઈને તે સિમલા પહોંચ્યો હતો. ત્યાં શું થયું તે ખબર નથી, પણ મૅરી પિટર્સને તેણે આખી વાત સમજાવી હતી.

ભવાનીસિંહે એક કાંકરે બે પક્ષી માર્યાં હતાં. બહેન પર તેણે આ વાત છુપાવીને ઉપકાર કર્યો હતો અને મૅરી પિટર્સને પટાવીને લેફ્ટનન્ટ મૅકગ્રેગર પર ઉપકાર કર્યો હતો. મૅરી પિટર્સ ઍંગ્લો-ઇંડિયન હતી. વળી, તવાયફની દીકરી હતી. તે ખિન્ન થઈ હશે, પણ લેફ્ટનન્ટ મૅકગ્રેગર જેવા નખશિખ અંગ્રેજને તે ગુમાવવા તૈયાર ન હતી. તેની સાથેનું તેનું લગ્ન તૂટે તે એને પરવડે તેમ ન હતું. વળી, ભવાનીસિંહે તેને જે ભેટસોગાદો આપી હતી તે પણ એક આકર્ષણ તો હતું જ. ગમે તેમ પણ વિશાખાને પેટે અવતરેલું બાળક, પોતાના બાળક તરીકે સ્વીકારી લેવાનું મૅરીએ કબૂલ્યું હતું.

ટ્રીટમેન્ટને બહાને, વિશાખાને સિમલા લઈ જવામાં આવી, તે દરમિયાનમાં માધોસિંહની તબિયત કથળી હતી, ખાંસીના ભયાનક હલ્લાઓથી કંટાળીને બરવા ઠાકુર માધોસિંહે એક રાત્રે પોતાની જ હડપચી હેઠળ રાઇફલની નળી મૂકીને ભડાકો કરી નાખ્યો હતો.

સિમલામાં વિશાખાને પેટે જૅક મૅકગ્રેગરનો જન્મ થયો. સિમલાની રજિસ્ટ્રીમાં તે લેફ્ટનન્ટ મૅકગ્રેગર અને મૅરી પિટર્સના બાળક તરીકે નોંધાયો.

*

માધવસિંહના મૃત્યુને કારણે કટંગીમાં કટોકટી સર્જાઈ હતી. માધોસિંહનો કોઈ વારસ ન હતો. અંગ્રેજો ગીધની માફક આવા પ્રસંગોની રાહ જોતા હતા. બિનવારસી રાજ્યો કેવી રીતે પડાવવાં તેનું આયોજન હરહંમેશાં થતું. કટંગીમાં રાજકીય લડત થઈ. સૂરજસિંહને રાજ્ય સોંપવા સામે અંગ્રેજ પોલિટિકલ એજન્ટે પારાવાર મુસીબત ઊભી કરી... પણ આખરે... બાલીરામજીની કુનેહ અને તારા બાપુની વગને કારણે કટંગી સૂરજસિંહને સોંપાયું. વિશાખા ગર્ભાધાનમાંથી બહાર આવી હતી. દમિયલ પતિ સાથે તેને એવો કોઈ લગાવ પણ ન હતો. વળી, સૂરજસિંહની પત્ની જયાની તબિયત અને માનસિક સ્થિતિ એવી હતી કે ક્યારેય સૂરજસિંહને ઘેર સંતાન થાય તેમ ન હતું. વિશાખાએ અને તેથી વધુ તો ભવાનીસિંહે આ તક ઝડપી હતી. માધોસિંહના મૃત્યુ પછી તેરમે મહિને વિશાખા સૂરજસિંહને પરણી હતી... તેણે સૂરજસિંહને લગ્ન કરવાની ફરજ પાડી હતી... નશામાં રહેતા સૂરજસિંહને ખ્યાલ નહોતો રહ્યો કે વિશાખાએ ક્યારે તેને પોતાની સેજનો સંગાથી બનાવ્યો હતો. સૂરજસિંહનાં લગ્ન થયાં... વિશાખાએ દિયરવટું કર્યું ત્યારે ખેરાસિંહ... વિશાખાના પેટમાં આકાર લઈ

રહ્યો હતો...' મારી મૉમ બોલતાં બોલતાં અટકી. તેણે પાણી પીધું અને ફરી બોલવા માંડ્યું.

'૧૮૫૪માં વિશાખાની કૂખે ખેરાસિંહ જન્મ્યો. દરમિયાનમાં મૅકગ્રેગરને બઢતીઓ મળી હતી અને જબલપુરની બાવનમી પલટનના એક અધિકારી તરીકે તેની નિમણૂક થઈ ગઈ હતી. ૧૮૫૬માં અંગ્રેજો વિરુદ્ધનો વાયરો ઊમટ્યો હતો. એ વાયરામાં સૂરજસિંહ અને તારા બાપુ બંને જોડાયા હતા...' મારી મૉમ સહેજ અટકી. 'એ વખતે દેશને ખૂણે ખૂણે ખાનગી રાહે મિટિંગ થતી. પ્લાનિંગ થતાં. મૌલાઓ અને પંડિતો આખીય વાતમાં અદ્ભુત રસ લેતા.

'સૂરજસિંહ અને તારા બાપુ... બંને એમ માનતા કે અંગ્રેજોને હાંકી કાઢવાનું ત્યારે જ શક્ય બનશે જ્યારે આખાય હિન્દમાં એકચક્ર હેઠળ લોકો એકઠા થશે. રાજપૂતો અને મુસલમાનો એક થઈને આ ફિરંગીઓ પર ત્રાટકશે. એ સ્વપ્ન સાકાર કરવા તે મથી રહ્યા હતા.

'આ તરફ વિશાખાની કૂખે અવતરેલો જૅક મોટો થતો જતો હતો, પણ મૅરીએ એ પારકા છોકરાને ઉછેરવાનું અને મોં બંધ રાખવાનું એમ ને એમ સ્વીકાર્યું ન હતું. લેફ્ટનન્ટ મૅકગ્રેગર જાણે નહીં તેવી રીતે મૅરી પિટર્સ, વિશાખાને બ્લૅકમેઇલ કરતી. અને હરહંમેશ ભવાનીસિંહને તેની સાથે સોદા કરવા પડતા.

' '૫૭માં વિપ્લવની આગ ભભૂકી ઊઠી. અને બુંદેલા ઠાકુરોએ સન '૪૨ની હારનો બદલો લેવાનું નક્કી કર્યું. બાવનમી પલટને વિદ્રોહ કર્યો અને જબલપુરમાં આગ ભભૂકી ઊઠી. તે વખતે લેફ્ટનન્ટ મૅકગ્રેગર નાનકડી ટુકડી સાથે પાટનમાં હતો. બાવનમી પલટનના સૈનિકોએ જબલપુરના હત્યાકાંડનો બદલો લેવા માટે જે આઠ અફસરોને બાનમાં લીધા હતા, તેમાં લેફ્ટનન્ટ મૅકગ્રેગરનો સમાવેશ થતો હતો. હકીકતમાં વિશાખાએ એ લોકોમાંથી મૅકગ્રેગરને છોડાવવા માટે પોતાના ભાઈ ભવાનીસિંહને કહ્યું હતું, પણ દરમિયાનમાં કટંગીની દેશી પલટને પણ વિદ્રોહ કર્યો હતો અને સૂરજસિંહે તેની આગેવાની લીધી હતી. ભુવનસિંહ જાતે મનસબદારોની ટુકડી સાથે કટંગી, રાજા સૂરજસિંહને મદદ કરવા પહોંચ્યા હતા. રાજકુટુંબના સભ્યો અને વિશાખા તેમ જ નાનકડો ખેરાસિંહ... ભાગીને પંચમઢી ચાલ્યાં ગયાં હતાં. કટંગીમાં લડાઈ ચાલતી હતી ત્યારે ભવાનીસિંહ પાટન પહોંચ્યો હતો. ઉશ્કેરાયેલા ટોળાને અને દેશી સિપાઈઓને તેણે ઉશ્કેર્યા હતા. લેફ્ટનન્ટ મૅકગ્રેગરને રહેંસી નાંખવામાં આવ્યો હતો. મૅરી પિટર્સની પણ કતલ થઈ હતી, પણ નાનો મૅકગ્રેગર તે વખતે ત્યાં ન હતો. લેફ્ટનન્ટ મૅકગ્રેગરના બનેવીને ત્યાં

તેને મોકલી આપવામાં આવ્યો હતો. તે મોટો થયો ત્યાં સુધી સિમલામાં આવેલા સ્ટડફાર્મમાં જ તે ઊછર્યો હતો. મૅરી પિટર્સ અને લેફ્ટનન્ટ મૅકગ્રેગરનાં મોત સાથે જ જૅક મૅકગ્રેગરનો ઇતિહાસ દફનાઈ ગયો હતો.

'આ તરફ કટંગીમાં ભારે તોપમારો થયો. સૂરજસિંહ બહાદુરીપૂર્વક લડ્યા હતા. વિશાખા, ખેરાસિંહ અને ખેરાના જન્મ પછી અવતરેલી તેની બે જોડિયાં દીકરીઓને લઈને પંચમઢી પહોંચી હતી. સૂરજસિંહ ઝઝૂમ્યા હતા, પણ રાજમહેલ પર થયેલા તોપમારામાં તે ભૂંજાઈ ગયા હતા. ભવાનીસિંહ, વિશાખા, ખેરાસિંહ અને ખેરાની નાનકડી બહેનો વર્ષો સુધી છૂપાં રહ્યાં હતાં. ખેરાની બંને બહેનો મલેરિયાથી ગુજરી ગઈ હતી. સૂરજસિંહની પ્રથમ પત્ની જયા કટંગીના હલ્લામાં મૃત્યુ પામી હતી. બરવા ઠાકુરોની આ કરુણ દાસ્તાન હતી.'

'ખેરાસિંહની મા ક્યાં છે અત્યારે મૉમ?' મેં પૂછ્યું.

'પાંચ વર્ષ પહેલાં તેનું મૃત્યુ થયું. તેને કમળો થયો અને તેમાંથી કંઈ બીજી વિકૃતિઓ થઈ...'

'તને ક્યાંથી આ બધી વાતોની ખબર પડી મૉમ?' મેં પૂછ્યું.

'મને તારા બાપુએ વાત કરી હતી. તેમને ખુદ લેફ્ટનન્ટ મૅકગ્રેગરે આ વાત કરી હતી.'

'પણ શા માટે?'

'કારણ તે જાણતો હતો કે જે દિવસે આ વાતની ખબર સૂરજસિંહને પડશે, તે દિવસે સૂરજસિંહ જૅકને અને વિશાખા બંનેને મારી નાખશે. અને એ દિવસ બળવાને કારણે નજીક આવ્યો હતો. લેફ્ટનન્ટ મૅકગ્રેગરને તે વખતે સ્વપ્ને પણ ખ્યાલ ન હતો કે ભવાનીસિંહ, વિશાખાનો ભાઈ પણ આ સ્કૅન્ડલને કાયમ માટે દફનાવી દેવાનો મનસૂબો સેવે છે.'

આખીય વાત ખરેખર તો કોઈ નવલકથાના અટપટા પ્રસંગ જેવી જ હતી, પણ જિંદગી વાર્તા કરતાંય વધુ અટપટી હોય છે.

'એટલે જ મૉમ તેં તે દિવસે કહ્યું હતું કે જૅકને ઈજા ન થાય.' મેં પૂછ્યું.

'મેં એવું ક્યારે કહ્યું હતું?'

'કેમ ભૂલી ગઈ મૉમ... જૅકના ઘોડા જોતાં તને અકસ્માત થયો હતો અને અમે તેના ઘોડાઓ ઉઠાવી જવા માટે કાવતરું ઘડતાં હતાં, ત્યારે હૉસ્પિટલમાં તેં બાલીરામજીને કહ્યું હતું કે, 'જોજો, એ છોકરાને ઈજા ન થાય...' મેં કહ્યું, મારી મૉમે સ્મિત વેર્યું.

'હમ્...'

'એવું કેમ કહેલું મૉમ?'

'રાજકારણમાં અનૌરસ સંતાનો હુકમનાં પત્તાં જેવાં હોય છે દીકરા. તેના જેવું લીવર ક્યાંય મળે નહીં.' મૉમ બોલી. 'આખરે એ કટંગીનો...'

'ઓહ મૉમ... તું ખરેખર અદ્‌ભુત છું... વેલ મૉમ, હવે તું મને કહીશ– તારે જેકના ઘોડા શા માટે જોઈતા હતા?' મેં પ્રશ્ન કર્યો. મૉમ વિચારમાં પડી ગઈ. મને થયું કે તે હંમેશની જેમ જવાબ આપવાનું ટાળશે, પણ તેણે એવું કંઈ કર્યું નહીં. તેને બદલે તે ધીરેથી બોલી.

મારી મૉમને ખ્યાલ આવી ગયો હતો કે હું જાનોરના રાજકારણમાં ભાગ લીધા વગર રહેવાનો નથી. તે ખિન્ન તો હતી જ, પણ તેનો કોઈ છૂટકો ન હતો.

'તને હવે બધી વાત કરવામાં મને જોખમ નથી લાગતું. સાંભળ... અંગ્રેજોને એવી ગંધ આવી ગઈ છે કે મોગલ સલ્તનતના છેલ્લા અવશેષો સમી કેટલીક ચીજો જાનોર છે અને એટલે જ જાનોર જેવા નાનકડા રાજ્યમાં અંગ્રેજોએ મોટો કેમ્પ રાખ્યો છે. સર પૉવેલનું માનવું છે કે એ બધી ચીજો રાજમહેલમાં છે.'

'પણ એવી ગંધ આવી કેવી રીતે?'

'દિનમણિ પાંડેએ કંઈક કહ્યું લાગે છે.' મૉમ બોલી. 'ખેર! એ પૉવેલનો બચ્ચો એટલો લોભિયો છે કે તેણે એ વાત કોઈને કહી હોય તેમ લાગતું નથી. અલબત્ત, આ એક શંકા છે. કદાચ તેમ બન્યું ન પણ હોય... ગમે તેમ દિનમણિ પાંડેને ફોડવામાં સર પૉવેલ સફળ નીવડ્યા હતા. બાકી હતું તે રામસતિયો ફસાયો.'

'મૉમ, તને લાગે છે મારી વધુ ઇન્ક્વાયરી થશે?'

'સર પૉવેલ પાછા આવી શકે તો...'

'એટલે?'

'સર પૉવેલ પાછા આવશે તો તને રૉન્ગ બૉક્સમાં મૂકવા પ્રયત્ન જરૂર કરશે, જેથી મારા પર એક ઉપકાર કરી શકાય.'

'પણ એ જરૂર માની જશે. આખરે જીના તેમની બહેન છે અને મૅકગ્રેગર કાંઈ ખોટો છોકરો નથી.'

'તારી વાત બરાબર છે, પણ સર પૉવેલ માનશે નહીં.'

'તને કેવી રીતે ખબર?'

'મેં તેવો બંદોબસ્ત કર્યો છે.' તે બોલી અને હસી, પણ તે વખતે મને

ખબર ન હતી કે મારી મૉમે શું બંદોબસ્ત કર્યો હતો?

અમે જમી રહ્યાં ત્યારે બાલીરામ આવ્યા હતા. તેમના ચહેરા પર ચિંતા હતી.

'આવો ને બાલીરામજી...' મારી મૉમે કહ્યું.

'તમને ખલેલ પાડવાની મારી ઇચ્છા નથી.' તેમણે કહ્યું.

'અરે! અમને કશી ખલેલ પડવાની નથી. હું સેજલને થોડી વાત કરતી હતી. કેમ ઉદાસ દેખાવ છો બાલીરામજી?' મૉમે પૂછ્યું. બાલીરામજી સહેજ ખચકાયા અને મારી મૉમ સામે જોઈને કહ્યું.

'જેડાની પાછળ કર્નલ મૅલેટ મોટી ટુકડી રવાના કરવાનો છે.'

'કેટલા માણસો જશે?'

'લગભગ સાડા ત્રણસો. બે ફિલ્ડ ગન્સ પણ રવાના કરશે.' બાલીરામે જવાબ આપ્યો.

'જેડાની સાથોસાથ કેટલા જણ જશે?'

'પંદર જણા...'

'રહમતમીર ક્યાં છે?'

'એ થોડાક કલાક પછી ખબર પડશે.'

'બારનીશ?'

'તેમના સમાચાર નથી એટલે જ ચિંતા થાય છે?'

'સર વિલિયમ્સ!'

'એ હજુ નાગપુરમાં છે, પણ આવતી કાલે કદાચ નીકળશે તેવો સંભવ છે.'

'સર પૉવેલ!'

'મેં સોહારસિંહને કામ સોંપ્યું છે' બાલીરામજી બોલ્યા. મારા કાન લાલ થયા.

'શું કામ સોંપ્યું છે મૉમ?' મેં બાલીરામજીને બદલે મારી મૉમને પૂછ્યું.

'તારે બધું જ જાણવું જોઈએ તે હું ઇચ્છતી નથી. સર પૉવેલ જેવો એક અધિકારી ઓછો થાય તો બ્રિટિશ સલ્તનતને મોટી ખોટ પડવાની નથી.'

'એટલે મૉમ?'

'તું જા હવે આરામ કર. મારે બાલીરામજી સાથે થોડું કામ પતાવવાનું છે' મૉમે કહ્યું. આ તેની તરકીબ હતી. તેને પૂછવાનો કોઈ અર્થ મને દેખાતો ન હતો. હું ઊભો થયો અને ડાઇનિંગ રૂમની બાજુમાં આવેલી ટોઇલેટમાં હાથ ધોવા ગયો...

'મેજર જેકબસન અને સીરાલની ટુકડીઓ ગોલાકી મઠ તરફ જઈ રહી છે. પહેલાં ત્યાં પહોંચશે.' બાલીરામે કહ્યું.

'જાનોર રાઇફલ્સને ત્યાં ટક્કર થશે.'

'પણ બારનીશ પહેલાં ત્યાં પહોંચશે તો મુસીબત થશે.' મૉમે કહ્યું. હું ટોઇલેટના દરવાજા પાસે ઊભો રહીને સાંભળી રહ્યો.

'એ આજોના ખ્યાલમાં હશે. આપણે એ આજોની બુદ્ધિ પર છોડવું પડશે.' બાલીરામે જવાબ આપ્યો.

'એ બાપ-બેટીને માટે હવે અહીં રહેવું સલામત નથી.' મૉમ બોલી.

'સિંધિયાને મેં પરિસ્થિતિની જાણ કરી છે. તે વ્યવસ્થા કરશે, પણ તે પહેલાં અહીં પરિસ્થિતિ બગડવી ન જોઈએ.' બાલીરામજીએ કહ્યું, પણ મને એ સમજાયું નહીં. એ સમજાયું હોત તો કદાચ પરિસ્થિતિ જુદી થઈ હોત...

*

ગ્રેઇસ પાછી આવી ત્યારે હું મારા કમરામાં જ હતો. તે ખુશ હતી. પાર્ટીમાં જવાને કારણે નહીં, પણ લીગલ ઑફિસર વુલીએ તેને સમજાવ્યું હતું કે મારા પર જે ઇન્ક્વાયરી થઈ હતી તેમાં કશું ગંભીર પરિણામ આવશે નહીં. વળી, ગ્રેઇસ જ જો મને પરણીને જાનોરની મહારાણી થવાની હોય તો રાજ પ્રત્યે અંગ્રેજોએ જુદી દૃષ્ટિ રાખવી જોઈએ... એ સાંભળીને હું અકળાયો પણ ગ્રેઇસ નહીં. તેને તો આ ફલશ્રુતિનો અપાર આનંદ હતો. એ રાત્રે તેણે એ આનંદ વ્યક્ત કર્યો પણ ખરો...

ગ્રેઇસ સાથેની પળો મારે માટે ભારે દ્વિધા સમી બની રહેતી. હું વિચિત્ર બેચેની અનુભવતો. હું કોઈ સંત ન હતો. સ્ત્રીના સાંનિધ્યમાં અને તે પણ પોતાનું સર્વસ્વ ન્યોછાવર કરતી સ્ત્રીના સાંનિધ્યમાં, અવિચળ રહી શકું તેટલો ગુણસંપન્ન હું ન હતો અને ગ્રેઇસ મને વરી ચૂકી હતી. કેમે કર્યો તેનામાંથી એ વિચાર હઠવાનો ન હતો. મારા જિગરને વલોવી નાખે તેવી એ પરિસ્થિતિ હતી. સેના વગરની જિંદગી મને નિરર્થક લાગતી. ગ્રેઇસે તો મને પામીને તેના જીવનની સાર્થકતા સાધવાનો પ્રયત્ન આદરી દીધો હતો. કેવું પાપ હું આચરતો હતો—એ અંગ્રેજ ઓરતને હું ના કહી શકતો ન હતો અને દિલથી તેનો સ્વીકાર કરી શકતો ન હતો.

રાજમહેલના સંત્રીએ રાતના ૧૧ના ટકોરા બજાવ્યા. હું અને ગ્રેઇસ મારા

કમરામાં જીન અને ઑરેન્જ જ્યૂસ પીતાં બેઠાં હતાં.

ટકોરાના અવાજ સાથે ઘોડાના ડાબલાના પણ અવાજો આવ્યા. હું અને ગ્રેઇસ કમરાની બારી પાસે આવ્યાં... ઘોડેસવારોમાંથી એક ઊતરીને રાજમહેલના વરંડામાં દોડ્યો... એકાએક નીચેના ભાગમાં હલબલ મચી ગઈ. હું ઝડપથી કૉરિડૉરમાં ગયો. ગ્રેઇસ મારી પાછળ આવી...

'શું છે?' મેં દાદરને મથાળેથી પૂછ્યું.

'જાનોર રાઇફલ્સના સાર્જન્ટ આવ્યા છે.' સંત્રીએ જવાબ આપ્યો.

'શું કામ છે?'

'હર હાઇનેસનું કામ છે.' પેલાએ જવાબ આપ્યો. ગ્રેઇસને કમરામાં બેસવાનું કહીને હું નીચે ઊતર્યો.

ગાઉનનો ગર્ડલ ઠીક કરતાં મારી મૉમ તેના કમરામાંથી બહાર આવી. પેલા સાર્જન્ટે સેલ્યુટ કરી અને બોલ્યો.

'સર પૉવેલ હેઝ બીન કિલ્ડ...'

'વૉટ... ઇમ્પૉસિબલ...' મારી મૉમે કહ્યું.

'નહીં, સાચી વાત છે. તેમને મારી નાખવામાં આવ્યા છે... ધેટ બાસ્ટર્ડ ઍંગ્લો-ઇંડિયને... તેમને ખતમ કરી નાખ્યા છે.'

'પણ... એ અશક્ય છે...' મૉમ બોલી અને તેણે ભીંતનો ટેકો લીધો... હું સ્તબ્ધતાથી એ સમાચાર સાંભળી રહ્યો. મારા ચહેરા પર પ્રસ્વેદબિંદુઓ પ્રગટ્યાં. હું ધીરેથી દાદર ઊતર્યો.

કર્નલ મૅલેટે આ સંદેશો કહેવડાવ્યો હતો અને જૅક મૅકગ્રેગરને પકડવા માટે બાલીરામજી તેમ જ ભુવનસિંહની મદદ માટે માગણી કરવા એ સંત્રી આવ્યો હતો.

'તમારી કંઈ ભૂલ થતી નથી ને! જૅક ગમે તેટલો ઉશ્કેરાયેલો હોય, પણ જીનાના ભાઈનું ખૂન ન કરે.' મૉમે કહ્યું.

'ઓહ ગૉડ... યૉર... હાઇનેસ, આ તદ્દન સાચું છે. સર પૉવેલનું મૃતશરીર લઈને એ લોકો આવી રહ્યા છે. અમને ટેલિગ્રાફથી સમાચાર મળ્યા. જોનપુર પોસ્ટ ઑફિસથી...' તે બોલ્યો, 'આપ ભુવનસિંહ અને બાલીરામજીને મદદ માટે હુકમ કરશો.

'તમે જાઓ. હું બંનેને મોકલું છું.' મૉમે કહ્યું અને પેલો સાર્જન્ટ સલામ કરીને ચાલતો થયો.

'મૉમ...' હું કંઈક કહેવા માગતો હતો... કંઈક બોલવા માગતો હતો. પણ બોલી ન શક્યો. મારી મૉમે ખરેખર સર પૉવેલનો બંદોબસ્ત કરી નાખ્યો હતો.

'તું સૂઈ નથી ગયો સેજલ... જા તારે આરામની જરૂર છે.' તે બોલી. હું ખરેખર ડઘાઈ ગયો હતો. મારી મૉમ... ઓહ... ગૉડ... શું હતું તેના દિમાગમાં!

'સર પૉવેલ જેવો એક અધિકારી ઓછો થાય તો બ્રિટિશ સલ્તનતને ખોટ પડવાની નથી.' મારી મૉમના એ શબ્દો મારા કાનમાં ગુંજી રહ્યા...

'આ શું મૉમ?' મેં કંઈક ચિંતિત થઈને પૂછ્યું. સર પૉવેલના મોતના સમાચાર, અણધાર્યા વિસ્ફોટ સમા હતા, અલબત્ત, તેનો રંજ થયો તેના કરતાં વધુ આશ્ચર્ય મને થયું હતું. જીનાને કારણે મને સર પૉવેલ પ્રત્યે સહાનુભૂતિ હતી, પણ મારી સર-તપાસ વખતે સર પૉવેલને, જૅક મૅકગ્રેગરને જે રીતે ગાળો દેતા સાંભળ્યા, તેનાથી તેમના પ્રત્યેનું મારું માન ઘટી ગયું હતું. પરંતુ જેના પ્રત્યેનું માન ઘટે તેનું મોત થાય તેવી તો ઇચ્છા કોઈનેય ન થાય, તે એટલું જ સ્વાભાવિક છે.

'જૅક મૅકગ્રેગરે સર પૉવેલને ઉડાડી દીધા, તેમાં આપણે સહાનુભૂતિ ઢાલવ્યા સિવાય બીજું કરી શું શકીએ!' મારી મૉમે સાહજિક અવાજમાં કહ્યું.

'સર પૉવેલ જેવો એક અધિકારી ઓછો થાય તો બ્રિટિશ સલ્તનતને ખોટ પડવાની નથી... તેવું કહેતાં મેં તને સાંભળી હતી...' મેં કહ્યું.

'તેમાં શું? એ સત્ય છે. સલ્તનતને કદી કોઈની ખોટ પડતી નથી તેવું ચોરાનું નખ્ખોદ કદી જતું નથી.'

'આ કહેવતો કહેવાનો સમય નથી મૉમ! અને તારે મને કોઈ સફાઈ આપવાની જરૂર નથી. તેં શું કર્યું તે જાણવા કરતાં શા માટે કર્યું તે જાણવાની મને વધુ ઉત્સુકતા છે.' મેં મૉમને સ્પષ્ટ શબ્દોમાં કહ્યું.

'આ જ તારું દુઃખ છે. વધુ પડતી ઉત્સુકતા હંમેશાં દર્દ કરાવે છે. દરેક વાત જાણવામાં માણસ ભૂલ કરી બેસે છે.'

'તારા દાખલા પરથી એવું નથી લાગતું... એની વે મધર, સર પૉવેલને કાયમ માટે તારે...'

'તું હવે સૂવા જઈશ? તારી તબિયત સારી નથી અને તારે ઉજાગરા કરવાની જરૂર નથી.'

'મૉમ, ભુવનસિંહ અને બાલીરામજી સાથે હું પણ જૅક મૅકગ્રેગરની શોધમાં જઈશ અને ખરેખર જો જૅક મૅકગ્રેગરે સર પૉવેલનું કાસળ કાઢી નાખ્યું

નહીં હોય તો...'

'તારે એ બધી રામાયણમાં પડવાની જરૂર નથી.' મારી માએ મારી સામે, સહેજ આંખ પહોળી કરીને જોયું.

'જ્યાં સુધી મને રામાયણ સમજાશે નહીં ત્યાં સુધી, હું તેમાં પડ્યા વગર રહેવાનો નથી. મારો આ નિર્ણય અફર છે અને અનિવાર્ય પણ છે.' મેં મક્કમતાથી કહ્યું.

'તારા નિર્ણયો કેટલા નાદાનિયતભર્યા હોય છે તે તને હજુ સમજાતું નથી? તારે જૅક અને જીનાના પ્રશ્નમાં પડવાની જરૂર હતી ખરી? તારા પર ઇન્ક્વાયરી કમિશન બેઠું તે પરથી હજુ તને ધડો મળ્યો નથી?' મૉમે પ્રશ્ન પૂછ્યો અને હું હસ્યો.

'મૉમ, હું તારો દીકરો છું. જાનોરની મહારાણીનો દીકરો છું, કોઈ સામાન્યાનો નહીં. જૅક અને જીનાની બાબતમાં હું પડ્યો, કારણ કે મારે જાણવું હતું કે તારે નધણિયાતા ઘોડા શા માટે જોઈતા હતા? મેં તને પૂછ્યું હોત તો તું મને કહેત નહીં. અરે! સંતોજી બારનીશ કે ખેરાસિંહ વિશે કશું વિશેષ જાણી શકત નહીં... તારા પ્રથમ પ્રશ્નનો આ મારો જવાબ છે અને મારી ઇન્ક્વાયરી પરથી મેં થોડો ધડો લીધો છે...'

'જો ખરેખર ધડો લીધો હોય તો તારે કોઈ ગડભાંજમાં પડવું ન જોઈએ.'

'એક મિનિટ મૉમ... મેં તને કહ્યું ને હું તારો દીકરો છું. એક અદ્‌ભુત અઠંગ રાજ્યપટુ ઓરતનું લોહી મારી નસમાં વહે છે... ઓ મારી મીઠડી મૉમ, તું મને કહીશ કે એક રાજવીની ઇન્ક્વાયરી આવી રીતે થઈ શકે ખરી? એ સર પૉવેલનો બચ્ચો અને પેલો શુક્રાચાર્ય કર્નલ મૅલેટ શું એમ સમજે છે કે હું નાનકડો બાળક છું?'

'એટલે?' મારી મૉમની આંખમાં મેં રમતિયાળ ચમકારો જોયો.

'જાનોરના રાજવીની ઇન્ક્વાયરી કોઈ સમરી ટ્રાયલ જેવી હોઈ શકે? જબલપુરના કમિશનર, પ્રાંતના પોલિટિકલ એજન્ટ, મધ્ય પ્રાંતોની સ્ટેટ કાઉન્સિલના અધ્યક્ષ અને ગવર્નર જનરલના સ્ટેટ સેક્રેટરી શું શોભાના ગાંઠિયા છે? શું તેમની હાજરી વગર, અરે તેમની જાણ બહાર, રાજાના પોતાના મહેલમાં, બીજા દરજ્જાનો પોલિટિકલ એજન્ટ, અને જાનોરની છાવણીનો કર્નલ, આવું કમિશન બેસાડી શકે... કોઈ પણ જાતની નોટિસ વગર, કોઈ પણ જાતના કાયદેસર પત્રવ્યવહાર વગર આ થઈ શકે? અને ખરેખર જો આવું કમિશન

સાચુકલી સત્તા ધરાવતું હોય તો તું અને બાલીરામજી ચૂપચાપ બેસી રહો ખરાં? મને કોઈ પણ જાતના બ્રિફિંગ વગર કે વકીલની મદદ વગર તમે લોકો જુબાની આપવા દો ખરાં? મને જાતે જ મારો બચાવ કરવાની અનુમતિ કે મૂક સંમતિ આપો ખરાં?' મેં પૂછ્યું.

'એટલે તું એની ગંભીરતા ઓછી આંકે છે?' મૉમે પૂછ્યું.

'ઓછી નહીં, બલ્કે ઘણી વધુ આંકું છું. જો તેમ ન હોત તો તેં આ ઇન્ક્વાયરી થવા જ દીધી ન હોત, પણ તેને બદલે તેં અને બાલીરામજીએ જાણે કાયદા કે પ્રોટોકૉલથી તદ્દન અજાણ્યા અને અબુધ હોવાનો દેખાવ કર્યો. તમારે એમ કર્યા વગર છૂટકો પણ ન હતો. કારણ તમને પોતાને ખબર ન હતી કે રામસતિયાએ શું શું માહિતી આપી હશે? અથવા તો ખાતરી ન હતી કે સર પૉવેલ વધુ માહિતગાર છે કે કર્નલ મૅલેટ!'

'મારા અંદાજ કરતાં તું વધુ વિચારે છે. એટલું જ નહીં, વધારે ઊંડું વિચારે છે અને એટલે જ થાપ ખાય છે.' મારી મૉમે કહ્યું. 'ખેર! મારે તને તારા તર્કમાંથી રોકવો નથી, પણ તને એક વાત કહું... કદાચ ભવિષ્યમાં એ તને કામમાં આવશે... જ્યારે પણ આપણો પક્ષકાર કે અંગત માણસ ફસાય ત્યારે તે આપણા દુશ્મનોને બધું જ કહેશે તેમ માનીને જ ચાલવું જોઈએ...' મારી મૉમે કહ્યું. મને આજો માતાઈ યાદ આવ્યો. તેણે પણ એમ જ કહ્યું હતું.

'સેજલ... તારી એક વાત તદ્દન સાચી છે અને તે એ કે તારી ઇન્ક્વાયરી એક નાટક જેવી છે તેની મને ખબર હતી... ખબર હતી એટલે કે તેવો અંદાજ મને હતો. મને એ પણ ખબર હતી કે સર પૉવેલ, આવી ઇન્ક્વાયરી કેવળ એક છાપ પાડવા માટે કરી રહ્યા હતા. વળી, જેલ તોડવાના બનાવમાં તું હાજર હતો તેવા પુરાવા તેમની પાસે હતા જ એટલે હું વિરોધ કરત તો વાત આટલેથી ન અટકત, પણ અગત્યની વાત એ નથી, અગત્યની વાત એ છે કે—' મારી મા એ વાક્ય પૂરું કરે તે પહેલાં મેં તેના શબ્દો છીનવી લીધા અને બોલ્યો.

'અગત્યની વાત એ છે કે જેલ તોડવા જેવા ગંભીર બનાવમાં સંડોવાયો હોવા છતાં સર પૉવેલે આખીય બાબતને, ગવર્નર કે પ્રાંતના કમિશનર સુધી પહોંચાડી નહીં... એ તું કહેવાની હતી ને?' મેં મૉમને પૂછ્યું.

'ઓહ... સેજલ...' મારી મૉમે ઉદ્‌ગાર કાઢ્યો.

'હજુ પણ સાંભળ મૉમ... તારો આ દીકરો પણ આજે પૂરો તર્ક કરીને

આવ્યો છે... રામસતિયાને મારી મારીને જો ગિબ્સનના બચ્ચાએ, તેની સાત પેઢીનો ઇતિહાસ કઢાવ્યો હશે અને એ સમગ્ર માહિતી કર્નલ મૅલેટ અને સર પૉવેલને હશે જ. એ માહિતી અને જેલના સંદર્ભમાં મારા પર પગલાં લઈ શકાય તેવો જડબેસલાક કેસ હોવા છતાં સર પૉવેલે રાજકીય પગલું ન લીધું... શા માટે?... શા માટે કર્નલ મૅલેટ અને સર પૉવેલ બંને જાનોરને બ્રિટિશ સલ્તનતમાં ભેળવી દેવાની... તને અને મને જાનોરની ગાદી પરથી કટંગીના ઠાકોરોને જેમ હઠાવી નાખ્યા તેમ હઠાવી નાખવાની તક જતી કરે? શા માટે અવધ જેવી દશા જાનોરની થઈ શકે તેમ હોવા છતાં તેમણે તે કર્યું નહીં?' મેં પ્રશ્ન પૂછ્યો, અને મૉમના ઉત્તરની રાહ જોતો ઊભો રહ્યો. થોડીક પળો પછી મેં પૂછ્યું, 'બોલ ને મૉમ, જવાબ આપ ને...'

'જ્યારે તું જ બધા તર્કવિતર્ક કરવા બેઠો છું ત્યારે તું જ જવાબ આપ ને?' મારી મૉમે હસીને કહ્યું.

'કારણ એ બંને... અથવા સર પૉવેલ ખંધા છે. જાનોરને ગમે ત્યારે ખાલસા કરી શકાશે તેમ તે જાણે છે. જેમ બીજાં દેશી રાજ્યોનું થયું તેમ જાનોરને હડપ કરવું તેમને માટે અઘરું નથી પડવાનું, પણ તેમ કરવામાં તેમને અંગત કોઈ લાભ થવાનો નથી. ઑફ કોર્સ, અંગ્રેજ સરકાર તેમને બઢતી આપે, કદાચ ઇંગ્લૅંડના ચુનંદા ચંદ્રકો આપીને તેમના માનઅકરામમાં વધારો કરે, કોઈ ઇલકાબ આપે, પણ તેથી વિશેષ કંઈ નહીં. અરે! એ તો ભારતમાં આવતો દરેક અંગ્રેજ સમજે છે કે સાપ, રાજાઓ અને એકાંતરિયા તાવથી ઊભરાતી આ ધરતીમાં, તેને ચંદ્રક કે ઇલકાબ મેળવવાનો મોકો મળી જ જવાનો છે. એટલે મૉમ... એવા ઇલકાબ મેળવવામાં સર પૉવેલ કે કર્નલ મૅલેટને ઉત્સાહ ન હોય. તો પછી તેમણે શા માટે આમ ન કર્યું, કારણ તેમને જાનોર, અત્યારે કે નજીકના ભવિષ્યમાં ખાલસા થાય તેમાં રસ નથી. તેમને રસ છે રાજમહેલની રાણી પાસે સંઘરાયેલા મોગલ અવશેષોમાં... એ અમૂલ્ય ચીજોમાં...'

'તું ધીરે બોલ સેજલ... ભાષણ આપતો હોય તેમ બોલવાની જરૂર નથી.'

'સૉરી મૉમ... પણ આ ખંધા અફસરોને સલ્તનતમાં જે રસ છે તે સેકન્ડરી છે. તેમનો પ્રાથમિક રસ તો અંગત છે. ઇંગ્લૅંડથી ફૂટડા જવાનો અહીં આવે છે. ઇંગ્લૅંડમાં ક્યારેય દસ ફૂટ જગ્યા પર તેમણે હકૂમત ચલાવી નથી તેવા જવાનો એકાએક કોઈ રાજ્યના હાકેમ બની જાય છે. અરે! ખુદ

ઇંગ્લૅંડની સમગ્ર તળભૂમિ કરતાં વધુ ભૂમિ પર હકૂમત ચલાવે છે. તેમને ઇંગ્લૅંડની રાણીમાં જેટલો રસ છે તેના કરતાં વધુ તારામાં રસ છે. જાનોરમાં રસ છે અને પેઢીઓ ચાલે તેટલું ધન ઉસેટી જઈ શકે છે. એ અધિકારીઓ સલ્તનતની પક્કડ જમાવવા માંગે છે કારણ તેમનાં પોતાનાં ખિસ્સાં પણ ભરાય છે... ભરપૂર રીતે ભરાય છે... સર પૉવેલને આવી મહેચ્છા હોય તેમાં અસ્વાભાવિક કશું નથી. જાનોરમાંથી જો એ પોતાનું ખિસ્સું ભરે, તો પૉવેલની તેર પેઢીઓને થેમ્સ નદીને કિનારે જિંદગીભર એશ કરી શકાય તેવી ગોઠવણ થઈ શકે... સાચું કહું છું ને મૉમ!' મેં મૉમને પ્રશ્ન કર્યો. તેના ચહેરા પર ઘેરો રંગ છવાયો. તે બોલી નહીં.

'કેમ બોલતી નથી મૉમ...' મેં પૂછ્યું. મારી મૉમ થોડો વખત વિચારમાં ગર્ત રહી અને ધીરેથી બોલી.

'તું આટલું વિચારતો હોઈશ તેની મેં કલ્પના કરી ન હતી. સેજલ. પણ કદાચ તું વધુ પડતું કલ્પી રહ્યો હોઉં...'

'તું જ કહેતી હતી ને મૉમ કે રાજકારણમાં કશું અકલ્પ્ય નથી.' મેં કહ્યું.

'કદાચ સર પૉવેલને આવી કોઈ માહિતી ન પણ હોય.' તે બોલી.

'બનવા જોગ છે. કદાચ તેમની પાસે એટલી જ માહિતી હોય કે તું સંતોજી બારનીશને મદદ કરી રહી છું કે કદાચ એ એટલું જ જાણતા હોય કે દિનમણિ પાંડેના ખૂનીને તું ઓળખે છે અથવા તેમને એટલી જ ખબર હોય કે રાજમહેલમાં સુરંગ છે અને તેમાંથી સંતોજી કે કોઈ આવજા કરે છે.' મેં કહ્યું.

'અચ્છા...!' મારી મૉમે ઉદ્‌ગાર કાઢ્યો.

'અચ્છા નહીં મૉમ... તારા ધારવા કરતાં વધુ ઝડપથી હું મારા પાઠો મોઢે કરતો આવ્યો છું. કારણ મને તારામાં રસ છે. જાનોરમાં રસ છે. મારા બાપુએ અધૂરું મૂકેલું કાર્ય પૂરું કરવામાં રસ છે. વેલ મૉમ, હવે મને કહીશ શા માટે પૉવેલનું મોત નીપજ્યું?'

'જ્યારે હવે તું તારા પાઠો શીખતો જાય છે ત્યારે શા માટે મને સમસ્યાઓમાં નાખે છે? આયખું પૂરું થાય ત્યારે મોત આવે, તેવું આપણા આર્ષદ્રષ્ટાઓ કહી ગયા છે.' મૉમે જવાબ આપ્યો.

'બહોત ખૂબ મૉમ... મને લાગે છે આજે મારે જ તને બધું કહેવાનું છે...? સર પૉવેલનું મોત નીપજ્યું કારણ તારે માટે, બાલીરામજી માટે, ભુવનસિંહ માટે અને જાનોર માટે તે ખતરાજનક હતો... મારી ઇન્ક્વાયરી દરમિયાન એકાએક

વાત આડે પાટે ચડી. જૅક સાથે સર પૉવેલને ચડભડ થઈ. એ ચડભડમાંથી વાત કસે ચઢી અને જૅકે આતંકવાદી નિર્ણય લીધો. આવી જ કોઈ તકની તું રાહ જોતી હતી. એકાએક સામે ચાલીને એ તક તારા ખોળામાં આવીને પડી અને તેં એને ઝડપી લીધી. બાકી તું જૅકને અટકાવી શકી હોત... તારી વગ વાપરીને તું અટકાવી શકી હોત... અરે! ભુવનસિંહને તેં હુકમ આપ્યો હોત તો તે સર પૉવેલને છોડાવી શક્યા હોત, પણ તેં એમ ન કર્યું. તેં કશોક બંદોબસ્ત કર્યો અને એ બંદોબસ્તના પરિણામે સર પૉવેલનું મોત નીપજ્યું...'

'સર પૉવેલનું મોત જૅક મૅકગ્રેગરને હાથે થયું તે આખું જગત જાણે છે અથવા જાણશે. તેમાં આપણો દોષ નથી. સર પૉવેલનો પોતાનો દોષ છે. એ બંને સાળો-બનેવી થવાના હતા. તેમણે અંટસ રાખવો જોઈતો ન હતો.' મૉમે કહ્યું. તેનો આ જવાબ હતો... સમજ હતી.

'મૉમ... જૅક મૅકગ્રેગર ખરેખર ભયાનક આપત્તિમાં આવી પડશે... મૉમ, તેને માથે સર પૉવેલના ખૂનનો આરોપ ચઢશે... તે પકડાશે તો તેને ફાંસી થશે' મેં કહ્યું.

'એ જૅક મૅકગ્રેગરે વિચારવાનું રહ્યું, આપણે નહીં.'

'ઓહ મૉમ... એક નિર્દોષ આદમી...'

'નિર્દોષ આદમી?' મૉમે પ્રશ્ન કર્યો. 'હિંદના હજ્જારો નિર્દોષ આદમીઓ ફાંસીના ગાળિયે લટક્યા તેનો તને રંજ થતો નથી. અને એક ઍંગ્લો-ઇંડિયન, એક અર્ધઅંગ્રેજ જે ગઈ કાલ સુધી સાંપ્રત ઇંગ્લિશ જેન્ટલમૅન થવા માગતો હતો, તેમની બિરાદરીમાં એક આસને બેસવા માગતો હતો તેને સજા થાય તેનો તને રંજ છે? ચિંતા છે?'

'નહીં મૉમ, પણ અન્યાય.'

'અન્યાય?' મારી મૉમ તડૂકી ઊઠી. 'અન્યાય અને ન્યાય તો સાપેક્ષ છે. પાટલી બદલો તો તેની સાપેક્ષતાનો સંદર્ભ બદલાઈ જાય છે. કર્નલ મૅલેટની દૃષ્ટિમાં સંતોજી, ખેરાસિંહ અને બુંદેલાઓ ડાકુઓ છે. તેમનાં માથા માટે ઇનામો છે જ્યારે તું સત્તા પર હોય ત્યારે તું એમને શું ગણીશ?'

'હા, પણ રહમતમીરઅલી જેવા પિંઢારીને આપણે સો—'

'એ પિંઢારી જો આવતી કાલે હિંદનો સમ્રાટ થાય તો? એ પિંઢારી અંગ્રેજ લોકોની કતલ કરે છે ત્યારે આપણે મોઢા પર અરેરાટી દાખવીએ છીએ, પણ અંતરમાં આનંદ અનુભવીએ છીએ. ઠીક કિયા કમબખ્તને—એટલે ન્યાયની

વાત જવા જ દે. ન્યાય અને અન્યાય એક જ સિક્કાની બે બાજુઓ છે. જેમાં પડખાં બદલાય એટલે સંદર્ભ બદલાય છે. મહત્ત્વનો એ સિક્કો નથી તેને કોણ ફેરવે છે, કોણ ઉછાળે છે તે છે.'

'મૉમ... મારે કહેવું પડશે કે જો આ જ તારી ન્યાય અંગેની સમજ હોય તો તેમાં માનવમૂલ્ય જેવું, નૈસર્ગિક કાયદા જેવું કશું નથી. આ એક કેવળ નીતરી સ્વાર્થમય રાજનીતિ છે... કૂટ અને કૂડી પદ્ધતિ છે. જે રાજ્યનીતિમાં માનવમૂલ્યોની ગણના ન થતી હોય તે નીતિ અને અનીતિમાં શું ફેર છે?' મેં પૂછ્યું.

'ઓહ મારા દીકરા... તું મને વારંવાર પૂછે છે કે શા માટે હું તને બધી વાતો કહેતી નથી. શા માટે તને સમોવડો, એક પુખ્ત રાજવી ગણીને બધું જ કહેતી નથી તેનું આ જ કારણ છે... તું ક્યાંક ભરડી નાખીશ તેવો મને ભય નથી હોતો, પણ તારામાં જે નીતિમૂલ્યો છે... જે ફિલસૂફ છે તે સજ્જન છે, તે સજ્જનને હરહંમેશ વૉટ ઇઝ ગુડ અને વૉટ ઇઝ ઇવિલની ગડભાંજ થાય છે. જ્યારે રાજનીતિ આ ગડભાંજ કરનારા લોકોના બસનો રોગ નથી.'

'મૉમ, જેમાં માનવમૂલ્યોની ગણના ન હોય તેવી રાજનીતિ અને તેવું રાજ્ય, તેવું રાજ્યશાસ્ત્ર, તેવું રાજકારણ શા ખપનું... તે કેટલા દિવસ ટકવાનું... તે કોનું શ્રેય કરવાનું?'

'તારા પ્રશ્નોના જવાબો આપવા માટે મારે ભાગવત સપ્તાહની જેમ એક આખી સપ્તાહ યોજવી પડશે. આ એક દિવસમાં સમજાવી શકાય તેવી બાબત નથી. આઈ મીન, આ આખોય પ્રશ્ન વૈયક્તિક સમજનો છે. જે કહી શકાય તેમ છે, સમજી શકાય તેમ છે, પણ સમજાવી શકાય તેમ નથી.'

'એ સાથે હું સંમત છું. અન્યાય કે અનીતિની ફિલસૂફી સમજવી દુષ્કર છે.'

'એ તું જે કહે તે' મૉમે કહ્યું. 'રાજકારણનો ધર્મ છે ધ્યેયસિદ્ધિ. ત્યાં સિદ્ધિનું મહત્ત્વ છે, સાધનનું નહીં. જે ધ્યેય છે તે સર્વોપરી છે. એ ધ્યેયની વિરુદ્ધની તમામ પ્રવૃત્તિઓ અન્યાય છે. એ ધ્યેયની નજીક લઈ જતી તમામ પ્રવૃત્તિઓ ન્યાય છે. જ્યારે ધ્યેય બદલાય છે ત્યારે ન્યાય બદલાય છે. ગઈ કાલ સુધી જે અન્યાય હતો તે આજે ન્યાય બની જાય છે અને ગઈ કાલનો સર્વોત્તમ ન્યાય આજે હડહડતો અન્યાય બની શકે છે... આ ગોરા લોકોનો જ દાખલો લે ને... તેમના દેશમાં ઉમદા લોકો છે, ફિલસૂફો છે. તેમણે લોકશાહીની રચના કરી છે. એ રચના માટે લોહી રેડ્યાં છે, જ્યાં લોકોના અભિપ્રાયની કિંમત

રાજા કરતાં વધારે છે, જ્યાં શાસકો પ્રજાના અભિપ્રાય પ્રમાણે શાસન મેળવે છે, શાસન કરે છે, પણ એ જ લોકો... એ જ નીતિમાન શાસકો હિંદની ધરતી પર તેનાથી તદ્દન વિરોધાભાસી શાસન કરે છે. સ્વતંત્ર અસ્તિત્વ, સ્વતંત્ર અભિપ્રાય, સ્વસર્જિત શાસન, વ્યક્તિ-સ્વાતંત્ર્યતા આ ગોરા હિમાયતીઓએ પળે પળે આ હિંદની ધરતીને, શોષણનાં શિંગડાંમાં ચૂર ચૂર કરવામાં જ નીતિનાં મૂલ્યો જોયાં છે. ગુલામીના, જબરદસ્તીના, દબાવના અને દમનના ચોકઠામાં પ્રજાના ચહેરા જકડી લઈને આ ગોરા શાસકો તેમના વતનમાં નીતિમત્તા, માનવમૂલ્યો, નૈસર્ગિક ન્યાયના ગ્રંથો રચે છે. ઝૂઝે છે, ઝઝૂમે છે અને અહીં? અહીંયાં લોકશાહીનાં, તેમનાં પોતાનાં નીતિશાસ્ત્ર અને નૈસર્ગિક ન્યાયનાં થોથાં ફગાવીને તે પ્રજાને ગુલામ બનાવવામાં રાચે છે.'

'મૉમ, એ ઐતિહાસિક અકસ્માત છે. અકસ્માત એ નીતિ ન બની શકે. ઊધઈ ખાધેલું ઝાડ જમીનદોસ્ત થાય તેમાં ધરતીનો વાંક કાઢવો તે યોગ્ય નથી. આપણે જે ટકાવી ન શક્યા તે અન્યે લૂંટી લીધું તેમાં વાંક કોનો? અને લૂંટારાઓની નીતિને આપણે દૃષ્ટાંત તરીકે ન જ લઈ શકીએ ને!' મેં કહ્યું.

'આ પાછી જુદી વાત થઈ. મને તું એ કહે કે તું રાજ્યશાસ્ત્રના યુરોપિયન સિદ્ધાંતોની મારી સાથે ચર્ચા કરવા માગે છે કે વાસ્તવિક રાજ્યનીતિની વાત કરવા માગે છે? મહામાત્ય ચાણક્યે, રાજ્યનીતિનો એક વેદ આપણને આપ્યો છે. જેમાં શાસકની નીતિ ધ્યેયપ્રાપ્તિ પૂરતી પર્યાપ્ત છે. આપણા દેશમાં એ આદમીને આપણે કૌટિલ્ય... ભગવાન કૌટિલ્ય ગણીએ છીએ. અને છતાં ઐતિહાસિક દૃષ્ટિએ તે પણ પોતાના, અંગત 'ધ્યેય'ને વરેલા ન હતા? શું નંદવંશનું ઉન્મૂલન તેમની નીતિના ઉદ્‌ગમનો સ્રોત ન હતો? શું એ રાષ્ટ્રીય હેતુ હતો?' મૉમે પૂછ્યું. તેની પાસે જે દલીલો હતી, જે સ્પષ્ટ દૃષ્ટિ હતી, તેની સામે મારી પાસે એવો કોઈ સમર્થ તર્ક ન હતો. હું ચૂપ રહ્યો. તેણે મારા ખભા પર હાથ મૂક્યો. મારી બાજુમાં ઝૂકી મારા ગાલ પર ચુંબન કર્યું અને બોલી.

'તારા બાપુ રાજકીય અસ્તિત્વવાદમાં માનતા, અને એટલે જ આજે જાનોર તેની વિશિષ્ટ સ્થિતિ ટકાવી શક્યું છે. હિંદના લોકો જ્યારે સંપૂર્ણતઃ સ્વાર્થને સમજશે ત્યારે એકત્ર થઈ શકશે અને જ્યારે એકત્ર થશે ત્યારે જગતની કોઈ તાકાત તેને હંફાવી નહીં શકે, પણ દીકરા, આજે જ્યારે આટલી ગંભીર ચર્ચા થઈ છે ત્યારે હું કહું છું કે જેની પાસે ચોક્કસ ધ્યેય છે તે પ્રજા, તે શાસકોની જીત થતી હોય છે. અંગ્રેજો પાસે નિશ્ચિત ધ્યેય છે.

એ ધ્યેય માટે તેઓ એકમત છે. અંગ્રેજોને હઠાવવાનો જ્યારે આખા દેશમાં નિર્ણય થશે... જ્યારે પ્રજાનું એ એકમાત્ર ધ્યેય બનશે, ત્યારે જ અંગ્રેજો આ ધરતી પરથી વિદાય થશે. એ કામ આપણે રાજવીઓ કરી શકીશું કે કેમ તેની મને શંકા છે. એ કામ સામાન્ય લોકો કરશે અને ત્યારે ન્યાય-અન્યાયનો સંદર્ભ બદલાશે. તમામ શાસકોને અન્યાયના પલ્લામાં તોળવામાં આવશે. જ્યારે રાજાઓ ખેતી કરતા હશે અને ખેડૂતો શાસન કરતા હશે, અને ત્યારે ન્યાયનું પણ નવનિર્માણ થશે. ત્યારે રાજા બનવું, રાજ્ય પ્રાપ્ત કરવું અન્યાય હશે અને લોહી રેડીને ટકાવી રાખેલી રાજાશાહી કે જાગીરી, કલમને એક ઝાટકે છીનવી લેવામાં ન્યાય ગણાશે.'

'તો શા માટે તું આટલું ઝઝૂમી રહી છું મૉમ?' મેં પૂછ્યું અને તે હસી.

'કારણ, હું રાજપૂત છું. વિક્રમસિંહ વીરહાનની, તારા બાપુની પત્ની છું. પહેલાંના વખતમાં પ્રેમાવેશમાં પતિપરાયણ સ્ત્રીઓ, પતિ સાથે ચેહમાં અગ્નિસ્નાન કરતાં ખચકાતી ન હતી. હું એવા અગ્નિસ્નાનમાં માનનારી ઓરત નથી, પણ પતિએ ઉપાડેલા કાર્યને મારું ધ્યેય સમજું છું. એ ધ્યેય પ્રતિ જવાનો મને આનંદ છે. એ રમત મને મસ્તીમાં રાખે છે. બાકી મારું જીવન આમ તો અર્થહીન છે. એક વિધવા ઓરત માટે પતિનો વિયોગ શું છે તે અકલ્પનીય છે. છતાં આ રાજ્યધુરા અને તેના આટાપાટાને કારણે એ સહ્ય બને છે. એક વિધવા રાણી માટે આ રમત જિંદગીને અર્થયુક્ત બનાવે છે.'

'મૉમ, દેશભક્તિ...'

'ભક્તિ...! દેશભક્તિ, પ્રભુભક્તિ કે પછી પતિની ભક્તિ એ બધા એક પ્રકારના માનસિક સંવેગો છે. મન:સ્થિતિ છે. ઘડીભરનો છુટકારો છે. હું તો ધ્યેયની સંલગ્નતાને માનું છું. મારું ધ્યેય રાજકીય વિજયનું છે. શેતરંજમાં વિજયનું મહત્ત્વ છે. પ્યાદાં, ઊંટ કે ઘોડા, વજીર કે રાજાનું નહીં. કઈ ચાલમાં કોણ મરાયું તે વિજય આગળ કેટલું નિરર્થક બની રહે છે?'

મારી મૉમ બોલતી હતી અને ભગવાન કૃષ્ણની સામે ઊભેલા અર્જુનની જેમ હું સાંભળતો હતો. એકાએક તે અટકી અને બોલી ઊઠી, 'આવો ભુવનસિંહ... હું તમારી જ વાટ જોતી હતી. તમે સમાચાર તો મેળવી જ લીધા હશે. કર્નલ મૅલેટનો સંદેશો હતો... જૅક મૅકગ્રેગરને શોધવા માટે તે તમારી મદદ માગે છે...'

'બાલીરામજી આવે પછી આપણે નિર્ણય લઈએ.'

ભુવનસિંહ બોલ્યા. મારી મૉમે ગૉંગ વગાડ્યું.

મૉમે પીણાં મગાવ્યાં. ભુવનસિંહે બંધ કૉલરના કોટનાં બે ઉપલાં બટન ખોલ્યાં. ગજવામાંથી રૂમાલ કાઢીને ગરદન લૂછી. તેમના ચહેરા પર ઉમ્મર વર્તાતી હતી કે પછી આંખોમાં ઉદાસી છવાઈ હતી તેનો નિર્ણય હું કરી ન શક્યો. ગમે તેમ પણ દિવસે દિવસે ભુવનસિંહ નિઃસ્પૃહ થતા જતા હતા.

ચપરાસી ઑરેન્જ જ્યુસ ભરેલો જગ અને રેડ વાઇન ભરેલી સુરાહી લઈને આવ્યો. મારી મૉમે ત્રણ ગ્લાસ ભર્યા. ચાંદીના ચળકતા ગ્લાસમાં સ્ટ્રૉબેરી વાઇન અદ્ભુત લાગતો હતો. માએ ત્રણ ગ્લાસ ભર્યા તેનો અર્થ એ હતો કે હું ત્યાં બેસું તો તેને વાંધો ન હતો. તેના અંગત આદમીઓમાં હું સ્થાન પામી રહ્યો હતો તેનો મને ગર્વ અને આનંદ થતો હતો.

'સોહાર આવી ગયો?' ચપરાસીના ગયા પછી મૉમે પૂછ્યું.

'એ આદમીનો આપણે બેરહમ ઉપયોગ કરીએ છીએ.' ભુવનસિંહે ઉદ્ગાર કાઢ્યો. 'દિવસ-રાત બિચારો ઘોડા પર જ રહે છે. એક તરફ રહમતમીર અને બીજી તરફ આપણે...' ભુવનસિંહ આવું સણસણતું બોલી શકે તે મારા માટે પ્રથમ અનુભવની વાત હતી.

મારી મૉમે ગ્લાસ હાથમાં ઉઠાવ્યો. ચાંદીનો શુભ્ર અને કંઈક શિલ્પકૃતિઓથી કંડારેલો ગ્લાસ તેણે કાંડાની હલકથી ફેરવ્યો. ગ્રંથાલયની મધ્યમાં લટકતા ઝુમ્મરના દીવાનો પ્રકાશ આખાય ખંડમાં ચમકારા રેલાવતો હતો. મારી મૉમની આંખોમાં એ ચમકારા પરાવર્તિત થતા હતા. બારીની બહારથી ભીની માટી અને રાતરાણીની ખુશબૂ આવતી હતી.

'એ શું મને ગમે છે ભુવનસિંહ! તમે નારાજ થશો તેવી મને કલ્પના તો હતી જ, પણ એ તક હું જવા દેવા માંગતી ન હતી. સર પૉવેલ વધુ પડતા મહત્ત્વાકાંક્ષી બને તે પહેલાં—ખેર! સોહારને અંગત રીતે ભાગ્યે જ વાંધો હશે... તેનું ઋણ પણ હું... આપણે ચૂકવીએ છીએ ને!'

'સોહારને શા માટે રંજ હોય! અંગ્રેજોએ તેનું સત્યાનાશ વાળ્યું છે તે એ ભૂલે તેમ નથી.' ભુવનસિંહે મારી સામે જોયું. 'તેના બાપને એ લોકોએ જાનોરના બજારમાં લટકાવ્યો. તેની માએ આત્મહત્યા કરી... અને જબલપુર ગેરિસનના સુવ્વરોએ તેની પત્ની પર બળાત્કાર કર્યો. એ અત્યાચારથી એ મરી... ઑફ... એ ગીધડાંઓએ તેને પાશવી રીતે મારી નાખી... એ શા માટે સોહાર ભૂલે, પણ એ ઉમદા આદમીને આપણે ખૂબ જોખમમાં મૂકીએ છીએ.

ક્યારેક તેને આપણે ગુમાવીશું' ભુવનસિંહે કહ્યું.

'એ શું હું નથી જાણતી ભુવનસિંહ! પણ આપણી પાસે માણસો કેટલા ઓછા છે! વિશ્વસનીય માણસો ક્યાં છે અત્યારે? લાલચ અને અત્યાચાર એ બે સામે ઝઝૂમે તેવા કેટલા?' મૉમે સવાલ કર્યો. ભુવનસિંહ અનુત્તર રહ્યા.

'કર્નલ મૅલેટ લશ્કરી ટુકડી મોકલશે તેવું મારું અનુમાન ખોટું પડ્યું.' મૉમે થોડી ક્ષણો પછી કહ્યું.

'તેમાં ફાયદો થવાનો ન હતો. જૅક સર પૉવેલને છોડી દેત નહીં. એ તેમની છાતી પર બંદૂક તાણી રાખીને લશ્કરી પીછો બંધ કરવાનો હુકમ આપવાની સર પૉવેલને ફરજ પાડત. વળી, સર પૉવેલને ખતમ કરવા માટે જૅક લઈને જતો ન હતો. નર્મદા પાર કરીને તે જરૂર પૉવેલને છોડી દેત. આખીય વાતમાં પ્રશ્ન કેવળ જીના સાથેના તેના પ્રેમનો હતો...'

મૉમે સ્મિત વેર્યું. 'કર્નલ મૅલેટને પૉવેલના મોતથી આંચકો જરૂર લાગ્યો હશે.'

'જોનપુર પાસે મદ્રાસ કુટના સોલ્જરો છે ને!'

'છે, પણ જૅકનો પીછો થઈ નહીં શકે. શાહપુરામાં બે યુનિટ મોકલવા પડ્યાં છે. બે કંપની સિરિલ સાથે હથિયારો લૂંટનારાઓને પકડવા ગઈ છે. એક કંપની ત્યાં છે. ચેકપોસ્ટ છોડીને તે કેવી રીતે જાય... વળી, પૉવેલનું શબ પાછું લાવવા થોડા માણસો ફાળવવાના રહે... જૅકને તકલીફ પડે તેમ મને નથી લાગતું' ભુવનસિંહે કહ્યું.

'જીના કદાચ તકલીફ ઊભી કરશે...'

'એ શક્ય નથી લાગતું.'

'સોહારે રિપોર્ટ આપ્યો?' મૉમે પૂછ્યું. ભુવનસિંહે એક ક્ષણ મારી સામે જોયું.

'છેક જોનપુરની નજીક, કણજના ઓઘા પાસે તેને મોકો મળ્યો. ત્યાં સુધી ક્યાંય એ છોકરી(જીના)એ કૂપે ઊભી રાખી ન હતી. અંધારામાં આડેધડ ફાયરિંગ કરવું કઠિન હતું. સોહારને એકલાએ જ આ કરવાનું હતું. એટલે મુશ્કેલી વધુ હતી. જોનપુરથી ત્રણ જ માઈલ દૂર કણજના ઓઘા પાસે ગાડી નછૂટકે અટકાવવી પડી. ઓઘા પર કાચો પુલ છે, પણ નીચો. અત્યારે ત્યાં પુલ પરથી પાણી જાય છે. એટલે ચોકસાઈ કર્યા વગર ગાડી હંકારવી જોખમ છે. જીના ઊતરીને પુલ નજીક ગઈ. ગાડી ઢોળાવ પર ઊભી હતી. સોહારે

ઘોડો બીહડમાં લીધો અને પોતે ઊતરીને શક્ય એટલો નજીક પહોંચ્યો. જીના પાણી જોઈને પાછી આવી. તેણે જૅક સાથે કંઈક વાતચીત કરી. શું વાતચીત કરી તે સોહારને ખબર નથી, પણ ગાડી આગળ લેવી કે નહીં તે અંગે તે વિમાસણમાં હશે. ગમે તેમ જૅક મૅકગ્રેગરે સર પૉવેલને નીચે ઉતાર્યા. પૉવેલ ગાડીથી થોડે દૂર ઊભા રહ્યા. જૅક ઢોળાવ ઊતરીને પુલ પાસે ગયો. સોહારે નિશાન લીધું. આછા ચંદ્રના અજવાળામાં પૉવેલનું સફેદ ખમીસ તેને દેખાતું હતું... સોહાર અચ્છો નિશાનબાજ છે. વેલ ઘેટ વૉઝ ઘેટ...' ભુવનસિંહે લશ્કરી જબાનમાં સંવેગહીન રીતે વાત કહી. હું થડકી ઊઠ્યો.

'માય ગૉડ!' મેં ઉદ્‌ગાર કાઢ્યો, મારી મૉમે મારી સામે જોયું.. પણ કંઈ બોલી નહીં. મારે પૂછવું હતું, પણ કશું પુછાયું નહીં.

'ધડાકો સાંભળીને જીના ચમકી હતી, પણ તે પહેલાં તો સર પૉવેલ ઢળી પડ્યા હતા. જૅક દોડી આવ્યો. જીના ચિત્કારી ઊઠી હતી. સર પૉવેલ જીવતા હતા. તેમને ઉઠાવવા કે પછી ગોળીબારની તપાસ કરવી તે દ્વિધામાં થોડીક ક્ષણો વીતી. આખરે જૅકે તેમને ઉઠાવ્યા, કૂપેમાં નાખ્યા. ઘોડા ધમધમાવ્યા અને પુલ પરથી ગાડીને જોનપુર તરફ લીધી. સોહારને બીજી તક મળી. તેણે પીછો કર્યો. જોનપુર ચેકપોસ્ટના દીવા દેખાતા થયા અને જૅકે ગાડી અટકાવી. તે રાઇફલ અને એમ્યુનિશન લઈને ઊતરી ગયો. જીનાને તેણે કંઈક કહ્યું. એ છોકરી હિંમતવાળી છે. તે ગાડી હંકારીને ચેકપોસ્ટ તરફ ચાલી ગઈ, પણ તેમાં મોડું થયું હશે. સર પૉવેલ ચેકપોસ્ટ સુધી જતાં રસ્તામાં જ ગુજરી ગયા હશે.' ભુવનસિંહે નિઃશ્વાસ નાખ્યો. 'કર્નલ મૅલેટ કહેતો હતો કે કાલે સવાર પહેલાં સર પૉવેલનો મૃતદેહ અહીં આવી જશે.' કહીને ભુવનસિંહે ગ્લાસમાંથી ઘૂંટ ભર્યો.

કમરાની બહાર પગલાંનો અવાજ સંભળાયો. અને કૉરિડૉરમાં મૂકેલું નાનકડું ગૉંગ વાગ્યું. આવી મિટિંગ ચાલતી હોય ત્યારે ત્યાં કોઈ આવી શકતું નહીં. ચપરાસી તે પહેલાં ગૉંગ વગાડતો. તે આવ્યો. ઝૂકીને બોલ્યો.

'મેમસાહેબ... આપને યાદ કરે છે.' તેણે મને કહ્યું.

'એ છોકરી બિચારી ચિંતા કરતી હશે. તેને મોકલ અહીંયાં.' મારી મૉમે કહ્યું. ચપરાસી ચાલ્યો ગયો.

'અહીં શું કામ છે મૉમ...'

મારી મૉમ ગ્લાસ ભરવામાં પરોવાઈ હતી. તેણે જવાબ ન આપ્યો. અડધી

મિનિટમાં જ ગ્રેઇસ આવી પહોંચી. તે કદાચ દીવાનખંડમાં જ આવીને બેઠી હશે. મૉમે ચોથો ગ્લાસ મગાવ્યો અને તેને બેસાડી.

'મેં સાંભળ્યું તે સાચું છે યૉર હાઇનેસ... સર પૉવેલ...' ગ્રેઇસે પૂછ્યું.

'સાચું છે ગ્રેઇસ.' મૉમે જવાબ આપ્યો. 'એ જ ચર્ચા અમે કરતાં હતાં. ભુવનસિંહ અને સેજલ જેકની તપાસ કરવા જશે.' એકાએક મૉમ બોલી. આ વાક્યથી મને આનંદ થતો હતો. મૉમે હવે તેની ટીમના ખેલાડી તરીકે મને પસંદ કર્યો હતો.

'ખરેખર જેકે જ—' ગ્રેઇસે પ્રશ્ન કર્યો.

'એ અહીંથી જ ઉશ્કેરાયેલો હતો. માણસ ઘણી વખત આવેશમાં ભૂલ કરી બેસે છે. કદાચ સર પૉવેલ સામા થયા હોય. તે પણ રિઝનેબલ તો ન હતા.'

'જીનાની પરિસ્થિતિ ભયાનક હશે! માય ગૉડ... એક તરફ ફિયાન્સે અને બીજી તરફ ભાઈ...'

'પણ તેમાં જેકનો દોષ ન હતો...' મૉમે તદ્દન સહજતાથી કહ્યું.

'એ વાત બરાબર છે યૉર હાઇનેસ, પણ આટલી વાતમાં કોઈને મારી નાખવા એ અલગ બાબત છે' ગ્રેઇસ બોલી.

'એ આપણે શી રીતે કહી શકીએ. ત્યાં શું બન્યું તે તો જેક અથવા જીના જ કહી શકશે ને!'

'જીના અહીં આવશે ખરી?' ગ્રેઇસે પૂછ્યું.

'તે પૉવેલને લઈને જોનપુર પહોંચી છે તેવા સમાચાર આવ્યા છે. મતલબ કે પૉવેલ જીવતા હોવા જોઈએ અને જોનપુર જતાં જતાં ગુજરી ગયા હોય અથવા જેકને છોડીને જીના ચાલી આવી હોય... ગમે તેમ પણ જીનાએ જવાબો તો આપવા જ પડશે.'

'ઓહ ગૉડ!' ગ્રેઇસે ઉદ્ગાર કાઢ્યો. 'મને આશ્ચર્ય થાય છે કે અહીં જ તેમને શા માટે કોઈએ અટકાવ્યા નહીં?'

'શી રીતે અટકાવે?' મેં કહ્યું. 'કદાચ અહીં જ જેકે ગોળી ચલાવી હોત.'

'જીના તેને અટકાવી શકી હોત.' મારી મૉમે કહ્યું, 'પરંતુ તે પણ ઉશ્કેરાટમાં હતી.'

'કર્નલ મૅલેટ અટકાવી શક્યા હોત... 'ગ્રેઇસે કહ્યું.

'જેક મૅકગ્રેગર અને પૉવેલના ઝઘડામાં આવું પરિણામ આવશે તે તો મૅલેટે કલ્પ્યું ન હોય ને!

'સ્ટ્રેઇન્જ... રિયલી સ્ટ્રેઇન્જ... પણ આપની વાત બરાબર છે.'

'સર પૉવેલ હવે હયાત નથી એટલે તેમના વિશે ટીકા કરવી બરાબર નથી. પરંતુ ઍંગ્લો-ઇંડિયન્સ તરફનું તેમનું વલણ બરાબર ન હતું. તેમણે જૅકનું ભયાનક અપમાન કર્યું હતું.' મૉમે કહ્યું.

'જૅકને ભયાનક સજા થશે નહીં?' ગ્રેઇસે પૂછ્યું.

'પકડાશે તો જરૂર થશે.'

'ફાંસી થશે?'

'કાયદા પ્રમાણે તો એવું જ થાય.'

'ઓહ ભગવાન! જીના માટે કેટલું અસહ્ય... ભાઈ અને ભાવિ પતિ... બંને ગુમાવવાના.'

જિંદગી એટલે જ તો અકળ છે. માનવીનું ભીતર જેટલું અગમ્ય છે તેટલું જ તેનું ભાવિ પણ અકળ છે, પણ તું હવે સૂઈ જા. તેં કશું પીધું નહીં! સેજલને થોડી વાર લાગશે. બાલીરામજી કૅન્ટોન્મેન્ટમાંથી આવે ત્યાં સુધી તેને રોકાવું પડશે. જૅકને શોધી લાવવા માટે કર્નલ મૅલેટે મદદ માંગી છે. મનસબદારી ફોજની મદદ... એટલે એ અંગે નિર્ણય લેવો પડશે.'

ત્યાં બાલીરામજી આવી પહોંચ્યા. તેમના આગમન માટે ચપરાસીને ગૉંગ વગાડવાની જરૂર ન હતી.

હું, બાલીરામજી અને ભુવનસિંહ આ હક્ક ભોગવી શકતા.

'તું ગ્રેઇસને મૂકી આવ સેજલ.' મારી મૉમે હસીને કહ્યું. હું ઊભો થયો. ગ્રેઇસના મનમાં અજબ પ્રકારનો સંઘર્ષ થતો હતો તે હું કલ્પી શકતો હતો. તેની સાથે હું તેના કમરા સુધી ગયો.

'સેજલ...' બારસાખની વચ્ચે તેણે મારા બંને ખભા પકડ્યા અને ઊભો રાખ્યો.

'શું ગ્રેઇસ!'

'જૅક મૅકગ્રેગર જીનાને ખૂબ ચાહે છે. ખૂબ ચાહે છે.'

'મને ખબર છે.'

'તે આમ જીનાના ભાઈ પર ગોળી ચલાવે?'

'ઓહ ગ્રેઇસ. માણસ કઈ વખતે શું કરશે તેની કોને કલ્પના આવે! કદાચ સર પૉવેલે તેને ગંભીર સ્થિતિમાં મૂક્યો હશે... તેની પાસે ગોળી ચલાવવા સિવાય બીજો પર્યાય નહીં હોય.' મેં બને તેટલી સચોટ રીતે કહ્યું.

'જેક ઠંડા કલેજે સર પૉવેલ પર ગોળી ચલાવે તે વાત હું માની શકતી નથી...'

ગ્રેઇસ સ્ત્રી હતી. સ્ત્રી પાસે એક અજબ વિજ્ઞાન હોય છે. અંતરનું વિજ્ઞાન. 'તું એને પકડવા જવાનો છું?'

'કેન્ટની ફોજો ચારે તરફ રોકાયેલી છે એટલે...'

'પણ જેકને જીવતો કે મરેલો પકડવાનું એલાન થશે ને!' ગ્રેઇસે પૂછ્યું. મેં માથું ધુણાવી હા પાડી, 'પણ એ કદાચ નિર્દોષ હશે તો... કેટલો ઘોર અન્યાય થશે!' કહીને ગ્રેઇસે એકાએક મારાં બાવડાં દબાવ્યાં. 'સેજલ, કદાચ એ ગોળી બીજા કોઈએ ચલાવી હોય...'

'હું એક ધબકારો ચૂકી ગયો.' એટલે?

'કદાચ કોઈએ તેમનો પીછો કર્યો અને તક મળતાં ગોળી ચલાવી હોય...'

'પણ અંધારામાં નિશાન પાડવું શક્ય નથી ગ્રેઇસ' મેં કહ્યું.

'ઓહ નો... મેં એવા લોકો જોયા છે. અરે આ કર્નલ મૅલેટને એક આંખ છે છતાં તે અંધારામાં જો ટાર્ગેટ અનુકૂળ હોય તો નિશાન લઈ શકે.'

'પણ કર્નલે ક્યાં તેમનો પીછો કર્યો હતો?'

'એમ નહીં સેજલ, પણ એ શક્ય છે. સર પૉવેલને દુશ્મનો ઘણા હોય તે સ્વાભાવિક છે.' ગ્રેઇસે કહ્યું.

'ખેર... હવે તું સૂઈ જા... સવારે આપણે મળીશું' મેં કહ્યું અને ગ્રેઇસને ચુંબન કર્યું.

હું નીચે આવ્યો ત્યારે ભુવનસિંહ બારી પાસે ઊભા હતા. બાલીરામજી અને મૉમ સામસામે બેઠાં હતાં. 'શું ખબર છે બાલીરામજી?' નમસ્તેની આપલે કરીને મેં પૂછ્યું.

'સમાચાર તો ભુવનસિંહે આપ્યા હશે જ. બાકી રહી વાત જેકને પકડવાની. મૅલેટ પાસે માણસો નથી અને જેકે જો નર્મદા પાર કરી હશે તો પાંચદસ માણસોએ પતવાનું નથી. મૅલેટ જાતે જઈ શકશે પણ નહીં. સર પૉવેલની જગ્યાએ તેને ફરજ બજાવવી પડશે. પૉવેલના મોતનો આંચકો દિલ્હી સુધી લાગશે. વળી, છેલ્લા કેટલાયે સમયથી મધ્ય પ્રાંતોમાં અંગ્રેજોનાં જે સંખ્યામાં મોત નીપજ્યાં છે તેની સામે દાખલો બેસાડવાય જેકને પકડ્યા વગર છૂટકો થવાનો નથી.'

'પણ તેમાં આપણે શું? અંગ્રેજોનો એ પ્રશ્ન છે. અંગ્રેજો જાતે તેનો ઉકેલ

આણે.' ભુવનસિંહ સહેજ અકળાઈને બોલ્યા.

'એ જરૂરી છે ભુવનસિંહ...'

'એ મેં માની લીધું, પણ યુવરાજને એક મામૂલી ખૂનીની તલાશમાં મોકલવા તે બરાબર નથી. મારી નાપસંદગી છે.' ભુવનસિંહે કહ્યું.

'મને વાંધો નથી ભુવનસિંહજી...'

'નહીં યૉર હાઇનેસ... મને વાંધો છે. આ મોભાનો પ્રશ્ન છે. જાનોરના રાજવીના મોભાનો.'

'ઓ.કે. ભુવનસિંહ... પણ તમે તો જશો ને...' મૉમે કહ્યું, 'અંગ્રેજો પર એનો પડઘો સારો પડશે.'

'હું જઈશ, પણ જૅક પર હું ગોળી નહીં ચલાવું.' ભુવનસિંહના ચહેરા પર એકાએક તેજ પ્રગટ્યું. કમરામાં શાંતિ છવાઈ. મૉમ ઊભી થઈ.

'સવારે પૉવેલનો મૃતદેહ આવશે. મૅલેટ કહેતા હતા કે દફનવિધિ કાલે બપોરે રાખશે. જબલપુરથી કમિશનર અને ગવર્નર આવી જશે... સર વિલિયમ કૅમ્પબેલને પણ ખબર અપાશે. અલબત્ત, તે આવી નહીં શકે. આવશે તોપણ કદાચ મોડા.

તે પછી થોડી ઔપચારિક વાત થઈ અને સૌ છૂટાં પડ્યાં. હું મારા કમરામાં ગયો...

*

સર પૉવેલનો મૃતદેહ રાતના ત્રણ વાગે જ આવી ગયો હતો. સૂર્યોદય થતાં જ તેમના દેહની તપાસ કરવામાં આવી. તેમના શરીરમાંથી એકે બુલેટ નીકળી ન હતી. છાતી પાસે મોટું કાણું પડ્યું હતું. ડૉ. મિલમૅન અને બીજા એક લશ્કરી મેડિકલ ઑફિસરે તેમનો મૃતદેહ તપાસ્યો હતો અને કેવી રાઇફલમાંથી ગોળી છૂટી હતી તે વિશે અટકળ કરવામાં આવી હતી. સાંજ સુધીમાં તો ઠેર ઠેરથી લોકો આવી પહોંચ્યા હતા. રેસિડેન્સી હાઉસનું વાતાવરણ ખૂબ ભારે અને ગમગીન હતું. સવારથી જ ત્યાં ભીડ જામવા માંડી હતી. આજુબાજુના માલગુજારીઓ, મનસબદારો અને ઠાકુરો આવ્યા હતા.

સર પૉવેલની અંતિમ યાત્રાના સમય કરતાં થોડો વહેલો હું રેસિડેન્સી હાઉસ પર પહોંચ્યો હતો. મારું સ્વાગત કંઈ ગમગીનીમાં થયું હતું.

મધ્ય પ્રાંતના ગવર્નર, સ્ટેટ સેક્રેટરી, રેસિડેન્ટ જનરલ, કમિશનર વગેરે

અનેક માણસો ત્યાં એકઠા થયા હતા. પ્રોટોકૉલ પ્રમાણે મારી ઓળખવિધિ થઈ હતી. થોડી વારમાં મૉમ આવી પહોંચી હતી. આ ગમગીન વાતાવરણમાં પણ મૉમના આવવાથી કંઈ સન્નાટો અને આછો ઉશ્કેરાટ છવાયો હતો. બાલીરામજી અને ભુવનસિંહ પણ જાનોરી અસબાબમાં હાજર થયા. બાર્બરા પૉવેલ આઘાતથી બેહોશ હતી. ડૉક્ટર મિલમૅન સૌથી વ્યસ્ત આદમી હતો.

'જીના ક્યાં છે?' સાચવીને મેં મિસિસ રૉબર્ટ્સને પૂછ્યું.

'ત્યાં...' તેણે ડાબી તરફની વિંગ તરફ હાથ કરીને જવાબ આપ્યો. હું ધીરેથી ટોળામાંથી સરકીને તે તરફ ગયો. તેને ખરેખર તો કેદમાં જ રખાયેલી હતી. કમરાને બારણે બે સંત્રીઓ ઊભા હતા. અંદર જીના, બારીની સીલ પર કોણી ટેકવીને, માથું હથેળી પર રાખીને ખુરશીમાં બેઠી હતી. શૂન્યમનસ્ક અને એકાકી. તેનાં કપડાં ચિરાયેલાં હતાં. વાળ વીખરાયેલા અને અસ્તવ્યસ્ત... ચહેરા પર ઉઝરડા હતા. આંખો લાલ અને સૂઝીને દડા જેવી થઈ ગયેલી હતી. સાક્ષાત્ ગમગીનીની મૂર્તિ સમી તે ત્યાં સ્તબ્ધ બેઠી હતી.

'જીના... 'મેં કમરામાં પ્રવેશીને પગથી બારણું આડું કર્યું અને ધીરેથી બોલ્યો. તેણે સૂઝેલાં પોપચાં હેઠળ, લાલ થઈ ગયેલી આંખો પહોળી કરીને મારી સામે જોયું. તેની સ્તબ્ધ, સુંદર આંખો ક્ષણ માટે સ્થિર થઈ. જાણે તેમાં દૃષ્ટિ ન હોય. જાણે તે દેખતી ન હોય... તે ઊભી થઈ. રો સિલ્કનું ધૂળથી ખરડાયેલું ફ્રૉક તેના ઢીંચણ પર વળ્યું. એક લાંબી પળ સુધી તે મને ફાટી આંખે તાકી રહી. જીનાનો ચહેરો, હિંદની ગરમીમાં રતુંબડો થઈ ગયો હતો. તે જાતે જ ઍંગ્લો-ઇંડિયન જેવી લાગતી.

'જીના...' મેં ધીરેથી કહ્યું. તેના હોઠ ધ્રૂજવા માંડ્યા. તેણે એકાએક પોતાના મોં પર પોતાનો ડાબો હાથ ઢાંક્યો. અને અચાનક કોઈ સ્તબ્ધ પૂતળામાં જીવ આવ્યો હોય તેમ ધસી આવી અને મને વળગી પડી...

'સેજલ... સે...જલ...' તે બોલી.

તેનાં સ્તનયુગ્મમાંથી ભયાનક ઊંડાં ડૂસકાં ઊઠતાં હતાં. આખું શરીર કંપતું હતું. તેની જાંઘમાંથી વીજળી પસાર થતી હોય તેમ થડકતી હતી. હોઠ ધ્રૂજતા હતા. હાથ કાંપતા હતા.

'ઇઝી... જીના... ઇઝી ડિયર.' મેં કહ્યું. તેના માથા પર હાથ ફેરવ્યો. તેણે માથું મારા ખભા પર ઢાળી દીધું. મેં તેને રડવા દીધી. બાળકની માફક તે ધ્રુસકે ધ્રુસકે રડતી રહી. તેના શરીરમાંથી ખુશબૂ આવતી હતી. તેના

ગાલની ખારાશ મારા હોઠ ભીંજવતી હતી. આવાં આંસુ ઢળતાં મેં ક્યારેય જોયાં ન હતાં.

'એ નિર્દોષ છે સેજલ... એ નિર્દોષ છે.' તેણે મને પાગલની જેમ હચમચાવી નાખ્યો.

'જીના... પ્લીઝ... તું સ્વસ્થ થઈ જા... પ્લીઝ...'

'એ નિર્દોષ છે સેજલ... આઈ સ્વેર બાય ધ હોલી સ્પિરિટ... પણ મારું કોઈ માનતું નથી... મારું કોઈ માનતું નથી...' તેણે બંને હાથની મૂઠીઓ વાળીને મારી છાતીમાં મુક્કા લગાવ્યા... મેં ધીરેથી તેના હાથ પકડ્યા.

'કોઈ ભલે ના માને જીના. હું માનું છું...'

'સેજલ, હું તને કહું છું ને... જૅક નિર્દોષ છે. એ બુલેટ આકાશમાંથી આવી. પાતાળમાંથી આવી... ગમે ત્યાંથી આવી પણ જૅકે નથી મારી... ઍડમન્ડને જૅકે નથી માર્યો...' તે કલ્પાંત કરતી બોલી રહી. મેં હળવેથી તેની કેડમાં હાથ નાખીને ખુરશી તરફ દોરી અને તેને ત્યાં બેસાડી... કમરાને જોડેલી બાથરૂમમાંથી હું તેને માટે એક નૅપ્કિન ભીનો કરી લાવ્યો. તેનો ચહેરો હળવેથી લૂછ્યો અને તેના માથામાં ચુંબન કર્યું.

'આ લોકો મારી વાત માનવા તૈયાર નથી. ધે સિમ્પલી ડોન્ટ બિલીવ મી... ત્યાં જોનપુર પાસેના નાળાને કિનારે... ઓહ ગૉડ... ઓહ ગૉડ.' તેણે ભયાનક ડૂસકું ભર્યું. અને ધીરેથી વાક્યે વાક્યે રડતાં રડતાં વિગતો કહી... ભુવનસિંહે કહેલી તે જ વિગતો. મારું હૃદય ચિરાતું હતું.

'હું તેને જોનપુર લઈ ગઈ. જૅક છેક સુધી આવ્યો હતો. તે મારી સાથે જ આવવા માગતો હતો, પણ મેં જ તેને વાર્યો હતો... મેં જ... મેં જ તેને જતા રહેવાનું કહ્યું હતું. એ લોકો કદી તેની વાત માનત નહીં...... માનશે પણ નહીં. ઍડમન્ડ... બિચારો ઍડમન્ડ... છેલ્લી ઘડી સુધી તે કહેતો હતો. જૅક ઇઝ નોટ ગિલ્ટી... જૅક ઇઝ નોટ... પણ જોનપુરમાં તેનાથી બોલાયું નહીં. મેં ખૂબ ઝડપ કરી પણ ચેકપોસ્ટની ડિસ્પેન્સરી આવે તે પહેલાં તે ગુજરી ગયો હતો.' જીનાએ ધીરેથી કહ્યું. તેનું હૈયું ભરાઈ આવતું હતું. તેના સ્તનયુગ્મમાં ડૂસકાં ભરાઈ રહેતાં હતાં. ફેફસાંમાંથી ઘર્રાટી બોલતી હતી.

'પણ જીના, શા માટે સર પૉવેલને કોઈ મારે?'

'એટલે?' એકાએક તે ખૂંખાર થઈ ગઈ, 'તું પણ મારી વાત માનવા તૈયાર નથી?'

'ઑનેસ્ટલી, મારી માના સોગંદ, જીના હું તારી વાત માનું છું. જૅક, સર પૉવેલને કદી મારે નહીં, પણ આપણે એ વિચારવું જોઈએ ને કે કોણ આવું કૃત્ય કરે?

'અરે ગમે તે... ઍડમન્ડ મરતાં મરતાં કહેતો હતો... કૉનસ્પીરસી... મર્ડર... મૅલેટ જૅક... ફ્રેન્ચ... મોગલ્સ, તે એટલું ગરબડિયું બોલતો હતો કે મને સમજાતું ન હતું.'

'જીના, રડવાથી ફાયદો થવાનો નથી. જૅકને બચાવવો હશે તો વિચારવું પડશે. જલદી વિચારવું પડશે. ૨૪ કલાકમાં જાનોરનો ખૂણેખૂણો ખૂંદી વળવા જંગી કાફલો મોકલાશે. તે ભાગ્યો ન હોત તોપણ કદાચ... અરે! છેવટે તારે એની રાઇફલ લેતાં આવવી હતી. એ રાઇફલ હોત તો કદાચ મદદરૂપ થાત.'

'ઓહ ગૉડ! પણ ગોળી તેણે નથી ચલાવી... અને એ... એ... ભાગે નહીં તો શું કરે? ઓહ સેજલ, ઇટ વૉઝ એ ટ્રૅપ... કોઈ આવું કરવા જ ધારતું હતું.'

'પણ શું કામ જીના! એ પ્રશ્ન અગત્યનો છે.'

'યુ મસ્ટ સેવ જૅક... એ નિર્દોષ છે... પણ મારું કોઈ માનવાનું નથી. ધે વિલ હન્ટ હિમ આઉટ...'

'જૅક ક્યાં છે જીના?' મેં પ્રશ્ન કર્યો. એકાએક તેનું રુદન બંધ થઈ ગયું. ડૂસકાં અટકી ગયાં. કાન ઊંચા કરીને, પગના પહોંચા પર વજન દઈને ઝૂકતી બિલ્લીની માફક તે સ્થિર થઈ ગઈ.

'ઇટ ઇઝ ઇમ્પૉર્ટન્ટ... જૅક ક્યાં છે, જીના?'

'નહીં નો... નો... હું કહેવાની નથી. મારી નસો ખેંચી કાઢશો તોપણ હું કહેવાની નથી.'

'હું તેને ભગાડી શકીશ, આ દેશમાંથી બહાર મોકલી શકીશ.'

'નહીં... નહીં...'

'ઓ.કે. તારી મરજી જીના. તને ખબર છે જૅકને શોધવા માટે કર્નલ મૅલેટે મનસબદારોને કહ્યું છે. મારે પણ તેની શોધમાં જવાનું છે. એ ઍંગ્લો-ઇંડિયન હોય તેથી લોકો માટે કોઈ ફરક પડવાનો નથી. લોકો તેને અંગ્રેજ જ ગણવાના... અને એ ગોરા આદમીને છુપાવવા કોઈ તૈયાર નહીં થાય. ગોરો જાતે છુપાઈ નહીં શકે. છુપાવું હશે તો વગ જોઈશે... પૈસા જોઈશે.

'પણ વગર કેસ ચલાવે તેને એ લોકો શૂટ કરી નાખશે.'

'જીના... સાચો ખૂની પકડાય તે માટે જૅકે જીવતા રહેવું પડશે.'

જીના મારી સામે જોઈ રહી. તેણે ધીરેથી પૂછ્યું, એડમન્ડ કેવો આદમી હતો સેજલ?'

'ઓહ જીના, એ તને વધુ ખબર હોય ને! એ તારો ભાઈ હતો.' જીનાનો પ્રશ્ન આશ્ચર્યજનક હતો.

'હી વૉઝ એ સ્ટ્રેઇન્જ મેન...' તે બોલી અને ધીરેથી ઉમેર્યું, 'સેજલ, તું જૅકને બચાવીશ?'

'તને શંકા છે? હું રાજપૂત છું. તને વચન આપું છું, હું જૅકને બચાવી લાવીશ.'

'તું એને બચાવી લાવ... હું જાનોરની ... તારી... એક મહામૂલી ચીજ બચાવી આપીશ.' જીનાએ સ્વસ્થતાથી કહ્યું.

'કઈ ચીજ?'

'એ પછી સેજલ... પહેલાં જૅક...'

'આઈ પ્રૉમિસ, પણ મારે જાણવું પડશે જૅક ક્યાં છે?'

'ભેડાઘાટ પહોંચ્યો હશે.' જીનાએ કહ્યું. મેં ધીરેથી તેના હાથ છોડ્યા. તેણે મને ગાલ પર ચુંબન કર્યું. 'આઈ ટ્રસ્ટ યુ સેજલ... હું તેની બરાબર કિંમત ચૂકવીશ' તે બોલી.

'જીના' હું બોલવા ગયો ત્યાં જ લશ્કરી બૅન્ડના અવાજથી રેસિડેન્સી હાઉસ ગાજી ઊઠ્યું. સર પૉવેલની અંતિમ યાત્રા શરૂ થઈ.

કૅન્ટોન્મેન્ટના કબ્રસ્તાનમાં, લશ્કરી દબદબાથી સર પૉવેલની અંતિમક્રિયા થઈ.

બાર્બરા પૉવેલ હૈયા પર પથ્થર રાખીને, બ્રિટિશ વિવેકને કારણે રડતી ન હતી. છતાં તેના હોઠ અને આંખોમાંથી પારાવાર આક્રંદ પ્રતિબિંબિત થતું હતું. તેને માટે આ આઘાત ભયાનક હતો. હિંદ આવ્યા પછી તેણે બે બાળકો ગુમાવ્યાં હતાં અને એટલે જ ત્રીજાને ડરહામમાં દાદીને ત્યાં મોકલી આપ્યો હતો. ત્યારે આજે તેણે ચાળીસીમાંય નહીં પ્રવેશેલા પતિને ગુમાવ્યો હતો. સાત સમંદર પર બ્રિટિશ વાવટા ફરકાવનારી આ ગોરી પ્રજાએ ઓછી યાતનાઓ ભોગવી ન હતી! એ યાતનાઓનો અંદાજ કારાકોરમથી કલકત્તા અને નૈનિતાલથી નીલગિરિ સુધી ઠેકઠેકાણે આ ધીંગી ધરતીમાં સૂતેલા ગોરાઓની કબર પર, લખાયેલા આલેખોથી આવી શકે. અહીં આવીને કેટલાયે જવાનો અકાળે વૃદ્ધત્વ પામતા છતાં હિન્દની ધરતીની મોહિની તેમને ખેંચી લાવતી. અહીં તેમને તેમની

શક્તિ સમોવડો કે તેથીય વિશેષ પડકાર સાંપડતો... સત્તા મળતી... સ્વર્ગથી અદકેરો વૈભવ મળતો, તેમની વાસનાઓની મોક્ષાતીત પરિતૃપ્તિ થતી. જે મોતને ખોળે જતા તે અહીં જ સમાઈ જતા. જે જીવતા તે ઇંગ્લૅંડમાં અલૌકિક સ્વર્ગ પામતા. કર્નલ મૅલેટ, ડૉ. મિલમૅન, સર વિલિયમ કૅમ્પબેલ અને પૉવેલ જેવા વજ્જરબંધા અને તેમની સાથે આવતી મેમસાહિબોની મહત્ત્વાકાંક્ષાઓથી હિન્દની ધરતીના પોપડા પર એક નક્કર સંસ્થાન રચાયું હતું. ઉપખંડમાં ક્યારેય રચાયું ન હોય તેવું એકચક્રી સામ્રાજ્ય અહીં પાંગર્યું હતું.

આ સંસ્થાનવાદીઓ સામ્રાજ્યની બંદિશ સાચવતા છતાં તેમની અંગત આકાંક્ષાઓ, તેમને લૂંટારાઓની કક્ષામાં લઈ જતી. અંગ્રેજ તખ્તની તિજોરીઓની સાથે સાથે તેમની અંગત અલમારીઓ પણ દોલતથી છલકાતી. તેમની મેમસાહિબો હંમેશાં દોલત માટે તલસતી. હરહંમેશ એ તરસ પ્રદીપ્ત રહેતી. જે ઇંગ્લૅંડ પાછા ફરતા તે શેફિલ્ડ કે ડર્બી, વેસ્ટમોર કે યૉર્કશાયરની નીલી ધરતી પર સ્વર્ગ રચતા. જંગી ખેતરો, પેન્ટહાઉસ, વિલા, કેસલ્સ અને વુડલૅંડ, ઘોડા અને હરિયાળા ચરા, શિકારી કૂતરાઓ... રેશમી વસ્ત્રો અને અલભ્ય ગાલીચા... તેમનો એશ... તેમનો આરામ... આ બધું જ અંગ્રેજ જુવાનો જોતા. અરેબિયન નાઇટ્સની કથાઓમાં આવતી જિંદગી ગાળતા આ અંગ્રેજ ડૅન્ડીઓની રહનસહન જોઈને કંઈક લોકો હિંદનાં સમણાં સેવતા. સુરત અને કલકત્તાનાં બારાં ગોરા આગંતુકોથી છલકાતાં. એક પૉવેલ ગુજરી જતો તો બીજો લઈ લેતો તેનું સ્થાન. સામ્રાજ્ય વિસ્તરતું અને લૂંટ આગળ ચાલતી. એ લૂંટમાં પણ હરીફાઈ થતી. એક વખત હિંદમાં જતા જવાનોને પોતાની દીકરી પરણાવતાં ગભરાતાં મા-બાપો, હિંદ જનારો મુરતિયો મેળવવા મરી ફીટતા... સર પૉવેલ પણ આવો જ એક અફસર હતો. સંનિષ્ઠ અને સ્વાર્થી, પ્રામાણિક અને લોભી, વફાદાર અને અકળ...

*

સર પૉવેલની કબર પર માટી પથરાઈ અને ધીરે ધીરે સૌ વીખરાયા. કર્નલ મૅલેટ, બાલીરામજી અને ભુવનસિંહ રેસિડેન્સી હાઉસમાં આવીને એક કમરામાં ચાલ્યા ગયા. બાર્બરા પૉવેલ તેના અંગત કમરામાં ચાલી ગઈ. મૉમ અને હું ત્યાં આવેલા અંગ્રેજ મહાનુભાવો સાથે ઔપચારિક વાતચીતમાં રોકાયાં. થોડી વાર પછી મારી મૉમ બાર્બરા પૉવેલના કમરામાં ગઈ, ત્યારે કલાકોથી દબાવી

રાખેલું રુદન બાર્બરાના હૈયામાંથી ઉલેચાયું. મૉમ ખાસ્સો અરધો કલાક તેને સાંત્વન આપતી બેઠી. હું તેના કમરામાં દાખલ થયો ત્યારે પાગલની માફક બાર્બરા બોલતી હતી: 'એ ડાકણ છે... વાસનાનું મૂર્તિમંત સ્વરૂપ છે. એક વર્ણસંકર, ઍંગ્લો-ઇંડિયન માટે તેણે ભાઈને મરાવી નાખ્યો... તેને ફાંસી થવી જોઈએ.'

'એ તમારી નણંદ છે લેડી પૉવેલ...' મૉમે ધીરેથી કહ્યું.

'એ સાંભળીને મને શરમ આવે છે. ધરતીમાં સમાઈ જવાનું મન થાય છે. યૉર હાઇનેસ, ઍડમન્ડ એનો ભાઈ ન હતો? એક માની કૂખે એ જન્મેલાં ન હતાં?'

'પણ એ કહે છે કે જૅકે ગોળી ચલાવી નથી.' મારી મૉમે કહ્યું. કેટલી સાહજિકતાથી તે બોલતી હતી!

'તો કોણે ચલાવી? તેણે ન ચલાવી હોય તો એ ભાગી શા માટે ગયો? યૉર હાઇનેસ... આઈ ટેલ યુ એ ઍંગ્લો-ઇંડિયન ગદ્દાર છે અને અમારી આ છોકરી જીવતી જાગતી ડાકણ છે... તેના પર જાદુ થયો છે. કાળો જાદુ.' બાર્બરા ઊંચે અવાજે બોલી. રૂમાલથી નાક સાફ કર્યું. સ્વસ્થ થઈ અને ધીરેથી કહ્યું, 'મને માફ કરજો યૉર હાઇનેસ, હું પાગલ થઈ જઈશ.'

'લેડી પૉવેલ, તમને દુઃખ થાય એ શું માનવસહજ નથી? પણ શું થઈ શકે બીજું? તમારા કરતાંયે નાની ઉમ્મરે મેં પણ મારા પતિ ગુમાવ્યા હતા. ઈશ્વરને ગમે છે તે જ થાય છે. આપણે તો કઠપૂતળીઓ જ છીએ.' મૉમ એટલી સ્વાભાવિક, નમણી ગૃહિણીની માફક બોલતી હતી કે મને તેના પર રોષ આવતો હતો. હું જાણતો હતો કે જૅક નિર્દોષ છે, જીના નિર્દોષ છે એ છતાંય આ સાંભળી રહ્યો હતો.

'તમે તો ઘણાં સમજુ છો બાર્બરા... ઈશ્વર અહીં જ સૌને સજા આપે છે. જીના કે જૅકે કસૂર કરી હશે તો તેમને ઈશ્વર સજા આપશે. ઈશ્વર આપણને સૌને એક દૃષ્ટિથી જુએ છે.'

'જો વાતાવરણ આટલું ગંભીર ન હોત તો હું ખરેખર ખડખડાટ હસી પડ્યો હોત. મૉમ ઘરડી ડોસી કરતાંય અદકેરું ડહાપણ વિંઝોળતી હતી. થોડી વાર પછી અમે સાથે બહાર નીકળ્યાં. મને કહેવાનું મન થયું કે, 'મૉમ, તું પણ ગજબ છે,' છતાં બોલ્યો નહીં. વાઘણ તેના બચ્ચાંને શિકાર કરવા શીખવતી હોય તેમ તેણે એક નજર નાખી અને મને કહ્યું, 'જીનાને મળતો

આવજે, સેજલ.'

તેણે ન કહ્યું હોત તોય હું મળવાનો જ હતો.

મૉમને વળાવીને, લોકોની ભીડમાંથી સરકીને હું જીનાને જે કમરામાં રાખવામાં આવી હતી તે કમરા તરફ પહોંચ્યો. સંત્રીઓએ આ વખતે જાતે જ બારણું બંધ કર્યું.

જીના રડી રડીને થાકી ગઈ હતી. આગલી રાતથી જીનાની ભારે પૂછપરછ એક પછી એક અંગ્રેજ સત્તાધીશોએ કરી હતી. એકની એક વાત હજાર વખત તેણે કહી સંભળાવી હતી, 'જૅક નિર્દોષ છે. તેણે ગોળી ચલાવી નથી... નથી... નથી... કહી કહીને તેનું ગળું સુકાઈ ગયું હતું અને છતાં એક જ પ્રશ્ન પર વાત અટકતી.

'તો પછી શા માટે, જીનાની માફક તે સર પૉવેલની સાથે જોનપુર ન ગયો? કયા ઇરાદે તેણે સર પૉવેલનું અપહરણ કર્યું? એક ઍંગ્લો-ઇંડિયન વર્ણસંકરને શા માટે તે બચાવવા પ્રયત્ન કરી રહી હતી! સર પૉવેલ ગુસ્સામાં કંઈ બોલ્યા હોય તેનું આવું સ્વરૂપ આપવાનું? અપહરણ કરવું એ વાજબી હતું? કોડીબંધ માણસો સામે જે સર પૉવેલને ઉઠાવી ગયો તેને ગોળી ચલાવતાં વાર કેટલી?'

આ પ્રશ્નોના કોઈ જવાબ ન હતા, પણ કોઈ માનતું નહીં. જેમ મૉમને જોઈને બાર્બરા હૈયાફાટ રડી પડી હતી તેવું જ મને જોઈને જીનાને થયું. તે મને વળગી પડી અને ક્યાંય સુધી ઘેરાં ડૂસકાં ભરતી રહી. મેં તેને રડવા દીધી.

'ઍડમન્ડ મારો ભાઈ હતો સેજલ ભાઈ... તેની સાથે વર્ષોથી હું ખભો મિલાવીને ચાલી છું. કેવું વિચિત્ર... આજ તે મૃત્યુ પામ્યો છે ત્યારે તેની મજાર પર બે આંસુ સારવાનો પણ મારો અધિકાર નથી. હું થાકી ગઈ છું. સેજલ... થાકી ગઈ છું. આ ધીટ લોકો જૅકને કદીય માફ કરવાના નથી.'

'જો તું સ્વસ્થ નહીં રહે જીના, તો ઍડમન્ડની માફક જૅકને પણ ગુમાવીશ.'

'ઓ સેજલ... આ લોકો સમજતા કેમ નથી... એ બધા એકઠા મળીને મને પાગલ બનાવી દેશે. હું કેવી રીતે સમજાવું કે, શું હું જૅકને ખરેખર મારા ભાઈ પર ગોળી ચલાવવા દઉં? શું હું એવી ઘાતકી છું? અમે ઍડમન્ડને લઈને નીકળ્યાં ત્યારે અમારો એક ઇરાદો હતો... એકાંતમાં લઈ જઈને તેને સમજાવવાનો. માય ગૉડ વૉટ એ ડે?'

'જીના, મારે બે વાતો તને કહેવાની છે. તું અસ્વસ્થ રહેવાની હોય તો મારાથી વાત નહીં થઈ શકે અને તેટલું જૅક માટેનું જોખમ વધશે.'

'ઓહ! હું દિલગીર છું સેજલ.' કહીને તેણે આંસુ લૂછ્યાં. આક્રંદને કારણે તેના આખા શરીરે પરસેવો વળ્યો હતો.

'તું બેસ અહીં' કહીને મેં તેને બેસાડી અને પૂછ્યું, 'એ ભેડાઘાટમાં ક્યાં આગળ છે?'

એક ક્ષણ તે ફરસ પર તાકી રહી અને પછી બોલી, 'પંચમઢીવાળા બાબા હરિભજનને ખબર હશે. તું ઓળખે છે તેમને?'

'નહીં જીના.'

'જૅક અવારનવાર તેમની વાતો કરતો હોય છે. એ બૂઢો તેના પર બાપ જેટલું હેત રાખે છે. જૅક પણ તેમનો ખૂબ આદર કરે છે. અરે! તેના સ્ટડફાર્મનો સૌથી શ્રેષ્ઠ સ્ટેલિયન તેણે બાબા હરિભજનને ભેટ આપ્યો છે. હું એમને મળી નથી, પણ જૅક કહેતો હતો કે એ ચમત્કારી પુરુષ છે.'

'જૅક આવા બાવાને ક્યાંથી ઓળખે?'

'એ ખબર નથી, પણ ઘાયલ ઍડમન્ડને લઈને અમે જોનપુર પહોંચ્યાં. ત્યારે જૅકે કહ્યું હતું કે, તે બાબા હરિભજન પાસે ભેડાઘાટમાં જશે, પણ તે વખતે તેને ખ્યાલ ન હતો કે ઍડમન્ડ ગુજરી જશે અને મને આ રીતે નજરકેદમાં રખાશે. તેને તો એમ હતું કે કર્નલ મૅલેટ મારી પાસેથી સાચી વાત સાંભળશે પછી, તે જાતે જાનોર પાછો આવી શકશે, પણ જૅકને નિર્દોષ માનવા કોઈ તૈયાર નથી.'

'જીના, એક વાત પૂછું, જૅક ક્યાં છે તે તું શા માટે મને કહી રહી છું?'

'તો બીજા કોને કહું સેજલ... બીજા કોના પર વિશ્વાસ મૂકું... એ લોકો શિકારી કૂતરાઓની જેમ જૅક પર તૂટી પડશે. મારી જ વાત માનવા કોઈ તૈયાર નથી તો તેનું કોણ માનશે? મેં સાંભળ્યું છે કે જૅકને માટે ઇનામ જાહેર થવાનું છે.'

'થવાનું છે નહીં, જાહેરાત થઈ ચૂકી છે. જૅકને જીવતો યા મરેલો પકડી લાવનારને રૂપિયા દસ હજાર રોકડા, લશ્કરી અસબાબ અને રાવબહાદુરનો ઇલકાબ મળશે. આ થયું સરકારી ઇનામ... બાર્બરાએ તેની અંગત હેસિયતથી નારણગઢના વજીફામાંથી થોડી જમીન આપવાની જાહેરાત કરી છે. મેં સાંભળ્યું છે કે કર્નલ મૅલેટ ઉપરાંત મનસબદારો અને માલગુજારીઓ જૅકને પકડવાના કામમાં જોડાશે.'

'એ લોકોને અટકાવી નહીં શકાય?'

'શી રીતે જીના, આ ઇનામ નાનું નથી. વળી, અંગ્રેજ સત્તાધીશોને ખુશ કરવાનો આ મોકો છે. જૅક એકલો છે. તેને પકડવો મનસબદારો માટે અઘરો પડવાનો નથી. ગોરા આદમી માટે છુપાઈ રહેવું સહેલું નથી. ક્યાંકથી અને ક્યાંકથી કોઈક તો માહિતી આપશે.'

'સેજલ,' જીનાએ હાથ પકડીને તેની બાજુમાં મને બેસાડ્યો. 'એ લોકો જૅકને મારી નાખશે.'

'જીના, હું પ્રયત્ન કરીશ. તેને બચાવી લઈશ. એક વાત મને સમજાતી નથી જીના કે શા માટે તું મારા પર આટલો વિશ્વાસ મૂકે છે?'

'કારણ, તું સજ્જન છે. કારણ તું વિશ્વાસઘાત કરવા કરતાં મરવાનું વધુ પસંદ કરે તેવો આદમી છે.' જીનાના અવાજમાં પ્રામાણિકતાનો રણકો હતો.

હું હસ્યો. તેની સામે જોઈ રહ્યો.

'કેમ હસે છે સેજલ?'

'જીના, હિંદની ધરતી પર વસતા બધા રાજવીઓ બેવકૂફ નથી હોતા. વળી મિથ્યાભિમાન મારી રગમાં વહેતું પણ નથી.'

'હું સમજી નહીં...'

'એ સમજાવવા જ હું આવ્યો હતો જીના... પણ તે પહેલાં હું તને કહું છું કે મારું વચન હું પાળીશ. જૅક જો ભેડાઘાટમાં હશે અથવા હરિભજનબાબાને તેની ચોક્કસ માહિતી હશે તો હું તેનો વાળ વાંકો થવા નહીં દઉં. કારણ હું રાજપૂત છું... મા નર્મદાને કાંઠે હું ઊછર્યો છું અને તું કહે છે તેમ સજ્જનતા ધરાવું છું... પણ તને નથી લાગતું તમે અંગ્રેજો આપત્તિમાં વ્યવહાર બદલો છો અને સજ્જનતાને દોહરાવો છો? જીના, તને નથી લાગતું કે જૅકે મારી સાથે વિશ્વાસઘાતી વર્તણૂક કરી હતી? અરે! આજે જ્યારે તું જાણે છે કે જૅકને કોઈ બચાવી શકે તેમ નથી ત્યારે તું મને તેનું રક્ષણ કરવાનું કહે છે, પણ ક્યારેય તને એમ થયું કે રામસતિયાની પાસેથી મળેલી માહિતી અંગેની બાતમી મને તું પહોંચાડે... શું તને એ ખ્યાલ ન હતો કે કર્નલ મૅલેટ, સર પૉવેલ અને જૅક મને બળવાખોર અને ગુનેગાર ઠેરવવા માગતા હતા?'

'સેજલ... પ્લીઝ સેજલ... તારી વાત હું નથી સમજતી તેમ ઢોંગ કરવા માગતી નથી. જૅકે ગદ્દારી કરી છે. મેં પણ એટલી જ ગદ્દારી કરી છે, પણ તરણું મોંમાં લઈને આજે હું ઊભી છું સેજલ...'

'અપહરણની વાત કોઈને નહીં કહેવી તેવા કસમ મેં અને જૅકે ખાધા

હતા. તને મેળવવા જૅકે પોતાના ઘોડા ગુમાવવા પડશે તેવી સ્પષ્ટ વાત મેં કરી હતી. છતાં શા માટે તેણે એ વાત જાહેર કરી...'

'સાચી વાતની ઍડમન્ડને ખબર ન હતી સેજલ...'

'પણ મૅલેટને તો ખબર હતી ને! એ તો ઠીક થયું કે એ વાત સાંભળીને ઍડમન્ડ પૉવેલ ચિડાઈ ગયા. ગુસ્સાને કાબૂમાં રાખી ન શક્યા અને ચડભડ થઈ. બાકી મારી શું હાલત હોત?'

જીના માથું નીચું રાખીને ચૂપ રહી.

'શું જૅક જાણતો ન હતો કે રામસતિયાને પકડવાથી અપહરણની વાત બહાર આવશે! શું એ જાણતો ન હતો કે રામસતિયો મારો આદમી છે?'

'સેજલસિંહ... યૉર હાઇનેસ... જૅકને ખબર ન હતી કે તેના ઘોડા લૂંટમાં વપરાશે. વપરાશે જ નહીં, પણ પકડાશે પણ ખરા...'

'તેથી શું થયું? જૅક મૂંગો બેસી રહ્યો હોત તો કર્નલ મૅલેટને કદી ખ્યાલ ન આવત કે લૂંટ કરનારા અને તારું અપહરણ કરનારા એક ન હતા, પણ કર્નલ તપાસ કરે તે પહેલાં તેણે લાવા કહારની મુલાકાત લીધી હતી. ગૂંગાને ઝડપ્યો હતો. કિરણદાસ પર વહેમાયો હતો... તેને આ બધું કરવું હતું તો તે મને કહી શક્યો હોત... મૈત્રીદાવે નહીં તો એક સજ્જનને દાવે, સજ્જનતાને લીધે નહીં તો એક મરદને દાવે મને કહી શક્યો હોત, પડકારી શક્યો હોત.

જીના સ્તબ્ધ થઈને સાંભળી રહી.

'જૅક પોતાને અંગ્રેજ સમજતો હતો. અંગ્રેજ તખ્તને વફાદાર રહેવા માંગતો હતો...'

શું તેવો જ અધિકાર હિંદવાસીઓને નથી? શું મારા વતન માટે મને એટલો પ્રેમ ન હોઈ શકે જેટલો ઍડમન્ડ કે મૅલેટ, તને કે જૅકને ઇંગ્લૅંડ માટે હોય? પણ જૅક એ વિચારવા અટક્યો નહીં. આજે હું તેની જેમ વિચારું તો? આવતી કાલે હું જૅકને અહીં ગુનેગાર તરીકે હાજર કરું તો? તેં મને કહ્યું ન હોત તોપણ ભેડાઘાટમાં તો પકડાયા વગર રહેત નહીં. જીના, તું જાણતી હતી કે ગોરા ભાગેડુ માટે આ ધરતીમાં જગ્યા નથી અને એટલે જ તેં મને કહ્યું... એટલે જ તું મને જૅકનું સરનામું આપી રહી છું.

'સેજલ... સેજલ, તું શું કરવા ઇચ્છે છે? તું જૅકને—'

'નહીં જીના, હું જૅકને ખતમ કરવા ઇચ્છતો હોત તો ક્યારનોયે કરાવી શક્યો હોત. મને જો ખબર હોત કે તે એવું જ કરવાનો છે તો મેં જરૂર એમ

જ કર્યું હોત... વિશ્વાસ પરસ્પર હોય જીના. એકતરફી વિશ્વાસ અને વફાદારી એ શોષણ છે, છેતરપિંડી છે...'

'સેજલ... મને માફ કર... જેક વતી હું તારી માફી માંગું છું. હું જેકને ચાહું છું જેમ ગ્રેઇસ તને ચાહે છે તેમ—'

'છતાંય તેં ગ્રેઇસને આ વાતથી વાકેફ ન કરી જીના... ખેર! ઉપકારની ક્યારેય મેં અપેક્ષા કરી નથી. મેં તને મદદ કરવાનું વચન આપ્યું ત્યારે કોઈ શરત મૂકી ન હતી. માગણી કરી ન હતી.'

'સેજલ, એક સ્ત્રી જે આપી શકે તે સર્વસ્વ હું આપવા તૈયાર છું.'

તે બોલી. હું ચોંકી ઊઠ્યો. 'આખરે તારી ગોરી ચામડી બોલી ઊઠી ને! જીના, તું મને સમજે છે શું? તું જે આપી શકે તેમ છે તે, મેં ધાર્યું હોત તો ક્યારનોય મેળવી શક્યો હોત...'

'તું ગેરસમજ કરે છે. હું કેટલી ડેસ્પરેટ છું તેની તને કલ્પના નથી આવતી. એક રાજવીને, તારા જેવા પ્રિન્સને હું મારી જાતથી વધારે કઈ કીમતી ચીજની ભેટ આપી શકું!'

'કંઈક આપો તો જ તમને મળશે, એ ફિલસૂફી અંગ્રેજોની ભલે હોય... હિંદુસ્તાનીઓની નહીં...' કહીને હું આડો ફરી ગયો.

'સેજલ... હું કેવળ જેક માટે નથી કહેતી... મારે માટે પણ જેક નિર્દોષ સાબિત થાય તે એટલું જ અગત્યનું છે. હું મારા ભાઈને... ઍડમન્ડને ચાહતી હતી... સેજલ, ખૂબ ચાહતી હતી...' કહીને તે ડૂસકાં લઈને રડી પડી. હું તેની નજીક ગયો.

'તને એમ લાગે છે કે હું તને લાંચ આપું છું! લાલચ આપું છું...' તે રડતાં રડતાં બોલતી હતી. 'પણ અત્યારે મારા બોલવાનો, મારા કહેવાનો કોઈ જ અર્થ નથી. હું કંઈ પણ કહીશ તો તું સાચું માનવાનો નથી. ગેરસમજ જ કરવાનો છું. હું તને ક્યારેય કહેવાની ન હતી, પણ અત્યારે કહું છું કારણ આવતી કાલે શું થશે તેની મને ખબર નથી. સેજલ... જેકને હું મળી ન હોત... જેક મને મળ્યો તે પહેલાં હું તને મળી હોત... અરે! જેક બે-ચાર દિવસ પણ મોડો આવ્યો હોત તો...'

'તો શું?'

'તો આ કોઈ પળોજણ ન હોત... કારણ હું તારી બની શકી હોત...'

'એટલે?'

'સ્ત્રીઓનાં જિગરને તું ક્યારેય નહીં ઓળખી શકે...'

'જો જીના... તું શું કહેવા માગે છે તે હું ન સમજી શકું તેટલો બેવકૂફ નથી. હું સ્ત્રીઓનાં જિગરને નહીં ઓળખી શકતો હોઉં, પણ તેના સ્પર્શને જરૂર ઓળખી શકું છું. એટલે જ મેં તને કહ્યું ને કે મારી ઇચ્છા હોત, તો તને જરૂર મેળવી હોત... મારે આ વાતો અત્યારે કરવી નથી. મને એ કહે કે મારે જૅકને ક્યાં પહોંચાડવાનો છે કે પછી તને જૅક પાસે પહોંચતી કરવાની છે?'

'સેજલ, તું ખરેખર માનવી નથી, દેવ છે... જન્નતમાંથી અવતરેલો ફિરસ્તો છે. હું તને ઓળખી ન શકી... જૅક તને ઓળખી ન શક્યો.'

'વખાણ મને ગમે છે જીના, પણ અત્યારે નહીં.' મેં કહ્યું,

'હું જાઉં છું. તું જૅકની ચિંતા ન કરીશ. તેને મળીને હું નિર્ણય લઈશ.' કહીને મેં ડગલાં ભર્યાં. જીનાએ મારો હાથ પકડ્યો અને છાતી સરસો ચાંપી લીધો. આવેશમાં આવીને તેણે મારા હોઠ પર જડબેસલાક ચુંબન લીધું. ક્ષણભર હું ગૂંગળાઈ ગયો.

'સેજલ, તું મારો બીજો પતિ છે. તારે જેને કહેવું હોય તેને તું કહી શકે છે. મને પરવા નથી. દ્રૌપદીને પાંચ પતિ હતા ને! તો મને બે શા માટે ન હોય? સેજલ, એક મિનિટ રોકા, મારે તને એક વાત કહેવી છે.' કહીને તેણે મને ખેંચીને ત્યાં પડેલા સોફામાં બેસાડ્યો.

'કઈ વાત? જાનોરની મહામૂલી ચીજને બચાવવાની વાત? જીના, મારે એ સાંભળવી નથી. હું શરતી વચનમાં માનતો નથી.'

'નહીં સેજલ, તું મારી વાતને મજાક સમજે છે? મેં તને કહ્યું ને આજથી હું જૅકની જ નહીં, તારી પણ પત્ની છું.'

હું હસ્યો.

'તને હું પાગલ લાગું છું સેજલ! પણ કર્નલ મૅલેટ અને મારા ભાઈ ઍડમન્ડે તારું, જાનોરનું, તારી મૉમનું જે અહિત કરવા ધાર્યું હતું તેનું તર્પણ આ જ છે. મારે માટે આ જ તેનો પશ્ચાત્તાપ છે. જૅક પણ તેમાં ભળ્યો હતો. સાંપ્રત અંગ્રેજ બનવાનો તેનો અભરખો હતો... જૅકને બદલે, મારા ભાઈ ઍડમન્ડને બદલે હું પારાવાર શરમ અનુભવું છું. સેજલ... અને એટલે તારી માફી માગું છું.' તેણે શ્વાસ લીધો. તેનું સ્તન યુગ્મ ઉન્નત થયું. તેમાં જોમ આવ્યું. નિશ્ચય આવ્યો. તેનો સ્પર્શ સખ્ત થયો. તેના ચહેરા પર છવાયેલા થાક, શોક અને ગ્લાનિનો ઓછાયો એકાએક જાણે દૂર થયો અને ગ્વાલિયરથી હું

આવ્યો ત્યારે જે જીનાને મેં જોઈ હતી... તેવી સુરખી તેના ચહેરા પર તરી આવી. એકાએક તેનામાં અજબ ફેરફાર થયો હતો. તેની વિષાદમય આંખોમાં નવોઢાનો ઇશ્ક તરી આવ્યો.

'જીના, તું પાગલ થઈ ગઈ છું... મને જવા દે અહીંથી. ઘણા બધા લોકો મારી રાહ જુએ છે.'

'જતાં પહેલાં સાંભળી લે સેજલ... આજે જ્યારે મેં તને મારું હૈયું ચીરીને વાત કરી છે તો બીજી પણ અગત્યની વાત તને કહી દઉં છું. જેથી તને ખાતરી થાય કે હું જૅક જેટલી જ તને ચાહું છું. જાનોરના પૅલેસમાં, મોગલ સલ્તનતનો કોઈ અમૂલ્ય ખજાનો છે. એ ખજાનો કર્નલ મૅલેટને અને મારા ભાઈને મેળવવો હતો. જાનોરની મહારાણીના હાલ દિલ્હીના શહેનશાહ સમા કરવા માટે તખ્તો તેમણે ગોઠવ્યો હતો.

'તે કરી શક્યા હોત...' મેં કહ્યું.

'જો ગ્રેઇસે તને પરણવાની હઠ ન લીધી હોત તો... 'જીના બોલી. 'સર વિલિયમ કેમ્પબેલની ખફા મરજી અને તારી મૉમનું કૌશલ્ય તેમને નડ્યું... અને તેમાં સર પૉવેલનું મોત ઍન્ટિક્લાઇમૅક્સ જેમ આવ્યું...'

'વાત મજેદાર છે જીના...' કહીને મેં તેને મારા ઢીંચણ પર બેસાડી...

'એક અંગ્રેજ ઓરત દિલ ખોલીને વાત કરે તેવા વિરલ પ્રસંગો ઇતિહાસમાં જૂજ હશે જીના...' કહીને મેં તેના કાનની બૂટ નીચે ચુંબન કર્યું. મારા સ્પર્શથી તેના શરીરમાં એક ઉષ્માભર્યો કંપ પસાર થયો.

'હજી પણ તને ડંખ છે સેજલ...' કહીને જીનાએ મારા ગળામાં હાથ નાખ્યો અને મારા વાળમાં હાથ ફેરવ્યો. તે ખરેખર જીવ પર આવી ગઈ હતી કે સાચોસાચ કોઈ અજબ પ્રકારનો પશ્ચાત્તાપ, કોઈ વિચિત્ર તંગ સંવેગ અનુભવી રહી હતી તે સમજાતું ન હતું. 'ખરેખર સેજલ, મને રંજ થાય છે... જૅકને બદલે હું શરમિંદી છું, ઍડમન્ડ વતી હું માફી માંગું છું. મને ખાતરી છે કે જૅક મૅકગ્રેગરને તું બચાવી લઈશ... પણ તે પહેલાં જો હું તને વાત ન કરું તો જિંદગીમાં ક્યારેય ચેનથી સૂઈ નહીં શકું. મારી જાતને માફ નહીં કરી શકું.

ઍડમન્ડ મૃત્યુ પામ્યો છે... એ મારો સગો ભાઈ હતો. અમે સાથે જ હિંદનાં શમણાં જોતાં... એ શમણાં સાકાર કરવા અમે બંનેએ અને ખાસ કરીને ઍડમન્ડે મોતને હથેળીમાં રમતું જોયું છે. બાર્બરા ભલે અત્યારે મારા પર રોષે ભરાઈ હોય, પણ જો બાર્બરા ન હોત તો ક્યારનોય તે હતાશ થઈ ગયો હોત.

બાર્બરાએ તેના જીવનમાં હરહંમેશ એક ચિનગારી, એક જ્યોત અખંડ પ્રજ્વલિત રાખી હતી... પણ મેં તને ઍડમન્ડ અને બાર્બરાની કારકિર્દીનો ઇતિહાસ કહેવા રોક્યો નથી. લૉર્ડ સેન્ડહર્સ્ટના કુટુંબની એ દીકરીને નાનપણથી જ હિંદની રાજકીય પરિસ્થિતિના પાઠ મળ્યા હતા. તેની વગ અને ઍડમન્ડની કુશળતાને કારણે તે 'સર' થયો. જાનોર જેવા અનુપમ સ્ટેટમાં તેની નિમણૂક થઈ. કારણ મધ્ય પ્રાંતમાં જો જાનોર, જબલપુરની માફક અંગ્રેજ સલ્તનતના સર્વાંગ કાબૂ હેઠળ આવે તો નર્મદા ટેરિટરીઝનો વિજય સંપૂર્ણ બને. ઍડમન્ડ અહીં આવ્યો ત્યારે જ તેને ખ્યાલ આવ્યો હતો કે હિંદના અન્ય રાજવીઓ કરતાં અહીં જુદી જ પરિસ્થિતિ હતી. રાજેશ્વરીદેવી જુદી માટીની ઓરત હતી... તેમની પાસે બુદ્ધિ હતી. કૌશલ્ય હતું, તંત્ર હતું, માણસો હતા, મધ્ય પ્રાંતોમાં કોઈનીય ત્રેવડ ન હતી તેટલી હિંમત હતી... અને આથીય વિશેષ તો અંગ્રેજ માંધાતાઓમાં તેમની વગ જડબેસલાક હતી. ઍડમન્ડને ટૂંક સમયમાં જ ખ્યાલ આવ્યો હતો કે ઇંગ્લૅંડથી આવતા ગુપ્ત ફતવાઓને અમલમાં મૂકવા જાનોરમાં કઠણ હતા. ઍડમન્ડને પણ અન્ય અંગ્રેજ અફસરો અને રાજનીતિજ્ઞોની માફક રાજેશ્વરીદેવી તરફ અહોભાવ જાગ્યો હતો. અને એટલે જ પ્રથમ વાર ઍડમન્ડ અહોભાવ અને કૂટનીતિનો સંઘર્ષ અનુભવતો હતો. તે આવ્યો હતો... તેને મોકલવામાં આવ્યો હતો, જાનોરને અંગ્રેજ હકૂમતમાં સંપૂર્ણતઃ ભેળવી દેવા માટે... રાજેશ્વરી વિધવા હતાં... એક રીતે નિઃસહાય હતાં અને મધ્ય પ્રાંતોના ઠાકુરો તેમના વિશે ભિન્ન ભિન્ન અભિપ્રાયો ધરાવતા હતા. એટલે જાનોરને એક સ્ટેટ તરીકે ભૂંસી નાંખવું અઘરું ન હતું પણ તેવો મોકો, તેવી તક મળવી અઘરી હતી.

પરંતુ રાજકીય ગણિતનો એ કૂટપ્રશ્ન હતો જેના એક એક પદમાં સતેજ ચોકસાઈ જરૂરી હતી...' જીના શ્વાસ લેવા રોકાઈ. હું તેના શબ્દો કે તેના સ્પર્શના ઘેનમાં હતો તે મને સમજાતું ન હતું. તે ઝડપથી બોલતી હતી. તેની પાસે સમય ઓછો હતો.

'જ્યારે તું ગ્વાલિયરથી આવ્યો ત્યારે ચિત્ર બદલાયું' કહીને તે હસી. 'મેં ઘણા રાજકુમારો જોયા છે, પણ તું સ્વપ્નનો રાજકુમાર મને લાગ્યો. એક અજબ સંવેદન હું અનુભવતી રહી. મને ખબર નથી મને મળીને... મારી મુલાકાતોથી, તારામાં શું સંવેગ જાગતો... પણ મારા ભાઈ ઍડમન્ડને જરૂર એમ થયું હતું કે કદાચ હું અને તું વધુ નજીક આવીએ... બાર્બરાએ તો આ વિચારને કોઈ પણ રીતે અમલમાં મૂકવાનું વિચાર્યું હતું... હું તારી પત્ની બનું

તો જાનોર આપોઆપ અંગ્રેજ હકૂમતનું એક સુવર્ણ પાન બની રહે' તે બોલી.

'તેં મને ક્યારેય પૂછ્યું નહીં જીના...' મેં ધીરેથી કહ્યું, અલબત્ત, જો તેણે પૂછ્યું હોત તો હું જરૂર મૂંઝાયો હોત.

'હું દ્વિધામાં હતી. એક સ્ત્રીને જ્યારે બે પુરુષો ગમે છે ત્યારે એક વિચિત્ર પરિસ્થિતિ સર્જાય છે' તે બોલી.

'પુરુષને પણ બે સ્ત્રીઓ ગમે ત્યારે પણ–' મેં કહ્યું.

'હું પુરુષ નથી એટલે એ કહી શકતી નથી. કારણ પુરુષ તેનો રસ્તો કરી શકે છે અને તમે રાજવીઓ તો બે પત્નીઓ પણ કરી શકો છો, પણ સ્ત્રી માટે એ શક્ય નથી. હિંદ હોય કે ઇંગ્લૅંડ સ્ત્રી માટે બે પુરુષને એકી વખતે પામવું તે શક્ય નથી. એ પાપ ગણાય છે. અને તેમાં સ્ત્રી જ ચારિત્ર્યહીન ગણાય છે. કેવું વિચિત્ર! શી ખબર તેમાં પુરુષના પુરુષાતનનો પ્રશ્ન હશે કે સ્ત્રીની પોતાની સ્ત્રી તરીકેની નબળાઈનો પ્રશ્ન હશે! એની વે–એ ચર્ચાનો વિષય છે. મુદ્દાની વાત એ છે કે મેં જેક મૅકગ્રેગર સાથે જોડાવાનો નિર્ણય કર્યો અને દ્વિધાનો અંત આણ્યો, પણ ઍડમન્ડ માટે એ અસહ્ય હતું. શુદ્ધ અંગ્રેજ ખૂનનો એ સવાલ હતો. બાર્બરા માટે તો એ તદ્દન આઘાતજનક વાત હતી. એક શુદ્ધ અંગ્રેજ ખાનદાનની દીકરી, ઍંગ્લોઇંડિયનને જાય, એ વાત સ્વીકારવા ઍડમન્ડ કે બાર્બરા તૈયાર ન હતાં. તેં મારું અપહરણ ગોઠવીને ઍડમન્ડને માત કર્યો. મારે માટે જેક મૅકગ્રેગર તેના ઘોડા ગુમાવવા તૈયાર થાય તેથી મોટો પ્રેમનો પુરાવો ક્યાંય હતો નહીં. ઍડમન્ડના હાથ હેઠા પડ્યા...

'ત્યાં ગ્રેઇસ આવી અને ગ્રેઇસનું આગમન પણ જાનોરની ભાવિ રાણી સમું નીવડ્યું. જે કામ હું, બાર્બરા કે ઍડમન્ડ ન કરી શક્યાં તે વિલિયમ કૅમ્પબેલની દીકરીએ કર્યું. બાર્બરા કે ઍડમન્ડ માટે એ આઘાત પણ ઓછો ન હતો. ગ્રેઇસ ભવિષ્યમાં તને પરણશે એ વાતને મહોર લાગી... અને ત્યાં અપહરણમાં બાન પેટે અપાયેલાં ઘોડા, હથિયારોની લૂંટમાં વપરાયા અને જૅક ચોંકી ઊઠ્યો. તેનું અંગ્રેજ લોહી જાગી ઊઠ્યું. કર્નલ મૅલેટને તો આ જોઈતું જ હતું. ઍડમન્ડને પણ આ પ્રશ્નમાં દિલચસ્પી જાગી. જો એટલેથી વાત અટકી હોત તો કંઈ વાંધો ન હતો, પણ જૅકને ચિત્રવિચિત્ર શંકાઓ પેદા થઈ અને તેણે પગેરું કાઢવા માંડ્યું. આખરે રામસતિયો ઝડપાયો.

અલબત્ત, જૅક પણ ભારે અકળામણ અનુભવતો હતો. એક તરફ રામસતિયા પાસેથી જાનોર સળગી ઊઠે એટલી માહિતી એકઠી થઈ હતી.

બીજી તરફ જૅક ગભરાતો હતો કે અપહરણની વાતમાં ઍડમન્ડ જરૂર ગુસ્સે થશે. તેણે કર્નલ મૅલેટને વિશ્વાસમાં લીધો અને મૅલેટે હૈયાધારણ આપી. જૅકને લાગ્યું હતું કે તેં જબરી ચાલ ખેલી હતી. અથવા તું કોઈની ચાલમાં ફસાયો હતો. ગમે તેમ પણ... મારું અપહરણ કેવી રીતે થયું તે સિવાયની વાતો જૅક અને કર્નલ મૅલેટે ઍડમન્ડને કહી હતી.

રાજેશ્વરીદેવી બાગીઓને મદદ કરે છે. સંતોજી બારનીશને આશરો આપે છે. મેકલની પહાડીઓમાં ફ્રેંચ લશ્કરી નિષ્ણાતો છે. એટલું જ નહીં જાનોર પૅલેસમાં ક્યાંક સુરંગ છે. અને તેમાં મોગલ તવારીખના અવશેષો છુપાયેલા છે. જેમ જેમ એ માહિતી મળતી ગઈ તેમ તેમ મારા દિલમાં ઉચાટ વધતો ગયો. જાનોરને ખતમ કરવા જેટલી માહિતી તેમને મળી ચૂકી હતી. ત્યાં જાનોર કૅન્ટની જેલ તૂટી અને તેમાં તું સંડોવાયો હતો. જેડાએ પણ આ વાતની સાખ આપી. ઍડમન્ડ માટે આ સોનેરી તક હતી. જેની રાહ જોવાતી હતી તેવો આ મોકો હતો. રાજેશ્વરીદેવીને અને જાનોરને કચડી નાખવા માટેના અદ્ભુત પુરાવા કર્નલ મૅલેટે રામસતિયા પાસેથી મેળવ્યા હતા. ઍડમન્ડે આ રિપોર્ટ કરવાનું નક્કી કર્યું, પણ કર્નલ મૅલેટે તેને અટકાવ્યો. કર્નલ મૅલેટની વાત બરોબર હતી. મૅલેટ આ પુરાવાઓને આધારે જાનોરને મદદરૂપ થતા એક એક આદમીને પકડવા માગતો હતો. અને જ્યારે આખું તંત્ર તૂટી પડે તેવી સ્થિતિ ઊભી થાય ત્યારે જ બ્રિટિશ સેક્રેટરી ઑફ સ્ટેટ અને ગવર્નર જનરલને જણાવવા માગતો હતો. જેથી જાનોરમાંથી વીરહાન વંશ ઊખડી શકે.

ઍડમન્ડ તે સાથે સંમત ન હતો. રાજેશ્વરીદેવી ખૂબ જ ચાલાક ઓરત છે અને એક વખત જો વિલિયમ કૅમ્પબેલની પુત્રી સાથે તારાં લગ્ન થાય તો ચિત્ર પલટાઈ જાય, તેવો ઍડમન્ડને ભય હતો.

મૅલેટ એક કાંકરે બે પક્ષીઓ મારવાના પક્ષમાં હતો. જાનોર બાગી રાજ્ય હોય અને વિલિયમ કૅમ્પબેલની પુત્રી એ રાજ્યની રાણી બને તો જાનોરની સાથે કૅમ્પબેલનો પણ અસ્ત થઈ જાય... મૅલેટ અને ઍડમન્ડ વચ્ચે ઉગ્ર ચર્ચા થઈ હતી' જીના ખૂબ ઝડપથી બોલતી હતી. કમરાનું બારણું ખાલી વાસેલું હતું. છતાં તેને ભય હતો કે કોઈક આ બધું સાંભળી જશે તો મુસીબત થશે. તે બારણા પાસે જઈ આવી.

'તું ફિકર ન કર જીના... જ્યાં સુધી હું અંદર છું ત્યાં સુધી કોઈ આવશે નહીં.' મેં કહ્યું.

'વેલ સેજલ... ઍડમન્ડે આ માહિતીનો રિપોર્ટ બ્રિટિશ હાઈકમાન્ડને આપ્યો હોત તોય કદાચ સારું થયું હોત, પણ તે પોતાના વિજયનું અનુપમ સ્વપ્ન જોતો હતો. તેણે ઇન્ક્વાયરી યોજવાનું નક્કી કર્યું. તેને ખાતરી હતી કે થોડાક પ્રશ્નોમાં તે અને મૅલેટ, તને નમાવી શકશે. રાજેશ્વરીદેવી ઇન્ક્વાયરી બંધ કરાવી દેશે. બાલીરામજી વચ્ચે પડશે. અને કદાચ આ વાત છુપાવવા સોદાબાજી કરશે.'

'કર્નલ મૅલેટે, હિંદની વધુ દિવાળીઓ જોઈ હતી. તેણે ઍડમન્ડને સમજાવવાનો પ્રયત્ન કર્યો કે આવું કંઈ કરવાની જરૂર નથી, પણ ઍડમન્ડ પૉવેલને ગળે આ વાત ઊતરી નહીં... આખરે કર્નલ મૅલેટ લશ્કરી બાબતોમાં અધિકાર ધરાવતા. રાજનીતિનું કામ પોલિટિકલ એજન્ટનું હતું. તેમણે ઍડમન્ડને જેમ કરવું હોય તેમ કરવાની અનુમતિ આપી, પણ આ વાતથી જૅક ચોંકી ઊઠ્યો હતો. હું પણ થડકી ગઈ હતી. ઇન્ક્વાયરીમાં મારા અપહરણની વાત આવ્યા વગર રહેવાની ન હતી. એ વાત કર્નલ મૅલેટ, મેં કે જૅક મૅકગ્રેગરે પૉવેલને કરી ન હતી. કર્નલે તો જૅકને કહી દીધું કે તેણે જઈને ઍડમન્ડ પૉવેલને આખી વાતનો ખુલાસો કરી દેવો જોઈએ, પણ જૅકની જીભ ઊપડતી ન હતી. અમે બંનેએ ખૂબ ચર્ચા કરી અને આખરે નક્કી કર્યું કે ઍડમન્ડને એ વાત કહેવાથી હવે કાંઈ ફાયદો થવાનો નથી. વળી, એ વાતને કારણે ઍડમન્ડના મુખ્ય ઉદ્દેશમાં કોઈ ફરક પડવાનો નથી. અગત્યનું અપહરણ ન હતું પણ બાગીઓને એ ઘોડા આપવામાં આવ્યા તે વાત હતી. એ ઘોડા તેં પહોંચાડ્યા... એ વાત અગત્યની હતી.

મેં અને જૅકે નિર્ણય લીધો કે કશું જ ઍડમન્ડને કહેવું નહીં... એ નિર્ણય લીધો ત્યારે ખબર ન હતી કે તેનું આવું પરિણામ આવશે. અમને ખાતરી હતી કે ઍડમન્ડ ગુસ્સે ભરાશે. એ ગુસ્સો અમારે ખાનગીમાં સહેવો પડશે. કદાચ ઍડમન્ડ જૅકને અને મને જાનોરમાંથી ચાલ્યા જવાનું કહેશે... પણ એક રાજનીતિજ્ઞ તરીકે ઇન્ક્વાયરી વખતે તે એક જજની માફક, એક પોલિટિકલ એજન્ટની માફક જ વર્તશે... પણ તેને બદલે ઊંધું થયું.

રાજેશ્વરીદેવીએ ઇન્ક્વાયરી થવા દીધી. કોઈ સોદાબાજી ન કરી. કોઈ ખાનગી મુલાકાત ન માગી. કોઈ ચર્ચા પણ ન કરી. બાલીરામજી તરફથી પણ કોઈ પ્રસ્તાવ ન આવ્યો. ઍડમન્ડને આશ્ચર્ય થયું હતું. અને જ્યારે ખરેખર ઇન્ક્વાયરી ચાલુ થઈ ત્યારે પણ હર હાઇનેસ રાજેશ્વરીદેવી કશું બોલ્યાં નહીં. પોતાના દીકરાને તદ્દન નિઃસ્પૃહી બનીને ધરી દીધો... અને માય ગૉડ... મારા

જિગરમાં ધ્રાસકો પડ્યો. તેં જે જવાબો આપ્યા તેનાથી ઇન્ક્વાયરીનો હેતુ જ જાણે બદલાતો જતો હોય તેમ લાગ્યું. જે સત્ય હતું તેનો એકરાર કરવા છતાં તું ગુનો કરી રહ્યો છું... તેં ગુનો કર્યો હતો તેવું સાબિત કરવું કઠણ થઈ પડ્યું.

કર્નલ મૅલેટ માટે પણ એ અજાયબ ઘટના હતી. જૅકને સાક્ષી તરીકે લાવ્યા વગર છૂટકો ન રહ્યો. તેં એનો વિરોધ પણ સતર્ક અને કાયદેસરનો કર્યો, પણ જ્યાં સુધી મારા અપહરણની ઘટના, તારા અને જાનોરના રાજકર્તાઓએ ઘડેલા વિશાળ કાવતરાનો ભાગ હતો તે સિદ્ધ ન થાય ત્યાં સુધી આ ઇન્ક્વાયરી અર્થહીન બની જાય. તેમાં જાનોરને ખાલસા કરી નાખવા સુધીના આરોપો ખડા કરી શકાય તેવું કંઈ ન રહ્યું એટલે જ કર્નલ મૅલેટે જૅકને બોલાવ્યો. તે વખતે એમ પણ લાગ્યું કે તમારા તરફથી સાક્ષી તરીકે જૅકને તપાસવા દેવાનો તમે વિરોધ કરશો. ઊભા થઈને ચાલ્યા જશો, પણ એમ ન થયું. નછૂટકે જૅકને બોલાવવો પડ્યો, ત્યારે પણ એવી કલ્પના ન હતી કે એક પીઢ રાજકારણી થઈને ઍડમન્ડ ગુસ્સે થશે... જૅકને આટલું માઠું લાગશે... અને આખી ઇન્ક્વાયરીમાં ભંગાણ પડશે... હવે તો પરિસ્થિતિ એવી સર્જાઈ છે કે જાણે આખાય કાવતરામાં જૅક જ વધુ મોટો ગુનેગાર હોય... ઍડમન્ડનું મોત નીપજ્યું... સેજલ, હું કસમથી કહું છું કે જૅક મૅકગ્રેગરે ગોળી નથી ચલાવી... એ નિર્દોષ છે... ગોળી કોઈ બીજાએ ચલાવી છે... જે ગુનો જૅકે નથી કર્યો તે માટે તેને સજા થવી ન જોઈએ. સેજલ... હું તારી પાસે ભીખ માગું છું... તું જૅકને બચાવી આપ. હું અને જૅક, જાનોરને બચાવવા બધું જ કરી છૂટીશું...' કહીને તેણે પોતાનું મોં હથેળીમાં છુપાવી દીધું.

'જીના...!' મેં ધીરેથી તેના બરડા પર હાથ ફેરવ્યો અને કહ્યું.

'માનવી દાઝે ત્યારે જ સમજી શકે કે અગન કેવી હોય છે જીના...'

તેણે મોં પરથી આંગળીઓ ખસેડી. તેની આંખોમાં પરાજય હતો. યાચના હતી... એ ખરેખર જૅક મૅકગ્રેગરને ચાહતી હતી. તેની પીઠ હળવેથી થાબડીને મેં ડગલું ભર્યું. જીનાએ મારો હાથ પકડીને હાથ પર ચુંબન કર્યું. 'તારા સંદેશાની રાહ જોઉં છું સેજલ...' તે બોલી. મેં બારણું ઉઘાડ્યું અને કમરાની બહાર નીકળ્યો. સંત્રીઓએ કંઈક દ્વિધામાં સલામ કરી. કૉરિડૉરને છેડે, લાઉન્જમાં ઊભેલા થોડા માણસો ગુસપુસ વાતો કરતા હતા. બાર્બરા તેના કમરામાં હતી. ગ્રેઇસ તેની સાથે હતી. મેં ઔપચારિક વાતચીત કરીને વિદાય લીધી અને રાજમહેલમાં પહોંચ્યો.

'બહુ વાર લાગી તને!' મૉમે પૂછ્યું. તેના ચહેરા પર થોડી ચિંતા દેખાતી હતી. તેની સામે ભુવનસિંહ બેઠા હતા. બાલીરામજી ત્યાં ન હતા. ભુવનસિંહના ચહેરા પર આક્રોશ કે ગમગીની હતી તે કહેવું મુશ્કેલ હતું.

'જીનાને સાંત્વન આપવા રોકાયો હતો.' મેં કહ્યું, 'એ છોકરી ભાંગી પડી છે મૉમ!'

'જૅક ક્યાં છે, સેજલ?' એકાએક મારી મૉમે પ્રશ્ન કર્યો.

'જૅકને પકડવા માટે કર્નલ મૅલેટ બધું કરી છૂટશે તેવું જીના કહેતી હતી.' મેં જવાબ આપ્યો.

'તેં મારા પ્રશ્નનો જવાબ ના આપ્યો સેજલ...' મૉમે સહેજ કડક અવાજે કહ્યું.

'જૅક ક્યાં છે તેની મને કેવી રીતે ખબર હોય મૉમ?' મેં સામો પ્રશ્ન કર્યો.

'જો સેજલ... જાનોરમાં જે બનાવો બન્યા છે તેની ગંભીરતા ઓછી નથી. અહીં આવીને તેં કેવી ભયાનક ભૂલ કરી છે તેનો તને અંદાજ નથી. જીનાનું અપહરણ કરવાની બાલિશ યોજનાએ કેટલો ભયાનક વંટોળ ઊભો કર્યો તેનો તને ખ્યાલ નથી આવતો?'

'જો મૉમ, તમે મને કહ્યું હોત કે, તમારે માર્કા વગરના ઘોડા શા માટે જોઈતા હતા તો મેં અપહરણની યોજના ન ઘડી હોત, અને વંટોળ જીનાના અપહરણને કારણે નહીં, ખેરાસિંહે હથિયારોની લૂંટ કરી અને તેમાં આ ઘોડા વાપર્યા તેને કારણે બધી મુસીબત સર્જાઈ.'

'અને તેમાં તું ઉમેરો કરી રહ્યો છે, જૅક ક્યાં છે સેજલ?' મૉમે પૂછ્યું.

'મૉમ, તું શા માટે મને પૂછે છે?'

'એટલા માટે કે તું બીજી ભૂલ ન કરે. તને સમજાતું નથી કે કર્નલ મૅલેટ અને સર પૉવેલે કેટલી માહિતી એકઠી કરી છે તે! એ તો સારું થયું કે તારી ઇન્ક્વાયરી વખતે જૅક અને પૉવેલ વચ્ચે ઝઘડો થયો.'

'તેનો લાભ આપણને મળી ગયો છે, મૉમ.'

'તેનો લાભ કર્નલ મૅલેટને ન મળે તેટલા માટે જ તને પૂછું છું કે, જૅક મૅકગ્રેગર ક્યાં છે?'

'કર્નલને કયો લાભ મળવાનો હતો, મૉમ? કર્નલ ધારે તેટલો લાભ મેળવી શકે તેટલી માહિતી તેને છે. તે જાણે છે કે જાનોરની મહારાણી બાગીઓને મદદ કરે છે. તે જાણે છે કે મેકલની પહાડીઓમાં ક્યાંક ફ્રેંચ નિષ્ણાતો આપણે

માટે, સંતોજી બારનીશ માટે કામ કરી રહ્યા છે...' કહીને મેં જીનાએ કહેલી બધી વાત મૉમને કહી.

'સેજલ! તને નવાઈ નથી લાગતી કે આટલી માહિતી છતાં આ અંગ્રેજોએ બ્રિટિશ હાઈકમાન્ડને વાકેફ કેમ ન કર્યા? શા માટે ઇન્ક્વાયરીનું નાટક કર્યું!'

'એ આશ્ચર્યની વાત છે. જીના કહેતી હતી કે કર્નલ મૅલેટ અને પૉવેલ ઇન્ક્વાયરી કરીને વધુ પુરાવા એકઠા કરવા માંગતા હતા. તને નમાવવા માગતા હતા. કર્નલ તો ઇન્ક્વાયરીની પણ તરફેણમાં ન હતો. તે કહેતો હતો કે સર કૅમ્પબેલની દીકરી સેજલસિંહ સાથે પરણે પછી જ જાનોર ખાલસા કરવું જોઈએ.'

'કર્નલ હોશિયાર છે, પણ તદ્દન બાલિશ પુરાવાને આધારે જબલપુરના શંકર શાહને જો અંગ્રેજો તોપને નાળચે ઉડાડી દે તો શા માટે જાનોરની રાણીને કે તેના દીકરાને એમ ન કરી શકે?'

મૉમના એ પ્રશ્નનો મારી પાસે ઉત્તર ન હતો. હું ચૂપ રહ્યો. 'આ અંગ્રેજ વરુઓ ઓછા નથી સેજલ. તેમને હિંદમાં હકૂમત વધારવી છે. એટલું જ નહીં, અંગત લાલસાઓ પણ સંતોષવી છે. સેજલ... જાનોર હજુ થોડું સ્વતંત્ર છે. કારણ...' મૉમ એકાએક બોલતાં અટકી. તેણે ભુવનસિંહ સામે જોયું અને ધીરેથી બોલી, 'ભુવનસિંહ તને સુરંગમાં લઈ ગયા હતા... તેં ત્યાં જોયું હતું ને જાનોર પાસે શું છે! કેટલી કીમતી ચીજો પડેલી છે! મોગલ સલ્તનતની અમૂલ્ય અમાનત જાનોરમાં પડેલી છે.'

'મૉમ, એ વાતની કર્નલ મૅલેટને ખબર છે. જૅક અને પૉવેલને ખબર છે. બાર્બરા અને જીનાને ખબર છે.' મેં કહ્યું.

'એમ તો ગ્રેઇસને પણ તેની શંકા છે.' મૉમે ઉમેર્યું.

'પણ માત્ર શંકા જ. તે જાણતી નથી કે સુરંગમાં ક્યાંથી જવાય છે કે તેમાં ખરેખર કેટલી અમૂલ્ય ચીજો છે. કર્નલ મૅલેટ કે પૉવેલને તેની ખબર નથી. એટલે જ્યાં સુધી એ ખબર ન પડે ત્યાં સુધી જાનોરની રાણીને હઠાવવાનો અર્થ નથી. કારણ, એ બધા મને... બાલીરામજીને... ભુવનસિંહને બરાબર ઓળખે છે. જાનોર પડશે તોય તેમાંની એકેય ચીજ હાથમાં નહીં આવે તેવો બંદોબસ્ત મેં કર્યો જ હોય તેવું એ સમજે છે.' મૉમે આંખો સ્થિર કરી અને કહેવા માંડ્યું.

''૫૮ની સાલથી એ લોકો શોધે છે. કર્નલ મૅલેટ અને પૉવેલ જેવા કેટલાયે

અધિકારીઓ આવ્યા અને ગયા... આજ સુધી તેનો પત્તો લાગ્યો નથી, પણ હવે હું એટલી દૃઢતાથી કહી શકતી નથી. કારણ તેં એક છબરડો વાળીને જાનોરમાં ઘટનાઓની હારમાળા ઊભી કરી નાખી. જો તેં કશું જ કર્યું ન હોત... રાજકારણમાં માથું મારવાનો પ્રયાસ ન કર્યો હોત... તો આમાંનું કશું બનત નહીં, પણ તેં એ પ્રયત્ન કર્યો છે... તું ઊંડા પાણીમાં પડ્યો છે તો તારે તરી જાણવું રહ્યું...'

'તું શું ઇચ્છે છે મૉમ?'

'સાવચેતી... પ્લાનિંગ અને...' તે અટકી.

'બાબા હરિભજન કોણ છે મૉમ?' મેં પૂછ્યું અને જાણે એકાએક વીજળી પડી હોય, કોઈ ચમકાવી નાખે તેવો ધડાકો થયો હોય તેમ મારી મૉમ અને ભુવનસિંહ ઊભાં થઈ ગયાં.

'સેજલ!' મૉમના મોમાંથી ઉદ્‌ગાર સર્યો.

'કેમ આશ્ચર્ય થાય છે મૉમ?' મેં પૂછ્યું.

'બાબા હરિભજન, સૂરજસિંહના ગુરુ હતા. કટંગીના રાજગુરુ...' ભુવનસિંહે કહ્યું.

'જૅક મૅકગ્રેગર તેમની પાસે છે.' મેં જવાબ આપ્યો.

'પણ એ શક્ય નથી...' ભુવનસિંહ બોલ્યા. 'બાબા સુરપાણેશ્વર રહે છે... એ ભાગેડુ છે... અંગ્રેજો તેમને વર્ષોથી શોધે છે.'

'આપની કંઈક ભૂલ થાય છે ભુવનસિંહ, જૅક મૅકગ્રેગર બાબા હરિભજન પાસે છે અને બાબા ભેડાઘાટમાં છે...'

'ઓહ ગૉડ!' મૉમે ઉદ્‌ગાર કાઢ્યો...

લાકડીનો ટેકો લીધા વગર જ મૉમ ચાલી અને બારી પાસે ગઈ. હું તેને જોઈ રહ્યો. જેમ તેના ચહેરા પરથી કદી હાસ્ય સરતું ન હતું તેમ તેના ચહેરા પર ગુસ્સો, આશ્ચર્ય કે આઘાત પણ કળી શકાય તેવી રીતે દેખાતો નહીં. તેણે જમણા હાથની મૂઠ વાળીને ડાબા હાથની હથેળીમાં પછાડી અને બોલી, 'એ અડિયલ બાવો, જરૂર અનર્થ સર્જશે.'

'શેનો અનર્થ મૉમ?' મેં પૂછ્યું. 'જૅક મૅકગ્રેગર પકડાય નહીં તે આપણા માટે તો યોગ્ય જ છે ને!' મૉમે મારી સામે જોયું. મારા વાક્યનો અર્થ તે બરાબર સમજી હતી. સર ઍડમન્ડ પૉવેલના મોતના રહસ્યની અમને તો ખબર જ હતી, તેમાં જૅક ભાગતો ફરે તો એ રહસ્ય ઘેરું બનવાનું હતું.

'જૅક મૅકગ્રેગર પકડાય કે નહીં તેની ચિંતા મારે શા માટે કરવી જોઈએ?'

'તો પછી એ બાબા હરિભજન પાસે પહોંચે કે પછી ખુદ પોપ પાસે પહોંચે તેમાં તને શું ફરક પડે છે?' મેં કહ્યું.

'તમને ખાતરી છે યૉર હાઇનેસ કે એ બાબા હરિભજન પાસે પહોંચ્યો છે?' ભુવનસિંહે વચ્ચેથી પૂછ્યું.

'ખાતરી એટલે! મને જીનાએ કહ્યું. જીના કહેતી હતી કે જૅક ભેડાઘાટમાં છે, બાબા હરિભજન પાસે. જૅક તેનાથી છૂટો પડ્યો ત્યારે તેણે જીનાને કહ્યું હતું. જીના કહેતી હતી કે તે પોતે હરિભજનને મળી નથી, પણ જૅક મૅકગ્રેગર કહેતો હતો કે તેના પર એ બાપ જેવું હેત રાખે છે.' મેં કહ્યું અને ઉમેર્યું, 'એ છોકરીને જૅકની સખ્ત ચિંતા છે... આવે સમયે તે ખોટું તો ન જ બોલે! તેણે મને એટલા માટે કહ્યું કે જેથી હું જૅકને મદદરૂપ થાઉં. તેને ભેડાઘાટમાંથી ક્યાંક સલામત સ્થળે ભાગી જવામાં મદદ કરું...'

'એ છોકરી ખરેખર હરિભજનને નહીં જ મળી હોય, નહીં તો તને એ કહેત નહીં.' મૉમે કહ્યું.

'શા માટે મૉમ?'

'કારણ... કારણ... ધ ડૅમ્ડ સાધુ ઇઝ એ ડેવિલ હિમસેલ્ફ.' કહીને મારી મૉમે માથું ઉછાળ્યું અને કંઈક તિરસ્કારથી બારીની બહાર જોયું. બરાબર તે જ વખતે કૉરિડૉરની આરસની ફરસ પર મોજડીઓમાંથી તેમાં મૂકેલી ચૈડનો ચર્રાટતો અવાજ આવ્યો અને પાંચસાત સેકન્ડ પછી બાલીરામજી કમરામાં દાખલ થયા. તેમણે એક જ નજરમાં અમારા ત્રણેની સામે જોયું. જમણા હાથની મૂઠી વાળીને, હોઠ પાસે લાવીને, હળવો ખોંખારો ખાધો. હું હસ્યો.

'વેલ ભુવનસિંહ, મને લાગે છે કે બાલીરામજીને કંઈક અગત્યની વાત મૉમ સાથે કરવાની છે. હું જાઉં... અને હા... તમને ફુરસદ મળે તો મારા કમરામાં આવશો? મધ્ય પ્રાંતના ઇતિહાસમાં બાવાઓ પણ આટલા અગત્યના હશે તેની તો મને આજે જ ખબર પડી' કહીને મેં બારણા તરફ ડગલાં ભર્યાં.

'યૉર હાઇનેસ... એક મિનિટ...' બાલીરામજીએ મને અટકાવ્યો. 'આપને બહાર મોકલી દેવાનો મારો કોઈ ઇરાદો ન હતો. અલબત્ત, આપની વાત ખોટી ન હતી. મારે મહારાણીસાહેબને એક ખૂબ અગત્યની વાત જરૂર કરવાની છે.'

'એ તો તમારા ખોંખારા પરથી મને સમજાયું હતું.' મેં હસીને કહ્યું.

'ખરેખર યૉર હાઇનેસ, દિવસે દિવસે આપ પીઢ થતા જાવ છો. વેલ, એ

વાત પછી, પણ એકાએક આપને મધ્ય પ્રાંતના ઇતિહાસમાં અને તેમાંય તેના બાવાઓમાં ક્યાંથી રસ જાગ્યો તેનું મને આશ્ચર્ય થાય છે' બાલીરામજીએ કહ્યું.

'એવાં ઘણાં આશ્ચર્યોમાંથી હું પસાર થઈ ચૂક્યો છું, એટલે તેની નવાઈ ન હોવી જોઈએ, પણ જ્યારે તમે મને પૂછ્યું છે ત્યારે હું કહું છું કે, મને પણ બાબા હરિભજન નામના બાવામાં રસ છે અને જો હરિની કૃપા હશે તો આવતા બાર કલાકમાં જ હું તેને મળવા માગું છું.' મેં કહ્યું. તે સાથે જ બાલીરામજીના નિઃસ્પૃહી, નિવૃત્ત થઈ ગયેલા અને વાનપ્રસ્થાશ્રમમાં જીવતા કોઈ નિર્લેપ આદમી જેવા ચહેરા પરની રેખાઓ તંગ થઈ...

'બાબા હરિભજન... હું તેની જ આપને...' તેમણે મૉમ સામે જોયું અને પછી મને પૂછ્યું, 'હરિભજનમાં ક્યાંથી રસ જાગ્યો યૉર હાઇનેસ?' તેમણે પૂછ્યું. તેમના વાક્યનો જે પૂર્વાર્ધ અધ્યાહાર રહ્યો હતો તે પરથી મને ખ્યાલ આવ્યો કે બાલીરામજી પણ કદાચ હરિભજન ભેડાઘાટમાં છે અને જૅક મૅકગ્રેગર તેની પાસે છે, એ વાત જાણી લાવ્યા હતા. એટલે જ મેં કંઈક અડસટ્ટે તેમને જવાબ આપ્યો.

'તમને જેવી રીતે બાવીસ-પચ્ચીસ વર્ષથી ભાગતા ફરતા, એ બાવામાં રસ જાગ્યો તેવી જ રીતે મને જાગ્યો.'

'મને રસ જાગ્યો...! તમને શાથી એમ લાગે છે?'

'માફ કરજો બાલીરામજી, પણ તમારા સૌના સહવાસને કારણે મારામાં પણ બુદ્ધિ આવી છે.' મેં વાક્ય કહ્યું બાલીરામને, પણ જોયું મારી મા સામે. બાલીરામજીએ સ્મિત વેર્યું. જ્યારે કોઈ વાતનો તાત્કાલિક જવાબ ન આપી શકાય ત્યારે બાલીરામજી હંમેશાં આવું સ્મિત વેરતા. એ સ્મિતમાંથી કશો અર્થ તારવી શકાતો નહીં. 'વેલ... બાલીરામજી, જો તમે મને કહેશો કે તમને આ બાબા હરિભજનમાં કેવી રીતે રસ જાગ્યો છે, તો હું તમને કહી શકીશ મને શાને કારણે રસ જાગ્યો છે!'

'યૉર હાઇનેસને ખબર છે કે જૅક મૅકગ્રેગર ક્યાં છે' ભુવનસિંહે વચ્ચે પડીને કહ્યું.

'હું એ જ કહેવા આવ્યો હતો. મને આનંદ એ વાતનો થાય છે કે, યૉર હાઇનેસ, એ વાત મારા કરતાં પહેલાં જાણી લાવ્યા. અલબત્ત, હિઝ હાઇનેસને જીનાએ કહ્યું હશે.' બાલીરામજીએ કહ્યું.

'એ વાત સાચી છે બાલીરામજી?' મૉમે પૂછ્યું.

'જી, જૅક ભેડાઘાટ પહોંચ્યો છે અને બાબા હરિભજન પાસે છે.'

'એટલે તમને ખબર હતી કે હરિભજન ક્યાં છે તે?'

'નહીં મહારાણીસાહેબ. જૅકનો પીછો કરવાનું કામ મેં ગજાનને સોંપ્યું હતું. એમ ન કર્યું હોય તો જરૂર આપણે અંધારામાં રહેત... અલબત્ત, તે વખતે મને કલ્પના ન આવી કે સેજલસિંહ પણ આવી ખબર મેળવી શકશે.' બાલીરામજીએ કહ્યું.

'બાલીરામજી! તમે ગજાનને જૅકની પાછળ મોકલ્યો? એટલે કે—' મારી મૉમે વાક્ય પૂરું ન કર્યું.

'ગજાનને ખબર નથી કે સોહાર પણ જૅકની પાછળ ગયો હતો, અગત્યની વાત તે નથી...'

'સેજલ, ખબર લાવ્યો ત્યારે જ મેં જાણ્યું કે હરિભજન ભેડાઘાટમાં છે... આ હદ કહેવાય બાલીરામજી... હરિભજન જેવો આદમી ભેડાઘાટમાં આવીને રહ્યો હોય અને આપણને તેની બાતમી ન હોય...'

'એટલી આપણા તંત્રની નબળાઈ છે તે હું કબૂલ કરું છું, પણ આપ ક્યાં એ સાધુને નથી ઓળખતાં...! અને આજકાલ ભેડાઘાટમાં આપણા માણસો પણ ઘટતા ગયા છે...' બાલીરામજીએ કહ્યું.

'પણ હવે આપણે કરવાનું શું?' મૉમે પૂછ્યું.

'પણ કોઈ મને કહેશો કે આ સાધુ આટલો બધો અગત્યનો કેમ છે?' મેં પ્રશ્ન કર્યો. બાલીરામજીએ ત્યાં એક ટિપાઈ પર પડેલા કેનિસ્ટરમાંથી પાણીનો ગ્લાસ ભર્યો અને દીવાન પર બેઠા.

'એ લાંબી વાત છે. યૉર હાઇનેસ, પણ બાબા હરિભજનને જાનોર વિશે મોટી ગેરસમજ છે' બાલીરામજીએ કહ્યું. તે કંઈક કહેવા માગતા હતા, પણ બોલ્યા નહીં.

'બાલીરામજીની વાત બરાબર છે દીકરા... બાબા હરિભજનની વાત કરવા માટે કલાકો જોઈએ... પણ વળી પાછું તને લાગશે કે અમે તારાથી છુપાવીએ છીએ, એટલે હું જ તને ટૂંકાણમાં સમજાવું. બાલીરામજી તને ક્યારેય એ વાત કહી નહીં શકે. તેમને સંકોચ થશે. વેલ, એ સાધુને એમ છે કે કટંગીના પતનમાં સૌથી મોટો ફાળો મારો છે.' મારી મૉમે કહેવા માંડ્યું. તેનો એક એક શબ્દ હું ધ્યાનથી સાંભળતો ગયો. તે હજુ બારી પાસે જ ઊભી હતી. 'એ બાબાના મનમાં એમ છે કે સૂરજસિંહ બરવાની ટ્રૅજેડી મારે કારણે સર્જાઈ

હતી. કટંગીના જ્યેષ્ઠ ઠાકુર માધવસિંહ બીમાર રહેતા અને તેમની પત્ની સ્વચ્છંદ આચરતી. તેવે સમયે સૂરજસિંહને યોગ્ય પત્નીની જરૂર હતી. મારા વિશે તેમણે જે મદાર બાંધ્યો હતો, તે મારાં લગ્નને કારણે તૂટી પડ્યો હતો. તેમાં મારો કોઈ દોષ ન હતો. છતાં એમના અહમ્ પર સખ્ત ચોટ વાગી હતી... એ બધી વાત આ અવધૂતને કરતા. એ મને સમજાવવા પણ આવ્યા હતા. પરંતુ મેં તો તારા બાપુ સાથે લગ્ન કરવાનો નિર્ધાર કરી નાખ્યો હતો. મારા લગ્નનો આઘાત સૂરજસિંહને કેટલો લાગ્યો તેનો અંદાજ મને નથી પણ બાબા હરિભજન તેને કારણે દુઃખી થયા હતા. સૂરજસિંહ બરવાની ટ્રેજેડી મારે કારણે જ સર્જાઈ છે. કટંગીના ઠાકુરોનું નિકંદન તારા બાપુની બેવફાઈને કારણે સર્જાયું એમ એ માને છે.'

'પણ એ વાતની સ્પષ્ટતા કરવાનું અઘરું નથી' મેં કહ્યું.

'એ સ્પષ્ટતા કરવામાં મારે કેટલું ગુમાવવું પડે છે, તે તને ખબર નથી. એ બાવો અઢી દાયકાથી મનમાં ગાંઠ વાળીને બેઠો છે. એ બાવાને એમ છે કે તારા બાપુએ, મોગલ સલ્તનતનો ખજાનો બહાદુરશાહના નિઃસહાય શાહજાદાઓ પાસેથી છીનવી લીધો છે. એ લખલૂટ દોલત બથાવી પાડવા જ વિક્રમસિંહજીએ, વિપ્લવવાદીઓ સાથે રમત કરી હતી. મધ્ય પ્રાંતના કોડીબંધ ઠાકુરો, મનસબદારો અને કટંગી જેવા રાજ્યના રાજાઓ, વિંધ્યાચળ અને સાતપુડાની પહાડીઓમાં, નર્મદાનાં કોતરોમાં અને મધ્ય હિંદનાં જંગલોમાં ભટકતા થઈ ગયા તેનું કારણ જાનોરનો દગાબાજ રાજવી છે એવું તે બાવો માને છે. અને આ બધાયની પાછળ હું છું એમ એ દઢપણે માને છે...' મારી મૉમ એકાએક બોલતી અટકી. 'તને શું કહું બેટા... વિપ્લવ પછી પણ હિંદના લોકો એકત્ર થઈ શક્યા હોત... યુદ્ધમાં હાર થાય તે અનિવાર્ય જોખમ છે. ઘોરી હિંદ પર સાત વખત ત્રાટક્યો હતો, પણ એ કરવામાં આપણે... અમે નિષ્ફળ થયા, કારણ હિંદમાં સહિષ્ણુ, સમજુ, પોલિટિકલી એન્લાઇટન્ડ, અગમસૂઝવાળા માણસો પરવારી ગયા હતા. હતાશ થઈ ગયા હતા.'

આ જગતમાં સાધુઓ લોકમત જગાવવાનું કામ અદ્ભુત રીતે કરી શકે છે એ વાત હું સ્વીકારું છું, પણ બાવાઓ જ્યારે રાજકારણમાં પડે છે ત્યારે હંમેશાં ભયાનક પરિણામો આવે છે. બાબા હરિભજનનું પણ એવું જ છે. તે શક્તિશાળી માણસ છે, પણ બદલાતા માહોલનો આર્ષદ્રષ્ટા નથી. તે મને ધિક્કારે છે. એ મને અંગ્રેજોની બગલબચ્ચી સમજે છે... એક... એક...

ચારિત્ર્યહીન વિધવા તરીકે મને ગાળો આપે છે.' મારી મા બોલી ઊઠી. તેના હોઠ ધ્રૂજવા માંડ્યા હતા. તેણે ધીરેથી કંઈક કરુણ સ્વરે કહ્યું.

'કેટલા લોકોને મારે સમજાવવું... તારા બાપુ એકાએક ગુજરી ગયા હતા... હું તને જન્મ આપવાની ઘડીઓ ગણતી હતી. વિપ્લવનો વંટોળ ચોતરફ ફેલાયેલો હતો. ટાંચાં સાધનો અને ઓછા માણસોથી, આપણી પાસે જે હતું તે ટકાવવાનું હતું. આજે પણ એ ટકાવવાની જરૂર છે. અંગ્રેજોને હઠાવવા માટે 'બેઇઝ' જોઈશે. એ 'બેઇઝ' વગર લડાઈ શક્ય નથી. રહીસહી રાજ્યસત્તા અને રજવાડાંઓમાંથી જ એ 'બેઇઝ' પ્રાપ્ત થશે. લડાઈ લડવા માટે રૂપિયા જોઈશે. કેવળ નિઃશસ્ત્ર, નિરક્ષર, નિઃસહાય પ્રજાના સામાન્ય લોકોથી એ કામ થવાનું નથી, પણ આ મારે કેવી રીતે સમજાવવું! જાનોર જેવાં રાજ્યો ટકશે તો ક્યારેક મધ્ય પ્રાંતમાં... હિંદમાં આશાનું કિરણ ઊગશે... બાકી ભોંયમાં દટાયેલા ખજાનાને મારે શું કરવો હતો? તારા બાપુ ગયા તે દિવસથી મેં મારું સર્વસ્વ ગુમાવ્યું હતું... અને જાનોરમાં મારી પાસે શું નથી?' મારી મૉમના અવાજમાં પારાવાર ગ્લાનિ વર્તાતી હતી. તેના શબ્દોથી મારું હૈયું ભરાઈ આવ્યું.

'ઓહ નો મૉમ... એવા સાધુડાઓથી તારે કે આપણે સૌએ અકળાવાની જરૂર નથી. ઇટ ઇઝ બેસ્ટ ટુ ઇગ્નૉર સચ પીપલ... તેમની નોંધ જ લેવાવી ન જોઈએ.'

'એ એટલું સહેલું હોત તો મને ચિંતા શું હતી, પણ બાબા હરિભજન કોઈ નાની હસ્તી નથી. ઉત્તર પ્રદેશમાં કાનપુરથી માંડીને અલ્લાહાબાદ સુધી જ્યારે વિપ્લવનો વાયરો વાયો ત્યારે આ ધરતીએ બે સપૂતો આપ્યા હતા: એક મૌલવી અહમદશાહ અને બીજો બાબા હરિભજન... એ બંનેએ લોકોને એક વાત સમજાવી હતી. ઇન્કલાબ મજહબથી પર છે. ક્રાંતિ સંગઠિત તાકાતથી આવે છે. મંદિર હોય કે મસ્જિદ તેના પથ્થર તો એકસરખા જ હોય છે. ધર્મો જુદા જુદા રંગની ચાદરો સમા હોય છે. તેનું સૂતર તો કપાસમાંથી જ નીપજે છે... આખાય હિંદમાં રોટીઓ ફેલાઈ. એ રોટી દ્વારા એકતાનો પ્રચાર કરનારામાં મૌલવી અહમદશાહ અને બાબા હરિભજન મોખરે હતા. એ બે ન હોત તો હિંદમાં આટલો પણ પ્રતિકાર થયો ન હોત. આખીય ધરતીમાં વિપ્લવની જે બુલંદી સર્જાઈ હતી તેનો યશ આ બે ધર્મવીરોને હતો... એમાં કોઈ શક નથી. એ સાધુ ભલે મને ધિક્કારતો હોય, મારા વિશે ગેરસમજ અને અણસમજ ધરાવતો હોય, તારા પિતાને એ નિમકહરામ ગણતો હોય,

પણ તેણે વિપ્લવમાં જે કામ ઉઠાવ્યું હતું તે અદ્ભુત હતું... ગામડે ગામડે તે કંબલ અને રોટી ભરેલો કંડિયો લઈને ફર્યો હતો. નિસ્તેજ અને નિર્વીર્ય રાજાઓમાં તેણે પુરુષાતન સીંચ્યું હતું. હતાશ પ્રજામાં તેણે ચેતન આણ્યું હતું.'

પણ આઝાદ હિંદુસ્તાનનું સ્વપ્ન સદીઓ જૂની બદીઓ, સુસ્તી, કૉમ્પ્લેસન્સી અને અણઘડતા, અહમ્ અને સ્ટ્રૅટેજીની બિનઆવડતને કારણે રોળાયું હતું. લોકોએ ઘોર પરાક્રમો કર્યાં પણ તે અસ્થાને હતાં. શૌર્ય પણ જો ગણતરી વગરનું હોય તો તે આંધળી બેવકૂફાઈ બની રહે છે.

મૌલવી અહમદશાહે ખૂબ ટક્કર આપી, પણ તે ઝબે થયા. તેને ફાંસી થઈ. એમાં કંઈક લોકોનો હાથ હતો, ગદ્દારી હતી. હરિભજન ગાયબ થઈ ગયો. મેં ધાર્યું હોત, બાલીરામજીએ કે આ ભુવનસિંહે ઇચ્છ્યું હોત તો અમે તેને ધરબાવી શક્યા હોત, પણ શા માટે એવો વિચાર સરખોય આવે! એ વિપ્લવવાદી હતો. અમારા લોહીનો ભેરુ હતો. આજ બે દાયકા વીત્યા છતાં બાબા હરિભજન સલામત છે...

ખેર, એ નાનીસૂની વાત નથી. તેની પાસે એક પીઠબળ છે તેની વાણી... તેની વાણીમાં સંમોહક શક્તિ છે અને એટલે જ તે ટકી શક્યો છે. અદના ગ્રામવાસીઓ પહેલાં પણ તેને પૂજતા અને આજે પણ પૂજે છે. સુરપાણેશ્વર પાસે તેનો આશ્રમ છે. આશ્રમ શેનો! તેની મઢી છે. તે રાજકારણમાંથી નિવૃત્ત થયો છે છતાં જાનોર માટે તેને ભારોભાર રોષ છે. વેલ... ધૅટ્સ ધ સ્ટોરી ઑફ ધી મેન... ધ મેન હુ મૂવ્ડ ધ મૉબ્સ... ધ સલન, ડિસ્પોન્ડન્ટ ડિજૅક્ટેડ મલ્ટિટયુડ્ઝ (ખેર! આ છે કથા એ આદમીની જેણે લોકોને હચમચાવ્યા... નંખાઈ ગયેલા, હતાશ, ત્રસ્ત લોકોને.)—'

'ઇટ્સ ફૅન્ટાસ્ટિક મૉમ (અદ્ભુત છે મૉમ), આઈ રિયલી પીટી ધૅટ હી હેટ્સ યુ ઍન્ડ જાનોર (મને ખરેખર રંજ થાય છે કે તે તને અને જાનોરને ધિક્કારે છે.') મેં કહ્યું.

'સો ડુ આઈ (મને પણ તેવું જ થાય છે.') મારી મૉમે જવાબ આપ્યો. ઘડીભર ઇતિહાસનાં પાનાં વચ્ચે ખોવાયેલાં અમે સૌ એકાએક ધરતી પર આવ્યાં.

'હવે શું મૉમ?' મેં પૂછ્યું. આ પ્રશ્ન અસ્થાને હતો કારણ તેનો જવાબ કઠણ હતો. મૉમની રાજનીતિ સામાન્ય માણસને સમજાય તેવી ન હતી. અલબત્ત, શરૂઆતમાં હું પણ કંઈક એવી જ અકળામણ અનુભવતો, પણ

ધીરે ધીરે મને ચિત્ર સ્પષ્ટ થતું હતું.

'જાનોરને આંચ આવે તે કરતાં થોડા ભોગ લેવાય તેમાં કંઈ ખોટું નથી.' ભુવનસિંહ બોલ્યા.

'હમ્...' બાલીરામજીએ ઉદ્ગાર કાઢ્યો.

'અંગ્રેજો માટે એક વધુ ફ્રન્ટ પેદા થાય તે ખોટું નથી.' મૉમે કહ્યું.

'મૉમ, એક વાત તને કહું... આ બાબા હરિભજનનો ઇતિહાસ સાંભળીને મને થાય છે કે એક વાર હું તેને મળીશ તો કદાચ હું તેને સમજાવી શકીશ.'

એ સાંભળીને મૉમ હસી, 'ઓહ સેજલ... તને શું એમ લાગે છે અમે એ પ્રયત્ન નહીં કર્યો હોય, પણ એ શક્ય નથી. એ બાવો કે સંતોજી જેવા પીઢ માણસો પણ એ સમજી શકતા નથી...'

'શું સમજી શકતા નથી?' મેં પૂછ્યું.

'કીપ ધેમ ઇન સૅડલ્સ.' બાલીરામજી બોલી ઊઠ્યા.

'તેમને હરહંમેશ ઘોડે ચડેલા રાખો... ડોન્ટ એલાવ ધેમ ટુ કૉન્સોલિડેટ (તેમને સ્થિર થવાનો મોકો ન આપો.')

મારી માની એ રાજનીતિ હતી. રાજકીય ચાલ હતી. 'ખૈબરથી કંદહાર, સ્વાત, બીજોવ અને પૂરા કારાકોરમમાં ક્યાં અંગ્રેજો ફાવ્યા હતા? અને હજુ પણ ક્યાં ફાવી રહ્યા છે?' ભુવનસિંહે કહ્યું, 'અફઘાનોએ તેમને હંફાવ્યા છે, તો શા માટે આપણે તેમ ન કરી શકીએ?'

હું આખીય ગણતરી હવે સમજવા માંડ્યો હતો. મારી મૉમ અંગ્રેજો માટે અપરંપાર સમસ્યાઓ ખડી કરવામાં માનતી હતી. પોતે હંમેશ મિત્રતા દાખવતી, પણ અંગ્રેજો મુસીબતમાં મુકાય તેવી એક પણ તક જવા દેતી ન હતી. નર્મદા ટેરિટરીઝ અંગ્રેજોને કબજે આવેલી ધરતી હતી, પણ ક્યાંય તેમને માટે સલામતી ન હતી. પિંઢારી કે કોલ, રાઉટીઆ કે બરવા, ભેડાધારી કે છત્તીસગઢી, જ્યાં જેટલી બને તેટલી અરાજકતા ફેલાય, અંગ્રેજો હરહંમેશ નાની નાની લડાઈમાં સંડોવાતા રહે... મરતા રહે... તેમના અફસરો નિઃસહાય મોતને આરે જાય... તેવું તે હંમેશ જોતી. આ બધાયમાં જાનોર અડીખમ રહેતું, કારણ જાનોરને પૂરેપૂરું ઝબે કરવાનો સમય અંગ્રેજોને મળતો નહીં. સમય મળે તોય હિમ્મત ચાલતી નહીં. કારણ તેમને મિત્રોની જરૂર હતી. ક્યાંક કોઈ સ્થળે નિશ્ચિંત રહેવાય તે જરૂરી હતું.

'હવે તને સમજાય છે ને સેજલ, હરિભજનને કારણે શું મુસીબત થાય?'

'તો પછી મૉમ?' મેં પ્રશ્ન કર્યો.

'એ નક્કી કરવાનું કામ બાલીરામજીનું છે, તે બોલી અને હું થડકી ઊઠ્યો. મારી મૉમ વિચાર કરવામાં જેટલી સખ્ત અને નિષ્ઠુર હતી, તેવા જ આ સાદાસીધા વેપારી જેવા લાગતા, બાલીરામજી કાર્ય કરવામાં, કામ પાર પાડવામાં કટ્ટર હતા. અહીં ક્યાંય સેન્ટિમેન્ટની વાત ન હતી. રાજકારણમાં સંવેગ બુદ્ધિ પર સવાર ન થઈ જાય તે અગત્યનો સિદ્ધાંત હતો.

'થોડીક રાહ જોઈશ, યૉર હાઇનેસ...' બાલીરામજીએ જવાબ આપ્યો. 'તે પછી નિર્ણય લઈશું. જાનોર કરતાં હરિભજન જેવા સાધુની વધારે કિંમત નથી. અને આમેય તેની ઉંમર થઈ ગઈ છે. સાધુઓ મંદિરમાં શોભે અથવા સમાધિમાં શોભે... રાજકારણમાં નહીં.'

હું થડકી ઊઠ્યો. બાલીરામજીની તગતગતી આંખો મને ભયાનક લાગતી હતી. મારે ઘણી દલીલબાજી કરવી હતી, પણ હું કંઈ બોલી ન શક્યો. ઘડીભર મને થયું કે ખરેખર હું પાગલ માણસોની વચ્ચે તો નથી ને! અમારી એ ચર્ચા વધુ ચાલી હોત પણ ત્યાં કૉરિડૉરમાં ગૉંગનો અવાજ થયો.

ભુવનસિંહ બારણે ગયા, 'કોણ છે?'

'એ તો હું છું, છત્રપાલ.' કૉરિડૉરમાંથી જવાબ આવ્યો. થોડી વાર પછી છત્રપાલ કમરામાં દાખલ થયો. ભુવનસિંહના હાથ નીચે તે કામ કરતો હતો.

'શું હતું, છત્રપાલસિંહ!' મૉમે તેને પૂછ્યું.

'સમાચાર લાવ્યો હતો.' તેણે કહ્યું અને આજુબાજુ જોયું.

'શું સમાચાર છે?' ભુવનસિંહે તેને કહ્યું. તેમના પ્રશ્નમાં અનુમતિ હતી.

'રહમતમીર ખાન ગોલાકી મઠમાં ઊતર્યો છે. રામશરણ અને રામચરણને તેણે કેદ પકડ્યા છે.'

'કોણ લાવ્યું સમાચાર?' બાલીરામજીએ પૂછ્યું.

'ઘેનુ.'

મેં વારાફરતી બધાના ચહેરા પરની રેખાઓ જોઈ.

કોઈના ચહેરા પર તલભર ફેરફાર ન થયો.

'સિરિલ અને જેકબસનની ટુકડી ગઢમાંડલાથી પાછી ફરવાની છે. ખેરાસિંહ અને બાબાસાહેબે (સંતોજી બારનીશ) ટુકડી 'ડિસ્બૅન્ડ' (વિખેરી નાખી) કરી છે. એ લોકો કદાચ બાર્ગી તરફ જાય અથવા ગોલાકી મઠ આવે.' છત્રપાલે કહ્યું.

'તેમને ગોલાકી મઠ તરફ જતા રોકવા જોઈએ' મૉમે કહ્યું.

'મને પણ એવું થયું હતું, પણ મને લાગ્યું કે બાલીરામજી અને ભુવનસિંહની સલાહ લેવી જોઈએ. કારણ બાર્ગીમાં મદ્રાસ ટ્રૂપના સૈનિકો છે.'

'હું થોડું વિચારીને કહું છું. આ સિવાય કંઈ માહિતી?' બાલીરામજીએ પૂછ્યું.

'જેડો મુસીબતમાં મુકાશે.' છત્રપાલે કહ્યું.

'કેમ... પંદર આદમીઓને તે પહોંચી નહીં વળે?'

'નહીં યૉર હાઇનેસ... કર્નલ મૅલેટે ચાલ ખેલી છે. તેમણે જેડાની પાછળ આખી ગિશ્ત મોકલી છે.' છત્રપાલે જવાબ આપ્યો.

'આપણાથી ત્યાં કશું ન થઈ શકે, પણ મને સમજાતું નથી, કર્નલ મૅલેટ જેડા પાછળ શા માટે આટલા માણસો વેડફતો હશે?' ભુવનસિંહે પૂછ્યું.

'રામસતિયાને લીધે...' બાલીરામે જવાબ આપ્યો.

'પણ તે તો—' હું કહેવા ગયો કે તે તો ગુજરી ગયો છે, પણ બોલ્યો નહીં.

'રામસતિયો જ્યાં હોય ત્યાં કદાચ ખેરા કે બારનીશ હોય તેવો તર્ક કર્નલ મૅલેટની જગ્યાએ હું હોઉં તો જરૂર કરું.' બાલીરામજીએ કહ્યું.

'આ સિવાય બીજું કાંઈ?'

'કૅપ્ટન હેમન્ડની ટુકડી ગોલાકી મઠ ભણી જઈ રહી છે, નર્મદાને કાંઠે કાંઠે. અત્યારે કદાચ ત્યાં પહોંચ્યો પણ હશે, જાનોર કૅન્ટની જેલ તોડનારાની શોધમાં...' છત્રપાલે કહ્યું.

'બિચારો કૅપ્ટન...' મારી માએ ધીરેથી ઉદ્ગાર કાઢ્યો. હું પણ થડકી ઊઠ્યો હતો. કૅપ્ટન હેમન્ડ, ગોલાકી મઠ પહોંચશે ત્યારે પિંઢારા તેનું સ્વાગત કરશે તે વિચારથી હું કમકમો અનુભવી રહ્યો.

'જેડાને માટે શું કરવાનું?' છત્રપાલે પૂછ્યું.

'શું કરવાનું?' એ પહોંચી વળશે. તેની પાસે આદમીઓ છે ને!... મોટે ભાગે તો એ બુદ્ધિથી કામ લેશે જ.'

'નહીં બાલીરામજી... ઘેનુ તિવારી કહેતો હતો કે સંતોજીની દીકરી કદાચ ત્યાં હશે.' છત્રપાલે કહ્યું.

'કોણ સેના!' મેં એકાએક પૂછ્યું. મારાથી પુછાઈ ગયું. મને ખ્યાલ આવ્યો કે મારી મૉમને એ સવાલ ગમ્યો નહીં, પણ સેના જો જેડા રાઉટીઓના કસબામાં હોય અને જો જાનોર રાઇફલ્સની ટુકડી ત્યાં પહોંચે તો...

'હા... સેના... સેના બારનીશ.' છત્રપાલે કહ્યું, 'આપ તેને ઓળખો છો?'

'નહીં. મેં તેનું નામ સાંભળ્યું છે' મેં જવાબ આપ્યો, અને ભૂલ સુધારી. મારા હૃદયમાં વિચિત્ર ફાળ પડતી હતી. છત્રપાલ બહાર નીકળ્યો. બારણાની બહાર નીકળીને ઊભો રહ્યો. મારી મૉમ અને બાલીરામજી બારી પાસે ગયા. છત્રપાલે ભુવનસિંહને સંજ્ઞા કરી... મેં એ જોયું... ભુવનસિંહ બહાર ગયા... હું ધીરેથી બારણાની બારસાખ પાસે પહોંચ્યો...

કાન સરવા રાખીને હું બારસાખ પાસે ઊભો રહ્યો. છત્રપાલસિંહે ભુવનસિંહને ઇશારો કરીને બહાર બોલાવ્યા તે મેં જોયું હતું. મને આશ્ચર્ય એટલું જ થતું હતું કે સમાચાર આપવા આવેલા છત્રપાલ પાસે એવું તે શું કહેવાનું હતું, જેને માટે તે ભુવનસિંહને બહાર બોલાવે. અલબત્ત, તે લશ્કરી અફસર હતો અને ભુવનસિંહ જાનોરના લશ્કરી વડા હતા... એટલે છત્રપાલની પ્રથમ વફાદારી ભુવનસિંહ તરફ ઢળે તે સ્વાભાવિક વાત હતી. ભુવનસિંહ બારણાની બહાર થોડેક દૂર જ ઊભા રહ્યા.

તેમણે કંઈક અકળામણથી પૂછ્યું, 'શું હતું?' તેમના અવાજમા રુક્ષતા હતી. કદાચ આવી રીતે છત્રપાલ તેમને બહાર બોલાવે તે તેમને રુચ્યું નહીં હોય.

'જૅક મૅકગ્રેગરની તલાશમાં જવા સૈનિકો રાજી નથી' છત્રપાલે કહ્યું.

'કેમ?'

'અંગ્રેજો અંદર અંદર લડે તેમાં આપણે શું?—એવો સૌનો મત છે.'

'કોણે એવો મત જાહેર કર્યો?'

'સૂબેદાર ખંડેરાવે.' છત્રપાલે કહ્યું, 'તે કહેતો હતો કે જૅક મૅકગ્રેગરને શોધવા જવાને બદલે જેડા રાઉટીઆની મદદે આપણે જવું જોઈએ.'

'ખંડેરાવને કહેજે કે બંદૂક ફોડવા પૂરતી જ તેણે બુદ્ધિ ચલાવવાની છે. લશ્કરે શું કરવું અને શું ન કરવું તે માટે અન્ય અફસરો બુદ્ધિ ચલાવશે.'

'માફ કરજો ભુવનસિંહ, પણ તેની વાતમાં મને તથ્ય લાગે છે. જેડાનો પીછો ઘણું કરીને લેફ્ટનન્ટ સ્ટુઅર્ટ કરી રહ્યો છે.'

'તેથી શું થયું?' ભુવનસિંહે પૂછ્યું.

'જેડા અને તેના રાઉટીઆ પર કાળ ઊતરશે. રામસતિયો જ્યાં હશે ત્યાં સંતોજી બારનીશ પણ હશે જ.'

'છત્રપાલ... બાલીરામજીની વાત સાંભળીને તારે આ વાક્ય ઉમેરવાની જરૂર નથી.'

'મેં નથી ઉમેર્યું. ધાનોજી કહેતો હતો. સૂબેદારને તે મળ્યો હતો અને તેણે કહ્યું કે, રામસતિયો ફરી પકડાશે ત્યારે સૌથી વધુ જોખમ સંતોજી અને ખેરાને હશે, તમે તો જાણો છો. ખંડેરાવ મરાઠો છે અને સંતોજીનો ભક્ત છે.'

'રામસતિયો પકડાશે નહીં તેની મને ખાતરી છે.' ભુવનસિંહે કહ્યું. તેમની વાત સાચી હતી. હવે ક્યારેય રામસતિયો પકડાવાનો ન હતો.

'એ તો બધા સૂબેદારોને ખાતરી છે, નહીં તો જેડા જેવો આદમી અંગ્રેજોને લઈ જાય જ નહીં, પણ કર્નલ મૅલેટ ઓછો નથી. તે પણ ચેતીને ચાલે છે. રામસતિયો હાથમાં નહીં આવે તો આખી ગિસ્ત રાઉટીઆઓ પર ત્રાટકશે. લેફ્ટનન્ટ સ્ટુઅર્ટ કત્લેઆમ કરવામાં હોશિયાર છે.'

'જેડો પહોંચી વળશે, નહીં પહોંચી વળે તો તેનું ભાગ્ય. આપણે ખુલ્લેઆમ તેની મદદે ન જઈ શકીએ.' ભુવનસિંહે જવાબ આપ્યો.

'રાઉટીઆઓમાં ભારે આતંક સર્જાશે.' ફરી છત્રપાલે કહ્યું.

'ઈશ્વર કરે તે ખરું. જેડાને કારણે જાનોર પર આફત ઉતારાય નહીં. ભલું હશે તો આજો માતાઈ ત્યાં હશે.'

'પણ પાંચસો અસવારો સામે આજો ટકી નહીં શકે...' છત્રપાલે ચિંતા અને વિનંતીના સ્વરે કહ્યું.

'તું હવે દલીલબાજી બંધ કરીશ? આપણાથી ત્યાં કશું નહીં થાય. જેડો તેનું ફોડી લેશે. આપણે સીધા જંગમાં ઊતરી ન શકીએ તે હકીકત છે.'

'સેજલસિંહે, રામસતિયા માટે કૅન્ટની જેલ પર હલ્લો કર્યો તે સીધો જંગ ન હતો શું?' છત્રપાલે પૂછ્યું. હું બારસાખની આડશે આ સાંભળીને ટટ્ટાર થયો.

'ઓહ... સેજલસિંહે એ હલ્લો કર્યો ન હતો. બાગીઓએ કર્યો હતો. સેજલસિંહ તેમાં સંડોવાયા તેની રામાયણ ઓછી નથી થઈ. તે જોડાયા ન હોત તો જેડાનો પ્રશ્ન ઊભો થયો ન હોત.'

'સૂબેદારો સેજલસિંહના પગલાને બિરદાવે છે.' છત્રપાલે કહ્યું.

'આ વાતો કોણ કરે છે?' ભુવનસિંહે પૂછ્યું. છત્રપાલે જવાબ ન આપ્યો. 'ધાનોજીને કહેજે મને મળે...'

'મેજર ડેનિસને જાનોર કૅન્ટની સલામતી-વ્યવસ્થા સોંપાઈ છે. તેણે કૅન્ટ વિસ્તારમાં મોરચાબંધી શરૂ કરી છે.'

'હું બાલીરામજીને વાત કરું છું...' કહીને ભુવનસિંહ અંદર આવતા હતા.

'એક મિનિટ યૉર એક્સેલન્સી.' છત્રપાલે કહ્યું અને કૉરિડૉરમાં થોડે દૂર

એક ટિપાઈ પર પડેલું પડીકું લઈ આવ્યો.

'એ શું છે?'

'રોટી... જોનપુર, શાહપુરા, કટંગી અને ખુદ જાનોરમાં આ વહેંચાય છે.' કહીને છત્રપાલે પડીકું ભુવનસિંહના હાથમાં મૂક્યું.

'ઓહ...' ભુવનસિંહે ઉદ્ગાર કાઢ્યો. 'આ રોટી તને કોણે આપી?'

'ગજાનન તુર્કી લાવ્યો હતો.'

'ક્યાંથી?'

'ભેડાઘાટથી.'

'ઓહ, ઈશ્વર... સારું તું જા...'

'મારે શું કરવાનું છે?'

'મારા હુકમની રાહ જોવાની... અને હા, ખંડેરાવને કહેજે કે ફોજનો મોરલ તૂટે તેવી વાતો કરવાની જરૂર નથી. ધાનોજીને... એ ડોસલાને કહેજે કે એ મને મળે.'

છત્રપાલે માથું નમાવ્યું અને કૉરિડૉરના સન્નાટામાં તેનાં પગલાં દૂર થતાં ગયાં. ભુવનસિંહ ઘડીભર હાથનું પડીકું પકડીને દૂર જતા છત્રપાલને જોતા રહ્યા. માથું હલાવ્યું અને પછી અંદર આવ્યા.

'બાલીરામજી...' ફાટેલા ઊંચા સ્વરે, ભુવનસિંહના હોઠમાંથી શબ્દો સર્યા. જાણે ભુવનસિંહ કોઈ ભયાનક ભૂતાવળ જોઈને આવ્યા હોય તેમ તેમની આંખો પારાવાર ભય, ચિંતા અને શૂન્યમનસ્કતાથી ફાટી ગઈ હતી. ભુવનસિંહની સામે જોતાં જ જાણે તેમને પણ આઘાત લાગ્યો હોય, જાણે ખુદ ભુવનસિંહ જ ભૂત હોય, તેમ બાલીરામજી તેમની સામે જોઈ રહ્યા. એક ક્ષણ પછી ભુવનસિંહના હાથમાં પકડાયેલા તાંસળા જેવા મોટા રોટલા પર તેમની દૃષ્ટિ સ્થિર થઈ ગઈ.

'છત્રપાલ લાવ્યો હતો.' ભુવનસિંહ માત્ર એટલું જ બોલ્યા.

મારી મૉમ પણ આરસમાંથી કંડારેલી કોઈ ગમગીન મૂર્તિની જેમ, તાંસળા જેવા એ રોટલા તરફ જોઈ રહી હતી. તેના હોઠ ફફડતા હતા... 'નોટ અગેઇન... નૉટ અગેઇન... નૉટ નાઉ... નૉટ નાઉ... ધ બ્લડી ડેવિલ... ધ બ્લડી ડેવિલ.' તેના હોઠમાંથી શબ્દો ખચકાઈ ખચકાઈને, પાનખરમાં વૃક્ષો પરથી પડતાં પાનની જેમ ખર્યા. જાનોરની એ મહારાણી, મધ્ય પ્રાંતોની એ અલૌકિક સ્ત્રી, નર્મદા ટેરિટરીઝની ચાણક્યા, એકાએક નિઃસહાય બનીને દીવાન પર બેસી પડી હતી... 'ઓહ નો... ઓહ... નો...' તે બોલતી રહી. તેની

નજર પેલા રોટલા તરફથી હઠતી ન હતી. જાણે કે જંગી ફેણ માંડીને ઊભેલા કિંગ કોબ્રા તરફ જોતી હોય તેમ તેની નજર મંડાયેલી હતી. તે ભયાર્ત હતી! ગમગીન હતી! ચિંતામગ્ન હતી! તેની આંખોમાંથી તેના મનમાં ઊભા થયેલા વંટોળની કલ્પના કરવાનો મેં પ્રયત્ન કર્યો, પણ મને સમજાતું ન હતું. તેની આંખોમાં, તેના ચહેરાની રેખાઓમાં એકસાથે અનેક ભાવો પેદા થયા હશે. ભવિષ્યના ઓળાઓ જોતી કોઈ તંત્રજ્ઞાની જેમ તે રોટલા તરફ જોઈ રહી હતી. તેનું માથું ધીરેથી હાલવા માંડ્યું...

સન '૫૭માં એ રોટલો જન્મ્યો હતો અને મૃત્યુ પામ્યો હતો. એ રોટલો પેદા કરનારા પણ ચાલ્યા ગયા હતા. એક વખત હતો જ્યારે એ રોટલા જેટલી પવિત્ર કોઈ ચીજ ન હતી. હિંદનું ભાવિ જાણે એ રોટલાથી જ લખાયું હોય તેમ મારી મૉમ તેના તરફ જોઈ રહી. એ રોટલાનો અનાદર થયો હતો, શિકસ્ત થઈ હતી. અને એટલે જ હિંદની પ્રજા ખાલી તાંસળાં લઈને, નિ:સહાય ઊભી હતી. આજે ફરી એ રોટલો દેખાયો હતો—ધૂમકેતુની જેમ, ભારેલા અગ્નિમાંથી ભભૂકેલી જ્વાળાની જેમ.

શું બોલવું તે કોઈને સમજાતું ન હતું. મારી અનુપમ મૉમને શું થતું હતું તે ન સમજી શકાય તેવું ન હતું, પણ આવે સમયે શું બોલવું તે કોઈને સમજાતું ન હતું. મધ્ય પ્રાંતોના સૌથી વિચક્ષણ ગણાતા, આમાત્ય, બાલીરામજી પાસે પણ કોઈ શબ્દો ન હતા...

મારી મૉમ એ સ્તબ્ધતામાં જ ક્યાંય સુધી બેસી રહી. તેણે આંખ મીંચી ઊંડો શ્વાસ લીધો, હાથ બન્ને પગ વચ્ચે દબાવ્યા. તેના શ્વાસ સાથે તે ટટ્ટાર થઈ. તેની છાતીમાં આ ધરતીનો વાયરો ભરાયો. તેણે ધીરેથી શ્વાસ મૂક્યો. ગૉંગ વગાડ્યું.

'મારે કંઈક પીવું પડશે.' તે ધીરેથી બોલી. તેના દાંત ભિડાયા. જડબાં સખ્ત થયાં. ચપરાસી આવે તે પહેલાં ભુવનસિંહે પેલો રોટલો પડીકામાં વાળીને દીવાનની નીચે સંતાડ્યો. ચપરાસી આવ્યો અને મૉમે પીણાં મગાવ્યાં. ઘડીભર કમરામાં સૌ શાંત બેસી રહ્યાં. એ રોટલાને કારણે કેવી પરિસ્થિતિ સર્જાશે તેની વિવિધ કલ્પના ભુવનસિંહ, બાલીરામજી અને મૉમે કદાચ કરી હશે. હું લગભગ શૂન્યમનસ્ક ત્યાં ઊભો રહ્યો.

બે ચાકરો હાથમાં પ્યાલાની ટ્રે, વ્હિસ્કીનો શીશો અને સોડા ફાઉન્ટન અને જ્યૂસનો જગ લઈ આવ્યા. તે પ્યાલા ભરવા માટેના હુકમની રાહ જોતા

પળવાર સ્તબ્ધ ઊભા રહ્યા, 'તમે જાઓ બહાર અને આ દરવાજા બંધ કરો. દરવાનને કહો કે કૉરિડૉરમાં કોઈ આવે નહીં.'

તોપના ગોળા છૂટે તેટલી ઝડપે મૉમના હુકમનો અમલ થયો. દીવાનખંડનાં તોતિંગ બારણાં બંધ કરવામાં આવ્યાં, 'આપણે વિચારવું પડશે. ધીસ ઇઝ ડૅમ્ડ સિરિયસ. વી હેવ ગોટ ટુ સ્ટૉપ ઇટ... વી હેવ ગોટ ટુ સ્ટૉપ ધ બ્લડી ઓલ્ડ ડેવિલ.' મૉમ નામ ન બોલી, પણ તે બાબા હરિભજનના સંદર્ભમાં બોલતી હતી. તેના અવાજમાં વેદના હતી. ચિંતા અને રોષ હતો. 'આપણે તેને રોકવો જોઈએ... એ બાવાને ખ્યાલ કેમ નથી આવતો કે '૫૭ કરતાંય આ સમય ખરાબ છે. જાનોરમાં આ રોટીઓ વહેંચાતી બંધ થવી જોઈએ.'

'એ સાથે હું સંમત છું યૉર હાઇનેસ, પણ પહેલાં આપણે રાજમહેલને ભયમુક્ત કરવો જોઈએ.' બાલીરામજી બોલ્યા અને તેમણે મારી સામે જોયું. 'બેસો ને...' હું દીવાન પર બેઠો.

'રાજમહેલ ભયમુક્ત લાંબો સમય રહી શકે તેમ હું માનતી નથી. દિનમણિ પાંડે, રામસતિયો, જૅક મૅકગ્રેગર અને હવે પછી કદાચ ધારીલાલજી પાસેથી જાણવા જેવું ઘણું કર્નલ મૅલેટ જાણી ચૂક્યા છે.'

'એ વાત બરાબર છે.'

'મને લાગે છે કે વહેલી તકે સુરંગ ખાલી થવી જોઈએ.' મારી મૉમે કહ્યું.

'તેનાથી ખાસ ફાયદો થવાનો નથી. સર પૉવેલ એ સુરંગમાં શું હશે તે જાણતા હતા. કર્નલ મૅલેટ જાણે છે. જૅક મૅકગ્રેગરને પણ એ ખબર હોય, પણ તેમાં ક્યાંથી જઈ શકાય તે જ માહિતી તેમની પાસે નથી. એ માહિતી મળે તો રાજમહેલ ભયમુક્ત રહે નહીં.' મેં કહ્યું.

'એ માહિતી મળે તે પહેલાં એ ચીજો ખસેડવી પડશે.' મૉમ બોલી. 'ઉફ્... જોયું ને એક ભૂલ કેટલી ભારે પડે છે તે...'

'કઈ ભૂલ, મૉમ...'

'જીનાનું અપહરણ અને જૅકના ઘોડા... ડૅમ ઇટ...' તે અકળાઈને બોલી, 'તેં જે કર્યું છે તે અક્ષમ્ય છે. મારી મહેનત પર ધૂળ...'

'તેમાં તારે ગુસ્સે થવું ન જોઈએ મૉમ! આપણે એ બાબત ચર્ચા થઈ જ ગઈ છે, છતાં આજે આ ભુવનસિંહ અને બાલીરામજીના દેખતાં કહું છું કે, તમે જો બાપુ વિશે મને સાચી વાત કરી હોત તો ક્યારેય મેં તમારા રાજકાજમાં માથું માર્યું ન હોત... જૅકના ઘોડા લેવાનો પ્રયત્ન ન કર્યો હોત...

તમે કદાચ મને બચ્ચું ગણતાં હશો. તેમ ગણવામાં તમારો હું દોષ જોતો નથી, પણ કેટલાં વર્ષો સુધી તમે મને બાપુ વિશે સત્ય જાણવા ન દીધું? તમને શો અધિકાર હતો એ છુપાવવાનો! પણ તમને પીઢ રાજકારણીઓને એક બાપ વિહોણા છોકરાના મનમાં શું સંવેગો ઊઠતા હશે તેનો ક્યાંથી ખ્યાલ આવે? મારા બાપુ વિશે હું શું વિચારતો હોઈશ તેની કલ્પના પણ તમે ક્યારેય કરી હતી? ક્યારેય તમને સૌને એ વિચાર ન આવ્યો કે હું મારા બાપુને એક ગદ્દાર તરીકે, એક નાચીજ, ખંધા રાજવી તરીકે જોઈ શકતો ન હતો? તમને એ ખ્યાલમાં ન આવ્યું કે એક દીકરાને, જે દીકરાએ તેના બાપનું મોં પણ જોયું નથી... તેને પોતાના બાપ વિશે કેવી કલ્પનાઓ આવતી હશે? અને હવે જ્યારે તમારી રાજકીય ગણતરીઓમાં ધૂળ નાખવા પેલો હરિભજન આવી પહોંચ્યો છે ત્યારે મને દોષ દેવો યોગ્ય નથી.'

'એવું નથી યૉર હાઇનેસ.'

'એક મિનિટ બાલીરામજી, તમે બધાંએ મને ખૂબ પટાવ્યો છે. અંધારામાં રાખ્યો છે. મૉમ... મૉમ... આજે તને હું કહું છું કે મારા બાપુની આ છબિઓ જોઈને હું ધરાતો ન હતો. તેં દિવસ-રાત જાનોરની ચિંતા કરી હશે, હિન્દના ભાવિની ચિંતા કરી હશે, પણ ક્યારેય તું પાછું વાળીને જોતી ન હતી. મારા બાપુની છબિ સામે કલાકો હું બેસી રહેતો ત્યારે તમે બધાં ક્યાં હતાં? એ છબિના સથવારે જ હું ઊછર્યો છું. એ છબિ સાથે હું વાત કરતો અને હું તેના જવાબની રાહ જોતો. લોકો કહેતા—મારા બાપુ અજોડ હતા, પણ જ્યારે હું પૂછતો કે જબલપુરના જંગમાં તેમણે શું કર્યું હતું ત્યારે લોકોનાં મોં સિવાઈ જતાં. ધીમે ધીમે મને ખ્યાલ આવતો ગયો અને સમજાતું ગયું કે મારા બાપુએ ગદ્દારી કરી હતી. બાવનમી પલટનને છેહ દીધો હતો. કટંગી, બિજયરાઘોગઢ, નરસિંમપુર વગેરેના ઠાકુરોને રઝળતા કર્યા હતા, ત્યારે શરમથી મારું માથું ઝૂકી જતું. પછી તો હું કોઈને પૂછી પણ શકતો ન હતો. એટલું જ નહીં, મને બીક લાગતી કે હમણાં કોઈ આવીને મને કહેશે કે, 'તારા બાપુ ગદ્દાર હતા. નિમકહરામ હતા. વિપ્લવવાદીઓના દુશ્મન હતા. અંગ્રેજોના પીઠ્ઠુ હતા... તમને ખ્યાલ આવે છે બાલીરામજી! તને ખ્યાલ આવે છે મૉમ... મારે કોઈ મિત્ર નથી તે!'

'હું ક્યારેય કોઈને મિત્ર બનાવી ન શક્યો. અહીં પણ નહીં અને ગ્વાલિયરમાં પણ નહીં. મને હંમેશ થતું કે મારો દોસ્ત આવીને કહે કે, મારા બાપુએ

વિશ્વાસઘાત કર્યો હતો તો હું શું કહેવાનો... મૉમ તને ખ્યાલ આવે છે... શા માટે હું છોકરીઓ સાથે હળવા-મળવાનું પસંદ કરતો તે. છોકરીઓ કદી મને બાપુ વિશે પૂછતી નહીં. તેમને એમ લાગતું કે હું એવા પ્રશ્નથી છેડાઈ પડીશ અને તેમની મોજનો અંત આવશે. હું એ જાણતો નહીં તેવું ન હતું, પણ ગ્રેઇસ એવી ઓરત નીકળી જેણે મને કહ્યું. મારા મોં પર કહ્યું... મારાથી ગ્વાલિયરમાં રહેવું અશક્ય થઈ પડ્યું.'

કેટલા કલાકો મેં બાપુની આ છબિઓ પાસે ઊભા રહીને ગાળ્યા હતા. એ છબિમાંથી હું જવાબ શોધતો રહ્યો. મને અંતરમાંથી થતું—નહીં... નહીં. એ અસત્ય છે, ભલે આખી દુનિયા કહે, પણ આ એવા આદમીની છબિ નથી. બાપુની સુંદર આંખોમાં મને પારાવાર વિશ્વસનીયતા દેખાતી. તેમના ચહેરા પર દેશદાઝ દેખાતી... આવું નિખાલસ હાસ્ય ધરાવતો આદમી ગદ્દાર ન હોઈ શકે... મારા મનમાંથી અવાજ ઊઠતો અને છબિમાંથી તેનો પડઘો પડતો. એ છબિ જોતો અને મને થતું—લોકો ખોટા છે, એ વાતો ખોટી છે. હું તને પૂછતો અને તું મને પ્યારથી ગૂંગળાવી નાખતી, ક્યારેય બાપુ વિશે કંઈ કહેતી નહીં. મારા બાપુની છબિ પાસે હું રડતો અને જાણે છબિમાંથી હાથ લંબાવીને, મારા માથા પર હાથ મૂકીને મારા બાપુ સ્મિત વેરતા. હરહંમેશ એ છબિ કહેતી કે, લોકોની વાતો માનીશ નહીં દીકરા... એ વાત હું મારા હૃદયમાં સંઘરતો, ક્યારેક પાછી બાવનમી પલટનની વાત ઊખળતી અને મારા દિમાગમાં દાવાનળ જાગતો... ઓહ મૉમ... મેં કેવા દિવસો... કેવી રાતો એ છબિ પાસેથી જવાબ મેળવવામાં ગાળી છે તેની તને કલ્પના નહીં આવે,...' કહીને હું મારા બાપુની છબિ આગળ જઈને ઊભો રહ્યો. કમરામાં તદ્દન સ્તબ્ધતા છવાઈ હતી. મારી આંખ આગળ ભીનો પરદો તરી આવ્યો હતો. મારા બાપુની છબિ હસતી હતી. એ જ રીતે... એ જ અદાથી.

મારી મૉમ ઊભી થઈ. લાકડીના ટેકા વગર... ટટ્ટાર અને મગરૂર. તેણે મારા ખભે હાથ મૂક્યો. 'હું દિલગીર છું બેટા... તને કેમ કરીને સમજાવું, કયા શબ્દોમાં સમજાવું. તું મને પૂછતો... મૉમ, મારા બાપુએ જંગમાં શું કર્યું હતું અને મારા હોઠે શબ્દો આવી જતા 'તારા બાપુએ જે કર્યું હતું તે હિન્દમાં કોઈ કરી શક્યું ન હતું.' પણ હું બોલી શકતી ન હતી... એ વાત છૂપી રાખ્યા વગર ચાલે તેમ ન હતું. કોઈ કારણ વગર હું શા માટે એ વાત છુપાવું. શા માટે બાલીરામજી... ભુવનસિંહ, અરે! પેલો ધીટ ડોસો ધાનોજી તારાથી એ

વાત છુપાવતો હશે... તું મારો એકનો એક દીકરો છું, રાજા... બાપુની એક જીવંત યાદગીરી. હું તને રઝળાવવા તૈયાર ન હતી... જિંદગીભરના પ્રથમ વર્ષથી જ મારે તને જંગલોમાં ભટકતો કરવો ન હતો... દીકરા... તારા બાપુએ જે કર્યું તે વાત, તે જીવ્યા હોત ને બહાર પડી હોત તો મને વાંધો ન હતો...

'પણ તેં શા માટે એ રમત ખેલી મૉમ!'

'સિંદૂર ભૂંસાઈ ગયા પછી સ્ત્રી માટે કોઈ સુખ રહેતું નથી. જુવાન ઉમ્મરે વિધવા થવું એ નાનુંસૂનું દુઃખ નથી અને ત્યારે તું મારા પેટમાં હતો. તું જન્મ્યો અને જન્મતાંની સાથે બાપ વગરનો થયો. એ દુઃખ, એ પરિતાપ કેવળ વિધવા જ સમજી શકે. મારું સુખ આ ગોરાઓએ છીનવ્યું. તેમને એ અધિકાર ન હતો. અને હું કોઈ સામાન્ય ઠાકુરની પત્ની ન હતી દીકરા... ઈશ્વરે મને એવો ભરથાર આપ્યો હતો જે ખુદ વિધાતાને અદેખાઈ કરાવે, પણ ચૂડો નંદવાયા પછી શું રહે! મારું તો હીર હણાઈ ગયું હતું! હું ખાલી થઈ ગઈ હતી દીકરા... તારા બાપુ વગર હું જીવી હોઉં તો કેવળ તારે કારણે અને આ ઘરમાં લટકતી તેમની છબિઓને કારણે... તારી માફક મને એ છબિઓ જોઈને કંઈ નહીં થતું હોય! મને પણ થતું—શા માટે હવે હું જીવું છું. ત્યારે તું નાનો હતો, પણ તને ગોદમાં લેતી અને મારી જિજીવિષા જાગી ઊઠતી. મારો શોક ચાલી જતો. તારા બાપુની છબિ પાસે જઈને હું કહેતી, 'તમે ચિંતા ન કરશો... હું સેજલને એક અનન્ય આદમી બનાવીશ...' અને તારા બાપુની છબિ હસતી.

ક્યારેક મને થતું—શા માટે તને પણ મારે આ નિર્દય નિષ્ઠુર રાજરમતમાં નાખવો... ક્યારેક થતું—તારા બાપુ હોત તો શું કરત... તને જરૂર એક સાચો રાજવી બનાવત. તેમનાં અધૂરાં સ્વપ્નો સાકાર કરવા પ્રેરણા આપત. વળી, પાછું તારા બાપુનું મોત યાદ આવતું અને હું ડગી જતી. ખેર! અત્યારે એ સમય નથી... વિધવા ઓરત યાદોને પણ વાગોળી શકતી નથી. યાદો વાગોળવા જેટલા અશક્ત થવું તે પણ બરાબર નથી...' એકાએક મારી મૉમની આંખો આંસુથી ભરાઈ આવી. તેણે મોં ફેરવી લીધું અને તેણે લાકડી ઉઠાવી. ધીરેથી ચાલીને તે દીવાનખંડને છેડે આવેલા બારણેથી ટોઇલેટમાં ગઈ. તે સ્થિર ચાલતી હતી, પણ તેની કરોડરજ્જુ મને સહેજ ઝૂકેલી લાગી.

મૉમ પાછી આવી ત્યાં સુધી હું, ભુવનસિંહ અને બાલીરામજી અવાચક બેસી રહ્યા. તે મોં ધોઈને પાછી આવી હતી. તેની આંખો સહેજ લાલ થઈ હતી, પણ તેના ચહેરા પર ફરી તાજગી આવી હતી.

'સૉરી... મૉમ...' હું બોલ્યો, પણ તેણે જાણે એ સાંભળ્યું નહીં. તે ધરતી પર આવી ગઈ હતી. મારા બાપુને ઘડીભર મળીને તે જાણે પાછી આવી હોય તેમ સ્વસ્થતાથી બોલી, 'તમે શું કહેતા હતા, બાલીરામજી?'

'મોગલ અવશેષો ખસેડીને રાજમહેલ ભયમુક્ત કરવો.' બાલીરામજીએ કહ્યું.

'મારો અભિપ્રાય આપવાની છૂટ છે?' મેં પૂછ્યું.

'મને મહેણાં મારવાની જરૂર નથી... તારો અભિપ્રાય ન જ લેવો હોત તો આ કમરામાં પણ તને રાખ્યો ન હોત. હું હજુ જાનોરની મહારાણી છું સમજ્યો?'

'સમજ્યો મૉમ...' મેં કહ્યું અને તે હસી. રોજની જેમ તેના હાસ્યની સોડમ પથરાઈ. કેવી રૂપાળી હતી! કેવી અદ્ભુત! તેના સ્મિતમાં મારો રોષ હંમેશાં પીગળી જતો.

'મારા અભિપ્રાય પ્રમાણે કેવળ મોગલ અવશેષો ખસેડવાથી રાજમહેલ ભયમુક્ત નહીં થાય.'

'સેજલસિંહની વાત સાચી છે.' ભુવનસિંહે કહ્યું.

'એ અવશેષો અહીં હતા તે શંકા પણ નિવારવી પડશે' મેં કહ્યું.

'પણ તે અશક્ય છે.' બાલીરામજીએ કહ્યું.

'જો કર્નલ મૅલેટ, જૅક મૅકગ્રેગર અને જીના પૉવેલ એ વાત ભૂલી જાય તો તે અશક્ય નથી.' મેં કહ્યું. મારી મૉમે ભમ્મર ચડાવી.

'એટલે!'

'તેવો રસ્તો વિચારવો જોઈએ. તે લોકો જાતે જ જો સુરંગમાં પહોંચે... આઈ મીન આપણી જાણ વગર પહોંચે અને ત્યાં મોગલ તવારીખના અવશેષોને બદલે બીજું જ કાંઈ જુએ તો તેમની શંકા દૂર થઈ શકે.'

'બીજું કશું એટલે?' ભુવનસિંહે પૂછ્યું.

'તે આપણે વિચારવું રહ્યું.' મેં જવાબ આપ્યો.

'યુવરાજની વાત તર્કબદ્ધ છે. એ બાબત હું વિચારી લઈશ' બાલીરામજીએ કહ્યું. 'પણ તે સિવાયનો સરળ રસ્તો છે.'

'શું છે?'

'સેજલસિંહજી લગ્ન ક્યારે કરવાના છે?' એકાએક બાલીરામે ધડાકો કર્યો. હું ચોંકી ઊઠ્યો.

'લગ્ન?' મારાથી પુછાઈ ગયું.

'મારી સમજ પ્રમાણે એ વાત તો પાકી છે. પછી વિલંબ શા માટે કરવો? લગ્ન થવાનું છે તો આપણા અનુકૂળ સમયે થાય તે વધુ હિતાવહ છે.' બાલીરામજી ઠાવકાઈથી બોલ્યા.

'ધીસ ઇઝ નૉન્સેન્સ... મેં પરણવાનો હજુ વિચાર કર્યો નથી.'

'મને તેમાં ખાસ વિચાર કરવા જેવું લાગતું નથી. આમેય અંગ્રેજ રસમ પ્રમાણે આપના ઍન્ગેજમેન્ટ તો જાહેર થઈ જ ગયા છે અને ગ્રેઇસ શોભે તેવાં સન્નારી છે.'

'બાલીરામજી, મારી આ અંગત બાબતને આ રાજકીય બેઠકમાં ન ચર્ચાય તે યોગ્ય છે.'

'રાજાઓ માટે અંગત બાબત કેવળ ટોઇલેટ જ હોય છે સરકાર.' બાલીરામે કહ્યું.

'ઇટ્સ ઇનફ... આવી સિલી જોક્સનો આ સમય નથી.' મેં ચિડાઈને કહ્યું.

'બાલીરામજી બરાબર કહે છે સેજલ... વિલિયમ કેમ્પબેલ આવતે મહિને હિન્દના કમાન્ડર ઇન ચીફ થશે. તારાં લગ્નથી જાનોર ઊગરી શકશે અને ગ્રેઇસ તને ચાહે છે. તને પણ એ ગમે છે–'

'મૉમ, આ વાત આપણે એકલાં ચર્ચીએ તો શું ખોટું છે?'

'ભુવનસિંહ અને બાલીરામજીથી કોઈ વાત છૂપી નથી. તે જાણે છે કે...'

'એ જાણે છે, છતાં મને આવું કહેવાની હિમ્મત કરે છે તે મને સમજાતું નથી, મૉમ... તારા કહેવાથી ગ્રેઇસ સાથે મેં બધું નાટક કર્યું... પણ મેં તને સ્પષ્ટ કહ્યું હતું કે હું તેને પરણવાનો નથી.'

'એ અંગે આપણે ચર્ચા થઈ ગઈ છે સમજ્યો, ગ્રેઇસ સાથે તેં નાટક કર્યું? તારે પ્રથમથી જ તેની સાથે સ્પષ્ટતા કરવી જોઈતી હતી... અને હવે આટલે વખતે તું એમ કહે કે તું તેની સાથે પરણીશ નહીં તેનો અર્થ ખરો?'

'સેના બારનીશ સિવાય હું કોઈને પરણીશ નહીં.' મેં કહ્યું.

'તારી મરજી... સેના બારનીશ ભડભડતો અંગારો છે. અત્યારે તે દઝાડશે અને બે દિવસ પછી તે ઠરી જશે. કોયલો થઈ જશે, ત્યારે પણ દઝાડશે.'

'હું સમજ્યો નહીં મૉમ...'

'તને સમજતાં વાર લાગે છે. તું એને પરણી શકવાનો નથી. પરણીને સાથે રહી શકવાનો નથી. તેને અંગ્રેજો છોડશે નહીં... ખેરાસિંહ તેને છોડશે

નહીં... તું એને પરણીશ તો જાનોર ગુમાવવાનું થશે... મારે જાનોર છોડવું પડશે. આ રાજમહેલમાં કર્નલ મૅલેટ કે કોઈ સર પૉવેલ રહેવા આવી જશે. ભુવનસિંહ, બાલીરામ, આ છત્રપાલ... અરે ધાનોજી સુધ્ધાં અંગ્રેજ કેદખાનામાં સબડશે. તું વિચાર કરી જોજે સેજલ... સેના કે જાનોર, સેના કે તારી મૉમ...'

'તું વિચાર કરી જોજે સેજલ... સેના કે જાનોર... સેના કે તારી મૉમ!' મૉમના એ શબ્દો બોલાયા હતા તદ્દન ધીરેથી... સ્વાભાવિકતાથી... સહજ રીતે, પણ દીવાનખંડની દીવાલો તેના પડઘાથી ગુંજી રહી.

'દીકરાની વિરુદ્ધ કોઈ નિર્ણય લેવો તે કોઈ પણ મા માટે આસાન નથી. જાનોર માટે શું શ્રેષ્ઠ છે તેની પીંજણ કરીને સમય બગાડવો અર્થહીન છે...' મારી મૉમ બોલી. મારી દ્વિધા, મારી સ્તબ્ધતાનો અંત આવે તે પહેલાં તો દીવાલને ટકરાઈને મારા કાનમાં તેના શબ્દો પછડાતા હતા, તે બોલતી રહી અને આમેય હું ક્યાં અમરપટો લખાવીને આવી છું... મારાથી બનતું બધું મેં કર્યું છે... લાજ, મર્યાદા, સંસ્કાર છેટાં મૂકીને અંગ્રેજોની લોલુપતા, લોભ... ખંધાઈને મેં ખાળ્યાં છે... હવે તું જાણે... ભુવનસિંહ અને બાલીરામજી જાણે... સાવ નાનકડો બનાવ ઇતિહાસ પલટાવી નાખે છે. દાવાનળ માટે એક તણખો પણ કાફી થઈ પડે છે. હવે તમે જાણો. શું કરવું ન કરવું તેનો નિર્ણય તું લે... મને હવે થાક લાગ્યો છે. ખરેખર થાક લાગ્યો છે. કેટલાં વર્ષોથી મા નર્મદાને ખોળે હું રમી નથી! કેટલાં વર્ષથી મેં વૅકેશન ભોગવ્યું નથી! તમે લોકો જે વિચારો, જે નક્કી કરો તે મને મંજૂર છે...' કહીને મારી મૉમ લાકડીને ટેકે બારણે પહોંચી. તેના પગમાં લગભગ કાયમી ખોડ આવી ગઈ હતી. હું તેની નજીક સર્યો. તે માથું નીચું નાખીને બારણા પાસે ઊભી રહી. મેં ધીરેથી બારણું ખોલ્યું. તેણે પોતાના હાથમાંની લાકડી સરી જવા દીધી અને મારા ખભા પર હાથ મૂક્યો અને ઝૂકી... તેના સ્પર્શમાં... તેના વજનમાં સહારાની તલાશ હતી... એક મૂક સંવેગ હતો. તે ટેકો ઝંખતી હતી. કોઈના ખભાનો સહારો શોધતી હતી... મૉમને મેં ગુસ્સે થતી જોઈ હતી. ગમગીન અને વિચારમાં ગૂંથાયેલી જોઈ હતી... દુઃખ પામતી જોઈ હતી, પણ આજ પ્રથમ વાર તેના ચહેરા પર હું વિવશતાનો... કંઈક હતાશાનો ભાવ જોતો હતો. તેની કેડમાં હાથ નાખીને હું તેને તેના કમરા સુધી મૂકી આવ્યો. તે હળવેથી પલંગ પર બેઠી, તેના કપાળમાં મેં ચુંબન કર્યું. 'મૉમ, તારે આરામની જરૂર છે. ખૂબ જરૂર છે...' તે ફિક્કું હસી. તેણે પગ વાળ્યા. સાડી સંકોરી પગ પલંગ પર

લીધા. બંને હાથની હથેળીઓ ઓશીકા પર ગોઠવીને, માથું હથેળીઓમાં મૂકીને તે સૂતી અને બોલી, 'આપણા જેવા લોકોને આરામ કેવળ મૃત્યુમાં જ મળે છે સેજલ... ક્યારેક મને થાય છે કે હું ખેડૂતની... એક સામાન્ય ખેડૂતની દીકરી હોત તો... નર્મદાને કાંઠે, નર્મદાના અવિરત વહેતા સ્વચ્છ નીરની માફક મારી જિંદગી પણ આનંદમય, સ્ફૂર્તિમય અને નૈસર્ગિક હોત...'

'તું ખેડૂતની પત્ની હોત તો ખેડૂત રાજા બન્યો હોત. તે હળ ખેડવાને બદલે રાજવટું ખેલતો થયો હોત...' મેં કહ્યું. તે હસી, હું તેને વળગી પડ્યો. મારી મૉમને દુઃખી થતી હું ક્યારેય નિહાળી શક્યો ન હતો. તેણે મારા માથા પર, મારા વાળમાં ક્યાંય સુધી હાથ ફેરવ્યો.

*

દીવાનખંડમાં ભુવનસિંહ અને બાલીરામજી રાહ જોતા બેઠા હતા. હું પ્રવેશ્યો. થોડી વાર બધા જ મૌન રહ્યા. 'બાલીરામજી, સર વિલિયમ કૅમ્પબેલ ક્યારે આવવાના છે?'

'સર પૉવેલની દફનવિધિ વખતે તે કેમ ન આવ્યા તેનું મને આશ્ચર્ય છે. એ અહીં આવશે તે ચોક્કસ છે. તેમની દીકરી—'

'વેલ, બાલીરામજી, જાનોરના રાજવીનું લગ્ન થાય ત્યારે શું શું કરવાનું હોય છે?'

'એટલે યૉર હાઇનેસ!'

'ઓહ, બાલીરામજી, હું ગ્રેઇસને પરણવા માગું છું.'

'બાબાજી!' બાલીરામજી બોલી ઊઠ્યા. મને નાનપણમાં સૌ બાબાજી કહેતા. યૉર હાઇનેસ, હિઝ હાઇનેસ વગેરે સંબોધનો કરતાં મને આમ બાબાજી કહીને કોઈ બોલાવે તો વધુ માફક આવતું.

'મેં નિર્ણય લઈ લીધો છે બાલીરામજી... જાનોર અને મારી મૉમ બંને ગુમાવવાની મારામાં શક્તિ નથી. અને શક્તિ હોય તોય મારે તેમ કરવું નથી.'

'મને ખાતરી હતી યૉર હાઇનેસ... મને ખાતરી જ હતી.' ભુવનસિંહે ગદ્‌ગદ કંઠે કહ્યું, 'બાબાજી કદી મૉમને દુઃખ થાય તેવું નહીં કરે...' કહીને તેમણે મારો હાથ પકડ્યો. 'બાબાજી... આપના આ નિર્ણયની કેવી અદ્‌ભુત અસર થશે તે આપને ખબર નથી.'

'મહારાણીને કહ્યું ને!'

'નહીં, મને લાગે છે તે સમજી ગઈ હશે અને આમેય એ વાત તમે લોકો કરશો તો તેને થશે કે હું ગંભીર છું. લગ્નની તારીખ નક્કી કરવા માટે આપણે...'

'એ બધું થઈ જશે... બાબાજી, જાનોર માટે આ અદ્‌ભુત–' બાલીરામજી પ્રશસ્તિ કરે તે પહેલાં હું બોલ્યો:

'જાનોરની સાથે મારો પણ એટલો જ સ્વાર્થ જોડાયેલો છે. તમે સિંધિયાને આ સમાચાર મોકલી આપશો.'

'ઓહ બાબાજી... યૉર હાઇનેસ...' બાલીરામજીના ચહેરા પરથી ભાર ચાલ્યો ગયો હતો અને કોઈ અપૂર્વ ગર્વથી તે મને એક રાજા તરીકે, એક હાકેમ તરીકે સ્વીકારી રહ્યા હતા...' ઇટ વૉઝ રિયલી અનફૉર્ચ્યુનેટ... અમે પહેલેથી આ જોઈ કેમ ન શક્યા?'

'શું બાલીરામજી?'

'કે મોરનાં ઈંડાં ચીતરવાં ન પડે... તમને પહેલેથી જ અમે કહ્યું હોત કે જૅક મૅકગ્રેગરના ઘોડા, અમારે સંતોજી બારનીશને જ આપવાના હતા... મોગલ સલ્તનતના અવશેષો અહીંથી ખસેડવા તેવી યોજના હતી જ.'

'મેં આપને સૌને ચેતવ્યા હતા...' ભુવનસિંહે કહ્યું, 'મેં આપને કહ્યું હતું કે બાબાજી હવે નાના નથી.'

'હા. ભુવનસિંહે કહ્યું હતું, પણ હું અને હર હાઇનેસ જુદા મતના હતાં. અમારે આપને આખીય આ વાતમાં પાડવા ન હતા. જો આપને ખબર જ ન હોય કે આવા અવશેષો છે... સુરંગમાં છે તો આપને ટેન્શન્સ ન રહેત... ખેર! ભુવનસિંહની વાત સાચી હતી. અમે અંડરઍસ્ટિમેટ કર્યા આપને... અને વાત વણસી... બાકી જો ભુવનસિંહની સલાહ માની હોત...'

'તોપણ કશો ફરક ન પડત... બાલીરામજી...' મેં કહ્યું.

'કેમ?'

'ખેરાસિંહ તમને એ લઈ જવા ન દેત' મેં જવાબ આપ્યો.

'નહીં, યૉર હાઇનેસ... ખેરાસિંહ કશું જ ન કરત... ન કરી શકત. એ હતાશ થઈ ગયો હતો. તેની પાસે હથિયારો ન હતાં. જૂની બંદૂકો તેના કામની રહી ન હતી, પણ આપે ખેરાસિંહને અનાયાસ જ મદદ કરી નાખી–'

'મેં નહીં, સંતોજીએ. એ જાણતા હતા કે ખેરા પાસે હથિયારો નથી. તો પછી શા માટે તેમણે તેને હથિયારો આપવાનો-લૂંટવાનો સધિયારો આપ્યો? લાલચ આપી?' મેં પૂછ્યું.

'ઓહ સરકાર... હથિયારો સિવાયની કોઈ લાલચ તેને ડગાવી શકી ન હોત... ખેરાએ આપને મારી નાખ્યા હોત... અથવા તો રાજેશ્વરીદેવી અપમાનિત થાય તેવી માગણી આપના બદલામાં મૂકી હોત. તેણે આપને છોડ્યા જ ન હોત... આપણા સૌ કરતાં સંતોજી તેને વધુ સારી રીતે ઓળખે છે. ગમે તેમ હવે એ વાતનો અંત આવશે...'

'નહીં આવે બાલીરામજી... ખેરાને સેના જોઈએ છે.' મેં કહ્યું. બાલીરામજી એ સાંભળીને મારી સામે જોઈ રહ્યા.

અને ધીરેથી બોલ્યા, 'દરેકને પોતાની ઇચ્છા પ્રમાણે સઘળું મળતું નથી... સેનાની ઇચ્છા વગર ખેરાસિંહ તેને નહીં મેળવી શકે. સંતોજીને આંચ ન આવે તે જોવાની જવાબદારી મારી છે.'

એ બુઝુર્ગ રાજનીતિજ્ઞનો ચહેરો સખ્ત થયો. હું કાંઈ બોલ્યો નહીં. રાજમહેલના દીવાનખંડમાં મોડે સુધી અમે સ્ટ્રેટજીનો—ગોઠવણનો—વિચાર કર્યો.

જૅક મૅકગ્રેગરને અંગ્રેજોની—કર્નલ મૅલેટની ભીંસમાંથી દૂર કરવો... બાબા હરિભજનને અટકાવવો—સુરંગમાંથી મોગલ સલ્તનતના અવશેષો દૂર કરવા. સેના અને સંતોજીને દેશની બહાર સલામત જગ્યાએ મોકલવા વગેરે બાબતોની ચર્ચા થઈ. એ બધીય બાબતોમાં ગ્રેઇસ સાથેનાં મારાં લગ્ન હુકમના એક્કા જેવી ચાલ હતી...

યસ... ચાલ હતી... ગ્રેઇસ સાથે મારાં લગ્ન થાય અને તે પહેલાં જો મોગલ તવારીખના અવશેષ જાનોરમાંથી દૂર થાય તો કશું જ કરવાનું ન રહે. કર્નલ મૅલેટ કે જૅક મૅકગ્રેગર પાસે ગમે તે માહિતી હોય તો તે નિરર્થક નીવડવાની... તે પકડાય કે નહીં તેનાથી કોઈ ફરક પડવાનો ન હતો. સર વિલિયમ કૅમ્પબેલના જમાઈ બન્યા પછી, કોઈ પણ અંગ્રેજ અફસર સીધું પગલું ભરી શકવાનો ન હતો. જાનોરની જવાબદારી, સંતોજી સિવાય કોઈની નથી તેટલી જ વાત આ બંને રાજપુરુષો સ્વીકારતા હતા. જીના કે જૅક, ખેરા કે હરિભજન અગત્યના ન હતા.

ગ્રેઇસ સાથેનાં લગ્નની વાત ઑફિશિયલી કેમ, ક્યારે અને કેવી રીતે કરવી તેનો નિર્ણય બાલીરામજી લે તેવું નક્કી થયું. સુરંગ ખાલી કરવાનું કામ ભુવનસિંહે સ્વીકાર્યું અને અમે છૂટા પડ્યા.

*

ગ્રેઇસ થાકીને તેના કમરામાં ચાલી ગઈ હતી. આખો દિવસ તેણે બાર્બરા પૉવેલની સાથે ગાળ્યો હતો. એકલાં જ ભોજન કર્યું હતું. વળી એ દિવસે, વરસાદ પણ આખો દિવસ ચાલુ જ રહ્યો હતો એટલે તેને ઘરમાં જ ભરાઈ રહેવું પડ્યું હતું.

હું તેના કમરાના બારણે ઘડીભર ઊભો રહ્યો. પછી ધીરેથી બારણાને ધક્કો માર્યો. બારણું ખુલ્લું હતું. તે મારી જ રાહ જોઈ જોઈને ઊંઘી ગઈ હતી. હું હળવેથી કમરામાં ગયો. નાના બાળકની માફક તે ઊંઘતી હતી. તેના ચહેરા પર હાસ્ય રમતું હતું. તેના નાઇટ ગાઉનના પારદર્શક રેશમમાંથી ચળાઈને તેના શરીરની ખુશબૂ કમરામાં ફેલાતી હતી. હું ત્યાં ઊભો રહ્યો... ગ્રેઇસ કૅમ્પબેલ... ગ્રેઇસ કૅમ્પબેલ! મારી પત્ની... હું સેનાને ચાહતો હતો. સેના મારો શ્વાસોશ્વાસ હતી... છતાં અત્યારે મને આ અનુપમ અંગ્રેજ છોકરી પ્રત્યે કોઈ અનેરી લાગણી થતી. એ લાગણી સમજાવવી મુશ્કેલ છે...

એક માના ખોળામાં જે નિશ્ચિંતતાથી બાળક સૂએ તેવી જ નિશ્ચિંતતા, તેવી જ નિર્દોષ મુખાકૃતિ સાથે તે સૂતી હતી. હું તેની નજીક ગયો. તેના હોઠ પર સ્મિત આવ્યું. તે ઊંઘમાં જ બબડી... સેજલ... ઓહ... સેજલ! અને તેનાં અંગો તંગ થયાં. તેનું સ્તન યુગ્મ ઊપસી આવ્યું. તેના હોઠ ફરક્યા. પોપચાં નીચેથી કીકીઓ ફરતી રહી. સ્વપ્નમાં તે શું મને જોતી હતી! પ્રેમમાં પડેલી દરેક ઓરતને આવું થતું હશે! તેના પગ અને નિતંબ તંગ થયા. તેણે આછો નિઃશ્વાસ નાખ્યો. તેની ઊંઘતી, બંધ આંખોની સુંદર કથ્થઈ પાંપણોને ખૂણે ચળકતાં મોતીની જેમ આંસુનાં બે બુંદ ઊપસી આવ્યાં.

'ગ્રેઇસ' હું ધીરેથી બોલ્યો. હું સેનાને ચાહતો હતો, છતાં ગ્રેઇસ તરફ મને આસક્તિ થતી હતી. તેને હું છેતરી રહ્યો હતો! તેને અળગી કરવાનું મારામાં કૌવત ન હતું. મારો મહદ અહમ્ મને ફિટકારતો હતો. તેની આંખો ખૂલી. તેના સ્વપ્નનો જ કોઈ ભાગ હોય તેમ તે બેઠી થઈ... ધૂંઆધાર પરથી કૂદતી નર્મદાની માફક તે મારા બાહુપાશમાં સમાઈ ગઈ. પ્રેમનું અમૂર્ત સ્વરૂપ મૂર્ત બન્યું...

મારે તેને કહેવું હતું... ગ્રેઇસ, મેં તારી સાથે લગ્ન કરવાનું નક્કી કર્યું છે. મારે તેને આનંદવિભોર કરવી હતી, પણ કશુંક મને રોકી રહ્યું હતું! મારું જિગર વલોવાતું હતું, કાળજે પથ્થર ઝીંકાતા હતા... તેના નાજુક શરીરની ઉષ્મા મને ઘેનમાં નાખતી હતી. ગ્રેઇસના શરીરમાં નર્મદાના પ્રવાહ જેવો ઉન્માદ હતો...

*

જૅક મૅકગ્રેગરના બનાવથી નર્મદા ટેરિટરીઝમાં હાહાકાર સર્જાયો હતો. અંગ્રેજોએ આ બનાવને અંગત વેર અને કૌટુંબિક પ્રશ્ન તરીકે ખપાવવાનો પ્રયાસ કર્યો હતો, પણ પ્રજામાં તેની ઊલટી અસર થઈ હતી. જૅક મૅકગ્રેગર ઍંગ્લો-ઇંડિયન વસ્તીનું પ્રતીક બની ગયો હતો અને બાબા હરિભજન જેવા નામી અને અનામી બળવાખોરોએ તેનો મનોવૈજ્ઞાનિક લાભ ઉઠાવવા માંડ્યો હતો.

ચારે તરફ ભારેલા અગ્નિમાંથી ધૂમ્રસેરો નીકળવી શરૂ થઈ હતી. જૅકને પકડવા માટે જે ટુકડીઓ રવાના થઈ હતી તેને કહેવાતા 'ચાડિયાઓએ' રવાડે ચડાવી હતી. જૅક મૅકગ્રેગર જેવા એકલદોકલ આદમીને, અંગ્રેજ સલ્તનતના ભડવીરો પકડી શકતા ન હતા, તેની માનહાનિ કર્નલ મૅલેટ અનુભવતા હતા. બાર્બરા પૉવેલે પણ આમાં બળતામાં ઘી હોમ્યું હતું. વાત કસે ચડી હતી. ગવર્નર જનરલ અને મધ્ય પ્રાંતના બધા જ લશ્કરી એકમોમાં, આ બનાવથી ભારે ઉચાટ છવાયો હતો. મારી મૉમ અંગ્રેજોની આ દશાને આનંદથી માણી રહી હતી. 'કીપ ધેમ ઇન ધ સેડલ' એ તેની રાજનીતિ હતી.

'જીનાને નજરકેદમાં રાખવામાં આવી હતી. મેં તેને હૈયાધારણ આપી હતી અને એટલે જ એ શાંત હતી. તેમ છતાં અંગત રીતે તેની સ્થિતિ ભયાનક હતી. બાર્બરાએ તેને માથે છાણાં થાપ્યાં હતાં. તેણે જૅકને પકડવા માટે જીનાનો ભોગ લેવાય તેવી પણ યોજના કરી હતી. જીનાનો જાન જોખમમાં છે તેવું જો જૅકને સમજાય તો જૅક તાબે થાય, તેવો દાવ ખેલવા માટે તેણે એચ. ક્યૂ.માં પ્રચાર કર્યો હતો, પણ સર કૉલિન્સને આ વાત ગળે ઊતરી ન હતી. તેમણે મધ્ય પ્રાંતના ચીફ સેક્રેટરીને મોકલીને બાર્બરાને મોઢું બંધ રાખવાની અને કોઈ પણ જાતનું પાગલપણું નહીં કરવાની તાકીદ આપી હતી. એટલું જ નહીં, પરંતુ તે કોઈ ગાંડપણ કરશે તો તેને ઇંગ્લૅંડ ધકેલી દેવા સિવાય બીજો કોઈ માર્ગ રહેશે નહીં તેવી પ્રચ્છન્ન ધમકી પણ અપાઈ હતી.

જાનોર કેન્ટમાં દરેક ચોઘડિયે જુદા સમાચાર આવતા, પણ મારો મોટા ભાગનો સમય ગ્રેઇસ પડાવી જતી. હું અકળાતો રહ્યો, દ્વિધા અને અનિર્ણીત દશામાં મૂંઝાતો રહ્યો. ગ્રેઇસને પરણવાનો નિર્ણય તો મેં કરી નાખ્યો હતો, પણ સેના મારા મનમાંથી હઠતી ન હતી. સેના અને ગ્રેઇસ બંનેને મારા જીવનમાં ગોઠવવાં કેટલાં અઘરાં હતાં?

ઊકળતા ચરુ જેવા વાતાવરણમાં નર્મદા ટેરિટરીઝના બધા વિસ્તારોમાં જે

શાંતિ દેખાતી હતી, તે વાવાઝોડા પહેલાં પડી જતા પવન જેવી ભયાનક હતી. અલબત્ત, મારા જીવનમાં કશો ખાસ ફેર પડ્યો ન હતો. દિવસો વહેતા ગયા, પણ જૅક મૅકગ્રેગર હાથ લાગ્યો ન હતો. સર પૉવેલના ખૂનીને પકડવામાં કર્નલ મૅલેટ નિષ્ફળ નીવડ્યા હતા. તેમને જબલપુર એચ. ક્યૂ.નું તેડું પણ આવ્યું હતું. કર્નલ મૅલેટને હઠાવીને, તેને ઠેકાણે નાગપુરમાં રહેતા, કર્નલ હાર્ડિઝને જાનોરમાં મૂકવાનો નિર્ણય લેવાની વાતો ઊડી હતી. કર્નલ મૅલેટ માટે આ પરિસ્થિતિ વિકટ હતી. જૅક પકડાય તો ઘણીબધી બાબતો છતી થાય જે કર્નલને પરવડે તેમ ન હતી અને એટલે જ, કર્નલ મૅલેટે પોતાની હતી એટલી બધી વગ વાપરીને જાનોરમાં જ રહેવાનું નક્કી કરાવ્યું હતું. વળી, બીજી પણ મુસીબત હાઈકમાન્ડ માટે હતી. જે રીતે રોટીઓ વહેંચાવી શરૂ થઈ હતી તે જોતાં, સાતપુડા અને વિંધ્યની ખીણોમાં, મૅલેટ જેવું ભૌગોલિક જ્ઞાન ધરાવતા માણસોની પણ કમી હતી.

મારી મૉમે 'વેઇટ ઍન્ડ વૉચ'નું ગણિત સ્વીકાર્યું હતું. બાબા હરિભજનની જેહાદ તેમને જરૂર અકળાવનારી હતી, પણ જૅકને કારણે મારા પર જે રાજકીય ભીંસ આવવાની હતી તે હાલ તુરત અટકી હતી. મારે માટે અત્યારે બે જ સમસ્યા હતી, એક તો ગ્રેઇસ અને બીજી જીના. જીનાને મેં જે વચન આપ્યું હતું તે પૂરું કરવાનો મોકો મને પ્રાપ્ત થયો ન હતો. એટલું જ નહીં, ગ્રેઇસને મારે જે વાત કરવી હતી તે થઈ શકતી ન હતી. તેને પરણવાનો નિર્ણય પણ મેં હજી તેને કૉમ્યુનિકેટ કર્યો ન હતો.

ગ્રેઇસના પ્રેમથી હું ગૂંગળાતો હતો. તે જેટલા આવેગથી મને પ્યાર કરતી તેટલા જ આવેગથી મારું દિલ વલોવાતું. રાત્રે ઊંઘ આવતી નહીં. મને દહેશત હતી કે મને શરાબની ટેવ પડી જશે. શરાબની માફક ગ્રેઇસની પણ ટેવ પડી જશે...

અવારનવાર તે રાત્રે ઓચિંતી મારા કમરામાં આવતી. મારી સામે ઊભી રહેતી. સ્તબ્ધ અને અવાચક. તે જાનોરમાં રોકાઈ હતી કેવળ એક વાક્ય સાંભળવા માટે. તેના પિતાને તેણે કેવી રીતે, શું કહ્યું હતું તેની મને કલ્પના ન હતી, પણ તે મારી પત્ની બનવાનો સંકલ્પ કરીને જાનોર આવી હતી. મને ક્યારેક થતું કેવી સ્વાયત્ત છે આ છોકરી! કેટલી મક્કમ! કેટલી સેલ્ફકૉન્ફિડન્ટ!

*

'બેઅદબી ન ગણો તો મારે આપને કંઈ કહેવાનું છે.' બાલીરામજીએ મને કહ્યું.

'બાલીરામજી... તમે તો મારા વડીલ છો. પછી આમ શું કામ બોલો છો?'

'બાબાજી... તમને સમજવામાં મેં ભૂલ કરી હતી, પણ અત્યારે ભૂલ કરતો નથી. જે શક્ય નથી તે તમે પણ જાણો છો. નર્મદાની ખીણમાં જે પરિસ્થિતિ બદલાઈ છે તેનો ખ્યાલ આપવો મને યોગ્ય લાગતો નથી, પણ કોઈ ભારે વિસ્ફોટની ગંધ મને આવી રહી છે. એ ધડાકો થાય તે પહેલાં...'

'તે પહેલાં શું બાલીરામજી...'

'આપનાં લગ્ન ગોઠવાય...' તે બોલ્યા. તે પછી પણ તે ઘણું બધું બોલ્યા. રાજકારણની આખી ગીતા કે રામાયણ તેમણે સંભળાવી... પણ મને તેમાં રસ ન હતો. મારે ગ્રેઇસને વચન આપવાનો સમય આવી ગયો હતો એ જ વાત એ રામાયણમાં મુખ્ય હતી અને બાલીરામજીને એમ દહેશત હતી કે કદાચ મેં વિચાર ફેરવ્યો હોય...

'મૉમને, તમને કે ભુવનસિંહને છેતરવાનું હું સ્વપ્ને પણ કરી નહીં શકું બાલીરામજી...' મેં કહ્યું. અને દીવાનખંડમાંથી બહાર નીકળીને મારા કમરામાં ચાલ્યો ગયો.

આખી સાંજ મેં કમરામાં ગાળી. જમ્યો, પણ મારા જ કમરામાં, ગ્રેઇસ મૉમ સાથે કેન્ટોન્મેન્ટમાં ગઈ હતી. તે મોડી આવવાની હતી. હું મારા પલંગમાં ક્યાંય સુધી જાગતો પડ્યો રહ્યો. મોડી રાત્રે હું ઊભો થયો. મેં વિચારી લીધું હતું... બધું જ વિચારી લીધું હતું... જાનોર... મારી મૉમ... મારી મૉમના સાથીઓ મારા અંગત જીવન કરતાં વધુ મહત્ત્વના હતા.

*

ગ્રેઇસ મોડી આવી હતી. તેણે મારે માટે પૂછપરછ કરી હશે. કદાચ તેણે મારા કમરામાં આવવાનું વિચાર્યું હશે. કદાચ મૉમની સાથે મોડે સુધી વાતો કરી હશે, ગમે તેમ પણ તે રાત્રે, તે મને મળ્યા વગર જ તેના કમરામાં ચાલી ગઈ હતી. હું બહાર નીકળ્યો અને ગ્રેઇસના કમરા પાસે આવ્યો.

મેં તેના કમરા પર ટકોરા માર્યા. તે ઊંઘમાંથી જાગી. ધીરેથી બારણું ખોલ્યું.

'ઓહ સેજલ...' તેણે આશ્ચર્ય ઠાલવ્યું. તેના નાઇટ ગાઉનના પારદર્શક રેશમમાંથી ચળાઈને તેના શરીરની ખુશબો આવતી હતી.

'ગ્રેઇસ...' મને સમજાતું ન હતું કે મારે કેવી રીતે વાતની શરૂઆત કરવી જોઈએ. 'વેલ... ગ્રેઇસ, હું તારી સાથે થોડી વાત કરવા માગું છું.'

'યુ આર એ લિમિટ માય બો.' તે બોલી. તેણે બંને હાથ મારા ગળા પર વીંટાળ્યા, પગના પહોંચા પર ઊભા થઈને તેણે ચુંબન કર્યું. 'તને મેં ક્યારે વાત કરવાની ના પાડી છે... બોલ શું કહેવાનું છે...?'

'ગ્રેઇસ... મેં તને... આઈ મીન... મેં પરણવાનો... તારી સાથે પરણવાનો નિર્ણય લીધો છે.' મેં કહ્યું. તે અળગી થઈ. મારી સામે પૂરી અડધી મિનિટ તે તાકી રહી. કેમ જાણે તેણે મને કદી ન જોયો હોય!

'આઈ લવ યુ ગ્રેઇસ... આઈ વૉન્ટ ટુ મૅરી યુ.' મેં શબ્દો મારા અંતરમાંથી ધકેલીને બહાર ફેંક્યા. મારા બંને બાહુઓ પકડીને તે પૂતળાની માફક ઊભી રહી... સ્તબ્ધ અને નિઃશબ્દ... તેની બંને આંખોમાં નાનકડાં વાદળ ઘેરાયાં અને આંસુનો ધોધ છૂટ્યો. હર્ષના રુદનનું એ વર્ણનાતીત દૃશ્ય હતું... તે પલંગ પર બેસી ગઈ, સામી દીવાલ પર તાકીને, એકીટસે જોઈ રહી અને હળવેથી બોલી:

'ઇઝ ઇટ... ટ્રૂ... સેજલ... શું આ સાચું છે... તું મને કહે આ સ્વપ્નું નથી ને... હું ઊંઘતી તો નથી ને... તું મને જગાડી દે... તમાચો મારીને જગાડી દે... એમ આઈ ડ્રીમિંગ... એમ આઈ એલાઇવ... એમ આઈ સેઇન?'

'ઓહોહો! તું તો ખરેખર વિચિત્ર છું. હું તને કહેવા આવ્યો... સમાચાર આપવા આવ્યો... મને એમ હતું કે તને આનંદ થશે... પણ તું તો રડે છે... ઓહ નો... ગ્રેઇસ.'

'રડું છું... માય ગૉડ રડું છું?' એકાએક રડતાં રડતાં તે હસવા લાગી. 'ઓ સેજલ, તું ક્યાંથી સમજે. સ્ત્રી જ એ સમજી શકે... આનંદનો અતિરેક પણ આંસુ લાવે છે... ધૂંઆધાર પરથી પડતા ઘૂઘવતા નર્મદાના પાણીની જેમ તે મારા પર પડી... તેણે મને ભીંસી નાખ્યો. મને થયું એ હમણાં મારાં બધાં જ હાડકાં ચૂર ચૂર કરી નાખશે. આટલા નાજુક દેહમાં કેટલી શક્તિ સિંચાતી હતી. અનંગ આવેગની કોઈ સીમા નથી હોતી.

'હું શું કરી નાખું, સેજલ... શું કરી નાખું!' તેણે મારા વાળ ખેંચ્યા. પાગલની માફક તેણે મારા ખભા પર બચકું ભરી લીધું મને હચમચાવ્યો. છોડ્યો... પોતાના બંને હાથની આંગળીઓ એકમેકમાં ભીડીને તેણે કમરામાં ગોળ ફુદરડી લીધી. 'ઓહ ગૉડ... સેજલ... હું ગુજરી જઈશ. મારું હૃદય ફાટી જશે. કેટલી રાહ જોવરાવી આટલું કહેતાં...' તેનાં આલિંગનોનો પ્રપાત મને મૂંઝવી રહ્યો.

આખરે તે સ્વસ્થ થઈ. તેણે ડ્રેસિંગ ટેબલ પરથી કાંસકો ઉઠાવ્યો. ટેબલની સામે મુકાયેલી ગોળ બેઠક પર બેસીને તેણે વાળમાં કાંસકો સેરવ્યો. અરીસામાંથી તેણે મારી સામે જોઈને કહ્યું, 'હું ગુજરી ગઈ હોત, સેજલ, તારા વગર હું ગુજરી ગઈ હોત. મેં... મેં કદાચ આત્મહત્યા કરી લીધી હોત, પણ મને શ્રદ્ધા હતી... મને વિશ્વાસ હતો. મૉમ કહેતાં હતાં કે સાચો પ્રેમ કદી નિષ્ફળ જતો નથી. તને ખબર છે તને મળી ત્યારથી હું સોમવારે શિવપૂજા કરું છું.'

'વૉટ... ગ્રેઇસ! શિવપૂજા! માય ગૉડ... આ બધું તને કોણે કહ્યું કરવાનું.'

'મૉમ કહેતાં હતાં.'

'મૉમની દરેક વાત માનવા જેવી નથી હોતી ગ્રેઇસ.'

'તને શું ખબર પડે?'

'ઓ.કે. ગ્રેઇસ. જો કાલે જ તું અહીંથી રવાના થજે. સર વિલિયમને તું જ કહે તે યોગ્ય છે.'

'પણ તેમને ખબર છે.'

'ઓહ ગ્રેઇસ! એવી ખબર ન ચાલે. તું તેમની સાથે જઈને વાત કર... આપણે તારીખ નક્કી કરવી પડશે. હું રાજા છું તે તને ખબર છે ને! મારાથી સામાન્ય માણસની જેમ પરણાય નહીં.'

'પણ તું ન આવી શકે મારી સાથે?'

'નહીં, મારો પ્રતિનિધિ આવશે. પ્રોટોકૉલ... પ્રોટોકૉલ ઑફ ધ રાજપૂત્સ... વળી, હજુ મારે માટે આ જેક મૅકગ્રેગરની સમસ્યા છે.'

'જીના ખૂબ નર્વસ થઈ ગઈ છે.'

'મને ખબર છે... તારે ચિંતા કરવાની જરૂર નથી. તારે મને એક કામમાં મદદ કરવાની છે. હું જીનાને અને જેકને ક્યાંક સલામત જગ્યાએ ભગાડી દેવા માગું છું.' કહીને જીનાને કેવી રીતે ભગાડવી છે તેની યોજના મેં ગ્રેઇસને સમજાવી. જીના પ્રત્યે તેની હમદર્દી અપાર હતી. તે મદદ કરવા તૈયાર થઈ. તેણે અને તેની મેઇડ સર્વન્ટે શું કરવાનું છે તે મેં એને સમજાવ્યું અને હું ઊભો થયો.

'બેસને સેજલ... સવાર થવાને તો હજી ખૂબ વાર છે.' મારો હાથ પકડીને તે બોલી. મને જુલિયટના શબ્દો યાદ આવ્યા... એકાએક હું સહેજ ખોવાયો. ગ્રેઇસના ચહેરામાં મને સેના દેખાઈ. ભેડાઘાટની ચટ્ટાનોને ખોળે તેણે પણ મને

આવું જ કહ્યું હતું... હું તેને ભેટ્યો. ગ્રેઇસના આલિંગનમાં અનેરું વૈશિષ્ટ્ય હતું. તેના ગળા પર મેં ચુંબન કર્યું. એક નાનકડું ભૂરું-કથ્થઈ ચાઠું તેની ચામડી પર તરી આવ્યું, પણ તે રોજ કરતાં આજ કંઈ જુદા જ મિજાજમાં હતી. તેનામાં આજે, હંમેશ જેવો જિન્સી આવેગ ન હતો. તૃષ્ણા ન હતી...

'સોમવારની વાત સાચી પડી... વેલ, આજે તને શું ભેટ આપું?'

'કંઈ પણ... ગ્રેઇસ, પેલા ફ્લાવર વાઝમાંથી એક ફૂલ આપીશ તોપણ ચાલશે...'

'તેથી પણ સુંદર કંઈક આપું તો?'

'ચુંબન?'

'હમ્... હં.'

'તો પછી...' મેં થોડી અવળચંડાઈ કરી.

'ઓહ નો આઘો હટ... એ તો કાંઈ ભેટ કહેવાય?'

'તો પછી ગ્રેઇસ?' મેં પૂછ્યું.

તે મારી નજીક આવી. મારા કાનની બૂટ પાસે તેણે હોઠ અડાડ્યા. મારા રોમેરોમમાં ઉષ્મા આવી. તે કાનમાં બોલી... તે સાથે મને ઝાટકો વાગ્યો. ધગધગતો સળિયો મારા હાથમાં કોઈએ પકડાવી દીધો હોય તેવો મને આંચકો લાગ્યો. 'ઓહ નો... ઓહ નો ગ્રેઇસ...' હું દૂર ખસી ગયો. ગ્રેઇસ હેબતાઈ ગઈ. તેની પહોળી થયેલી આંખોમાં ભય તરી આવ્યો. તે સ્તબ્ધ થઈને મારી સામે જોઈ રહી. મારું આખું શરીર ધ્રૂજતું હતું. મારા હોઠ, મારા હાથ, મારા પગ, મારું હૃદય જાણે આપમેળે જ કાંપતાં હોય તેમ તેમના પરનો મારો કાબૂ ચાલ્યો ગયો. મારે કંઈ બોલવું હતું, પણ મારી જીભ ઊપડતી ન હતી. ગળામાં એકાએક શ્વાસ રૂંધાતો હતો.

'શું થયું સેજલ...' ગ્રેઇસે મને ધીરેથી પલંગ પર બેસાડ્યો. હળવેથી હચમચાવ્યો. ઢંઢોળ્યો. મારી જીભ કરડવાનું મને મન થયું. મારો હોઠ ચાવી જાઉં... મારી આંગળીઓ તોડી નાખું. ભીંત સાથે માથું પટકું, તેવો કંઈક રોષ પ્રગટ્યો...

'સેજલ... સે... જ... લ...' તે દોડતી, ત્યાં મૂકેલા પિચરમાંથી થોડી વ્હિસ્કી અને પાણી લેતી આવી. હું વિચારું તે પહેલાં તેણે મારા હોઠે એ પ્યાલો જડી દીધો. મેં એક ઘૂંટડે એ પ્રવાહી પીધું. મને સહેજ આરામ મળ્યો.

'તને ગમી નહીં એ વાત...' તે બોલી. મેં જોરથી માથું ધુણાવ્યું અને

સ્વસ્થ થયો. મારા ધબકારા વ્યવસ્થિત થયા. ચકરાતી ધરતી સ્થિર થઈ. શરીરનું કંપન શમ્યું...

'આર યુ નોટ હેપી... સેજલ.'

'ઓહ... યસ... વાય... યસ શા માટે નહીં, ગ્રેઇસ શા માટે નહીં?'

'પણ તો પછી તને શું થયું?'

'ઇટ વૉઝ ટુ સડન—ગ્રેઇસ એ એટલું ઓચિંતું હતું કે—'

'ઓહ આઈ એમ સૉરી... ડિયર, પણ મેં નક્કી કર્યું હતું કે તું મને પરણવાની પ્રપોઝલ મૂકીશ ત્યારે હું તને કહીશ... મારા ચહેરા પર ઊમટી આવેલાં વરસાદનાં ફોરાં જેવાં પ્રસ્વેદબિંદુઓને તેણે લૂછ્યાં.

'ગ્રેઇસ, કેટલા દિવસ થયા?'

'ખબર નહીં... આઈ એમ ઓવર-ડ્યૂ સિન્સ એ લૉંગ વ્હાઇલ...' કહીને તેણે મારા ખભામાં માથું છુપાવ્યું. તેના ચહેરા પર મુગ્ધા સમી સુરખી રેલાઈ. તેની આંખો ઢળી. તેનાં પારદર્શક પોપચાં હેઠળ તેની નીલી આંખો ચમકતી હતી.

'ગ્રેઇસ, આર યુ શ્યૉર... આઈ મીન... કેટલો સમય થયો?'

'રજસ્વલા થવામાં હું ક્યારેય અનિયમિત ન હતી' તે બોલી.

'પણ... આઈ મીન...' હું કશું બોલી શકતો ન હતો. મારો અવાજ ગૂંગળાતો હતો.

'તને ગમ્યું નહીં?' મારા ખમીસનાં બટનને ગોળ ફેરવતાં તે બોલી.

'પણ તેં મને કહ્યું કેમ નહીં, ગ્રેઇસ...'

'જો તને હું કહેત અને પછી તું મને પરણવા તૈયાર થયો હોત, તો હું એમ જ માનત કે તું મને મજબૂરીથી પરણે છે અને એટલે જ મને આજે વધુ આનંદ થાય છે.'

'મેં તને પરણવાનું ન જ કહ્યું હોત તો?...'

'હું શ્રદ્ધાથી શિવ પૂજતી હતી... પૂજતી રહેત...'

✳

હું કમરામાં... મારા કમરામાં ગયો. ત્યારે પણ એ વાર્તાલાપ મારા કાનમાં ગુંજતો હતો. તેણે મને કાનમાં કહેલા શબ્દો... 'સેજલ... હું મા બનવાની છું. તારા... આપણા બાળકની મા... તારા... આપણા બાળકની મા... આપણા... તારા બાળકની મા...'

એ શબ્દો ચોતરફ ગુંજતા રહ્યા. શૂન્યતામાં હું આથડતો હતો. બાપુની છબિ હસતી હતી. મેં ગૉંગ વગાડ્યું અને બૉટલ મંગાવી. શરાબના ઘૂંટથી પણ એ અવાજો શમતા ન હતા. સેના કે જાનોર... જાનોર કે તારી મૉમ! હું તારા... આપણા બાળકની મા... ગ્રેઇસ... સેના... શિવની પૂજા કરતી હતી... કરતી રહેત...

કાચમાં ઝૂમતા આછા પીળા પ્રવાહીમાં તસવીરો નહાતી હતી... કિલ્લોલતી હતી... જાગતી હતી... જીવતી હતી... બહાર વીજના ચમકારા થતા હતા... ગર્જનાઓ સાથે વાદળ તૂટી પડ્યાં હતાં... એકધારા વરસાદના અવાજમાં પડઘા ડૂબતા ગયા... ગ્લાસ પરની મારી પકડ ઢીલી થતી ચાલી...

વરસાદના ઝાપટાની જેમ મારા મગજ પર વિચારો ઝીંકાતા રહ્યા.

મારી મૉમ... જાનોર... મારું વતન... મારું રાજ્ય... સત્તા... જંગલમાં ઘૂમતી કોઈ અપ્સરા સમી સેના બારનીશ... અને એક પતિપરાયણ હિંદુ સ્ત્રીની માફક મને પ્યાર કરતી ગ્રેઇસ... એક ફિરંગી સાંપ્રત ઓરત વચ્ચે હું ઘેરાયો હતો. શરાબના ઘૂંટથી એ વિચારતાંડવ, એ અમૂઝણ ઓસરી નહીં. બહાર વરસાદમાં ભીંજાતાં વૃક્ષો જેવી જ મારી સ્થિતિ હતી. મેં ગ્રેઇસને પરણવાનો નિર્ણય લીધો હતો... જાનોર માટે... જાનોર ટકાવી રાખવા માટે... મારી મૉમે વર્ષોથી જે જહેમત ઉઠાવી હતી તે એળે ન જાય તે માટે... એ નિર્ણય લીધો ત્યારે પણ મને ખબર ન હતી કે એક અંગ્રેજ ઓરત પણ દિલ મૂકીને પ્યાર કરી શકે છે.

ગ્વાલિયરમાં હું તેને મળ્યો હતો, સર કેમ્પબેલની સાથે, ગ્વાલિયરમાં અનેક સ્ત્રીઓને હું મળ્યો હતો. હું કોઈ સંત ન હતો. એવા કોઈ સન્નિષ્ઠ, નૈતિક, સદાચારભર્યા વાતાવરણમાં હું જીવતો ન હતો. રાજકુમારોની જિંદગીમાં નૈતિકતા અને સદાચારની વ્યાખ્યાઓ જુદી હોય છે. સ્ત્રી-મિત્રો કે તવાયફો વચ્ચે તે વખતે કોઈ ભેદ ન હતો. અંતરમાં પ્રેમ જેવી કોઈ ચીજ ન હતી. એ માહોલમાં હું ગ્રેઇસને મળ્યો હતો તે વખતે મને સહેજે અણસાર ન હતો કે ગ્રેઇસ જુદી માટીની ઓરત છે.

'થોડીક નબળી ક્ષણોનું કેવું ખતરનાક પરિણામ આવે છે? જોયું ને!' મારી જાતમાંથી પ્રશ્ન ઊઠતો અને હું જ પાછો એ અંતરાત્માને જવાબ આપી રહ્યો.

'કદાચ ગ્રેઇસ એવું ચાહતી હશે. કદાચ તેના મનમાં એમ પણ હોય કે પછી હું ક્યારેય છટકી નહીં શકું...'

'નૉન્સેન્સ... એક સામાન્ય પુરુષની માફક જ હું અનંગ આવેગમાં સપડાયો હતો. બાકી ગ્રેઇસે તો ક્યાં એ વાતનો ઉલ્લેખ સરખોય કર્યો હતો?' તેણે ક્યાં મને મજબૂર બનાવ્યો હતો?'

'નહીં, મારે તેને કહેવું જોઈતું હતું. મારે સેના વિશે તેને વાત કરવી જોઈતી હતી. સેના સાથે, નર્મદાના પટમાં, ભેડાઘાટની સંગેમરમરની ચટાનોના શુભ બિછાના પર, નર્મદાનાં નિર્મળ જળમાં, નર્મદાની સાખે, ધૂંવાંધારના ઘૂઘવાતા સાન્નિધ્યમાં ચંદ્રને અજવાળે શું મેં જ સેના સાથે પ્યાર કર્યો ન હતો? શું તે વખતે મને ખબર ન હતી કે ગ્રેઇસ મને પ્યાર કરે છે! હું રમત કરી રહ્યો છું...' પ્રશ્ન ઊઠતો.

'એ બરાબર છે, પણ મને શી ખબર કે ગ્રેઇસ આટલી શ્રદ્ધાપૂર્વક રાહ જોતી હતી!'

'પણ મારે તેને કહેવું જોઈતું હતું.'

'કેવી રીતે કહેવું?' એ સર વિલિયમ કૅમ્પબેલની દીકરી નથી? હિંદના શક્તિશાળી સત્તાધીશોમાંના એક અનન્ય આદમીની દીકરી નથી?'

'તો મારે સેનાને કહેવું જોઈતું હતું.'

'ઓહ ઈશ્વર... અરે! મને એમ હતું કે ગ્રેઇસ થોડા વખતમાં કંટાળશે. અરે! મને એમ હતું કે ફિરંગી ઓરત છે, તેને જિન્સી પરિતૃપ્તિ મળશે પછી કોઈ ખાસ રસ નહીં રહે... સેનાને તો હું એક આરાધ્ય સ્ત્રી જ ગણતો હતો એટલે.'

'આ બધી સુફિયાણી વાતો છે...' મારો આત્મા મને ડંખ દેતો હતો. આ બધી ગડભાંજ વચ્ચે મને જૅક યાદ આવતો રહ્યો. ગમે તેમ કરીને જીનાને બાર્બરા પૉવેલના નિવાસસ્થાનમાંથી કાઢવાની હતી. અલબત્ત, એ કામ ગ્રેઇસ કરવાની હતી. ગ્રેઇસ અને તેની પર્સનલ મેઇડ સાથે મળીને, જીનાને બહાર લઈ આવવાનાં હતાં. તે અંગે વ્યવસ્થિત આયોજન પણ ગ્રેઇસને સમજાવ્યું હતું. જીના આવી જાય પછી શું કરવું તે હજુ મેં વિચાર્યું ન હતું. આઈ મીન, એ વિચારવાની શક્તિ ન હતી.

મારું મગજ ચકરાવે ચડ્યું હતું. ગ્રેઇસે જો કદાચ કહ્યું ન હોત કે તે મા બનવાની છે તો હું આટલો અસ્વસ્થ ન થયો હોત... તે મને કહી શકી હોત... તે મા બનવાની છે તેમ કહીને તેણે મને લગ્ન કરવા મજબૂર કર્યો હોત. કદાચ મારી મૉમને કારણે મજબૂર થયો જ હોત... પણ તેણે કહ્યું

નહીં. તેણે અદ્‌ભુત શ્રદ્ધા રાખી હતી. એક અસામાન્ય ઓરતની માફક તે વર્તી હતી... ઓહ ઈશ્વર!'

*

એકસાથે અજબ કટોકટીઓ આવી પડી હતી. ગામે ગામે રોટીઓ વહેંચાવી શરૂ થઈ હતી. બાબા હરિભજન લોકોને ઉશ્કેરી રહ્યા હતા. એ બાવાને કશું ગુમાવવાનું ન હતું. જૅક અને જીના બંને અગત્યનાં હતાં. તેમાંય જૅક તો ખાસ. એ કર્નલ મૅલેટના હાથમાં આવે તો કર્નલ પોતાની સલામતી માટે પણ જૅકને ફાંસીએ લગાડ્યા વગર ન રહે... એટલું જ નહીં, તેને પકડવાને બદલે તેને ઠાર મારવાનું વધુ પસંદ કરે. જૅક હઠી જાય તો, કર્નલ મૅલેટ સિવાય કોઈ જાણે નહીં કે મહેલમાં સુરંગ છે. કર્નલ એકલો જ એ લાભ ઉઠાવી શકે. એટલું જ નહીં, ગદ્દાર રાજકુટુંબ તરીકે જાનોરને ખાલસા કરાવી શકે. ગ્રેઇસ સાથેના મારા સંબંધને કારણે અંગ્રેજ સલ્તનતના ઊગતા સિતારા જેવા સર વિલિયમ કેમ્પબેલને પણ હલકા પાડી શકે.

બાલીરામજી અને મારી મૉમ આ સમજતાં હતાં. અને એટલે જ ઝડપથી નિર્ણયો લેવાયા હતા. મારે ઘણું કરવાનું હતું પણ સેના અને ગ્રેઇસ વચ્ચે હું ભયાનક રીતે ઘેરાયો હતો. પશ્ચાત્તાપ, દલીલો—જો અને તો—સાથે રચાતા પર્યાયો વચ્ચે હું આથડતો હતો. સેના બારનીશ મારે ગુમાવવી ન હતી. ગ્રેઇસને મારે છેતરવી ન હતી. મૉમને મારે દુઃખી કરવી ન હતી. જાનોરમાં સચવાયેલા મોગલ અવશેષો અંગ્રેજોના હાથમાં પડવા દેવા ન હતા... અલબત્ત, રાજ્યનો મને મોહ ન હતો. રાજ્યસત્તામાં મને ખાસ દિલચસ્પી ન હતી, પણ જે અમારું છે, હિંદના લોકોનું પોતાનું છે તે ફિરંગીઓ પડાવી જાય છે તે સહેવું પણ મુશ્કેલ હતું.

પણ એ બધું પચાવ્યા પછી શું? આજે નહીં તો કાલે, એ ઘડી આવવાની જ છે. એ ટક્કર અનિવાર્ય છે. અંગ્રેજો એમ જવાના નથી. સડેલા લાકડામાંથી ઊધઈ દૂર કરવી સહેલી નથી. તો શું? એ પ્રશ્નનો મારી પાસે જવાબ ન હતો. હિંદના રાષ્ટ્રીય પ્રશ્નને ઉકેલવાની મારામાં ત્રેવડ ન હતી. અરે! મારી અંગત અમૂંઝણનો પણ મારી પાસે ઉકેલ ન હતો. એક વખત મને વિચાર આવ્યો હતો કે કર્નલ મૅલેટ સાથે સોદો કરી લઉં. તેને અમારો ખજાનો જોઈતો હોય તો આપી દઉં, પણ તે સામે સેના અને સંતોજી બારનીશને માટે મુક્તિ માગી

લઉં, પણ કદાચ એ શક્ય બને તોપણ સંતોજી સ્વીકારે નહીં. એવો સોદો તો કદાચ તે ક્યારનાય કરી શક્યા હોત... શા માટે એ છોકરી આટલું વેઠતી હશે! વળી, પાછો મને ખેરાસિંહનો વિચાર આવતો. એ લંપટ હતો. નશાખોર હતો, પણ કટંગીના પતનનો રોષ તેના જિગરમાં જ્વાળામુખીની જેમ ભભૂકતો હતો. મને તેની ઈર્ષા આવી. તે જીવતો હતો... તેની સ્વતંત્રતા મગરૂબીથી... પરિણામ તો તે જાણતો જ હતો... છતાં એ તેની પોતાની જિંદગી ખૂંખાર બનીને જીવી રહ્યો હતો. એક શેરની માફક. મેં ગ્લાસ ઊંચો કરીને ખેરાને 'ચીઅર્સ' કહીને અંજલિ આપી.

સેના પણ ક્યાં પરિણામ જાણતી ન હતી? સંતોજી બારનીશ પણ કોઈ 'ઇલ્યુઝન'માં જીવતા ન હતા, પણ એ સૌના સંદર્ભમાં હું તદ્દન નિઃસહાય અનિશ્ચિતતા ભોગવી રહ્યો હતો. શા માટે હું પ્રથમ દિવસથી જ સેનાની સાથે જોડાઈ ન ગયો. શા માટે હું જેડાની સાથે પાછો આવ્યો. મારી જાત પર મને પારાવાર રોષ ચઢતો હતો. ઘેનથી મારાં પોપચાં ભારે થતાં હતાં, પણ એ નશાથી મારા દિલ પર છવાયેલી અમૂંઝણ ઓસરતી ન હતી... શું કામ એ ભાર હું વેંઢારી રહ્યો હતો...

જો એ વખતે ટકોરા ન થયા હોત તો હું કદાચ કંઈક અજુગતો નિર્ણય લઈ લેત. કદાચ બધું છોડીને હું ચાલ્યો ગયો હોત અથવા નશાથી મારું દિમાગ છિન્ન ભિન્ન થઈ ગયું હતું, પણ બારણે ટકોરા થયા. હું ચોંક્યો. પહેલાં તો મને લાગ્યું કે મારા મગજમાં કશાકના થડકારા થઈ રહ્યા છે, પણ ખરેખર બારણા પર ધીરા ટકોરા થતા હતા.

'કોણ છે?' કહીને હું ઊભો થયો. મારા પગ લથડતા હતા.

'ધાનોજી...' બહારથી જવાબ આવ્યો. મેં ધીરેથી બારણું ખોલ્યું.

'અત્યારે ક્યાંથી ધાનોજી?' મેં પૂછ્યું. એ ડોસલાએ ખાંસી ખાધી. તેની ધોતી નીચેથી ભીંજાયેલી હતી.

'સંત્રીઓએ પેલી ફિરંગી ઓરતને પકડી છે.' તેણે કહ્યું.

'કઈ ઓરતને?'

'જીના... બાર્બરાની નણંદને.'

'એ ભાગી આવી છે. કહે છે આપે જ તેને બોલાવી હતી.'

'માય ગૉડ... ધાનોજી, કેટલા સંત્રીઓ છે?' મેં પૂછ્યું. રાજમહેલના સંત્રીઓએ તેને ઝડપી હતી એટલે એ વાત ખાનગી રહેવી મુશ્કેલ હતી.

'ત્રણ છે. બે આપણા ગેઇટ પરના છે. એક ગાર્ડનનો સંત્રી છે. એ છોકરી અંદર આવવા કોશિશ કરતી હતી દીવાલ પરથી. ગાર્ડનના સંત્રીએ તેને જોઈને બૂમ પાડી હતી... ગેઇટ પરના સંત્રીઓ દોડ્યા હતા અને તેને ઝડપી હતી. તેણે કહ્યું કે, આપે તેને આવવાનું કહ્યું હતું.'

હું મૂંઝાયો. જીનાએ ગજબ કર્યો હતો. ખરેખર તેને ગ્રેઇસ છોડાવી ભગાડી લાવવાની હતી.

'ક્યાં છે એ?'

'નીચે... મારા કમરામાં.' ધાનોજી બોલ્યો.

'પણ એ ભાગી કેવી રીતે. બાર્બરા પૉવેલના ઘરમાં તેના પર ચોકી હતી.'

'એ મને ખબર છે બાબાજી...'

'ધાનોજી, ખરેખર તો મારે તેને કાલે સવારે ભગાડવાની હતી.'

'જી. તેને જૅક મૅકગ્રેગર પાસે મૂકવાની હતી. તે બોલ્યો. તેના હોઠ પર લુચ્ચું હાસ્ય રમતું હતું.

'તને કોણે કહ્યું?' મારો નશો કાબૂમાં આવતો ગયો હતો.

'હું રાજમહેલમાં રહું છું બાબાજી... જંગલમાં થોડો રહું છું' એ બૂઢાએ જવાબ આપ્યો. મને તેના જવાબથી ખીજ ચડતી હતી, પણ કમબખ્ત જીનાએ અત્યારે આવીને મારી બાજીમાં એક બીજી ગૂંચ ઊભી કરી હતી. મેં તેને સિફ્તથી પૉવેલના ઘરમાંથી હઠાવવાનો પ્લાન કર્યો હતો તેમાં તેણે આ નવી મુસીબત કરી હતી. તે સંત્રીઓના હાથે ઝડપાઈ હતી. એટલે એ વાત બહાર પડ્યા વગર રહેવાની ન હતી.

'એને લઈ આવ અહીંયાં...' મેં ધાનોજીને કહ્યું.

'આપની જગ્યાએ હું હોઉં તો શું કરું ખબર છે?' તેણે કહ્યું.

'મારી જગ્યાએ તું નથી, સમજ્યો? વણમાગી સલાહ આપવાની તને આદત છે.' મેં કહ્યું. તે માથું નીચું કરીને ચાલ્યો જતો હતો, પણ મેં તેને રોક્યો. 'બોલ, મારી જગ્યાએ તું હોય તો–'

'તો એ છોકરીને તમાચો મારીને, બહાર કાઢવાનો હુકમ, એ સંત્રીઓને આપું.'

'પછી... એ ચાલી જાય... સંત્રીઓ તેને ઝાંપા બહાર મૂકી દે પછી?'

'પછી હું તેને મળું.' ધાનોજીએ કહ્યું, 'જેથી એ જ સંત્રીઓ કહે કે યુવરાજે એ ઓરતને રાતના બહાર ધકેલી દીધી હતી.'

હું હસ્યો. તેની વાત બરાબર હતી. થોડી વાર પછી એ જીનાને લઈ આવ્યો. તેની પાછળ ત્રણ સંત્રીઓ પણ આવ્યા.

જીના ભીંજાઈને લથબથ હતી. તેણે રાઇડિંગ જિન્સ પહેર્યું હતું અને જમ્પર. તેના વાળ ભીંજાઈને સળી જેવા થઈ ગયા હતા. તેની હડપચી અને કાન પરથી પાણીના રેલા ઊતરતા હતા...

'સેજલ...' તે બોલી.

'સભ્યતા જેવી ચીજ છે કે નહીં?' મેં ચિડાઈને કહ્યું. તેને અંદર ખેંચી અને બારણું વાસી દીધું. ધાનોજી અને સંત્રીઓ બહાર ઊભા રહ્યા.

'ઓહ સેજલ...' તે ચોંકી ઊઠી હતી.

'વૉટ ઇઝ ધીસ... તને ધીરજ જેવી કોઈ ચીજની સમજ નથી. મેં તને કહ્યું ન હતું કે તને ગમે ત્યારે છોડાવી જઈશ... કાલે તને છોડાવી લેવાનું નક્કી હતું... ગ્રેઇસે તને કહ્યું ન હતું?

'પણ... પણ... કાલ સવારે હું ન જ નીકળી શકત, તું ગમે તે કરત તોપણ. બાર્બરા પૉવેલને જબલપુર મોકલવાનું નક્કી થયું છે. તેની સાથે મારે અને રૉબર્ટ્સની પત્નીએ જવાનું છે, સમજ્યો? કૅન્ટમાંથી કેટલાંક કુટુંબો કાલ જબલપુર ચાલ્યાં જવાનાં છે.'

'શા માટે?'

'ખબર નથી. કર્નલ મૅલેટે હુકમ આપ્યો છે. બધા ઘરડા અંગ્રેજો અને મોટા ભાગની સ્ત્રીઓને ધીરે ધીરે જાનોરથી જબલપુર મોકલી દેવાશે. મારે સવારના નીકળવું પડત. મને ભગાડવાની તો શું મળવાની પણ તક ન રહેત...'

'પણ અત્યારે તું નાઠી કેવી રીતે?'

'ટૉઇલેટની બારીમાંથી.'

'પણ બહાર કેવી રીતે નીકળી?'

'તારમાંથી.' તે બોલી અને અવળી ફરી. તેનું ભીનું શર્ટ પાછળથી ફાટ્યું હતું અને તેના બરડામાં તારના કાંટાથી પડેલો એક લાંબો ચીરો દેખાતો હતો. તેમાંથી નીકળેલું લોહી ખમીસ પર આછું છવાયું હતું.

'માય ગૉડ. કૂતરાઓએ તને ફાડી ખાધી હોત.' મેં કહ્યું. પૉવેલની પાસે કોડીબંધ પૉઇન્ટર કૂતરા હતા.

'મને કેવી રીતે ફાડી ખાત? એ કૂતરા મને ઓળખે છે.' તે બોલી. તેની વાત સાચી હતી. એ પૉઇન્ટરો સાથે તે અનેક વખતે શિકારે ગઈ હતી.

'પણ તને ખબર છે મારા સંત્રીઓ કર્નલ મૅલેટને કે કોઈ અંગ્રેજ અફસરને કહ્યા વગર નહીં રહે. મારે તને અત્યારે તો કાઢી જ મૂકવી પડશે. સમજી, હું સવારે તને મળીશ.'

'પણ ક્યાં?'

'ધાનોજી એ બંદોબસ્ત કરશે.' મેં કહ્યું, 'તેં ખૂબ ઉતાવળ કરી જીના.'

'ઓહ સેજલ... આખા કૅન્ટમાં ધમાલ છે. મેજર ડૅનિસના કોઈ સમાચાર નથી. જેડા રાઉટીઆ પાછળ ગયેલી ટુકડીના કોઈ સમાચાર નથી. કૅપ્ટન હેમન્ડના સમાચાર નથી. કર્નલ મૅલેટ ભયાનક તંગ પરિસ્થિતિમાં છે. તને ખબર છે આખા જાનોરમાં રોટીઓ વહેંચાય છે. કર્નલ માને છે ગમે ત્યારે પરિસ્થિતિ સ્ફોટક બનશે. એટલે તે બાળકો અને સ્ત્રીઓને જબલપુર મોકલી રહ્યા છે. ખૂબ ચુપકીદીથી એક પછી એક કુટુંબ જાનોર કૅન્ટથી ચાલી જશે. સૌપ્રથમ અમારે જવાનું હતું. આવતી કાલે વહેલી સવારે. મારે માટે આ જ છેલ્લી તક હતી. જબલપુર ગયા પછી બાર્બરા જરૂર રેસિડેન્સીમાં ફરિયાદ કરત... અત્યારે તો કર્નલ મૅલેટ, કોઈ પણ કારણસર તેને એમ કરતાં અટકાવી રહ્યો છે.

'કારણ તેને ખાતરી છે' મેં કહ્યું, 'કે જૅક પકડાશે. ખેર! ધાનોજી કહે તેમ તું કરજે.' કહીને મેં જોરથી બારણું ઉઘાડ્યું. બહાર ઊભેલા સંત્રીઓ ચોંકી ઊઠ્યા. જીનાને મેં ધક્કો માર્યો અને પૂંઠ પર લાત મારી.' લઈ જાઓ આ કમબખ્તને, આપણા રાજમહેલમાં આ ન જોઈએ...'

'પણ યૉર હાઇનેસ...' જીના બોલી. નાટક કરવામાં તે પાછી પડે તેમ ન હતી. રાજપૂત શરણે આવેલાને મારતો નથી.' ભાંગીતૂટી હિંદી જબાનમાં તે બોલી.

'ચૂપ કર... તું શરણે આવી છે એટલે જ તને અહીંથી જવા દેવાની તક આપું છું, સમજી? નહીં તો મેં તને પકડાવી દીધી હોત. કર્નલ મૅલેટના હાથમાં ઝડપાવી દીધી હોત... ધાનોજી... આ ઓરતને બહાર મૂકી આવ...'

જીનાએ લાચારી બતાવી, આજીજીઓ કરી... વિનંતી કરી; પણ હું મક્કમ રહ્યો. 'એક જ મિનિટમાં તું અહીંથી ચાલી નહીં જાય તો હું કર્નલ મૅલેટને બોલાવવા મોકલીશ.' કહીને મેં તેને ધક્કો માર્યો, 'મારે કોઈ પંચાત નહીં જોઈએ...'

'પણ હું ક્યાં જઈશ, યૉર હાઇનેસ?'

'એ તારે જોવાનું, મારે નહીં. એક રાજપૂત તરીકે હું તને વચન આપું છું કે, હું અને મારા આ સંત્રીઓ તું અહીં આવી હતી તે વાત કોઈને કરશે નહીં. બસ... ભાગ અહીંથી, લઈ જાઓ એ લડકીને, ઝાંપાની બહાર મૂકી દો. તેને જવું હશે ત્યાં તે જશે.' મેં કહ્યું. સંત્રીઓ તેને પકડીને લઈ ગયા. ધાનોજી પાછળ રોકાયો. 'દસ વાગ્યા સુધી તેને સંતાડી રાખવી પડશે.' મેં ધાનોજીને કહ્યું.

'હું પ્રયત્ન કરું છું.' કહીને તે હસ્યો.

*

રાતના બનાવની વાત મેં ગ્રેઇસને કરી. તે આશ્ચર્યથી સાંભળી રહી. હવે તેને કે મારે કશું કરવાનું ન હતું. કેવળ રાહ જોવાની હતી. સવારથી જ કૅન્ટોન્મેન્ટમાં હલચલ મચી રહી હતી. જીના ભાગી ગયાના સમાચારથી રેસિડેન્સી હાઉસ ધમધમી ઊઠ્યું હતું. થોડી થોડી વારે અમને એ સમાચાર મળતા રહ્યા. સવારે હું, મૉમ અને ગ્રેઇસ સાથે ચા પીવા બેઠાં ત્યારે મૉમે પૂછ્યું, 'તને ખબર છે—જીના ગઈ રાત્રે વરસતા વરસાદમાં ભાગી ગઈ તે—'

'ખરેખર!' મેં આશ્ચર્ય ઠાલવ્યું. ગ્રેઇસ ગંભીર રહેવાનો પ્રયત્ન કરી રહી. મારી મૉમે, જીના કેવી રીતે ભાગી તેનું વર્ણન કર્યું... હું જાણતો હતો કે મારી મૉમ જાણે છે કે જીના રાતે મહેલમાં આવી હતી, પણ અમે બંનેએ એકમેકને છેતરવાનું ચાલુ રાખ્યું.

'ગ્રેઇસ આજે જશે મૉમ...'

'તેં એને વાત કરી?'

'એને જ પૂછી જો ને મૉમ!' મેં કહ્યું, ગ્રેઇસ એકાએક ઊભી થઈ અને મારી મૉમને વળગી પડી. તેણે મારી માને ગૂંગળાવી નાખી. થોડી વારે તે ઝૂકી અને મારી મૉમના પગને અંગૂઠે તેણે પોતાના ગોરા હાથ લગાડ્યા.

'સુખી થા... મારા સેજલને જાળવજે. જાનોરની તું મહારાણી થઈશ તેટલું યાદ રાખજે.' મૉમ બોલી.

*

બાર્બરા પૉવેલના કલ્પાંતનો કોઈ પાર ન હતો. તેણે બ્રિટિશ સલ્તનતના લશ્કરને ધરાઈને ગાળો આપી હતી. 'તમે નાહકનાં રોષે ભરાઓ છો. જીના પકડાયા

વગર નહીં રહે. જૅકને પકડવા માટે અમારી ફોજો આજે નીકળશે. મિસિસ પૉવેલ, તમે ચિંતા ન કરો. તમે ગમે તે માનતાં હો, પણ હું માનું છું કે જૅક નિર્દોષ છે. એટલે જ જીના આટલી મક્કમ છે.'

'તો પછી કોણે ઍડમન્ડને માર્યો?'

'એ રહસ્ય છે...' મેં કહ્યું અને ઉમેર્યું, 'બધા જ અંગ્રેજો સજ્જન હોય તેવું નથી અને બધા જ ઍંગ્લોઇંડિયનો દુર્જન હોય તેવું નથી.'

'હું સમજી નહીં.' બાર્બરાએ એકાએક સ્વસ્થ થઈને કહ્યું.

'સર પૉવેલના ખૂનીની શોધ થયા વગર રહેવાની નથી, પણ જીના પર રોષ ઠાલવવાનો મને અર્થ નથી દેખાતો.' હું વાત કરતો હતો ત્યાં મૉમ આવી.

બાર્બરા પૉવેલ અને ગ્રેઇસને વિદાય કરવા ઘણા લોકો આવ્યા હતા. તે જબલપુર જઈ રહ્યાં હતાં. ગ્રેઇસના પિતા સર કૅમ્પબેલ નાગપુરથી જબલપુર જવાના હતા. રાજકીય કારણોસર તેમને નાગપુરથી જબલપુર જવું પડ્યું હતું. એટલે એ જાનોર આવી શકે તેમ ન હતા. અમારે માટે એ યોગ્ય હતું. વળી, જ્યાં સુધી સુરંગમાંથી પેલા અવશેષો દૂર ન થાય ત્યાં સુધી ગ્રેઇસ પણ રાજમહેલમાં હોય તેવું અમે કોઈ ઇચ્છતાં ન હતાં.

ગ્રેઇસને વિદાય આપીને હું કર્નલ મૅલેટને મળ્યો. તે ગુસ્સે હતા. જીનાએ તેમની આબરૂ પર બટ્ટો લગાડ્યો હતો. કર્નલને મેં મારી યોજના સમજાવી. કહારની દેવડી અને લાવા કહારની જગ્યા, એ તરફનાં કોતરો વગેરે જગ્યાએ હું જાતે તપાસ કરવા જઈશ. તે પણ મેં તેને કહ્યું...

તેણે વિવેક દાખવ્યો, પણ તેને ખબર હતી કે જૅકની શોધ માટે હવે તે, કેવળ પોતાના સૈનિકો પર આધાર રાખી શકે તેમ ન હતો. અંગ્રેજ સિપાહીઓને બધે જ આવકાર કે માહિતી મળે તે શક્યતા કેટલી ઓછી હોય છે, તે મૅલેટ જાણતો હતો અને એટલે જ મનસબદારી ફોજોની મદદ લીધા વગર જૅકને શોધવો શક્ય ન હતો. જૅકને શોધ્યા વગર મૅલેટને પણ ચાલે તેમ ન હતું. મૅલેટ ખંધો રાજકારણી હતો. તેને તો મનમાં એ પણ ખાતરી હતી કે જૅકને શોધવામાં મારો પોતાનો પણ સ્વાર્થ ઓછો ન હતો.

હું રાજમહેલ પર આવ્યો. ધાનોજી મારી રાહ જ જોતો હતો. સવારથી વરસાદનું જોર ઘટ્યું હતું છતાં વાદળ ઘેરાયાં હતાં.

'તુરકને તૈયાર કર્યો છે.' તે બોલ્યો.

'જીના માટે?' મેં પૂછ્યું.

'બંદોબસ્ત થઈ ગયો છે.'

ધાનોજીએ સમજીને જ તુરકને તૈયાર કર્યો હતો. એ ઘોડાને પાણી ગમતું. વરસાદમાં તે ચંડોળની માફક થનગનતો. મુશળધાર વરસાદમાં તે અકળાતો નહીં, એટલું જ નહીં ગમે તેવા પાણીમાં તે આસાનીથી તરતો. અલબત્ત, વરસાદની મોસમ ન હોત તો મેં અને ધાનોજીએ પણ મારો બીજો ઘોડો 'તોકલ' પસંદ કર્યો હોત. ધાનોજી તેનું ચોકડું પકડીને ઊભો હતો. મેં તુરકના પગ તપાસ્યા, ખરીઓ જોઈ.

'આ કમબખ્તને વરસાદમાં મજા આવે છે, પણ તું શા માટે પલળે છે?' મેં ધાનોજીને કહ્યું. 'તું બેસ થોડો વખત. મને નથી લાગતું કે એક કલાક પહેલાં મારાથી નીકળી શકાય.' કહીને હું તૈયારી કરવા રાજમહેલમાં ગયો.

વરસાદનું જોર ઓસર્યું હતું. ઘેરા આકાશમાં પાણીથી ચળકતાં વાદળોની પાછળ સૂરજનો પ્રકાશ રેલાતો હતો. આકાશમાંથી હળવી ઝાકળની જેમ, તદ્દન નીરવ ફોરાં પડતાં હતાં. વાતાવરણ ઠંડું હતું. છતાં જ્વાળામુખીના જઠરમાં ચાલતા ગડગડાટ જેવી પરિસ્થિતિ જાનોરમાં અને તેમાંય ખાસ તો કૅન્ટોન્મેટમાં સર્જાઈ હતી. એકાએક ફરવા માંડલી રોટીઓને કારણે કૅન્ટોન્મેન્ટ સાબદું કરાયું હતું. કર્નલ મૅલેટ માટે જાનોરમાં બનેલા બનાવોએ કેવું આશ્ચર્ય સર્જ્યું હશે તે હું કલ્પી શકતો હતો. જૅક મૅકગ્રેગર સર પૉવેલને ભરી બંદૂકે ઉઠાવી ગયો, એટલું જ નહીં, પણ તેનું ઠંડે કલેજે ખૂન થયું તે ઘટનાએ જેટલી ઉત્તેજના છવાઈ હતી, તેથી વધુ ઉશ્કેરાટ પૉવેલની બહેન જીના, રાતોરાત મુશળધાર વરસતા વરસાદમાં ફરાર થઈ તેનાથી નીપજ્યો હતો.

બાર્બરા પૉવેલ એટલી ઉશ્કેરાઈ હતી કે તેને કારણે અંગ્રેજ કૉમ્યુનિટીમાં ગડભાંજ ઊભી થઈ હોત. કર્નલ મૅલેટે મેજર ડેનિસને કૅન્ટોન્મેટના સંરક્ષણનો હવાલો સોંપ્યો હતો અને ડેનિસે કૅન્ટોન્મેટમાંથી સાંપ્રત કુટુંબની સ્ત્રીઓનું સ્થળાંતર કરવાનું નક્કી કર્યું હતું. બાર્બરા પૉવેલને તેથી જ જબલપુર મોકલવાની ઉતાવળ કરવામાં આવી હતી. તેની સાથે ગ્રેઇસ પણ ગઈ, તેની ઘણાને નવાઈ તો લાગી હશે. કર્નલ મૅલેટ જાણતો હતો કે ગ્રેઇસ મને ચાહતી હતી, પણ ઑફિશિયલ લગ્નની તારીખ નક્કી કરવાનું આટલી ઝડપે બનશે તેવું, તેણે કલ્પ્યું નહીં હોય.

જૅક મૅકગ્રેગર અને સર પૉવેલ વચ્ચે જે ઝઘડો થયો, તેમાં તેની બાજી તો ઊંધી વળી જ હતી. તેમાં ગ્રેઇસનું અને મારું લગ્ન થાય, તો તેણે જે

ગણતરી રાખી હતી. તે સાવ ઊંધી વળે તે નિશ્ચિત હતું. તેણે કદાચ જીના પર થોડો મદાર રાખ્યો હશે. તે પોતે દ્વિધામાં હતો. જીના કહેતી કે જૅક નિર્દોષ છે. અલબત્ત, બાર્બરા તે માનવા તૈયાર ન હતી, પણ કર્નલ મૅલેટ હવે જ્યારે જીના પણ ભાગી છૂટી હતી ત્યારે જૅક નિર્દોષ જ છે તેવી ગણતરી મૂકે તો ખોટું ન હતું અને જો તેવી ગણતરી મૂકે તો તેનો જવાબ તેને રાજમહેલની નજીક લઈ પણ આવે.

પણ વાત વણસી ચૂકી હતી. જૅકને પકડવા માટેનું ઇનામ જાહેર થઈ ગયું હતું પચ્ચીસ હજાર રૂપિયા, રાવબહાદુરનો ઇલકાબ, સરકાર તરફથી અને બાર્બરા પૉવેલ તરફથી નારણગઢના વજીફામાંથી જમીન, અંગત રીતે ઇનામમાં અપાશે, એ વાત જાનોર અને આસપાસના લોકોમાં ફેલાઈ હતી. મનસબદારો, માલગુજારીઓ અને માતબર જાગીરદારો માટે અંગ્રેજોને ખુશ કરવાનો આ સુંદર મોકો હતો. કર્નલ મૅલેટ હિન્દની ધરતીથી અને લગભગ નિર્વીર્ય થઈ ગયેલા આ સરદારોના માનસથી પૂરો પરિચિત હતો. એટલે તેણે આ વણસેલી સ્થિતિમાં પણ લાભ ઉઠાવવાનું વિચાર્યું હતું. સર પૉવેલના મોત પછી રોટીઓ વહેંચાઈ હતી. તેની અગત્ય, એક અસામાન્ય 'યોગાનુયોગ' કરતાં વધુ હતી અને એટલે જ જો જાગીરદારોનું ધ્યાન જૅકને પકડવામાં પરોવાય તો રોટીઓ વહેંચનારા, જે કોઈ હોય તેને આ સાંપ્રત રાજપૂતોનો ટેકો ન મળે તે દેખીતું હતું. વળી, આમપ્રજામાં રોટીઓ વહેંચાય તોપણ સંગઠિત તાકાત ઊભી થવી સહેલી નથી, તે કર્નલ મૅલેટ સમજતો હતો.

તેણે જબલપુર કમિશનર અને નર્મદા ટેરિટરીઝના પ્રોવિન્શિયલ ગવર્નર તેમ જ અંગ્રેજ હાઈકમાન્ડને માટે એક અહેવાલ તૈયાર કરીને મોકલ્યો પણ હતો. તેણે ધાર્યું હતું કે સર વિલિયમ જાનોર આવશે, પણ તે વખતે નાગપુરમાં રિયાસતના વારસની તકરાર ચાલી હતી. વળી, તે આવ્યા હોત તોપણ ખાસ ફેર પડવાનો ન હતો. સર કૅમ્પબેલની દીકરી ગ્રેઇસ અને મારાં લગ્નની બાબત બધાં જ કામો કરતાં અગત્યની બની હોત...

બાલીરામજી અને મારી મૉમ, આ સમયનો લાભ લઈને સુરંગમાંથી અમૂલ્ય ચીજો વગે કરવા માગતાં હતાં. અલબત્ત, બાબા હરિભજને ફરતી કરેલી રોટીઓને કારણે તેમાં ઝડપ કરવી જરૂરી બની હતી. દેશપ્રેમાંધ બાવાએ, જૅક પર આવી પડેલી આપત્તિનો રાજકીય ઉપયોગ કરવાનું નક્કી કર્યું હતું. બાલીરામને ભય એટલો જ હતો કે બાવો એવું કોઈ પગલું ન ઉઠાવે કે જેથી

જાનોર તેનું 'ટાર્ગેટ' બને. અને એટલે જ જેટલી બને તેટલી ઝડપે જૅક સાથે મારી મુલાકાત થાય તે અગત્યનું હતું. તેની ઇચ્છા હોય તો તેને કોઈ પણ રીતે, સહીસલામત, દેશમાંથી બહાર મોકલાવી શકું.

જૅકની મુલાકાત સાથે બાબા હરિભજનની પણ મુલાકાત થયા વગર રહેવાની ન હતી તે પણ અમને ખ્યાલમાં જ હતું અને એટલે જ જીના મારા કબજામાં હોય તો હું ધાર્યું દબાણ જૅક પર લાવી શકું. વળી, હરિભજન પોતે સંગઠન ઊભું ન કરે, ત્યાં સુધી કોઈ વજન મારા પર લાદી શકે તે શક્ય ન હતું. બાલીરામ તો એ મતના પણ હતા કે શક્ય હોય તો હરિભજનને પણ ગુપ્ત રીતે જાનોરની સુરંગ જોઈ લેવાનું યોજવું.

ગમે તેમ, કર્નલ મૅલેટને મદદ કરવા માટે, જૅક મૅકગ્રેગર જેવા ઍંગ્લો-ઇંડિયન હરામજાદાને જેર કરવા માટે, હું ઊપડી રહ્યો છું તેવું સિદ્ધ કરવામાં અત્યારે તો કોઈ મુસીબત પડી ન હતી. તેમ છતાં કર્નલ મૅલેટ જમાનાનો ખાધેલ માણસ હતો. સન સત્તાવનના બળવા અંગે તેણે ઘણું સાંભળ્યું હતું. હિંદ આવીને તેણે જાતે પણ જાતભાતના અનુભવ લીધા હતા અને એટલે જ પહેલાં સ્વરક્ષણ માટેનો તેણે બંદોબસ્ત કર્યો હતો. મેજર ડેનિસે જાનોર રાઇફલ્સની ટુકડીઓને 'સ્ટૅન્ડ ટુ'નો હુકમ આપ્યો હતો. મદ્રાસ ટ્રૂપ અને શાહપુરા ચેકપોસ્ટ પરથી આવેલા જબલપુર ગેરિસનના સૈનિકોને પેટ્રોલિંગનું કામ સોંપાયું હતું.

લેફ્ટનન્ટ સ્ટુઅર્ટ જેડા રાઉટીઆની પાછળ આખી કન્ટિન્જન્ટ લઈને ગયો હતો. કૅપ્ટન હેમન્ડ જેલ તોડનારા બાગીઓનો પીછો કરતો ક્યાં પહોંચ્યો હતો તેના સમાચાર ન હતા. લેફ્ટનન્ટ સ્ટુઅર્ટ કાબેલ અફસર હતો એટલે કર્નલ મૅલેટને તેની ચિંતા ન હતી, પણ હેમન્ડની બાબતમાં તે એટલો મુસ્તાક ન હતો. વળી ગઢમાંડલાથી એક આખું કેવેલરી યુનિટ સંતોજી બારનીશ અને ખેરાસિંહની ખોજમાં નીકળ્યું હતું. જે છેવટે જાનોર આવશે, એવી ગણતરી મૅલેટે રાખી હતી. આ પરિસ્થિતિમાં જાનોરના માલગુજારી અને જાગીરદારો કેવળ તટસ્થ જ નહીં, પણ અંગ્રજોની તરફેણમાં રહે, તે મૅલેટ માટે જરૂરી હતું. અલબત્ત, મને કે મૉમને કે બાલીરામજીને તે બાબત કોઈ શંકા ન હતી. સત્તાવનના વિપ્લવ વખતથી જ એ બધાનાં માપ જબલપુરમાં નીકળી ગયાં હતાં. એ લાલચુ જાગીરદારો આ તકનો લાભ ઉઠાવવાનું ચૂકે તેમ ન હતા. કર્નલ મૅલેટે તેમને રાજમહેલમાં એકઠા થવાનું કહેણ મોકલ્યું હતું.

કર્નલ કૅન્ટોન્મેન્ટને કોઈ પણ જાતના ઉશ્કેરાટથી દૂર રાખવા માગતો હતો. ત્યાં ટોળાં ભેગાં થાય તે તેને યોગ્ય લાગતું ન હતું. વળી લોકોને પણ ખબર પડે કે નાનામોટા જાગીરદારો જ નહીં, પરંતુ જાનોરનો પણ સથવારો અંગ્રેજોને છે તો રોટી વહેંચનારા લોકો હતોત્સાહ થાય. કર્નલ રોટી વહેંચનારાઓથી કે આવા કોઈ કૅમ્પેઇનથી બીતો ન હતો, પરંતુ તે કોઈ ચાન્સ લેનારો આદમી ન હતો, પણ બાલીરામ આ વસ્તીને બરોબર ઓળખતા હતા. કર્નલ મૅલેટનો ભય અસ્થાને હતો છતાં તેમણે એવી સ્પષ્ટતા કરી નહીં. બલ્કે, માલગુજારીઓ અને ઠાકુરો મહેલમાં એકઠા થાય તો તેમની આગતાસ્વાગતાની વ્યવસ્થા તેમણે કરાવી હતી.

*

ધાનોજી સાથે મારે જે વાતચીત કરવાની હતી તે પતાવીને હું બાલીરામજી પાસે પહોંચ્યો. જૅક અને બાબા હરિભજનને મળવા જતાં પહેલાં, છેલ્લી સૂચનાઓ મેં તેમની પાસેથી મેળવી. તેમને જીના અંગે ચિંતા હતી, પણ રાત્રે તે કેવી રીતે મહેલમાં આવી હતી અને ધાનોજીએ શું બંદોબસ્ત કર્યો હતો તેની વાત કરીને, મેં તેમને ચિંતામુક્ત કર્યા હતા. રાત્રે કયા કયા સંત્રીઓએ તેને જોઈ હતી, તેમનાં નામ ધાનોજી પાસે હતાં, એટલે એ સંત્રીઓને તાત્કાલિક મેકલની જાગીર પર કોઈ કામ માટે મોકલી આપવાનું પણ નક્કી થયું.

બાલીરામજી મને આજકાલ ‘બાબાજી’ કહીને બોલાવતા હતા, છતાં તેમણે મને ‘રાજા’ તરીકે સ્વીકાર્યો હતો. તેમનો મારા પરનો આત્મવિશ્વાસ જોઈને હું ભારે ‘અહમ્-સંતોષ’ અનુભવતો હતો. જીના પૉવેલનો ઉપયોગ મારે ‘લીવર’ તરીકે કરવાનો છે, તેની યાદ અપાવીને તેમણે મને આશીર્વાદ આપ્યા હતા.

*

મૉમને અત્યારે મને તો શું, કોઈનેય પણ એકલાં મળવાની ફુરસદ ન હતી. રાજમહેલમાં જાણે કોઈ પર્વ ઊજવાતું હોય તેમ, પૂરા લશ્કરી અસબાબમાં નર્મદાતટની ધરતી પર જાગીરદારી ભોગવતા ઠાકુરો અને ‘રાજાઓ’ આવવા લાગ્યા હતા. જૅક મૅકગ્રેગરને પકડવાની કોઈ હરીફાઈ યોજાઈ હોય કે પોલોની મૅચ હોય તેમ તે સૌ ઉત્સાહમાં હતા. જૅકને પકડવામાં કોઈ વિલંબ થવાનો નથી તેવી તેમને ખાતરી હતી. એટલું જ નહીં, કેટલાકને તો એ પ્રશ્ન મૂંઝવતો

હતો કે બે કે વધારે ઠાકુરો જ એકીસાથે જૅકની ભાળ મેળવે તો ઇનામનું વિતરણ કેવી રીતે થશે? અંદર અંદર આ વિવાદ પણ ચાલતો હતો.

જાનોરી પાઘડીઓ કે રૂંછાંવાળી ટોપીઓ, ડંગરી (ડંગારી) ખદડના મુલતાની સરવાલ કે અંગ્રેજી ફ્લાલીનની સિમલામાં સિવાયેલી બ્રિચીસ, બંધ કૉલરના કોટ કે ચૅક્સવાળા હેટિંગ કોટ, કાળા ચામડાના ચકચકતા ક્રૉસ બેલ્ટ, કાળી મ્યાનમાં ભરાવેલી ઇંગ્લિશ સ્ટીલની પણ ચાંદીની મૂઠોવાળી તલવારો, કોટ પર લગાવેલાં કાંસાનાં બટન કે ચાંદીના ગુલતોરા, બ્રેસ્ટ પૉકેટ પર લગાવેલા વિવિધ ચંદ્રકો અને એન્સાઇન્સ, ખલેચીઓમાં ખોસેલી કે ખભે ભરાવેલી માર્ટિની હેન્રી રાઇફ્લો, કારતૂસના હારડા, પગમાં એન્કલેટ સમેતના, ઊંટના ચામડાના બૂટ, પૂરા લશ્કરી દમામથી આવતા એ માલગુજારીઓનો ઠાઠ મોહક હતો.

વિન્ડસોર કે બાલમોરાલનાં ઉપવનોમાં, સસલાં કે બતકાં મારવા જતા અંગ્રેજ ડેન્ડીઓ જેમ પૉઇન્ટર કૂતરાઓનાં ધાડાં લઈને જતા તેમ જ આ ઠાકુરો તેમના પઠ્ઠાઓને લઈને આવ્યા હતા. આ નર્મદાવીરો જો સત્તાવનમાં આ રીતે એકઠા મળ્યા હોત તો હિંદનો ઇતિહાસ જુદો હોત. આજે આ ઠાઠમાઠથી એ સૌ જૅક મૅકગ્રેગરના, એક એકલા-અટૂલા ઍંગ્લો-ઇંડિયનના શિકારે જવા એકઠા મળ્યા હતા. અરે! કર્નલ મૅલેટ ક્યારેય પિંઢારીઓ કે ખેરાસિંહ સામે આવી ટોળી એકઠી કરી શક્યો ન હતો. આ માલગુજારીઓ જાણતા હતા કે જૅક મૅકગ્રેગરને પકડવા જવામાં જોખમ ન હતું. તેની પાછળ વેર રાખીને ભવિષ્યમાં કોઈ વારસદારો લડવાના ન હતા. વળી, અંગ્રેજો આગળ બિરાદરી દાખવવાનો આ મોકો હતો.

આ બરકંદાજોના ઘોડા પણ એવા જ લશ્કરી ઠાઠમાં ત્યાં ઊભા હતા. સંખ્યાબંધ અસવારો પોતાના અને આ સરદારોના ઘોડાનાં ચોકડાં પકડીને ઊભા હતા. વરસાદની ઝીણી ફરફર તેમની ચળકતી ચામડી પર પડતી. ચામડી થરથરાવીને શરીર પરથી ફોરાં ઉડાડવાની કોશિશ કરતાં, એ જાનવરો પણ થનગનતાં હતાં. પગના થડકાર અને ઘર્રાટી; જોરથી હણહણી લેતા એ ઘોડાઓ અજબ વાતાવરણ સર્જતા હતા.

હું જાતે પણ જૅકની તલાશમાં જવાનો છું તેવી વાત પણ તેમની વચ્ચે ચર્ચાઈ હતી. મારી મૉમ એ બધાનું અભિવાદન કરતી રહી. ચપરાસીઓની દોડાદોડ ચાલી. પીણાં અને નાસ્તાની ડિશો પણ વહેતી થઈ હતી. મારી મૉમ

તરફ એ સૌ જોતા અને અંદરથી બળતા હતા. કેટલાકની નજરમાં હવસ પણ હતો. 'આ ઓરતે જે કર્યું તે આપણાથી ન થયું. 'ભાઈ, ઓરત જે કરી શકે તે મરદો ન જ કરી શકે.' વગેરે ભાવો મને એ વિચિત્ર ટોળામાં દેખાતા હતા. તેમાંના કેટલાક જુવાન પણ હતા. ગ્રેઇસ સાથે મારી પ્રણયલીલા ચાલે છે તેની અદેખાઈ ઘણાને હતી. સર વિલિયન કેમ્પબેલના જમાઈ બનવાનું અહોભાગ્ય મને સાંપડ્યું, તેની ઈર્ષ્યા મારા જેવડી ઉંમરના દીકરાઓ ધરાવનાર સૌને આવતી. જાનોર આ લગ્નથી કેવું ફાવશે તેની અટકળો કરતાં એ ધરાતા ન હતા. આ લોકો અંગ્રેજોની ઓછી કદમબોસી કરતા ન હતા. તે જ પાછા ટીકા કરતા હતા કે કાંડામાંથી તાકાત ચાલી ગઈ એટલે અંગ્રેજ ઓરતના ચણિયા પકડીને ચાલવાનું વીરહાન કુટુંબે શરૂ કર્યું છે. અત્યાર સુધી માએ જે ધંધો કર્યો તે હવે દીકરો ચલાવી રહ્યો હતો. મારી માને જોઈને તે બળતા... ઈર્ષ્યાથી તેમનાં કાળજાં તણાઈ જતાં. છતાં જ્યારે મારી મા તેમની સાથે હસીને વાત કરતી ત્યારે તેમનો હોશ ચાલ્યો જતો. તેમની લોલુપ દૃષ્ટિ મારી મા પરથી ખસતી નહીં.

થોડી વારમાં લશ્કરી ડ્રૉશ્કીમાં કર્નલ મૅલેટ આવી પહોંચ્યા. તેણે બધાનું અભિવાદન કર્યું. બાલીરામજીએ ઓળખાણવિધિ કરાવી. કર્નલ ઘણા બધાને ઓળખતા હતા. કર્નલ મૅલેટે સૌને મદદરૂપ થવા માટે આભાર પ્રદર્શિત કર્યો અને જૅક મૅકગ્રેગર ક્યાં ક્યાં હોઈ શકે તેનો ખ્યાલ તેમણે આપ્યો. થોડી વારમાં કોણે કઈ તરફ જવું તેની ગોઠવણો વિચારી. કર્નલ મૅલેટ વિદાય થયા, ત્યારે તેના ચહેરા પર 'હાશ' વર્તાતી હતી. મને ખ્યાલ આવ્યો કે કર્નલ કેમ નિરાંત અનુભવતો હતો. તેને નિરાંત એ વાતની હતી કે આ બધા ઠાકુરો 'રોટી'ની તરફેણમાં ન હતા. અને ખરેખર મને કર્નલે પૂછ્યું હોત તો હું કહેત કે તેની ચિંતા વ્યર્થ હતી. આ બરકંદાજોને ક્યારેય ઇન્કિલાબમાં રસ ન હતો. તેમના રોટલાના ટુકડાની કિનારથી લાંબી તેમની કોઈ દૃષ્ટિ ન હતી. તેમનો એશ, તેમની જાગીર વિક્ટોરિયાના રાજ્યમાં જેટલી સલામત હતી તેટલી ક્યારેય ન હતી. છતા કર્નલ મૅલેટ કોઈ જોખમ લેવા માગતો ન હતો. સત્તાવનની રોટીનો સ્વાદ ખાટો હોય છે તે એમનો અનુભવ હતો.

થોડી વાર પછી નર્મદાતટના આ જવાંમર્દોની રંગીન 'પોસે' (ગિશ્ત) જૅક મૅકગ્રેગરના શિકારે રવાના થઈ. બાલીરામજીએ નિશ્વાસ નાખ્યો. આટલો ઉત્સાહ નર્મદાની આ દોહ્યલી ભૂમિ માટે શા સારુ નહીં!'હરિ... હરિ...' જિંદગી આખી

જિગર બાળતો રહેલો એ અમાત્ય દીવાનખંડ ભણી ગમગીન હૃદયે ચાલ્યો ગયો. મારી મૉમ ક્યાંય સુધી આ અસવારોને જતા નિહાળી રહી. તેના ચહેરા પર લાલાશ તરી આવી હતી. અને હોઠ પર મારકણું, તોફાની સ્મિત રમતું હતું. તેમાં વિજયનો આનંદ હતો અને કંઈક ગણિત સાચું પડવાની ધારણાની મસ્તી હતી. આવું સ્મિત તેના હોઠ પર રમતું હું જ્યારે જોતો ત્યારે મને હંમેશાં થતું કે મારી મા ખરેખર આખા દેશને આંગળી પર રમાડી શકે તેવી ખેલંદી છે. હું થડકી ઊઠ્યો. મારી મૉમનું એ સ્મિત હું બરાબર પારખતો હતો, તેમ છતાં તેનો અર્થ મને ત્યારે સમજાયો ન હતો. જ્યારે એ સમજાયું ત્યારે હું પણ ખડખડાટ હસી પડ્યો હતો. અને મૉમને ઊંચકીને નાચવાનું મન થઈ ગયું હતું, પણ ત્યારે હું મહેલથી દૂર હતો.

*

તુરક પગ પછાડીને થાક્યો હતો. ધાનોજી તેને શાંત રાખવા પ્રયત્ન કરી રહ્યો હતો. લગભગ અડધા કલાક પછી હું ભેડાઘાટ જવા તૈયાર થયો. મારી સાથે ગજાનન તુર્કી અને છત્રપાલ નીકળ્યા. રાજમહેલના દરવાજા સુધી ધાનોજી મારી સાથે દોડતો આવ્યો હતો.

'બસ, હવે ડોસા... પાછો માંદો પડી જઈશ.'

'માંદો પડવાનોય સમય હવે ક્યાં બાકી રહ્યો છે બાબાજી...' તે બોલ્યો અને ઉમેર્યું, 'બાબાજી ઝટ પાછા આવજો...' તેને હાંફ ચડી ગયો હતો. તુરકની પૂંઠ પર થપાટ મારીને એ ડોસો અટક્યો. કોઈ પણ કારણ વગર મારા મગજ પર એકાએક અંધકાર છવાયો. યાંત્રિક રીતે જ મેં તુરકને 'એડી' મારી.

*

અમારે ભેડાઘાટ જવાનું હતું. એટલે જ નર્મદાના નીચે વાસ તરફ મુસાફરી કરવાની હતી. જીનાને રાતોરાત ગજાનન તુર્કી અને ધાનોજીની ઘોડારના બે છોકરાઓ, કબીરપંથી મહંત સેવાદાસની જગામાં મૂકી આવ્યા હતા. જાનોરથી લગભગ દસ માઈલ દૂર નર્મદાને દક્ષિણ કિનારે આ જગ્યા આવેલી છે. વૈશાખ સુદ ત્રીજ સિવાય ભાગ્યે જ ત્યાં કોઈ અવરજવર રહે છે. એ જગ્યાનો નિભાવ, જાનોર રાજ્યની તિજોરી દ્વારા થાય છે એટલું જ નહીં, પણ ત્યાંના મહંત સેવાદાસ અને તેમના ગુરુને જાનોરના વીરહાનો સાથે પેઢીઓનો સંબંધ

હતો એટલે ગમે ત્યારે ગમે તે કામ કરવા મહંત અને તેમના થોડાક ચેલાઓ તૈયાર રહેતા.

ત્યાં જવા માટે જાનોરથી થોડે દૂર આવેલો પુલ પસાર કરીને સામે કિનારે જવાનું હતું, પણ તેને બદલે ગજાનન તુર્કીએ ઘોડો નર્મદાના પટમાં ઉતાર્યો.

'આ તરફ—' હું વાક્ય પૂરું કરું અને પૂછું તે પહેલાં જ મેં થોડે દૂર ઊભેલા ઘોડા જોયા.

'ઓ... હો...' કહીને ગજાનને ઘોડો ઊભો રાખ્યો. છત્રપાલે પણ લગામ ખેંચી. તુરક હણહણીને ઊભો રહી ગયો.

પુલથી થોડે દૂર કોતરોમાં ખંડેરાવ અને સોહારસિંગ ઊભા હતા. તેમની આજુબાજુમાં બીજા સત્તર માણસો અને એટલા જ ઘોડા ઊભા હતા. એ બધા માણસો ચીંથરેહાલ હતા. તેમનાં કપડાં ફાટી ગયાં હતાં. ચહેરા અને શરીર માટીથી ખરડાયેલાં હતાં. કોઈકના ચહેરા અને ફાટેલાં કપડાંમાંથી દેખાતા શરીર પર ઉઝરડા દેખાતા હતા...

'આ શું છે?' મેં પૂછ્યું. ખંડેરાવ હસ્યો. મને સમજાયું નહીં. ખંડેરાવ જાનોરનો સૂબેદાર હતો. તેના દાંત આગળ હતા એટલે જ્યારે તે હસતો ત્યારે ગંદો લાગતો.

'શું મજાક છે ખંડેરાવ?' મેં પૂછ્યું.

'મજાક નથી, મહારાણીસાહેબની કૃપા છે.' તેણે કહ્યું અને વાત સમજાવી. ત્યારે જ મને ખ્યાલ આવ્યો કે માલગુજારીઓની ગિશ્તને જતી જોઈને મારી મૉમ કેમ હસી હતી.

ખંડેરાવની સાથે ઊભેલા એ ચીંથરેહાલ દેખાતા અસવારો, નર્મદાકાંઠાના દેહાતીઓ ન હતા, પણ જાનોર કેવેલરીના સૈનિકો હતા. મારી મૉમે તેમને કામગીરી સોંપી હતી. જૅકને શોધવા નીકળેલા મનસબદારોને તેમનું કૌવત બતાવવાની તક આપવાનું મારી મૉમે નક્કી કર્યું હતું. તેમની માર્ટિની હેન્રી રાઇફલો કેવા ધડાકા કરે છે તે જોવાનું.

ખંડેરાવની વાત સાંભળીને મને મૉમનું સ્મિત યાદ આવ્યું અને હું ખડખડાટ હસી પડ્યો. 'મૉમ, ખરેખર તારો જોટો નથી.' મનમાં હું બોલી ઊઠ્યો અને હસ્યો. ખંડેરાવ તેના આગળ આવતા દાંત દેખાડીને હસ્યો. છત્રપાલ... ગજાનન અને ચીંથરેહાલ વેશભૂષામાં, ગંદા દેખાતા સૈનિકો પણ હસ્યા... હાસ્યના અવાજથી નર્મદાનો તટ ગાજી ઊઠ્યો.

ભીના વાતાવરણમાં હાસ્યના પડઘા ડૂબી ગયા કે તરત એ અસવારો કંઈક ગંભીર, કંઈક ગમગીન બન્યા હતા. સૂબેદાર ખંડેરાવે ચૂંટેલા એ જાનોરની પોતાની ફોજના ચુનંદાઓને ખ્યાલ હતો જ કે જે કામ કરવાનું હતું તે આત્મહત્યાથી સહેલું ન હતું.

જૅક મૅકગ્રેગરને શોધવા માટે સંખ્યાબંધ મનસબદાર ઠાકુરો તત્પર થવાના જ છે તે વાત નક્કી જ હતી અને તેના અનુસંધાનમાં જ મારી મૉમે અને બાલીરામજીએ એક ભયાનક સ્ટ્રૅટેજી ગોઠવી હતી. એ સ્ટ્રૅટેજીનો ખ્યાલ મને ખંડેરાવે આપ્યો ત્યારે જ, મને મારી મૉમના સ્મિતનું પૂરું રહસ્ય સમજાયું હતું અને હું આનંદથી પાગલની માફક હસ્યો હતો. મને હસતો જોઈને ખંડેરાવ હસ્યો અને તેની પાછળ બધા જ હસ્યા હતા. એ સ્ટ્રૅટેજી કલ્પવી જેટલી સહેલી હતી તેટલી જ તેને પાર પાડવી અઘરી હતી. મૉમ, બાલીરામજી અને કર્નલ મૅલેટે જાગીરદાર ઠાકુરોની રંગીન ગિશ્તને જૅક મૅકગ્રેગર ક્યાં ક્યાં હોઈ શકે તેનો અંદાજ આપ્યો હતો. તે પ્રમાણે દરેક ઠાકુરોએ પોતે પોતાના અસવારો સાથે જુદા જુદા વિસ્તારમાં જવાનું અને તલાશ કરવાનું સ્વીકાર્યું હતું. તેમ છતાં તેમને છૂટા પડવું ગમતું ન હતું. કારણ દરેકને ભય હતો કે બીજા મૅકગ્રેગરને શોધી કાઢશે અને તેનું ઇનામ ચાલ્યું જશે. પરિણામે બધા જ ઇચ્છતા હતા કે તેમને જો કોઈ પણ રીતે જૅકના સગડ મળે, કોઈ છૂપી બાતમી મળે તો વાત બની જાય. ઇનામનું ઇનામ મળે અને વટનો વટ રહી જાય.

મૉમ આ સમજતી જ હતી કે ઇનામની લાલચે આ ઠાકુરો ગમે તે વાત માનવા તૈયાર થવાના છે. એટલે જ આ ગિશ્ત નીકળે તે પહેલાં જ મૉમે વિચારી લીધું હતું કે આ ઠાકુરોને જો ચોક્કસ રીતે બાતમી આપવામાં આવે તો તેમને ધારી જગ્યાએ પહોંચાડી શકાય. એ કામ તેણે સૂબેદાર ખંડેરાવને સોંપ્યું હતું. ખંડેરાવે જાનોર રાજ્યની અમારી પોતાની ફોજમાંથી 'સ્નીપર્સ' તરીકે પંકાયેલા સોળ અસવારોને ચૂંટ્યા હતા અને ઠાકુરોની ગિશ્ત નીકળે તે પહેલાં જ રાજમહેલની બહાર મોકલ્યા હતા. એ સૌને તેણે પૂરતો લશ્કરી સરંજામ આપ્યો હતો, પણ જાણે મહામુસીબતે કોઈ ખતરનાક જગ્યાએથી ભાગી આવ્યા હોય તેમ ચીંથરેહાલ કપડાં પહેરવાની અને શરીર ગંદાં કરવાની તેમ જ શરીર પર ઘા અને ઉઝરડા દેખાય તેવી રીતે દેખાવ કરવાની સૂચના આપી હતી. એ લોકોએ આ સૂચનાનું આબેહૂબ પાલન કર્યું હતું.

ખંડેરાવે એ બધાને બબ્બે જણની ટુકડીમાં વહેંચ્યા. એ દરેક જોડીને

ચોક્કસ પ્રકારની કામગીરી સોંપી. જૅકની તલાશે નીકળેલા જાગીરદારોને ઓચિંતા અને અનાયાસ જ આ લોકો મળે તેવી સ્ટ્રૅટેજી ગોઠવવામાં આવી. આમ જુદી જુદી દિશાએ તલાશ કરવા જતા જુદા જુદા ઠાકુરોને ખંડેરાવની આ મરજીવા જોડલીએ ક્યાં મળવું તે નક્કી થયું. દરેક જોડીએ, પોતે માંડ માંડ છટક્યા છે અને જૅક મૅકગ્રેગર ગોલાકી મઠ વિસ્તારમાં છુપાયો છે તેવી બાતમી આ જાગીરદારોને આપવી. જૅકની સાથે થોડાક ઍંગ્લોઇંડિયનો અને ધાડપાડુઓનો ધંધો કરતા પિંઢારી અને ગુરિન્દે લોકોની એક નાનકડી ટુકડી છે તેવી વાત કહેવી, એટલું જ નહીં પણ જો ચોક્કસ જગ્યાએથી હુમલો કરવામાં આવે તો જૅક પોતાનું રક્ષણ ન કરી શકે તેવી ચોક્કસ વ્યૂહરચના બતાવવી અને ઠાકુરોની ટુકડીઓને જુદી જુદી બાજુએથી ગોલાકી મઠ ભણી દોરી જવા.

એક વાર આ પ્રમાણે ચુપકીદીથી પહોંચાડ્યા પછી, સમીસાંજના આછા અજવાળે એકાએક ગોળીબાર શરૂ કરાવી દેવો.

મૉમ અને બાલીરામજી બંને જાણતાં હતાં કે મારી શોધમાં નીકળેલો પિંઢારી રહમતમીર ગોલાકી મઠમાં પહોંચ્યો હતો. એટલું જ નહીં, તેણે ગજન, રામશરણ, રામચરણને ઝબે કર્યા હતા. કેન્ટની જેલ તોડ્યા પછી અમે ભાગ્યા હતા અને અમારી પાછળ જાનોર રાઇફલ્સના દેશી સૈનિકો અને જે અંગ્રેજ સબેલ્ટર્ન નીકળ્યા હતા, તે એકાએક રહમતમીરના હાથમાં ફસાઈ ગયા હતા. રહમતમીરને એવો અંદાજ હતો કે હું પણ ભાગીને ત્યાં આવીશ, પણ હું, આજો અને સેના જેડાના કસબા પર પહોંચ્યાં હતાં. જ્યાંથી મને પાછો જાનોર મોકલવામાં આવ્યો.

મારી મૉમે જેડાને પણ સમજાવ્યું હતું કે રામસતિયાને પકડવાને બહાને, જે ટુકડીને તે દોરી જાય તેને પોતાના કસબા પર લઈ જવાને બદલે સારું એવું ફેરવીને ગોલાકી મઠ પર જ પહોંચાડવી. જેડાએ એ કામ માથે લીધું હતું, પણ કર્નલ મૅલેટને ખાતરી હતી કે જ્યાં જેડા હશે ત્યાં કેવલ રામસતિયો જ નહીં, પણ સંતોજી બારનીશ અને ખેરાસિંહ પણ હશે. એટલે તેણે જેડાની પાછળ ચુપકીદીથી લેફ્ટનન્ટ સ્ટુઅર્ટને મોટી ઘોડેસવાર ટુકડી સાથે મોકલ્યો હતો. અલબત્ત, કર્નલ મૅલેટને કે લેફ્ટનન્ટ સ્ટુઅર્ટને ખબર ન હતી કે જેડો રાઉટીઓ એ બધાને ગોલાકી મઠ ભણી લઈ જશે.

આમ ગોલાકી મઠ પર લેફ્ટનન્ટ સ્ટુઅર્ટ અને પિંઢારીઓ વચ્ચે ધિંગાણું થવાનું નિશ્ચિત હતું. આ ધિંગાણામાં જૅક મૅકગ્રેગરના શિકારે નીકળેલા ઠાકુરોને

દાખલ કરી દેવાય તો અજબની મજા અને ગૂંચવણ, હાહાકાર અને કત્લેઆમ થાય.

વળી, જો આ જ દરમિયાન ગઢમાંડલાથી નીકળેલી અંગ્રેજ લશ્કરી ટુકડી અને છેક શાહપુરાથી, સંતોજી અને ખેરાસિંહની તલાશમાં નીકળેલા કર્નલ જેકબસન અને કૅપ્ટન સિરિલની ટુકડીઓ સંતોજીનું પગેરું કાઢતી ત્યાં આવી જાય તો ગોલાકી મઠમાં ભારે જંગ શરૂ થઈ જાય. એ જંગનું પરિણામ ગમે તે આવે, પણ તેમાં અંગ્રેજ અફસરો અને આ રંગીન ઠાકુરોનો ચોક્કસ કચ્ચરઘાણ વળે.

આ લશ્કરી ગણતરી એવી સાદી છતાં ખતરનાક હતી કે તેના પરિણામથી નર્મદા ટેરિટરીઝમાં ધરતીકંપ સર્જાય. જે ઠાકુરો અંગ્રેજોની કદમબોસી કરવા તત્પર હતા તેમને ત્યાંથી છટકવું ભારે પડી જાય. છટકવા માટે પણ તેમણે હથિયાર વાપરવાં પડે. એક વાર હથિયારો ઊપડે પછી ધિંગાણું રોકવું અશક્ય થઈ પડે. અંધાધૂંધ પરિસ્થિતિમાં બંદૂકો જ ચાલે અને શું થઈ રહ્યું છે તે સમજવા કે ચર્ચાવિચારણા કરવાનો સમય રહે તે પહેલાં તો ગોળીઓ છૂટી જાય. પરિણામે લડવું કે ભાગવું, તે સિવાય કોઈ પર્યાય રહે નહીં.

મૉમને ખ્યાલ હતો કે આવું ધિંગાણું થાય તો રહમતમીર અલી હાર્યા વગર રહેવાનો નથી, પણ એક વાત એટલી જ સાચી હતી કે જીવતો પિંઢારી ચારને ભારે પણ મરતો બારને મારે! આ યોજનાનું પરિણામ કેવું આવશે તેની અટકળ મુશ્કેલ હતી. ગમે તેમ એક વખત જો આ ઠાકુરો ધિંગાણામાં ફસાય તો લડ્યા વગર તેમનો આરો ન રહે. તેમ થાય તો અંગ્રેજોનો વિશ્વાસ ડગી જાય. 'રોટી'ઓ વહેંચાતી હતી એટલે અંગ્રેજો ભય તો અનુભવતા હતા. તેમને એમ જ થાય કે ઠાકુરોએ દગો કર્યો.

જ્યારે જાનોર એવું ને એવું અંગ્રેજોના મિત્ર સમું રહે. સર વિલિયમ કેમ્પબેલની દીકરીને પરણનાર રાજવી કે રાજ્ય શંકાથી પર જ રહે.

મેં ખંડેરાવને ખૂબ કહ્યું કે મને પણ તેની ટુકડીઓમાં સામેલ કરે, કારણ આવતા ૨૪ કલાક કે ૩૬ કલાકના ગાળામાં આ ઘટના બનવાની હતી. એ જોવાનો મને રસ હતો. રસ જ નહીં, ભારે જિજ્ઞાસા હતી. વળી, હું તો જાણતો જ હતો કે જૅક ક્યાં છે! તેને મળવામાં એકાદ દિવસ વધુ નીકળી જાય તો કોઈ મોટી મુસીબત નડવાની ન હતી, પણ ખંડેરાવ સંમત ન થયો. તેણે નમ્રતાથી મને કહી દીધું કે, આ લશ્કરી મિશન છે અને તેમાં તે નેતા

છે. નેતા તરીકે તે માને છે કે જાનોરના રાજકુમારે ગોલાકી મઠથી જેટલા બને તેટલા છેટા રહેવું. વળી, મારે જીનાને લઈને ભેડાઘાટ પહોંચવાનું હતું તે પણ અગત્યનું કામ તો હતું જ. ખંડરાવે મને વચન આપ્યું કે શું થયું છે તેની ખબર પહોંચાડવાની કોશિશ તે કરશે. એ કહીને તેણે સ્મિત વેર્યું. ઘોડાના દાંત જેવા હોવા છતાં તેના હાસ્યમાં, રમતના મેદાનમાં જતા ખેલાડીની મસ્તી હતી. ખંડેરાવ કટ્ટર રાષ્ટ્રવાદી હતો. પૂરા ખુન્નસથી તે આ આખીય રમત પૂરી પાડવા માગતો હતો. અમે છૂટા પડ્યા ત્યારે હું કંઈક ગમગીની અનુભવી રહ્યો, પણ ખંડેરાવ સ્વસ્થ હતો. ગજાનન તુર્કી મારી સાથે આવવાનો હતો. બાકીનાઓ ખંડેરાવ સાથે જવાના હતા. થોડી મિનિટોમાં એકબીજાને ફતેહ ઇચ્છીને અમે છૂટા પડ્યા.

*

હું અને ગજાનન રાણી દુર્ગાવતીના સમયમાં બંધાયેલા પુલ પર થઈને નર્મદા ઓળંગી સામે કિનારે ગયા.

કંઈક અસ્પષ્ટ ચિંતા અને ભારે મન સાથે હું ગજાનન તુર્કીના ઘોડા પાછળ, મારા ઘોડા તુરકને હંકારતો ગયો. મારા મનમાં ઘડભાંજ શરૂ થઈ હતી. મૉમની યોજના પર જેમ જેમ હું વિચાર કરતો ગયો તેમ તેમ મને તેની ભયાનકતા દેખાવા માંડી હતી. મૉમે જે વિચાર્યું હતું તે અંગ્રેજો માટે જ નહીં. પિંઢારી સરદાર રહમતમીર માટે, તેમ જ મૅકગ્રેગરને શોધવા નીકળેલા ઠાકુરો માટે ખતરનાક હતું. એ બધા જાનોરના વિરોધીઓ હતા અને એટલે તેમનું જે થવાનું હોય તે થાય, તેનો મને કોઈ રંજ ન હતો, પણ જો સંતોજી ત્યાં પહોંચ્યા હશે તો તે પણ જોખમમાં મુકાશે... ખેરાસિંહ પણ જોખમમાં મુકાશે... ખેરા પ્રત્યે મને કોઈ પ્રેમ કે આદર ન હતો, પણ તે જે રીતે અંગ્રેજો સામે ઝઝૂમતો હતો તે ખરેખર એક વીરને પણ અદેખાઈ આવે તેવું કાર્ય હતું. આ ઉપરાંત મને બીજો પણ એક વિચાર થડકાવી નાખતો હતો. જેડાના કસબાથી અમે છૂટા પડ્યા પછી સેના અને આજો ક્યાં ગયાં તે મને ખબર ન હતી. એ બંને પણ જો ગોલાકી મઠ પહોંચ્યાં હશે, તો નિશ્ચિત હું ક્યારેય તેમને મળી નહીં શકું... એ વિચાર આવતાની સાથે જ મને મનમાં થયું: ‘કદાચ એ મળે તોપણ શું? મેં ગ્રેઇસને પરણવાનું નક્કી કર્યું હતું. મારે એ વાત તેને કહેવી કેવી રીતે!’

બસ, આમ જ વિચાર કરતો હું મહેર સેવાદાસજીની 'જગ્યા' નજીક પહોંચ્યો હતો.

કબીરપંથી સેવાદાસજી સૂફીસંત હતા અને નર્મદાના તટ પર ગાઢ જંગલથી છવાયેલાં બીહડોની વચ્ચે તેમણે નાનકડો આશ્રમ સ્થાપ્યો હતો. ત્યાં કોઈ મંદિર ન હતું. હાથથી બનાવેલી ઈંટો અને જંગલમાંથી કાપેલાં લાકડાંથી ત્યાં થોડાં મકાનો બાંધવામાં આવ્યાં હતાં. અહીં ઠેર ઠેરથી જાણકારો સૂફીવાદ વિશે જાણવા અને વિચારવિમર્શ માટે આવતા. એમ કહેવાતું કે મધ્ય એશિયાના કેટલાક દરવેશો સાથે, મહેર સેવાદાસનો ગાઢ સંબંધ હતો. પરિણામે છેક ત્યાંથી જિજ્ઞાસુઓ આવતા. તેમ છતાં આ જગ્યા લોકોમાં ખાસ પરિચિત ન હતી.

*

ઢળતા છાપરાવાળી, છાણથી લીપેલી પડાળીમાં મહેર સેવાદાસજી બેઠા હતા. ગજાનન આખા વિસ્તારનો ભોમિયો હતો એટલે અમે સીધા જ એ સંતના મકાન પાસે પહોંચ્યા હતા. ઘોડા પરથી ઊતરીને અમે નમસ્કાર કર્યા. સેવાદાસજીએ પ્રફુલ્લિત ચહેરે અમને આવકાર આપ્યો.

'આપની અમાનત ક્ષેમકુશળ છે.' સેવાદાસજીએ ઔપચારિક વાતચીત પછી કહ્યું.

'આપનો હું ઋણી છું.' મેં કહ્યું. તેમણે, જીનાને બોલાવી લાવવા એક સાધુને આજ્ઞા કરી અને ગજાનનને ઢોર અને ઘોડાનો તબેલો બતાવી કહ્યું, 'જાનવરોને ખાવા માટે ત્યાં બધું જ છે.' ગજાનન નમસ્કાર કરીને અમારા ઘોડા ત્યાં દોરી ગયો. અમે એકલા પડ્યા. મને એમ હતું કે એ સાધુ અનેક પ્રકારના પ્રશ્નો મને પૂછશે, પણ તેમણે કંઈ જ પૂછ્યું નહીં. જીના આવી ત્યાં સુધીમાં તેમણે મારી મૉમના, બાલીરામજીના અને ભુવનસિંહના ક્ષેમકુશળ પૂછ્યા.

થોડી વારમાં જીના આવી પહોંચી. તે સ્વસ્થ દેખાતી હતી. મને જોઈને તેના ચહેરા પર ઉષ્મા તરી આવી. તેણે મારું શર્ટ અને પાટલૂન પહેર્યાં હતાં. કેડ પર જોરથી તેણે પટ્ટો તાણી બાંધ્યો હતો. તેના કારણે તે હતી તે કરતાં વધુ નાજુક લાગતી હતી. અમે તો ત્યાંથી તરત નીકળવા માગતાં હતાં, પણ પ્રસાદ લીધા વગર ત્યાંથી કોઈને જવા દેવામાં આવતા નહીં. અમારે ભોજન લેવા માટે ફરજિયાત ત્યાં રોકાવું પડ્યું. 'મને આશીર્વાદ આપો. જે કાર્ય માટે હું જાઉં છું તે ફતેહ થાય.' જીનાએ નીકળતી વખતે સેવાદાસના પગના

અંગૂઠાનો સ્પર્શ કરીને કહ્યું.

'આશીર્વાદ સિવાય હું તને આપી પણ શું શકું!' સેવાદાસજીએ કહ્યું, 'મારા આશીર્વાદ છે દીકરી, જ્યારે પણ સંતાપ થાય ત્યારે આવજે. નર્મદાને કાંઠે અપાર શાંતિ મળે છે. ઈશ્વર કોઈને દુ:ખી કરવા ઇચ્છતો નથી. દુ:ખ અને સુખ માનવી પોતાની જાતે જ નિમંત્રે છે. માણસ વ્યસન કરતો થાય અને તેને કારણે શરીર બગડે... પછી ઈશ્વરને ફરિયાદ કરે કે તેનું સ્વાસ્થ્ય કેમ બગડ્યું! માનવી ચોરી કરે અને પછી સજા થાય, તો ઈશ્વરને સ્મરે... પ્રાયશ્ચિત્તમાં ઈશ્વરને પણ લાંચ આપે... આ ક્રમમાંથી બહાર આવે તે જ શાંતિ પામે... માનવી ઇચ્છા કરે છે, ઈપ્સિતને પામવા પ્રયત્ન કરે છે... જ્યારે પામે છે ત્યારે વધુ ઇચ્છાઓ કરે છે. ક્યારેક પ્રયત્નોમાં સંયમ રહેતો નથી તો ક્યારેક ઇચ્છાઓ વધુ પડતી બને. પ્રયત્નો શક્તિઓના સંદર્ભમાં સીમિત છે જ્યારે ઇચ્છાઓનું સામ્રાજ્ય અસીમ છે. સીમિત જ્યારે અસીમને ઝંખે છે ત્યારે નિરાશા પેદા થાય છે.'

'હું સમજી નહીં.' જીનાએ કહ્યું.

'ઇચ્છાઓ પરનો સંયમ અને પ્રયત્નની સન્નિષ્ઠતા સુખ લાવે છે, બેટી... તારું કલ્યાણ થાઓ. સમયનું ચક્ર અડધી સદી સુધી તમારી તરફેણમાં છે.' સેવાદાસજી બોલ્યા. હું પળવાર માટે થંભી ગયો. મને પૂછવાનું મન થયું કે જાનોરનું ભાવિ શું છે? મારું પોતાનું ભાવિ શું છે? સેના વગર હું જિંદગી કાઢી શકીશ! પણ સેવાદાસજીની આંખોમાંથી મારા પ્રશ્નોના ઉત્તર મળતા હોય તેમ મારાથી કશું પુછાયું નહીં...

*

સેવાદાસની 'જગ્યા'એથી ભેડાઘાટ સુધીના રસ્તે કોઈ આપત્તિ આવવાની શક્યતા ન હતી. વળી ગજાનન આ આખાય વિસ્તારથી પરિચિત હતો. અમે સળંગ છ કલાક સુધી ઘોડા ચલાવતા રહ્યા. નર્મદાના પટમાં અમારે આગળ ધપવાની જરૂર ન હતી. વળાંક લેતી નદીનો પટ છોડીને અમે સોંસરવા તીરની માફક બીહડમાં ઊતર્યાં. સાંજે છ વાગે અમારે વરસાદ અને અંધારેલા આકાશને કારણે ગુઆરીઘાટથી થોડે દૂર કોલ લોકોની એક નાનકડી બસ્તીમાં રોકાવું પડ્યું. ગજાનન તુર્કી આગળ જઈને એ વ્યવસ્થા કરી આવ્યો હતો. કારણ કોલ દેહાતીઓ અજાણ્યાનો વિશ્વાસ કરવા જલદી તૈયાર થાય તેવી પ્રજા ન હતી.

તે રાતે અમે એક કોલના ઝૂંપડાંમાં રહ્યાં. આખી રાત વરસાદ ચાલુ

રહ્યો. અમે ત્રણે જણ નિરાંતે ઊંઘી શકીએ તેવી વ્યવસ્થા થઈ હતી. જીવાત અને મચ્છરોના ત્રાસથી જીના ઊંઘી નહીં અને અમારા ઘોડા અને સામાનની સલામતી માટે ગજાનન અર્ધજાગતો રહ્યો.

વહેલી સવારે બકરીનું દૂધ પીને અમે મોર્નિંગ ટીનો આનંદ માણ્યો, ગજાનને કોલ ઓરતો પાસે થોડા મકાઈના રોટલા બનાવડાવ્યા. કુલડીમાં કરમદાંનું શાક અને થેલીમાં રોટલા લઈને અમે રસ્તે પડ્યાં.

*

ભેડાઘાટથી લગભગ ત્રણેક માઈલ છેટે, ધૂંઆધાર પ્રપાતની પૂર્વે નર્મદાના ઉપરવાસમાં અમે રોકાયા ત્યારે મધ્યાહ્ન વીતી ગયો હતો. હવે જીનાને સાથે રાખીને જવામાં જોખમ હતું. ભેડાઘાટની ભૂગોળથી હું બરાબર પરિચિત હતો. ધૂંઆધારની ઉપરવાસમાં આરસ, ગ્રૅનાઇટ અને સલ્ફેટ સ્ટોનના ખડકાળ પટમાં અમે પડાવ નાખ્યો. એ પટમાં મેં સેના બારનીશ સાથે મારા જીવનની અનુપમ રાત્રિઓ વિતાવી હતી. ઘડીભર એ યાદે મને હચમચાવી નાખ્યો. ગજાનને અને જીનાને ત્યાં જ રોકાવાનું કહીને હું તૈયાર થયો.

મારાં કપડાં બદલીને મેં ધોતી અને ખમીસ પહેર્યાં, ગજાનન સ્નાન કરવા સારુ એક ધોતી લાવ્યો હતો. મને એ ટૂંકી પડી પણ તેને કારણે મારો દેખાવ વધુ નમ્ર બન્યો હતો. ગજાનન પાસે મેં થોડે દૂર ઊગેલાં ઝાડવાંમાંથી લાખ અને ગુંદર કઢાવ્યાં. લાખ ગરમ કરીને એક સળી પર લગાડીને મેં મારાં પોપચાં નીચે લાખની લીટી કરી. ગુંદર પલાળીને પોપચાના છેડા ચોંટાડ્યા. ગમછો માથા પર લપેટ્યો. તેનો એક છેડો મારા જમણા કાન અને ગાલ પર રમતો રહે તેવી રીતે બાંધ્યો. બૂટ કાઢીને, ખુલ્લે પગે હું બાબા હરિભજનની તલાશમાં નીકળ્યો.

સલાટોનાં ઝૂંપડાં વટાવીને ચોસઠ જોગણીના મંદિરે મેં તલાશ કરી, પણ ત્યાં પૂજારી સિવાય કોઈ બીજા સાધુસંત ન હતા. ઘાટમાં તીર્થયાત્રાએ આવતા યાત્રાળુઓ માટે બે ધર્મશાળાઓ છે. ત્યાં મે તલાશ કરી ત્યાં થોડાક સાધુઓ હતા, પણ બાબા હરિભજનના વર્ણનને મળતો કોઈ સાધુ ત્યાં દેખાયો નહીં. ત્યાંથી ત્રણેક માઈલ છેટે મહાલ છે. મોટા ભાગની વસ્તી ત્યાં છે, પણ બાબા હરિભજન વસ્તી વચ્ચે રહેતા હોય તેવું મને શક્ય લાગ્યું નહીં. હું ફરતો ફરતો ઘાટના ડક્કા પર આવ્યો. ત્યાં ઘાટના ભોઈ ખારવાઓ થોડીક હોડીઓ

રાખે છે અને ભેડાઘાટમાં આવતા તીર્થયાત્રીઓને આરસની ચટ્ટાનોમાંથી વહેતી નર્મદામાં સહેલગાહે લઈ જાય છે. ડક્કાથી નીચેવાસમાં આરસની ચટ્ટાનો પૂરી થાય છે અને નર્મદા સમથળ ધરતી પર ધસમસતી ચાલી જાય છે.

હું એ ડક્કા પર આવીને બેઠો. ત્યાં મારી નજર ડક્કાથી જમણે હાથે, અને ઉત્તર-પશ્ચિમમાં, નદીના કિનારા પર અને નર્મદાનાં નીરમાં કૂદકો મારવા ઝળૂંબી રહેલા રાજા ગોવિન્દદાસના આવાસ પર પડી. જબલપુરના શ્રેષ્ઠીએ પુનરુદ્ધાર કરેલા આ નાનકડા મહેલની જગ્યાએ પુરાતન કાળમાં કલચૂરી વંશના રાજાઓનો શૃંગાર મહેલ હતો.

એ નાનકડા મહેલના પ્રાંગણમાં ગાયો ચરતી હતી. થોડાં બકરાં મહેલના પાછળના કોટ પર ઊગેલાં ઝાડ અને વેલાનાં પાન ખાતાં હતાં. મને એ જોઈને સહેજ નવાઈ લાગી, કારણ ભાગ્યે જ એ મકાનમાં કોઈ આવતું. અંગ્રેજ સહેલાણીઓ ત્યાં અવારનવાર આવતા, પણ તેય વરસાદની મોસમમાં નહીં. મેં દેહાતી બુંદેલીમાં ત્યાં ડક્કા પર બેસીને ચલમ ફૂંકતા ભોઈઓને પૂછ્યું અને તેમણે માહિતી આપી કે, છેક ચાણોદથી કોઈ બાબા જગતાપ ત્યાં આવ્યો છે. મારા આનંદનો પાર ન રહ્યો. બાબા હરિભજન પોતાના નામે જ ત્યાં આવીને રહે તે શક્ય ન હતું. ભોઈઓ સાથેની વાતચીત પરથી મને ખ્યાલ આવ્યો કે સાંજે સૂર્યાસ્ત પછી ત્યાં આરતી થાય છે અને કીર્તન પણ થાય છે. ઠેકઠેકાણેથી લોકો ત્યાં આવે છે.

મને ખાતરી થઈ ચૂકી હતી કે બાબા હરિભજન જ ત્યાં આવીને રહ્યા હશે. હું ત્યાંથી ચાલતો ધર્મશાળાની બાજુમાં આવેલી હાટડી પર ગયો. જીના માટે મેં કપડાં ખરીદ્યાં. થોડી ચૂડીઓ અને પગમાં પહેરવાનાં કડાં ખરીદ્યાં. હું પાછો અમારા પડાવ પર પહોંચ્યો. જૅકની કોઈ ખબર હું લાવ્યો ન હતો એટલે તે નિરાશ થઈ હતી. મારી સાથે લાવેલી ચીજો મેં તેને આપી. સાંજ પડતાં પહેલાં જીના મેં આણેલાં ચણિયા-ચોળી અને ઓઢણી પહેરીને તૈયાર થઈ. જીના વર્ષોથી હિંદમાં રહી હતી એટલે તેની ચામડી ગૌરમાંથી ગોરાડુ થઈ હતી. તેનો ચહેરો જ્યાં સુધી કોઈ જુએ નહીં ત્યાં સુધી કોઈને ખ્યાલ ન આવે કે તે પરદેશી ઓરત છે.

સાંજે મારી પાછળ તે ઘૂમટો તાણીને ચાલી નીકળી. અમે ઘાટને ફરતે થઈને રાજા ગોવિન્દદાસના ડાકબંગલા પર પહોંચ્યાં. ત્યારે સારી એવી સંખ્યામાં લોકો ત્યાં આવી રહ્યા હતા. રાધાકૃષ્ણની અનુપમ મૂર્તિ બંગલાના વિશાળ

વરંડામાં ગોઠવવામાં આવી હતી. ધૂપ-સુગંધથી આખું વાતાવરણ મહેકતું હતું.

મૂર્તિની બાજુમાં થોડેક દૂર સફેદ કપડામાં એકવડા બાંધાનો સફેદ દાઢી અને સફેદ ઓડિયાંવાળો એક સાધુ બેઠો હતો. તેનું કપાળ ઝળહળતું હતું. ચંદનની અર્ચના હેઠળ, કાળાધોળા વાળવાળી જાડી ભમ્મરોની નીચે પ્રેમાળ મોટી આંખોમાંથી અમીવર્ષા થતી હતી. આ જ બાબા હરિભજન હશે? મારું મન એ માનવા તૈયાર ન હતું. કેવી પ્રગલ્ભ પ્રતિભા હતી! શું એ સન સત્તાવનનો ખૂંખાર ક્રાંતિકારી હતો?

થોડી જ વારમાં આરતી ગવાઈ, પણ હું તો એ સંમોહક સાધુને જોતો રહ્યો. પ્રસાદ વહેંચાયો... પ્રસાદ વહેંચનારને કદાચ એમ હશે કે હું કોઈ દીનદુખિયો છું એટલે તેણે મને આખો પડિયો આપ્યો. જીનાએ તેના ઘૂંઘટનો એક છેડો પકડી રાખીને, એક હાથ સાડલામાંથી બહાર કાઢી પ્રસાદ લીધો, અને બંગલાના વરંડામાં કીર્તનની તૈયારી થઈ. બંગલાને ફરતો આંટો મારવાના ઇરાદે હું ઊભો થયો. ત્યાં જ મારી નજર હમણાં જ આવેલા આદમી તરફ ગઈ. તે જોડા ઉતારતો હતો. તેની પાછળ ઘૂમટો તાણીને એક ઓરત ઊભી હતી. જબલપુરના કોઈ શ્રેષ્ઠીની જેમ તેણે પાઘડી, અંગરખું, ધોતી અને ખેસ નાખ્યો હતો... હું અવાચક થઈને જોઈ રહ્યો. પેલી ઓરતે માથેથી સરી જતા સાડલાને સરખો કરવા છેડો ઊંચો કર્યો અને મારા હાથમાંથી પ્રસાદનો પડિયો નીચે પડ્યો.

'સેના...' મારા મોઢામાંથી શબ્દો સરી પડ્યા.

મારા મનની સાથે શરીરને પણ આંચકો લાગ્યો. દિવસભર ઝાડ નીચે બેસી રહીને મેં વિચાર કર્યો હોત તોપણ મને કલ્પના ન આવત કે સેના, આ રીતે, અહીં ભેડાઘાટમાં મને મળશે, એ ઘડીની સંવેદના અણચિંતવી મૂર્છના સમી હતી...

સેના... હું આપોઆપ જ બોલી ઊઠ્યો હતો.

'શું થયું સેજલ...' જીના ઊભી થઈ ગઈ હતી. તેણે હોઠ ફફડાવીને મને અંગ્રેજીમાં પૂછ્યું અને હું સ્વસ્થ થયો. મને એકાએક ભય પેઠો. જીનાના શબ્દો કોઈએ સાંભળ્યા તો નહીં હોય ને! પણ નહીં આજુબાજુના બે-ત્રણ જણનું ધ્યાન મારા હાથમાંથી પડેલા પડિયા તરફ હતું. હું તરત નીચે બેઠો. મેં પ્રસાદ એકઠો કર્યો. અને પડિયામાં ભર્યો અને ઊભો થયો.

મેં જીનાને કોઈ જવાબ ન આપ્યો. શું જવાબ આપવો તે પણ સમજાતું

ન હતું. મેં ચૂપચાપ હાથમાં પડિયો ઉઠાવીને ચાલવા માંડ્યું.

જીના મોં પર ઘૂમટાનો છેડો ઢાંકીને મારી પાછળ આવી. હું ઝડપથી પથરાળ કિનારાનો ઢોળાવ ચડીને ભેડાઘાટના નાનકડા ડક્કા તરફ જતા રસ્તાની ટોચે આવેલી ધર્મશાળા તરફ ચાલ્યો. ઉતાવળાં લાંબાં ડગલાં ભરતી જીના મારી પાછળ આવી.

'શું થયું, સેજલ?' તે બોલી,

'ઓહ નો... કંઈ નહીં જીના.'

'પણ આમ એકાએક તું ક્યાં જાય છે?'

'ઓહ જીના, ક્યાંય નહીં.'

'પણ તને થયું છે શું?'

તેણે અકળાઈને મારો હાથ પકડ્યો.

'કશું નથી થયું જીના... જબલપુરના બે ઓળખીતા લોકોને મેં ત્યાં જોયા અને ઘડીભર હું ચોંકી ઊઠ્યો હતો.'

'અરે! પણ તેમાં આવી રીતે ગભરાઈ જવાતું હશે?' તે બોલી.

'તું સમજતી કેમ નથી? એ લોકો કદાચ...'

'અરે, તું આવી રીતે વર્તે તો કોઈને શંકા ન પડતી હોય તોપણ પડે.'

'યસ... યુ આર રાઇટ જીના. વેલ! આઈ એમ સૉરી... પણ એટલી અણચિંતવી—'

'કોણ છે એ?'

'એ તું નહીં ઓળખે. જબલપુરનો વેપારી છે. મને કલ્પના કેવી રીતે આવે કે તે અત્યારે ટપકી પડશે! મને પળવાર એમ લાગ્યું કે તે મને ઓળખી કાઢશે.'

'અરે, શું ઓળખી કાઢશે?' જીના કંઈક ચિડાઈને બોલી.

'ઓહ ગૉડ જીના... મને ઓળખી કાઢે તેનો મને ભય ન હતો, પણ તેને કારણે તું પકડાઈ જાય, તારે માથે જોખમ ઊભું થાય, તેનો મને એકાએક ભય લાગ્યો. વળી, એવું થયું હોત તો તને ભગાડી પણ ન શકત... મારાં તો ગાત્રો ગળી ગયાં હતાં.' મેં ઝડપથી મોમાં જે શબ્દો આવ્યા તેનો ઉપયોગ કર્યો અને જીનાને કહ્યું.

'ઓહ સેજલ, તું ગજબનો નર્વસ થઈ જાય છે. તારે તો મને બતાવવા હતા કે કોણ છે એ લોકો?' તેણે પૂછ્યું.

'એ શક્ય ન હતું જીના... એક તો હું તદ્દન આ દેહાતી વેશમાં અને

પાછો અંગ્રેજીમાં બોલું... એટલે ન હોય ત્યાંથી શંકા ઊભી થાય.' મેં કહ્યું.

'પણ આપણે ક્યાં જઈ રહ્યા છીએ?' તેણે પૂછ્યું. મારા જિગરમાંના ધબકારાની લય હવે ધીમી પડી હતી. કંઈક વધુ સ્વસ્થતાથી જવાબ દેવાની વિચારશક્તિ પાછી આવી હતી. મેં ધીરેથી જીનાને કહ્યું.

'આપણા પડાવ પર પાછા જઈએ છીએ.'

'પણ આપણે જૅકની તલાશ તો...'

'એ તલાશ હું કરું છું... તારે પહેલાં સલામત રહેવું જરૂરી છે.' મેં ઝડપથી કહ્યું.

'પણ કીર્તન પૂરું થાય ત્યાં સુધી આપણે રોકાઈ જવા જેવું હતું. બધા લોકો વીખરાય પછી આપણે બાબા હરિભજનને વાત કરી શકત.' જીના બોલી.

'તું ભારે લપિયણ છે... જીના... તે વખતે મને શું ખબર હતી કે આટલાં બધાં માણસ એકઠાં થતાં હશે! અરે! તે વખતે મને એ મકાનની આજુબાજુ ફરવાની પણ તક મળી હોત તોય ક્યાંક સંતાઈને આપણે બેસત અને બધા વિખરાય તેની રાહ જુઅત...'

'સેજલ... તને ખાતરી છે—જૅક અહીં જ હશે?' જીનાએ પૂછ્યું...

'તો બીજે ક્યાં હોય જીના... તેં જ તો મને કહ્યું હતું કે જૅક મૅકગ્રેગર બાબા હરિભજન પાસે હશે અને એ જ્યાં હોય ત્યાં ખુલ્લેઆમ તો ફરતો ન જ હોય ને!'

'પણ આપણે ત્યાં કોઈને પૂછવા જેવું હતું' તે બોલી. તેના અવાજમાં અધીરાઈ હતી.

'ઉતાવળે કશું જ ન થાય. એ બાબો હરિભજન પણ નામ બદલીને અહીં અમસ્તો નથી બેઠો, સમજી! એ સાધુ છે છતાં આટલો ચેતીને ચાલે છે, પછી આપણે શા માટે ઉતાવળ કરવી?' મેં કહ્યું અને તે મૂંગી મૂંગી ચાલવા માંડી. મેં થોડી વાર પછી તેનો હાથ પકડ્યો ને કહ્યું, 'મેં તને વચન આપ્યું છે ને જીના, કે હું તને જૅક પાસે પહોંચાડીશ. બસ એટલે પહોંચાડીશ અને જ્યાં સુધી મારામાં જીવ છે ત્યાં સુધી તેને ઊની આંચ પણ નહીં આવે...'

જીનાએ મારી કેડમાં હાથ નાખ્યો અને તેણે મને નિખાલસ આહ્‌લાદથી સહેજ ભીંસ્યો. અમે ધીરે ધીરે ચાલતાં ભેડાઘાટના આરસને કિનારે આગળ વધ્યાં. જોગણીનું મંદિર વટાવીને અમે ધૂંઆધાર તરફ પહોંચ્યાં.

ગજાનન ચલમ ફૂંકતો હતો. મારી ગેરહાજરીમાં આરસના પથ્થરો અને

કિનારે ઊગેલાં વૃક્ષોનાં ઝુંડ વચ્ચે તેણે બને તેટલો પ્રયત્ન કરીને અમે સારી રીતે રાત ગાળી શકીએ તેવી વ્યવસ્થા કરી હતી. આકાશમાં વાદળો વચ્ચેથી ચળાઈને ખાસ્સું અજવાળું રેલાતું હતું, પણ ચંદ્ર સ્પષ્ટ દેખાતો ન હતો. વરસાદ બંધ હતો, પણ ઘેરાયેલાં વાદળો ભેડાઘાટ ઉપર ઊછળતાં લવારાંની જેમ આમતેમ ઘૂમી રહ્યાં હતાં. નર્મદાનું પાણી વધતું હતું. ઉપરવાસમાં વરસાદ પડતો હશે તેની એ એંધાણી હતી.

ખલેચીમાં ભરેલા રોટલા કાઢીને અમે શિરામણ કર્યું અને પછી મેં જીનાને કહ્યું.

'તું અહીં રોકા... ગજાનન સાથે. હું ઘાટના ડક્કા પર આંટો મારી આવું છું. કીર્તન મોડા સુધી ચાલશે. મને તક મળશે તો હું હરિભજનને મળીને આવું છું. મને જોખમ લાગશે તો પછી સવારે વિચારીશું.'

'નહીં સેજલ... તું નહીં. આપણે તુર્કીને મોકલીએ.' જીનાએ કહ્યું. મિનિટો સુધી મારે તેની સાથે દલીલો કરવી પડી.

અષ્ટમપષ્ટમ સમજાવટ કરીને આખરે મેં એને મનાવી લીધી. મારે તેને કેવી રીતે સમજાવવી કે અત્યારે મારા મનમાં એક જ વાત હતી... સેના... સેના... અને સેનાને જોયા પછી તેનાથી એક મિનિટ પણ અળગા થવું મારે માટે કેટલું દુષ્કર હતું.

*

મોડું થઈ ગયું હતું અને ધુંઆધારથી લગભગ અઢી માઈલ જેટલું ચાલવું પડે તેમ હતું. એટલું ચાલી જવામાં વાર થાય અને બાબા હરિભજનને ત્યાંથી મેદની વીખરાઈ જાય પછી સેનાને જોવાનીય કદાચ શક્યતા ન રહે. મેં તુરક પર પલાણ નખાવ્યું. ગજાનને સૂચના આપી. જ્યાં સુધી હું પાછો ન આવું ત્યાં સુધી તેણે કે જીનાએ ત્યાંથી હઠવાનું ન હતું. કંઈક પણ જરૂર ઊભી થશે તો હું સંદેશો મોકલીશ. મારા હસ્તાક્ષરમાં ચિઠ્ઠી મોકલીશ. મેં ગજાનને આ સૂચના ખાનગીમાં આપી હતી.

થોડી વારમાં હું નીકળ્યો. ગજાનને મને રાઇફલ સાથે રાખવાનું કહ્યું, પણ રાઇફલ લઈને જવું–હું જે વેશમાં હતો તેની સાથે સુસંગત ન હતું. તેમ છતાં ગજાનને મને તેની ખલેચીમાંથી એક મ્યાનવાળો જમૈયો કાઢીને આપ્યો. તેનો પટો મેં ધોતી પર બાંધ્યો અને ખમીસ તેના પર ઢાંક્યું અને પાછો હું

ભેડાઘાટના ડક્કા તરફ ચાલ્યો. તુરકને અત્યારે ક્યાંય જવાની ઇચ્છા ન હતી, પણ મેં તેની લગામ ખેંચી અને એડીઓ મારી કે તરત તે સમજ્યો કે મારા હુકમને તાબે થયા વગર તેનો છૂટકો ન હતો. તે માથું હલાવીને હણહણ્યો અને દોડ્યો.

મિનિટોમાં જોગણીનું મંદિર વટાવીને હું ધર્મશાળા પાસે આવ્યો. મેં આજુબાજુ નજર કરી. સામે જ વડનું ઝાડ છે અને તેને ફરતો આઠ ખૂણિયો ચોતરો છે. ચોતરાની એક તરફ વડવાઈઓની ઘેરી છાયામાં લાકડાની રેલિંગ બનાવેલી હતી. એ રેલિંગમાં આગળ બે ખચ્ચર અને બે-ચાર-પાંચ ઘોડા બાંધેલા હતા. થોડે દૂર બે ઘોડાગાડીઓ પડી હતી અને જમણી તરફ ત્રણ બળદગાડાં પડ્યાં હતાં. ગાડા પાસે જ બળદ બાંધેલા હતા.

ચોતરા પર ત્રણ છોકરાઓ બેઠેલા હતા. હું જેવો નજીક આવ્યો કે તરત તેમાંનો એક ચોતરા પરથી ઠેકડો મારીને આવ્યો. મને ખ્યાલ આવ્યો કે ધર્મશાળામાં કામ કરતા આ ચરવાદાર છોકરાઓ છે. મેં તેને તુરકના ગળા પર બાંધેલી રાશ પકડાવી. તુરકની આંખો પહોળી થઈ. તેણે ચારે બાજુ પોતાના કાન ફેરવ્યા. નસકોરાં ફુલાવ્યાં. મેં તેની ગરદન અને પીઠ થાબડી. એ જાનવરને સલામતીનો અહેસાસ થયો અને નમણી ગાયની માફક તે પેલા છોકરા પાછળ દોરાયો. એ છોકરાને મેં ચંદી બનાવવાની સૂચના આપી અને હું રાજા ગોવિન્દરામની કોઠી તરફ ચાલ્યો.

કીર્તન ચાલતું હતું. બાબા હરિભજન ભજનો લહેરાવી રહ્યા હતા. બે સાજિંદા તબલાં અને રાવણહથ્થા પર સંગત કરતા હતા. ઘેરાયેલા આકાશમાંથી થતો આછો ગગડાટ અને વળ ખાઈને ભેડાઘાટની કંદરા છોડીને ફાળ ભરતી હરણીની જેમ તોતિંગ પથ્થરો પર ઊછળતી નર્મદાનો એકધારો અવાજ, હરિભજનના સૂરમાં નવતર સાંજ સમી પુરવણી કરતો હતો. અલૌકિક શાંતિમાં આ ગુંજારવ અને તેમાં ગૂંથાતો બાબા હરિભજનનો અવાજ એક અવર્ણનીય સંવેદન ઊભું કરતો હતો.

હું ધીરેથી કોઠી તરફ પહોંચ્યો. ઈશ્વરની અદ્ભુત લીલાને દોહરાવતો એ સાધુ મને દુન્યવી લાગતો ન હતો. ઘડીભર મને થયું કે, કદાચ એ બાબા હરિભજન નહીં હોય... ખરેખર એ જગતાપ જ હશે... મારી કંઈ ભૂલ થતી હશે!

પણ તો પછી સેના ત્યાં શા માટે હોય! મારા મનમાં પ્રશ્ન ઊઠતો. એ

પ્રશ્નનો જવાબ મેળવું તે પહેલાં જ હું ત્યાં પહોંચ્યો હતો. અદના આદમીની માફક જ મેં નમસ્કાર કર્યા અને જોડા ઉતાર્યા. બાબાની આસપાસ ચાર કંદીલ જલતાં હતાં. તેની લગભગ સ્થિર જ્યોત આસપાસ ખાસ્સું અજવાળું ફેલાવતી હતી. ક્ષણ વારમાં ત્યાં બેઠેલા ત્રીસ-ચાળીસ માનવીઓને મેં આવરી લીધા. ત્યાં પુરુષો પણ હતા અને સ્ત્રીઓ પણ... પરંતુ મને તો એકમાં જ રસ હતો.

સેનામાં.

તે ત્યાં જ બેઠી હતી. મારા હાથમાંથી પડિયો પડ્યો ત્યારે તે પડાળીને ખૂણે; ઢોરને અને પંખીઓને પાણી પીવા માટે બનાવેલી પથ્થરની ચાટ પાસે ઊભી હતી. બસ ત્યાં જ તે આવીને બેઠી હતી. સફેદ અંગરખું, પાઘડી અને ખેસવાળા આદમીને જોવા માટે મેં નજર ફેરવી, પણ એ ક્યાંય દેખાતો ન હતો. આજો માતાઈ, જબલપુરના કોઈ શ્રેષ્ઠીના લિબાસમાં આવ્યો હતો, પણ તે પુરુષ વર્ગમાં બેઠેલો મને દેખાયો નહીં.

તદ્દન દેહાતી આદમીની માફક, મોટી શિલાને એકાદ ફૂટ કોરી નાખીને 'ટબ' જેવા બનાવેલા ચાટને ખૂણે જઈને હાથ જોડેલા રાખીને હું બેઠો, મને એમ હતું કે હું ત્યાં જઈશ એટલે બધી જ આંખો મારી સામે તાકી રહેશે, પણ એવું કાંઈ બન્યું નહીં. સૌ હરિભજનના સંમોહક સૂરમાં રત હતા. ભક્તિરસમાં તરબોળ, સંગીતનો કેફ ત્યાં છવાયેલો હતો. એ કેફ મને પણ ઉન્માદ જગવતો હતો, પણ ભક્તિનો નહીં, આસક્તિનો...

આછા પાકેલા લીંબુની છાલ જેવા રંગનું ગવન મને દેખાતું હતું. એ ગવનમાં લીલાં, સફેદ અને લાલ ચાંદરણાં હતાં... ભોપાલ કે લખનૌના રંગરેજોએ એ ચાંદરણાંને ગાંઠી ગાંઠીને આભના ચંદરવા સમી એ ઓઢણી બનાવી હોય તેમ મને લાગતું હતું. એ ચૂંદડીમાં મઢેલી સેનાની પીઠ મારાથી બે ગજ જ દૂર હતી. તેની આજુબાજુ જગ્યા ખાલી હતી. જમણા હાથને ટેકે, ઢીંચણથી પગ વાળીને તે બેઠી હતી. તેના બંને પગનાં તળિયાં ડાબા નિતંબને ઓછાયે દેખાતાં હતાં. જમણા હાથને ટેકે તેની કાયાની એક લચકાતી રેખા ડાબે પડખે દેખાતી હતી. બે કસોથી બાંધેલો તેનો કંચુકીબંધ... તેની ચોળી... પણ તેવાં જ લીંબોઈ રંગની હતી. તેમાંથી ચળાઈને એ આછા અજવાળામાં પણ મને તેનો બરડો દેખાતો હતો. તેની ચોળીની આંતરી અને ચણિયામાં ખોસેલા ઓઢણીના છેડા વચ્ચે દેખાતી તેની ચુસ્ત કમ્મરની સુંવાળપ આટલે દૂરથી પણ જાણે હું સ્પર્શી શકતો હતો. જમણા હાથનો તેણે ટેકો લીધો હતો.

ઢીંચણથી પગ વાળીને, જમણો નિતંબ દબાવીને, તે બેઠી હતી છતાં તેની કરોડરજ્જુ ટટ્ટાર હતી અને એટલે જ મોટા નાગ સમી તેના વાળની સેર તેના હાથ અને પૂંઠની એક તરફ ઝળૂંબીને, લીંપણની ફરસ પર પાથરેલી શણની લાલ જાજમ પર લહેરાઈને પડી હતી. તેણે ટેકવેલા હાથ અને તેના શરીર વચ્ચે પડતી ત્રિકોણાકાર જગ્યામાંથી મને તેના જમણા સ્તનની રેખા પણ ઓઢણીના તાણાવાણા વચ્ચેથી દેખાતી હતી.

હરિભજન શું ગાતા હતા તે શબ્દો મારા કર્ણપટલ પર અથડાતા હતા, પણ એ સમજાતા ન હતા. મને તો કેવળ એ અમૂર્ત, એ અલૌકિક, એ સંમોહક શિલ્પ દેખાતું હતું... સેનાની આકૃતિ... સેનાને બેસાડીને કંડારેલા તેના શિલ્પને જોતો હોઉં તેમ હું વર્તમાનને, એ સાચુકલી સેનાને પણ વીસરી ગયો હતો.

સંગીતના સુર, નર્મદાનો અભિસારિકા સમો ઉન્માદ અને વર્ષાની એ મોસમ!! હું બધુ જ ભૂલી ગયો હતો. જેક મૅકગ્રેગર, જીના, મૉમ, જાનોર... ગ્રેઇસ. એ બધું જ મિથ્યા હતું, એ બધું જ ઇલ્યુઝન હતું... સત્ય એક સેના હતી... સેના.

'હું ક્યારે એ પથ્થરના ચાટ પરથી ખસીને જાજમ પર આવ્યો તે પણ મને યાદ નથી. હું તે સમયે હું ન હતો. હું તેની પાછળ પણ સહેજ બાજુમાં સર્યો. તેની જાડી વાળની સેર, નાગરવેલની માફક લાલ જાજમ પર પથરાઈ હતી. તેનો છેડો પણ ગાયના કે સિંહણના પૂંછડાના છેડા જેવો ભરાવદાર હતો. તેના એક એક કાળા વાળ પર હું હજ્જારો જન્મ છોડવા તૈયાર હતો.

મારું હૈયું વલોવાતું હતું. મારા મન પર હજારો, ઝળહળતી ઉલ્કાનો મારો થતો હતો. એ સૂરીલા વાતાવરણમાં પણ મંદિરના બૂંગિયાની જેમ મારા હૃદયના થડકાર મને સંભળાતા હતા. મારો ધ્રૂજતો હાથ જાણે મારા શરીરથી અલગ થઈને એકલો જ આગળ ધપતો હોય તેમ, સેનાના વાળની સેરના ગુચ્છ તરફ વધતો હતો.

એ સંવેદન ક્યારેય મને સમજાયું ન હતું. એ ભય હતો? પશ્ચાત્તાપ હતો? પ્રેમ હતો? પાપની લાગણી હતી? શું હતું તે સમજાયું ન હતું. ત્યારે પણ નહીં અને આજે પણ નહીં.

તેના વાળ સહેજ ભીના હતા. એ ભીનાશમાં ગરમાવો હતો. મેં વાળનો ગુચ્છો મારા જમણા હાથમાં લીધો. ભીના રેશમ કે લીલા મકાઈના રેસાઓ પર જો કદી હાથ ફેરવ્યો હોય તો જ એ સ્પર્શનો રોમાંચ કંઈક ખ્યાલમાં આવે.

એક ક્ષણ વાર પછી તેને ખ્યાલ આવ્યો. તેણે પોતાનો ડાબો હાથ કમર પાછળ વાળ્યો અને સેર સરખી કરવા પ્રયાસ કર્યો અને પછી પાછળ જોયું, તેની બંને આંખોની સફેદી અને તેની કીકીઓ મેં જોઈ અને હું બોલ્યો...

'સેના...'

'એ સામાન્ય ઓરત ન હતી. બંદૂક ચલાવનારી, ઘોડા ખેલનારી ઓરત હતી. તેને અત્યારે હું મધ્ય પ્રદેશની એક બેનમૂન ગૃહિણીની વેશભૂષામાં જોતો હતો, પણ ભીતરમાં તો તે સિંહણ જ હતી. બારનીશની દીકરી હતી તે ચમકી નહીં. અવાજ સાંભળીને એકાએક અટકીને ઊભી રહેતી શેરની, જેમ પૂંછડી તંગ કરે અને કાન તાણીને સ્તબ્ધ ઊભી રહે તેમ એમ જ સ્થિર થઈ ગઈ.

'સેના... હું સેજલ...' મેં કહ્યું. તેની પાતળી ડોક ટટ્ટાર થઈ. તેણે ધીરેથી આખો ચહેરો પાછળ ફેરવ્યો. તે મને ઓળખી ન શકી. પળવાર માટે તે કોઈ વિચિત્ર પ્રાણીને જોતી હોય તેમ જોઈ રહી.

'સેના...' મેં ફરીથી કહ્યું, પણ જાણે હું બોલતો ન હતો. મારા અંતરમાંથી એકાએક પ્રગટેલો કોઈ બીજો જ સેજલ બોલતો હતો. તેણે ઊંધા વાળેલા હાથની હથેળીથી સેર પકડી અને ખેંચી. એક ક્ષણ એક નાનકડી ક્ષણ માટે તેના વાળનો ગુચ્છ મેં પકડી રાખ્યો. તેના શરીર પર આછેરો આંચકો વાગ્યો. મેં હાથમાંથી ગુચ્છ સરવા દીધો. તેણે ફરી પાછળ જોયું.

'ઓહ... નો...' તે બોલી. તેની સુંદર આંખો પહોળી થઈ હતી. મેં ધીરેથી માથે બાંધેલો ગમછો છોડ્યો. તેના છેડાથી મારી એક આંખ નીચે ચોંટાડેલી લાખની લકીર દૂર કરી.

ભજન પૂરું થયું હતું. શાંતિ છવાઈ હતી. બાબા હરિભજન માટે પાણીનો કળશો આવ્યો. સેના ધીરેથી ઊભી થઈ. હું તેને જોઈ રહ્યો. તેની ઓઢણી અને ચણિયાનો ઘેર મને સ્પર્શ્યો. તેણે જાજમની બહાર ઉતારેલી મોજડીઓ પહેરી અને પડાળીનાં પગથિયાં ઊતરી. મેં તેને ઢોળાવ ઊતરીને ડક્કા તરફ જતી જોઈ.

બીજા ભજન માટેનો સૂર-આલાપ શરૂ થયો. રાવણહથ્થાએ બંદિશ કરી... હું ઊભો થયો... જોડા પહેર્યા... પડાળીનાં પગથિયાં ઊતર્યો... નીચે ઝૂક્યો અને દોડ્યો.

ડક્કાના ઢોળાવની વચ્ચે જ મેં તેને આંબી લીધી. અનંગ આવેગથી મારું શરીર તપી ગયું હતું. મારાં પગલાંનો અવાજ સાંભળીને તે ઊભી રહી. હું તેનાથી થોડી ઊંચાઈ પર હતો. ઢોળાવ પર ઝૂકેલા ઝાડની વચ્ચે. પથ્થરો

નાખીને ડક્કા પર જવાનો રસ્તો ચોખ્ખો દેખાતો હતો. સાક્ષાત્ નર્મદા જાણે એ ઓવારા પરથી હમણાં જ ઉપર આવી હોય તેમ તે ઊભી હતી...

હું દોડ્યો...

તેના શરીરમાં ભીનાશ હતી. એ ભીનાશની ભીતરમાં સોડમ હતી. એ સોડમની અંતર્ગત ઉષ્મા હતી. એ ઉષ્માની માદક ઝાળમાં સંગીત હતું. એ જોબન હતું... કેફ હતો.

સેનાના હોઠ ખૂલ્યા. 'સે... જ...' પણ તે મારું નામ પૂરું બોલી શકે તે પહેલાં જ મારા હોઠથી, મેં તેનું મોં ભરી લીધું હતું. એકાએક તપોભંગ થયેલા વિશ્વામિત્ર ફાટી આંખે, અચરજ અને આઘાતથી મેનકાને જોઈ રહે તેવા જ આશ્ચર્યથી તે જોઈ રહી. ઘેરા ડિબાંગ વાદળોમાંથી ચંદ્ર બહાર આવ્યો હતો. ઓવારે જતા ઢોળાવના ખરબચડા સંગેમરમર ચાંદનીમાં ચમકી રહ્યા હતા.

વર્ષાનાં ઊભરાતાં પાણીથી ઉન્માદ અનુભવતી નર્મદા પણ ઘડીભર, સેનાના સ્તન યુગ્મમાં રૂંધાયેલા શ્વાસની જેમ થંભી ગઈ હતી. એ નીરવ, સ્તબ્ધ આલિંગનની પળ હતી. ત્યારે કદાચ, બ્રહ્માંડ પણ જાણે સ્થિર થઈ ગયું હતું. અમારા શ્વાસ પણ થંભી ગયા હતા. એ લાંબી પળની સ્થિરતા, જાણે તોફાન પહેલાની શાંતિ હોય તેમ થોડો સમય રહી અને પછી જાણે ધરતીકંપ થયો હોય, પૃથ્વીનું પેટાળ ગગડાવીને જ્વાળામુખીનો પ્રકાંડ ધોધ, ધરતીના પોપડાને પ્રછન્નવિછિન્ન કરીને પ્રગટતો હોય તેમ મારા ભીતરમાંથી અનંગ આવેગ પ્રગટ્યો. વંટોળની જેમ મારા જિગરમાંથી, મારાં અંગેઅંગમાંથી ઝંઝાનિલ જેવો ઉન્માદ ઊમટ્યો.

વિશ્વની કોઈ તાકાત તેને ખાળી શકે તેમ ન હતી. વંટોળમાં ફસાયેલી બોરસલ્લીના વૃક્ષ જેવી સેનાની સ્થિતિ હતી. જમીન સાથે નિઃસહાય રીતે ચોંટેલા વૃક્ષ પર ઝીંકાતું વાવાઝોડું, જે દૃશ્ય પેદા કરે તેવું જ કંઈક ભેડાઘાટના ઓવારાના ઢોળાવ પર સરજાયું હતું. વ્યાકુળ થઈને ઝળૂંબતા, ઝૂઝતા, વૃક્ષ પર ઝીંકાતા જબરદસ્ત વાયરાની જેમ હું સેનાને આલિંગનોથી ગૂંગળાવી રહ્યો હતો. પ્રચંડ ચુંબકની ખેંચમાં સપડાતા લોહકણોની જેમ હું સેના પ્રત્યે, સેનામાં ખેંચાઈ ગયો હતો.

વૃક્ષની ડાળીઓની જેમ જ તે સુસવાટ અનુભવતી, આકુળવ્યાકુળ બની ગઈ હતી, છતાં વૃક્ષની ડાળીઓ સાથે ચોંટેલાં પાંદડાં જે આહ્‌લાદ અનુભવે તેવો આહ્‌લાદ તેના શરીરમાં પ્રગટતો હતો. તેમાં સ્વીકાર હતો અને પ્રતિકાર

પણ. મારાં આવેગમય આલિંગનો અને ચુંબનોમાંથી છટકવા તે મથતી હતી. તેનું અંગેઅંગ મારા સ્પર્શને રોકવા જહેમત ઉઠાવી રહ્યું હતું અને છતાં વળ ખાઈ ખાઈને વાયરો ખાળતી બોરસલ્લીની જેમ તે ખડી હતી. તેનો સીનો નર્મદાની જેમ ઊભરાયો હતો. તેનો કંચુકીબંધ ધમણની જેમ ફૂલતા વક્ષઃસ્થળના જોરે તૂટ્યો હતો. તેને વીંટળાયેલા મારા બંને હાથ તૂટેલા કંચુકીબંધની ભીતર ખોજતા હતા. તે ચિડાતી હતી. કંઈક બોલતી હતી, પણ તેનાં રોમેરોમમાં ભીનો આહ્લાદ હતો. તેમાં રોષ હતો, છતાં આહ્વાન હતું. જલતા દીવાની જ્યોતમાં, દાઝવા છતાંય દોડી જતા પરવાના જેવી જ તેની પરિસ્થિતિ હતી. તેના અવાજમાં માશૂકની ના હતી.

તેના સુંવાળા માંસલ ખભા પર મેં ક્યારે હળવું બચકું ભર્યું તેની મને ખબર રહી ન હતી, પણ એકાએક મારા પગને ઝાટકો વાગ્યો. તોફાની વાયરો સઢમાં ભરાયો હોય અને એકાએક કૂવાથંભને ઉખેડી નાખે, તેવી જ રીતે હું ઊખડીને નીચે પડ્યો હતો. મને સમજાય તે પહેલાં મારી ડાબા હાથની કોણી જમીન સાથે અથડાઈ હતી અને બરડો ત્યાં ઊગેલા કરમદાંના ઝાડમાં ઝીંકાયો હતો. ઘાસના બીડમાં પડેલી નાનકડી છાબડીની જેમ હું એ ઝાડીમાં પટકાયો હતો. પછી જ મને ખ્યાલ આવ્યો કે સેનાએ પગની આંટી મારીને મને પાડ્યો હતો, પણ સાથે સાથે તે પણ મારા ઉપર જ પડી હતી. મારા કરતાં તે વહેલી બેઠી થઈ.

'તું તો પ્રેમ કરે છે કે બળાત્કાર...! તે બોલી. ત્યારે પણ તે હાંફતી હતી. તેની છાતી ધમણની માફક ફૂલતી હતી. ચંદ્રને અજવાળે તેનું શરીર ચળકતું હતું. તેના ગાલ અને ડોકની આસપાસ તેજ-લકીર ફરતી હતી. તે થોડે દૂર જઈને ઊભી રહી. કેડમાં ખોસેલો સાડલાનો છેડો નીકળી ગયો હતો, તે સરખો કર્યો. ઊંધા હાથ વાળીને તેણે, ચોળીની તૂટેલી કસો જોડવાનો વ્યર્થ પ્રયત્ન કર્યો, અને નીચે, ઓવારા તરફ ચાલવા લાગી.

હું બેઠો થયો, મારી કોણી ખાસ્સી છોલાઈ હતી. ઝાડવાં પર વરસાદનાં ફોરાં બાઝેલાં હતાં. મારું ખમીસ ક્યાંક ભરાયું હતું અને કાદવ અને પાણીથી ખરડાયું હતું. હું જાળવીને ઊભો થયો. સેના ઓવારે દોડી ગઈ હતી.

ત્યાં થોડાંક પગથિયાં છે. પગથિયાંની ડાબી તરફ પારિજાત અને બોરસલ્લીનાં ઝાડ ઊગેલાં છે. જમણી તરફ વાંસના થોડાંક ઝુંડ છે અને ઓવારે ઝૂકતાં જંગલી વૃક્ષો નીચાં નમીને ઊભેલા પૂજારીઓ જેવાં ઊભાં છે.

ડાબી તરફ બોરસલ્લી અને પારિજાતની વચ્ચે, ટીંબાની જેમ ઊપસી આવેલો ગુલાબી આરસનો ગોળ તોતિંગ પથ્થર, કાચબાની જેમ જમીન પર પડેલો છે. સેના ત્યાં જઈને બેઠી...

બરાબર સામે કિનારે ભેડાઘાટની આરસની પ્રથમ ચટ્ટાન અડીખમ અગસ્ત્યની જેમ ઊભેલી છે. જમણી તરફ જ્યાં નર્મદાનું પાણી ખીણમાંથી સમથળ ધરતી પર વહેવા માંડે છે અને વળાંક લે છે ત્યાં રાજા ગોવિન્દદાસની કોઠી છે. (જ્યાંથી અમે આવ્યાં હતાં.) ઓવારેથી એ કોઠી અંધકારમાં ઊભેલા પડછાયાની જેમ દેખાય છે. ત્યાં દીવા બળતા હતા. તેની પડાળીમાંથી સંગીતના સૂર રેલાતા હતા, પણ જાણે એ ભજન સામે કિનારે કોઈ ગાતું હોય તેમ અવાજ એ તરફથી આવતો હોય તેવો ભાસ થતો હતો. ભેડાઘાટની નીરવ કુદરતમાં એ અવાજ, એ સૂરો અલૌકિક લાગતા હતા.

હું કોણ હતો, ક્યાં હતો, શું હતો તે વીસરી ગયો હોઉં તેવી જ શૂન્ય મનસ્કતામાં હું ઘેરાયો હતો. જાનોર... ગ્રેઇસ... કર્નલ મૅલેટ... જીના... અરે મારી મૉમ, કશું જ મને યાદ આવતું ન હતું. અવાજ કર્યા વગર વહેતી નર્મદા, ચટ્ટાનોમાં ગુંજતો બાબા હરિભજનનો અવાજ... ઘૂમરાતાં વાદળાંમાં સંતાકૂકડી રમતો ચંદ્ર, ઘડીમાં પથરાતું અજવાળું અને ઘડીમાં રેલાતો અંધકાર... નીરવતાથી ખરતાં પારિજાત અને બોરસલ્લીનાં નાજુક પુષ્પોને તેની ખુશબૂથી ઘેરાઈને, ગુલાબી આરસના ગોળ પથ્થર પર બેઠેલી મારી સેના...

સેના...

સેના જ એક અસ્તિત્વ હતું. સેના જ એક વાસ્તવ હતું. મારે અનેક પ્રશ્નો પૂછવા હતા. તેને પૂછવું હતું કે તે ક્યાંથી અહીં આવી પહોંચી... મારે પૂછવું હતું—ખેરા ક્યાં છે? સંતોજી ક્યાં છે? જૅકની ભાળ છે? પણ મેં કંઈ પૂછ્યું નહીં. પૂછવાનો વિચાર સરખો પણ ન આવ્યો, જાણે તેનું કોઈ અગત્ય જ ન હતું. મેં તેને કંઈ જ તે વખતે પૂછ્યું નહીં. એક જ ડાળી પર, પાંખો લગાડીને બેઠેલા મુનિયા (લવબર્ડ્ઝ)ની જેમ અમે ત્યાં બેઠાં હતાં.

✳

સેના...

'ઓહ સેજલ... યુ આર એ લિમિટ...' તે બોલી, 'તને ખબર છે ને કે હું સેના છું... એક ઓરત છું અને મારું શરીર એટલે શીમળાની ગાદી પણ

નથી અને ગજવેલનો થાંભલો પણ નથી...'

એ મેં સાંભળ્યું... પણ મારા મગજમાં ન ઊતર્યું. ખાઉધરા અને પાછા ભૂખ્યા, ભડભડતા રણમાંથી એકાએક હરિયાળીમાં આવી ચડેલા ઊંટની માફક હું ધરાતો ન હતો. ઇટ વૉઝ એ મૅડનેસ... પાણી, પવન અને વરસાદથી ધોવાઈને લીસા બની ગયેલા સંગેમરમરના એ પથ્થર પર નજાકત પથરાઈ હતી. ભીની સોડમ અને ખરતાં પારિજાત વચ્ચે પ્રેમ શાશ્વત સ્વરૂપે, અસંદિગ્ધ, નીતર્યા અસ્તિત્વમાં ઊભો હતો... દેહ નશ્વર હશે, પણ પ્રેમ એ વગર શક્ય નથી. પ્રેમનો પર્યાય બનીને હું અને સેના... અમે બંને એક હતાં... તદ્દન એક... અવિભાજ્ય... સેના સાથે મેં અનેક રાત્રિઓ ગાળી હતી, પણ એ રાતના એ કલાકો, મારી આરાધ્ય પળો સમા કલાકો હતા. જ્યારે હું... હું ન હતો. હતું મારું અસ્તિત્વ... આદમનું અસ્તિત્વ અને સેના... ઇંદ્રાણી... ઈવ.

ગોવિન્દદાસની કોઠીમાંથી વહેતા ભજનના સૂરો અટક્યા. વાતાવરણમાંથી એકાએક સંગીતનું તત્ત્વ લુપ્ત થયું. નીરવ સન્નાટો છવાયો. સેના બેઠી થઈ ગઈ. હું ઠંડા આરસના ચટ્ટાન પર ઘડીભર સૂઈ રહ્યો.

'આજો માતાઈ શોધવા નીકળશે...' તે બોલી અને હું વાસ્તવમાં ફેંકાયો. ઝડપથી બેઠો થયો.

'ભજન જલદી પૂરું થયું લાગે છે?' મેં કહ્યું. મૂર્ખની માફક શું બોલવું તે પણ મારાથી વિચારાતું ન હતું. સેના સામે જ ઊભી હતી, છતાં હું કલ્પી શકતો ન હતો કે સેના છે અને હું સ્વપ્ન નથી જોતો. તેણે કપડાં સરખાં કર્યાં. ડક્કાના પાટિયા પર પહોંચી ઝૂકીને તેણે પાણીથી મોં ધોયું. વાળની સેરમાં ચોંટેલી માટી, ભીનું કપડું સૂકવતી હોય તેમ ખંખેરી...

'તું પણ ખેરાસિંહ જેવો જ વિચિત્ર છું.' તે બબડી.

'આઈ એમ સૉરી... સેના... 'હું બોલ્યો. મારી જીભ સિવાઈ ગઈ હતી. મેં તેને પ્રેમ કર્યો હતો. મારે તેને કહેવું હતું... ઘણું બધું કહેવું હતું.

'હવે સાધુપણાનો ડોળ કરવાની જરૂર નથી.'

'મેં તને કહ્યું ને સેના કે—'

'કે શું? આ તો ઠીક છે, હું જંગલમાં ઊછરેલી ઓરત છું. કોક રાજકુમારી હોત તો બિચારીનો માવો થઈ ગયો હોત. તને પ્રેમ પણ કરતાં આવડે છે કે નહીં?' તે હસી. એ આછા ચંદ્રના અજવાળામાં પણ તેના દાંતની ચમક મને દેખાઈ. મારી આંખો મીંચાઈ ગઈ... મને ગ્રેઇસ યાદ આવી... તેને આપેલું

Bhardwaj Desai

વચન યાદ આવ્યું... ગ્રેઇસ મા બનવાની હતી... મારા બાળકની મા...

'સેના મારે... મારે તારી સાથે વાત કરવી છે...' ગળચિયાં ગળતાં મેં કહ્યું.

'મને ખબર છે, તારે શું વાત કરવાની હોય છે.' સાડલો ઊંચો કરીને તે પગ ધોતી હતી. 'મેં તારી બધી વાતો સાંભળી લીધી છે.'

'સેના, તું સમજતી નથી... સેના...'

'બસ હવે. સેના... સેના... કરીને જીવ ખાવાની જરૂર નથી. પેલો આજો આવશેને તો આપણને બંનેને ધોઈ નાખશે... નાઉ કમ ઑન...' તેણે કહ્યું. ભીના પગે તેણે મોજડી પહેરી. વાદળોનો ગડગડાટ શરૂ થયો અને અમે ઓવારાનાં પગથિયાં ચડીએ તે પહેલાં જ વરસાદનું ઝાપટું ઝીંકાયું. કેમ જાણે અમારો પ્રણય જોવા જ મેઘરાજા પણ આકાશમાં ઊભા ન રહ્યા હોય!

ઓવારેથી ઉપર આવતાં અમે લથપથ ભીંજાઈ ગયાં હતાં. તૂટી ગયેલી કસોને ગાંઠો મારીને માંડ માંડ મેં સેનાની ચોળી બાંધી આપી હતી. તેનો ભીનો માંસલ દેહ વધુ લીસો અને ચમકતો બન્યો હતો. ચોંટી જતાં કપડાં અને અડપલું કરી જતો પવન તેને ધ્રુજાવી દેતો હતો.

'કેટલું મોડું કરાવી દીધું?' તે બોલી. 'અને, તું અહીં આવ્યો ક્યાંથી?'

'મારે પણ તને એ જ પૂછવાનું છે સેના?' મેં કહ્યું. 'જેડાના કસબાથી મને વહેતો મૂકીને આવી રીતે ચાલી જતાં તને શરમ ન આવી?'

'તું બેશરમની માફક ક્યાં જવા માંગતો હતો? પણ અહીં ભેડાઘાટમાં શું કામ ભટકે છે? ત્યાં જાનોર ધમધમી ઊઠ્યું છે અને તું.'

'તારી શોધમાં જ.'

'સહેજ પણ ચાલાકી કરવાની જરૂર નથી. મારી શોધમાં આવવાની તારે કોઈ જરૂર ન હતી...' મારે તેને કહેવું હતું કે ગ્રેઇસ સાથે મારું લગ્ન થવાનું છે. એટલું જ નહીં, ગ્રેઇસ મારા બાળકની મા થવાની છે, પણ હું બોલી ન શક્યો.

'સાચું કહું, હું બાબા હરિભજન પાસે આવ્યો હતો.'

'બાબા હરિભજનને તું કેવી રીતે ઓળખે?'

'ઓળખતો નથી. જોયા પણ આજે. પર્સનાલિટી તો અદ્‌ભુત છે...'

'તેમનો દેખાવ જોવા તો તું નહીં જ આવ્યો હોય!' તે બોલી.

'હા... તારી વાત બરાબર છે. હું જુદા જ કામે આવ્યો છું. ભેડાઘાટમાં પ્રવેશ્યો ત્યારે મને કલ્પના ન હતી કે તું મળી જઈશ. કોઈ ઓળખીતું મળે તો પકડાઈ ન જવાય એટલે તો આ લિબાસમાં આવ્યો હતો.'

'એ લિબાસથી કશો ફેર પડ્યો ન હતો. ન ઓળખાઈ જવાય તે માટે તારે તારા વાળ કાપી નાખવાની જરૂર છે. અને કેટલાક લોકો સુગંધ પણ પારખી શકે છે.

'જેમ કે હું.' કહીને મેં તેને જકડી લીધી.

'બસ... દૂર હઠ હવે...' તે અળગી થઈ. 'મને આશ્ચર્ય તો થયું હતું. તને જોઈને ધ્રાસકો પડ્યો હતો. આજો માતાઈ અંદર કોઠીમાં ચાલ્યો ગયો હતો એટલે જ હું ઊભી થઈને બહાર નીકળી શકી.'

'પણ આજોને ચિંતા જરૂર થવા માંડી હશે' મેં કહ્યું.

'હવે ચિંતા થાય છે તમને યૉર હાઇનેસ... ત્યાં ઓવારે તમને આજો યાદ આવતો ન હતો? મારે તો કેવળ આંખ જ ફેરવવાની રહેશે યૉર હાઇનેસ... આજો તમને કાયમ માટે પાઘડી ન પહેરી શકો તેવા બનાવી દેશે.'

'તેમાં મને શક નથી. આજોની સામે બાથ ભીડવી તેના કરતાં ડરપોક ગણાવું મને ગમશે' મેં કહ્યું અને તે હસી.

'અરે... હાં પણ તું આવ્યો શા માટે હતો?'

'હવા ખાવા તો નહીં. આવ્યો, તો જુદા કામે અને હવે રોકાવાનો છું. બીજા કામે' મેં કહ્યું. 'અહીં જૅક મૅકગ્રેગર નામનો આદમી આવ્યો છે?'

'ઓહ કોણ પેલો ઘોડાવાળો! માય લૉર્ડ... હી મસ્ટ બી એ ટૅરિબલી ઇમ્પૉર્ટન્ટ મૅન... દરેક જણને મોઢે તેનું નામ છે. એક અંગ્રેજ અફસરનું મોત નીપજ્યું છે, તેમાં જોતો ખરો શું હોહા સર્જાઈ છે!' તેણે આશ્ચર્ય ઠાલવ્યું.

'એ કોઈ સામાન્ય અફસરનો ખૂની નથી' મેં કહ્યું.

'પણ તેણે ક્યાં એ ખૂન કર્યું છે?' તે બોલી ઊઠી.

'અચ્છા, તો એ અહીં છે તે વાત સાચી છે' મેં હસીને કહ્યું.

'હું તને કહેવાની હતી. એ બાબા હરિભજનને ત્યાં જ છે, પણ બહુ ઓછા માણસોને ખબર છે. તું એની તલાશમાં આવ્યો છું?' સેનાએ પૂછ્યું.

'તલાશમાં ખરો, પણ તેને પકડવા કે પકડાવવા નહીં. હું તેની એક અમાનત પાછી વાળવા આવ્યો છું.' મેં કહ્યું.

'અમાનત?'

'હા... હું જીના પૉવેલને લઈને આવ્યો છું.'

'એ છોકરીમાં અક્કલ છે કે નહીં? એક ઍંગ્લોઇંડિયનને સંતાડવો મુશ્કેલ છે ત્યાં એનું અહીં શું કામ છે?' તેણે સહેજ ચિડાઈને કહ્યું.

'કારણ, તેને પણ નજરકેદ રખાઈ હતી. અને જૅક પકડાય તો તેના પર પણ કામ ચાલે... વળી તેની હાલત મારા જેવી જ છે.'

'તારા જેવી એટલે?' તેણે પૂછ્યું. મેં તેને જવાબ આપવાને બદલે તેને આલિંગન આપ્યું...

'આઘો ખસ હવે... સામે લોકો આવે છે તે દેખાતું નથી?'

ગોવિન્દદાસની કોઠી પર બાબાનું ભજન સાંભળવા એકઠા થયેલા લોકો વીખરાયા હતા: એકાએક પડેલા વરસાદના ઝાપટામાંથી જોર ઓછું થયું હતું. અમે અટક્યાં.

'તું મને અંદર લઈ જાય છે?' મેં સેનાને પૂછ્યું.

'મારે પૂરી વાત જાણવી પડશે.' તે બોલી, 'મારે આજોને વાત કરવી પડશે. બાબા ઝાઝા લોકોને એકલા મળતા નથી. જૅકને તેમણે શા માટે આશ્રય આપ્યો છે તે મનેય સમજાતું નથી. તે બહુ ઓછું બોલે છે.'

'તું એમને ક્યાંથી ઓળખે?' મેં પૂછ્યું.

'બાબા(સંતોજી બારનીશ)ના એ મિત્ર છે. સન '૫૭માં તેમણે ભાગ લીધો હતો. ક્યારેક તેમની વાતો સાંભળવાની મજા આવે છે. '૫૭ની વાત આવે છે અને એ બાવામાં જાન આવે છે...'

'હમણાં હમણાં પણ એ બાવામાં વધુ પડતો જાન આવ્યો લાગે છે!'

'એટલે?'

'એ રોટીઓ મોકલે છે.'

'તને કોણે કહ્યું?'

'મૉમે...' મેં જવાબ આપ્યો, તે શાંત થઈ ગઈ.

અમે કોઠીના દરવાજે આવી પહોંચ્યાં હતાં. મારે તેની સાથે ઘણી વાતો કરવાની હતી, પણ અમે કોઠી નજીક આવી ગયાં હતાં.

'તું બહાર ઊભો રહેજે...' તે બોલી અને બંને હાથે સાડલો પકડીને સડસડાટ કોઠીમાં ચાલી ગઈ. પડાળીમાં થોડા માણસો જાજમ વગેરે ચીજવસ્તુઓ સંકેલવામાં પરોવાયેલા હતા. હું ઝાંપાની થોડે દૂર ઝાડના થડની લગોલગ ઊભો રહ્યો. પડાળી ખાલી થઈ હતી. ત્યાં કામ કરતા સેવકો સિવાય કોઈ દેખાતું ન હતું. પોતાનું જ ઘર હોય તેમ સેના અંદર ચાલી ગઈ હતી. થોડી વારે તે બહાર આવી. કેરોસીનની ચીમનીને અજવાળે તે માથું અને મોં લૂછતી કોઈ આદમી સાથે વાત કરી રહી હતી... એક ક્ષણ બાદ મને ખ્યાલ

આવ્યો કે તે આજો માતાઈ હતો.

પડાળીના પગથિયે આવીને તેણે આકાશ તરફ જોયું અને પાછો ગયો. સેના પડાળીના ધોરા પર ઊભી રહી હતી. મારી નસેનસમાં તેનો જ નશો હજુય ઘેરાયેલો હતો. આજો છત્રી લઈને બહાર આવ્યો. પગથિયાં ઊતરીને ઝાંપે આવ્યો. ઝાંપા આગળ તે કોઈ પણ કારણ વગર ઊભો રહ્યો. ખાસ્સી એક મિનિટ પછી તે ચાલ્યો અને બરાબર હું જે થડને ઓછાયે ઊભો હતો ત્યાં આવી પહોંચ્યો... પછી મને ખ્યાલ આવ્યો કે તે હું ક્યાં ઊભો હોઈશ તેની અટકળ કરવા જ ઝાંપા પાસે ઊભો રહ્યો હશે. તે જે ધંધામાં હતો તેમાં બાજ જેવી નજર અને કાગડા જેવી સાવધાનીની જરૂર હતી. તે સીધો જ મારી પાસે આવ્યો. મારે તેને શું કહેવું તે સમજાયું નહીં. સામાન્યતઃ આપણે કેમ છો? શું ખબર છે? કેમ મજામાં છો? એવું કંઈક કહીને વાતની શરૂઆત કરીએ છીએ. પણ આજો સામે આ પરિસ્થિતિમાં મારે શી શરૂઆત કરવી તે મને સમજાયું નહીં. હું અવાક ઊભો રહ્યો.

'નમસ્તે...' તે બોલ્યો, 'જૅક મૅકગ્રેગર માટે આટલી તસ્દી લેવાની કોઈ જરૂર ન હતી.'

'નમસ્તે આજો...' એકાએક એ મારો સસરો હોય અને જાણે તેની દીકરીને હું ફોસલાવીને ભગાડી ગયો હોઉં તેવી અકળામણ, તેવો 'ગિલ્ટ' મને થયો.

'એવું છે આજો કે—'

'શું એવું છે?' તેણે પૂછ્યું. નિશાળના હેડમાસ્ટરની જેમ...

'જીના... આજો જીના... મુસીબતમાં હતી અને...'

'તમને કોણે કહ્યું જૅક મૅકગ્રેગર અહીંયાં છે?'

આજોના અવાજમાં સખ્તાઈ હતી.

'જીનાએ.'

'અને સેના અહીં છે તેવું કોણે કહ્યું?' મારે તદ્દન સાચો જવાબ જોઈએ યૉર હાઇનેસ... તમે કોને ફોડ્યો છે! કોણે તમને ખબર આપ્યા?... મને હથેળીમાં માથું લેવું ગમે છે, પણ કોઈની ઘેલછાને લીધે, વગર કારણે માથું ગુમાવવું પસંદ નથી. એ છોકરીને તમે તંગ કરો એ વાજબી નથી.'

'આજો... આજો માતાઈ... પ્લીઝ બિલીવ મી... મને આશ્ચર્ય જ થયું હતું. સેનાને જોઈને... આઈ મીન હું કલ્પી શક્યો ન હતો કે... અરે આજો, તું માનતો કેમ નથી. મને ખરેખર ખબર ન હતી કે સેના અહીં છે.'

૧૫૪   ઓથાર-૨

'મને ઉલ્લુ બનાવવાની જરૂર નથી... યૉર હાઇનેસ... મારે અમારી સિક્યૉરિટી ટાઇટ કરવી પડશે.'

'નહીં આજો, તું ખોટું સમજે છે. નર્મદાના સોગંદ આજો, સેનાને જોઈને હું પારાવાર આશ્ચર્ય પામ્યો હતો. મને કલ્પના ન હતી કે તે મને અહીં મળી જશે.'

'જીના ક્યાં છે?' આજોએ પૂછ્યું. મા નર્મદાના નામ પર હું જુઠ્ઠું નહીં બોલતો હોઉં તેવી ખાતરી તેને મારા અવાજ પરથી થઈ હશે.

'ધુંઆધારના ઉપરવાસમાં.'

'એકલી છે?'

'નહીં, મારો આદમી છે. ગજાનન... ગજાનન તુર્કી.'

'એ આદમીના ભરોસે તમે એને ત્યાં મૂકી શકતા હો તો તેને ભરોસે તમે એને અહીં મોકલી શક્યા હોત. તમારે રાજાએ... આવું 'ટાંપુ' ખાવાની કોઈ જરૂર ન હતી... હું તમને ફરી વાર કહું છું યૉર હાઇનેસ... સંતોજીની દીકરીના દિલ પર રમવાની જરૂર નથી. તમે સમજતા કેમ નથી? તમારે એ છોકરીને... તેના ભીષ્મપિતામહ જેવા બાપને ફાંસીને માંચડે લટકતો જોવો છે?'

'નહીં આજો... એવું... ઓહ આજો...' મારે તેને સમજાવવું હતું. મારે તેને કહેવું હતું કે સેના અને સંતોજીની સલામતીથી વધુ અગત્યની કોઈ ચીજ મારા મનમાં નથી. નહીં તો શા માટે મારે કોઈ વેશપલટાની જરૂર રહે.

'તમે જાઓ અહીંથી. હું બાબા હરિભજનને વાત કરું છું. એ કહેશે તો જીનાને અહીં લાવી શકાશે. તમારો ઘોડો ક્યાં છે?'

'ધર્મશાળા પાસે.' મેં જવાબ આપ્યો.

'તમે ત્યાં રોકાજો. જીનાને ધર્મશાળામાં લઈ આવો. બાબા કહે તો હું ત્યાં લેવા આવીશ. તમારે રોકાવાની જરૂર નથી.'

'આજો... બાબા ક્યાં છે?' મેં પૂછ્યું. તેને ખ્યાલ આવ્યો કે હું સંતોજી બારનીશ વિશે પૂછું છું. તેણે ઊંડો શ્વાસ લીધો અને બોલ્યો.

'મને ખબર નથી.' તે પીઠ ફેરવીને ચાલતો થયો. કોઠીના દરવાજેથી... પડાળીના પગથિયાં ચડીને, તેને જતો હું જોઈ રહ્યો. સેના ત્યાં જ ઊભી હતી, પણ તેણે સેના સાથે વાત પણ કરી નહીં અને તે બારણાની ભીતરમાં ચાલ્યો ગયો. સેના થોડી વાર મારી તરફ... એટલે કે અંધકારમાં જોતી ઊભી રહી... મેં ધર્મશાળા તરફ ચાલવા માંડ્યું... મારું હૃદય એકાએક ભારે થઈ ગયું. મારે સેનાને કહેવું જોઈતું હતું... તેને મારો હાથ અડે તે પહેલાં મારે તેને

ગ્રેઇસ વિશે વાત કરવી જોઈતી હતી. હું માટીપગો છું... કોશેટો છું... તદ્દન કરોડરજ્જુ વગરનો છું... જે સ્થિતિ મેં ગ્રેઇસ સાથે અનુભવી હતી તેવી જ પારાવાર અકળામણ મારા જિગરમાં છવાઈ હતી. હું ધ્રૂજી ઊઠ્યો. સેના... સેના મને કદી માફ નહીં કરે. સેના મને કદી માફ નહીં કરે...

ઘોડાઓની સંભાળ રાખતા, ધર્મશાળાના ચરવાદારને પૈસા ચૂકવીને મેં તુરકને ધૂંઆધાર તરફ દોર્યો. મારી ગમગીની, મારા હૃદયની લાગણીઓ જાણે એ ઘોડો પણ સમજતો હોય તેમ ધીમે પગલે એ ચાલતો હતો. ગજાનન અને જીનાને જ્યાં મૂકીને હું આવ્યો હતો ત્યાં પહોંચતાં મને ખાસ્સી વાર થઈ. હું ત્યાં પહોંચ્યો ત્યારે સવાર પડવા આવી હતી.

ગજાનને બંદૂક ઉઠાવી... પછી મને જોયો... અને બંદૂક મૂકીને ચલમ ઉઠાવી. ચલમ ખાલી કરી. જીના કામળો ઓઢીને 'કિટ'ને ટેકે ઊંઘતી હતી. તે પણ સફાળી બેઠી થઈ. છલાંગ મારીને તુરક પરથી હું નીચે ઊતર્યો.

'સેજલ... શું ખબર લાવ્યો?'

'જેક ત્યાં જ છે.'

'તને મળ્યો?'

'નહીં. આપણે ધર્મશાળામાં ચાલ્યા જવાનું છે.' તદ્દન શુષ્ક અવાજે મેં કહ્યું. જીના મને વળગી પડી, પણ મારું હૃદય વલોવાતું હતું.

*

જીના તૈયાર થઈ. તેના આખાય શરીરમાં સ્ફૂર્તિ આવી ગઈ હતી. તેના અજંપાનો અંત નજીક હતો, પણ મારા ભીતરમાં દ્વંદ્વ ચાલતું હતું. સેનાને હું ચાહતો હતો, પણ પત્ની તરીકે મેં ગ્રેઇસને સ્વીકારી હતી. એ મા બનવાની હતી. મારા આવેગનું, મારી કામાંધ પરિસ્થિતિનું એ પરિણામ હતું અને છતાં એવા જ જિન્સી આવેગથી સેના સાથે પ્રેમ કર્યો હતો. કામાંધ રુક્ષતાથી, આદમ અને ઈવના કોઈ નૈસર્ગિક ચુંબકત્વથી, આત્મા કે શરીરના અકળ ગુરુત્વાકર્ષણથી. મેં સોનાને પ્રેમ કર્યો હતો, એવા જ આવિર્ભાવથી તેણે એ સ્વીકાર્યો હતો. એવા જ અનંગ આવગેથી તેણે મને આવકાર્યો હતો.

પણ મારું હૃદય ડંખતું હતું. મારે સેનાને જે કહેવું હતું તે હું બોલ્યો ન હતો, બોલી શક્યો ન હતો. હું કામાંધ હતો! નહીં મોહાંધ! નહીં હું પરસ્ત હતો. જન્મોજન્મના કોઈ ઋણાનુબંધનો કેદી હતો. સેનાની એક નજર, તેના

માંસલ સ્તનયુગ્મમાંથી પવનની લહેરની માફક ઊભરાતી એક પ્રેમભીની આહ, ઘેઘૂર વડલાની વડવાઈ સમી ઝૂલતી તેની વાળની સેરનો એક હિલોળો, તેના મેઘલ પોપચાંનો એક મારકણો પલકારો, તેના ભીના હોઠનો એક અછડતો સ્પર્શ મારા જિગરને હચમચાવી નાખવા માટે પૂરતો હતો. ત્યાં અચાનક અનાયાસ, અનંગની દેવાંગના સમી સેના મને મળી... એ પળ... એ ઘડી... એ વાતાવરણ... એ ઉન્માદ... અરે! એ સ્વર્ગ હતું. સમાધિ હતી. મોક્ષ હતો.

અને હવે મારું જિગર એ ગુમાવવા તૈયાર ન હતું. મારા આત્માએ બળવો જગાવ્યો હતો, પણ સત્તાવનના વિપ્લવવાદીની જેમ એ બિચારો હારતો હતો. સેના... સેના... મારી નસેનસમાં તેનું નામ ધબકતું હતું. મારા લોહીના બુંદેબુંદમાં કોઈ દરવેશની તસબીના મોતીની જેમ તેનું નામ ફરતું હતું. તેનો નશો છવાયો હતો. એ નશામાં મને સલ્તનતે-બરતાનિયા તુચ્છ લાગતી હતી. સાત સમંદરની મહારાણી મને વામણી લાગતી હતી. સેના એક સ્ત્રી માત્ર ન હતી. એ રતિ હતી... મારું સ્વપ્ન હતી. મારો શ્વાસ હતી. તેના ભીંજાયેલા દેહની ઉષ્મા, તેના શરીરમાંથી આવતી સોડમ, તેના વાળનો સ્પર્શ, તેના આલિંગનનો ઉન્માદ, તેના તંગ શરીરનું આહ્વાન, આગિયાના ચમકારાની જેમ મારા રોમેરોમમાં વારંવાર આહ્લાદ ફેલાવતું હતું. હું એ અનુભવ ભૂલી શકતો ન હતો. જન્મોજન્મ મેં જાણે એ શાશ્વત પ્રેમ કર્યો હોય તેમ મને લાગતું. હું જાનોરનો રાજા હોઉં કે દિલ્હીના તખ્ત પર બેઠેલો શહેનશાહ હોઉં, પણ સેના વગર હું એક ભિખારીથી વિશેષ કંઈ નહીં હોઉં તેવું મને થતું હતું.

છતાં મારું હૃદય વલોવાતું હતું. મારી પાસે એ વર્ણવવા શબ્દો નથી. 'ગુડ' અને 'ઇવિલ'ના દ્વંદ્વ વિશે પુસ્તકો ભરી શકાય, પણ સેના અને ગ્રેઇસ વચ્ચે ઝૂલતી મારી મનોસ્થિતિ વર્ણવવા મારી પાસે શબ્દો ન હતા.

જીનાની જેમ મેં પણ કપડાં બદલ્યાં. શર્ટ અને ડંગારી. ગજાનને ઘોડા પલાણ્યા. કૅમ્પ ઉઠાવ્યો. ખલેચીઓ ભરાઈ. રાઇફલો ચેક કરવામાં આવી. મારી બંને સૅમ્યુઅલ કૉલ્ટ્સની કારતૂસો ચકાસી. ભેડાઘાટ પર વરસતા આછા વરસાદના ધુમ્મસમાં અમે ઘોડા હંકાર્યા.

ધર્મશાળાના બંધિયાર ચોકમાં અને તેની અંદરની ચોપાડમાં અમારે કલાકો વિતાવવા પડ્યા. જીનાને લઈને બહાર ફરવાનું જોખમ મારાથી લઈ શકાય તેમ ન હતું. આજો આવે નહીં ત્યાં સુધી ફરી વખત, રાજા ગોવિન્દદાસની કોઠી પર મારાથી જવાય તેમ ન હતું. ગજાનન તુર્કી ગમે ત્યાં ફરી શકે તેવી

હાલતમાં હતો. તેને ઓળખાઈ જવાની કોઈ બીક ન હતી. ગમે તેમ પણ એ દિવસે મેં જે કંટાળો અનુભવ્યો તેવો મારી જિંદગીમાં ક્યારેય અનુભવ્યો ન હતો. જીના જેવી ઓરતનું સાન્નિધ્ય મને અન્ય સંજોગોમાં ગમ્યું હોત, પણ ત્યારે મારી પરિસ્થિતિ તદ્દન જુદી હતી. ગમે તેમ પણ તે દિવસે સાંજે બાબા હરિભજનનું પ્રવચન પણ ન થયું અને કીર્તન પણ નહીં. બાબા જગતાપ નામના દિવ્ય સાધુનાં દર્શને આવેલા ભેડાઘાટીઓ નિરાશ થયા હશે, પણ તેમને કહેવામાં આવ્યું કે બાબા જગતાપની તબિયત બરાબર નથી એટલે કેવળ આરતી પછી થોડી વાર તે દર્શન આપશે. સાયંકાળે આરતી આટોપાઈ. અને ધીમે ધીમે લોકો વીખરાયા...

'એ હવે આવવો જોઈએ.' હું અને જીના કંટાળીને ધર્મશાળાના ચોતરા પાસે આવીને બેઠાં હતાં.

'કોણ આવવો જોઈએ?' જીનાએ પૂછ્યું.

'આજો... આજો માતાઈ.'

'કોણ છે એ!'

'મારો કાળમુખો વડદાદો.' હું બોલ્યો. હજુ તો મારા શબ્દો મારા હોઠમાં જ હતા. ત્યાં મેં એને આવતો જોયો. મારા શરીરમાંથી એક આછી ધ્રુજારી પ્રસરી.

'ઓહ... વૉટ એ ટેરિફિક મૅન...' જીના બોલી ઊઠી. આજોના વ્યક્તિત્વમાં કંઈક એવું હતું જે સામાને તદ્દન ઠંડો કરી નાખતું. મને પણ તેની બીક લાગતી. આમ તો આજો દેખાવડો આદમી હતો, પણ તેની આંખો વિંધ્યાચળના શેર જેવી હતી. તે મને મારશે કે ઈજા પહોંચાડશે તેવી કોઈ બીક ન હતી, પણ સેનાને લઈને ક્યાંક ચાલી જશે તેની મને દહેશત હતી. મહામહેનતે મેળવેલું રમકડું કોઈ મોટેરાની આજ્ઞાથી પાછું મૂકી દેવું પડશે તેવી દહેશતથી રમતા બાળક જેવી જ મારી પરિસ્થિતિ હતી અને એટલે જ આજોને માખણ ચોપડવા સિવાય મને કોઈ પર્યાય દેખાતો ન હતો.

'વેલ કમ આજો... અમે ક્યારના તારી રાહ જોતાં બેઠાં છીએ.' મેં કહ્યું.

'મારી રાહ જોતાં બેસવાની મેં તો તમને ફરજ પાડી ન હતી યૉર હાઇનેસ.' એ એટલી કરડાકીથી બોલ્યો કે તેને એક ઝાપટ લગાવી દેવાનું મન થયું.

'તું શા માટે મને કહે આજો!' હું ગમ ખાઈને બોલ્યો, 'તને હું ક્યાં ગમું છું.'

તેણે જવાબ ન આપ્યો. તેણે જીના સામે જોયું, 'અચ્છા તો આ જ...'

'આ છે જીના પૉવેલ...'

'વેરી ગ્લેડ ટુ મીટ યુ.' જીના હસીને બોલી, તેને કદાચ સમજાતું નહીં હોય કે આજો જેવો માણસ મારી સાથે આટલો પરિચિત ક્યાંથી હતો!

'બીજા સંજોગોમાં તમને મળીને આનંદ થયો હોત.' આજો માતાઈએ અંગ્રેજીમાં કહ્યું અને મારી સામે જોઈને ઉમેર્યું, 'આમને મૂકીને આપે પાછા ફરવાનું છે... તરત જ. આપની અહીં જરૂર નથી.' હું કાંઈ બોલ્યો નહીં. અમારા ઘોડા લઈને ધર્મશાળાનો ચરવાદાર આવ્યો. ઘોડાનાં ચોકડાં પકડીને અમે ચાલવા માંડ્યું. આજો મારી બાજુમાં ચાલતો હતો... મૂંગો અને ટટ્ટાર. તેનું ચાલ્યું હોત તો તેણે મને અહીંથી જ પાછો રવાના કર્યો હોત, પણ તેવું એ કાંઈ બોલ્યો નહીં. થોડેક ગયા પછી મેં તેની સાથે વાતચીત કરવાનો પ્રયત્ન શરૂ કર્યો.

'બાબા હરિભજનને શું કહ્યું?' મેં પૂછ્યું. પાછા જવાની વાત અંગે હું વાતચીત કરીને આજોને ઉશ્કેરવા માંગતો ન હતો.

'કહેવાનું શું હતું? ઓછો અહીં ભજન કરવા આવ્યો છે? મેં કહ્યું હતું ને કે આપે અહીંયાં આવવા જેવું ન હતું. એક રાજકુમાર આવું ટાંપું ખાય તે યોગ્ય નથી.'

'આજો... હું ભેડાઘાટ પહેલી વખત આવતો નથી. તારે હરિભજનને કહેવાની જરૂર ન હતી કે હું આવ્યો છું.'

'તેને કહેવાની જરૂર પડતી નથી. એ ત્રિકાળજ્ઞાની છે. આ આરસની ચટ્ટાનો પણ તેની પાસે ચાડી ખાઈ જાય છે.' તે બોલ્યો. મને થયું કે તે સેનાની વાત પર આવશે એટલે મેં વાત પલટી.

'જૅક ક્યાં છે?'

'અહીં જ છે.' તેણે ટૂંકમાં જવાબ આપ્યો.

અમે ગોવિન્દદાસની કોઠી પાસે આવી પહોંચ્યાં હતાં. આજોએ ઝાંપો ખોલ્યો. પડાળીમાં એક જ દીવો હતો. સન્નાટો હતો. કોઈ ચોકિયાત મને દેખાયો નહીં. છતાં ભૂતિયા મહેલમાં જે 'ભાર' લાગે તેવો ભાર મને લાગ્યો. પડાળીનાં પગથિયાંથી થોડે દૂર ઘોડા બાંધવા માટેના આડિયા હતા. મેં જીનાને અંગ્રેજ વિવેક પ્રમાણે ઉતારી. ગજાનને ઘોડા બાંધ્યા અને રાઇફલ ઉઠાવી.

'એ ખલેચીમાં જ રહેવા દો. અહીંની દીવાલો જ ચોકીઓ કરે છે. રાઇફલ કે હથિયારો અંદર લઈ જવાની મનાઈ છે.' આજોએ કહ્યું. ગજાનને મારી સામે જોયું.

'એ અહીં જ રહે તો?' મેં પૂછ્યું.

'તો વાંધો નથી.' આજોએ કહ્યું. અને અમે પડાળીમાં આવ્યાં. કેરોસીનની મોટી ચીમનીનું અજવાળું ત્યાં રેલાતું હતું. આમ તો પડાળીમાં ત્રણ બારણાં હતાં. તેમાંનું વચ્ચેનું બારણું મોટા હૉલમાં ઊઘડતું હતું. અમે જેવા તેના બારણા પાસે આવ્યાં કે તરત લાલટેનનું અજવાળું પથરાયું.

'આ તરફ...' કોઈ બોલ્યું. ત્યારે જ મને ખ્યાલ આવ્યો કે દીવાનખંડની જમણી બાજુએ બીજું બારણું છે. એ ફાનસવાળો માણસ આગળ ચાલ્યો. અમે અંદરના કમરામાં ગયાં. એ કમરાને છેડે વરંડો હતો અને ત્યાં ગુલાબી આરસનાં છ-સાત પગથિયાંની સીડી હતી અને ત્યાં પહોંચ્યાં પછી જ મને ખ્યાલ આવ્યો કે ગોવિન્દદાસની મેડીબંધ કોઠી ત્રણ લેવલમાં બંધાયેલી હતી. એ સીડી ઊતરીને નાનકડો ચોક વટાવીને અમે પાછલા ભાગમાં આવેલા એક કમરા પાસે પહોંચ્યાં, ત્યાંથી જ એ કમરાના વાતાવરણની અસર વર્તાતી હતી. મોગરાના અત્તરની આછી સુવાસ ત્યાં રેલાતી હતી. પેલો ફાનસવાળો આગળ વધ્યો. આજોએ ઇશારો કરીને અમારા બૂટ કાઢવાનું કહ્યું. અમે બૂટ ઉતાર્યા. પેલો આદમી અધખુલ્લા બારણામાંથી અંદર જઈ આવ્યો. તે પાછો બહાર આવ્યો. મારી પાસેથી બંને કૉલ્ટ્સ લઈ લેવામાં આવી. જીના પાસે કોઈ હથિયાર ન હતું.

થોડીક સેકન્ડો પછી અમે અંદર પ્રવેશ્યાં. એ કમરો લંબચોરસ હતો. પાછળના ભાગમાં નદી પર ઝળૂંબતો ઝરૂખો હતો. તેનાં બારણાં અને બારીઓમાંથી, પાણીથી ભીંજાયેલી પવનની લહેર, કમરામાં મહેક પાથરતી હતી.

કમરામાં લાલટેન બળતું હતું. દીવાલને અઢેલીને પાથરેલા વ્યાઘ્રચર્મ પર સફેદ દૂધ જેવાં વસ્ત્રો પહેરીને બાબા હરિભજન બેઠા હતા. લાલટેનમાંથી પ્રસરતા પીળા અજવાળામાં તેમની સફેદ દાઢી, મૂછો અને વાળ પર સોનેરી આભા વળતી હતી. પલાંઠી વાળીને ટટ્ટાર બેઠેલા એ 'મૅગ્નેટિક' આદમીની સામે લાકડાની કંડારેલી ઘોડીમાં ગ્રંથ મૂકેલો હતો. બાબાએ ઊંચે જોયું. તેમના ભવ્ય કપાળ પર ચંદનની અર્ચના કરેલી હતી.

'નમઃ સુરપાણેશ્વરાય, મહાકાલેશ્વરાય નમોનમઃ' ઘેરા અવાજે તે બોલ્યા. અમે નમસ્કાર કર્યા. રુદ્રાક્ષના ગજરા પહેરેલા હાથ ઊંચા થયા અને બાબાએ આશીર્વાદ આપ્યા, 'પ્રભુ તમને સ્વાતંત્ર્ય અને શાંતિ આપે. સ્વસંપન્ન બનાવે.'

બાબા હરિભજનમાં મૅગ્નેટિઝમ હતું. તેમની પહોળી આંખો ચળકતી હતી. તેમની કીકીઓ તદ્દન કાળી ન હતી, પણ કાળાશ પડતી ભૂખરી હતી. તેમણે મારી સામે જોયું... જીના સામે જોયું. તેમની આંખોમાં માર્દવ હતું. પ્રશાંત ઓજસ હતું. તેમની જમણી જાંઘ પાસે મને સૅમ્યુઅલ કૉલ્ટનું નાળચું દેખાતું હતું. એ બાવો પણ 'લેટેસ્ટ' અમેરિકન કૉલ્ટ રાખતો હતો. ધર્મ અને રાજકારણનો એ અજબ સંગમ, આ કમરામાં ધબકતો હતો.

'બેસો સેજલસિંહજી...' તે બોલ્યો. હું બેઠો. 'બેસ બેટી...' તેમણે જીનાને કહ્યું. આજો ઝરૂખા પાસે જઈને ઊભો રહ્યો. હરિભજનની કોઈ મૅગ્નેટિક અસર એ ખડુસને થતી ન હતી. હરિભજનની પીઠ પાછળ, તેમના માથાથી સહેજ ઊંચે દીવાલ પર કોઈ સમાધિસ્થ સાધુની મોટી તસવીર હતી—કદાચ તેમના ગુરુની હશે.

'હરિભજનનો રતુંબડો ચહેરો ચુસ્ત હતો. દાઢી અને મૂછો તેમની ઉમ્મરની ચાડી ખાતાં પણ તેમનો ચહેરો તો ચાળીસીમાં પ્રવેશેલા તંદુરસ્ત આદમી જેવો હતો. એ ચહેરામાં જેટલું ઓજસ હતું તેટલી જ રુક્ષતા હતી.

'બોલો, શું આજ્ઞા છે?' તેણે પૂછ્યું. એ બાવાના અવાજમાં હિમાલય છુપાયેલો હતો.

'આપ તો જાણો છો બાબા... આ જીના છે, જીના પૉવેલ. જૅક મૅકગ્રેગરની મંગેતર... એ જૅકને મળવા માગે છે. આઈ મીન હું તેને જૅક પાસે મૂકવા આવ્યો છું.'

બાબા હસ્યા, 'જૅક અહીં છે તેવું આપને કોણે કહ્યું, યૉર હાઇનેસ?' કમબખ્ત બાવો અંગ્રેજી જાણતો હશે તેની મને કલ્પના ન હતી. જીના આ વાતચીત બરાબર સમજી શકે તેટલે જ તેમણે અંગ્રેજીમાં કહ્યું.

'મને આપ, યૉર હાઇનેસ કહો છો તેથી સંકોચ થાય છે. મને આપ સેજલ કહેશો તો હું જાણીશ કે ખરેખર આપ મારા પર કૃપા કરી રહ્યા છો... વેલ! જૅક અહીં છે તેવું જીનાએ જ મને કહ્યું હતું.'

'નમ્રતા આપને વારસામાં મળી લાગે છે કે પછી રાજેશ્વરીદેવીએ અંગ્રેજ વિવેકની તાલીમ આપી છે. ખેર! તારી ઇચ્છા જ છે તો હું તને તું જ કહીશ' બાબાએ કહ્યું. મને એ ગમ્યું નહીં. છતાં હું બોલ્યો.

'આભાર બાબા.'

'તને કોણે કહ્યું દીકરી?' બાબાએ જીનાને પૂછ્યું અને એકાએક તેની

આંખો આંસુથી ઊભરાઈ આવી. કેવી રીતે તે મહેલમાંથી ભાગ્યાં હતાં, રસ્તામાં કેવી રીતે સર પૉવેલ પર ગોળી ચાલી હતી. કેવી રીતે તે શાહપુરા ચેકપોસ્ટ પહોંચી હતી વગેરે બધું જ જીનાએ એકીશ્વાસે બાબાને કહ્યું.

તે બોલી રહી. કમરામાં સન્નાટો છવાયો. થોડી વારે ડૂસકાં ભરતી જીનાને ઉદ્દેશીને બાબા હરિભજને કહ્યું,

'જેક અહીં જ છે. એક મિનિટમાં તે આવશે. તું ફિરંગી છે. જેક અડધો ફિરંગી છે, છતાં તેની આ જન્મભોમ છે. એ સત્ય તું સમજીશ તો જ સુખી થઈશ.' કહીને તેમણે ધીરેથી તાળી પાડી. બાબાની એક એક મૂવમેન્ટ શાંત હતી. સ્વસ્થતાની ચરમસીમાનું ઉદાહરણ મને એ બાવામાં દેખાતું હતું. તાળીનો અવાજ કમરાની બહાર પહોંચે તે પહેલાં જ એક આદમી અંદર આવ્યો.

'સુંદર... જેકને બોલાવી લાવ તો.' બાબાએ હુકમ આપ્યો. પેલો બહાર ગયો. થોડીક શાંત પળો વીતી. પછી જેક પ્રવેશ્યો.

તેના માથા પર પાટો બાંધેલો હતો. તેનું વજન થોડું ઊતર્યું હોય તેમ મને લાગ્યું. તેને જોઈને જીના ઊભી થઈ ગઈ.

'જેક... જેક... માય લવ...' તે બોલી ઊઠી. બાબા હરિભજનની પરવા કર્યા વગર તે જેકને વળગી. તેને હચમચાવી નાખ્યો. નાના બાળકને હુલાવતી હોય તેમ તેણે જેકને ચુંબનોથી નવરાવી નાખ્યો. હું એ જોઈ રહ્યો હતો... એ આવેગમય મિલન... મને સેના યાદ આવી. સેનાને જોઈને મેં જે સંવેદન અનુભવ્યું હતું તેવું જ કંઈ એ બંનેને થયું હશે.

હું સ્તબ્ધતાથી એ જોતો રહ્યો. બાબા હરિભજનના ચહેરા પર સ્મિત જડાયું. તેમની આંખો ત્યાં પડેલા ગ્રંથ પર મંડાઈ રહી. જીનાનો આવેગ શમ્યો અને હું ઊભો થયો. 'હલો જેક.' મેં કહ્યું. 'ઇઝન્ટ ઇટ એ સરપ્રાઇઝ...'

'યસ ઇટ... ઇઝ...' તે બોલ્યો. મારી નજીક આવ્યો. તેણે ઊંડો શ્વાસ લીધો અને એકાએક જાણે તેનામાં કોઈ ખવીસ પેઠો હોય તેમ તેણે મારી સામે જોયું. ઘડીભર હું ચોંકી ઊઠ્યો. તેણે દાંત કચકચાવ્યા અને બોલ્યો.

'આઈ થેન્ક યુ ... યૉર હાઇનેસ... બટ ધીસ ઇઝ ફૉર ધ લાસ્ટ ટાઇમ...' કહીને તેણે જીનાનો હાથ પકડ્યો અને ખુલ્લા બારણામાંથી બહાર ખેંચી ગયો. ફરસ પર પડેલા લાકડાના ટુકડાની માફક જકડાઈને હું તેને જતો જોઈ રહ્યો. મને એમ હતું કે જેક મારા પર ખુશ થશે, જીનાને લઈને આવવા માટે મારો ઋણી થઈને ગદ્‌ગદિત બનશે, પણ એમ ન બન્યું. એટલે મને ગંધ તો આવી

જ હતી કે કંઈક ખોટું છે.

'જૅક... જૅક...' મેં જીનાનો અવાજ સાંભળ્યો. તે બૂમો પાડતી રહી. થોડી વાર સુધી એ બૂમો સાંભળતી રહી અને તેના પડઘા ધીરે ધીરે શમી ગયા...

'જય મહાકાલેશ્વર...' કમરો ગુંજી ઊઠ્યો. ધીરા નિઃશ્વાસથી બાબા હરિભજન બોલ્યા, 'એ છોકરો વિચિત્ર છે... ખરેખર વિચિત્ર છે. સેજલ આવ બેસ, મારે તને કંઈક પૂછવાનું છે.'

જૅકના વર્તનથી મને આઘાત ઉપરાંત અપમાન પણ લાગ્યું હતું. તેનું કોઈ રિઍક્શન આવે તે પહેલાં જ બાબા હરિભજને ઉદ્‌ગાર કાઢ્યો હતો. 'વિચિત્ર છોકરો છે. આવ બેસ સેજલ, મારે તને કંઈક પૂછવું છે.'

મને કલ્પના ન હતી કે બાબા હરિભજન આવું કંઈ બોલશે, પણ તે બોલ્યા તે સાથે મારા મગજમાં ઝબકારો થયો. એ ઝબકારાની સાથે અંતરમાં ધ્રાસકો પડ્યો. એકાએક મને ખ્યાલ આવ્યો કે જૅક શા માટે આવી રીતે વર્ત્યો હશે! હું ચોંકી ઊઠ્યો અને હવે આ બાવો મારી ઊલટતપાસ માટે તૈયાર થયો હતો.

'શું પૂછવાનું છે બાબા?' મેં બને તેટલી સ્વસ્થતા, બને તેટલી નિર્દોષતા ચહેરા પર લાવીને પૂછ્યું.

'પૂછવાનું તો ઘણું છે. કહેવાનું પણ એટલું જ છે.' બાબા હરિભજન હસીને બોલ્યા. 'જાનોરના રાજવી સાથેની આ મારી પ્રથમ મુલાકાત છે. અલબત્ત, અનાયાસ અને અણચિંતવી, જૅક જો અહીં ન આવ્યો હોત તો કદાચ આ મુલાકાત પણ ન થઈ હોત.'

'આ મુલાકાતનો મને આનંદ છે. એક મહાનુભાવ જ્ઞાનીનાં દર્શનનો મને લહાવો મળ્યો.' મેં કહ્યું.

'ખરેખર!' બાબાએ ઉદ્‌ગાર કાઢ્યો અને હળવેથી તાળી વગાડી. ફરી વખત પેલો જ ચાકર દાખલ થયો.

'અરે! સુંદર... સેજલસિંહ આજે મારી સાથે જમશે અને રોકાશે પણ અહીં જ. તું બંદોબસ્ત કર.' મને એ ગમ્યું. આમેય મને ભૂખ તો લાગી હતી.

'મારો એક આદમી બહાર ઊભો છે.' મેં કહ્યું.

'તેની મને ખબર છે. તેની પણ વ્યવસ્થા થઈ જશે.' કહીને બાબાએ ઝરૂખા તરફ જોયું. આજો માતાઈ સ્થિતપ્રજ્ઞની જેમ ઝરૂખાના કઠેરા પર, હાથ પસારીને ટેકો લઈને ઊભો હતો.

'આજો, તેં ભોજન કર્યું છે કે—'

'હું તમારી સાથે જમીશ.' આજોએ સહેજ ડોકું ફેરવીને જવાબ આપ્યો.

'હું વિચારતો હતો કે હું સેજલસિંહ સાથે જમીશ. મારે તેમની સાથે થોડી વાતચીત કરવાની ઇચ્છા હતી.'

'તે તો જમતાં પણ થઈ શકશે.' આજોએ કહ્યું. આજો જે રીતે વાત કરતો હતો તેના પરથી મને લાગ્યું કે તેનામાં બાબા હરિભજન પ્રત્યે કોઈ અહોભાવ ન હતો.

'આપ ખૂબ મોડા ભોજન લો છો?' મેં પૂછ્યું. રાતના સાડા અગિયાર થઈ ચૂક્યા હતા.

'નહીં રે! આમ તો ભજનનો સમય થતાં પહેલાં હું થોડું ખાઈ લઉં છું, પણ આજે વ્રત હતું. ચંદ્રનાં દર્શન કરીને જમવાનું, આજ વરસાદ અને વાદળોને કારણે દર્શન થઈ ન શક્યાં અને વાળુ કરવામાં વિલંબ થયો.' બાબાએ સસ્મિત ખુલાસો આપ્યો.

'સેજલસિંહે ક્યારનાં દર્શન કરી લીધાં છે.' આજોએ કહ્યું. તેના અવાજમાં થોડીક કડકાઈ હતી.

'તમે જમતાં જમતાં વાત કરી લો તો સેજલસિંહ આરામ પણ કરી શકે. કાલ સવારે તેમને નીકળવું પડશે.'

કમબખ્ત આજો! મારે કાલે સવારે નીકળવું જોઈએ તે પણ તેણે નક્કી કરી નાખ્યું હતું. મારા હોઠ પર શબ્દો આવ્યા કે તે કોણ હતો મારો કાર્યક્રમ નક્કી કરનારો—પણ હું બોલી ન શક્યો. મને તેનો ઇરાદો સ્પષ્ટ સમજાતો હતો. સેના સાથે તે મને સહેજ પણ વધુ સમય ગાળવા દેવા માગતો ન હતો. મને તે સમજાતું ન હતું. શા માટે તે મને સેનાથી અળગો રાખવા આટલો ઉત્સુક હતો. ગમે તેમ મારે તેની સાથે કોઈ ચર્ચા કરવી ન હતી. એક વાતનો મને આનંદ હતો કે સેના અહીં જ હતી. આ મકાનમાં હતી અને બાબા હરિભજને મને અહીં રોકાવાનું કહ્યું હતું.

'આજોની વાત બરાબર છે.' મેં પણ ધીટ થઈને જવાબ આપ્યો.

'આમ તો જો મારે જીનાને અહીં મૂકવા આવવાનું થયું ન હોત તો અહીં આવ્યો ન હોત.'

'આજો માતાઈ સાથે તમારે ઘણો સારો પરિચય લાગે છે.' બાબા હરિભજને કહ્યું.

'નર્મદા ટેરિટેરિઝમાં આજો માતાઈને નહીં ઓળખનારા ખૂબ થોડા લોકો

હશે.' મેં કહ્યું અને બાબા હરિભજને હાસ્ય વેર્યું. દરમિયાનમાં સુંદર, પીરસેલી થાળીઓ લઈને અંદર આવ્યો. આસનો પાથર્યાં. મેં ઝરૂખામાં મૂકેલા પાણીથી હાથ ધોયા અને થોડીક જ મિનિટોમાં અમે જમવા બેઠા. ભોજન તદ્દન સાદું હતું. રોટલા, દાળ, ભાજીનું શાક અને કચુંબર. આજો મારી જમણી બાજુએ આવીને બેઠો હતો.

'અભ્યાગત જેવું ભોજન છે. જાનોરના રાજમહેલના જેવું ખાણું આ જંગલમાં તો ક્યાંથી લાવવું?' હરિભજને કહ્યું.

'મને તો મહાવરો છે.' મેં જવાબ આપ્યો. બાકી આ બાવો, રાજાઓથી જરાય ઊતરતો ન હતો. 'આપ મને કંઈ પૂછવા માગતા હતા.' મેં અધૂરી વાત યાદ કરાવી. મને ખ્યાલ તો આવી ગયો હતો કે બાબા શું પૂછશે, પણ હવે હું બરાબર સ્વસ્થ થયો હતો.

'જૅકની વર્તણૂકથી નવાઈ લાગી હશે નહીં?' બાબાએ શરૂ કર્યું.

'નવાઈ જ નહીં. આઘાત અને અપમાન... મને સમજાતું નથી જૅક મૅકગ્રેગરને શું થઈ ગયું છે?'

'એ માને છે કે સર પૉવેલનું મોત ગણતરીપૂર્વકનું હતું.'

'એમાં ખોટું શું છે? હું પણ એ જ માનું છું.' મેં જવાબ આપ્યો. જૅક શા માટે એ પ્રમાણે વર્ત્યો હતો તેની કલ્પના મને તરત જ આવી હતી. છતાં એ વાત નીકળે તેની રાહ જોયા પછી જ મારે રિઍક્શન આપવું એવું મેં નક્કી કર્યું હતું. મને ખાતરી થઈ ચૂકી હતી કે આ બાવાએ બે વત્તા બે એમ ચારનો સરવાળો માંડી લીધો હતો અને એ વાત તેણે જૅકને પણ સમજાવી હશે જ.

'તમને પણ એમ જ લાગે છે કે એ ગણતરીપૂર્વકનું હતું?' બાબાએ પૂછ્યું.

'નહીં તો શું?'

'મારે એ જ પૂછવાનું હતું જૅક માને છે કે એ મોત માટે જાનોર જવાબદાર છે.'

'જાનોર એટલે?'

'રાજમહેલ.' બાબાએ કોળિયો હાથમાં રાખીને મારી સામે જોયું.

'રાજમહેલ? એટલે તમારું એમ કહેવું છે કે સર પૉવેલના મોત માટે રાજમહેલ જવાબદાર છે?'

'મારું એમ કહેવું નથી. જૅક એમ માને છે.'

'અચ્છા... એટલે તે આ પ્રમાણે વર્ત્યો હતો.' મને આશ્ચર્ય થયું હતું કે

જૅકને શું થઈ ગયું છે. તેની મંગેતરને હું મૂકવા આવ્યો તેનો આનંદ વ્યક્ત કરવાને બદલે તે આ રીતે વર્તે તે મારી સમજમાં ઊતરતું ન હતું.' મેં કહ્યું અને ઉમેર્યું, 'અચ્છા... તો જૅક સર પૉવેલના મોત બદલ રાજમહેલને જવાબદાર ગણે છે! તે સિવાય બીજું કાંઈ? મેં પણ સ્થિર નજરે બાબા હરિભજન સામે જોયું. બાબાના ચહેરા પર મૂંઝવણ તરી આવી.

'હું પણ તેની વાતથી વિહ્વળ થયો હતો...'

'તમે વિહ્વળ થયા હતા?' મેં આશ્ચર્યથી પૂછ્યું. 'તમારે વિહ્વળ થવાની શી જરૂર હોય? સર પૉવેલ મૃત્યુ પામે અને તેમાં જો રાજમહેલનો હાથ હોય તો એક વિપ્લવવાદી તરીકે તમારે તો આનંદ પામવાની જરૂર છે.'

'હું ધારતો હતો... આઈ મીન મને કહેવામાં આવ્યું હતું તેવો નાજુક આદમી તું નથી સેજલ... તેનો મને આનંદ છે.'

'મારા વિશેની વાત આપણે પછી કરીશું. પ્રથમ તો મારે એ જાણવું છે કે જૅકના મગજમાં આવું ઝેર રેડ્યું છે કોણે?' મારો સીધો પ્રશ્ન, એ બાવો સમજે નહીં તેટલો તે બેવકૂફ ન હતો.

'એ તર્કની વાત છે સેજલસિંહ, સર પૉવેલનું મોત નિપજાવવાથી સારી એવી અંધાધૂંધી ફેલાવી શકાય તેવી તક જતી કરવી મને પણ ન ગમે.'

'એ તક લેવાથી રાજમહેલને શું ફાયદો થાય?' મેં પૂછ્યું.

'એ મને સમજાતું નથી. એટલે જ મારે આ વાતચીત કરવી પડે છે.'

'એ અર્થહીન નથી લાગતું?' મેં કહ્યું. 'મારી માહિતી પ્રમાણે તમે તો એવી માન્યતા ધરાવો છો કે જાનોર અંગ્રેજોનું બગલબચ્ચું છે. જાનોરની રાણી અંગ્રેજોની કદમબોસી કરે છે.'

'મારા વિશે આ અભિપ્રાયો કાં તો બાલીરામજીએ આપ્યા હોય કાં તો રાજેશ્વરીદેવીએ આપ્યા હોય.' બાબા હરિભજનના ચહેરા પરથી સ્વસ્થતા ઘટતી હતી.

'એ અભિપ્રાય કોણે આપ્યા તે અગત્યનું નથી. એ સાચા છે કે નહીં એ અગત્યનું છે અને મને તેનો જવાબ તમારા સ્વમુખે સાંભળવાની ઇચ્છા હોય તો તેમાં કશું અજુગતું નથી.'

બાબા હરિભજન મારી સામે જોઈ રહ્યા. તેમનો કોળિયો તેમના હાથમાં રહી ગયો. તેમના ભવ્ય ચહેરા પર અનિર્ણયાત્મકતા ઊપસી આવી.

'મારી માન્યતા સાથે સર પૉવેલનું મોત બંધબેસતું નથી.' તે બોલ્યા.

'તો જૅકને તમારે સ્પષ્ટ કહેવું જોઈતું હતું.' મેં કહ્યું.

'એ શી રીતે સ્પષ્ટ કહે?' અત્યાર સુધી ચૂપ બેઠેલો આજો બોલી ઊઠ્યો. 'તેમણે જ તો એ તર્ક કર્યો હતો. રાજેશ્વરીદેવીએ પૉવેલને ખતમ કરાવ્યો હોય તેવી આશંકા તેમણે જ કરી હતી અને જૅકે એ માની પણ લીધું હતું.'

'આજો...!' બાબાને આજો આ રીતે બોલે તે ગમ્યું નહીં.

'મને અટકાવવાની જરૂર નથી.' આજોએ કહ્યું. તમારે સુરપાણેશ્વરથી અહીં આવવાની કોઈ જરૂર ન હતી. સાધુઓ જો બળવાનું સુકાન લઈ શક્યા હોત તો અંગ્રેજો ક્યારના નેસ્તનાબૂદ થયા હોત.'

'આજો... મેં તારો અભિપ્રાય માગ્યો ન હતો. હું તને સહી રહ્યો છું કારણ તું સંતોજીનો આદમી છું.'

'હું તમને સહી રહ્યો છું કારણ સંતોજી અહીં હાજર નથી' આજોએ જવાબ આપ્યો. કમરામાં સ્તબ્ધતા છવાઈ. થોડી વાર સુધી કોઈ કશું બોલ્યું નહીં. મને ક્યારનું થતું હતું કે આજો અને બાબા હરિભજન એકમેક પ્રત્યે કંઈક અણગમો ધરાવે છે, પણ તેનો પ્રત્યક્ષ પુરાવો તો અત્યારે જ મળ્યો.

'જૅક મૅકગ્રેગરને શોધવા માટે કર્નલ મૅલેટ આકાશપાતાળ એક કરી રહ્યો છે.' મેં ધીરેથી કહ્યું, પણ બાબાએ જવાબ ના આપ્યો.

'જાનોર સર પૉવેલના મોતમાં સંડોવાયું હોય તો જૅકને પકડાવી દેવામાં વધુ ફાયદો થાય.' મેં ઉમેર્યું. 'જૅક ઍંગ્લો-ઇંડિયન છે અને ઍંગ્લો-ઇંડિયન અંગ્રેજો નથી તેવું માનવું ખોટું છે.'

'તો શા માટે તમે એને મદદ કરો છો?'

'કારણ કે હું વિપ્લવવાદી નથી. મને જૅકમાં રસ છે. જીનાને મેં વચન આપ્યું હતું કે હું તને જૅક પાસે મૂકી આવીશ.'

'તેનાથી જૅક નિર્દોષ છે તેવું તો સાબિત થવાનું નથી ને?' બાબાએ કહ્યું.

'તે નિર્દોષ સાબિત થાય કે ના થાય તેમાં તમારે શું? એક ઍંગ્લો-ઇંડિયન ભાગેડુ તમને ઓછો પડતો હતો તે વળી અહીં આ નવી બલા તમે નોતરી? તમને ખ્યાલ નથી આવતો કે જીના અહીં આવે તે કેટલું ખતરાજનક છે?' આજોએ પૂછ્યું.

'મને ખબર હતી કે જીનાને લઈને સેજલસિંહ અહીં આવશે?' બાબાએ કહ્યું.

'સેજલસિંહને શું સ્વપ્નું આવ્યું? તેમને જીનાએ કહ્યું કે જૅક ભેડાઘાટ

છે. જેકને તમે મળ્યા ન હો તો તેને ક્યાંથી ખબર હોય કે જેક અહીં છે?' આજોએ પ્રશ્ન કર્યો.

'જેકને હું નાનપણથી પિછાનું છું. તેની સાથે મારે પત્ર—મારો તેની સાથે જૂનો સંબંધ છે.' બાબા હરિભજન બોલવા ગયા કે જેક સાથે તેમનો પત્રવ્યવહાર ઘણા સમયથી ચાલે છે, પણ તે બોલ્યા નહીં.

'તમે એને કેમ પિછાનો છો તેની સાથે મારે સંબંધ નથી, પણ ભેડાઘાટમાં જ્યાં સુધી સંતોજી પાછા ન ફરે ત્યાં સુધી શાંતિ જળવાય છે તે જોવાની મારી ફરજ છે. હવે જેકને અહીં રહેવાની મને જરૂર દેખાતી નથી.' આજોએ કહ્યું.

'આજો... જેકને કોઈ ભયંકર કાવતરાનો ભોગ બનાવવામાં આવ્યો છે. સર પૉવેલના મોત માટે તે કોઈ રીતે જવાબદાર નથી. ફાંસીનો ગાળીઓ તેને પહેરાવી દેવામાં આવ્યો છે.'

'તેમાં આપણે શું કરી શકીએ?'

'સર પૉવેલનું ખૂન કોણે કર્યું છે તે જાણી શકાય તો મને ખ્યાલ આવે કે તેનું શું કરવું?' બાબાએ કહ્યું.

'હમણાં તમે કહ્યું ને કે તે મોત માટે જાનોર જવાબદાર છે.' આજોએ દલીલ કરી. હું સ્તબ્ધતાથી આ વાર્તાલાપ સાંભળી રહ્યો હતો. આ નવો જ આજો હું જોઈ રહ્યો હતો. તેના મહાકાય કદ જેવડું જ તેનું મગજ પણ હશે તેની મને કલ્પના ન હતી.

'મારી ગણતરી ચોક્કસ જ હોય છે આજો. રાજેશ્વરીદેવીને હું સારી રીતે ઓળખું છું.'

'ધારો કે તમારી ગણતરી સાચી હોય, તેથી શું ફરક પડવાનો છે? એક અંગ્રેજ અમલદાર ઓછો થયો તો અંગ્રેજોનું શું રાજ રંડાઈ જવાનું હતું?'

'એમ નહીં આજો... સર પૉવેલના મોત પાછળનું ગણિત.' બાબા હરિભજન બોલ્યા.

'ગણ્યા કરો એ ગણિત તમે, પણ યાદ રાખજો આ જેકને કારણે જો કોઈ ઉપાધિ અહીં થઈ છે તો તેની જવાબદારી તમારી રહેશે.'

વાત ખરેખર વણસી રહી હતી અને હું મૂંઝાતો હતો. એ ગરમાગરમીમાં આજોએ ઝડપથી ખાવાનું પૂરું કર્યું. થોડી વાર તદ્દન શાંતિમાં મેં અને બાબાએ પણ ભોજન પતાવી લીધું. આજો પાછો ઝરૂખા આગળ જઈને ઊભો રહ્યો.

'કદાચ કર્નલ મૅલેટે પણ પૉવેલને ઉડાવી દીધો હોય... કદાચ જેકના

કોઈ દુશ્મનોએ તે કામ કર્યું હોય' આજો બબડ્યો.

આજોની વાત સાથે સૂર પુરાવીને તેને કંઈક ખુશ કરવાનો મેં પ્રયત્ન કર્યો, 'આજોની વાત સાચી છે. કદાચ કર્નલ મૅલેટ...' કહીને મેં વાત અડધી મૂકી.

'શું કહ્યું તમે?' આજો ઝરૂખા આગળથી ફર્યો.

'કહેતો હતો કે કર્નલ મૅલેટ અને સર પૉવેલ વચ્ચે કેટલીક બાબતોમાં મારે મતભેદો હતા... તને તો ખબર છે. આજો... રામસતિયા...'

'હવે તમે આરામ કરો. રાજકારણનાં થોથાં આપણે ભણવાની જરૂર નથી. બાબા, સેજલસિંહની વ્યવસ્થા હું પાછળના કમરામાં કરું છું.'

બાબા હરિભજન મારી સામે જોઈ રહ્યા, 'મને એમ હતું કે હું અને સેજલસિંહ—'

'આવતી કાલે તેમને અહીંથી જવાનું છે. આટલી દડમજલ કાપ્યા પછી થોડો આરામ તેમણે લેવો જોઈએ. વળી, જૅક અને જીનાને શોધવા માટે ભારે ધમાલ થવાની જ છે. તેમાં જો આ રાજકુમાર જાનોરમાં નહીં હોય તો—'

'કશું ખાટુંમોળું થવાનું નથી. જાનોરમાં મારા કરતાં વધુ કુશળ માણસો બેઠેલા છે આજો...' મેં કહ્યું. હું ઊભો થયો. હાથ ધોયા. બાબા હરિભજને જમ્યા પછી થાળીને હાથ જોડીને કંઈક પ્રાર્થના બોલવી શરૂ કરી. હું આજો પાસે ગયો. થોડી વાર ત્યાં ઊભો રહ્યો.

'આજો, તું ધારે છે એટલો હું બેવકૂફ નથી.'

'મેં તમને બેવકૂફ કહ્યા નથી. માણસ બેવકૂફ છે કે નહીં તે એણે નક્કી કરવાનું નથી હોતું.' કહીને તે કમરાની બહાર ચાલ્યો ગયો. તે ગયો તે મને ગમ્યું હતું. બાબા હરિભજન સાથે એકાંતમાં વાત કરવાનું મને ગમત... પણ તે પહેલાં તો સાધુએ કોઈ સેવકને બોલાવી લીધો હતો અને મને આરામ કરવા માટેની વ્યવસ્થા કરવાનું જણાવ્યું હતું.

*

મને આપવામાં આવેલો કમરો તદ્દન સાદો હતો. એક ચારપાઈ, એક રજાઈ, એક કમ્બલ અને નેતરની ખુરશી. મને ખૂબ થાક લાગ્યો હતો, પણ મારે ઊંઘવું ન હતું... મારે સેનાને મળવું હતું... મને ખાતરી હતી કે આવતી કાલે આજો માતાઈ મને અહીં રોકાવા નહીં દે... મારા કમરામાં થોડી વાર બેસીને હું બહાર નીકળ્યો કે તરત જ સુંદર નામનો આદમી ધસી આવ્યો.

'શું જોઈએ યૉર હાઇનેસ!' તેણે પૂછ્યું અને મને ખ્યાલ આવ્યો કે એ આદમી મારી સેવામાં ઊભો ન હતો.

'મારે જે જોઈશે તે હું લઈ લઈશ... તારે ફિકર કરવાની જરૂર નથી.' કહીને હું બહાર આવ્યો.

બહાર પડાળીમાં કંઈક હલચલ હતી. સેના અને બીજો કોઈ માણસ એક તરફ વાત કરતાં ઊભાં હતાં. એક ખૂણે બીજા ત્રણચાર આદમીઓ કંઈક ચર્ચામાં પરોવાયા હતા.

'સેના...' મેં ધીરેથી કહ્યું. સેનાએ ડોક ફેરવીને મારી સામે જોયું... પેલા માણસ સાથેની વાત અધૂરી રાખીને તે ઝડપથી બારણા પાસે આવી...

'ઓહ ગૉડ, સેજલ...' તે ચાલતાં ચાલતાં જ બોલી અને અંદર ચાલી ગઈ. હું તેની પાછળ ઝડપથી ગયો.

'સેના...'

'સેજલ પ્લીઝ... તું સમજ...' તે બોલે તે પહેલાં જ મેં તેનો હાથ પકડ્યો અને મને જે કમરામાં ઉતારો અપાયો હતો તે તરફ લગભગ તેને ઘસડી ગયો.

'સેના... આઈ... આઈ...' મેં ઝડપથી બારણું બંધ કર્યું.

'આ શું કરે છે સેજલ...'

'મારે તારી સાથે વાત કરવી છે.'

'પણ તેમાં આમ બારણું બંધ કરવાની જરૂર નથી...'

'સેના...' હું એટલું જ બોલ્યો, મારી પાસે કોઈ શબ્દો ન હતા. શબ્દોથી મારો પ્રેમ... મારા દિમાગમાં થતી હલચલ... મારા જિસ્મમાં છાયેલો ઉશ્કેરાટ વર્ણવો શક્ય ન હતો.

'અરે સેજલ... મેં તને... અરે આ શું ... આ જાહેર જગ્યા છે... આ તારો રાજમહેલ નથી... તે બોલતી રહી... હું તેને ગૂંગળાવતો રહ્યો. મારા હોઠથી તેના શબ્દો ખાળતો રહ્યો. સેનાના સાંનિધ્યમાં હું ખરેખર બધું જ ભૂલી જતો. ગ્રેઇસ, મૉમ, જેક... બધું જ વીસરાઈ જતું. સારસના ઊડતા ટોળાની માદક લયની જેમ એ રાત વીતતી ચાલી.

*

કોઠીના બહારના ભાગમાં કંઈક હોહા થતી હતી. સ્વપ્નભંગ થયો હોય તેમ હું ઝડપથી ઊભો થયો. બારણે પહોંચ્યો. બારણું ખોલ્યું. બહાર કંઈ દોડાદોડ થતી હતી. મેં પેલા સુંદરને ધસી આવતો જોયો.

'શું છે...' બારણાને મારી પીઠ પાછળ હાથ રાખીને બંધ કરીને, બારસાખમાં જ ઊભા રહીને હું બોલ્યો.

'જાનોરી સૈનિકો આવ્યા છે!'

'વૉટ...' હું બહાર પૅસેજમાં ધસ્યો. તે જ વખતે બાબા હરિભજન પણ પડાળીમાં આવ્યા હતા. બાબા હરિભજનના બે પઠ્ઠાઓએ કોઈને બાવડેથી ઝાલ્યો હતો. એક ક્ષણ પછી મને ખ્યાલ આવ્યો કે તે ખંડેરાવ હતો.

'ખંડેરાવ...' હું બોલી ઊઠ્યો. કેરોસીનની ચીમનીને અજવાળે તેના ઘોડા જેવા દાંત ચમક્યા.

'બાબાજી સર...' કહીને તે હસ્યો. તેનાં કપડાં ફાટી ગયાં હતાં. તેનો એક હાથ કપડાની ઝોળીમાં લટકતો હતો. બાવડા પાસે લોહીનું ધાબું તરી આવેલું હતું.

'કોણ છે એ?' બાબા હરિભજને પૂછ્યું.

'એ સૂબેદાર ખંડેરાવ છે...' હું બોલ્યો. હરિભજનની પરવા કર્યા વગર મેં હુકમ આપ્યો, 'તેને અંદર લઈ આવો.' ત્યાં સુધીમાં આજો આવી પહોંચ્યો હતો.

'આ બધી ધમાલ શી છે?' તેણે પૂછ્યું, પણ મેં તેને જવાબ ન આપ્યો. 'તું અંદર આવ...' મેં કહ્યું અને હું પડાળીમાંથી અંદર ચાલ્યો. ખંડેરાવ મારી પાછળ આવ્યો. આજોએ પેલા પઠ્ઠાઓને બહાર જ રોક્યા, તે અને બાબા હરિભજન બંને અમારી પાછળ અંદર આવ્યા.

'ખંડેરાવ... તું...' હું તેને પૂછવાનું શરૂ કરું તે પહેલાં જ તે પાગલની માફક હસ્યો. તેને હસતો જોઈને મને પણ હસવું આવતું હતું.

'મેં નહોતું કહ્યું, હું આપને ખબર કરવા આવીશ?' તે હસતો હસતો બોલ્યો. મેં તેને અંદર લીધો. તેના ખભામાંથી ધીરેથી લોહી નીકળતું હતું.

'આજો... ખંડેરાવ માટે ફર્સ્ટ એઇડની વ્યવસ્થા કર.' મેં કહ્યું અને હું તેને બાબા હરિભજનના કમરામાં લઈ આવ્યો. ત્યારે પણ તે હસતો હતો. હરિભજન કંઈક અકળામણ, કંઈક ગુસ્સાથી અંદર આવ્યા હતા.

'હવે તું હસવાનું બંધ કરીને કહીશ શું થયું?'

'અરે થાય શું?' ગોલાકી મઠ ગાજી ઊઠ્યો છે. જેડો, રહમતમીર, લેફ્ટનન્ટ

સ્ટુઅર્ટ, સિરિલ, જેકબસન... ધનાધન... બસ વાત ન પૂછો. આપણા ડાગલાઓ બિચારા ફસાયા છે. સવાર પહેલાં ગૂંચ ઊકલશે નહીં...'

હરિભજન, આજો અને હરિભજનના આદમીઓ આશ્ચર્યથી ખંડેરાવ તરફ તાકી રહ્યા હતા. ખંડેરાવ બેફામપણે હસતો હસતો વાત કરી રહ્યો હતો. એકીસાથે તે એટલું બોલતો હતો કે મને પણ સમજાતું ન હતું. આજોના હુકમ પ્રમાણે બે માણસો ગરમ પાણી અને ફર્સ્ટ એઇડ બૉક્સ લઈને આવ્યા હતા. ખંડેરાવ થોડી વારે શાંત પડ્યો. હસવાથી તેની આંખોમાં પાણી આવ્યાં હતાં કે દર્દથી તે કળવું મુશ્કેલ હતું.

'બરાબર યોજના મુજબ બન્યું સરકાર. ડાગલાઓને બરાબર અંદર હોમી દીધા હતા.' તે બોલ્યો.

'કોણ ડાગલા. આ બધી શી વાત કરે છે?' આજોએ પૂછ્યું.

'તું ચૂપ રહે ખંડેરાવ. હું આ લોકોને સમજાવું છું. કહીને મેં અમારી યોજનાની વાત કરી.

અલબત્ત, મેં કહ્યું નહીં કે એ યોજના મારી ન હતી પણ મૉમની હતી. થોડી વાર પછી આજોને સ્પષ્ટ ખ્યાલ આવ્યો. જાનોર કેન્ટની જેલ તોડીને ભાગેલા ધાડપાડુઓની પાછળ પડેલો કૅપ્ટન હેમન્ડ ગોલાકી મઠ પહોંચ્યો હતો, પણ તે પહેલાં મને શોધતો પિંઢારી રહમતમીર મઠ વિસ્તારમાં ઘૂસી ગયો હતો. તેણે હેમન્ડને ઝબે કર્યો હતો. જેડો અંગ્રેજ ગિશ્તને ત્યાં દોરી ગયો હતો. એ બાકી હોય તેમ મનસબદાર ઠાકુરો જેકની શોધમાં નીકળ્યા હતા. તેમને પણ ખંડેરાવ અને તેના ચુનંદાઓ ત્યાં લઈ ગયા હતા. ઘમસાણ લડાઈ ફાટી નીકળી હતી અને તેમાં સિરિલ અને જેકબસનની ટુકડીઓ પણ આવી પહોંચી હતી. આખીય વાત બાબા હરિભજન આશ્ચર્યમૂઢ થઈને સાંભળી રહ્યા હતા. કેવળ આજો એકાએક સ્તબ્ધ થઈ ગયો હતો.

ખંડેરાવની વાત સાંભળીને આજો ચોંકી ઊઠ્યો હતો. તેને જ્યારે આખી વાતની ગંભીરતા સમજાઈ ત્યારે એકાએક પૂછ્યું.

'પણ બાબા... બાબાનું શું થયું?'

'કોણ બાબા?' ખંડેરાવે પૂછ્યું.

'સંતોજી... સંતોજી બારનીશ.'

'તેની મને શી ખબર, મારું કામ મેં ખત્મ કર્યું છે, એટલે તો હિઝ હાઇનેસને ખબર કરવા આવ્યો છું.'

'પણ સંતોજી ત્યાં પહોંચ્યા હશે તેનું શું?'

'તો એ પણ સામેલ હશે.'

'માય ગૉડ... ઇટ ઇઝ હોરિબલ... ઇટ ઇઝ હોરિબલ. સેજલસિંહ આવો સ્ટુપિડ આઇડિયા કોનો હતો? સંતોજીને કંઈ થયું છે તો હું... તો હું...' તે કંઈ બોલવા ગયો, પણ તે વાક્ય પૂરું કરે તે પહેલાં બારણામાંથી સેના ધસી આવી. તે એક ક્ષણ અવાચક ઊભી રહી ગઈ.

'સેજલ...' તે બોલી. હું તેની સામે જોઈ રહ્યો. ગોલાકી મઠના ધિંગાણામાં જો સંતોજી અને ખેરાસિંહ ફસાયા હશે તો તેમના પણ બૂરા હાલે મોત નીપજ્યાં હશે તે નિશ્ચિત હતું.

'આ બધી શી ધમાલ છે સેજલ!' તેણે પૂછ્યું. કમરામાં એકાએક શાંતિ થઈ ગઈ. કોઈ જવાબ આપવા તૈયાર ન હતું. તે જ વખતે ઝાંપે બે ઘોડેસવારો આવી પહોંચ્યા. આજો બહાર દોડ્યો. પાછળ બધા દોડ્યા. એક ઘોડેસવારને તેણે નીચે ઉતાર્યો. છલંગ મારીને તેની જગ્યાએ આજો ચડી બેઠો.

'આજો...' મેં બૂમ પાડી તે પહેલાં તો તે કોઠી તરફ આવવાના રસ્તાને છેડે પહોંચી ગયો હતો.

'આજો... 'સેનાએ બૂમ પાડી. આજોએ પાછું પણ જોયું નહીં. અંધકારમાં તે અંતર્ધાન થઈ ગયો.

બધાં પડાળીમાં દોડી ગયાં હતાં. જે બે અસવારો આવ્યા હતા તેમાંના એકનો ઘોડો લઈને આજો ચાલ્યો ગયો હતો. બીજો અસવાર ઘોડા પરથી ઊતર્યો અને ઘોડાને દોરીને કોઠીના તબેલા તરફ ચાલ્યો ગયો. જેનો ઘોડો લઈને આજો ગયો હતો તે આદમી થોડી વાર સુધી અંધારામાં મીટ માંડીને ઝાંપા આગળ ઊભો રહ્યો.

પડાળીમાં સન્નાટો છવાયો હતો. આજો ક્યાં ગયો તે પૂછવાની કોઈને જરૂર લાગતી ન હતી. હું આ શાંતિથી કંઈક ગૂંગળામણ અનુભવી રહ્યો. પેલો આદમી ઝાંપા આગળથી નતમસ્તકે પડાળી તરફ આવ્યો. પડાળીમાં કેરોસીનની બે ચીમનીઓ અને લાલટેન બળતાં હતાં. ત્યાં ઊભેલા લોકોના લાંબા પડછાયા, વેરણછેરણ ભીંતો પર પડતા હતા. સેના ભારે પગલે આગળ આવી. પેલો આદમી ઊંડો શ્વાસ લઈને પગથિયું ચડ્યો. પડાળીની કિનાર પાસે તે ઊભો રહ્યો. તેના ચહેરા પર લાલટેનનું પીળું અજવાળું રેલાયું.

'કોણ શિતોળે ...!' સેના બોલી. તેના અવાજમાં થડકાટ હતો.

'હો...મી... અઅઅ તાઈ' પેલો કંઈક અસ્પષ્ટતાથી બોલ્યો.

'સેના... તાઈ...' તે અટક્યો અને ફરી બોલ્યો.

સેનાની આંખો પહોળી થઈ. 'બોલું નકો... શિતોળે કાહીહી બોલું નકો (બોલીશ નહીં. શિતોળે કશું જ બોલીશ નહીં.')

'સેના... તાઈ...' પેલો બબડ્યો.

'નહીં શિતોળે, બાબાચા કાહીહી અમંગળ મી આયકું શકણાર નાહિ. મી આયકુ શકણાર નાહિ. મી... આયકુ શકણાર નાહિ. (નહીં શિતોળે, બાબા વિશે કશું જ અમંગળ હું સાંભળી નહીં શકું—કશું જ સાંભળી નહીં શકું...') એકાએક સેના ભાંગી પડી હતી. તેના અવાજમાં અપરંપાર દુઃખ હતું... વેદના હતી...

'તસ્સ નાહિ... તસ્સ નાહિ, તાઈ તે જીવંત આહે. (એવું નથી દીદી... એ જીવતા છે.') પેલો શિતોળે નામનો માણસ સેનાની નજીક આવીને ઝડપથી બોલ્યો.

'મગ ઝાલં કાય...' (તો પછી થયું છે શું?)

'ડૉક્ટરાંચી ખૂબ જરૂર આહે. (ડૉક્ટરની ખૂબ જરૂર છે.) હૉસ્પિટલ મધે ન્યાયલા પાયજે. (હૉસ્પિટલમાં લઈ જવા પડશે.')

'હૉસ્પિટલ!' સેનાના મોઢામાંથી ઉદ્ગાર નીકળ્યો.

તેણે આજુબાજુ જોયું અને નિઃશ્વાસ નાખ્યો. એ ભયાનક પરિસ્થિતિ હતી. મને સમજાતું ન હતું કે શું કરવું જોઈએ. હું સેનાની નજીક ગયો. તેનો ચહેરો ભાવહીન થઈ ગયો હતો. મેં તેના ખભા પર હાથ મૂક્યો અને ધીરેથી કહ્યું:

'ચિંતા નહીં કરતી સેના... હું ડૉક્ટરની વ્યવસ્થા કરું છું.' મને એકાએક ડૉક્ટર હ્યુસન યાદ આવ્યા. ડૉક્ટર હ્યુસન પહેલાં જાનોરમાં હતા અને હવે જબલપુર ઠરીઠામ થયા હતા.

'સેજલ...' સેનાની આંખમાં વાદળ ઊમટ્યાં, પણ તે રડી નહીં. 'મારાં હથિયારો ક્યાં છે બાબા?' મેં હરિભજનને પૂછ્યું. હરિભજને તરત જ તેમના કોઈ આદમીને હુકમ આપ્યો. મેં ગજાનન તુર્કીને ઘોડા તૈયાર કરવાનું કહ્યું. સેના અવાચક ઝાંપા તરફ જોતી ઊભી રહી હતી. મારે તેને શું કહેવું તે સમજાતું ન હતું. અત્યાર સુધીના મારા તેની સાથેના પરિચયમાં ક્યારેય કોઈ દુઃખની વાત પેદા થઈ ન હતી. વળી, આવી ગંભીર પરિસ્થિતિમાં શબ્દોથીય શું સરવાનું. બધાં જ કંઈ મૂંઝવણમાં ત્યાં ઊભાં રહ્યાં હતાં.

'તું બેસ બેટી... મહાકાલેશ્વર સૌનું ભલું કરશે.' બાબા હરિભજન બોલ્યા. એ જરૂરી હતું કોઈ કંઈ વાત કરે તો એ સન્નાટાનું ગાંભીર્ય ઓછું થાય. 'ક્યાં છે સંતોજી-સાહેબ?' બાબા હરિભજને શિતોળેને પૂછ્યું.

'તેમને લઈને ખેરાસિંહ આવે છે.' તે બોલ્યો. 'અમે તો આગળ સલામતી ખાતર જ આવ્યા.'

'ઘાયલ થયા છે?'

'બેહોશ છે.' શિતોળે બોલ્યો, 'પણ ડૉક્ટર આવી જાય તો ફિકર નહીં.'

'સાબન તાલુકામાં એક ડૉક્ટર છે.' હરિભજન બોલ્યા, પણ શિતોળેએ તે પર ધ્યાન ન આપ્યું. ત્યાં સુધીમાં ઘોડા પર નાખવાની મારી ખલેચી, મારી રાઇફલો અને સૅમ્યુઅલ કૉલ્ટ્સ લઈને એક આદમી આવ્યો... ગજાનન તુર્કી ત્યાં સુધીમાં, તુરકને અને તેના ઘોડાને આંગણામાં દોરી લાવ્યો હતો. ચૂપચાપ તેણે પલાણ નાખ્યાં. તંગ બાંધ્યા, ઘોડાના મોઢાનું ચોકડું ગોઠવ્યું. પેંગડાના પટાના બકલ સરખાં કર્યાં, ખલેચીઓ ગોઠવી, કપડાંથી લૂછીને રાઇફલો અંદર ખોસી. ઘોડા તૈયાર કરીને ગજાનન મારા બૂટ લઈ આવ્યો. પડાળીના ધોરા પર બેસીને મેં બૂટ પહેર્યા.

'ક્યાં જાય છે સેજલ?' સેનાએ ધીરેથી પૂછ્યું.

'ડૉક્ટર લઈને પાછો આવું છું. સેના... તું ફિકર નહીં કર. બાબાને કંઈ થવાનું નથી.'

'પણ ડૉક્ટર તો—' તે બોલવા ગઈ.

'મને ખબર છે... બધો બંદોબસ્ત હું કરું છું.' મેં કહ્યું. તેના મનમાં શું ગડભાંજ ચાલતી હશે તે હું સમજી શકતો હતો. સંતોજી બારનીશ કોઈ સામાન્ય દર્દી ન હતો કે ડૉક્ટર તેમને જોવા આવે. ગમે તેટલા પૈસા આપવા છતાંય સંતોજીની સારવાર કરવા આવવાનું જોખમ, સ્વાભાવિક જ કોઈ ડૉક્ટર લે નહીં. મને એ ખબર હતી. સેના પણ એ જાણતી હતી.

'મેકલથી ડૉક્ટર માસરેલને' સેના બોલી.

'આપણે તેમને પણ બોલાવવાનો બંદોબસ્ત કરીશું' મેં કહ્યું. ડૉક્ટર માસરેલ, ફ્રેન્ચ હતા. અને મેકલની દક્ષિણે તાત્યા ટોપેના વખતથી છાપાઓ મારતા ગેરીલાઓની સારવાર કરતા. સંતોજી બારનીશના એ મિત્ર હતા, પણ મેકલ પહોંચતાં ગમે તેવા ઘોડાને કે ગમે તેવા અસવારને ચોવીસ કલાક લાગે. એટલે બે દિવસ વગર તેમને અહીં લાવી શકાય નહીં. છતાં મેં સેનાને

હૈયાધારણ આપી.

અમારી તૈયારી ચાલતી હતી, ત્યાં જ ઘાટના રસ્તે બે મશાલોના અજવાળાં દેખાયાં. એ અજવાળાંની હાલતી જ્યોતમાં ઘોડેસવારોની ટુકડી દેખાતી હતી. સૌપ્રથમ ધીરી ચાલમાં આજોનો ઘોડો દાખલ થયો. આજોએ ઝાંપો પૂરેપૂરો ખોલી નાખ્યો. પડાળી પર ઊભેલાં સૌ પગથિયે આવીને ઊભાં રહ્યાં. વરસાદ ઓછો થઈ ગયો હતો, છતાં ક્યાંક ક્યાંકથી છાપરાં અને ઝરૂખાઓમાં ભરાયેલું પાણી ટપકતું હતું. એ અવાજ પણ અત્યારે ખૂબ મોટો લાગતો હતો.

હરિભજનના બે સેવકોએ દોડીને હરિભજનના કમરામાં ઢોલિયો પાથર્યો. એક પછી એક અસવારો દાખલ થયા. મશાલનું અજવાળું બધે ફેલાયું. ગજાનને અમારા ઘોડા સહેજ બાજુ પર લીધા, બે ઘોડાની વચ્ચે સ્ટ્રેચર બાંધીને સંતોજીને સુવાડવામાં આવ્યા હતા અને તેમની આગળ બંને ઘોડાની લગામો પકડીને એક ઘોડા પર ખેરાસિંહ બેઠો હતો. ઝાંપામાં આવતાં જ તે કૂદીને ઘોડા પરથી ઊતર્યો. તે જ મિનિટે પડાળીમાં એકઠા થયેલા સૌ નીચે દોડ્યા. સેના પણ દોડીને તેના બાબા પાસે પહોંચી, કંઈક અમૂંઝણથી હું છેલ્લા પગથિયાં પર ઊભો રહ્યો. ઘોડાઓની વચ્ચે ખૂબ જ સલુકાઈથી બાંધેલું સ્ટ્રેચર છોડવામાં આવ્યું અને સંતોજીને પડાળીમાં ઊંચકી લાવવામાં આવ્યા.

'સીધા અંદર લઈ જાઓ.' બાબા હરિભજને હુકમ આપ્યો.

'બાબા... બાબા...' સેના સ્ટ્રેચરના પડખે આવીને બોલી ઊઠી, પણ સંતોજી હોશમાં ન હતા. પગથિયાં પર ઊભો ઊભો હું એ જોતો રહ્યો. ખેરાસિંહે ઘોડાની લગામ હાથમાંથી મૂકી દીધી હતી. તેના માથા પર નાનકડી પટી બાંધેલી હતી, પણ બાકી તે સલામત હતો. કશું જ બોલ્યા વગર તેણે ખલેચીમાંથી રાઇફલ કાઢી અને તે પગથિયે આવ્યો. તેની પાછળ તેનો મામો ભવાનીસિંહ બરવા, અડીખમ આખલાની જેમ ચાલતો આવ્યો. તેના જબરદસ્ત ખભા પર રાઇફલ પણ નાનકડા રમકડા જેવી લાગતી હતી.

ઝાંખા અજવાળામાં તેણે મને જોયો. એક ક્ષણ કદાચ તે મને ઓળખી શક્યો નહીં. બીજી ક્ષણે તેનાં ભારે પોપચાં અને બહાર આવતા ડોળા પહોળા થયા.

'સેજલસિંહ...!' તે દાંત કચકચાવીને બોલ્યો અને હું જે પગથિયાં પર ઊભો હતો, ત્યાં જ તે પગથિયે આવીને ઊભો રહ્યો. મારું શરીર તંગ થયું. 'અહીં કોણ લઈ આવ્યું તને—'

'મારી જાતે આવ્યો ખેરાસિંહ.' મેં તદ્દન નૉર્મલ અવાજે કહ્યું, પણ તે પહેલાં

તો તે જંગલી ડુક્કરની માફક મારી સામે ધસ્યો. આમ તો મારા રિફ્લેક્સીસ ઓછા ઝડપી નથી, પણ ખેરાએ તદ્દન અનપેક્ષિત ધસારો કર્યો. તેણે બંને હાથથી રાઇફલ પકડીને તેનું બટ ભાલો પરોવી દેતો હોય તેવી રીતે મારી છાતીમાં ઝીંક્યું. એક ક્ષણ, ક્ષણનો એક નાનકડો ભાગ જેટલો હું મોડો પડ્યો અને રાઇફલ પકડી લેવા મેં ઊંચા કરેલા હાથ પર તેનું બટ અથડાયું. જો એ હાથ પર ન અથડાયું હોત તો મારી એકાદ-બે પાંસળીઓ તૂટી ગઈ હોત.

'ખેરા...' મેં બૂમ પાડી, પણ તે પહેલાં હું નીચે પટકાયો હતો. તે સાથે જ ત્યાં ઊભેલો તુર્કી દોડી આવ્યો હતો અને તેણે પગથિયે ઊભેલા ખેરાના પગ પર જોરથી લાત મારી હતી. ખેરાએ સમતુલન ગુમાવ્યું હતું, પણ તે પગથિયાંમાં જ પડ્યો હતો. તેનો મહાકાય મામો ધસી આવે તે પહેલાં જ પડાળીમાં હલચલ મચી ગઈ હતી અને હરિભજને બૂમ પાડી હતી.

'સબૂર... ભવાની...' બાબા હરિભજનના હાથમાં રાઇફલ હતી. સફેદ દાઢી, સફેદ વાળનાં ઝુલ્ફાં અને હાથમાં પકડેલી રાઇફલ સાથે, આછા અજવાળામાં પણ એ બાવો કટ્ટર દેખાતો હતો. 'શરમ નથી આવતી? આજે પણ પીને આવ્યો છું ખેરા?'

'બાબા, એ રાઇફલ મૂકી દો... તમે કટંગીના ગુરુ છો એટલે હું તમારું માન રાખું છું. આ અંગ્રેજ બગલબચ્ચીનો બેટો મારો દુશ્મન છે. મેં તેને કહ્યું હતું કે બીજી વાર હું તેને છોડવાનો નથી. બાબા લેટ મી ફાઇટ... લેટ મી ફાઇટ ધ ટ્રેઇટર્સ સન... ઍન્ડ ધ સન ઑફ એ બીચ.'

'ખેરા... મોં બંધ રાખ... સંતોજી ઘાયલ થયા છે... અને...' મેં કહ્યું.

'સંતોજી ઘાયલ થયા છે તેમાં તારે શું? તારે શું છે?' તે તડૂક્યો.

'ખેરા... ચૂપ કર, નહીં તો મારે ગોળી ચલાવવી પડશે.'

'તો ચલાવો બાબા. કટંગીના ગુરુને હાથે મરવું મને ગમશે.' તે બોલ્યો. 'પણ હું એને અહીંથી જવા નહીં દઉં. આજે નહીં, મેં પહેલાં એક વાર તેને કહ્યું હતું કે તે અમારી છેલ્લી મુલાકાત હતી.'

'હું પણ એવું ઇચ્છું છું ખેરા... પણ મારે ડૉક્ટરને લાવવાનો છે.' મેં કહ્યું અને તે હસ્યો.

'તમે જાઓ સેજલસિંહ... સંતોજી માટે ડૉક્ટર વધુ જરૂરી છે...' બાબા હરિભજને કહ્યું.

'બાબા... બાબા... આપણને સૌને આ મુસીબતમાં મૂકશે. કોઈ પણ

બહાના હેઠળ હું તેને જવા દેવાનો નથી. આ અહીંયાં આવ્યો કેવી રીતે?' ખેરાએ હાથ પસારીને કહ્યું.

'એ બધું હું તને સમજાવું છું. તું આઘો ખસ. સેજલસિંહને જવા દે.'

'પણ ક્યાં જવા દઉં?'

'ખેરા! હું તને મળ્યા વગર જવાનો નથી, પણ સંતોજી ડૉક્ટરની મદદ વગર જીવી શકવાના નથી. તમારામાંથી કોઈ ડૉક્ટર લાવી શકો તેમ નથી.' મેં કહ્યું ત્યાં જ સંતોજીના સ્ટ્રેચરની સાથે અંદર ગયેલી સેના બહાર આવી. તેની સાથે જીના પણ હતી. જૅક મૅકગ્રેગર ક્યાંય દેખાતો ન હતો.

'સેજલ...' તે બોલી અને થંભી ગઈ. એક ક્ષણમાં તેને એ નાટકીય પ્રસંગનો ખ્યાલ આવ્યો. 'ખેરા... ખેરા... બાબા માટે ડૉક્ટરની સખ્ત જરૂર છે.'

'પણ ક્યાંથી લાવશે આ કમબખ્ત... સેના, તને ખબર નથી, પણ આખી

નર્મદા ત્યાં સળગી ઊઠી છે. તારે બાબાને પકડાવી દેવા છે? કેદી તરીકે તેમને કમોતે મારવા છે?'

'બાબા માટે ડૉક્ટરની જરૂર છે ખેરા! હું કશું સમજતી નથી... વી નીડ એ ડૉક્ટર... વી બેડલી નીડ એ ડૉક્ટર.'

'પણ તું સમજતી નથી... તું સમજતી નથી. તારે બધાને ફાંસીએ લટકતા જોવા છે? તારે બાબાનું મોત બગાડવું છે?'

'ખેરા... બાબાને ડૉક્ટરની જરૂર છે... સેજલ સિવાય ડૉક્ટરને કોઈ લાવી નહીં શકે...' તે બોલી. સેનાએ મારી સામે જોયું, 'સેજલ... વી નીડ એ ડૉક્ટર...'

'આઈ નો સેના... હું લઈ આવું છું ડૉક્ટરને.' મેં કહ્યું અને હું પગથિયું ઊતર્યો. ખેરાસિંહની આંખમાંથી અગ્નિ વરસતો હતો. તેનો કદાવર મામો ગીધની માફક ટાંપીને ઊભો હતો. મેં ઊંડો શ્વાસ લીધો અને હું પથ્થરની પગદંડી પર ઊતર્યો. ખેરાની સામે જોયા વગર જ હું ચાલ્યો. ગજાનન અને ખંડેરાવ ત્યાં તૈયાર ઊભા હતા.

'તું આરામ કર ખંડેરાવ...' મેં કહ્યું, પણ તેણે માત્ર હાસ્ય વેર્યું. તેના ખભામાંથી લોહી વહેતું બંધ થયું હતું, પણ જાણે કે હોળી રમી આવ્યો હોય અને શર્ટ રંગાયું હોય તેટલી જ સ્વસ્થતાથી તે હસ્યો.

'યૉર હાઇનેસ... એકલા... સંતોજીને નહીં મારે, પણ ડૉક્ટરની જરૂર છે.'

હું ધીરેથી ઘોડાની નજીક ગયો. મેં લગામ પકડી. પેંગડામાં પગ નાખ્યો.

અને ધીરેથી ઘોડા પર ચડ્યો. 'યુ સન ઑફ એ બીચ.' કહીને ખેરાસિંહ થૂંક્યો. મેં ધીરેથી ઘોડો વાળ્યો. જિંદગીમાં ક્યારે આવું અપમાન મેં સહ્યું ન હતું, પણ ખેરા સાથે લડવાનો આ સમય ન હતો.

'જેટલો બને તેટલો જલદી આવું છું સેના...' મારા મનમાં જ હું બોલ્યો. મોટેથી બોલવાની મને ઇચ્છા હતી, પણ મેં કહ્યું નહીં. મેં પાછળ જોયું ત્યારે જીના પડાળીમાં આવી હતી અને બાબા હરિભજનનો નોકર સુંદર ગરમ પાણીની તપેલીઓ માટે દોડાદોડ કરતો હતો.

*

રાતના પાછલા પહોરના અંધકારમાં ભેડાઘાટની નાનકડી ઘાટી વટાવીને અમે જબલપુર જવાને રસ્તે પહોંચ્યા. ત્યાં સુધી અમારે તદ્દન ધીરી ગતિએ ઘોડા હંકારવા પડ્યા. તે પછી અમે ઘોડા તબડાવ્યા. ભેડાઘાટથી જબલપુર ખૂબ નજીક છે. અને કલાકોમાં જ સંતોજી માટે ડૉક્ટરની વ્યવસ્થા થઈ જશે તેવી મારી ગણતરી હતી. ગજાનન અને ખંડેરાવ, મારી પાછળ જ ઘોડા તબડાવતા આવતા હતા.

લગભગ દોઢ કલાક પછી અમે પિસનહારી કી મઢિયાની પશ્ચિમે આવી પહોંચ્યા હતા. એકાએક ખંડેરાવે બૂમ પાડીને ઘોડા અટકાવ્યા હતા. એ ઘવાયેલો હતો. તેને કેટલું દર્દ થતું હશે તેની તો તેને જ ખબર, પણ તેની સાવધાની અજબ હતી. મઢિયાથી લગભગ બે ફર્લાન્ગ દૂર એક નાળું છે, એ નાળાના નાનકડા પુલથી થોડે દૂર અમે હતા ત્યાં ખંડેરાવે અમને અટકાવ્યા. તેણે રસ્તો છોડીને નાળામાં ઊતરવાનું કહ્યું. તેની સાથે ચર્ચા કરવા કરતાં મેં નાળામાં ઊતરવાનું સ્વીકારી લીધું. નાળામાં વરસાદનું પાણી જોરથી વહેતું હતું, પણ મારા તુરકને અંદર ઊતરતાં કોઈ તકલીફ નડી નહીં. ગજાનન અને ખંડેરાવના ઘોડાએ સારી એવી જહેમત કરાવી. અમે નાળું વટાવી પેલી તરફ ગયા. પછી જ અમને ખ્યાલ આવ્યો કે ખંડેરાવે કેમ એ પ્રમાણે કર્યું હતું.

ગોલાકી મઠમાં થયેલા ભયાનક ધિંગાણાથી આખા નર્મદા વિસ્તારમાં કટોકટી સર્જાઈ હતી. જબલપુર ગેરિસન અને કુખ્યાત બાવનમી પલટનને સાબદી કરવામાં આવી હતી. કટંગી, પાટન અને છેક સતનાથી વિવિધ ટુકડીઓ નર્મદાને કાંઠે અને બાર્ગી તરફ રવાના કરવામાં આવી હતી. ખંડેરાવને ખાતરી હતી કે બધાં જ નાળાં પરના પુલ પર ચોકીઓ બેસાડવામાં આવી

હશે. અમે મદનમહાલ પહોંચ્યા ત્યાં સુધી તો તદ્દન સન્નાટો હતો. મદનમહાલ પાસે ટ્રેઇનના પાટા તરફ થોડી અવરજવર હતી, પણ અમે તે તરફ જવાને બદલે ડાબી તરફ વળ્યા. રેસિડેન્સીના પાછલા ઝાંપા તરફ મેજર સ્લીમને શરૂ કરેલી પિંઢારીઓ માટેની એક નાનકડી ઉદ્યોગશાળાની બાજુમાં ડૉક્ટર હ્યુસને શરૂ કરેલી જનરલ હૉસ્પિટલ હતી.

હૉસ્પિટલના કંપાઉન્ડમાં જ ડૉક્ટર હ્યુસન રહેતા હતા. હૉસ્પિટલના દરવાજે સામાન્ય ચોકીદારો ઊભા હતા. તેમણે અમારા દેખાવ જોઈને જ કંઈ વધારે પૂછપરછ કરી નહીં. મેં ખંડેરાવને બતાવીને એ ચોકિયાતોને કહ્યું કે, આ આદમીને માટે દવા કરવાની છે. તેણે રસ્તો બતાવ્યો અને અમે ડૉક્ટર હ્લુસનના નિવાસસ્થાને પહોંચ્યા.

*

સવારના ચાર કે પાંચ વાગ્યા હશે. મેં બારણા આગળ ઘોડો ઊભો રાખ્યો અને વરંડાના પગથિયા પર ઊતર્યો. સાગના પૉલિશ કરેલા બારણે લટકતી દોરી ખેંચી. અંધકારમાં ક્યાંક ઘંટડીઓ રણકી અને થોડી વારે ફાનસનું અજવાળું રેલાયું.

'કોણ છે અત્યારે?' અંદરથી કોઈનો અવાજ આવ્યો અને બારણામાંથી જોવા માટેની નાનકડી બારી ખૂલી.

'ડૉક્ટર હ્યુસનનો મિત્ર છું, વીરહાન,' મેં નામ કહેવાને બદલે અટક કીધી.

પેલાએ બારણું ખોલ્યું. તેના હાથમાંના ફાનસનું અજવાળું તેના ચહેરા પર પડતું હતું. તેના ચહેરા પર આશંકાઓનું વર્તુળ ફર્યું પણ તે કશું વિચારે તે પહેલાં હું અંદર પ્રવેશ્યો. ખંડેરાવ મારી પાછળ આવ્યો અને ગજાનન ખુલ્લા બારણામાં બંદૂક લઈને ઊભો રહ્યો.

'તમે... તમે લોકો છો કોણ...' પેલા આદમીના મોંમાંથી ધ્રૂજતો અવાજ સર્યો. તેણે અમારા હાથમાંની બંદૂકો જોઈને, વધુ બોલવા કરતાં સારી રીતે વર્તવાનો નિર્ણય કર્યો...

'ડૉક્ટર ઊંઘે છે.'

'તે તો સ્વાભાવિક છે ને!'

'ક્યાં છે?' મેં કહ્યું. તેની અનિચ્છાએ તેણે રસ્તો બતાવ્યો.

'આગળ થા.' ખંડેરાવે હુકમ કર્યો. કૉરિડૉર વટાવીને મોટા દીવાનખંડમાં

અમે પ્રવેશ્યા.

'તમે બેસો, હું ડૉક્ટરસાહેબને બોલાવું છું.' પેલાએ કહ્યું.

'નહીં, અમે જ જઈએ છીએ.'

ડૉક્ટર હુસનના કમરામાં અંધારું હતું. તેમના બેડરૂમનું બારણું ખાલી જ વાસેલું હતું. મેં ધીરેથી બારણું ખોલ્યું.

'ડૉક્ટર...' મેં કહ્યું, તેની બીજી જ મિનિટે ડૉક્ટર હુસન પથારીમાંથી બેઠા થયા. પેલા નોકરે હાથમાં પકડેલા ફાનસના અજવાળાથી તેમની આંખો અંજાઈ.

'કોણ છે?'

'વીરહાન' મેં કહ્યું અને ખંડેરાવ તરફ જોઈને કહ્યું, 'તું બહાર ઊભો રહે... હું ડૉક્ટરસાહેબ સાથે વાત કરી લઉં... કહીને પેલા આદમીના હાથમાંથી ફાનસ લઈને મેં બારણું અધખુલ્લું બંધ કર્યું.

'શું જોઈએ છે તમારે?' ડૉક્ટરે મારા જમણા હાથમાં પકડેલી કૉલ્ટ તરફ જોયું.

'કંઈ નહીં ડૉક્ટર... કેવળ મદદ જોઈએ છે.'

'અત્યારે?'

'અબઘડી...' મેં કહ્યું. ડૉક્ટર ઊભા થયા. વર્ષો પછી હું તેમને જોતો હતો. તે સાવ સુકાઈ ગયા હતા, ચહેરા પર ઘડપણની પૂરી અસર વર્તાતી હતી. ગળાની ચામડી પણ કરચલીઓથી ભરાઈ ગઈ હતી.

'કોણ છો તમે?'

'મારી ઓળખાણ તમને આપું છું, પણ તે પહેલાં તમે તૈયાર થાઓ. ના પાડવાની જરૂર નથી. કારણ બળજબરીથી પણ તમને હું લઈ જઈ શકીશ.' મેં કહ્યું. ડૉક્ટર ઘડીભર મારી સામે જોઈ રહ્યા.

'મને તમારો ચહેરો પરિચિત લાગે છે.'

'તે વાત આપણે રસ્તામાં કરી શકીશું.' મેં કહ્યું.

'પણ કોણ માંદું છે? ક્યાં છે?'

'અહીંથી પંદર-સત્તર માઈલ દૂર...' મેં કહ્યું.

'એટલે?'

'કદાચ ઑપરેશન પણ કરવું પડે. માણસ ઘાયલ છે... બુલેટ્સ... ડુ યુ અંડરસ્ટૅન્ડ?'

'મને સમજવા દેશો?' ડૉક્ટરે પાયજામો ઉતારીને પાટલૂન પહેરતાં કહ્યું.

'લોહી ઘણું વહી ગયું છે. બેહોશ છે...' મેં કહ્યું.

'પણ તમારે પેશન્ટને અહીં લાવવો જોઈએ. તમને ખબર નથી કે હૉસ્પિટલ વગર—'

'મને બધી ખબર છે ડૉક્ટર... હું આખી હૉસ્પિટલનો સામાન અહીંથી લઈ જવા તૈયાર છું. તમારી ગાડી ક્યાં છે?' મેં કહ્યું.

'પણ તમે મને ફરજ ન પાડી શકો.' ડૉક્ટર બોલ્યા. એ ઘરડો આદમી સહેજ પણ થડકાટ અનુભવતો ન હતો.

'ફરજ પાડવાની શક્તિ ન હોત તો અહીં અત્યારે આવ્યો ન હોત ને! તમે તમારા માણસને હુકમ આપો છો કે તે પણ મારે કરવું પડશે?' મેં બારણે જઈને કહ્યું.

'માનુ... ગાડી તૈયાર કરાવ.' ડૉક્ટરે કહ્યું. પેલો આદમી ત્યાંથી રવાના થયો.

'કોણ ઘાયલ થયું છે?'

'સંતોજી... સંતોજી... બારનીશ...' મેં કહ્યું.

'ઓહ નો...' ડૉક્ટર હ્યુસને ઉદ્ગાર કાઢ્યો અને તેમની આંખમાં મોતનો ભય તરી આવ્યો. 'તમે... તમને હું... આઈ મીન તમને મેં જોયા છે, પણ યાદ આવતું નથી...'

'મેં કહ્યું ને ડૉક્ટર... આપણે રસ્તામાં વાત કરીશું.' એ ઘરડા આદમીને ફરજ પાડતાં મારો જીવ કપાતો હતો, પણ તે વગર છૂટકો ન હતો...

બરાબર એક કલાક બાદ. જાતભાતનાં સાધનોની પેટી અને દવાઓ ડૉક્ટરની બૉક્સ જેવી ઘોડાગાડીમાં મૂકવામાં આવી. તેમણે પોતાના ઑર્ડરલીને પણ ઉઠાડ્યો અને બરાબર સવારના પાંચ વાગે ડૉક્ટરનું લગભગ અપહરણ કરીને અમે રસ્તે પડ્યા...

સેના... સંતોજી... ખેરા મારા મનમાં જાત જાતના વિચારો ઊઠતા હતા. ત્યારે જબલપુર, સવારની સ્ફૂર્તિમાં જાગ્રત થઈ રહ્યું હતું. અમે હૉસ્પિટલનું કંપાઉન્ડ છોડ્યું ત્યારે જબલપુર કેન્ટમાં બ્યૂગલો ગર્જી ઊઠ્યાં હતાં.

વરસાદના ભીના વાતાવરણમાં રેસિડેન્સી હાઉસના વિશાળ મેદાનને ઓતરાતે ખૂણેથી આવતો બ્યૂગલોનો અવાજ, રાતના પાછલા પહોરના સન્નાટાને ચીરતો રહ્યો. રાજા ગોવિન્દદાસના મહેલ પાસે અમે પહોંચ્યા ત્યારે તો જબલપુરમાં એકાએક ધમાલ મચી ગઈ હતી. રેસિડેન્સીમાં થઈ રહેલી લશ્કરી ચહલપહલમાં જબલપુરના શહેરીઓ પણ ભળ્યા હતા. શહેરના જુદા

૧૮૨ ઓથાર-૨

જુદા વિસ્તારોમાં ઘોડેસવાર ટુકડીઓએ એકાએક બંદોબસ્ત ગોઠવ્યો હતો.

'મને ક્યાં લઈ જાઓ છો... મિસ્ટર...' ડૉક્ટર હ્યુસને પૂછ્યું. ડૉક્ટરની ડૉક્યાર્ડ કમ બૉક્સ જેવી ગાડી પૂરઝડપે જબલપુરના ધોરી માર્ગને વટાવીને પિસનહારી કી મઢિયાને રસ્તે હંકારાઈ રહી હતી. ગજાનન તુર્કી ડૉક્ટર હ્યુસનના કોચમૅનની જોડે બેઠો હતો. તેનો ખાલી ઘોડો ગાડીની પાછળ બાંધવામાં આવ્યો હતો. તે પણ બેબાકળો થઈને દોડતો હતો. અસવાર વગરના ઘોડાને આ રીતે દોડવામાં ભારે મૂંઝવણ થતી હોય તે સ્વાભાવિક હતું. ખંડેરાવ ગાડીની પાછળ અને ક્યારેક બાજુમાં દોડતો હતો. ડૉક્ટરના પ્રશ્નનો મેં જવાબ ન આપ્યો.

જબલપુર કૅન્ટોન્મેન્ટમાં ટેલિગ્રાફ લાઇનો ટકટકી ઊઠી હશે, તેની કલ્પના મને નહોતી આવી તેવું ન હતું, પણ ગોલાકી મઠમાં જે લડાઈ શરૂ થઈ હતી તે છેક બાર્ગી, ગઢમાંડલા અને જાનોર સુધી ફેલાશે, તેવી મને કલ્પના ન હતી. ગમે તેમ જબલપુરમાં લશ્કરી કટોકટી કેટલી સખ્ત રીતે ઊભી થઈ હતી તેનો પ્રત્યક્ષ પુરાવો તો મઢિયાથી આગળ અમે નાળા પાસે પહોંચ્યા ત્યારે આવ્યો હતો.

એ નાળા પર રાણી દુર્ગાવતીના વખતમાં બંધાયેલો લાકડાનો પુલ છે એ પુલનું મહત્ત્વ ઓછું ન હતું. જબલપુરની આસપાસની ખાઈ, અલબત્ત, અડધી પડધી પુરાઈ ગઈ હતી, પણ લશ્કરી દૃષ્ટિએ તેની અગત્ય હજુ તેવી જ હતી.

પિસનહારી કી મઢિયાથી આગળનો ભાગ નીચાણનો છે. દૂરથી એ નાળું, નાળા પરનો લાકડાનાં પાટિયાં જડેલો એ બ્રિજ—બ્રિજના ઢોળાવની શરૂઆતમાં રચવામાં આવેલો ફાટક અને ફાટકની જમણી બાજુએ ઢળતાં ચોખંડાં નળિયાં મઢેલાં છાપરાંવાળી ચોકી દેખાતી હતી. ચોકીના આંગણામાં તેમ જ વરંડા જેવા ઓટલા પર લાલટેન જલતું હતું. ઘેરાં વાદળાંથી છવાયેલાં અને ઝાડીઓથી વીંટાયેલાં લીલાછમ ખેતરોની વચ્ચે એકમાત્ર જીવંત ચીજની જેમ એ ચોકીનું મકાન કંઈક વધુ ભયાનક લાગતું હતું. અંગ્રેજોએ જે જે વિસ્તારોમાં પોતાનો સજ્જડ પગદંડો જમાવ્યો હતો તે બધા જ વિસ્તારોમાં આવી ચોકીઓ ઊભી કેરવામાં આવી હતી. પરંતુ મોટે ભાગે આ ચોકીઓમાં દેશી સૈનિકો જ રહેતા. અવારનવાર અંગ્રેજ અધિકારીઓ ચોકીઓ પર મુલાકાત આપતા. સમગ્ર સલામતીની વ્યવસ્થા તેમણે એવી કરી હતી કે ચોકીના ચોકીદારો અને તેના ઉપરી નાયબ સૂબેદારો હંમેશાં ઍલર્ટ રહેતા.

ગાડી ચોકીની નજીક આવી કે તરત જ મેં કોચમૅન સાથે વાત કરવાની

ડોકાબારી ખોલીને હુકમ કર્યો.

'ગાડી ધીરી પાડો. તમારે કોઈએ વાત કરવાની જરૂર નથી.'

'આ હો. આ હો...' કહીને કોચમૅને ફાટકથી થોડે દૂર ઘોડાગાડી ઊભી રાખી. વાંસના એક છેડે દોરડું અને બીજે છેડ વજન બાંધીને બનાવવામાં આવેલો ફાટક—બંધ હતો. જેવી અમારી ગાડી ત્યાં આવીને ઊભી રહી કે તરત જ મેં સૅમ્યુઅલ કૉલ્ટ સંભાળી. બારીમાંથી સહેજ ડોકું કાઢીને બહાર જોયું. એકાએક જમણી બાજુથી અજવાળું ફેલાયું. એ અંધકારમાં જાણે જમીન પર ઝૂલતું ફાનસ પોતાની જાતે જ ચાલીને અમારી તરફ આવતું હોય, તેમ એક સંત્રી ચાલતો અમારી નજીક આવ્યો. થોડે દૂરથી હવે પ્રકાશમાં ચાલતા તેના પગ દેખાતા હતા. તેની પાછળ બીજો સંત્રી એ અજવાળે દેખાતા પગની પાછળ પાછળ આવતો હતો. તેની પાસે રાઇફલ હતી. આછા અજવાળામાં તે કેવલ પડછાયા જેવો લાગતો.

ગાડીની નજીક આવેલા સંત્રીએ ફાનસ ઊંચું કર્યું. રિવૉલ્વર પરની મારી પકડ મેં સખ્ત કરી. ફાનસના અને ગાડી પર લગાડેલા દીવાના અજવાળાના કારણે હવે તેનો ચહેરો સ્પષ્ટ દેખાતો હતો. બીજો સંત્રી દૂર ઊભો રહ્યો હતો. તે અમને રાઇફલથી કવર કરીને ઊભો રહ્યો હશે તે મારા ખ્યાલમાં આવ્યું જ હતું. સૂબેદાર ખંડેરાવે પણ એ જોયું હશે... જમણી તરફ ગાડીની પાછળ તેણે પોતાના ઘોડાને બુચકારીને ઊભો રાખ્યો.

'કોણ?' એ સંત્રીએ પૂછ્યું.

'ડૉક્ટર હ્યુસન...' મેં જવાબ આપ્યો અને બારણું ખોલ્યું. મારી કૉલ્ટ મેં મારા હાથમાં સરકાવી હતી અને ડૉક્ટર હ્યુસનના પડખામાં દબાવી રાખી હતી. પેલો સંત્રી પગથિયે ચડ્યો.

ગોરી ચામડીનો પ્રભાવ આ દેશી સૈનિકો પર અંકાયેલો જ હોય છે. જાણે આખા દેશે નક્કી કર્યું હોય કે ગોરા લોકો આપણાથી ચડિયાતા છે. ગોરી પ્રજા રાજ્ય કરવા જ સર્જાઈ છે... એ સત્ય આ સંત્રીના ચહેરા પર આવેલા સ્મિત અને અહોભાવથી, મને દેખાતું હતું. એ સંત્રીએ ડૉક્ટર હ્યુસનને જોયા અને સલામ કરી.

'સર... ચેકપોસ્ટ પર સૂચના છે કે—'

'ધેટ કરેક્ટ...' ડૉક્ટર હ્યુસન બોલ્યા.

તરત જ મેં તેમનું વાક્ય કાપીને કહ્યું, 'આઈ વીલ એક્સપ્લેઇન... અમને

ખબર છે... ડૉક્ટરને સાંબન લઈ જવાના છે. ત્યાં સાર્જન્ટ વિલસનની તબિયત ગંભીર છે.'

'પણ અહીંથી જવાને માટે મનાઈ છે.' સંત્રીએ કહ્યું.

'ડૉક્ટરને એ ખબર છે, પણ અત્યારે જવાનું જ છે.'

'પણ ગઈ કાલનો ઑર્ડર છે કે—'

'શું ઑર્ડર છે?'

'કે પરમિટ વગર અહીંથી કોઈ જાય નહીં.'

'પણ આ તો લશ્કરી ઇમર્જન્સી છે' મેં કહ્યું, પણ તેણે ડૉક્ટર હ્યુસનને ઉદ્દેશીને કહ્યું. 'ઑર્ડર... પરમિટ ગો. નો પરમિટ, નો ગો.'

ડૉક્ટર હ્યુસને મારી સામે જોયું અને પેલાને જવાબ આપ્યો. 'ઑફ કોર્સ...'

મેં ધીરેથી મારા હાથમાંની કૉલ્ટની નળીથી ડૉક્ટરના પડખામાં ગોદો માર્યો, 'ટેલ, ધ બ્લડી ડેવિલ... ધેટ ધ ડૉક્ટર રિક્વાયર્સ નો પરમિટ.'

'ડૉક્ટર્સ નીડ નો પરમિટ.' ડૉક્ટરે ધીરેથી જવાબ આપ્યો. એ ખડુસ અંગ્રેજ ઓછો ન હતો. જો તે સહેજ પણ આડુંઅવળું બાફે તો અહીં જ ધીંગાણું થાય, જેની મને પરવા ન હતી, પણ અત્યારે તેને માટે સમય ન હતો.

'આપણે ઉતાવળ છે ડૉક્ટર.'

'ધેન ગો બૅક ઍન્ડ ગેટ ધ પરમિટ ફ્રૉમ ધ કમિશનર.' ડૉક્ટરે કહ્યું.

'નો ટ્રિક્સ ડૉક્ટર.' મેં કહ્યું અને પછી પેલા સંત્રીને કહ્યું.

'ડૉક્ટરસાહેબ કહે છે કે પાછા આવીને કમિશનરની રૂબરૂ તમને લઈ જઈશું. પરમિટની જરૂર દેશી લોકો માટે હોય. આમ અડિયલની માફક ગોરાસાહેબ પાસેથી પરમિટ માંગતા તું શરમાતો નથી? આ ડૉક્ટર હ્યુસન કેન્ટોન્મેન્ટમાં જઈને કહેશે તો તારું આવી બનશે.'

'પણ તમે છો કોણ...'

'રામપુરનો પોલીસપટેલ' મેં કહ્યું. 'જલદી ફાટક ખોલ અને તારી પ્રામાણિકતાની વાત હું કમિશનરને જાતે કરીશ. હવે ફાટક ખોલવાનો છે કે મારા આદમીને કર્નલ રિચાર્ડસન પાસે મોકલું?'

'તમે ઓળખો છો તેમને?'

'તો શું હું ખોટું બોલું છું? આ અંગ્રેજ, હૉસ્પિટલમાં મુખ્ય ડૉક્ટર છે તે તું જાણતો નથી?' મેં પૂછ્યું.

'એ જાણું છું...' કહીને તે પગથિયેથી નીચે ઊતર્યો. થોડે દૂર ઊભેલા

સંત્રીની પાસે ગયો. કંઈ મસલત કરી અને બન્ને ફાટક પાસે ગયા. દોરી છોડીને ઢીલ મૂકી, તેની સાથે ફાટકનો આડો વાંસ ઊંચો થયો. જેવો વાંસ ઊંચો થયો કે તરત અમે ગાડી મારી મૂકી હતી. વધુ વાતચીત કરવાની મને જરૂર લાગતી ન હતી. એ સંત્રીના ચહેરા પરનો પ્રશ્નાર્થ અને મૂંઝવણ હું કળી શકતો હતો.

ફાટક વટાવીને અમે લગભગ અડધા ફર્લાન્ગ જેટલું અંતર કાપ્યું ત્યાં અમે ધડાકા સાંભળ્યા. મને ત્યારે જ ખ્યાલ આવ્યો કે સૂબેદાર ખંડેરાવે બે ચકલાં પાડી નાખ્યાં છે. થોડી વારમાં તે અમારી સાથે થઈ ગયો. ત્યારે તેના ઘોડા જેવા છતાં ઊજળા દાંત બતાવીને તે હસ્યો.

અમે ભેડાઘાટ પહોંચ્યા તે દરમિયાનમાં નર્મદાના ઉપરવાસમાં ઘમસાણ લડાઈ શરૂ થઈ હતી તેની મને કલ્પના ન હતી. ખંડેરાવ સાથે વાતચીત કરવાનો મને મોકો ન મળ્યો. સંતોજી બારનીશ ક્યારે અને કેવી રીતે ઘવાયા હતા તે હું જાણતો ન હતો. ખેરાસિંહ સાથે તો વાત કરવી અશક્ય હતી. વળી સંતોજી માટે ડૉક્ટરની જરૂરિયાત સૌથી વિશેષ હતી. એટલે શું થયું તેની ચર્ચામાં સમય બગાડવો પાલવે તેમ ન હતો. ડૉક્ટર હ્યુસન પાસે કેવળ એટલી જ માહિતી હતી કે પિંઢારીઓ, કેટલાક દેશી જાગીરદારો અને ખેરાસિંહની ટુકડીઓએ એકઠા મળીને હલ્લો કર્યો હતો. એ સમાચાર જબલપુર કેન્ટમાં ગઈ કાલે આવ્યા હતા. પરંતુ એ આટલા ગંભીર હશે તેનો ખ્યાલ તેમને કૅન્ટમાં મચેલી હલચલથી જ આવ્યો હતો.

વળી જેવા એ સમાચારો જબલપુરની આસપાસમાં ફેલાયા કે તરત જ જૂના સ્વાતંત્ર્યવીરો અને અંગ્રેજોએ જેમનાં કુટુંબો પર અત્યાચાર કર્યા હતા તે બધાએ જબલપુરમાંથી, હાથમાં આવ્યાં તે શસ્ત્રો ઉઠાવ્યાં હતાં અને જાનોરના રસ્તે પડ્યા હતા. જાનોર અને તેની આસપાસમાં શું બની રહ્યું છે તેનો સહેજ સરખો પણ ખ્યાલ મને ન હતો. હોત તોય હું એ પરિસ્થિતિમાં કશુંય કરી શકવાનો ન હતો.

ભેડાઘાટ પહોંચતા ખાસ્સો સમય લાગ્યો હતો. કાચા રસ્તા પર, ભરાયેલા પાણી અને કાદવમાંથી પસાર થતાં ડૉક્ટર હ્યુસનની ગાડીને સારી એવી વાર લાગી હતી. વળી, શહેરમાં જ ફરવા ટેવાયેલા હ્યુસનના ઘોડા પણ વારે વારે હાંફીને ધીરા પડી જતા હતા.

ભેડાઘાટમાં આવેલી રાજા ગોવિન્દદાસની કોઠી પર સૂરજનું અજવાળું

પથરાયું હતું. વરસાદ બિલકુલ બંધ થઈ ગયો હતો. વાદળો પૂર્વમાંથી હઠી ગયાં હતાં. સવારનો શીળો તડકો આંખને આંજી દેતો હતો. અમે પહોંચ્યા કે તરત જ એ સન્નાટામાં જીવ આવ્યો હતો. ખેરાસિંહ પડાળીનાં ધોરા પર બેઠો હતો. અને મોટા છુરાથી કશાક લાકડાનાં છીલકાં ઉતારી રહ્યો હતો. ભવાનીસિંહ ખાટલો ઢાળીને પાણીમાં પડેલી ભેંસની માફક પડ્યો હતો. થોડા બીજા માણસો પણ ત્યાં હતા. તે બધા જ ગાડી જોઈને તૈનાત થઈ ગયા હતા, પણ મને અને ડૉક્ટર હ્યુસનને જોઈને તે રિલૅક્સ થયા હતા. ડૉક્ટર હ્યુસન પરિસ્થિતિ પામી ગયા હતા. બાગીઓના હાથમાં આવ્યા પછી તેમનું કંઈ ચાલવાનું નથી તે પોતે સમજી ચૂક્યા હતા.

ડૉક્ટરની સાથે હું પડાળીમાં ચડ્યો. ખેરાસિંહ એમ ને એમ બેસી રહ્યો. તીરછી આંખે મેં તેના તરફ જોયું અને કોઠીના અંદરના ભાગમાં ગયો. સંતોજી બારનીશને, બાબા હરિભજનના કમરામાં સુવાડવામાં આવ્યા હતા. કમરામાં આજો માતાઈ, સેના, બાબા હરિભજન અને જૅક મૅકગ્રેગર ઊભા હતા.

ડૉક્ટર હ્યુસને જૅકને જોયો. તેમના મોંમાંથી શબ્દો પણ સર્યા... 'જૅક...' પણ તેમણે બીજું કંઈ પૂછ્યું નહીં. જૅક મૅકગ્રેગર આખી નર્મદા ટેરિટરીઝમાં કુખ્યાત બની ગયો હતો એટલે કે પછી કોઈ જૂની ઓળખાણને કારણે ડૉક્ટરને ઓળખતો હતો તેની મને ખબર ન પડી.

'બાબા...' સેના બોલી... સંતોજીએ સહેજ મોં ફેરવ્યું. આંખો ઉઘાડી. 'બાબા... સેજલ... ડૉક્ટરને લઈ આવ્યો છે.'

'બાબા... આ છે, ડૉક્ટર હ્યુસન.'

'વેલ કમ ડૉક્ટર.' સંતોજીના ચહેરા પર હાસ્ય આવ્યું. તેમને ભાનમાં આવેલા જોઈને મને જબ્બર નિરાંત વળી હતી.

'ઓહ... હલો ઓલ્ડ બૉય... ડૉક્ટર હ્યુસને કહ્યું. બંને એકમેકને બરાબર પિછાનતા હતા. બંને કટ્ટર વિરોધી દળનું પ્રતિનિધિત્વ કરતા હતા.

'અહીં આવવા માટે આભાર.' તદ્દન ઑક્સોનિયન ઉચ્ચારોમાં વાતચીત શરૂ થઈ.

'આભાર મારો માનવાની જરૂર નથી. આ સેજલસિંહ ન હોત તો હું અહીં આવ્યો ન હોત.' ડૉક્ટરે કહ્યું.

'આમ તો ઘણા વખતથી મારે તમને મળવું હતું, પણ તું જાણે છે ને તને તારી હૉસ્પિટલમાંથી અને મને મારી આ પળોજણમાંથી ફુરસદ જ નથી

મળતી.'

સંતોજી તદ્દન સ્વસ્થ હોય તેમ વાત કરવા લાગ્યા.

'તારી હૉસ્પિટલનાં મેં ખૂબ વખાણ સાંભળ્યાં છે. ખેર, એક અંગ્રેજે હિંદમાં સારું કામ કર્યું તેનો મને આનંદ છે... પણ હુસન, તેં ક્રિકેટ તો છોડી દીધું છે ને?'

'બારનીશ, મને હવે અડસઠ વર્ષ થયાં. હવે તો ક્રિકેટ ઈશ્વરને ઘેર... ચાલ, મને તપાસી લેવા દે.' ડૉક્ટરે કહ્યું.

'તપાસવાની જરૂર નથી. થોડા કલાકો માટે તારે તારાં સાધનો બગાડવાની જરૂર નથી. હું ભાનમાં ન હતો, નહીં તો આ સેજલસિંહને હું ધક્કો ખાવા ન દેત...'

'મારે તને–'

'શું જોવાનો હતો? એક બુલેટ બરાબર જાંઘમાં ઘૂસેલી છે. એક .૩ર ડાબા પડખામાં છેલ્લી પાંસળીમાં છે. એક–' બોલતાં બોલતાં સંતોજીને શ્વાસ ચડ્યો. ડૉક્ટર હ્યુસને તેમની નાડી પકડી. સંતોજીની આંખો પર ભાર આવ્યો. તે તંદ્રામાં ચાલ્યા ગયા.

તે વખતે બારણે ખેરાસિંહ આવ્યો. તેના ચહેરા પર ચિંતા હતી... ભાર હતો... સામે ખૂણે ઊભેલી સેનાની પાંપણો પર સફેદ તારલા ચમકતા હતા.

'આપણે ઑપરેશન કરવું પડશે.' ડૉક્ટર હ્યુસન બોલ્યા, 'અને તેને હૉસ્પિટલ પહોંચાડવો પડશે.'

'હૉસ્પિટલ! પણ એ ઇમ્પૉસિબલ છે ડૉક્ટર.' મેં કહ્યું.

'અહીં મારાથી કંઈ જ નહીં થઈ શકે. આમેય તે મરેલો, તેનું શરીર નહીં આત્મા જીવે છે. આઈ નો હિમ... આઈ નો હિમ... ધ અગ્લી ડેવિલ... નેવર મિસ્ડ એ બાઉન્સર... ઑલવેઝ પ્લેઇડ ફૉર્વર્ડ...'

ડૉક્ટર હ્યુસનના અવાજમાં ઘર્રાટી આવી. પાંચ મિનિટ સુધી સંતોજીની રમત વિશે તેમણે પ્રશસ્તિ કરી. સંતોજી ભાનમાં આવ્યા અને બોલ્યા.

'સેના...' સેના તેમની નજીક આવી. 'સેના, આ કદાચ મારો છેલ્લો દિવસ હશે. મારો છેલ્લો દિવસ...'

'નહીં બાબા, નહીં...'

'મોતનો અસ્વીકાર કરવાથી તે પાછું જતું નથી બેટી, કોઈ અનંત નથી. જિંદગી પૂરી થાય, આપણું આયખું પૂરું થાય, આપણું કાર્ય પૂરું થાય પછી

જીવવાનો મોહ શું?'

'પણ બાબા, આપનું કાર્ય હજુ ક્યાં પૂરું થયું છે? હજુ તો ઘણું બાકી છે.'

'કંઈ બાકી નથી બેટી અને મારે માટે જે કાર્ય બાકી છે તે આ હરિભજન કરશે. ક્યાં ગયો હરિભજન...'

બાબા હરિભજન આગળ આવ્યા.

'કરીશ ને હરિભજન... મારું એક બાકીનું કામ કરીશ ને?'

'કરીશ બાબાજી.' હરિભજને કહ્યું, 'શું કામ કરવાનું બારનીશજી?'

'મારી દીકરીનું... મારી સેનાનું કન્યાદાન. ખૂબ ઇચ્છા હતી તેની માની. આ છોકરી નાની હતી ત્યારથી એ મને કહેતી, રોજ કહેતી, ખેર, આજે એની મા નથી. અને કદાચ હુંય ચાલ્યો જઈશ...'

કમરામાં સ્તબ્ધતા છવાઈ હતી.

લાંબા ઝરૂખાની પેલી પાર નર્મદા અસ્ખલિત વહી રહી હતી અને સન સત્તાવનથી વહેતા વિપ્લવની બાણશય્યા પર સૂતેલો એક વીરપુરુષ સ્વાતંત્ર્યનો આર્ષદ્રષ્ટા, જીવનની છેલ્લી પળો અજબ સ્વસ્થતામાં વિતાવી રહ્યો હતો. સંતોજીના અવાજમાં કોઈ થડકાર ન હતો, કોઈ અસ્પષ્ટતા ન હતી. ધીરા અવાજે, નર્મદાનાં જળ પરથી આવતી પવનની લહેર જેવા શીતળ અને સ્નિગ્ધ સ્વરે તે બોલતા હતા.

તેમની શય્યાની આસપાસ, કાપેલા ઝાડના થડની માફક સૌ અવાચક અને સ્થિર ઊભાં હતાં, શ્વાસ લેવાથી પણ કદાચ ઘોંઘાટ થઈ જશે તેવી બીક લાગતી હોય તેમ, સૌ અધ્ધર શ્વાસે એ બુઝુર્ગ લડવૈયાને જોઈ રહ્યાં હતાં. કોઈની આંખ પણ પલકતી ન હતી. નિશ્ચેતન પૂતળાની માફક ઊભેલા લોકોની આજુબાજુ મુકાયેલાં સાત-આઠ લાલટેન કેવળ જીવતાં હોય તેમ લાગતું હતું. એ ફાનસોની જ્યોત ઝબૂકતી હતી. તેનું પીળું અજવાળું દેવદૂતોની માફક ત્યાં રમતું હતું.

'મને મેકલ યાદ આવે છે. લીલીછમ પહાડીઓ પર ફરતાં કાળિયાર અને સુવર્ણમૃગનાં ટોળાં... દોડતાં ઝરણાં અને તેના પર ઝૂલતાં સાગનાં વૃક્ષો... હરિભજન... કેવું વિચિત્ર. આજે જીવનની છેલ્લી પળોએ મારી જન્મભોમકા જાણે મને પાછી બોલાવે છે. આપણી કોઠી, આપણો વાડો, ભારતનાં માંધાતાઓ એ કોઠી પર મહેમાન બનીને આવ્યા હતા. બહાદુરશાહે ત્યાં રહીને કાવ્યો રચ્યાં હતાં, ત્યારે તેને ખ્યાલ ન હતો કે રંગૂનની અંધારી કોટડીમાં તેનું

સામ્રાજ્ય પુરાઈ જશે... તને ખબર છે હરિભજન... વાજીદઅલીએ જ્યારે કૃષ્ણની રાસલીલા ગાઈ સંભળાવી હતી ત્યારે... એ મુસલમાનની રગેરગમાંથી પ્રેમભક્તિ નીતરતી હતી... અને પેલો ઓલિયો અહમદશાહ...'

'હા બાબા, એ તો કહેતો હતો કે મેકલ તો જન્નત છે.' હરિભજને આનંદથી કહ્યું.

'નાના પેશ્વા અને તાત્યો તને યાદ આવે છે? અને પેલો મોન્શ્યોર તોર્નેવો અને પેલો ગનમેકર પીનીપેસે... તેની પત્ની ફર્નાન્દે... તેની દીકરી રોસા. બિચારો તોર્નેવો... તાત્યાને કારણે તેણે પણ કેટલું સહન કર્યું. ખેર! એ ફ્રેન્ચો પણ આ દેશમાં તેમની જડ નાખવા આવ્યા હતા, પણ ફ્રેન્ચ લોકો, અંગ્રેજો કરતાં સરળ છે. નમણા છે. સલ્તનત સ્થાપનારા એ લોકો નથી. પેલા ગનમેકરની પત્ની તને યાદ છે! ફર્નાન્દે... આપણી સેનાને ફ્રેન્ચ ભણાવતી ત્યારે મને લાગતું કે જાણે તે આ ધરતીની જ પુત્રી છે. એ બધાએ કેટલી જહેમત ઉઠાવી હતી.' કહીને સંતોજી શ્વાસ લેવા રોકાયા. તેમના ચહેરા પર તેજસ હતું અને હોઠ પર હાસ્ય. એ કટ્ટર સૈનિકનું હૃદય અત્યારે જિંદગીની સુંદર પળોની ખોજમાં ખળભળી રહ્યું હતું. ભાવિનો અંધકાર તો તેમની સામે જ હતો છતાં જવાનીમાં જોયેલી ઉજ્જ્વળ, આનંદમય પળોને સંભાળીને, આ મહાપુરુષ મોતને આનંદમય બનાવી રહ્યો હતો. નાના બાળકની માફક તે સંભારણાંનું કફન ઓઢી રહ્યો હતો. તેમને કેવું દર્દ થતું હશે તેની કલ્પના તો જિસ્મમાં ત્રણ ત્રણ બુલેટો ખૂંતી હોય તેને જ આવે, પણ એ દર્દનો અંશ તેમના ચહેરા પર દેખાતો ન હતો. તેમની વેદના વિદારવા જાણે તે વીસરી ગયેલી પળોને યાદ કરતા હોય તેમ નિર્ભેળ આનંદ લઈ રહ્યા હતા.

'આજો... આજો ક્યાં ગયો?' તેમણે થોડી વારે પૂછ્યું. આજો માતાઈ અડીખમ દિગ્પાલની જેમ તેમના માથા પાછળ, પલંગની કોરે ઊભો હતો. વજ્ર જેવો તેનો દેહ આ પળથી અલિપ્ત હતો. તેના ચહેરા પર ભીષણ શાંતિ હતી, પણ તેની આંખની કીકીઓ વરસાદમાં ભીંજાતા આગિયાની જેમ ચમકતી હતી.

'શું છે બાબા...' તે બોલ્યો. આંખનું ઝાકળ તેના ગળામાં ભરાયું હતું. તે બોલ્યો ત્યારે જ મને સમજાયું કે આજોનું ભીતર પારાવાર દર્દથી કાંપતું હતું.

'આજો... ક્રિશ્નાએ... સેનાની માએ તારી હકાલપટ્ટી કરી હતી તે યાદ આવે છે! તે વખતે આ જ કમરામાં આપણે હતા ખબર છે ને!'

'હા બાબા. ક્રિશ્નાતાઈ તો દેવી હતાં. એ શેં ભુલાય...'

'તને યાદ છે ને સેના બેટી... આવડી નાની હતી...' કહીને સંતોજીએ સહેજ હાથ ઊંચો કરીને બતાવ્યું. 'અને તેણે હઠ પકડી હતી.'

'હા દાદા, સેનાએ બાજનાં બચ્ચાં જોયાં હતાં અને હઠ પકડી હતી. યાદ છે બાબા, ક્રિશ્નાતાઈથી છાનોમાનો હું પેલા ગંજેરી કોલટાને બોલાવી લાવ્યો હતો. અને એ કોલટાએ જાળ બનાવી આપી હતી.' આજોના સ્વરમાંથી ખર્રાટો ઓછો થયો હતો. તે પણ જાણે સંતોજીનું મોત, આ જૂની યાદો પાછળ છુપાઈને ચાલ્યું જશે; તેવા ઉત્સાહમાં આવીને બોલતો હતો. 'અરે બાબા, એ બાજને પકડવા માટે મારે ટોપલો ભરીને માછલાં લાવવાં પડ્યાં હતાં. ચાર કલાકની મહેનતે કમબખ્ત શકરો પકડાયો.'

'પછી તારી હકાલપટ્ટી થઈ ખરું ને!' કહીને બારનીશ હસ્યા. હું ધ્યાન દઈને સાંભળી રહ્યો હતો... સંતોજીનું મોત નજીક આવી રહ્યું હતું.

'હકાલપટ્ટી જ થાય ને બાબા, નાનપણથી જ તમારી દીકરીએ મારી હકાલપટ્ટી કરાવી છે. એ કમબખ્ત બાજ પણ ઝનૂની નીકળ્યું. મેં ના કહી હતી કે ચામડાનાં હાથમોજાં પહેર્યાં વગર તારે એ પંખીને હાથમાં લેવાનું નથી, પણ એ દીકરી તમારીને... મને કહે કે, તેં ક્યાં હાથમોજાં પહેર્યાં છે. બસ, એટલું કહીને સેનાએ તરાપ મારી હતી અને બાજ હાથમાં પકડ્યું... હવે બાજ તે કાંઈ સીધું રહે... સેનાના હાથ ચીરી નાખ્યા... પણ એ તેને છોડે જ નહીં ને... અને ત્યાં ક્રિશ્નાતાઈ આવ્યાં... પછી તો આવી બન્યું...'

'એ દિવસે તેણે મને શું કહ્યું હતું યાદ છે ને?' બારનીશે પૂછ્યું. એકાએક આજો ગંભીર બની ગયો. 'નથી યાદ તને?'

'હા... બાબા, યાદ છે.'

'તો કહે ને...'

'ક્રિશ્નાતાઈએ કહ્યું હતું... આ છોકરીને કાલ ને કાલ હું પરણાવી દેવાની છું. આજે આટલી ઉમ્મરે હાથમાં બાજ પકડે છે તો મોટી થશે ત્યારે કોણ જાણે શું કરશે!'

'પછી આજો.' બારનીશે પૂછ્યું. તેમને એ વાત સાંભળતાં આનંદ થતો હતો કે દુઃખ એ તેમના ચહેરા પરથી કળવું મુશ્કેલ હતું.

'પછી બાબા... પછી તમે કહેલું કે આપણે... આપણે સેનાને...' આજોના ગળામાં, તેની સ્વરપેટીમાં ઝણઝણાટી થતી હતી. 'સેનાને માટે આપણે બાજ જેવો વર શોધીશું... બાજ જેવો—'

'અને તેણે શું કહેલું આજો!' સંતોજીના ચહેરા પર હાસ્ય હતું, પણ કમરામાં કરુણ દૃશ્ય છવાતું જતું હતું.

'મને યાદ નથી, બાબા.'

'જૂઠું બોલે છે... તેણે કહ્યું હતું, તમારો બાજ આવતાં આવશે... કાલે... કાલે હું ચાલી જઈશ, પછી આ છોકરીનું શું થશે તે મને ખબર છે... નહોતું કહ્યું તેણે?'

'ખબર નથી, બાબા.'

'છેલ્લી ઘડી સુધી તેને સેનાની ચિંતા હતી...' બારનીશે શ્વાસ રોક્યો. નિઃશ્વાસ મૂક્યો.

'કેવું વિચિત્ર આજો... સાચું કહું તો મને પણ હંમેશાં થતું. મારી સેના પરણશે... તેનાં બાળકોને હું મેકલની ઘાટીઓમાં ફેરવીશ... તેની દીકરીના વાળ તારી તાઈ ગૂંથતી હશે... તેના દીકરાને હું ઘોડા પર...' બોલતાં બોલતાં સંતોજી અટક્યા... થોડી વારે તેમની આંખોમાં બે બુંદ તરી આવ્યાં.

'સેના... સેના... બેટી.' સેના થોડી નજીક સરી. સંતોજીએ તેના માથા પર હાથ મૂક્યો. 'મેં તને સુખ નથી આપ્યું બેટી... જંગલમાં... ભટકતાં ભટકતાં તને ઉછેરી છે... તારી મા જાણશે તો મને કદી માફ નહીં કરે... એ મને પૂછશે. એ જરૂર મને પૂછશે...'

'એવું ન બોલો બાબા. તમે મને જે સુખ આપ્યું છે, જે ગૌરવ આપ્યું છે તે—'

'સુખ! દીકરા, જંગલની કાંટાળી કેડીઓ... દિવસભરની નાસભાગ... સૂકો રોટલો... રાઇફલનો બોજ... ઘોડાના પલાણની પથારી... એ શું સુખ છે? દીકરી... વિપ્લવની હારને તું ગૌરવ કહે છે?'

'જી બાબા. ભૂલી ગયા? તમે તો મને કહેતા કે હું તમારો દીકરો છું અને રાજપુરુષના દીકરાને પલાણની પથારીથી વધુ ક્યું સુખ હોય! રાઇફલનો બોજ... બાબા? દીકરાનો બોજ માને હોય તો મને રાઇફલનો બોજ હોય. બાબા, મને અભિમાન છે કે હું સંતોજી બારનીશની દીકરી છું. તમારું અધૂરું કામ હું પૂરું કરીશ બાબા...'

'મારું અધૂરું કામ? તને ખબર છે મારું અધૂરું કામ ક્યું છે?'

'હા. બાબા આ ધરતીની મુક્તિ—સ્વાતંત્ર્ય.' સેનાએ જવાબ આપ્યો. તેના અવાજમાં લક્ષ્મીબાઈની મગરૂબી હતી. મારી મૉમ જેવો રણકો હતો.

'તને આશ્ચર્ય લાગશે બેટી, પણ અત્યારે મને બધું સ્પષ્ટ દેખાય છે. ફિરંગીઓ હઠી નહીં શકે.'

'એવું ન બોલો બાબા... હજુ, પણ અમારાં...' સેના બોલવા ગઈ, પણ સંતોજીએ તેને હાથ કરીને અટકાવી.

'સહેલી વાત નથી. આ હિંદમાંથી ચેતના ચાલી ગઈ છે. રાઇફલની અણીએ અંગ્રેજો જશે નહીં... ભલે, પેલો હ્યુસનનો બચ્ચો સાંભળતો. ભલે એ લોકોને કહેતો કે મરતાં મરતાં બારનીશ કહેતો હતો કે અંગ્રેજો જશે નહીં.'

'હું સાંભળું છું દાદા.' હ્યુસને હસીને કહ્યું. 'પણ તું હવે બોલવાનું બંધ કરે તો તારી સારવાર માટે કંઈ થઈ શકે.'

'તેની જરૂર નથી... મોત જ્યારે હથેળીમાં રમતું હોય ત્યારે બ્રહ્મજ્ઞાન થાય છે. હ્યુસન, તું મજા કર... તને કોઈ કાઢી શકવાનું નથી. તારા દેશબાંધવોને કહેજે, હિંદની ધરતી પરથી તમારો પગ હમણાં હઠવાનો નથી. તમારો વિજય છે. તમે ભલે લોકશાસકો હો... પણ હિંદમાં તમે ગુલામીની જડ નાખશો.'

'તમારું રાજકારણ મારે કોઈ ખપનું નથી. તારે જે કહેવું હોય તે કહે. મને મારી હૉસ્પિટલમાં રસ છે, રાજ્યસત્તામાં નહીં. મારી હૉસ્પિટલ અમર રહેવાની છે.'

'તારી વાત સાચી છે' બારનીશ બોલ્યા... અને ધીરેથી ઉમેર્યું, 'તમે સૌ એક મારી સલાહ માનશો...? મને શું દેખાય છે હરિભજન તે તને કહું.'

'શું દેખાય છે?' હરિભજને પૂછ્યું.

'મને બધું સ્પષ્ટ દેખાય છે, હરિભજન. યુરોપમાં દાવાનળ ફાટશે. શેરીઓ ભડકે બળશે. એ પછી ફિરંગીઓ આ દેશમાંથી જશે, પણ તેમને આપણે કે આપણા જેવા લોકો કાઢી શકીશું નહીં. હિંદની ધરતીનો બોજ વધી જશે. હિંદ ક્યારેય સંગઠિત નહીં થાય. શેરડીમાંથી નિચોવી નિચોવી રસ કાઢી લીધા પછીના કૂચા જેવું અર્થતંત્ર આ હિંદમાં રચાશે. રાજ્યશાસ્ત્ર કે બળવો, દારૂગોળો કે બુલેટ ગોરા શાસકોને હઠાવી નહીં શકે. તેમને હઠાવશે અર્થતંત્રની અરાજકતા. એ અરાજકતા ફેલાશે ત્યારે આવ્યા હતા તેમ જ આ ફિરંગીઓ આ દેશ છોડી જશે. એ લોકો વેપારીઓ છે. વેપારમાં નફો ઘટી જાય એટલે વેપારી તેના માલનું લિલામ કરી નાખે છે. આ અંગ્રેજો હિંદનું લિલામ કરશે. આપણને તેમણે ક્યારેય એકત્ર, એકમત થવા દીધા નથી. આપણા દેશમાં તે લોકો આવું ભંગાણ પાડશે. તે સંધાશે નહીં. વગર ભોગે મળેલા દેશમાં,

લોકશાસન થશે. હિંદમાંથી સત પરવારશે. હરિભજન, તારા જેવા આદમી રહેશે નહીં. જે રહેશે તે ખંધાઈ કરશે. અસતના પાયા પર ગણતંત્ર રચાશે. હરિભજન, તું ભલે ગમે તેટલી રોટીઓ વહેંચે, તારી રોટીના ટુકડા ક્યારેય પવિત્ર નહીં રહે. રોટીમાં કોમવાદનું ઝેર રેડાયું હશે. મૌલવી અહમદશાહની માફક કોઈ બિરાદરીનો પૈગામ સંભળાવનારો નહીં હોય. એવો જે કોઈ હશે... થશે તો તેની હત્યા થશે.'

'નહીં... નહીં... સંતોજી. તમે આ શું બોલો છો? આ શું બોલો છો?' હરિભજને ઉશ્કેરાઈને કહ્યું.

'મને જે દેખાય છે તે બોલું છું. દુઃખ ન લગાડતો. મારી સેના, મારી ક્રિશ્ના... મારા દોસ્તો... મેકલના ખેડૂતોના ફૂટડા દીકરા... એ બધાંને મેં ખૂબ દુઃખ પહોંચાડ્યું છે... ઝાકળના શરબત પાયાં છે, ઝાંઝવાંનાં નીરથી તરસ છીપે નહીં...'

'સેજલસિંહ...' એકાએક સંતોજીએ મારું નામ લીધું.

'જી... બાબા.'

'રાજેશ્વરીદેવીને કહેજો કે તમારું ગણિત સાચું હતું. હિંદમાં તેના જેવી દસ વ્યક્તિ હોત તોપણ કદાચ નવું પરિણામ જોવા મળ્યું હોત. ભાવિની રૂખ તમારી મા બરાબર સમજે છે. તેમની સલાહ પ્રમાણે વર્તશો તો દુઃખી નહીં થવાય...'

'ખેરા... ભવાની... બાવડાના બળથી રાજ્ય હાંસલ કરવાનું સ્વપ્ન મેં જોયું હતું...'

'બાબા, રાજપૂતને મોંએ આવું શોભે ખરું?' ખેરાએ કહ્યું.

'તારી વાત સાચી છે ખેરા... નથી શોભતું, પણ રાજપૂતાઈ પરવારી નથી ગઈ! ગોલાકી મઠના જંગમાં...'

'તે બરાબર થયું ને! કમબખ્તો અંદર અંદર કપાઈ મર્યા. તેમાં ખોટું શું થયું...?'

'એ રાજપૂતો હતા ને... એ રાજપૂતો હતા ને...' સંતોજીનો અવાજ ધીમો પડ્યો. બાબા હરિભજન પાણીનો ગ્લાસ લઈ આવ્યા. કમરામાં ઓર સ્તબ્ધતા છવાઈ. મોતના ઓછાયે લાલટેનની જ્યોત નાની થતી જતી હતી.

પંદર મિનિટ ચાલી ગઈ. ડૉક્ટર હ્યુસને નાડી તપાસી. પગ પર હાથ ફેરવ્યો. હૃદયના ધબકારા માપ્યા. બેગ ખોલીને સિરિંજ કાઢી. થોડી હલચલ થઈ. કોઈ

દોડીને ગરમ પાણી લઈ આવ્યું. જીના ડૉક્ટરની મદદે વળગી. ઇન્જેક્શન અપાયાં. સંતોજીના ચહેરા પર જિંદગીના અંતનું ઓજસ પથરાતું હતું.

બરાબર એક કલાક પછી તે ફરી ભાનમાં આવ્યા. કમરામાં બધાંની એ જ સ્થિતિ હતી જે કલાક પહેલાં હતી. ફક્ત સેના સંતોજીના માથા પાસે બેઠી હતી. ખેરા અને ભવાનીસિંહ ઝરૂખામાં જઈને ચલમના ઘૂંટ મારી આવ્યા હતા. ખેરાના ચહેરા પર પણ વિચિત્ર સ્તબ્ધતા હતી. જૅક મૅકગ્રેગર ડૉક્ટર હ્યુસનની સાથે શુશ્રૂષામાં પરોવાયો હતો. હરિભજને મૃત્યુંજયના જાપ શરૂ કર્યા હતા.

'આજો... આજો માતાઈ...' ધીરેથી અરધી આંખ ઉઘાડીને બારનીશે કહ્યું.

'અહીં જ છું, બાબા...'

'આજો... સેના માટે... સેના માટે આપણે બાજ જેવો... પેલું બાજ પકડ્યું હતું તને ખબર છે... પછી તારી હકાલપટ્ટી...' તૂટક અવાજે સંતોજી બોલ્યા.

'હા બાબા, ક્રિશ્નાતાઈએ, મારી હકાલપટ્ટી કરી હતી.' આજોએ કહ્યું. સંતોજીએ એ આખોય પ્રસંગ, આજો પાસે ફરી વખત બોલાવરાવ્યો. અને જાણે એ ઘટના ગઈ કાલે જ બની હોય તેમ એ આનંદ પામતા હતા. ડૉ. હ્યુસને તેમને ડેક્સ્ટ્રોઝ સેલાઇનનું ઇન્ટ્રાવિનસ ઇન્જેક્શન આપ્યું.

'એ બાજ લઈ આવ... આજો આપણે સંતાડી દઈએ. મારી સેનાને પછીથી આપીશું. આ ક્રિશ્ના કટકટ કરતી બંધ થાય પછી સમજ્યો... અને પછી આપણે તેનું લગ્ન કરી નાખીશું એટલે પછી એ બાજ... એટલે પછી તેનું લગ્ન... આજો... સેનાનું બાજ...' સંતોજીની જીભ લથડાતી હતી. અસંબદ્ધ વાક્યો તેમના હોઠમાંથી સરતાં હતાં.

'બાબા, તમે નાહક ચિંતા કરો છો... સેનાનું લગ્ન આપણે તમારા હાથે જ કરાવીશું. તમે સૂઈ જાઓ હવે બાબા...'

'તારે મને સુવાડી દેવો છે, આજો. તું પહેલેથી મારો દુશ્મન છું ને! લગ્ન થાય છે ત્યારે તું મને સુવાડી દે છે! મહેમાનો શું કહેશે?... આજો...' એકાએક સંતોજીની આંખો પહોળી થઈ... તેમની કીકીઓ સ્થિર થઈ. 'આજો, જો જો તને દેખાય છે, નર્મદાને પેલે કાંઠે... પેલી... જો ને. પેલી ગુલાબી આરસની ચટ્ટાન તને દેખાતી નથી? તું... જા... પેલા ઝરૂખામાં જા... જો... ત્યાં ઊભી છે... ત્યાં ઊભી છે...'

'અચ્છા બાબા, જોઈ આવું.' આજોએ કહ્યું, પણ તે ત્યાંથી ખસ્યો નહીં.

થોડી વારે સંતોજીએ પૂછ્યું, 'તું જોઈ આવ્યો? તે ઊભી છે ને! તું હોડી

લઈ આવ... તું જા... તું હોડીમાં જા... હું પેલા બ્રિજ પરથી જઈશ, પણ આજો એ મને પૂછશે... ચોક્કસ પૂછશે... સેનાના હાથ પરના ઉઝરડા એ જોઈ ન જાય... આપણે રંગી નાખવા છે... યસ... આજો... કિરણદાસની બૈરી ક્યાં છે...! તું એને કહે... મેંદીથી ચિતરામણ કરી આપશે. એટલે બાજના નહોર વાગ્યા છે કે ચિતરામણ છે તે એને નહીં સમજાય. તું જા જલદી પછી—નહીં તો મોડું થશે.' એકાએક સંતોજીએ માથું ઊંચું કર્યું. ડૉક્ટર હ્યુસન અને આજો થોડા વધુ નજીક ગયા. આજોએ સંતોજીને સુવાડવા પ્રયાસ કર્યો, પણ હ્યુસને તેને અટકાવ્યા.

'રહેવા દે આજો... ધ ઓલ્ડ બૉય વૉન્ટ્સ ટુ ટોક... લેટ હિમ...'

'મારી રાઇફલ લાવ... મારી રાઇફલ લાવ સેના... સેના... મારી રાઇફલ... કર્નલ જેકબસન... ફાંસી નહીં... મારી દીકરીને! હું જીવતો છું કર્નલ... મારી દીકરીને! સંતોજી બારનીશની દીકરીને... તારે ફાંસી આપવી છે?' કહીને સંતોજી હસ્યા. ઘડીભર સૌને લાગ્યું જાણે તેમને કશું જ થયું નથી જાણે તે તદ્દન સાજાસમા છે.

હું બધું ખતમ કરી નાખીશ... ભૂંજી નાખીશ... આજો... ફાંસી! મારી દીકરીને આ... આ...'

'બાબા.' આજોએ સંતોજીનો હાથ સહેજ દબાવીને કહ્યું, 'બાબા, હું બેઠો છું ત્યાં સુધી સેનાનો વાળ વાંકો કરવાની કોઈની હિમ્મત નથી.' સંતોજીની પરિસ્થિતિ બગડતી જતી હતી. ભવાની ને ખેરો ઝરૂખામાં જઈને ઊભા હતા. તેમને પણ દુઃખ થતું હતું... તેમ છતાં આ 'ઇમોશનલી ચાર્જ્ડ... એટમોસ્ફિઅરથી તે દૂર રહેતા હતા.'

'સેના, આ તારાં બાળકો જો ને! બહુ તોફાની છે... હરિભજન... એ બાજને સંતાડી દે... સેના, આ તારા દીકરાઓને તારે કાંઈ કહેવું નથી. મારી પીઠને એ લોકો ઘોડો સમજે છે! આજો... જો ક્રિશ્ના આવે છે, જલદી સંતાડી દે એ બાજને... મારા કંબલમાં... અહીં... જલદી...' કહીને ફરી વાર સંતોજી શાંત થઈ ગયા.

તેમણે થોડી વાર પછી પાણી માંગ્યું. પછી ધીરેથી ફરી લવારીએ ચડ્યા.

'લગ્નનું કામ થઈ જાયને આજો... એટલે આપણે બદ્રીકેદાર જઈશું... મારે અભિષેક કરવો છે... પણ લગ્નનું શું થયું આજો... વરરાજા... રાજા... આજો જાન કેમ નથી આવી?'

'બાબા...' સેનાએ ઝૂકીને સંતોજીના કાન પાસે હોઠ લગાડીને કહ્યું, 'હું લગ્ન કરી લઉં તેવી તમારી ઇચ્છા છે?'

બારનીશ એકીટસે તેની સામે જોઈ રહ્યા. તેમણે ધીરેથી ડોકું ધુણાવ્યું. 'મને... મને... ખબર છે...' એકાએક તે તદ્દન સ્વસ્થ થયા. તેમના શ્વાસોચ્છ્વાસમાં ફેરફાર થયો. આજો અને ડૉક્ટર હ્યુસન થોડાક આઘા ખસીને ઝરૂખાના બારણા પાસે ઊભા રહી ગયા.

'રાજેશ્વરી ખતમ થઈ જશે... નહીં બેટા... એ ઓરતે ખૂબ જહેમત ઉઠાવી છે... રાજેશ્વરી...ની બાજી...'

'બાબા, સેજલ તમને પસંદ છે?' એકાએક સેનાએ સીધો સવાલ કર્યો. મારાં રૂંવાં ખડાં થઈ ગયાં. સંતોજી બારનીશે પ્રયત્નપૂર્વક તેમનો હાથ ઊંચો કર્યો.

'સેજલસિંહ!' તેમણે ઉદ્‌ગાર કાઢ્યો. સેનાએ મને નજીક આવવા ઇશારો કર્યો. હું નજીક ગયો. 'તારે માટે બાજ...' તે બોલ્યા. તેમણે સેનાનો હાથ હાથમાં લીધો અને પ્રયત્નપૂર્વક તેમણે બીજો હાથ ઊંચો કર્યો... મેં હાથ લંબાવ્યો. 'શુભં ભવતું...' તે બોલ્યા. તેમના હાથમાંથી શક્તિ ઓસરતી હતી. 'આજો... આજો... અમારા બન્નેના હાથ તેમના હાથમાં પકડી રાખીને જ તે બોલ્યા, 'જો આજો... આરસની ચટ્ટાન પાસે તે ઊભી છે. હજુ ગુસ્સામાં છે... મેં તેને સુખ નથી આપ્યું આજો... તારી ક્રિશ્નાતાઈ... તારી ક્રિશ્નાતાઈ... ક્રિશ્ના... મને... મને. માફ કર... ક્રિશ્ના... હું હું ક્રિશ્ના... હોડી લાવ્યો આજો... એ મારી પાસે નહીં આવે, એ રિસાઈ છે... મેકલ તેને ખૂબ વહાલું હતું... ખૂબ... અંગ્રેજોએ તેનું મેકલ લૂંટી લીધું... હું તેને પાછું ન અપાવી શક્યો... મેકલ... સેનાનો દીકરો... મેકલ લેશે... જય મહાકાલ... જય... મહા... સેના... બેટી... સેજલ આજો... મેકલ... લગ્ન...' તૂટક શબ્દો તેમનાં ફેફસાંમાંથી બહાર આવ્યા. તેમની છાતી ઊંચકાઈ. પોપચાં જોરથી બિડાયાં. દાંત ભિડાયા. આખું શરીર તંગ થયું, નસો ખેંચાઈ અને જાણે સ્પ્રિંગ ખેંચાઈ હોય અને પછી તેનો એક છેડો છૂટી જાય અને સ્પ્રિંગ સંકોચાઈ જાય તેમ... તેમનું શરીર ઢીલું પડી ગયું. ચહેરા પર સ્મિત આવ્યું. ક્રિશ્ના... એટલું જ તે બોલ્યા અને એ મહાપુરુષે મહાનિર્વાણયાત્રા શરૂ કરી. કણ્વની શકુંતલાની જેમ સેના તેમની છેલ્લી માયા હતી.

પલંગની આસપાસ બધાં એકઠાં થઈ ગયાં હતાં. ડૉક્ટર હ્યુસને તેમને ફરી તપાસ્યા. ખેરાસિંહ કમરાની બહાર ચાલ્યો ગયો. અમરકંટકની નર્મદાની

જેમ સેનાના ચહેરા પરથી આંસુ સરતાં હતાં, પણ તેના હૃદયમાં ઊભરાતાં ડૂસકાં બહાર આવતાં ન હતાં. વજ્રકાય આજો ઝરૂખામાં ચાલ્યો ગયો હતો. આજો જીવનમાં પહેલી અને છેલ્લી વાર રડ્યો હતો.

*

રાજા ગોવિન્દદાસની કોઠીની પછીતે આવેલા ઘાટ પર સંતોજી બારનીશની અંતિમ વિધિ થઈ. સેનાએ અગ્નિદાહ આપ્યો. સંતોજી માટે તે પુત્રસમોવડી હતી. જલતી ચિતામાં પંચતત્ત્વોમાં લીન થતા શરીર તરફ જોતાં સૌ બેસી રહ્યાં. અસ્થિવિસર્જન થયું અને સ્નાન કરીને સૌ પાછાં કોઠી પર આવ્યાં. ત્યારે ખેરાસિંહ તૈયાર થતો હતો. સંતોજીના મૃત્યુ પછી એક શબ્દ પણ તે બોલ્યો ન હતો. તેના ચહેરા પર અસીમ સ્તબ્ધતા હતી, તેની આંખોમાં ભયાનક વડવાનળ ચમકતો હતો. તે શું વિચારતો હતો તે મને સમજાતું ન હતું. નર્મદાનાં પાણીમાં થતાં વમળ જેવી મારી સ્થિતિ થઈ હતી. ગ્રેઇસ... મૉમ... સેના... ખેરાસિંહ અને સંતોજી બારનીશ... ભાગ્યના ચકરાવામાં જાણે અવિરત જોરથી હું ઘૂમતો હોઉં તેમ મારું મગજ ઘૂમતું હતું... ડૉક્ટર હ્યુસન પડાળીમાં ઊભા હતા.

'મારે હવે જવું પડશે...' તે બોલ્યા. તે જ વખતે રાઇફલનો બાર થયો... મારી આંખો પહોળી થઈ ગઈ...

એ વૉર્નિંગ શોટ હતો કે પછી 'બેટલ નર્વસનેસ'ને કારણે કોઈથી ઘોડો દબાઈ ગયો હતો તેની સમજણ પડે તે પહેલાં કોઠીની ડાબી તરફની ચટ્ટાનો ધણધણી ઊઠી. તે પછી તરત જ કોઠીના વિશાળ પટાંગણની ધારે આવેલી વાડના ઓછાયેથી, કોઠી પર આવવાના રસ્તાના ઢોળાવ પરથી, જમણી તરફ, ડક્કા તરફ જવાના રસ્તાની આજુબાજુની ઝાડીઓમાંથી એકાએક રાઇફલો ધણધણી ઊઠી હતી... રાજા ગોવિન્દદાસની કોઠીની આજુબાજુ એટલી ઝાડી હતી કે ગોળીઓ ચોક્કસ ક્યાંથી છૂટે છે તે કળવું મુશ્કેલ હતું, પણ તેને કારણે એટલી વાત પણ સાચી હતી કે કોઠીમાં ફરતા લોકો પર ધાર્યું નિશાન લેવું પણ મુસીબત થાય.

તેમ છતાં ક્યાંકથી ભયાનક ચીસો ઊઠી હતી. સંતોજી બારનીશની અંતિમક્રિયા પતાવીને આવેલા કેટલાક લોકો કોઠીથી થોડે દૂર આવેલા તૂટેલા ફુવારાના પથ્થર પર અને બગીચાના બાંકડા પર બેઠા હતા. ચાંપ દાબેલી

સ્પ્રિંગની માફક એ સૌ ઊછળીને જે આડશ મળી તે આડશની પાછળ પટકાયા હતા. એ બધા નિઃશસ્ત્ર હતા. તેમાંના કેટલાકે તો કેવળ ધોતી પહેરી હતી. તેમનાં ભીનાં કપડાં ત્યાં ઊગેલી બોગનવેલ અને ક્રોટનના છોડ પર સુકાતાં હતાં.

પડાળીને પગથિયે ઊભેલા ડૉક્ટર હ્યુસન પણ એક્રોબેટની માફક પગથિયાંની બાજુમાં ઊગેલી રાતરાણીના ઝુંડમાં પડ્યા હતા. પડાળી ઊંચાણમાં હતી અને કોઠીનો ઝાંપો તથા વાડ ત્યાંથી સારી એવી દૂર તેમ જ નીચાણમાં હતી એટલે ઝાડીઓ વચ્ચેથી ગોળીનું નિશાન લેવું અઘરું હતું. મોટા ભાગની બુલેટો પડાળીના ઢળતા છાપરામાં અને સામેની દીવાલમાં માણસની ઊંચાઈ કરતાં ત્રણ-ચાર ફૂટ ઊંચે કોચાતી હતી. ગોળીબારના બીજા ધડાકાઓ સાથે જ હું પડાળીની પાળી નીચે પડ્યો હતો. થોડે દૂર પાટ પર બેસીને રાઇડિંગ શૂઝ પહેરતો ખેરો પણ આંખના પલકારે ફરસ પર સૂઈ ગયો હતો. મારી બાજુમાં ઊભેલો ગજાનન ઝાટકો ખાઈને બારસાખમાં પડ્યો હતો અને કોણી પર ઘસડાઈને કમરામાં ઘૂસ્યો હતો. તે જ વખતે કોઈ બે જણ બારસાખમાં ધસી આવ્યા હતા. હું ચિત્કારી ઊઠ્યો હતો.

'ગેટ બૅક... ગેટ બૅક...' તે જ વખતે ઓર ધડાકા થયા હતા. બારણાના બંને ટોડલામાંથી લાકડાના ફુરચા ઊખડ્યા હતા.

કોઠીમાં ક્યાંક ઘંટ રણકી ઊઠ્યો હતો. અંદર દોડધામ મચી હતી. વિચિત્ર વાત એ હતી કે કોઠીમાંથી વળતા ગોળીબારની સ્થિતિ આવે તે પહેલાં કંપાઉન્ડના માણસો ઘેરાઈ ગયા હતા. ફુવારા પાસે સંતાયેલા કોઈક આદમીએ લાકડાની ડાળખીમાં ધોતિયું ભરાવીને ઊંચું કર્યું હતું.

ખેરો ધીરેથી સરકીને પડાળીમાં પડેલી ખુરશી પાસે આવ્યો હતો. ખુરશી પર તેની સૅમ્યુઅલ કૉલ્ટ પડી હતી. તે ઉઠાવે તે પહેલાં જ બારણાની પાછળથી તેના મામા ભવાનીનો અવાજ આવ્યો.

'નહીં ખેરા... નહીં... આપણે ઘેરાઈ ગયા છીએ.'

'પણ કોણ છે એ લોકો?' ખેરાએ પૂછ્યું, પણ જવાબ આપવાની ભવાનીને જરૂર ન હતી. તે જ વખતે બહાર ક્યાંક દૂર બ્યૂગલ વાગ્યું. ફુવારાની આડશેથી પેલો આદમી ઊભો થયો. ધજાની માફક તેણે ડાળખીમાં ધોતિયું ભરાવ્યું હતું.

'ડોન્ટ શૂટ... ડોન્ટ શૂટ... ગોળીબાર ન કરશો. હું તાબે થાઉં છું.' તે મોટેથી બૂમો પાડતો ઊભો થયો. બ્યૂગલનો અવાજ ચાલુ રહ્યો. ગોળીબાર ક્ષણ માટે અટક્યા. કોઈએ હિંદીમાં હુકમો કર્યા. શું કરવું જોઈએ તેની મને

વિમાસણ હતી.

'ડૅમ્ડ ધેટ ઇડિયટ...' ખેરા બોલ્યો. તેણે હાથમાં કૉલ્ટ પકડી...

'નહીં ખેરા... ડોન્ટ બી સિલી...' હું બોલ્યો.

'નહીં ખેરા...' અંદરથી બારણા પાછળથી ભવાનીનો અવાજ આવ્યો.

ફુવારા પાસેથી લગભગ આઠદસ માણસો ઊભા થયા તે બધાના હાથમાં ધોતિયું કે ખમીસ કે પછી રૂમાલો હતા. સામેથી વાડની પાછળથી બોગનવેલનાં ઝુંડમાંથી કંઈક હુકમો અપાયા અને એ બધા ફુવારાની પાળી પર હાથ ઊંચા રાખીને ચડ્યા. અમને ખ્યાલ આવ્યો કે તેમને શું હુકમ અપાયો હતો. બહાર ઝાડીની આસપાસ થોડીક દોડાદોડ થઈ. કોઠીની ડાબી તરફ આવેલા તબેલા આગળ ફરી ગોળીબાર થયો. પતરાના છાપરા પર ગોળીઓ રણકી. તબેલાની પછીતે મોટો ટેકરો છે અને એટલે ટેકટિક્સની દૃષ્ટિએ એ ટેકરા પરથી, તેનાં કોતરોમાંથી આસાનીથી કોઠીના એ ભાગ પર ગોળીઓ છોડી શકાય તેમ છે. ત્યાં પણ ફુવારા આગળ હતી તેવી પરિસ્થિતિ સર્જાઈ. ઘોડારના આદમીઓ અને કોઠીમાં કામ કરતા નોકરો પણ સંતોજી બારનીશનાં અંતિમ દર્શન કરવા નદીકિનારે ગયા હતા. એ બધા શોકમગ્ન અવસ્થામાં, સ્મશાનનો થાક ઉતારતા હતા. સ્મશાને જઈ આવ્યા પછી પ્રત્યેક માણસ કોઈ અજબ માનસિક થકાવટ અનુભવતો હોય છે. એ નોકરો અને ચરવાદારો આ એકાએક થયેલા ગોળીબારોથી મૂંઝાઈ ગયા હતા.

સંતોજીના મૃત્યુને કારણે કોઠીની રોજિંદી સલામતી વ્યવસ્થા તૂટી ગઈ હતી. કોઠીથી દૂર તેની ત્રણે બાજુએ 'વૉચ ટાવર્સ' જેવી ચોકીઓ હતી, પણ એ ચોકી પરનાં માણસો તેમ જ છેક ભેડાઘાટની ધર્મશાળાની પાસે રહેતા બાબા હરિભજન તેમ જ સંતોજીના જાણભેદુ આદમીઓ પણ અહીં આવ્યા હતા. ચોસઠ જોગણીના મંદિરમાં રહેતા પૂજારીઓ અને ધુંઆધાર પાસે વસતા કોલટા પણ કોઠી પર આવ્યા હતા. સંતોજીનું મૃત્યુ જાહેર શોકનો વિષય બની ગયો હતો. કોઠીની ચોકી કરવાની જાણે જરૂર ન હોય તેમ સૌ આવ્યા હતા. સંતોજી તેમના દેવ હતા... સર્વસ્વ હતા.

કોણ મર્યું હતું, કોને વાગ્યું હતું તે પણ જોવાનો અવકાશ ન હતો. ગમે તેમ પણ ભવાનીસિંહે બુદ્ધિ વાપરીને બારસાખની ભીતરમાં સૌને અટકાવી રાખ્યા હતા. બાકી જો હરિભજનના ઝનૂની ચેલકાઓ કે ખેરાના બીજા સાગરિતોએ કોઠીમાંથી બહાર આવવાની કોશિશ કરી હોત તો જરૂર ભયાનક

ખુવારી થઈ હોત.

ફુવારા પર ઊભેલા માણસોની સ્થિતિ કેવી ભયાનક હશે તે કલ્પી શકાય તેવી વાત ન હતી. તે બધા સ્થિર પૂતળાની માફક ઊભા હતા, ત્યારે તબેલા તરફ ગોળીઓ છૂટતી હતી. થોડી વારે ત્યાંથી પણ તાબે થવાની બૂમો આવી. રાજા ગોવિન્દદાસની કોઠી પર ચડી આવવું સહેલ ન હતું, પણ આજની પરિસ્થિતિ જુદી હતી... એ પરિસ્થિતિનો લાભ દુશ્મનોએ બરાબર લીધો હતો... પણ કોણ હતા એ દુશ્મનો!

હું ધીરેથી પાછો ઘસડાતો બારસાખ પાસે આવ્યો અને કોઠીની અંદર ગયો. અંદર બધા જ હવે હથિયારો લઈને ઊભા હતા. હરિભજન, ભવાની, જેક, સેના, સંતોજીના ત્રણ અંગરક્ષકો અને ખેરાના ખૂંખાર આદમીઓ.

'આજો ક્યાં છે? મેં પૂછ્યું, પણ આજો ત્યાં ન હતો. ખંડેરાવ પણ દેખાતો ન હતો. મને સહેજ ચિંતા થઈ પણ ચિંતા કરવાનો આ સમય ન હતો.

'અગાસી પરથી ફાયર થઈ શકશે.' હરિભજને કહ્યું.

'થઈ તો શકશે... કોઠીના કોઈ પણ કમરામાંથી ફાયર થઈ શકશે પણ ફુવારા પરના માણસો રહેંસાઈ જશે. તબેલા આગળના નોકરો... પણ...' મેં કહ્યું.

'તેનો કોઈ ઉપાય નથી' ભવાની બોલ્યો.

'મતલબ?' મેં પૂછ્યું.

'એ લોકોને નસીબ પર છોડવા સિવાય કોઈ ઉપાય નથી.' તેણે જવાબ આપ્યો. ભવાની તમાકુનું પાન ચાવતો હતો.

'હું એ નહીં થવા દઉં.' મેં કહ્યું.

'તો આપણાથી અહીંથી ભાગી શકાશે નહીં.' ભવાનીએ કહ્યું.

'આપણે તાબે થવું પડશે?' આશ્ચર્ય અને પ્રશ્નાર્થ એમ બન્ને સૂરો સાથે જેક બોલ્યો.

'થોડાક જણાએ તાબે થવું યોગ્ય થશે.'

'હું તાબે નહીં થાઉં... મને તાબે કરનાર પાક્યો નથી.' ભવાનીએ કહ્યું.

'જ્યાં સુધી આપણને ખબર ન પડે કે દુશ્મનો કોણ છે ત્યાં સુધી આપણે અંતિમ નિર્ણય લેવાની જરૂર નથી. છતાં થોડાક માણસોએ તાબે થવું અનિવાર્ય છે. એમ નહીં કરીએ તો ફુવારા પરના માણસોની કતલ થઈ જશે.' મેં કહ્યું.

'કતલ અમારે માટે નવાઈની વાત નથી.' ભવાનીએ કહ્યું.

'એ માણસો પાસે હથિયારો હોત તો વાત જુદી હતી. એ લોકો નિઃશસ્ત્ર

છે. વગર ટક્કરે તે બધાં ભૂંજાઈ જશે.' મેં કહ્યું.

'તમે ચર્ચા કરો... હું ઉપર જાઉં છું. ભવાનીએ મોંમાંથી તમાકુના પાનનો કૂચો આંગળીથી કાઢીને ખંખેર્યો. અને રાઇફલ ઉઠાવી.

'હું ના પાડું છું ભવાનીસિંહ...'

'હું કોઈનો તાબેદાર નથી.' તે બોલ્યા.

'સબૂર ભવાની. સેજલસિંહની વાત બરાબર છે. દુશ્મન વિશે જાણ્યા વગર કશું કરવું યોગ્ય નથી અને આટલા બધા માણસોને કમોતે મરવા પણ ન દેવાય.' હરિભજને કહ્યું. ભવાની ઘડીભર ખચકાઈને ઊભો રહ્યો. તે કશું પગલું લે તે પહેલાં જ બહાર બ્યૂગલ વાગ્યું. તબેલા તરફના ગોળીબાર અટક્યા હતા.

હું ધારતો હતો તેવું જ દૃશ્ય કોઠીના કંપાઉન્ડમાં રચાયું. ફુવારાની પાળી પર ઊભા થઈ ગયેલા આઠ જણાને એક પછી એક નીચે ઉતારવામાં આવ્યા. દૂરથી બૂમ પાડીને કોઈ તેમને હુકમ આપતું હતું. એક પછી એક હાથ ઊંચા રાખીને એ તમામ માણસોને ઝાંપા પાસે બોલાવવામાં આવ્યા. ઝાંપાથી થોડે દૂર તેમને ઊભા રાખવામાં આવ્યા. તેમની પાછળ રાઇફલો તાણીને આઠ સૈનિકો ગોઠવાયા. પ્રથમ વાર દુશ્મનો કોણ હતા તે ખ્યાલમાં આવ્યું. આઠ જણને આગળ રાખીને આઠે સૈનિકો કંપાઉન્ડમાં આવ્યા. તેમની પાછળ સૂબેદાર જેવો દેખાતો આદમી પણ દાખલ થયો. બરાબર તેવી જ રીતે તબેલા તરફથી પાંચ સૈનિકો ચાર માણસોની પીઠ પાછળ બંદૂકો તાકીને દાખલ થયા. એ બધાને કોઠીની પડાળી સામે લાઇનમાં ઊભા રાખવામાં આવ્યા. બે ગોળીબારો થયા અને રાતરાણીના ક્યારામાં છુપાયેલા ડૉક્ટર હ્યુસનને બહાર નીકળવાનો હુકમ થયો. ડૉક્ટર ધીરેથી ઊભા થયા અને તેમણે પેલા સૂબેદારની સામે ડગલાં ભર્યાં.

સૂબેદાર પડાળીની નજીક આવ્યો. પાળીને કારણે તે ખેરાને કે પડાળીમાં ચત્તા પાટ પડેલા ડૉક્ટરના ઓર્ડરલીને જોઈ શકતો નહીં હોય. તે પગથિયે આવીને બોલ્યો.

'કોઠી ઘેરાયેલી છે. કોઈ પણ ચાલાકી થશે તો પહેલાં આ માણસોને ભૂંજી નાખવામાં આવશે. હવે એક પછી એક બધા બહાર આવશો!'

'નહીં, જવાની જરૂર નથી... સેજલ...' સેના બોલી ઊઠી.

'બી ક્વાએટ...' મેં કહ્યું અને બારસાખમાંથી હું બહાર આવ્યો. જાનોર રાઇફલનો સૂબેદાર મને જોઈને અજબ સ્તબ્ધતા અનુભવી રહ્યો.

'સેજલસિંહ... યૉર હાઇનેસ... આપ...' તે બોલ્યો.

હું મક્કમ ડગલાં ભરતો બહાર આવ્યો. મારા બન્ને હાથમાં મારી બંને સૅમ્યુઅલ કૉલ્ટ્સ હતી.

'શું નામ તમારું સૂબેદાર?'

'રામસેન... રામસેન... બાકર.'

'આ શું ધમાલ છે અહીં?' મેં પૂછ્યું.

'પણ આપ—' તે ગૂંચવાયો હતો. જાનોરમાં ચાલતા રાજકારણથી તે કદાચ અપરિચિત હશે. તેણે પોતાના હાથ નીચેના માણસના કાનમાં કંઈક કહ્યું અને મને સલામ મારીને પાછો દોડ્યો.

'ખેરા... ખેરાસિંહ... તું અંદર ચાલ્યો જા... નો બડી શૂટ્સ... નો બડી ડઝ એનીથિંગ... બી ક્વાએટ... હું આ પતાવું છું' મેં કહ્યું. ખેરાએ મારી સામે જોયું. તેના ચહેરા પર થોડી અનિર્ણયાત્મકતા આવી. તે ધીરેથી ખસીને અંદર ચાલ્યો ગયો. તેની પાછળ હું ગયો અને બધાને ઉદ્દેશીને કહ્યું, 'જાનોર રાઇફલ્સની ટુકડી છે. મને મારી રીતે કામ કરવા દો. હું બધું કામ પાર પાડીશ. ભવાનીસિંહ, ભગવાનને ખાતર મારા કહેવા પ્રમાણે કરજો' કહીને હું બહાર આવ્યો.

મારી નજર ઝાંપા આગળ ગઈ. થોડા ઘોડેસવારો ઝાંપા પાસે આવ્યા હતા. એક અફસર ઘોડા પરથી ઊતર્યો. સવારના દસ વાગ્યા હતા. આકાશમાં વાદળો હતાં. ધૂંધળા પ્રકાશમાં એ અફસરનાં કેવળ બટન ચમકતાં હતાં. એ બંને થોડા નજીક આવ્યા અને હું ચોંક્યો. એ અસંભવ હતું, અશક્ય હતું, છતાં સત્ય હતું. સૂબેદારની સાથે કર્નલ મૅલેટ કોઠી તરફ આવતો હતો. તેનાં કપડાં ફાટેલાં હતાં. કપડાં અને બૂટ પર કાદવ જામ્યો હતો. તેના મોં પર સોજો આવેલો હતો. કાન પાસે નાનો ચીરો પડ્યો હતો. પાટલૂન બંને ઢીંચણ આગળથી ફાટ્યું હતું. કોટની જમણી બાંયના લીરા થઈ ગયા હતા. અને હાથ પર ઊંડા ઉઝરડા થયા હતા. ડાબા હાથ પર પાટા બાંધેલા હતા. તેની એક આંખ સાથે તેનો સૂઝેલો ચહેરો ભયાનક લાગતો હતો. તેને જોઈને મને થડકારો થયો.

'વેલ કમ કર્નલ...' મેં કહ્યું. તેની પાછળ બીજા દસેક સૈનિકો અને એક અંગ્રેજ સાર્જન્ટ આવ્યા હતા. મને ખ્યાલ આવ્યો કે કર્નલ મૅલેટ ખાસ્સી મોટી ટુકડી લઈને આવ્યો હતો.

'વૉટ એ સરપ્રાઇઝ!' તે બોલ્યો. તેના હાથમાં પિસ્તોલ રમતી હતી. 'યૉર

હાઇનેસ તમારી પિસ્તોલ.' કહીને તેણે હાથ લંબાવ્યો.

હું હસ્યો. 'મારી પિસ્તોલ...! અને ન આપું તો કર્નલ...'

'તો—' તે બોલ્યો અને તે સાથે તેણે ત્યાં ઊભેલા પહેલા આદમીના પગ પાસે ધડાકો કર્યો. પેલો ઊથલીને, ગભરાઈને નીચો પડ્યો. અલબત્ત, કર્નલે તેના પગથી દૂર જમીન પર નિશાન લીધું હતું. હું પડાળીની પાળીની નજીક ગયો. તેની નજર ડૉક્ટર હુસન તરફ ગઈ. તે ડૉક્ટરને આશ્ચર્યથી કંઈ પૂછે તે પહેલાં મેં હોઠ ફફડાવીને કહ્યું, 'તમારે એવી તકલીફ લેવાની જરૂર નહીં પડે...'

'એટલે?'

'જે કામ તમે કરવા આવ્યા છો તે કામ મેં કરી નાખ્યું છે.'

'સમજ્યો નહીં, યૉર હાઇનેસ...' તે બોલ્યો.

'ધે આર ઓલ હિઅર... કર્નલ' મેં આંખ મિચકારીને કહ્યું.

કર્નલે પેલા સૈનિકો તરફ જોયું અને સ્ટૅન્ડ ટુનો ઑર્ડર આપ્યો. તેની સાથે આવેલા સાર્જન્ટને મેં પ્રથમ વાર જોયો હતો. તેનું નામ રિચાર્ડ બ્રૂસ હતું. કર્નલે તેને પાછળની ટુકડીને કોઠીનો ઘેરો ઘાલવાનો હુકમ આપ્યો. અને તે પડાળી પર ચડ્યો.

'યુ કેન રિલૅક્સ કર્નલ... હું બધાને લાવું છું' મેં કહ્યું, અને પિસ્તોલો તેમના હાથમાં આપી... હું કમરામાં ગયો. અને જૅક મૅકગ્રેગરને બહાર લઈ આવ્યો. જૅક દ્વિધામાં હતો, પણ અત્યારે તેને મારું કહ્યું કર્યા વગર છૂટકો ન હતો. તે પછી ખેરા, ભવાની અને હરિભજનને બહાર લઈ આવ્યો. કર્નલ આશંકાથી મારી સામે જોઈ રહ્યો.

'તમને નવાઈ લાગે છે ને કર્નલ... પણ મારી કામ કરવાની પદ્ધતિ જુદી છે. હું બહુ બુલેટો વાપરવામાં માનતો નથી.'

'પણ... પણ... હું આ સમજી શકતો નથી.' કર્નલના ચહેરા પર શંકા તરી આવી.

'આ લોકોને મેં છૂટા કેમ રાખ્યા છે તે ને?' મેં હસીને કહ્યું, 'અરે, તેમનાં હથિયારો પણ મેં તેમની પાસે જ રાખ્યાં છે.'

'એટલે?' કર્નલ એકદમ ઊભો થયો.

'ચિંતા ના કરો કર્નલ... તેનું રહસ્ય હું સમજાવું છું. ગજાનન...' મેં બૂમ પાડી અને ગજાનન અને હરિભજનનો એક સાગરિત જીના અને સેનાને બંદૂકની અણીએ બહાર લઈ આવ્યા.

'આ છોકરીઓ જ્યાં સુધી મારા કબજામાં છે ત્યાં સુધી તે લોકો કશું કરી શકવાના નથી.' મેં કહ્યું અને ગજાનને કહ્યું, 'સંતોજીના કમરામાં તેમને પૂરી દેજો... હવે કર્નલ આવી ગયા છે એટલે વાંધો નથી.'

નાટક બરાબર ચાલતું હતું. ખેરાને પણ મજા આવતી હોય તેમ તેના ચહેરા પરથી મને લાગ્યું. ભવાનીની અક્કલમાં આખી વાત ઊતરતી હતી. કેવળ જેક મૅકગ્રેગર તદ્દન નિર્લિપ્ત રીતે ત્યાં ઊભો હતો.

'આ લોકોને છોડી દેશો તો વાંધો નથી કર્નલ.' મેં ધીરેથી કહ્યું.

'આ લોકોને પ્રિઝનર્સ તરીકે લીધા પછી યૉર હાઇનેસ...'

'જેવી તમારી ઇચ્છા કર્નલ.' મેં તદ્દન સ્વાભાવિકતાથી કહ્યું, 'મને તો કેવળ જેક મૅકગ્રેગરમાં રસ હતો. તેને માટે ઇનામ છે ને! અને...'

'આ બધા લોકો માટે પણ ઇનામ છે.'

'તે હશે. તેમનાં માથા માટેનાં ઇનામો તમે લો તો મને વાંધો નથી, પણ મેં સાંભળ્યું છે કે કર્નલ જેકબસન અને કૅપ્ટન સિરિલ...'

'એ લોકો...' કર્નલ બોલવા ગયા પણ અટક્યા. તેણે સાર્જન્ટ બ્રૂસને હુકમ આપ્યો. 'ટેક અવે ધીસ મૅન...'

'નહીં કર્નલ... આ નિર્દોષ લોકોને તમે જ્યાં સુધી પકડ્યા છે ત્યાં સુધી નહીં.'

'આ બધાને હું...'

'બધાને નહીં. એ લોકો નિર્દોષ છે કર્નલ... ભેડાઘાટના વતની છે. સંતોજી બારનીશની અંતિમવિધિ માટે આવ્યા હતા.'

'તેમને હું કેવી રીતે છોડી શકું... શી ખાતરી કે...' કર્નલ બોલવા ગયા.

'કર્નલ, તમને શી ખાતરી છે કે અત્યારે જ મારા આદમીઓ તમારા પર બંદૂક તાકી નહીં રહ્યા હોય. રિલીઝ ધેમ... તમને જે માણસોમાં રસ છે તે અહીં છે.'

'તમે હોશિયાર છો યૉર હાઇનેસ... ઓ.કે. બ્રૂસ રિલીઝ ધી બાસ્ટર્ડ્‌સ' કર્નલ મૅલેટે હુકમ આપ્યો. ખેરાસિંહ તંગ થયો પણ મેં તેની સામે જોઈ સ્મિત વેર્યું. કર્નલે ખેરા, ભવાની, જેક અને હરિભજનને બાંધવાનો હુકમ આપ્યો.

'અને આ...'

'ઓહ ડૉક્ટર હ્યુસન...' મેં ઉદ્‌ગાર કાઢ્યો. એ ડૉક્ટરને પણ આ લોકો લાવ્યા છે. આઈ મીન એ ડૉક્ટર સંતોજીના મિત્ર હતા. એક જમાનામાં એ

ક્રિકેટ સાથે ખેલતા... તેમણે સંતોજીને બચાવવા પ્રયત્ન કર્યો પણ...'

'વેલ, મારી ઇચ્છા તો તેમને જીવતા પકડવાની હતી... એની વે, તેની દીકરી હવે મારા કબજામાં છે.'

'મારા નહીં, કર્નલ, આપણા' મેં કર્નલને કહ્યું.

'વેલ, યૉર હાઇનેસ, મારે આપની સાથે થોડી અગત્યની વાત કરવાની છે' કર્નલે કહ્યું.

'આપણે અંદર જઈશું?' મેં પૂછ્યું. કર્નલ એક ક્ષણ ખચકાયો. પટો સીધો કર્યો અને ડોકું ધુણાવી બોલ્યો, 'ઓહ યસ... ચાલો.'

'શું લેશો કર્નલ...'

'આપ પાઈ શકો તે...'

કર્નલ મૅલેટ માટે મેં પીણાં મગાવ્યાં. એ તરસ્યો હતો. તેના ચહેરા પર પારાવાર થાક વર્તાતો હતો. શરીર પર ઠેર ઠેર થયેલા ઉઝરડા, ફાટેલાં કપડાં, સૂઝી ગયેલું એક તરફનું જડબું અને એક જ આંખને કારણે કર્નલનો ચહેરો ભયાનક લાગતો હતો. ભૂમધ્ય સમુદ્રમાં ભમતા ચાંચિયા જેવો તેનો દેખાવ જોઈને ભાગ્યે જ કોઈ તેને બ્રિટિશ અફસર માને. રણમાં ભૂલો પડેલો આદમી પાણી પીએ તેવી જ રીતે તેણે વ્હિસ્કીનો અડધો ગ્લાસ પી લીધો. ફાટેલી બાંયથી મોં લૂછીને તેની એક આંખથી તેણે મારી સામે મીટ માંડી.

'શું વાત કરવાની હતી કર્નલ?' મેં પૂછ્યું. તે ઘડીભર મારી સામે જોઈ રહ્યો. તેણે ફરી વાર ગ્લાસમાં થોડી વ્હિસ્કી નાખી.

'દુશ્મનો વચ્ચે આપ અજબ સ્વસ્થતાથી રહી શકો છો!' તેણે કહ્યું. હું કંઈ બોલ્યો નહીં.

'સંતોજીની અંતિમ ક્રિયા કોણે કરી?'

કર્નલ આવો પ્રશ્ન પૂછશે તે મેં ધાર્યું ન હતું, 'તેની દીકરીએ કર્નલ!' મેં જવાબ આપ્યો. 'તેમને દીકરો નથી એટલે એ ખૂબ સ્વાભાવિક હતું...'

'પણ હિંદુ ધર્મ પ્રમાણે તો...' તેણે કહ્યું.

'ધર્મ પ્રમાણે ઘણું બધું થઈ શકે અને ન થઈ શકે કર્નલ. એ સંતોજીની દીકરીનો પ્રશ્ન છે, મારો નહીં.'

'પણ યૉર હાઇનેસ! એ સંતોજીના અંતિમ સંસ્કાર વખતે એ છોકરીને આપે છોડવી પડી હશે જ ને?' કર્નલે પૂછ્યું.

'છોડવી જ પડે ને! એટલો ખરાબ તો હું થઈ ન શકું ને! પણ ગોળી

દૂરથીય નિશાન પાડી શકે છે. છોકરીને છોડીને મેં કોઈ જોખમ લીધું ન હતું. હું તમને એટલો ભલો લાગ્યો?' મેં પૂછ્યું અને ધીરેથી બોલ્યો, 'તમારે આ જ વાત પૂછવાની હતી?'

'વાત તો ઘણી કરવાની છે, પ્રશ્નો પણ પૂછવાના છે, પણ તે પહેલાં મારે એક ચેતવણી આપવી છે. આપની હરકતોના સરવાળા હું કરી શકું છું. આપે જે કરવા માંડ્યું છે તેના પરિણામે જાનોર ખાલસા થશે. જે જામગરી ચાંપી છે તેનાથી ભડકો થઈ ચૂક્યો છે. એ ભડકાથી અંગ્રેજ સલ્તનત તૂટી પડવાની નથી, પણ આપ જરૂર દાઝવાના છો.'

'આ શું વાત કરો છો, કર્નલ?' મેં ગળામાંથી દર્દભર્યો સૂર કાઢીને કહ્યું, 'મારે દાઝવાનું આવશે? તમે શું કહેવા માગો છો તે મને સમજાતું નથી.'

'બે વત્તા બે કરી લેતાં મને આવડે છે યૉર હાઇનેસ... નર્મદા ટેરિટરીઝના ઇતિહાસમાં ક્યારેય ન સર્જાયો હોય તેવો ગૂંચવાડો આપે પેદા કર્યો છે.'

'કર્નલ... તમારા આ શબ્દોમાં ફરિયાદ છે, અભિનંદન છે કે પછી આરોપ છે... જાનોર અંગ્રેજોના તાબામાં છે. તેનો વહીવટ તમે અંગ્રેજો જ કરો છો... હું જાનોરનો રાજકુમાર છું, રાજવી છું... અંગ્રેજ રાજકારણમાં ગૂંચવાડો પેદા કરીને મારે શું મેળવવાનું છે?'

'એ જ વાત મારે કહેવાની છે યૉર હાઇનેસ... ગૂંચવાડો પેદા કરવાથી આપને કે જાનોરને કંઈ મળવાનું નથી... અલબત્ત, ગુમાવવાનું છે.' કર્નલે ગ્લાસમાંથી એક ઘૂંટ ભર્યો.

'હું સમજ્યો નહીં કર્નલ... અંગ્રેજો અંગ્રેજો વચ્ચે સત્તાની સાઠમારી થાય તેમાં મારો કે જાનોરનો દોષ છે?' મેં પ્રશ્ન કર્યો.

'અંગ્રેજો વચ્ચેની સત્તાખેંચની આ વાત નથી' કર્નલે કહ્યું.

'તો શેની વાત છે?'

'ગોલાકી મઠમાં અત્યારે, આ પળ સુધી જે લડાઈ ચાલી રહી છે તેની વાત છે.'

'તેમાં હું વચ્ચે ક્યાંથી આવ્યો? એ લડાઈ તમારે અને સંતોજી વચ્ચે થઈ તેમાં મારે શું? તમે લડવા જાઓ તો કોઈને પૂછીને જાઓ છો અને પૂછતા હશો તો તમારા ઉપરીઓને પૂછતા હશો. મને ઓછા પૂછવાના હતા?'

'મને ખાતરી હતી કે... મને ખાતરી હતી જ કે આપ આમ જ કહેશો, પણ હું પૂછું છું, જીના પૉવેલનું અપહરણ આપે કરાવ્યું ન હતું?'

'કેટલી વાર મારે એ જવાબ આપવો! એ કમનસીબ ઘટના હતી. સર પૉવેલ એક ઍંગ્લોઇંડિયનને પોતાની બહેન આપવા તૈયાર ન હતા. એટલે મેં તેને મદદ કરી. જીના પૉવેલ પણ એ યોજનામાં સમ્મત હતી.'

'અને સંતોજી અને ખેરાસિંહ પણ તેમાં સમ્મત થયા એમ જ ને!'

'વેલ સેઇડ કર્નલ, પણ મને એ સમજાતું નથી કે ખેરા અને સંતોજીએ જો જીનાનું અપહરણ કરવામાં મદદ કરી હોત તો ઘોડા શા માટે માગત?'

'કારણ કે તેમને હથિયારોની જરૂર હતી અને એ હથિયારો લૂંટવા માટે બ્રાન્ડ વગરના ઘોડા જોઈતા હતા...' કર્નલે કહ્યું.

'આ ટિપિકલ અંગ્રેજી લૉજિક છે. કર્નલ. તમને એ સમજાતું કેમ નથી કે એક વાર જીનાનું અપહરણ કર્યા પછી શા માટે તે લોકો ઘોડા માગે...' સીધેસીધી હથિયારોની માગણી જ કેમ ન કરે! જો જેક ઘોડા આપી શકતો હોય... મહામહેનતે ઉછેરેલા ઘોડા પોતાની પ્રેયસી માટે આપી શકતો હોય તો સર પૉવેલ તેમની બહેન માટે પાંચ-પચાસ બંદૂકો કે બુલેટો આપી ન શકત! મારે તમને એ જ સમજાવવું હતું. તે દિવસે તમે મારે માટે ઇન્ક્વાયરી બેસાડી ત્યારે હું એ જ કહેવા માગતો હતો કે જીના અને જેકને પરણાવવા માટેની એક સ્ટુપિડ સ્કીમ હતી, જે મિસફાયર થઈ. અરે! કર્નલ એક વાર તમે તમારી ગાય વેચી નાખો પછી તમને શી ખાતરી કે ગાય ખરીદનારો તેને લઈને પોતાને ઘેર જાય છે કે પછી કતલ કરે છે. એવું જ એ ઘોડાનું થયું.

'અને એવું જ જાનોરની કેન્ટની જેલનું થયું, ખરું ને?' કર્નલે ઝડપથી કહ્યું.

'ઈશ્વર કરે અને તમારા જીવનમાં આવો પ્રસંગ કદી ન આવે કર્નલ, મોતના મોંમાંથી હું કેવી રીતે પાછો આવ્યો તે ઈશ્વર જાણે છે' મેં કહ્યું અને કર્નલ ખડખડાટ હસ્યો.

'યુ આર રિયલી એ સ્વીટ ડેવિલ... એ વેરી સ્વીટ ડેવિલ... હું એમ પૂછું છું યૉર હાઇનેસ કે ગોલાકી મઠમાં રહમતમીર પિંઢારી ક્યાંથી આવ્યો! અને પેલો કમબખ્ત જેડો રાઉટીઓ, લેફ્ટનન્ટ સ્ટુઅર્ટની આખી ટુકડીને મોતના મોઢામાં લઈ ગયો... પિંઢારીઓની વચ્ચે... હજુ એ ધિંગાણું પતે તે પહેલાં તો ભડકેલા ઘોડાઓની માફક, જેકની શોધમાં નીકળેલા મનસબદારો પણ બરાબર ત્યાં જ આવી પહોંચ્યા. સંતોજી અને ખેરાસિંહ દક્ષિણમાંથી આવ્યા. તેની પાછળ કૅપ્ટન સિરિલ અને કર્નલ જેકબસન આવ્યા. એ તો સારું થયું હું થોડો મોડો પહોંચ્યો, નહીં તો મારો કચ્ચરઘાણ નીકળ્યો હોત... મને વાવડ

મળ્યા કે સંતોજી ઘવાયા છે. ખેરાસિંહ અને સંતોજી તેમના થોડા આદમીઓને લઈને નર્મદાના નીચે વાસમાં ભાગ્યા છે. ધૅટ્સ હાઉ આઈ ફોલોડ હિમ, પણ મારે ઠેકઠેકાણે સ્નીપર્સનો સામનો કરવો પડ્યો હતો... હજુ અત્યારે પણ ગોલાકી મઠમાં જંગ ચાલી રહ્યો છે... યૉર હાઇનેસ...'

કર્નલની વાત સાંભળીને ખરેખર આનંદ થતો હતો. મારી 'મૉમ'ની સ્ટ્રૅટેજી બરાબર કારગત નીવડી હતી. સંતોજી ઘવાઈને આવ્યા હતા અને મારે ડૉક્ટર હ્યુસનને લેવા જવું પડે તેમ હતું અને ત્યાર બાદ સંતોજીનું અવસાન થયેલું એટલે ગોલાકી મઠમાં કેવું ધિંગાણું થયું તેની પૂછપરછ કરવાનો મને સમય મળ્યો ન હતો.

'જબલપુર હેડક્વૉર્ટર્સથી રીઇન્ફૉર્સમેન્ટ મંગાવવી પડી છે... એ બધું ન થયું હોત જો હથિયારો અને બુલેટો લૂંટાઈ ન હોત તો...'

'વેલ કર્નલ. આ બધી વાત તમે મને શા માટે કહો છો, મેં તો મારી એક મિત્ર તરીકેની ફરજ બજાવી છે એ ફરજ કરતાંય વધુ વફાદારી બતાવી છે. જેક મૅકગ્રેગરને મેં ઝડપ્યો છે. એ ઓછું હોય તેમ સંતોજીના લગભગ તમામ સાગરિતો અને ખેરાસિંહ મારે કબજે છે. આથી વધુ મારી પાસેથી શું અપેક્ષા રાખી શકો?'

કર્નલના ચહેરા પર ગૂંચવણ તરી આવી હતી. તેને પળવાર સમજાયું નહીં કે તેણે શું બોલવું જોઈએ. તેણે ફરી વાર વ્હિસ્કીનો ઘૂંટ લીધો. 'આપની વાત મને તર્કબદ્ધ લાગે છે યૉર હાઇનેસ... પણ એક વાત મને સમજાતી નથી. જેક મૅકગ્રેગરને પકડાવી દેવાનો આટલો બધો રસ આપને શા માટે છે?' કર્નલે પૂછ્યું. મારી પાસે તેનો જવાબ ન હતો. હું ઘડીભર, એક સેકન્ડ માટે ખચકાયો.

'હું મૈત્રીને વધુ અગત્યની ગણું છું, કર્નલ...'

'જેક તમારો મિત્ર ન હતો. જેને માટે આપ જેવા રાજકુમાર એક અંગ્રેજ અફસરની બહેનનું અપહરણ કરવા તૈયાર થાઓ.'

'એ જ કહું છું ને! જે માટે મેં આટલું મોટું જોખમ વહોર્યું... અને તેના બદલામાં? તેણે મારા પર શક કર્યો. એટલું જ નહીં તેના ઘોડા મેં લૂંટારુઓને આપી દીધા છે તેવો સંશય કર્યો. સંશય કરીને તેણે મને પૂછવાને બદલે તપાસ શરૂ કરી.'

'અને એ તપાસમાં જેક પર હુમલો થયો... રામસતિયાએ કબૂલ કર્યું કે.' કર્નલ મૅલેટ બોલે અને વાક્ય પૂરું કરે તે પહેલાં મેં કહ્યું, 'યસ કર્નલ...

રામસતિયાએ જ આ ગૂંચવણ પેદા કરી છે.'

'પણ એને તો આપે જ છોડાવ્યો ને?'

'મેં નહીં કર્નલ... આજો માતાઈએ. આજે પણ... અત્યારે પણ હું કહું છું કે આજો માતાઈનો મુક્કો ખાવા કરતાં હું જો ગિબ્સન સાથે ફરી લડવાનું પસંદ કરું. રામસતિયાની પણ એ જ સ્થિતિ હતી ને! હું આજો ના હાથમાં હતો અને રામસતિયા જો ગિબ્સનના હાથમાં. એ છોકરા પર જે અત્યાચાર થયો એવો અત્યાચાર કોઈના પર પણ થયો હોય તો તે પોતાની સગી માને પણ પકડાવી દે.'

'એટલે આપનું એમ કહેવું છે તે ખોટું બોલતો હતો?'

'નહીં તો શું?' મેં જવાબ આપ્યો.

'છતાં તેને છોડાવવા ખુદ આજો આવ્યો... સંતોજીની દીકરી આવી!'

'એ તો બાગીઓ છે અને શું કામ ન આવે? સાતસો રાઇફલો અને દસ લાખ જેટલી બુલેટો ગુમાવવા કરતાં બે-ચારના જાન ગુમાવવા તેમને સસ્તા પડે. અરે, એમની ક્યાં વાત કરો છો, એ ભયજનક કામમાં હું ન જોડાયો! કર્નલ, તમને ખબર નથી હું સર વિલિયમની દીકરી સાથે પરણવાનો છું. એ લગ્ન જ્યારે નક્કી થતું હોય ત્યારે આવા જેલ તોડવાના બનાવમાં હું શા માટે ભાગ લઉં? જાનનું જોખમ હોય ત્યારે જ ને!'

'એ પછી પણ આપે જાનનું જોખમ લેવાનું ચાલુ જ રાખ્યું ને! શા માટે જેકની તલાશમાં આપે જવું જોઈએ!' કર્નલે મને હંફાવવાનું નક્કી કર્યું હતું.

'હું તલાશમાં ન નીકળ્યો હોત તો પાછા તમે જ શંકા કરત કે જેકને મેં ભગાડ્યો છે કે સંતાડ્યો છે... મને તેની તલાશમાં અંગત રસ ન હતો તેવું નથી. જેક પકડાય, તેના પર કેસ ચાલે, તો જ સાચી વાત બહાર આવે ને...'

'કઈ વાત યૉર હાઇનેસ!'

'જીનાના અપહરણની...' મેં કહ્યું.

'કે સર પૉવેલના મોતની?'

'બન્ને...' મેં ધીરેથી કહ્યું.

'ઓ.કે. યૉર હાઇનેસ...' કહીને કર્નલ મૅલેટે તાળી પાડી. એક સિપાઈ અંદર દાખલ થયો. કર્નલે તેને ડૉક્ટર હ્યુસનને બોલાવી લાવવા કહ્યું. ડૉક્ટર હ્યુસન પ્રવેશ્યા. મધ્ય પ્રદેશમાં તેમણે આખી જિંદગી વિતાવી હતી. તેની અસર તેમની ચામડી પર વર્તાતી હતી.

'ડૉક્ટર... મને જરા તપાસી લેશો...?' કહીને કર્નલ મૅલેટ પોતાના ડાબા જડબા પર ધીરેથી હાથ મૂક્યો. 'અહીં મને સખ્ત વાગ્યું છે.' કર્નલ ખરેખર અજબ સહનશીલ આદમી હતો. સામ્રાજ્ય ઘડનારી પ્રજાનું જોમ તેની નસેનસમાં ફરતું હતું. કર્નલને ડૉક્ટર હ્યુસને કાળજીથી તપાસ્યા.

મેં મગજ પર ખૂબ ઠંડક રાખી હતી. કર્નલ મૅલેટ જેટલો હોશિયાર હતો તેટલો જ લશ્કરી ગોઠવણોમાં કાબેલ હતો. મને ખાતરી હતી કે કોઠીમાં પ્રવેશતાં પહેલાં તેમણે પાકો બંદોબસ્ત કર્યો હશે અને એટલે જ એક પણ બુલેટ વાપર્યા વગર મેં તેને અંદર આવવા દેવાનો નિર્ણય કર્યો હતો. વગર કોઈ ચર્ચાવિચારણાએ ખેરાસિંહે મારી વાત અપનાવી લીધી હતી તેનો મને સંતોષ હતો. ડૉક્ટર હ્યુસને કર્નલ મૅલેટના જડબા પર દવા લગાડી અને તેના ઉઝરડા સાફ કર્યા. કર્નલે ફરી વ્હિસ્કીનો ઘૂંટ લીધો. ડૉક્ટરને બેસવાનું કહ્યું અને એકાએક પ્રશ્ન કર્યો.

'ડૉક્ટર, તમને અહીં જોઈને મને ખૂબ આશ્ચર્ય થયું હતું... તમે અહીં ક્યાંથી આવી ચડ્યા?'

'આવી ચડ્યો ન હતો. મને લાવવામાં આવ્યો હતો. મને ખબર ન હતી કે સંતોજી અહીં ઘાયલ થઈને પડ્યો હશે... એ બાગી બન્યો તે પહેલાનો હું તેને ઓળખતો હતો...' ડૉક્ટરે કહ્યું.

'તમને કોણ લાવ્યું અહીંયાં?' કર્નલે પૂછ્યું. હું એક ધડકારો ચૂકી ગયો. મેં સહેજ પણ ચિંતા દર્શાવ્યા વગર કે થડકાર વગર ડૉક્ટરની સામે જોયું...

ડૉક્ટરે મારી સામે જોયું. તેના ચહેરા પર સ્મિત આવતાં આવતાં ચાલ્યું ગયું. 'આઈ વૉઝ કિડનેપ્ડ... (મારું અપહરણ કરવામાં આવ્યું હતું.)

'બાય હુમ?—કોણે કર્યું?'

'ડાકુઓએ સ્તો...' ડૉક્ટરે હાથ પસારીને કહ્યું.

'તમે ઓળખી શકશો?'

'કદાચ મારો કોચમૅન—મારો ઑર્ડરલી ઓળખી શકશે...' ડૉક્ટરે કહ્યું. ડૉક્ટર હ્યુસને બરાબર જવાબ આપ્યો હતો... સંતોજી સાથે એ ક્રિકેટ રમ્યો હતો અને જાનોરમાં મારા બાપુ સાથે તેણે વર્ષો ગાળ્યાં હતાં. હું તો ઘરડો માણસ છું કર્નલ... અને મારો વ્યવસાય જુદો છે. દુશ્મન હોય કે દોસ્ત એક ડૉક્ટર તરીકે મને ઉઠાવી લાવવામાં ન આવ્યો હોત તોપણ હું અહીં આવ્યો હોત, પણ અપહરણકારોને એવો વિશ્વાસ કેવી રીતે પડે... તેમની દૃષ્ટિએ તે

સાચા છે.'

'આભાર ડૉક્ટર...' કર્નલે કહ્યું અને સિપાઈને સૂચના આપી. થોડી વારમાં ડૉક્ટર હ્યુસનના ભયભીત ઑર્ડરલીને રૂમમાં ધકેલવામાં આવ્યો. ડૉક્ટર હ્યુસન સ્થિતપ્રજ્ઞની જેમ ઊભા રહ્યા. ઑર્ડરલી ધ્રૂજતો હતો. કર્નલ મૅલેટ બાજી જીતી રહ્યો હતો.

'શું નામ તારું?'

'મલેક... વજીર મલેક.' પેલો બોલ્યો.

'કોણ લાવ્યું તને?' કર્નલ મૅલેટની એક આંખ ડૉક્ટર પર તકાયેલી હતી.

'ડૉક્ટરસાહેબ... સાહેબની સાથે આવ્યો.'

'કેવી રીતે?'

'ગાડીમાં.'

'ડૉક્ટરને કોણ બોલાવવા આવ્યું હતું?' કર્નલે પૂછ્યું. પેલાએ જવાબ ન આપ્યો. કર્નલ તેની નજીક ગયો. પેલાએ આંખો નીચે ઢાળી...

'કોણ આવ્યું હતું ડૉક્ટરને બોલાવવા?' કર્નલે ફરી પૂછ્યું.

'ત્રણ કે ચાર જણ...'

'કોણ હતા એ ત્રણ કે ચાર જણ?' કર્નલે પૂછ્યું.

'હું ઓળખતો નથી સાહેબ, પણ તેમાંના એક આદમીએ કહ્યું હતું કે તેનું નામ સેજલસિંહ છે.'

'આ સામે બેઠા છે તે કોણ છે ખબર છે?' કર્નલે પૂછ્યું, 'એ હતા ડૉક્ટરને ત્યાં?'

'એ ખબર નથી. અંધારામાં–' તે બોલે તે પહેલાં કર્નલે તેને તમાચો માર્યો. તેનો અવાજ એ કમરામાં ઘડીભર ઘૂમતો રહ્યો. તે ચકરી ખાઈને ભીંત સાથે અથડાયો.

'સાચું, મને ખબર નથી, એ અહીં હતા...'

'સંતોજીની સાથે હતા?' કર્નલે પૂછ્યું.

'હા...' પેલાએ જવાબ આપ્યો. કર્નલે બૂમ પાડી. સિપાઈ હાજર થયો. 'આને લઈ જાઓ અને પૂછો જબલપુરથી આવ્યા પછી શું શું થયું...'

સિપાઈ પેલાને હડસેલીને બહાર લઈ ગયો. કર્નલ મૅલેટે બૉટલ ઉઠાવી. ફરી ગ્લાસમાં એક પૅગ ભર્યો. 'આપને શું કહેવાનું છે યૉર હાઇનેસ? કે હજુ ખુલાસા કરવાના બાકી છે?'

'યસ કર્નલ... ડૉક્ટર હ્યુસનને ખેરા ઉઠાવી લાવ્યો હતો. તેણે કદાચ મારું નામ વટાવ્યું હોય...'

'બ્રિલિયન્ટ સેજલસિંહ... યુ આર રિયલી બ્રિલિયન્ટ, પણ આજે એ બધી ચાલાકીનો અંત આવશે' તે બોલ્યા.

'કર્નલ, હું તમને મદદ કરી રહ્યો છું તે તમારા મગજમાં ઊતરતું નથી?'

'આપ કોને મદદ કરી રહ્યા છો તે સમજતાં મને ખાસ્સી વાર લાગી છે, પણ હવે હું સમજી ચૂક્યો છું, યૉર હાઇનેસ. તે બોલ્યો. આંખના પલકારે તેણે બેલ્ટની ખલેચીમાંથી તમંચો કાઢ્યો અને બોલ્યો.

'યૉર ગેઇમ ઇઝ અપ... માય યંગ પ્રિન્સ, રેઇઝ યૉર હેન્ડ્ઝ...' મેં ધીરેથી હાથ ઊંચા કર્યા અને સ્મિત વેર્યું.

'વેલ કર્નલ... મારી એકલાની નહીં, આપણા બન્નેની બાજી પૂરી થઈ છે. જેને માટે તમે અહીં દોડી આવ્યા છો. તે અહીં નથી. હશે તોપણ હવે મળશે નહીં. તમે ખેલ બગાડી નાખ્યો છે.' કર્નલની એક આંખ મારી સામે મંડાઈ રહી. 'મધપૂડામાં હાથ નાખી દેવાથી મધ મળે નહીં કર્નલ... યુ કેન ટેક મી એઝ યૉર પ્રિઝનર' કહીને મેં ઊંચા કરેલા હાથ લંબાવ્યા.

કર્નલ મૅલેટની એક આંખ વિચિત્ર રીતે પહોળી થઈ. એક જ આંખ સારી હોવાને કારણે કર્નલનો ચહેરો હતો તેના કરતાં વધુ ક્રૂર અને કડક લાગતો. 'હું જેની શોધમાં છું તે અહીં નથી એટલે?' કર્નલે પ્રશ્ન પૂછ્યો.

'મારે સમય જોઈતો હતો. તક જોઈતી હતી. આજો અને ખંડેરાવ ઘેરામાંથી છટક્યા હતા તે મારા ખ્યાલમાં હતું, પણ કર્નલ મૅલેટે કોઠી ઘેરી લીધી હતી. કોઠીનાં ઘણાંબધાં માણસો, ખેરાસિંહ, ભવાની, હરિભજન, જૅક વગેરે તેને કબજે હતા. સેના અને જીના અંદરના કમરામાં હતાં. તેમની સાથે હરિભજનનો એક શાગિર્દ અને ગજાનન હતા. ગજાનને મેં હુકમ આપ્યો હતો એટલે એ બંને છોકરીઓને, હરિભજનના કમરામાં લઈ ગયો હતો, પણ ત્યાંથી છટકવાનો એક જ રસ્તો હતો અને તે નર્મદામાં ભૂસકો મારવાનો. મને અંદાજ આવતો ન હતો, પણ કર્નલ મૅલેટે, તે તરફ પણ બંદોબસ્ત કર્યો જ હશે તેમ માનીને ચાલવું યોગ્ય હતું.

મારે માટે બીજાઓ સાથે કૉમ્યુનિકેટ કરવું મુશ્કેલ હતું. બારણાની બહાર કર્નલના સંત્રીઓ ઊભા હતા. મારી પિસ્તોલો પણ કર્નલે લઈ લીધી હતી. કમરાની બહાર અને કોઠીની પડાળીમાં સાર્જન્ટ બ્રૂસ અને બીજા સૈનિકોએ,

ખેરા, ભવાની, હરિભજન, જેક વગેરેને બંદૂકની અણીએ પકડ્યા હતા. કર્નલ મેલેટે તેમને બાંધવાનો હુકમ આપ્યો હતો. એટલે ચોક્કસ તેમને બાંધવામાં આવ્યા હશે અથવા તેમને બાંધવામાં આવી રહ્યા હશે.

ફુવારા પાસે જે થોડા માણસોને સૌપ્રથમ પકડવામાં આવ્યા હતા, તેમને છોડાવવામાં હું સફળ થયો હતો. એ લોકોને કોઠીની બહાર તગેડી દેવામાં આવ્યા હતા, પણ એ સૌનાં હથિયારો કોઠીમાં હતાં. એ ઉપરાંત ઘોડાર પાસે પણ કેટલાક લોકો ફસાયા હતા. એ આખીય પરિસ્થિતિ એવી હતી કે, ચૂપચાપ સરન્ડર થયા વગર કોઈ રસ્તો ન હતો. એ વાત ભવાનીસિંહ અને ખેરો પણ સમજ્યા હતા. તે મારું ખુશનસીબ હતું. મને આજો અને ખંડેરાવની ચિંતા હતી. અલબત્ત, બંને પેચીદા આદમીઓ હતા. કોઠીમાં લોહી રેડાય અને સંખ્યાબંધ મોત નીપજે તેવું કોઈ પગલું તે લે નહીં, તેની મને ખાતરી હતી. તેમ છતાં હું જાણતો ન હતો કે એ લોકો ક્યાં છે અને એટલે જ સો ટકા સફળ થવાય નહીં ત્યાં સુધી કોઈ જોખમ લેવા હું તૈયાર ન હતો. તેમ છતાં એક વાત નિશ્ચિત હતી કે જે કાંઈ કરવાનું હોય, તે આ કોઠીમાં જ કરી લેવું રહ્યું. એક વખત બધાને પકડીને, લશ્કરી ટુકડીના ઘેરા વચ્ચે સૌને, અહીંથી લઈ જવામાં આવે પછી સામનો કરવાની તક નહિવત્ બનવાની હતી.

'યૉર હાઈનેસ, હું જેની શોધમાં હતો તે સિવાયની પણ ઘણીબધી વ્યક્તિઓ મારા હાથમાં ઝડપાઈ છે. વર્ષોથી જેમને જેર કરી શકાતા ન હતા, તે બધા જ આજ અંગ્રેજ હકૂમતને કબજે છે.'

'ખરેખર કર્નલ! મને એમ કે તમને બીજો પણ રસ હતો...'

'બીજો રસ એટલે?' કર્નલે પૂછ્યું.

'કર્નલ, ગોલાકી મઠમાં ઘમસાણ ધિંગાણું ચાલે છે તે છોડીને તમે આ તરફ આવ્યા તે શું આશ્ચર્યજનક નથી?' મેં પ્રશ્ન કર્યો. ફરી એક વાર કર્નલની આંખ તગતગી રહી.

'તેમાં આશ્ચર્ય કેવું? સંતોજી ઘવાયા હતા. ખેરા અને તેમના માણસો ઘવાયેલા સંતોજીને લઈને ભાગતા હતા.'

'અને તમે એમનો પીછો કરતા અહીં આવી પહોંચ્યા... કર્નલ, તમારા રિજિયોનલ કમાન્ડરને રિપોર્ટ આપવા માટે આ વાત બરાબર છે, પણ મારા માટે નહીં. કર્નલ, મને આશ્ચર્ય થાય છે કે જે ટુકડી દિવસોથી ખેરા અને સંતોજીનો પીછો કરી રહી છે તે ટુકડી, કર્નલ જેકબસન અને કેપ્ટન બર્ટ ન

કરી શક્યા અને તમે કરી શક્યા, તે આશ્ચર્ય નથી?'

'આ બધી વાતો કરવાની મને ફુરસદ નથી.' કર્નલે અકળાઈને કહ્યું.

'વેરી નેચરલ કર્નલ... પણ મને ખબર છે તમે ગોલાકી મઠની નજીક ગયા જ નથી. તમે જાનોરથી સીધા ભેડાઘાટ જ આવવા નીકળ્યા અને અકસ્માત જ તમને ખબર પડી કે ખેરા અને સંતોજી આ તરફ ભાગ્યા છે. બાકી તો જેકબસન અને સિરિલ જ આવ્યા હોત–'

'આ બધી માથાકૂટ કરવાનો અર્થ નથી યૉર હાઇનેસ... હકીકત એ છે કે મેં તમને સૌને પકડ્યા છે. મારે બધાને જબલપુર એચ. ક્યૂ. ભેગા કરવા પડશે.' કર્નલ બોલ્યો.

'મેં ક્યાં ના પાડી છે કર્નલ. હું તો સામે ચાલીને તમારે તાબે થયો છું. એટલું જ નહીં, પણ એકસાથે તમારા મરણિયા દુશ્મનોને સહેજ પણ ટક્કર આપ્યા વગર તમારે શરણે કર્યા છે.'

'એ સિવાય બીજો રસ્તો પણ ક્યાં હતો? તમે તાબે ન થયા હોત તો મેં ફરજ પાડી હોત...'

'એ આકરું પડત કર્નલ. બધાને તમે જીવતા પકડી ન શકત. મને પોતાને ખૂન-ખરાબો પસંદ નથી. વળી, મરેલા આદમીની કોઈ કિંમત ઊપજતી નથી. તમે અહીં આવ્યા અને મારો ખેલ બગડી ગયો. વેલ... ઇટ ઇઝ ઑલ એ ગેઇમ... એ ગેઇમ ઑફ લક... તમે જે માટે અહીં દોડી આવ્યા તે અહીં નથી...' મેં કહ્યું.

'યૉર હાઇનેસ તમે–'

'મેં સોદો પાડી દીધો હોત કર્નલ. જો તમે–'

'મને સમજાય તેવી રીતે વાત કરશો?' કર્નલે મોટેથી કહ્યું. મેં ત્યાં ઊભેલા ડૉક્ટર હ્યુસન તરફ જોયું.

'ડૉક્ટર... તમને વાંધો ન હોય તો... થોડી વાર કમરાની બહાર જશો?'

'આપણે બધા જ બહાર નીકળીએ છીએ...' કર્નલ બોલી ઊઠ્યો.

'આપણે વાત કરી લઈએ તે પહેલાં નહીં કર્નલ... પછી કદાચ મારાથી એ વાત થઈ નહીં શકે.' મેં કહ્યું અને કર્નલ કંઈ પણ બોલે તે પહેલાં હું ડૉક્ટરની નજીક ગયો. તેમની પીઠ પર હાથ મૂકીને, તેમને બારણા સુધી વળાવી આવ્યો. કમરાનું બારણું મેં ધીરેથી બંધ કર્યું. આંકડી વાસીને હું પાછો આવ્યો.

કર્નલ તેની એક આંખથી મારી સામે જોઈ રહ્યો. તેના હાથમાંની પિસ્તોલ

સ્થિર હતી.

'યૉર હાઇનેસ...' કર્નલ કંઈ બોલવા ગયો.

'સીઈઈઈસ કર્નલ...' મેં નાક પર આંગળી અડાડી અને હું પાસે આવ્યો. 'સાચું કહેજો કર્નલ, જાનોરના રાજમહેલ બાબતની તમારી શંકા ખોટી પડી ને?'

'શેની શંકા?'

'મોગલ ખજાના અંગેની...' મેં કહ્યું અને હું હસ્યો, 'તમારી માફક હું પણ થોડો મોડો પડ્યો છું.' મેં આંખ મારી. 'સંતોજી ખૂબ જલદી જલદી ગુજરી ગયા. ડૉક્ટર હ્યુસન પણ કંઈ કરી શક્યા નહીં. એ થોડું વધારે જીવ્યા હતો તો સારું થાત, અથવા તમે થોડા મોડા આવ્યા હોત તો મારું કામ બની જાત. એની વે... તમારા કરતાં મારી પાસે એક ટ્રમ્પ વધારે છે.' હું બોલતો ગયો. કર્નલ વિચારમાં પડી ગયા હતા.

'એટલે?' તેણે આશ્ચર્યથી પૂછ્યું. મેં ધીરેથી ત્યાં પડેલી બૉટલ ઉઠાવી અને ગ્લાસમાં એક પૅગ ભર્યો. કર્નલ મારી નજીક આવ્યો.

'જુઓ કર્નલ, સેના અને જીના મારા કબજે છે. હું એ બંનેને શૂટ કરાવી નાખવાનો હુકમ આપી શકું તેવી સ્થિતિમાં હજુ પણ છું.'

'તેમાં શું! એ છોકરીઓ મારી સગી તો નથી ને! સંતોજીની દીકરીને ફાંસી થવાની જ છે. થોડી વહેલી મૃત્યુ પામશે તો શું ફેર પડશે?'

'અને જીના?'

'જીનાએ જાનોર કેન્ટમાંથી ભાગીને ભૂલ કરી છે, તેનું મૃત્યુ થાય તેમાં વાંક તેનો છે.'

'ઓ.કે. કર્નલ તમારી ઇચ્છા, પછી મને કહેતા નહીં કે તમે મને ફસાવ્યો.' મેં કહ્યું. કર્નલ જરા ગૂંચવાયો. મેં તેને વિચારવાની તક આપ્યા વગર જ કહ્યું, 'સેના મૃત્યુ પામશે એ સાથે કેટલાંક રહસ્યોનો અંત આવશે... દા.ત. હથિયારોના જથ્થા બાબત...'

'એ હું ખેરા પાસેથી જાણી લઈશ.'

'ખેરો જીભ ખોલશે તો. માની લો કે તેની ખાલ ઉતારીને તમે જીભ ખોલાવશો તો પણ સેના જે જાણે છે તે બધું ખેરાને ખબર નથી. દાખલા તરીકે મોગલ રાજ્યના અણમોલ ખજાના જેવાં રાજ્યચિહ્નો... જે કારણસર પૉવેલનું મોત નીપજ્યું' મેં કહ્યું. કર્નલ મૅલેટના હાથમાં પકડેલી પિસ્તોલ સહેજ ઝૂકી.

'સર પૉવેલનું મોત, તેને અને...'

'કર્નલ, હું બાળક નથી. તમે અને સર પૉવેલ બંને એમ માનતા હતા કે જાનોરના રાજમહેલમાં મોગલ ખજાનો છે એ મેળવવા માટે તમે બંનેએ કાવતરું કર્યું હતું. તમે મને બ્લૅકમેઇલ કરીને એ ખજાનાનો સોદો કરવા માગતા હતા. ગમે તેમ પણ તમારા એ કાવતરાંની ખબર જૅક મૅકગ્રેગરને પડી હોય તે બનવા જોગ અને સ્વાભાવિક છે. તમે એને સામેલ કર્યો કે ના કર્યો તેની મને ખબર નથી પણ મારી ઇન્ક્વાયરીમાં તમે એને રજૂ કર્યો તે વખતે તમને ખાતરી હતી કે સર પૉવેલ તેના પર ગુસ્સે નહીં થાય અને તમે જૅકને સાક્ષીમાં લઈને મને ડબ્બામાં પૂરી શકશો. મને ડબ્બામા પૂરી તમારે મોગલ ખજાનો મેળવવાનો સોદો કરવાની ઇચ્છા હતી, પણ તેમ થવાને બદલે ઇન્ક્વાયરીમાં ટૅબ્લો થયો. સર પૉવેલ ચિડાયા. જૅક મૅકગ્રેગરે પોતાનો જાન બચાવવા તેમનું અપહરણ કર્યું અને સર પૉવેલનું ખૂન થયું. કર્નલ, એ ખૂન કોણે કર્યું તે તદ્દન દીવા જેવી વાત છે. સર પૉવેલ ખસી જાય તો જૅક મૅકગ્રેગર પર આળ આવે અને પેલા ખજાનામાંથી એક ભાગીદાર દૂર થાય. જૅકને શોધીને તમે તેનો ખાત્મો બોલાવી દો એટલે પછી...'

કર્નલ તેની તગતગતી એક આંખ પહોળી કરીને સાંભળી રહ્યો હતો. મેં પછી—કહ્યું અને તેણે વાક્ય ઉપાડ્યું, 'ખજાનાનો પત્તો મેળવ્યા પહેલાં ભાગીદારોને દૂર કરવાનું કામ મેં કર્યું એમ જ ને. બહોત ખૂબ. નાઉ લેટ અસ સ્ટૉપ ધીસ.'

'ઍક્ઝેક્ટલી કર્નલ... પણ ત્યારે તમને એમ હતું કે ખજાનો જાનોરમાં છે, પણ ખજાનો જાનોરમાં નથી કર્નલ. ખજાનો સંતોજી બારનીશ પાસે છે અને તેની માહિતી કેવળ સેનાને છે.'

'પણ તે અશક્ય... આઈ મીન...'

'સેનાના મૃત્યુ સાથે એ માહિતી દૂર થશે. જીનાના મૃત્યુ સાથે સર પૉવેલના મોતનો એકમાત્ર સાક્ષી દૂર થશે. પછી રહેશે જૅક મૅકગ્રેગર. જૅક કહી શકશે કે પૉવેલને મારવાથી જેટલો ફાયદો તેને થાય તે કરતાં અનેક ગણો ફાયદો કર્નલ મૅલેટને થવાનો હતો. વેલ કર્નલ... યુ કેન ડીસાઇડ વૉટ યુ વૉન્ટ ટુ ડુ.' મેં કહ્યું. કર્નલ વિચારમાં પડ્યો. હું જાણતો હતો કે કર્નલ મારી દલીલથી માત થવાનો ન હતો. છતાં મેં તેનામાં જિજ્ઞાસા પેદા કરી નાખી હતી.

'અચ્છા યૉર હાઇનેસ... આપણે દલીલ તરીકે સ્વીકારી લઈએ કે સેના ખજાના વિશે માહિતી ધરાવે છે. તમે એને મારી નાખશો તો એ ખજાનો તમને

તો મળશે નહીં જ ને!'

'મને મળે તો એ કામનો પણ નહીં ને? કર્નલ... કાલ સવારે અંગ્રેજ સત્તાધીશોને ખબર પડે અને એ મારી પાસેથી લઈ લેવામાં આવે...'

'મતલબ કે એ ખજાનો હું લઈ શકીશ.' કર્નલે માથા પર હાથ ફેરવતાં કહ્યું. 'વેલ યૉર હાઇનેસ... એ મને મફતમાં તો મળશે નહીં ને!' કર્નલે ખંધાઈથી કહ્યું. હું જાણતો હતો કે તેને મારી વાતમાં રસ હતો. એ લલચાય તેવો આદમી ન હતો, પણ તે જાણવા માગતો હતો કે હું શું કહું છું.

'મફત તો નહીં જ ને કર્નલ... તમારે મારી માગણીઓ સ્વીકારવી પડશે.' કહીને મેં જમણા હાથમાં બૉટલ ઉઠાવી. કર્નલ માટે એક ગ્લાસ ભર્યો અને સામે ધર્યો. કર્નલ સહેજ ખચકાયો, પણ તેણે ડાબા હાથમાં ગ્લાસ પકડ્યો. તેના જમણા હાથમાં પિસ્તોલ હજુ તેમની તેમ જ હતી.

'કઈ માગણીઓ?'

'મારી મૉમને આ વાતની ખબર ન પડવી જોઈએ, કર્નલ...' કહીને મેં મારો ગ્લાસ ભર્યો. ડાબા હાથમાં ભરેલો ગ્લાસ અને જમણા હાથમાં અડધી ભરેલી બૉટલ લઈને હું કર્નલની સામે ઊભો રહ્યો. 'અને બીજી વાત... અહીં પકડવામાં આવેલાને મુક્તિ...'

'ખજાનો મળે તે પહેલાં યૉર હાઇનેસ?' કર્નલે તેની એકની એક આંખ ઝીણી કરી.

'નહીં કર્નલ તે પછી...' મેં કહ્યું. કર્નલ પલળ્યો હતો કે નહીં તેની મને ખબર નથી. તે ખંધાઈથી મારી વાત સાંભળતો હતો, પણ મારે જે તક જોઈતી હતી તે તેણે અનાયાસ આપી હતી. 'ચિયર્સ યૉર હાઇનેસ... તમારી વાત ઇન્ટરેસ્ટિંગ છે.' કહીને તેણે ડાબો હાથ લંબાવ્યો. મેં મારો ગ્લાસ તેના ગ્લાસ સાથે ટકરાવવા લાંબો કર્યો. મારું ધ્યાન તેના જમણા હાથમાં પકડેલી પિસ્તોલ તરફ હતું. કર્નલની આંગળી ટ્રિગરની બહાર હતી. મેં ગ્લાસ ટકરાવ્યો. કર્નલે મોઢે માંડ્યો તે સાથે જ જમણા હાથમાંની બૉટલ કર્નલની પિસ્તોલ પર ઝીંકી અને ડાબા હાથમાંનો ગ્લાસ કર્નલની હડપચી નીચે ઝીંક્યો. ક્ષણના દસમા ભાગમાં જ મેં મારો જમણો પગ કર્નલના બંને પગ વચ્ચે વીંઝીને લાત મારી. એટલી ઝડપથી આ ત્રણે મૂવમેન્ટ્સ થઈ કે કર્નલને ખ્યાલ ન આવ્યો કે શું થયું. તેના મોઢામાંથી ભયાનક અવાજ નીકળ્યો અને તે પડ્યો. મારા હાથમાંની તૂટેલી બૉટલ મેં કર્નલના માથામાં ઝીંકી તે પછી તે પડ્યો હતો. આંખના

પલકારે મેં મારી પિસ્તોલ ઉઠાવી હતી. કર્નલની આંગળી જો ટ્રિગરની બહાર ન હોત તો આ શક્ય ન બનત.

'સ્ટેડી કર્નલ...' મેં બરાડો પાડ્યો, 'એક શબ્દ બોલ્યા છો તો ઠાર મારીશ.'

'યુ ડર્ટી... ડબલ ક્રૉસિંગ...' કર્નલથી બોલાતું ન હતું. તેના પેઢામાં અને મૂત્રપિંડ પર ભારે દર્દ થતું હતું. તે ઊભો થવા ગયો, પણ તે પહેલાં મેં તેના ગળા પર પિસ્તોલ ધરી હતી.

'સ્ટેડી કર્નલ... ડોન્ટ મેક મી નર્વસ...' હું બોલ્યો. મેં એક હાથ લંબાવીને ત્યાં પડેલી ટિપાઈ ઉઠાવી અને કર્નલની ડોકમાં તેના પાયા ફસાય તેવી રીતે જોરથી પહેરાવી દીધી. કર્નલને ખૂબ જોરથી લાત વાગી હતી. તે ઊભો થાય તે પહેલાં મેં બારણું ખોલ્યું અને કર્નલને ઢસડીને બારણાની બાજુમાં લઈ આવ્યો. કર્નલે બંને હાથથી ટિપાઈ કાઢવાનો પ્રયત્ન કર્યો, મારે તેના પર લાત જ મારવાની તસ્દી લેવી પડી. કર્નલ તમ્મર ખાઈને ફરસ પર પડ્યો રહ્યો.

'ગજાનન...' મેં બૂમ મારી. તે સાથે કર્નલના સંત્રીઓ અંદર ધસી આવ્યા. તે સમજે તે પહેલાં જ મેં કહ્યું. 'ડૉક્ટરને બોલાવ...' તે બહાર નીકળ્યો અને બીજો ત્યાં જ ઊભો રહ્યો. મેં તેને હુકમ આપ્યો. 'ગજાનન મારો આદમી છે, ત્યાં અંદર...'

'પણ આ કર્નલ...' તે બોલ્યો.

'એમને વાઈ આવી છે.' મેં કહ્યું અને કર્નલનો કૉલર પકડીને મેં તેને ઊંચો કર્યો. હાથમાં પિસ્તોલ રાખીને હું તેની બાજુમાં બેઠો. કર્નલ ભયાનક રીતે ઊંહકારા ભરતો હતો.

એ સંત્રી સમજી શકે તે પહેલાં ડૉક્ટર હ્યુસન અંદર આવ્યા.

'કોલ સાર્જન્ટ બ્રૂસ ડૉક્ટર...' મેં કહ્યું.

ડૉક્ટર ઘડીભર કર્નલ મૅલેટની સ્થિતિ જોઈને થડકી ગયા હતા. પારાવાર દર્દથી તે બેવડ વળી ગયો હતો. તેના હોઠને જમણે ખૂણેથી ધીરેથી ફીણ નીકળતું હતું. ડૉક્ટરે કમરાની બહાર જઈને સાર્જન્ટ બ્રૂસને બૂમ પાડી. તેને ખ્યાલ ન હતો કે અંદર શું થયું છે. તદ્દન નિશ્ચિંતતાથી અંદર દોડી આવ્યો. 'હેન્ડ્ઝ અપ સાર્જન્ટ' મેં કહ્યું. તે ફાટી આંખે મારી સામે જોઈ રહ્યો.

'વૉટ... ઓહ નો' તે બોલ્યો. તેનો હાથ તેના પટા તરફ ગયો કે તરત મેં પિસ્તોલ ત્યાં પડેલા કર્નલ પર તાકી. 'યુ મૂવ ઍન્ડ આઈ કિલ ધ કર્નલ. ડોન્ટ મેઈક મી નર્વસ... નાઉ લિસન... (સહેજ હાલ્યો છું તો હું કર્નલને

ઉડાવી દઈશ. મને અસ્વસ્થ ન બનાવતો. હવે સાંભળ')

'સંત્રીને કહે મારા આદમીને—ગજાનને બોલાવે, પણ તેને કહેવા જવાની જરૂર ન હતી. પેલો સંત્રી ગજાનને બોલાવી લાવ્યો હતો. ગજાનન અંદર આવ્યો. એક ક્ષણમાં તે પરિસ્થિતિ પામી ગયો હતો. તેણે સાર્જન્ટ તરફ રાઇફલ તાકી રાખી.'

'એને લઈને જા ગજાનન... ખેરા અને બીજાઓને છોડાવી દે.'

પછી તો આખી વાત તદ્દન સહેલી થઈ ગઈ હતી. સાર્જન્ટ બ્રૂસે હુકમ આપ્યા અને એક પછી એક સૌને છોડવામાં આવ્યા. ખેરાએ કંઈક સ્તબ્ધતામાં થોડી પળો વિતાવી હતી અને પછી નેતાગીરી લઈ લીધી હતી. કોઠીના મકાનમાં ઘૂસેલા સંત્રીઓનાં શસ્ત્રો સૌપ્રથમ લઈ લેવામાં આવ્યાં. સાર્જન્ટ બ્રૂસ, કર્નલ મૅલેટ અને બહાર મોરચો સંભાળતા બીજા એક કૅપ્ટન શેફરને પકડવામાં આવ્યા. એ ત્રણે અફસરોને એક એક ખુરશીમાં બેસાડીને પડાળીમાં બાંધવામાં આવ્યા.

આખી કોઠી એકાએક પ્રવૃત્તિથી ધમધમી ગઈ. સાર્જન્ટ બ્રૂસનો હુકમ એક પછી એક સૂબેદાર અને સૈનિકો સુધી પહોંચાડવામાં આવ્યો. કર્નલ મૅલેટ ઍંસી અસવારો સાથે ભેડાઘાટમાં આવ્યો હતો. લગભગ બધા જ પકડાયા. ભેડાઘાટની ધર્મશાળાના નીચેવાસમાં તેમણે ઘોડા છોડ્યા હતા. એ ઘોડા પણ પકડી લાવવામાં આવ્યા.

કોઠીના કંપાઉન્ડમાં એક પછી એક સૈનિકોને લાઇનબંધ ઊભા રાખવામાં આવ્યા. ખેરાસિંહે કર્નલ મૅલેટની ટુકડી સાથે લાવવામાં આવેલી વ્હિસ્કીની બૉટલો છૂટે હાથે વહેંચી. હું અંદર ચાલ્યો ગયો. સેના બહાર આવી ન હતી.

સેના હજુ હરિભજનના કમરામાં જ હતી. સંતોજીના મૃત્યુનો ઓછાયો તેના ચહેરા પર પથરાયેલો હતો. તેની ગમગીનીથી મને પારાવાર દુઃખ થતું હતું. મેં જે પરાક્રમ કર્યું હતું તે અસામાન્ય હતું, પણ સેના અત્યારે તેને બિરદાવવાના મૂડમાં ન હતી. હું તેની પાસે બેઠો. થોડી વાર શાંતિ છવાઈ. સંતોજી મોત પામ્યા હતા તેનું કેટલું દુઃખ તેને થતું હતું તે હું કલ્પી શકતો હતો.

'સેના...' મેં ધીરેથી કહ્યું.

'સેજલ...' તે ઊભી થઈ.

'જીના ક્યાં છે?' મેં પૂછ્યું.

'તે હમણાં જ બહાર નીકળી.' બરાબર તે જ વખતે રાઇફલો ધણધણી

ઊઠી. હું ચોંક્યો. કમરા બહાર નીકળવા ગયો ત્યાં જ સેનાએ મારો હાથ પકડ્યો.

'નહીં સેજલ, બહાર ન જઈશ.' તે બોલી.

'કેમ પણ?' મેં પૂછ્યું. ત્યાં જ જીના અંદર દોડી આવી.

'એ લોકોને... એ લોકોને...' તે હાંફતી હતી. તેની આંખો ભયથી ફાટી ગઈ હતી.

'આઈ નો જીના. એ કતલ કરી રહ્યો છે.' સેના બોલી.

'વૉટ!'

'હી ઇઝ કિલિંગ પીપલ... લોકોની હત્યા કરી રહ્યો છે.' પાગલની માફક જીના બરાડી ઊઠી.

'કોણ?' મેં આશ્ચર્યથી પૂછ્યું.

'ખેરા' સેના બોલી. તેના ચહેરા પર ભયાનક ખામોશી હતી. બહાર રાઇફલો ધણધણી રહી હતી. હું ચોંકી ઊઠ્યો.

'નહીં સેજલ...' સેના બોલી. હું ધસમસતો બહાર નીકળ્યો. પડાળીમાં આવ્યો. કોઠીના કંપાઉન્ડમાં મડદાનો ઢેર પડ્યો હતો. ખેરા અને ભવાનીસિંહ બેફામ થઈને હસતા હતા. જૅક મૅકગ્રેગર પાટ પર બેઠો હતો. તેણે પોતાના હાથથી મોઢું ઢાંકી દીધું હતું.

'ખેરા... ખેરા સ્ટૉપ ઇટ ખેરા... બંધ કર...' મેં બૂમ પાડી પણ રાઇફલના અવાજોમાં અને બહાર નિ:સહાય ઊભેલા અને ગોળી ખાઈને પડતા લોકોની મરણચીસોમાં મારો અવાજ ખોવાઈ ગયો.

'ખેરાસિંહ... ખેરા...' મેં બૂમ પાડી અને તે સાથે તેની રાઇફલને ધક્કો માર્યો. તેમાંથી છૂટેલી ગોળી પડાળીના પીઢિયામાં વિચિત્ર અવાજ સાથે ખૂંપી. 'ખેરા... ફૉર ગૉડ્ઝ સેઇક સ્ટૉપ ઇટ...' મારા અવાજમાં આક્રોશ હતો. આજીજી હતી. મારા હાથમાં... બંને હાથમાં સૅમ્યુઅલ કૉલ્ટ જોઈને ખેરો તેના ગુસ્સાને ખાળી રહ્યો હતો. તેણે રાઇફલ મારા તરફ માંડી. તેનો મામો ભવાની ગીધની માફક ફર્યો. તેની રાઇફલની ગરમ નળી મારા ગળાને અડી.

'સ્ટૉપ વૉટ?' ખેરાએ આશ્ચર્યથી પૂછ્યું. તેણે વ્હિસ્કીનો નીટ પૅગ ભરીને અડધી બૉટલ તેના સળગતા ભીતરમાં નાખી હતી. તેની મોટી આંખોમાંથી તેજાબ ઝરતો હતો. તેનું સૂકલું શરીર ગુસ્સાથી, નશાથી ધ્રૂજતું હતું, 'અંદર જા... સેજલ... માના ખોળામાં બેસીને ધાવણી ચાવતા બાળકને આ નહીં

સમજાય... ગો ઇન... ધેર ઇઝ નો પ્લેઇસ ફૉર એ સીસી હિયર...' તેણે રાઇફલ હલાવીને મને ઇશારો કર્યો. તેના શબ્દોથી મને કાળજે ઘા લાગ્યો હતો. ઘડીભર મને થયું કે તેની છાતી વીંધી નાખું, પણ તેવું થાય તેમ ન હતું. પડાળીમાં તેના લેફ્ટનન્ટ જેવા બે જણ ઊભા હતા. તેનો મામો મારી ગરદન પર બંદૂક તોળીને ઊભો હતો.

'સ્ટૉપ ધીસ મેસેકર ખેરા...' મેં સ્થિર આંખે તેની સામે જોયું.

'અને શું કરું? આ લોકોની આરતી ઉતારું?'

'એમને કેદ કર... એમને–' મેં કહ્યું અને ખેરો હસ્યો. કાતિલની માફક હસ્યો, છતાં મને નિરાંત વળી.

'ક્યાં કેદ કરું. જાનોર કેન્ટની જેલમાં? જબલપુરની સેન્ટ્રલ જેલમાં... ઓ જોનારની ફરંદીના બચ્ચા...'

'માઇન્ડ યૉર ફિલ્ધી ટંગ ખેરા...'

'ધેન માઇન્ડ યૉર ઑન બિઝનેસ... લેટ મી ફિનિશ માઇન.'

'ખેરા...' મેં ફરી બૂમ પાડી, તેણે રાઇફલ નીચે નમાવી.

'તને ખબર છે... તને કલ્પના છે આ લોકોએ આપણું શું કર્યું હોત!'

'એ પ્રશ્ન અસ્થાને છે... આપણે જીત્યા છીએ. એ લોકો હારેલા છે. નિઃશસ્ત્ર છે, લેટ ધેમ ગો... એ લોકોને કેદ ન થઈ શકે તો તેમને છોડી દે ખેરા...'

'હારેલા... નિઃશસ્ત્ર! વાહ રાજપૂતની ઓલાદ! સન સત્તાવનમાં હારેલા... નિઃશસ્ત્ર લોકોને આ કમજાતોએ શું કર્યું હતું?'

'એ વિવાદ આપણે પછી કરીશું... ખેરાસિંહ, તું સમજ... એ બધા આપણા દેશવાસીઓ છે. હિંદુસ્તાનીઓ છે. એ લોકો પર ગોળી ચલાવવાનો અર્થ નથી' મેં કહ્યું. મારે વિવાદ કરવો ન હતો. ખેરાને ભયાનક કતલ કરતાં અટકાવવો હતો.

'મારે વિવાદ નથી જોઈતો, સેજલ, એ લોકો હિંદવાસીઓ છે એટલે જ પહેલી ગોળીઓ એ કુત્તાઓ પર ચલાવું છું. એ બધા બદજાત, નિમકહરામ કુત્તાઓ છે. થોડા લાલ-લીલા વાઘા અને ચંદ સિક્કાઓ માટે તેમણે પોતાની જાતને વેચી છે. એમની જાત સાથે એમણે પોતાની સગી માને વેચી છે. હઠી જા સેજલ... નર્મદાની કસમ મારે તેમનું લોહી પીવું છે... આ જ લોકો છે જેમણે મુઠ્ઠીભર ફિરંગીઓના હાથમાં આ ધરતી સોંપી છે. આ જ લોકો છે જેમણે સન સત્તાવનની જ્યોત બુઝાવી છે. જેમણે હજારો નિર્દોષ લોકોની,

સેંકડો દેશવાસીઓની ખાલ ઉતારીને ફાંસીએ ચડાવ્યા છે. હું ભાન ગુમાવું તે પહેલાં તું હઠી જા...'

'નહીં ખેરા... પ્લીઝ એક રાજા તરીકે હું તને વિનંતી કરું છું...'

'તારી માને તારે વિનંતી કરવી હતી ને! રાણોજી ભેડાઘાટના એ બૂઢા સિંહને અને જવાન ભત્રીજાઓને, જાનોરના મંગળચોકમાં ફાંસીએ દેવાયા... યાદ છે તને... એ મોતની સજા પર તારી માની મહોર હતી. એ મહોર મારી ત્યારે તું ક્યાં હતો? તારી માને તારે કહેવાની જરૂર ન હતી?'

'બિલીવ મી. ખેરા, મને ખબર હોત તો મેં તેને પણ આમ જ અટકાવી હોત... તું મારા વિશે ગેરસમજ કરે છે...' મેં કહ્યું.

'ગેરસમજ કરતો હોત તો મેં તને સૌથી પહેલો ગોળીએ માર્યો હોત... આજની જીતનો તું હીરો છું. તેં જે કર્યું છે તેને એક સૈનિક તરીકે બિરદાવું છું. તેં કમાલ કરી છે... ધીઝ ઇઝ યૉર ડે... ઍન્ડ આઈ ઓ યુ માય લાઇફ ફૉર વન્સ... બટ ઑન્લી ફૉર વન્સ...

ઓ.કે. ખેરા... તું એટલું માનતો હોઉં તો મારી એક વિનંતી માન. એ લોકોને છોડ... ગીવ ધેમ એ ચાન્સ... ડુ એ ગુડ ટર્ન ફૉર એ બેડ વન...'

'નો... પ્લીઝ ગો અવે... બીફોર આઈ લૂઝ માય હેડ... વ્હિસ્કી...' તેણે બૂમ પાડી. તે સાથે જ પડાળીમાં ઊભેલો એક માણસ દોડીને તેને માટે બૉટલ અને ગ્લાસ લઈ આવ્યો.

'ખેરા...' મેં આજીજીભરી મીટ માંડી, પણ તેની આંખમાં ખુન્નસ હતું. તેના ગંજેરી દેહમાં ભડભડતો દાવાનળ સળગતો હતો.

સામે ફુવારા પાસેના પટાંગણમાં પંદરવીસ લાશો પડી હતી. ઝાંપાની એક તરફ ખેરાના કટ્ટર સાગરિતોએ ઝડપાઈ ગયેલા દેશી સૈનિકોની હાર ખડી કરી હતી. થોડા માણસો પાસે લીલા વાંસની લાકડીઓ હતી. એ લાકડીઓનો મનસ્વી ઉપયોગ એ કરતા હતા. ચાર આદમીઓને, ખેરાના માણસો ફુવારા પાસે ઢસડી લાવતા હતા. એ સૌ આક્રંદ કરતા હતા. જીવવા માટે ભીખ માગતા હતા. પારાવાર નિઃસહાયતા અનુભવતો હું ખેરાને વીનવી રહ્યો હતો... આવી જ નિઃસહાયતા મેં રહમતમીર અલીની છાવણીમાં ભોગવી હતી. મેં ધાર્યું હોત તો હું ખેરા પર ગોળી ચલાવી શકત પણ બીજી જ સેકન્ડે તેના આદમીઓએ મને વીંધી નાખ્યો હોત. મારી જિજીવિષાએ... જીવવાની મારી સ્વાર્થવૃત્તિએ મને હરાવ્યો હતો. આત્મઘાત કરવાની મારામાં હિંમત ન હતી.

'તું ચાલ્યો જા સેજલ. તું જીવતો છું તેટલું પૂરતું છે. આઈ હેઇટ યુ... પણ હું કૃતઘ્ની નથી. રાજપૂત છું. મેં તારા પર પહેલી ગોળી ચલાવી હોત...'

'તો શા માટે ન ચલાવી? શા માટે હજી નથી ચલાવતો?'

'થૅંક્સ કહેવાનો રણમેદાનમાં કોઈ શિરસ્તો નથી સેજલ, પણ આજે તેં બાજી પલટાવી છે. તેં જીત અપાવી છે. તારી એક વાત... કોઈ પણ એક વાત હું મંજૂર રાખીશ પણ આ નહીં. લેટ મી કિલ. લેટ મી કિલ ધીઝ બાસ્ટર્ડ્ઝ...' ખેરા બોલ્યો અને પછી મોટેથી બૂમ પાડી... 'ખડા કરો એ હરામજાદાઓને...'

મેં ફુવારાની પાસેના પટાંગણમાં જોયું. પડાળીમાં ઊભેલા લોકો તરફ જોયું. તેમના ચહેરા ભાવહીન હતા. જૅક મૅકગ્રેગર હજુ પણ પાટ પર બેઠો હતો. તેણે પોતાની કોણીઓ ઢીંચણ પર ટેકવી હતી અને હથેલીઓ મોં પર ફેલાવી હતી.

ફુવારા પાસે ઘસડીને લઈ જવાતા માણસોના હાથ અને પગ બાંધવામાં આવેલા હતા એટલે તે કશો પ્રતિકાર કરી શકે તેમ ન હતા. તેમને ફુવારા નજીક ફેંકીને ખેરાના માણસો હઠી ગયા. પેલા ચારે જણ મહાપ્રયત્ને બેઠા થયા. તેમનાથી થોડે દૂર તેમની પહેલાં વીંધી નાખવામાં આવેલા દેશી સૈનિકોની લાશો પડી હતી. પેલા ચારે જણ પહેલાં ગોઠણ ઉપર અને પછી પગ પર ધીરેથી ઊભા થયા. 'તમાર ગૈયા રાજા... ખેરાસિંહ અમાર રાજા... રહમ કરીબે... રહમ કરીબે' જિગર ફાડી નાખે તેવા અવાજે તે ચારેય ચિત્કારી ઊઠ્યા.

ખેરાએ વ્હિસ્કીનો મોટો ઘૂંટ લીધો. બૉટલ તેના આદમીને આપી. તેના શર્ટની સ્લીવ્ઝથી તેણે મોં લૂછ્યું અને રાઇફલથી નિશાન લીધું અને હસ્યો. તેણે મારી સામે જોયું.

'હું પણ તારા જેટલો જ પોચો છું સેજલ...' તે નશામાં હતો. તેણે આંખ મારીને કહ્યું.

'ખેરા... આ પાપ છે ખેરા...'

'ડોન્ટ પ્રીચ મી... મેં તને કહ્યું ને સેજલ... આઈ ઓ યુ વન ફેવર... બટ નોટ ધીસ... કમબખ્ત કુત્તાઓ કાકલૂદીઓ કરે છે. કારણ તેમનો અંત નજીક છે... તને એમ છે મને આ ગમે છે! તને એમ છે મને મજા આવે છે! અરે, મને થડકારો ન થાય એટલે તો મેં શરાબ પીધી છે... તું કેમ નથી પીતો... મામુ... આ જાનોરના રાજકુમારને શરાબ પીલાવ... ત્યાં સુધીમાં હું મારું કામ ખતમ કરું... ટેઇક હિમ અવે...' તે બરાડ્યો. હું ઘડીભર તેના શબ્દોમાં, તેની

નશાર્ત હાલતનો વિચાર કરવામાં સ્થિર ઊભો રહ્યો હતો. બેધ્યાન હતો. ખેરાએ ઉગામેલી બંદૂક એકાએક જોરથી વીંઝાઈ અને મારા રિફ્લેક્સીસ મોડા પડ્યા, આંખના પલકારે, જાણે મારી બંને તરફ કોઈ ઑટોમૅટિક ઍક્શન એક જ શરીરમાંથી થયું હોય તેમ ખેરાએ જે પળે તેની રાઇફલ મારા બંને હાથ પર ઠોકી તે જ પળે તેના મામાએ મારી ગરદન પર, મગરના પૂંછડાની માફક રાઇફલની નળી ફટકારી હતી. મારા જમણા હાથમાંથી પિસ્તોલ ફરકડીની જેમ ગોળ ફરીને પડી... બસ, તેટલું જ મને યાદ છે...

*

હું જાગ્યો. જાગ્યો નહીં, ઝબકી ઊઠ્યો ત્યારે મધ્યાહ્ન થયો હતો. એક ક્ષણ મને ભયાનક ઝાટકો માથામાં વાગ્યો. માથું દબાવીને હું થોડી વાર સૂઈ રહ્યો. મેં ધીરેથી આંખ ખોલી. હું હરિભજનના કમરામાં હતો... અને કમરાની બહારના ઝરૂખામાં પથરાયેલા આરસ સૂરજનાં સીધાં કિરણોથી ચમકતા હતા. હું ઊભો થયો. કમરો ખાલી હતો. કમરાનું બારણું બંધ હતું. મેં બારણું ખોલવા ધક્કો માર્યો, પણ બારણું બહારથી બંધ કરેલું હતું. મેં બારણું ખટખટાવ્યું. થોડી વારે બારણું ખૂલ્યું.

'ગજાનન...'

'જી યૉર હાઇનેસ...'

'બધા ક્યાં છે?'

'અહીં જ છે.' તે બોલ્યો. તેના ચહેરા પર સ્તબ્ધ ભાવહીનતા હતી.

'કેટલા વાગ્યા?'

'બે વાગ્યા હશે, યૉર હાઇનેસ...'

'મારે માટે પાણી લઈ આવીશ?' મેં કહ્યું. મારાથી નીચું જોવાતું ન હતું. નીચું જોતાં જ મને તમ્મર આવતાં હતાં.

હું પાછો આવીને બિછાનામાં સૂતો. ગજાનન પાણી લઈ આવ્યો.

'ખેરા ક્યાં છે?'

'સૂતો છે.' તે બોલ્યો. આખી કોઠીના તમામ માણસો અઢાર-વીસ કલાકથી કે કદાચ તેથીય વધુ સમયથી જાગતા હતા.

'તું સૂતો નથી ગજાનન?' મેં પૂછ્યું.

'આપ જાગતા હશો તો હું સૂઈ જઈશ.' તેણે કહ્યું.

'જા સૂઈ જા... ખંડેરાવ હજુ આવ્યો નથી?'

'એ આવ્યો હતો, પણ ક્યાં ગયો છે તે ખબર નથી.' તેણે જવાબ આપ્યો, 'હું અહીં જ ઊભો છું.'

'બીજા બધા?' મેં પ્રશ્ન કર્યો. મારે તેને પૂછવું હતું કે સેના ક્યાં છે, પણ મારાથી એવું સીધું તેને પુછાયું નહીં.

'અહીં કોઠીમાં જ છે.' તે બોલ્યો.

'હમ્... અચ્છા, તું જા સૂઈ જા... મને કામ હશે તો હું તને બોલાવીશ.' મેં કહ્યું. તે ઉંબરા આગળ ઊભો રહ્યો. ઘડીભર તેણે કંઈક વિચાર્યું.

'યૉર હાઇનેસ... આપને દર્દ—'

'નહીં ગજાનન, ખાસ કંઈ ચિંતા જેવું નથી.' કહીને મેં ગરદન પર હાથ ફેરવ્યો. કમબખ્ત ભવાનીના બચ્ચાએ ઠીક ઠીક જોરથી મને ફટકો માર્યો હતો. અલબત્ત, એ આદમી નર્વ સેન્ટર્સનો જાણકાર હતો. બાકી જો એ સહેજ ઊંચો વાગ્યો હોત તો કદાચ બ્રેઇન હેમરેજ થઈ ગયું હોત, પણ મારી ડાબી શોલ્ડર બ્લેડ સૂઝી ગઈ હતી. ત્યાં મસલ્સમાં ફ્રેક્ચર થયું હોય તેમ લાગતું હતું. બંને હાથના ફોર-આર્મ્સ પર ફટકો વાગ્યો હતો એટલે હાથનાં હાડકાં પણ દુખતાં હતાં. ગજાનન બહાર નીકળ્યો તે પહેલાં સેના આવી હતી. તેના હાથમાં થાળી હતી. તેના ચહેરા પર થાક વર્તાતો હતો, પણ તેના પ્રવેશની સાથે તાજા વરસાદથી ભીંજાયેલી ધરતીની ખુશબો કમરામાં પ્રસરી.

'મને ગજાનને કહ્યું કે, તું જાગ્યો છું સેજલ...' તે બોલી, 'તારે માટે ખાવાનું લઈ આવી છું.'

એ વાક્ય તો તદ્દન સાદુંસીધું હતું, પણ મને એ અવાજમાં બોલવાના તેના લહેજામાં પારાવાર પરિવર્તન દેખાયું. હું તેની સામે જોઈ રહ્યો, પલંગમાં જ પલાંઠી વાળીને હું બેઠો. હાથમાં થાળી રાખીને તેણે કમરામાં આમતેમ નજર નાખી. એક ખૂણે પડેલી બાજઠ પર થાળી ગોઠવીને, બાજઠ ઉઠાવીને તેણે પલંગ પર ગોઠવી. અને તે પલંગની કિનાર પર બેઠી. મેં થાળી તરફ જોયું. મકાઈના રોટલામાં ઘી અને ગોળ, દૂધીનો સૂપ, મસૂરની દાળમાં બનાવેલી એગ-કરી, અને પપૈયાનું સલાડ અને દહીં, આ જંગલમાં આવું ખાવાનું શાહી દરજ્જાનું કહેવાય.

'ખાઈ લે સેજલ...' તેણે ધીરેથી કહ્યું. અને મેં જમવા માંડ્યું. રસોઈ મજેદાર હતી. ભૂખ પણ લાગી હતી. મેં કોળિયો ભર્યો અને મને કોઠીના

પટાંગણમાં જિંદગીની ભીખ માગતા પેલા દેશી સૈનિકોના ચહેરા યાદ આવ્યા.

'સેના...'

'શું સેજલ!' તેના સ્વરમાં ગમગીની હતી.

'કર્નલ મૅલેટ...'

'તું ખાઈ લે. સમય ઘણો થઈ ગયો છે.' પલંગની કોર પરથી રેલાઈને, ફરસ પર ફેલાયેલી તેની વાળની સેર, નજાકતથી ઉઠાવીને તેણે વાળના છેડેથી ઊકલેલાં ઝુલ્ફાંને સેરમાં ગૂંથ્યાં. તે શોકમગ્ન હતી. તેના અણમોલ બાબાને તેણે ગુમાવ્યા હતા. તે એકાએક ગંભીર બની ગઈ હતી. શોકનું આવું પરિણામ આવશે તે મેં કલ્પ્યું ન હતું. સાર્જન્ટ બર્કને ગોળીએ દેનારી અને બ્રિટિશ સલ્તનત સામે ઘોડા ખેલવનારી સેના આજ મને એક નિઃસહાય ગૃહિણી સમી લાગતી હતી.

'સેના...' હું તેને પૂછવા માગતો હતો. શું પૂછવા માગતો હતો તે જાણે તેણે સમજી લીધું હોય તેમ તે બોલી ઊઠી.

'ખાતી વખતે ખાવાનો જ વિચાર કરવો જોઈએ. સેજલ... મસૂરની એગ-કરી કેવી બની છે?' તેણે કહ્યું અને મેં રોટલાના ટુકડા પર કરી લઈને મોંમાં કોળિયો ભર્યો.

'અદ્ભુત...'

'બાબાને ખૂબ ભાવતી. એટલે જ મેં આજે આ બનાવરાવી છે.' તેના શબ્દોમાં પારાવાર રુદન હું સાંભળી શકતો હતો, પણ તે આંસુ સારનારી ઓરત ન હતી. 'નાઉ ઇટ્સ ઑલ ઓવર' તેણે ઉદ્ગાર કાઢ્યો, 'એમની ઇચ્છા હતી મેકલ જવાની. મેકલની ધરતીને બાબા ખૂબ પ્યાર કરતા.'

'એ જવાંમર્દ હતા. સેના... મને તેમની ખૂબ ઈર્ષ્યા આવે છે...' મેં કહ્યું. તેમના મૃત્યુની પણ મને અદેખાઈ આવે છે. ઈશ્વર કરે અને મને પણ આવું જ મોત આવે.

'નહીં સેજલ... એવું વિચારીશ પણ નહીં. બાબા પણ એવું જ કહેતા અને છતાં તેમના મનમાં થતું કે, દેશ મુક્તિ અનુભવે અને એ મુક્તિના ગગનભેદી જયજયકારના અવાજો સાંભળીને, મેકલની અમારી કોઠીમાં હીંચકે ઝૂલતાં તેમનું મોત આવે. વેલ... લેટ્સ નોટ ટૉક એબાઉટ ઇટ. તને કેમ છે?'

'ઓહ... આઈ એમ ઑલ રાઇટ.' મેં ડાબો હાથ ગરદન પર ફેરવતાં કહ્યું, પણ ડાબો હાથ ઊંચો કરીને ગરદન પર ફેરવતાં મારા ખભા પર દર્દ

થતું હતું. કોઈ અસ્ફુટ સંજ્ઞાથી તેને સમજાયું હોય તેમ તે ઊભી થઈ. મારે પડખે આવીને તે ઊભી રહી અને તેણે ધીરેથી મારી ગરદન પર હથેળી મૂકી. તેનો હાથ ઠંડો હતો. તેના સ્પર્શમાં સંજીવની હતી. તેણે ધીરેથી મારી ડોક પર માલિશ કરવા માંડી.

મેં ખાવાનું પૂરું કર્યું ત્યાં સુધી તેણે મારા બન્ને ખભાની બ્લેડ્ઝ પર માલિશ કરી. તે પાણી લઈ આવી. મેં ઊભા થઈ ઝરૂખે જઈને હાથ ધોયા. પલંગ પરથી જ બાજઠ ઉઠાવીને તેણે બારણાની બાજુમાં મૂક્યો. હું તેની નજીક આવ્યો. તેનો હાથ પકડીને ધીરેથી પલંગ તરફ લઈ આવ્યો. તેને બેસાડી અને કહ્યું.

'તું મારી સાથે જાનોર આવીશ ને?' મેં પૂછ્યું. તેના ચહેરા પર સ્મિત આવ્યું. શોક અને ગ્લાનિની મિશ્ર લાગણીમાંથી સ્ફુરેલું સ્મિત.

'શા માટે દિવાસ્વપ્નમાં જીવવાની હઠ રાખે છે? જાનોર મારે માટે ચંદ્રલોક સમું છે.'

'સેના... બાબાની ઇચ્છા હતી કે—'

'બાબાની ઘણી ઇચ્છાઓ જીવતેજીવ અધૂરી રહી તો પછી હવે... આત્મવંચનાથી વાસ્તવ પલટાતું નથી. આજ સાંજથી જ મારે ભાગતા રહેવું પડશે.'

'ખેરાએ ડિપ્લોમેટિકલી વર્તવાની જરૂર હતી. હજુ પણ કશું ખાટુંમોળું થયું નથી. હું કર્નલ મૅલેટ સાથે સોદો પાડી શકીશ.'

'ઇટ્સ ટુ લેઇટ, સેજલ...'

'એટલે?'

'ખેરા પોતાની રીતે ટક્કર આપે છે.' સેનાએ જવાબ આપ્યો.

'મતલબ...!' મેં પૂછ્યું પણ તેણે જવાબ ન આપ્યો.

'બોલતી કેમ નથી સેના, મૅલેટને—'

'આજે મોડી રાતે કે કાલે સવારે અમારે અહીંથી નીકળવાનું થશે... હું આજો આવે તેની રાહ જોઉં છું.'

'સેના... મૅલેટનું શું થયું?'

'ખેરા હેઇટ્સ ધ બ્રિટિશ.'

'આઈ નો... આઈ નો... ખેરાએ મૅલેટને—'

'મૅલેટે ઘણા લોકોને માર્યા છે.' તે બોલી, 'કદાચ તેણે પણ આમ જ કર્યું હોત.'

'એ બચાવ નથી. સેના, એ બચાવ નથી. ખેરા પાગલ છે. હું મૅલેટની સાથે સોદો કરી શક્યો હોત... તેને આઈ મીન. ખેરાએ તેને ખતમ કરી નાખ્યો! માય ગૉડ... સાર્જન્ટ બ્રૂસ... કૅપ્ટન શેફર...' હું થડકી ઊઠ્યો હતો. 'બેફામ કત્લેઆમથી લોકોની સહાનુભૂતિ મળતી નથી સેના... યુદ્ધ જીતવા માટે તાકાત જરૂરી છે. હત્યા જરૂરી છે... હત્યાકાંડ નહીં.'

'સન સત્તાવનમાં હત્યાકાંડ સર્જાયો હતો. આજે પણ... વિપ્લવની રાખ પણ હવામાં ઊડી ગઈ ત્યારે પણ અંગ્રેજોએ, વિપ્લવવાદીઓનાં મોત નિપજાવવામાં પાછું વાળીને જોયું નથી. તેમણે સહાનુભૂતિની અપેક્ષા રાખી નથી અને છતાં એ લોકો રાજ્ય કરે છે. કદમ કદમ હિંદની ધરતીને ઝબે કરી રહ્યા છે.' તે બોલી.

'તું પણ ખેરાની જેમ દલીલ કરે છે. દલીલ કરવાથી પાપને ઢાંકી શકાતું નથી સેના...'

'પાપ અને પુણ્યના સરવાળા સ્વર્ગમાં થતા હશે... કદાચ... રાજકારણનાં સમીકરણોમાં પાપ અને પુણ્ય માટે કોઈ સંજ્ઞા નથી, કોઈ સ્થાન નથી.'

'ખેરાએ કરેલી હત્યાઓને બિરદાવે છે? શું માનવીના દેહની કિંમત નથી?'

'છે ને... બાબાના દેહની કિંમત ત્રણ બુલેટ...' તે બોલી. હું ઘડીભર અવાચક થઈ ગયો.

'સેના, તું પાગલ થઈ ગઈ છું.'

'કદાચ. સેજલ, તારા બાપુને તેં આ રીતે મરતા જોયા હોત તો કદાચ તું જુદું બોલતો હોત...' સેનાએ કહ્યું. મારી પાસે તેની કોઈ દલીલ ન હતી.

'પણ ખેરા સોદો કરી શક્યો હોત.' મેં દલીલ કરવા ખાતર કરી.

'સોદો કરવાની તેની પદ્ધતિ જુદી છે. કાલે સવારે કર્નલ મૅલેટના અને તેના પીઠ્ઠુઓના દેહ જબલપુરના બજારમાં લટકતા લોકો જોશે ત્યારે...'

'ત્યારે શું! મડદાં લટકાવવાથી શું દેશ સ્વતંત્ર થઈ જશે? શું ઠાકુરો એક થઈ જશે? લોકોમાં ઇન્કલાબ પેદા થશે! નહીં સેના... ઇટ્સ બ્રુટ્સ ઇટ્સ વેસ્ટ ઑફ હ્યુમન લાઇફ... વી નીડ ફાઇટર્સ ઍન્ડ નોટ કિલર્સ સેના... (આપણે લડવૈયાઓની જરૂર છે, મારાઓની નહીં.')

સેના મારી સામે જોઈ રહી. તેના મનમાં શું ચાલતું હતું તે મને સમજાતું ન હતું. અમે બંને થોડી વાર કશું જ બોલ્યાં વગર ઊભાં રહ્યાં. મારા અંતરમાં ઉલ્કાપાત થતો હતો. શું કરવું જોઈએ તે સમજાતું ન હતું. હું થોડાં ડગલાં ચાલીને ઝરૂખામાં ગયો. આજે આકાશ સ્વચ્છ હતું, પણ નર્મદામાં પાણી

વધ્યું હતું. ઉપરવાસમાં વરસાદ થયો હશે! જાનોરમાં વરસાદ વરસતો હશે... સંગેમરમરના શુભ્ર પટ પર લીલાં, ભૂખરા, ડહોળા પાણી વહેતાં હતાં. બપોરના સૂરજનાં સીધાં કિરણો વહેતા પાણીમાં ચમકતાં હતાં. થોડી વારે સેના મારી બાજુમાં આવીને ઊભી રહી.

'આઈ નો સેજલ... આઈ નો...' તેણે મારા ખભા પર હાથ મૂક્યો. 'આઈ નો હાઉ યુ ફીલ.'

'શા માટે હું સેજલ છું? શા માટે આ નદીમાં માછલાં પકડતો સામાન્ય ભોઈ નથી. શા માટે છે આ બધું? સેના... સેના મારે કંઈ જોઈતું નથી... કંઈ વિચારવું નથી. જહન્નમમાં જાય આ તંત્ર... આ રાજકારણ... ચાલ સેના... ચાલ અત્યારે જ. આ ઝરૂખામાંથી ભૂસકો મારીને સામે પાર ચાલ્યાં જઈએ... સેના મારું જિગર તૂટી ગયું છે. આ બધાને અંતે પણ જો તું મારી સાથે નહીં આવી શકે તો જિંદગી નકામી છે. કમઑન સેના... બીજા કોઈ જાણે તે પહેલાં આપણે ભાગી જઈએ. દૂર દૂર ચાલ્યાં જઈએ... જ્યાં કેવળ તું હોય, હું હોઉં, ધરતીની સોડમ હોય અને સૂરજનો પ્રકાશ હોય... વહેતાં ઝરણાં અને પંખીઓનો કલરવ હોય... લીલું ઘાસ ચરતાં હરણો હોય. કણસલાથી ઝૂમતાં ખેતરો હોય.

મારે તું જોઈએ છે. મારે જિંદગીમાં સત્તા નથી જોઈતી સેના... મારે કેવળ એક માનવીને ગમે તેવું, માનવતાથી, પ્રેમથી, લાગણીઓથી ભરેલું જીવન જોઈએ છે. જ્યાં માનવીમાં ઇન્સાનિયત હોય, સહિષ્ણુતા અને અનુકંપા હોય...'

સેના નજીક આવી, તેણે મારા ગળા પર તેના બંને હાથ મૂક્યા. મારા નાકમાં તેના સ્તનયુગ્મમાંથી ઊઠતી મહેક પથરાઈ. તેણે મારા માથા પર ચુંબન કર્યું અને બોલી: 'સેજલ... પ્લીઝ... તું બોલ નહીં... તું બોલ નહીં...'

અને ખરેખર જો તે જ વખતે બારણે ટકોરા ન પડ્યા હોત તો અમે કૂદી પડ્યાં હોત... સ્વર્ગ હાથવેંત છેટું રહ્યું...

સેનાએ મારો હાથ દબાવ્યો. ટકોરાના અવાજથી સ્વપ્નભંગ થયો હતો. 'કોણ છે! બારણું ખુલ્લું છે.' સેના બોલી. તે સાથે બારણું ખૂલ્યું.

'આજો... ક્યાં હતો તું!' બોલતાંની સાથે સેના કમરામાં આવતા આજો માતાઈ તરફ ધસી ગઈ. આજોના ચટ્ટાન જેવા દેહ આગળ સેના ખૂબ નાજુક દેખાતી હતી. પથ્થરમાંથી કોરેલા આજોના ચહેરા પર ધુમ્મસ સમી ગમગીની છવાઈ હતી. સંતોજીના મૃત્યુનો આઘાત એના નિર્લિપ્ત ચહેરા પર દેખાતો

હતો. 'કેટલી ચિંતા થતી હતી! આજો... તારે મને કહેવું જોઈએ ને તું ક્યાં જાય છે તે?'

'મને ખબર છે, પણ મૅલેટના બચ્ચાએ જે રીતે ઘેરો ઘાલ્યો હતો તેને કારણે સમય જ ક્યાં રહ્યો હતો...' આજોએ કહ્યું. તેના અવાજમાં મને ત્યારે નરમાશ વર્તાતી હતી.

'પણ તું છટક્યો કેવી રીતે?'

'આ ઝરૂખામાંથી... હું અને ખંડેરાવ બંને...' આજોએ કહ્યું, 'મને પોતાને ખંડેરાવ ક્યાં ગયો તેનું આશ્ચર્ય હતું, પણ ચિંતા કરવાનો સમય રહ્યો ન હતો.'

'પણ કર્નલ મૅલેટે અમને બધાને ખતમ કર્યા હોત. તારે બધાને ભગાડવા જોઈએ ને!' સેનાએ કહ્યું.

'તો બધા વીંધાઈ ગયા હોત... ખેર! કર્નલે કોઈને મારી નાખ્યા નથી...'

'સેજલ ન હોત તો—'

'તો અમારે કંઈ કરવું પડત.' તે બોલ્યો. એ અને ખંડેરાવ, શરૂઆતની ગૂંચવણનો લાભ લઈને ભાગ્યા હશે તેવો મને ખ્યાલ હતો, પણ આ ઝરૂખામાંથી તે ભાગ્યા હશે તેવી કલ્પના મને આવી ન હતી. એ બંને કેવી રીતે ભાગ્યા તેની સમજ આજોએ ઝરૂખામાં આવીને આપી.

'કર્નલ મૅલેટે જે રીતે ઘેરો ઘાલ્યો હતો. તેનો ખ્યાલ અમને... મને અને ખંડેરાવને સેકન્ડોમાં જ આવ્યો હતો. ઝાંપેથી, તબેલા તરફથી કે ઘાટ બાજુએથી છટકાય તેવું ન હતું. કેવળ ઝરૂખામાંથી પાણીમાં કૂદવા સિવાય કોઈ રસ્તો ન હતો, પણ પાણીમાં કૂદીને છટકવામાંય જોખમ હતું. તબેલાના છાપરા પર ચડેલા સૈનિકો ગોળીઓ છોડીને પાણીમાં પડીને તરતા લોકોને વીંધી નાખી શકે તેમ હતા, પણ ઝરૂખાને તળિયે, લાકડાના જે આડિયા છે તેના પર ઊતરીને કોઠીની ભીંત અને નર્મદાનાં પાણી વચ્ચે નાખેલા પથ્થરોમાં ઊગેલી ઝાડીમાં સંતાઈ જવાય તેમ છે. એક વાર ત્યાં ઊતર્યા પછી, કોઠીની અને તબેલાની પછીતે પહોંચાય છે. ઢળતા છાપરાને કારણે ત્યાં ઘેરો પડછાયો પણ પડે છે અને ગીચ ઝાડી પણ છે. અમે બન્ને ત્યાંથી ઊતરીને પણ... આ તરફ દેખાય છે તે આરસના ખડક તરફ પહોંચ્યા... પછી ખાસ મુસીબત પડી ન હતી...' કહીને આજોએ ઝરૂખામાં આવીને એ જગ્યા બતાવી. 'બાજી પલટાઈ ન હોત તો અમારે કંઈક કરવું પડત, પણ થોડાક જ સમયમાં અમે, મૅલેટે પકડેલા આદમીઓને ઝાંપા બહાર નીકળતા જોયા હતા. ભેડાઘાટની

ઓતરાતી ચટ્ટાનોમાંથી ધર્મશાળા પહોંચ્યા ત્યારે સમાચાર મળ્યા કે ખેરાસિંહે મૅલેટને ઝબે કર્યો છે, પણ મૅલેટ કેવી રીતે ઝબે થયો તેની ખબર તો અમને પછીથી પડી.' તેના અવાજમાં પહેલી વખત મારા માટે લાગણી દેખાઈ હતી, પણ તેણે એ બાબત આગળ કશું ઉચ્ચાર્યું નહીં.

'તારે તરત પાછા આવવું જોઈતું હતું.'

'આવ્યો હોત તો ખેરા સાથે નાહકની ટક્કર થાત. તું જાણે છે સેના, કતલ કરવાનો મને કોઈ શોખ નથી. હું એ દશ્ય જોઈ ન શકત.'

'તને ખાતરી હતી આજો કે ખેરા—' મેં પૂછ્યું. આજોએ મારી સામે જોયું. મારી સાથે તેને વાત કરવી ગમે છે કે નહીં તે મને સમજાયું નહીં.

'ખેરાની કામ કરવાની પદ્ધતિ જુદી છે.' તેણે મને જવાબ આપ્યો. તેમાં વ્યંગ હતો કે પછી શિખામણ હતી તે મને સમજાયું નહીં. 'વેલ! સેના, હું મારું કામ પતાવીને આવ્યો છું... બાબાનો આદેશ હતો કે તેમની હયાતી પછી તારી જવાબદારી મારા શિરે છે. સાંજે સૂર્યાસ્ત પછી આપણે ચાલ્યાં જઈશું.'

'ક્યાં જઈશું આજો?' સેનાએ પૂછ્યું.

'મેં બધો બંદોબસ્ત કર્યો છે.' આજોએ જવાબ આપ્યો.

'શું બંદોબસ્ત કર્યો છે તે હું પૂછી શકું આજો?' મેં પૂછ્યું.

'પૂછો, પણ જવાબ આપવા હું બંધાયેલો નથી.'

'એ જવાબ જાણવાનો મને પણ થોડો અધિકાર છે. સેનાની સલામતી માટે તને જેટલી ચિંતા છે તેટલી જ મને છે. આજો... આજે અહીં જે બન્યું તેમાં મારો પણ ફાળો છે. ઈશ્વરનો પાડ કે મડદાના ઢગલામાં હું અને સેના નથી... અને ખેરાએ જે કત્લેઆમ ચલાવી છે તેના પડઘા શું પડશે તેની કલ્પના તમને નથી આવી શકતી?'

'એ કલ્પના આવે છે એટલે જ મેં પૂરતો બંદોબસ્ત કર્યો છે.'

'મારે એ બંદોબસ્ત જાણવો છે, આજો...'

'એ જણાવીને મારે જોખમ નથી લેવું.' આજોએ જવાબ આપ્યો.

'મતલબ?'

'મતલબ ન સમજો તેટલા તમે નાના નથી, યૉર હાઇનેસ...'

'આજો... બાબાની છેલ્લી પળો વખતે તું હાજર હતો ને! બાબાની શું ઇચ્છા હતી તે શું તને સમજાયું નથી?' મેં પૂછ્યું. આજો સ્થિર દૃષ્ટિએ મારી સામે જોઈ રહ્યો. તેના ચહેરા પરથી ગમગીનીનો ચહેરો થોડી પળો માટે ખસ્યો.

'બાબાની ઇચ્છા? મને ખબર છે બાબાની ઇચ્છા શું હતી તે! તેમની ઇચ્છા તમે સમજો છો તો પૂરી કરતા કેમ નથી! છે તમારામાં એ ત્રેવડ? છે કોઈ ઉકેલ... ઉકેલ નથી પછી અહીં ઊભા છો શા માટે? વાસ્તવિકતાને જાણવા છતાં શા માટે તંગદિલી ઊભી કરો છો? જ્યારથી તમે ગોલાકી મઠમાં પેલા કમબખ્ત ઘોડા લઈને આવ્યા ત્યારથી મુસીબત ઊભી કરી છે. જો તમે ન આવ્યા હોત તો મારા બાબા આજે જીવતા હોત. સમજાય છે તમને! બાબા આજે જીવતા હોત...'

'આજો...' સેના બોલી ઊઠી.

'તું ચૂપ રહે સેના... બાબા જીવતા હતા ત્યારની વાત જુદી હતી. ધરતી પર પગ મૂકીને તું જોઈશ તો તને સમજાશે કે પરિસ્થિતિ કેવી છે.'

'મને ખબર છે આજો...'

'ખબર છે તો પછી શા માટે આ સેજલસિંહને તું સ્પષ્ટ કહેતી નથી? શા માટે એ અહીં છે. શા માટે જિંદગી સાથે રમત કરી રહી છું' કહીને આજો ત્યાં પડેલા પલંગ પાસે ગયો. તેના વિશાળ કપાળ પર પરસેવાનાં બુંદ જામ્યાં હતાં. તે ધીરેથી બેઠો. કમરામાં ઘડીભર શાંતિ છવાઈ.

'મને રોષ નથી, અણગમો નથી, પણ સેજલસિંહ તેમની લાચારીને સમજી શકતા નથી. લાચારીમાં શૂરાતન દેખાડવું એ ગાંડપણ છે. જિંદગી ખોવી તેના કરતાં દિલ ખોવું તે વ્યવહારુ છે, સેના... બાબાએ ક્યારનું તેમનું દિલ ખોઈ નાખ્યું હતું. તેમનો દિમાગ જીવતો હતો. બાકી ભીતર તો ક્યારનુંય મૃત થઈ ગયું હતું.'

'આજો... તું માને છે તેટલો હું અણઘડ નથી. અણઘડ હોત તો મેં ક્યારનાંય કેસરિયાં કર્યાં હોત. મારે એટલું જ જાણવું છે તેં શો બંદોબસ્ત કર્યો છે.'

'સેનાની બાકીની જિંદગી તબાહ કરવી છે યૉર હાઇનેસ!' તે બોલી ઊઠ્યો.

'તને એમ લાગતું હોય તો ન કહીશ આજો. કોણ જાણે હરહંમેશ તને જોઈને મને બીક લાગતી હતી. ડર કે પછી સંકોચ. મને ખબર નથી. ક્યારેય તારી સામે સેના વિશે કશું કહી શક્યો ન હતો. આજ તને કહું છું આજો માતાઈ, સેના વગર મારે મન જિંદગીની કોઈ કિંમત નથી, પણ એ તને સમજાશે નહીં. તને નહીં સમજાય આજો—' મેં કહ્યું. આજો ચૂપ થઈને ઊભો રહ્યો અને પછી માત્ર એટલું જ બોલ્યો.

'દરેક માણસ જેને પ્રેમ કરતો હોય તેને મેળવી શકતો નથી. નિયતિ સાથે

હઠ પકડવાથી ફાયદો થતો નથી...' કહીને તે બહાર ચાલ્યો ગયો.

તે ચાલ્યો ગયો તે સાથે જ સેના મને વળગી પડી.

'સેજલ, ડોન્ટ ફીલ બેડ એબાઉટ હિમ... પ્લીઝ ડોન્ટ ફીલ બેડ...' સેનાએ માર્દવતાથી કહ્યું.

મેં તેની પીઠ પર હાથ ફેરવ્યો. તે નજીક સરી. તેના ગાલ પર સુરખી તરી આવી. અને આંખમાં મૃગજળની ચમક રેલાઈ.

'તેને ભય છે સેના, કે હું તારો કેડો મૂકવાનો નથી. તેનો ભય સાચો છે. હું કદી તારો કેડો મૂકવાનો નથી. આજ તો શું જન્મોજન્મ નહીં.'

'એવું નથી સેજલ... એવું નથી, આજોના ભીતરમાં પણ જ્વાળામુખી છે. અંદરથી ધગધગતો પણ બહારથી ઠરીને ઢીમચા જેવો. તું એને સમજવામાં ગલતફહમી ન કરતો. આજોના દિલમાં કંઈ છે, પણ તે શું છે તે ક્યારેય કોઈ જાણી શક્યું નથી.'

તેણે પોતાનું માથું મારી છાતી પર ઢાળી દીધું. તેના વાળમાંથી તાજી મોગરાની ખુશબો આવતી હતી. થોડી મિનિટો માટે પૃથ્વી સ્થિર થઈ ગઈ હતી. સૂરજ શરમાઈને વાદળોની ઓથે ચાલ્યો ગયો હતો. કમરામાં તેજ ઓસર્યું હતું. સેનાના ગમગીન ચહેરા પર નિરાંતનું હાસ્ય રેલાયું. 'સેજલ... સેજલ આઈ લવ યુ... આઈ લવ યુ...'

'સેના, કેટલા વખતથી તેં મને આ શબ્દો કહ્યા નથી! બાબાએ છેલ્લી વખતે શું કહ્યું હતું?'

'શું કહ્યું હતું?' તેણે પૂછ્યું. મેં તેની હડપચી પર મારી આંગળીઓ મૂકીને તેનો ચહેરો ઊંચો કર્યો. તેના પરવાળા જેવા હોઠ પર મારી નજર સ્થિર કરી. તે શરમાઈ. તેનાં પારદર્શક પોપચાં મીંચાયાં અને મેં માથું ઝુકાવ્યું.

'બાબાજી... સર બાબાજી, યૉર હાઇનેસ.' કમરાના બારણા આગળથી ખંડેરાવ બૂમ પાડતો હતો. હું સહેજ ચમક્યો. સેના અળગી થઈ.

'શું છે, ખંડેરાવ...'

'એ લોકો આવ્યા છે.'

'કયા લોકો...'

'ખેરાના જાણભેદુઓ...' તે બોલ્યો અને હું અને સેના બહાર નીકળ્યાં. ખંડેરાવ દોડ્યો. પડાળીમાં ભવાનીસિંહ ઊભો હતો. તેની બાજુમાં ખેરા ઊભો હતો. તે ઊંઘમાંથી ઊઠ્યો હતો. તેની આંખો સૂઝેલી હતી. તેની સામે બે

આદમીઓ ઊભા હતા. પડાળીથી થોડે દૂર બે ઘોડા હાંફતા હતા.

'રહમતમીર... રહમતમીર અલી, ભુક્કા કાઢી નાખ્યા, કર્નલ જેકબસન મરાયો છે. કૅપ્ટન સિરિલ ભાગી છૂટ્યો છે... પિંઢારી જીત્યા છે. સરકાર પિંઢારી જીત્યા છે. લેફ્ટનન્ટ બર્ટ પીછેહઠ... રાત સુધીમાં જાનોર ખાલી થશે...'

'ધીરેથી વાત કર ગૂંજા... સમજાય તેવી રીતે વાત કર...' ખેરાએ સ્વસ્થતાથી કીધું. તેનો અવાજ શરાબના નશામાં ભારેખમ થઈ ગયો હતો, 'આને પાણી પાવ કોઈ...'

પડાળીમાં ઊભેલામાંથી કોઈક પાણી લેવા ગયું. હું થોડો આગળ આવ્યો. થોડી વારમાં માણસોથી આખી પડાળી ભરાઈ ગઈ હતી. જૅક અને જીના, હરિભજન અને આજો, ગજાનન અને ખંડેરાવ બધા જ સ્તબ્ધ થઈને ખેરાના આદમીને સાંભળી રહ્યા. ગોલાકી મઠની ઘમસાણ લડાઈમાં પિંઢારીઓ જીત્યા હતા. લેફ્ટનન્ટ બટ જાનોર તરફ પીછેહઠ કરી ગયો હતો. મનસબદાર સરદારો હણાયા હતા અથવા ભાગી નીકળ્યા હતા. જેડો રાઉટીઓ ઘવાયો હતો, પણ રાઉટીઆ કીડિયારાની જેમ ઊભરાયા હતા. પિંઢારીઓ જાનોર તરફ ધસી રહ્યા હતા.

'મામા... આપણા આદમીઓને તૈયારી કરવાના હુકમ આપો. વી આર લીવિંગ ઇન એન અવર...' કહીને ખેરાસિંહ અંદર ગયો. ભવાનીસિંહે પગથિયાં પાસે એકઠા થયેલા લોકોને હુકમ આપ્યા. ઘડીક વારમાં કોઠીનું વાતાવરણ બદલાઈ ગયું. જે કમરામાં મેં કર્નલ મૅલેટને જેર કર્યો હતો તે કમરામાં ખેરાસિંહ ધસી ગયો હતો. તેની પાછળ બાબા હરિભજન ગયા. મેં આજોને તેની પાછળ જતાં જોયો. હું અને સેના પડાળીમાં ઊભાં રહ્યાં. મારે શું કરવું તે સમજાતું ન હતું. કળ વળતાં મને થોડી વાર લાગી. એકાએક આ સમાચારની ભયંકરતાથી મારાં રૂંવાડાં ખડાં થઈ ગયાં. રહમતમીર અલી જાનોર પર ત્રાટકશે તો શું પરિણામ આવશે તેની કલ્પનાથી હું ધ્રૂજી ઊઠ્યો.

પડાળીની બહારના કંપાઉન્ડમાં જોતજોતાંમાં ઘોડાઓ આવી પહોંચ્યા. તબેલો પ્રવૃત્તિથી ધમધમી ઊઠ્યો. ભેડાઘાટને ઓવારે નાહવા ગયેલા કે ઘોડા ચરાવતા ચરવાદારો જાનવરોને દોડાવતા આવી પહોંચ્યા હતા. ખેરાના કમરામાં વૉર કાઉન્સિલ એકઠી થઈ.

'આ શું ખેરા!' આજો માતાઈ બોલ્યો. હું કમરાના બારણા પાસે ઊભો રહ્યો. કમરાની અંદર બાબા હરિભજન, આજો, ભવાનીસિંહ અને જૅક મૅકગ્રેગર

ઝડપથી પ્રવેશ્યા હતા. જીના બારી પાસે ઊભી રહી હતી અને સેના મારાથી થોડે દૂર બારસાખમાં ઊભી રહી.

'વી ઍટેક જબલપુર... આજો.' ખેરાસિંહના શરીર પરથી શરાબનું વાદળ ચાલી ગયું હતું અને એકાએક તેના શરીરમાં તરવરાટ ફેલાયો હતો.

'જબલપુર?' આજોએ પ્રશ્ન કર્યો.

'યસ, આજો જબલપુર... કેમ મામા, તમારો શો ખ્યાલ છે?' ખેરાએ રાઇડિંગ શૂઝ ખંખેરીને ફરસ પર મૂક્યા.

'ઇટ વિલ બી સુઇસાઇડ.' જેક મૅકગ્રેગર બોલી ઊઠ્યો.

'કીપ ક્વાયટ' ખેરાએ હુકમ કર્યો. 'મામા, કટંગી પર કોઈને મોકલો. રામદાસ પાંડેને સંદેશો પહોંચાડો. કટંગી થાણા પર મોડી રાત્રે હલ્લો થાય તેવી વ્યવસ્થા કરે.' ખેરાનો હુકમ રિલે કરવામાં આવ્યો.

'ખેરા... જબલપુર પરનો હલ્લો એટલે શું તને ખબર છે ને?'

'ખબર છે... બરાબર ખબર છે. જબલપુર પર આપણે ત્રાટકીએ. રહમતમીર જાનોર પર... જાનોર પર કુમક ન મોકલાય તો રહમત જીતે... અંગ્રેજોના ભુક્કા નીકળે... જાનોર બચાવવા પલટન ખસેડાય તો આપણે જબલપુરનો ખાત્મો બોલાવી શકીએ અને બીજે ક્યાંયથી મદદ આવે તે પહેલાં તો આપણે દાવાનળ—'

'દાવાનળ તો ઠીક ખેરા, આપણે ક્યારેય ભાગી શકીશું નહીં.'

'ભાગવાની જરૂર નહીં રહે આજો.' બાબા હરિભજને કહ્યું. 'શાહપુરા, દેવરી, અમરિયા, પાટન અને બેલખેડાથી બાગીઓ આવશે.'

'પાટન અને શાહપુરામાં ગેરિસન કમાન્ડ છે બાબા.'

'મને ખબર છે. ત્યાં ગેરિસન છે, તો મારા અનુયાયીઓ પણ છે.' તેમ કહીને બાબાએ બહાર નીકળીને હુકમ છોડ્યો. બે આદમીઓ દોડ્યા આવ્યા. 'તું પાટન જા સોમ અને તું શાહપુરા માનસિંહ.' બન્ને જણ તરફ હાથ કરીને બાબાએ હુકમ આપ્યો.' શાહપુરામાં અને પાટનમાં ઘેર ઘેર રોટી પહોંચાડ્યા વગર પાછા ન આવશો સમજ્યા... જાઓ.' બાબાએ કહ્યું કે તરત પેલા બન્ને દોડી ગયા. થોડી વારમાં ઘોડા તબડાવીને તે બન્ને ચાલ્યા ગયા.

ખેરાએ બૂટ પહેરી લીધા હતા. ભવાનીસિંહ તૈયાર જ હતો. બાબા હરિભજન તૈયાર થવા માટે બીજા કમરામાં ચાલ્યા ગયા.

'સેજલ, તું મારી સાથે આવે છે?' ખેરાએ તદ્દન સીધા શબ્દોમાં કહ્યું.

'હું કોઈની સાથે આવતો નથી. ખેરા, હું જાનોર જઉં છું.'

'જાનોર...! હવે જાનોર જવાથી કોઈ અર્થ સરવાનો નથી યૉર હાઇનેસ. યુ આર કમિંગ વિથ મી... યુ આર માય ઇન્સ્યુરન્સ. ડુ યુ અંડરસ્ટૅન્ડ...'

હું બોલવા ગયો પણ સેનાએ મને સંજ્ઞા કરી, હું ગમ ખાઈ ઊભો રહ્યો.

'જૅક... તું મારી સાથે આવે છે. જીના અને સેના, તમે અહીં રોકાવો છો.'

'હું નહીં ખેરા, હું તારી સાથે આવીશ.' સેના બોલી ઊઠી.

'નો... નો...' હું બોલી ઊઠ્યો. 'સેના, ઇટ ઇઝ સ્ટુપિડ ઍબ્સોલ્યુટલી સ્ટુપિડ.'

'સેના આપણી સાથે આવશે ખેરા. જૅક અને જીના ભલે અહીં રહેતાં' આજોએ કહ્યું.

'નહીં આજો, જૅક ઇઝ એ ફાઇટર... આઈ વિલ નીડ હિમ.' ખેરા બોલ્યો અને કમરાની બહાર નીકળ્યો.

'નહીં... નહીં... જૅક નહીં. ખેરાસિંહ, પ્લીઝ લીવ હિમ એલોન પ્લીઝ...' જીના બોલી અને ખેરાની આડે આવીને ઊભી રહી.

'ગોરી ઓરતો પ્રત્યે મને નફરત છે જીના... આ મારો કૅમ્પ છે. મારા કૅમ્પમાં હું જે બોલું તે કાયદો છે, સમજી. જૅક મારી સાથે આવશે. તારે અહીં રહેવાનું છે.'

'હું જૅકને જવા દેવાની નથી.'

'મેં તને કહ્યું ને જીના, હું તને બરદાસ્ત કરું છું. કારણ તું જૅકની પ્રેયસી છું અને જૅક બાબા હરિભજનનો ભક્ત છે. બાકી ગોરા લોકો મને ગમતા નથી. આઈ હેઇટ ધેમ...' ખેરા બોલ્યો.

'તું કોઈને બળજબરી કરીને—'

'શટ અપ જીના. તું મને ડિસ્ટર્બ ન કર. ગોરી ઓરત જોઈને મને ઉન્માદ પેદા થાય છે અને બળાત્કાર કરવા માટે મારી પાસે સમય નથી. જૅક, ગેટ રેડી.'

'નો બડી ઑર્ડર્સ મી.' જૅક બોલ્યો.

'આઈ એમ નોટ એ નો બડી જૅક.' ખેરાએ જવાબ આપ્યો.

'તેને ના આવવું હોય તો ફરજ પાડવાની જરૂર નથી ખેરા. જૅક નહીં આવે તો કશો ફરક પડવાનો નથી.' મેં કહ્યું.

'ઘણો ફરક પડશે. સેજલ. હું ગોરાઓ પર વિશ્વાસ કરતો નથી, ભલે પછી તે બાબા હરિભજનનો દોસ્ત હોય કે ચેલો.'

'પણ એ ગોરો નથી, ખેરા.' મેં કહ્યું.

'બાસ્ટર્ડ્ઝ આર સ્ટીલ વર્સ' તે બોલ્યો. તે સાથે જ જીનાએ ઊછળીને ખેરાના ઢીંચણ પર લાત મારી. ખેરાએ સમતુલા ગુમાવી અને તે પડ્યો. તે સાથે જેક તેના પર ધસ્યો. જેક ખેરાને કંઈ ઈજા કરે તે પહેલાં જ હું વચ્ચે પડ્યો હતો અને મેં જેકના પગને આંટી મારી હતી. જેક ત્યાં પડેલી ટિપાઈ પર પડ્યો. ખેરા તેનો હાથ ખંખેરીને ઊભો થયો.

'સ્ટૉપ ઇટ ખેરા... અંદર અંદર લડવા માટે અત્યારે સમય નથી' મેં કહ્યું અને ખેરા ઊભો રહી ગયો.

'હું વસૂલ કરીશ આ જીના... ટેઇક ધીસ ગર્લ અવે...' તે બરાડ્યો. જેક ઊભો થયો. તેની આસપાસ બંદૂકો તકાઈ હતી. બે માણસો જીનાને ખેંચીને અંદર લઈ ગયા. ખેરાસિંહ કમરાની બહાર નીકળ્યો. જોતજોતામાં એકસો ને વીસ અસવારોની ટુકડી તૈનાત થઈ. કર્નલ મૅલેટના સૈનિકો પાસેથી આંચકી લેવામાં આવેલા ઘોડા પણ ગિશ્તમાં સામેલ કરવામાં આવ્યા.

'શું કરવું છે આજો!' મેં ધીરેથી પૂછ્યું.

'મારે જબલપુર પહોંચવું જ પડશે.' આજો બોલ્યો.

'ખેરાની સાથે લડાઈમાં જવા?' મેં પૂછ્યું.

આજો ઘડીભર મારી સામે જોઈ રહ્યો. 'સેનાને પહોંચાડવાની છે.' તે ધીરેથી બોલ્યો, 'બાબાના દોસ્ત તેની રાહ જોશે.'

મેં તેની સામે વિજયનું સ્મિત વેર્યું. અલબત્ત, જાનોરના સમાચારથી હું થડકી ઊઠ્યો હતો. જો રહમતમીર ખરેખર જાનોર પહોંચશે તો રાજમહેલ પર ત્રાટક્યા વગર રહેવાનો નથી...

જાનોરમાં શું પરિસ્થિતિ હશે તેની ચિંતા મને અકળાવી રહી હતી. રહમતમીર પિંઢારી ખતરનાક આદમી હતો. તેણે જો અંગ્રેજોને મારી હઠાવ્યા હશે તો બીજું કોઈ તેને રોકવાનું નથી. રાઉટીઆ, કોલ અને પિંઢારી અને આમવર્ગના લોકો પણ તેની સાથે જોડાયા વગર રહેવાના નથી. અલબત્ત, મારી 'મૉમ' અને બાલીરામજી બંને ગણતરીઓમાં પહોંચી વળે તેવાં હતાં, છતાં મને અંદરથી કંઈક દહેશત લાગતી હતી. એ દહેશત કરતાંયે અત્યારે મારે મારી 'મૉમ'ની બાલીરામજીની સલાહની જરૂર હતી. હું ભારે મૂંઝવણ અનુભવી રહ્યો હતો.

ખેરાનું ગણિત લશ્કરી રીતે ખોટું ન હતું. જો જાનોરમાં ગઢમાંડલાથી

આવેલી અંગ્રેજ ફોજ અને ખુદ જાનોર રાઇફલ્સ પિંઢારીઓને હાથે શિકસ્ત પામી હોય તો જબલપુરથી ચોક્કસ તેની મદદે બાવનમી પલટનની થોડી ટુકડીઓ રવાના કરવામાં આવી હોય. જાનોર અને બાર્ગી વિસ્તારમાં જો અંગ્રેજો વિરુદ્ધ વિજય મળે તો પ્રજાનો મનોવૈજ્ઞાનિક જુસ્સો પલટાય. અંગ્રેજોની સામે આંખ ઊંચી કરતાં બીતી પ્રજામાંથી ભય ચાલ્યો જાય. અંગ્રેજોને આ વાત પોષાય નહીં. રહમતમીરના એકલદોકલ વિજય કરતાં પણ આ મનોવૈજ્ઞાનિક ફટકો અંગ્રેજો માટે ભારે પડે. જબલપુરમાં બેઠેલા અંગ્રેજ સત્તાધીશો જાનોર પર રહમતમીરની ભીંસ ઊભી થવા દે અને જાનોર ખતમ થાય તે પહેલાં તેની મદદે પહોંચીને, જાનોરની પ્રજા અને રાજ્ય પર 'સેવિયર્સ' (તારણહાર) તરીકેની કાયમી છાપ, હંમેશનું એક 'ઑબ્લિગેશન' ઊભું કરી શકે. અંગ્રેજો આ તક કદી ન છોડે તેવું મને ચોક્કસ દેખાતું હતું.

ગોવિન્દદાસની કોઠી પર તડામાર ચાલતી તૈયારીમાં જાનોરની ચિંતા કરવાનો કોઈને રસ ન હતો. ખેરા અંગ્રેજોને જીવલેણ ફટકો મારવા માગતો હતો. બાબા હરિભજન ઇન્કિલાબ હજુ પણ શક્ય છે તેનો પુરાવો આપવા માંગતો હતો. આજો સેનાને કોઈ સલામત સ્થળે ખસેડવા માગતો હતો. સૌથી ગંભીર પરિસ્થિતિ મારી અને જૅકની હતી. જૅકે સર પૉવેલના મોતની સજામાંથી છટકવા બાબા હરિભજનનું શરણું સ્વીકાર્યું હતું અને તે બાગીઓ વચ્ચે ફસાયો હતો. જૅક મૅકગ્રેગરની તલાશ માટે હું નીકળ્યો હતો અને હું પણ બાગીઓ વચ્ચે અનાયાસ ઘેરાયો હતો. અલબત્ત, બનાવોએ જુદું જ સ્વરૂપ ધારણ કર્યું હતું. મારે માટે વિચિત્ર પરિસ્થિતિ સર્જાઈ હતી. ખેરા અને સંતોજીને હું સીધેસીધી મદદ કરી રહ્યો છું અથવા કરતો હતો, તેવી છાપ કર્નલ મૅલેટની ટુકડીના સત્યનાશને કારણે ઊભી થઈ હતી; અને તે છાપ ફેલાયા વગર રહેવાની ન હતી. તેમ છતાં આટલેથી જ જો વાત અટકી શકે તો આ છાપ ભૂંસવાનું બની શકે, પણ એક વાર જબલપુરના હલ્લામાં જોડાયા પછી હું અંગ્રેજોનો દુશ્મન નથી તેવી છાપ ઊભી કરવી અશક્ય બની જાય.

મેં આજુબાજુ નજર કરી. બાબા હરિભજને કોઠીનો કોઠાર ખોલી નાખ્યો હતો. તબેલાની બાજુમાં આવેલી વખારમાં સંઘરવામાં આવેલાં હથિયારો અને બુલેટોની પેટીઓ વહેંચવામાં કેટલાક આદમીઓ રોકાયા હતા. ખેરા પોતે વખારમાંથી આવતાં હથિયારો જોવામાં પરોવાયેલો હતો. જૅક મૅકગ્રેગર તદ્દન હતાશ થઈને પડાળી આગળ કંઈ વિચારતો ઊભો હતો. ખેરાના ચુનંદાઓ જૅક

અને મારા પર નજર રાખી રહ્યા હતા. ખેરાનો મામો ભવાનીસિંહ પગથિયાં પાસે લોખંડની પતરાની ખુરશી પર ગોઠવાયેલો હતો. એક પગ પર બીજો પગ વાળીને, ખોળામાં રાઇફલ નાખીને, બંને હાથે તે તમાકુ ચોળતો હતો. હું ધીરેથી તેની નજીક સર્યો. તેની પાસે આવીને મેં ખોંખારો ખાધો. તેણે તીરછી આંખે મારી સામે જોયું અને ફરી આંગળીમાં ચૂનો લઈને, હથેળીમાં રાખેલી તમાકુ ચોળવા લાગ્યો.

'મામા...' મેં ધીરેથી કહ્યું. ભવાનીસિંહ સાથે એકલા આવી રીતે વાર્તાલાપ કરવાનો મારો પ્રથમ પ્રસંગ હતો. તેણે મારી સામે જોયું. એકાએક તેના બળદની કાંધ જેવા ખભા હલ્યા અને તે હસ્યો. પહેલાં ધીરેથી અને પછી જોરથી. આજુબાજુ થોડે દૂર કંઈ ને કંઈ કામમાં પરોવાયેલા માણસો ઘડીભર કામ કરતા અટક્યા. તેમણે અમારી તરફ જોયું. તેમને કદાચ લાગ્યું હશે કે હું ભવાનીસિંહને કોઈ રમૂજી વાત કહેતો હોઈશ.

'મામા...!' તે હસતાં હસતાં બોલ્યો, 'તારો મામો! તારો બીજો બાપ થવાનું મને પસંદ છે, પણ તારો મામો નહીં, સમજ્યો? તારી મા મારી બહેન થતી નથી અને હું તેને બહેન તરીકે જોતો નથી.' તે બોલ્યો.

એક ક્ષણ મેં આંખ મીંચી અને મારો ગુસ્સો ખાળ્યો. અત્યારે ગુસ્સો કરવાથી વળવાનું ન હતું, છતાં હું બોલ્યા વગર ન રહી શક્યો. 'વાંધો નહીં ભવાનીસિંહ. ખેરાસિંહની મા જેવી જ ઓરતોને તમે બહેન કહેવા માગતા હો તો મને શું વાંધો છે?'

તે ચોંક્યો. ખોળામાં રાખેલી બંદૂક તેણે સીધી કરી. તેનું બટ જમીન સાથે અફાળ્યું અને હાથમાં નળી પકડી, 'શું બોલ્યો?'

'મામા-ભાણેજની વાતનો ફેંસલો આપણે પછી કરીશું. એ પહેલાં મારે એક વાત કહેવાની છે. તમને ગમે તો ઠીક, નહીં તો તમારી ઇચ્છા. મારા ધ્યાનમાં એ વાત આવી છે, એટલે હું કહું છું.' મેં કહ્યું.

'મારે કશી વાત કરવાની નથી. જે કહેવાનું હોય તે ખેરાને કહે.' તે બોલ્યો. તેના જાડા ગળામાંથી ઘસાઈને શબ્દો નીકળતા હતા. અવાજમાં ખોખરાશ હતી. તે બોલતો ત્યારે ગળું કબૂતરની જેમ ફૂલતું અને ગળામાં પહેરેલું માદળિયું સખ્ત થતું.

'ખેરો સમજે તેવી વાત હોત તો તેને કહેત.' મેં કહ્યું.

'એટલે?'

'જબલપુર પર હલ્લો કરવા માટે એકલી રાઇફલો કામ નથી આવવાની.'

'તે મને ખબર નથી? ખેરાને એટલી બુદ્ધિ નથી?' ભવાનીસિંહે કહ્યું.

'છતાં જબલપુર પર હલ્લો કરવો છે?' મેં પૂછ્યું.

'આપણે ક્યાં રાજ... ચલાવવું છે!' તે બોલ્યો.

'તો પછી આ ગડભાંજ શા માટે કરો છો? જો રાજ ચલાવવાની ઇચ્છા ન હોય તો પછી આ જાનનાં જોખમ શું કરવા ઉપાડો છો ભવાનીસિંહ?'

'બંગડીઓ પહેરીને બેસી રહેવું એમ તારું કહેવું છે? કે પછી તારી માની માફક અંગ્રેજોની બગલમાં ઘૂસવું?' તે બોલ્યો. પળે પળે તે મને અપમાનિત કરવા માગતો હતો.

'મારી મા વિશે આપણે ફરી ચર્ચા કરીશું ભવાનીસિંહ. મારે અત્યારે એટલું જ કહેવાનું છે કે જબલપુરમાં જઈને થોડાં ખૂન કરી આવવાં, તેના કરતાં બાર્ગીમાં રાજ ચલાવવું વધારે મહત્ત્વનું છે. એક વાર રહમતમીર ત્યાં જામ્યો તો તે મફતમાં તમને ત્યાં રહેવા દેશે નહીં. કટંગીનું રાજ તો તમે જ્યારે પાછું મેળવશો ત્યારે ખરા, પણ સંતાઈને રહેવાની જગ્યા પણ તમારે પિંઢારી પાસે ભાડે લેવી પડશે.'

'ભેડાઘાટ નાનો નથી.' તે બોલ્યો.

'એમ તો કટંગી ક્યાં નાનું છે?' મેં પૂછ્યું. 'આ તો ગઢમાંડલાની ફોજોને પિંઢારીઓએ હરાવી છે અને બાર્ગીની પહાડીઓ અત્યારે રેઢી પડેલી છે. જગ્યા પૂરી લેવાનો મોકો અત્યારે છે' મેં કહ્યું.

ભવાનીસિંહ વિચારમાં પડ્યો, તેણે ભવાં ચડાવ્યાં. 'રહમતમીર કાચો નથી. તેણે આ ગણતરી કરી હશે.' ભવાનીએ કહ્યું.

'એ જાનોર જીતવાની પળોજણમાં હશે. એથીય વધુ તો તેને દોલતની લાલચ હશે. પિંઢારીઓએ રાજ્ય ઓછાં ચલાવ્યાં છે! લૂંટફાટ કરવી અને રાજ્ય ચલાવવું તેમાં ફેર નથી? ખેર! તમને લોકોને એ નહીં સમજાય... તમને સમજાવવાનો પણ અર્થ નથી. આખી જિંદગી જેણે લૂંટફાટમાં કાઢી હોય તેને રાજકારણ શી રીતે શીખવવું! હું પણ મૂર્ખો છું ને! મારે જ મૅલેટ સાથે તમારો સોદો કરી લેવો જોઈતો હતો. કહીને હું ત્યાંથી ચાલ્યો. જતાં જતાં મેં ધીરેથી ઉમેર્યું, 'ખેરાના મામા થઈને જે વાત તમે ખેરાથી છુપાવી છે તે હું જાણું છું. બાબા હરિભજન પણ જાણે છે... કદાચ એટલા ખાતર તો તમે રાજ મેળવવા માગતા નથી... એવું નથી ને!'

ભવાનીસિંહ ચોંકી ઊઠ્યો. તે ઊભો થાય તે પહેલાં હું પગથિયાં ચડીને પડાળીમાં ચાલ્યો ગયો. જૅક મૅકગ્રેગરે મારી સામે જોયું. તે કંઈ બોલવા માગતો હતો, પણ હું અટક્યો નહીં. હું અંદરના કમરામાં ચાલ્યો ગયો. કર્નલ મૅલેટને ઝબે કરવામાં મેં જે ધીરજ અને ખંધાઈ બતાવી હતી તેનો પ્રતિભાવ ખેરા અને તેના અડબંગ મામા પર પૂરેપૂરો પડેલો હતો. તેમને ખ્યાલ તો આવી જ ગયો હતો કે હું પણ કાચી માટીનો ન હતો.'

અત્યારે મારે બે કામ પાર પાડવાં હતાં. એક તો આ મરજીવા બાગીઓની છાવણીમાંથી છટકીને જાનોર પહોંચવું અને બીજું સેનાને સલામત રીતે આજો જ્યાં પહોંચાડે ત્યાં જવા દેવી. તે પછી મારા અનેક માનસિક સંઘર્ષ ઉકેલવાનો મને સમય મળવાનો હતો. મારે એ સમય જોઈતો હતો. હું અંદર ગયો અને ખેરાનો મામો ધીરેથી ઊઠ્યો. મને ખાતરી હતી કે ગમે તે રીતે એ ખેરાને મારી પાસે લઈ આવશે.

'સેજલ...' એકાએક જીનાએ મને રોક્યો, 'સેજલ, આ અડબંગોને કહે કે અહીંથી જાય...' જીનાએ અંગ્રેજીમાં કહ્યું. ખેરાના હુકમ પ્રમાણે જીનાને લઈને બે આદમીઓ અંદર આવ્યા હતા. તેમણે જીનાને પડાળીની અંદરના પહેલા કમરામાં બેસાડી હતી અને બંને જણ ત્યાં જ ઊભા રહ્યા હતા.

'ખેરાના હુકમ સિવાય એ લોકો જશે નહીં.' મેં જવાબ આપ્યો.

'પ્લીઝ... સેજલ... તું જૅકને ગમે તે રીતે ખેરાના પંજામાંથી છોડાવ... જબલપુરના હલ્લામાં બધા મરાઈ જશે.'

'અહીં આવી ત્યારે તારે એ વિચારી લેવા જેવું હતું જીના... તમને પૂરતો સમય મળ્યો હતો, પણ સર પૉવેલના મોતનું ભૂત તમારે માથે સવાર થયું હતું. હવે હું શું કરી શકવાનો છું? ખેરા અહીં નેતા છે. ખેરાની વિરુદ્ધ જવાનો શું અંજામ આવે છે તેના દાખલા મારે તને આપવાની જરૂર નથી.' મેં કહ્યું.

'પણ જૅકને...' તે બોલી.

'જૅકને મારામાં વિશ્વાસ નથી. જૅકે જો પહેલેથી પૂરતો વિચાર કર્યો હોત તો કદાચ આ સ્થિતિ આવી ન હોત...'

'આઈ ડુ નોટ વૉન્ટ ટુ લૂઝ હિમ... સેજલ.' તે ધીરેથી બોલી. તેની આંખોમાં ભય હતો. વિનંતી હતી.

'આઈ વીશ યુ ડુ નોટ...'

'પ્લીઝ સેજલ...' તે બોલી અને મેં બહાર બૂટનો અવાજ સાંભળ્યો. હું

બાજુના કમરામાં ગયો. એ જ કમરામાં મારે અને કર્નલ મૅલેટને ટક્કર થઈ હતી. હું અંદર જઈને ખુરશીમાં બેઠો. મારે પણ રાઇડિંગ શૂઝ પહેરવાના હતા.

'મામાને શું ભડકાવતો હતો, સેજલ?' ખેરાએ અંદર પ્રવેશીને કહ્યું. ખેરાની પાછળ તેનો મામો પણ પ્રવેશ્યો.

'મારે શા માટે તારા મામાને ભડકાવવા પડે?' મેં પૂછ્યું.

'તો મામા ખોટું બોલે છે! જબલપુર હલ્લો કરવા માટે અત્યાર જેવો સમય બીજો ક્યારે મળવાનો? બિચારા ભોળા મામાને અવળે રસ્તે દોરવા માગે છે?' ખેરાએ કહ્યું.

'અહીં હુકમ તું ચલાવે છે. નિર્ણયો પણ તું લે છે ખેરા... પછી હું ગમે તે બોલું તેનો કોઈ અર્થ ખરો? તારામાં તાકાત હોય તો જબલપુર તો શું દિલ્હી પર પણ હલ્લો કરી શકે. હલ્લો કરવો અને જીતવું એ બેમાં કેટલો ફરક છે એટલું જ માત્ર હું તારા મામાને કહેતો હતો.' મેં કહ્યું.

'પણ મામાને કહેવાની તારે શી જરૂર?' ખેરાએ પૂછ્યું.

'કારણ એ 'બિચારા ભોળા' છે, ખેરા... તેમને ખબર હોય કે ન હોય, પણ મને ખબર છે કે જબલપુરમાં શું થશે!'

'શું થશે?' ખેરાએ પૂછ્યું.

'કેસરિયાં... તોપના મોઢામાં જઈને પડવાનું બીજું શું?' મેં કહ્યું. 'સિવાય કે તેં બીજું કાંઈ પ્લાનિંગ કર્યું હોય. જાનોરમાં રહમતમીર જીતશે તો બાર્ગીનો બાદશાહ થઈને રહેશે.'

'જાનોર પણ જીતી લેશે ને!'

'જાનોર જીતવું અને ટકાવવું તેમાં ફરક છે. તારી જગ્યાએ હું હોઉં તો...'

'તો શું...'

'તો જબલપુરના હલ્લામાં રહમતમીરને પણ સામેલ કરી દઉં. હાર-જીત ગમે તેની થાય પણ અંગ્રેજોના છક્કા છૂટી જાય... બાકી તારા આ દોઢસો માણસો જબલપુરમાં ધાડ જરૂર પાડી શકે, જંગ ખેલવો એ જુદી વાત છે.'

'પાટન, કટંગી, અમરિયા, શાહપુરા અને ગઢમાંડલાથી વિપ્લવવાદીઓ મારી મદદે આવશે. બાબા હરિભજને મધ્ય પ્રાંતોમાં રોટીઓ વહેંચી છે' ખેરાએ કહ્યું.

'એક વાર આખા હિંદમાં રોટીઓ વહેંચાઈ હતી, ખેરા...'

'તે વખતે પણ તારા જેવા મનહૂસ આદમીઓને કારણે જ... તે બોલ્યો,

પણ મેં તેને અટકાવ્યો.

'શટ અપ ખેરા... હું ન હોત તો કર્નલ મૅલેટે તારું મડદું આખા મધ્ય પ્રાંતમાં ફેરવ્યું હોત.'

'એ એક જ કારણસર તો તને અત્યારે સાંભળી રહ્યો છું. સેજલ... બાકી ખેરાની સામે આંખ ઊંચી કરનારની આંખ કાઢી લેવાનો શિરસ્તો મેં રાખ્યો છે' તે બોલ્યો. હું હસ્યો.

'એ શિરસ્તો મેં જોયો. બે-ચાર આદમીઓની આંખ કાઢી લેવાથી ભય પેદા કરી શકાય ખેરા, પણ રાજ્ય સ્થાપી ન શકાય. કટંગીના ઠાકુરને જિંદગીભર, બાગી હત્યારા તરીકે જીવવું હોય તો મને તેનો રંજ શા માટે હોય!' મેં કહ્યું. થોડી વાર તે મારી સામે જોતો ઊભો રહ્યો. તેણે પહેરેલી ઊનની ડંગારીના ખિસ્સામાંથી તેણે બૉટલ કાઢી અને એક ઘૂંટ પીધો.

'મામા, આજો અને હરિભજન બાબાને બોલાવો. આ ફરંદીનો બચ્ચો કહે છે તે વાત વિચારવા જેવી છે.' ખેરાએ આ વાક્ય પૂરું કર્યું ત્યાં સુધી મેં ધીરજપૂર્વક રાહ જોઈ અને જેવો તેનો મામો બારણા તરફ વળ્યો કે તરત મેં આડે હાથે એક ચપાટ ખેરાને મોં પર લગાવી દીધી. ઘૂંટડો ભરવા માટે હોઠે અડાડેલી બાટલી ઊછળીને કમરાની દીવાલ સાથે ટકરાઈ. ઘડીભર ખેરો સ્તબ્ધ થઈ ગયો. તેનો મામો ભવાની પાછો વળ્યો. ખેરાએ આંખને પલકારે પિસ્તોલ કાઢી. તેના ઉપલા હોઠ પરથી ધીરેથી લોહીની ટીશીઓ ફૂટી આવી. બંને હાથ કેડ પર મૂકીને હું તદ્દન સ્વસ્થતાથી સામે ઊભો રહ્યો.

'આ મારો શિરસ્તો છે ખેરા...' મારી મૉમ વિશે ભળતુંસળતું બોલનારનો હું દાંત તોડી નાખું છું.' મેં કહ્યું.

'એક મિનિટ મામુ...' મારી તરફ ધસેલા ભવાનીને અટકાવીને તે બોલ્યો અને હસ્યો, 'મને એમ હતું કે તું ઘાઘરાઘેલો રાજકુમાર છું... આઈ લાઇક યૉર સ્પિરિટ્સ સેજલ...' કહીને તેણે ખમીસની સ્લીવ્ઝથી મોં લૂછ્યું અને તેના મામાને બહાર વિદાય કર્યો અને તે હોઠ પંપાળતો હસતો ઊભો રહ્યો. 'આપણા બે વચ્ચે જ્યારે જંગ થશે ત્યારે જબરી મજા આવશે.' તે બોલ્યો. હું ચૂપ રહ્યો.

દોઢ-બે મિનિટમાં જ આજો અને હરિભજન કમરામાં આવ્યા. વૉર કાઉન્સિલની મિટિંગની માફક ત્યાં સૌ બેઠા. 'વેલ આજો... બાબા... આ સેજલસિંહનું માનવું છે કે જબલપુરનો હલ્લો આત્મહત્યા સમો બની જશે.'

'જો આપણે તક જવા દઈશું તો—' બાબાએ કહ્યું, 'જાનોરમાં લડાઈ ચાલે છે. ગઢ-માંડલાથી આવેલી ફોજ હારી છે. જાનોર રાઇફલ્સ અને જબલપુર હૉર્સિઝની જે પલટન જાનોરમાં છે તેને રહમતમીરે ટક્કર આપી છે. જબલપુરથી બાવનમી પલટનની થોડી ટુકડીઓ ત્યાં મોકલાશે, જો શાહપુરા અને પાટનની ગેરિસનોને ત્યાં જ રોકી રાખવામાં આવે અને આપણે જબલપુર પર ત્રાટકીએ તો ચારે તરફથી અંગ્રેજો ભીંસમાં આવે...'

'ઍક્ઝેક્ટલી... બાબા, અંગ્રેજો ભીંસમાં આવે. આપણે ભયાનક જંગ ખેલવો પડે અને જાનોર રહમતમીરના હાથમાં પડે... બાર્ગીનો રસ્તો કપાઈ જાય... રાંઉટીઆ, કોલ કે ઠાકુરો રહમતમીર સાથે જોડાય અને આપણે એકલા પડીએ...'

'નહીં, ખેરા... આખો મધ્ય પ્રાંત જાગી ઊઠે. ઘરોઘર મેં રોટીઓ પહોંચાડી છે. જબલપુર પહોંચીશું ત્યાં સુધીમાં તો પૂરા ઇલાકામાં ખેપિયા પહોંચી જશે...'

'સેજલનું કહેવું છે કે આવું સન સત્તાવનમાં પણ ક્યાં નહોતું બન્યું?' ખેરાએ કહ્યું અને સૂચન કર્યું, 'રહમતમીરને લીડ આપીએ. લેટ હિમ લીડ ઍન્ડ વી બટ ઇન...'

'રાજેશ્વરીદેવી પર વિશ્વાસ—'

'આમ તો કદીય ન મુકાય બાબા, પણ આજે વાંધો નથી. આજ આપણે એ ફ... ફાંફડી ઓરતના દીકરાને જ અમાનતમાં રાખ્યો છે ને!' તે ફરંદી બોલવા ગયો તેનો ખ્યાલ આવતાં જ તેણે હોઠ પર હાથ ફેરવ્યો.

'તમને આઇડિયા ગમતો હોય તો બાબા હરિભજન જબલપુર જાય... આજો અને સેના તેમની સાથે જાય. આખી ટુકડી જબલપુર પહોંચે. થોડાક મદનમહાલ પાસેની ટેકરીઓમાં રોકાય. થોડા ગુવારીઘાટ પહોંચે અને થોડા પાટન જાય. આપણા સંદેશાની રાહ જુએ અને પછી જબલપુર કૅન્ટ પર હલ્લો કરવામાં આવે...' મેં ઝડપથી સમજાવ્યું. બધાંને આ વાત ગળે ઊતરી એવું મને લાગ્યું અને કોણ શું કામ કરે તેની ગોઠવણ શરૂ થઈ.

જબલપુરના ઇતિહાસમાં એક નવું પાનું ઉમેરાવાની શરૂઆત થઈ ચૂકી હતી. એક કલાક બાદ અનન્ય આત્મસંતોષ અનુભવતો હું સેના પાસે ગયો.

સેના બાબા હરિભજનવાળા કમરામાં હતી. સાંજના ચાર વાગી ગયા હતા. ઝરૂખાની ફરસ પર ધૂંધળા ધાબાની જેમ સૂરજનો પ્રકાશ રેલાતો હતો. ફરી વાર આકાશમાં, બારૂતના ધૂંવાની જેમ વાદળો ચઢી આવ્યાં હતાં.

વાતાવરણમાં ઘામ લાગતો હતો.

સંઘાડા પર ઊતરેલા કાળા લાંબા પાયા અને સફેદ ચકતીઓથી જડેલા વેલ-બુટ્ટાથી મઢેલા, એ સીસમના મેજ પર, ફ્રેમમાં મઢીને લગાવેલા લંબગોળ અરીસા સામે સેના ઊભી હતી. તેનું પ્રતિબિંબ જોતો હું ઘડીભર બારણે ઊભો રહ્યો. તે પાટલૂનમાં શર્ટ ખોસતી હતી. ગેરુ રંગનું રાઇડિંગ પેન્ટ અને ફ્રન્ટ પૉકેટ્સવાળું, સળો પાડીને સીવેલું ચુસ્ત શર્ટ તેણે પહેર્યું હતું. તેણે શર્ટ ખોસીને, બેલ્ટ બકલ કર્યો. તંગ ખોસેલા શર્ટમાં ચુસ્ત થયેલી કાયાને મોકળાશ આપવા તેણે ઊંડો શ્વાસ લીધો, બંને હાથ ઊંચા કર્યા અને પછી ધીરેથી વળીને પગના અંગૂઠા પકડ્યા. કમરબંધમાંથી તેનું શર્ટ ખેંચાયું. પટાની કિનાર પર તેણે શર્ટને થોડું લચકાવ્યું. બટનને બદલે તે મોટે ભાગે ચાંદીનો ગુલતોરો પહેરતી. તેના અર્ધખુલ્લા સીનાને સહેજ ચાંપીને તેણે ગુલતોરાને ગાજમાં સેરવ્યા. હું બારણમાં જ ઊભો હતો. તેના ગૂંથેલા વાળની સેર, તેના રાઇડિંગ શૂઝના એન્કલેટ્સ સુધી આવતી હતી. તેણે હાથ પાછળ સેરવીને સેર પકડી અને ઝટકાવી. ‘કોણ જાણે આ વાળને શું કરવું?’ તે બબડી. હું બારણામાંથી અંદર સર્યો ત્યારે તે શર્ટની સ્લીવ્ઝ રોલ કરતી હતી, હું તેના ઘેરા પ્રતિબિંબમાં સમાઈ ગયો.

‘ઓહ સેજલ...’ તે એકાએક ફરી. એક બાગી ઓરત પાસે સુંદર ચુસ્ત સીવેલાં કપડાં હોય તે નવાઈ પમાડે તેવી વાત હતી. બ્રેસ્ટ પૉકેટ હેઠળ ઊભરાઈ જતા તેના સીના પર ઝૂલતા રમતા ગુલતોરાની ઝીણી ઘૂઘરિયાળી સેરની મને અદેખાઈ આવી. ‘શું જોઈ રહ્યો છું?’

‘તને... તારા વાળને, તારા આ ગુલતોરાને અને તારા આ...’

‘કપડાંને જોઉં છું.’ તેણે હસીને મારું અધૂરું વાક્ય પૂરું કર્યું, તેના ચહેરા પરથી પળવાર માટે તેના બાબાના મોતની ગમગીની હઠી હતી.’ ડુ આઈ લુક એ બીટ બોઇશ?’ તેણે પૂછ્યું.

‘નો... એ લિટલ ક્વીનિશ...’ મેં જવાબ વાળ્યો.

‘લાઇક યૉર મૉમ!’ તે બોલી.

‘યસ લાઇક માય મૉમ.’ કહીને હું આગળ વધ્યો.

‘નહીં... ત્યાં જ... ત્યાં જ ઊભો રહે સેજલ.’ તેના મોંમાંથી શબ્દો સર્યા, પણ તેની આંખોમાં આહ્‌વાન હતું. હોઠ પર તલસાટ હતો, ‘આ કપડાં તને ગમ્યાં?’

'તું ભવ્ય લાગે છે, સેના...'

'વેલ, તને એક ખાનગી વાત કહું?' કહીને તે ઊંધી ફરી. તેના વાળની સેર અને જથ્થાને ડાબા ખભા પર નાખીને તેણે શર્ટનો કૉલર ઊંધો કર્યો, 'આ વાંચ તો...'

કૉલરની અંદરના ભાગમાં નાનકડું લેબલ સીવેલું હતું. મને વાંચતાં થોડી તકલીફ પડી, પણ પછી અક્ષરો વંચાયા... લેબલમાં 'સેલિ વિન્ટર્સ' નામ લખેલું હતું.

'સેલિ વિન્ટર્સ!' હું આશ્ચર્યથી બોલી ઊઠ્યો.

'કેમ, સેલિ વિન્ટર્સ... મારાં કપડાં સીવી ન શકે!' તેણે પૂછ્યું. સેલિ વિન્ટર્સ... અંગ્રેજ દરજણ હતી. મોટે ભાગે તે સિમલા રહેતી. દેશની 'વેસ્ટર્નાઇઝ્ડ' રાણીઓ અને અંગ્રેજ ઉમરાવોના ઘરની સ્ત્રીઓ માટે તે કપડાં ડિઝાઇન કરતી. મારી મૉમ તેની મહત્ત્વની કસ્ટમર હતી.

'ઓહ, શા માટે નહીં? એક દેહાતી ઓરતનાં કપડાં ગોરી ઓરત સીવે તે આનંદની વાત છે, પણ મને આશ્ચર્ય થાય છે કે તું માપ આપવા સિમલા કેવી રીતે જાય છે!'

'જતી નથી.'

'તો?'

'માપ બીજું કોઈ લે છે. ટ્રાયલ પણ...' તે બોલી.

'કોણ લે છે?'

'તારી મૉમ...' તે બોલી ઊઠી.

'ઓહ નો...' હું આશ્ચર્યમુગ્ધ થઈને બોલ્યો, 'નો વન્ડર યુ લુક ક્વીનિશ.'

'ક્વીનિશ...' કહીને તેણે હોઠ મચકોડ્યા.અને મોં ફેરવ્યું. મેં તેના નિતંબ પર ઝૂલતી કાળાભમ્મર વાળની ભારેખમ સેર હાથમાં લીધી. 'કેમ, ક્વીનિશ ખોટું લાગે છે!'

'રાણી જેવાં દેખાવું અને રાણી હોવું તેમાં તફાવત છે, સેજલ...' તે ખરેખર તદ્દન સ્વાભાવિક રીતે જ બોલી હતી, પણ મને તે વાક્ય વાગ્યું હતું.

'ઓહ સેના... મારો કહેવાનો અર્થ એવો ન હતો. તું સુંદર લાગે છે. ભવ્ય, ઠસ્સાદાર લાગે છે. એટલે જ મેં ક્વીનિશ કહ્યું. ક્વીનિશ દેખાવા માટે ખરેખર ક્વીન હોવું જરૂરી નથી.' મેં ધીરેથી તેના વાળ ખેંચ્યા.

'ઓહ નો સેજલ, મને એવું નથી લાગ્યું. પ્લીઝ, ડોન્ટ મિસઅન્ડરસ્ટૅન્ડ...

તારી વાત ખોટી નથી અને આમ જુઓ તો બાબાએ મને નાનપણથી જ એક રાજકુમારીની જેમ જ રાખી છે. અમ્મા ગુજરી ગઈ પછી તો ખાસ... બિચારા બાબા... મારે માટે તેમને કેટલી તકલીફો ઉઠાવવી પડી હતી. અમે મેકલ રહેતાં ત્યારે બાબા છુપાઈને ફરતા. અંગ્રેજોએ તેમને 'પ્રોક્લેમેશન' અનુસાર એમ્નેસ્ટી આપી ન હતી. વર્ષો વહ્યાં તોપણ તેમની પાછળ અંગ્રેજોનો પીછો ચાલુ જ રહ્યો હતો. એક વખત હતો જ્યારે અમે બાબાથી છૂટાં પડીને રહી શક્યાં હોત... રાજેશ્વરીદેવીએ એ માટે ઘણો પ્રયત્ન કર્યો હતો. અમ્મા ગુજરી ગઈ ત્યારે પણ તારાં મૉમ બાબાને લડતાં, 'આ છોકરીને તમે સાથે શું કરવા રાખો છો. તેને અહીં મૂકી કેમ જતા નથી. મારી જવાબદારી તેને કાંઈ થાય તો... તમે એના ભવિષ્યનો વિચાર કેમ કરતા નથી. આજે અંગ્રેજો કેવળ તમને ગુનેગાર અને બાગી ગણે છે, પણ આવતી કાલે તમારી દીકરી પણ બાગી ગણાશે...' તેમની વાત સાચી હતી, પણ બાપુને હું છોડતી ન હતી. નાદાનની માફક હું જક પકડતી અને બાબા બિચારા પીગળી જતા... એક વખત તો બાબા મને જાનોર મૂકી ગયા હતા. તે વખતે તું ગ્વાલિયર હતો. બાબા મૂકીને ગયા પછી ત્રણ દિવસ સુધી હું એટલી રડી હતી કે ભુવનસિંહ મને બાર્ગીમાં આવેલા બાબાના છૂપા કૅમ્પમાં મૂકવા આવ્યા હતા. બે વખત બાબા બિચારા મને છેક પૉન્ડિચેરી મૂકવા આવ્યા હતા, પણ બંને વખત હું નાસી આવી હતી. પછી તો ફ્રેન્ચ સ્કૂલ પણ મારી જવાબદારી લેવા તૈયાર ન હતી... અને બાબા પણ મારી હરકતોથી કંટાળ્યા હતા... અને સાચું કહું—બાબાને મારા વગર ગોઠતું પણ નહીં. દીકરાની માફક તેમણે મને સાથે રાખી હતી, પણ રાજકુમારીની માફક તે મારો ખ્યાલ રાખતા.' કહીને તે ઘડીભર ચૂપ થઈ ગઈ. તેના વાળને રમાડતો હું તેની આંખોમાં જોઈ રહ્યો. આજે તે એક સામાન્ય ઓરતની જેમ વાત કરતી હતી.

'બાબા હંમેશાં મારે માટે અદ્‌ભુત કાપડ લઈ આવતા... જ્યારે રાજેશ્વરીદેવીને મળવાનું થાય ત્યારે ક્યાંક મૂકી રાખેલા કાપડના ટુકડા લઈ આવતા અને કહેતા... રાજેશ્વરી, મારી દીકરી માટે આમાંથી કપડાં સિવડાવવાનાં છે... તમારાં જેવાં જ હોં... તે દિવસે તમે ગ્રીન બ્રિચીસ પહેરી હતી ને! રાઇડિંગ સ્કર્ટ પહેર્યો હતો ને... બટરફ્લાય નેકવાળું શર્ટ પહેર્યું હતું ને... તેવું જ સિવડાવજો... તમારી પેલી અંગ્રેજ દરજણ પાસે. ક્યારેક તે પણ યાદ કરશે કે તે સેના બારનીશનાં કપડાં સીવતી હતી... ક્યારેક તે

મુગુટલાલજી પાસે રેશમ મંગાવતા. કિનખાબની કોરવાળું કાપડ કે પાટણનું પટોળું મંગાવતા અને ફરી પાછા રાજેશ્વરીદેવીને કહેતાં, 'આમાંથી મારી દીકરી માટે રાજસ્થાની ચણિયો અને ચોળી કરાવી લાવજો... અને રાજેશ્વરીદેવી મજાકમાં કહેતાં... 'સંતોજી, તમે મને શું સમજો છો... તમારી દીકરી તે કોઈ મહારાણી છે! ક્વીન વિક્ટોરિયા છે?'

અને બાબા હસીને કહેતા... 'એ પણ રાજેશ્વરી જ છે... જાનોરની મહારાણી છે...' એટલું બોલતાં સેનાની આંખોમાં રતાશ તરી આવી. એ રતાશમાં ઝાકળ ઊભરાયું. સંધ્યાનો રંગ તેની આંખમાં ઊપસ્યો...

'સેના...' મેં તેના વાળની સેર, તેને ગળે વીંટાળી નજીક ખેંચી. તેણે આંખ મીંચી. તેના ધ્રૂજતા હોઠ પર આંખમાંથી સરેલું ઝાકળ ચમકતું હતું. એ ઝાકળની ખારાશ અમૃત સમી હતી. તેના આલિંગનમાં શિયાળાની સવારે ઊગતા સૂરજની ઉષ્મા હતી...

હું હચમચી ઊઠ્યો હતો. અવાચકતાથી મારા હોઠ સિવાઈ ગયા હતા. શું કરવું જોઈએ! જાનોર... જાનોર જ રહે. મૉમ એ જ સ્થાને રહે. અને સેનાને હું દમામથી જાનોરમાં લઈ જઈ શકું. રાજઘાટની નર્મદામાં તેની સાથે ખુલ્લેઆમ સેર કરી શકું... મારા ઘરમાં, મારી પત્ની, મારી પ્રેયસી, મારી અર્ધાંગના બનાવીને રાખી શકું! એ માટે શું કરવું જોઈએ! મારી નબળાઈ મને ડારી રહી હતી. કેટલો સ્વાર્થી હતો હું! મારી પાસે શું ન હતું! એક જ ઝાટકે જાનોરમાંથી સાત પેઢી ચાલે તેટલું ધન લઈને હું ભાગી શકું તેમ હતો. પૉન્ડિચેરી કે પરદેશમાં હું સેના સાથે જિંદગી વિતાવી શકું તેમ હતો, પણ કોણ જાણે મારા હૃદયમાં પથ્થર પડ્યો હતો, કે પછી હું પણ સેના જેવો જ હતો... એ ફાધર ફિક્સેશન અનુભવતી હતી અને હું મધર ફિક્સેશન... શું અમે બન્ને મા-બાપના એવા બંધનમાં હતાં!

'સેના... મને થોડો સમય આપ... હું જરૂર... કંઈક રસ્તો કાઢીશ.' મેં કહ્યું તો ખરું પણ મને સૂઝતું ન હતું કે મારે શું કરવું જોઈએ. મારા હૃદયમાં ડંકા વાગતા હતા. બૂંગિયા પિટાતા હતા, અને તેના નાદમાં મને એક જ વાત સંભળાતી હતી. સેના... સેના... ગૂંચવણોનો ઉકેલ જાણે ઐહિક સાંનિધ્ય હોય તેમ હું તેને ભેટ્યો... 'સેના હું... હું... આઈ મીન આઈ કાન્ટ ઇમેજિન... તારા... તારા વિનાની મારી જિંદગી કેવી રીતે...' હું બોલતો હતો, પણ તેમાં કોઈ સંવાદ ન હતો. વિસંવાદની ઘેરી ઘૂમરીમાં હું ચકરાવે ચડ્યો હતો.

'ફરગેટ ઇટ સેજલ... મને તૈયાર થવા દે. આજો કહે છે મારે જબલપુર જવાનું છે. એ કહે છે, બાબાએ તેને સૂચનાઓ આપી છે. મને દહેશત છે કે એ મને ક્યાંક દૂર લઈ જશે. મને એ પસંદ નથી... ખરેખર પસંદ નથી... સાચું કહું, મને થાય છે ખેરાની સાથે જબલપુરના હલ્લામાં સામેલ થઈ જવું... એક વાર... ફરી એક વાર આખા મધ્ય પ્રાંતમાં ઇન્કલાબની આગ સળગાવીને મોતને ભેટી લેવું... સેજલ... મારા હાથ સળવળે છે. મને ગોળીઓના અવાજો સંભળાય છે. તોપના ગડગડાટ સંભળાય છે. આઈ વૉન્ટ ટુ ડાય... આઈ વૉન્ટ ટુ ગેટ કિલ્ડ લાઇક એ વૉરિયર... લાઇક માય ડેડ... મધ્ય

પ્રાંતની પગરવાટો હું મારી હથેળીની રેખાઓની જેમ ઓળખું છું. શા માટે મારે અહીંથી દૂર ચાલ્યા જવું? શા માટે મારે આ દેશ... આ મારી મા નર્મદાનો સુંદર ખોળો છોડીને ભાગી જવું.'

'સેના, જિંદગી એટલી સસ્તી નથી. આજો જે કરતો હશે. બાબાએ તેને જે સૂચના આપી હશે તે યોગ્ય જ હશે. તું સલામત રહે તે અગત્યનું છે. એક જંગથી કશું વળવાનું નથી. ખેરા ભલે ગમે તે માનતો હોય. જબલપુર જઈને તેને કોઈ લાભ થવાનો નથી. લશ્કરી દૃષ્ટિએ તેની વાત બરાબર છે સેના... જબલપુરમાં હલ્લો કરવાની આ તક સુંદર છે, પણ તે રેગ્યુલર લશ્કર માટે... બાગીઓની ટુકડી છાપો મારી શકે—આક્રમણ નહીં. જબલપુરને આંચકો જરૂર આપી શકાશે—જીતી નહીં શકાય. ખેરા ભલે એ હલ્લો કરતો. ખેરા આમેય મરેલો આદમી જ છે.' મેં કહ્યું, 'તેનું આયખું તો ક્યારનુંય પૂરું થયું છે.'

તે સાથે સેનાએ જોરથી બૂમ પાડી 'સેજલ' પણ તે એક સેકન્ડ મોડી હતી. મારા બરડા પર જોરથી ફટકો વાગ્યો. જાણે મારી પીઠ પર કમરાની સીલિંગ પડી હોય તેમ ઘડીભર મને લાગ્યું. હું તમ્મર ખાઈને સેના પર ઝૂકી રહ્યો. મારા પગ પર લાત વાગી અને હું ફરસ પર પટકાયો.

'સ્ટૉપ ઇટ... ખેરા...' સેનાએ બૂમ પાડી... મારી આંખ સામે લાલ-ભૂરા ચમકારા થતા હતા. મારા મોમાંથી અનાયાસ ઊંહકારો નીકળતો હતો. 'ખેરા, હું તને જાનથી ખતમ કરી નાખીશ.' સેનાનો અવાજ ભેડાઘાટના ઓવારા પરથી આવતો હોય તેટલો દૂર લાગતો હતો. ખેરાએ મારા બરડામાં આડે હાથે સૅમ્યુઅલ કૉલ્ટનો ઘા કર્યો હતો.

'યસ માય, ડાર્લિંગ... ખેરા તો આમેય મરેલો આદમી છે' તે બોલ્યો. મને કળ વળતી હતી. સેના મારા પર ઝૂકી. તેણે મને ધીરેથી બેઠો કર્યો. મેં

શ્વાસ લીધો.

‘સેજલ... આર યુ ઑલ રાઇટ?’ સેનાએ પૂછ્યું અને મારે ખભે હાથ મૂક્યો. મારો જમણો હાથ મેં તેના ડાબા હાથ પર મૂક્યો અને ખેરા સામે જોયું.

‘ખેરા... તું હદ વટાવે છે... યુ વિલ પે ફૉર ધીસ...’ હું બોલ્યો અને ખેરા હસ્યો.

‘હદ વટાવું છું! હું હદ વટાવું છું?’ તે બોલ્યો, ‘એ મારી પત્ની છે, સેજલ... આ છેલ્લી વાર તને કહું છું. ફરી વાર તું એની નજીક ગયો છું તો હું ગોળી છોડીશ... ડુ યુ હિઅર મી... શી ઇઝ માય વાઇફ... શી ઇઝ માય વુમન...’

હું ઊભો થાઉં તે પહેલાં સેના ઊભી થઈ. તે ખેરાની સામે જઈને ટટ્ટાર ઊભી રહી. ‘યૉર વુમન! માય ફુટ ખેરા...’

પણ તે બોલી રહે તે પહેલાં જ ખેરાએ બાજની ઝડપે તેના વાળની સેર પકડી હતી, ‘એક સ્ત્રી વધુ પડતું બોલે તે હું સાંખી શકતો નથી. સેના...’ કહીને તેણે વાળથી જ સેનાનું ડોકું નમાવ્યું અને તેના હોઠ પર ચુંબન કર્યું. સેનાએ તેના પગ પર લાત મારી. હું ઊભો થયો, પણ ખેરાનું ધ્યાન મારા તરફ જ હતું. તેણે જમણા પગે મારી છાતીમાં લાત મારી, હું ઝરૂખા તરફ પટકાયો... બરાબર તે જ વખતે તેના પડછાયા જેવો તેનો મામો દાખલ થયો. મામા... પેલા જાનોરની સીતાના બચ્ચાને જરા સાચવો... હું મારી પત્ની સાથે ઘડી પ્રેમ કરી લઉં.’ કહીને ફરીથી તેણે સેનાના વાળ આમળીને તેનો ચહેરો ડોક પાછળ નમાવ્યો. સેના તેનાથી છૂટવા મથી રહી. તેણે ફરી ચુંબન કર્યું અને સેનાએ તેના હોઠ પર જોરથી બચકું ભર્યું. ખેરાના હાથમાંથી તેનો ચોટલો છૂટ્યો. તે સહેજ પાછો પડ્યો. તેનો મામો નજીક આવે તે પહેલાં જ હું ઊભો થયો. બાબા હરિભજનની ગાદીની બાજુમાં પડેલું ત્રિશૂલ, આંખને પલકારે મેં ઉઠાવ્યું. મામો ભવાનીસિંહ એકાએક સ્થિર થયો. ખેરાના હોઠમાંથી લોહી પડતું હતું. તે ફર્યો, તેણે મારી સામે પિસ્તોલ ઉગામી, પણ એ જ ક્ષણે સેનાએ તેના હાથ પર ઝાપટ મારી. તે સમતુલા ચૂકી અને નીચે પડી. ખેરાએ બાર કર્યો. સેના ચીસ પાડી ઊઠી... ખેરો હસ્યો... હું સ્તબ્ધતાથી ઊભો રહ્યો.

‘નોટ નાઉ... નોટ નાઉ માય ડિયર...’ તે બોલ્યો. સેનાએ જોયું કે હું એમ ને એમ જ ઊભો હતો, ‘હજુ વાર છે. તેને હમણાં મરવા દેવાય તેમ નથી, ડાર્લિંગ... મામા લઈ લો એ કમબખ્તના હાથમાંથી ત્રિશૂળ...’ તેણે હુકમ કર્યો, પણ તેનો મામો મારા હાથમાંથી ત્રિશૂલ લે તે પહેલાં મેં એ જ્યાં હતું ત્યાં

મૂક્યું. 'હવે ધ્યાનથી સાંભળી લે સેજલ... આ સેના મારી પત્ની છે. મારી પત્નીને બીજો કોઈ હાથ પણ અડાડે તે મને પસંદ નથી.'

'તારી પત્ની? ખેરા... યુ આર બ્લડી ફુલિશ...' સેના બોલી.

'એમ કહેવાથી સત્ય બદલાતું નથી. તું મારી પત્ની થવા સર્જાઈ છું, હું તને ચાહું છું. તું મને ચાહે કે નહીં તેથી મને કોઈ ફરક પડતો નથી. સમજી... નાઉ ગેટ ગોઇંગ. મેં પ્લાન ફેરવ્યો છે... તારે મારી સાથે રહેવાનું છે. સેજલ પણ મારી સાથે રહેશે... અને જો તેને જીવતા રહેવાની ઇચ્છા હશે તો હું કહીશ તેમ કરશે...'

'યુ આર એ બ્રૂટ...' સેના બોલી.

'સો વૉટ!' તે બોલ્યો. 'બ્રૂટ, એન ઑનેસ્ટ બ્રૂટ. આ ઉંદર જેવો હું નથી... ખેર! એ બધી ચર્ચા આપણે પછી કરીશું... ડાર્લિંગ... આપણે થોડી જ વારમાં અહીંથી નીકળવાનું છે. ગેટ રેડી...'

'મને હુકમ આપવાની જરૂર નથી.' સેના બોલી.

'પિસ્તોલના કયા છેડે તમે ઊભા છો તેના પર હુકમ આપવો કે હુકમને તાબે થવું તેનો નિર્ણય ડાહ્યા માણસો લેતા હોય છે. કેમ ખરું ને યૉર હાઇનેસ...' ખેરાએ હાસ્ય કરીને કહ્યું.

'ખેરા... તું મને મજબૂર કરી રહ્યો છું.'

'શેને માટે?'

'તારું મોત નિપજાવવા.' મેં કહ્યું. તે ખડખડાટ હસ્યો.

'યુ આર વેલ કમ યૉર હાઇનેસ. ખેરા એક જ વખત મરવાનો છે, પણ તે તારે હાથે તો નહીં જ... ચાલ સેના...'

'હું ક્યાંય આવવાની નથી. તને એમ છે તારી આવી વર્તણૂકથી હું તને આલિંગનોમાં જકડી લઈશ... ખેરા સ્ત્રી સાથે કેમ વર્તવું તે તું કદી શીખ્યો છું?' સેના બોલી ઊઠી.

'જે શીખ્યો છું તે બતાવવાનો સમય નથી. સેના... હું એટલું જરૂર કહીશ કે પ્રેમ મને મજબૂર બનાવતો નથી. મારી જરૂરિયાત હું સમજું છું, મારી તાકાત મારું પીઠબળ છે, મારો પ્રેમ બળાત્કાર હોય કે બળજબરાઈ... એ મારો પ્રેમ છે. મારો પોતાનો પ્રેમ છે. મને તો એમ હતું કે, જબલપુરના જંગમાં તું મારી સાથે ખભો મિલાવીને ઊભી રહેશે, પણ સ્ત્રી એટલે સ્ત્રી... ચલો મામા... વી મસ્ટ મૂવ...' કહીને તે બારણે ગયો. તેણે જોરથી બૂમ મારી

આજોને બોલાવ્યો.

'આજો... સેનાને લઈને પંદર મિનિટમાં બહાર આવ...'

આજો એ સાંભળી રહ્યો. મારા જેટલી જ નવાઈ કદાચ સેનાને લાગી હશે. તે કશું બોલ્યો નહીં. સેનાએ પલંગ નીચેથી સૂટકેસ કાઢી અને પલંગ પર પડેલાં કપડા ગોઠવવા માંડ્યાં.

'તમે બહાર જશો, યૉર હાઇનેસ...' આજોએ કરડાકીથી કહ્યું. 'મને સમજાતું નથી શા માટે તમે ખોટા પ્રૉબ્લેમ્સ ઊભા કરો છો? સેના સલામત રહે તે તમે ઇચ્છતા નથી? શા માટે ખેરાને ઉશ્કેરણીની તક આપો છો? એ પાગલ આદમી છે...'

'હું દિલગીર છું આજો... પણ તેમાં મારો વાંક નથી... હું કેવળ—'

'મેં પણ તમને કહ્યું છે, યૉર હાઇનેસ કે સેનાથી દૂર રહો. અને તું પણ સમજતી નથી. વી નીડ ટાઇમ... ટાઇમ... શા માટે તમે સમજતાં નથી?' આજો અકળાઈને બોલ્યો... મારી પાસે તેનો જવાબ ન હતો... હું બહાર નીકળ્યો ત્યારે આખી ટુકડી તૈયાર હતી, ભવાનીસિંહ બરવા હુકમો આપતો હતો અને જેક જીનાને સાથે લેવા માટે ખેરાને સમજાવી રહ્યો હતો...

બરાબર આ જ સમયે શાહપુરા, બિજયરાઘોગઢ, અમરિયા, પાટન, બાર્ગી, ગઢ-માંડલા, જબલપુર, જાનોર, નરસિંહપુર અને છેક હોશંગાબાદ સુધી રોટીઓ વહેંચાઈ રહી હતી...

વાતાવરણમાં ધીંગાણા પહેલાંનો ઉન્માદ હતો. ભવાનીસિંહનો મૂડ બદલાઈ ગયો હતો. એ ધીંગો આદમી હતો, નશાબાજ હતો છતાં ધીંગાણું અને ધાડ તેની જિંદગી હતી અને એટલે જ અત્યારે દસ દસ જણની એક પાયગા કોઠીની બહાર નીકળતી જોઈને તે હરખાતો હતો. ભેડાઘાટની ધર્મશાળા પાસે રોકાયેલા અસવારો પણ સજ્જ થઈને આવ્યા હતા.

વરસાદને કારણે કોઠીનું કંપાઉન્ડ કાદવથી ખરડાયેલું તો હતું જ, તેમાં ઘોડાઓએ પગ ઠોકી ઠોકીને ઠેર ઠેર ખાડા પાડ્યા હતા. ઘોડાની લાદ અને મૂત્રથી વાતાવરણમાં ઘોડાર જેવી ગંધ ફેલાઈ હતી. સંતોજીના માણસોમાંથી ઘણાને ગઢમાંડલા આગળ ડિસબૅન્ડ કરવામાં આવ્યા હતા. કારણ તે વખતે કર્નલ જેકબસન અને કૅપ્ટન સિરિલ તેમની પાછળ માર માર કરતા પડ્યા હતા. અને તેમને ખ્યાલ ન હતો કે ગોલાકી મઠ પર ભારે ધીંગાણું થશે. એ ડિસબેન્ડ કરેલા આદમીઓને એકત્ર કરીને જબલપુર આવવાનું કામ આજોને

સોંપવાનું હતું, પણ આજો સેનાની સલામતી સિવાય બીજું કશું કરવા તૈયાર ન હતો. ગમે તેમ પણ ખેરાએ આજોને છેડ્યો નહીં.

ખેરો ગંજેરી હતો. તેનો સ્વભાવ તદ્દન ગારુડી જેવો હતો, છતાં તે ધારે ત્યારે શિયાળ અને ઇચ્છે ત્યારે શેર બની શકતો. તેણે આજોને સમજાવીને કનવા નામના એક સંતોજીના આદમીને એક નાનકડી પાયગા (ઘોડેસવાર ટુકડી) સાથે ગઢમાંડલા મોકલીને ફરી એક વાર છૂટા પડેલા સંતોજીના બારગીરોને એકઠા કરીને કમ-સે-કમ જાનોર સુધી લાવવા માટે સહમત કર્યો હતો.

ખેરાની ઉન્માદક પ્રકૃતિ હોવા છતાં જ્યાં સુધી તેના ચુનંદા બારગીરોને લાગે-વળગે ત્યાં સુધી તે એક ઉષ્માભર્યા જનરલની જેમ વર્તતો, એક કુશળ સેનાપતિની જેમ તેણે બાગીઓની આ ટુકડીને લશ્કરી શિસ્ત શીખવ્યું હતું. એક એક માણસ એક એક જાનવર, એક એક હથિયાર તદ્દન સજ્જ રહે તેવો તેણે બંદોબસ્ત કર્યો હતો. મનસબદારી ફોજોની માફક આ આખીય ગિશતને તે પગાર આપતો. એટલું જ નહીં તેમને ધીંગાણાનાં ભથ્થાં પણ મળતાં. કોઈ ઘવાતું કે મરી જતું તો તેના કુટુંબ માટે ચોક્કસ વ્યવસ્થા થતી. આ માટે વિવિધ જગ્યાએથી મદદ મળતી. જે કાંઈ ખૂટતું તે ધાડ પાડીને મેળવી લેવાતું. રહમતમીરનાં ધાડિયા કરતાં ખેરાની બાગી બેરખમાં નખશિખ લશ્કરી શિસ્ત હતી. દરેક પાયગા પર એક નાયક હતો. નાયક ઉપર સૂબેદાર અને સૂબેદાર ઉપર મેજર ગોઠવવામાં આવ્યા હતા.

ગજાનન અને ખંડેરાવ તેમના ઘોડા અને મારો 'તુરક' લઈને આવ્યા ત્યારે બાબા હરિભજન પોતાનો ધાબળો રોલ કરતા હતા. એ સૂકલા, સફેદ દાઢીવાળા સાધુની આંખમાં અત્યારે મને જુદી ચમક દેખાતી હતી. ખેરાનો એ દ્રોણાચાર્ય હતો. આખી ગિશતમાં એ એક જ આદમી હતો જેણે બે કછોટે ધોતી પહેરી હતી. અંગ પર કસોવાળું અંગરખું પહેર્યું હતું. કપાળમાં ભસ્મની અર્ચના કરી હતી. તેના હાથમાં કેવળ એક રાઇફલ જ જમાનાનું એંધાણ આપતી, બાકી એ બાવો ઇતિહાસના પાનાંમાંથી ખડા થયેલા કોઈ જંગે જવાંમર્દ સમો, કોઈ રાજર્ષિ સમો લાગતો હતો. થોડી જ વારમાં તેને માટે ઘોડી લાવવામાં આવી. તપખીરિયા અને આછાં ભૂખરા ટપકાંથી છવાયેલા સુંવાળાં શરીરવાળી એ ઘોડી ખરેખર બેનમૂન હતી. 'બેરી' નામની ઓલાદની એ ઘોડીના કપાળ પર સફેદ ટીલાં હતાં. કેમ જાણે કોઈ મોટી આંગળીઓવાળા વિરાટ સ્વરૂપે, અબીલમાં આંગળીઓ બોળીને તેના કપાળમાં ટીલું ન કર્યું હોય! થનગનાટ

કરતી એ ઘોડી જેવી પડાળીની સામે લાવવામાં આવી કે તરત આજુબાજુ ઊભેલા ઘોડા હણહણી ઊઠ્યા. તુરકમાં એકાએક ઉન્માદ આવ્યો અને તે વારંવાર હણહણીને ઝાડ થતો રહ્યો. જાનોર સ્ટેબલ્સમાં બ્રીડિંગ માટે અલગ રખાયેલા સ્ટેલિયન્સમાં તુરકનો પણ સમાવેશ થતો હતો, પણ પાણીમાં તરવાની તેની કુશળતાને કારણે તે મને વધુ ગમતો.

જૅક ધીરેથી ખેરાને સમજાવી રહ્યો હતો. અને ખેરા હડપચી પર હાથ ફેરવતો ડોકું ધુણાવી રહ્યો હતો. હું થોડો દૂર ઊભો હતો છતાં મને ખ્યાલ આવ્યો કે જૅક અને ખેરા વચ્ચે જીના અંગે વાતચીત થતી હતી.

એકાએક જૅક ઊંચે સાદે બોલ્યો, ‘મારે તારી સાથે આવવાનું હોય ખેરા તો હું જીનાને છોડીને આવવાનો નથી.’

‘જીના અહીં રહેશે... હું સાવચેતી રાખવામાં માનું છું. એ મારો હુકમ છે. તને રેઢો મૂકવાની બાબા હરિભજનની ઇચ્છા નથી. એટલે જ તને સાથે લઉં છું. અલબત્ત, મારે કાબેલ આદમીઓની જરૂર નથી તેવું નથી. જા તૈયાર થઈ જા. મારા થોડાક આદમીઓ આ કોઠીમાં રોકાવાના છે.’ તે બોલ્યો અને બૂમ પાડી, ‘મામુ, હવે કેટલી વાર છે?’

‘તું જેટલી વાર કરે તેટલી...’ મામા ભવાનીએ જવાબ આપ્યો. ‘તારી માશૂક સાજ સજવા ગઈ છે એટલે વાર થાય છે. બાકી મને શું વાર થવાની છે.’ ભવાનીએ ઉમેર્યું, હું ‘તુરક’ પાસે પહોંચ્યો. મારો સામાન ઘોડા પર લદાયેલો હતો, પણ બંદૂક ન હતી.

‘ખેરા...’ જૅકે બૂમ પાડી. ‘હું ગંભીરતાથી કહું છું. હું તારો નોકર નથી કે નથી તારો ભાડૂતી બારગીર...’

ખેરો અંદરના કમરામાં જતો હતો. તે પાછો વળ્યો. એક ક્ષણ તેણે જૅક સામે જોયું. ‘ફરી વાર મારા બારગીરોને ભાડૂતી કહ્યા છે જૅક તો કસમથી કહું છું તારો એકેએક દાંત હું તોડીને મારા બારગીરોને બક્ષિસમાં આપીશ. નાઉ ગેટ ગોઇંગ... પ્રિપેર યૉર માઉન્ટ...’

‘આઈ વોન્ટ... ખેરા, જીનાને લીધા વગર હું અહીંથી હઠવાનો નથી...’ તે બોલ્યો.

‘તો મારે તને હઠાવવો પડશે.’ તે બોલ્યો. તે સાથે એકાએક જૅકે તેની બાજુમાં ઊભેલા બારગીરની બંદૂક એકાએક આંચકી અને રાડ પાડી:

‘ખેરા...’

ખેરાએ પાછું જોયું, પણ તે પહેલાં ઘોડીની દુમચી અને જીનની પાછલી કોર વચ્ચે, રોલ કરેલો ધાબળો બાંધતા હરિભજનને, એક જ ઝાટકે કામળો ફંગોળ્યો. જેકના મોં પર તેનો ઝપાટો વાગ્યો. તેના હાથમાંથી બંદૂક લબડી... 'બંધ કરો આ બકવાસ.' બાબા બોલ્યા. તેમના ચહેરા પર ક્રોધ અને ભય બન્ને તરી આવ્યાં.

'હું જીનાને અહીં છોડીને જવાનો નથી બાબા.' તે બોલ્યો ત્યારે તેની આજુબાજુ ઊભેલા બારગીરોએ તેને ઝડપી લીધો હતો.

ખેરા પગથિયે આવ્યો. 'જેક... મેં તને ખૂબ બરદાસ્ત કર્યો છે, તારી એ ગોરી ઓરતને પણ મેં બરદાસ્ત કરી છે, એનું કારણ મારા ગુરુ છે. આ બાબા છે, પણ એક વાત સમજી લેવાની તારે... આ કેમ્પમાં હું કહું તેમ થવું જોઈએ... ખાવા, પીવા કે ઓરત સાથે મોજમજા કરવાનો હું વિરોધ કરતો નથી, પણ ડિસિપ્લિન ફર્સ્ટ... ડુ યુ અન્ડરસ્ટેન્ડ... ધ વુમન વિલ સ્ટે હિઅર.'

'તારા અજડ માણસો સાથે હું તેને આ કોઠીમાં એકલી રહેવા નહીં દઉં' તે બોલ્યો. જેકના ચહેરા પર નિર્ણયાત્મકતા હતી.

'મામા...' ખેરાએ બૂમ પાડી. 'શૂટ ધીસ હાફ બ્રીડ...'

ભવાનીએ કૉલ્ટ કાઢી. હું સ્થિતપ્રજ્ઞની જેમ મારો બકસો દુમચી પર બાંધતો રહ્યો.

'સબૂર... ભવાની...' એકાએક બાબા હરિભજન આગળ આવ્યા. તેમની ઘોડી, કાન ફેરવતી ચામડી થથરાવતી હણહણી.

'તમે બાબા આ વાતમાં...' ખેરા બોલવા ગયો.

'ખેરા... અત્યારે ચર્ચા કરવાનો આપણને સમય નથી. જીના ભેડાઘાટમાં રહેશે તો જરૂર પકડાશે. તારા માણસો પણ જોખમમાં મુકાશે.'

'પણ બાબા... એકસાથે કેટલા અંગ્રેજ—' ખેરાએ પૂછ્યું.

'ડૉક્ટર હ્યુસન કોની સાથે જાય છે?' તદ્દન અસંબદ્ધ સવાલ બાબાએ કર્યો. તુરકની પીઠ પરથી હું નજર માંડીને, પડાળીના પગથિયે ચાલતા આ દૃશ્યને જોઈ રહ્યો.

'ડૉક્ટર અમારી સાથે આવશે' ખેરાએ જવાબ આપ્યો. ડૉક્ટર હ્યુસન માટે કોઈ પર્યાય ન હતો. ચૂપચાપ ખેરાના આદેશને અનુસરવામાં જ તેમને ડહાપણ લાગતું હતું. કમોતે મરવા કરતાં ખેરાને ખુશ રાખીને તક માટે રાહ જોવાનું તેમણે પસંદ કર્યું હતું.

'તો જીના તમારી સાથે જશે.' બાબાએ જજમેન્ટ આપ્યું. અને જેક તરફ

જોયું. 'જૅક... એક વાત સાંભળી લે... જીનાએ કામ કરવું પડશે. તે નર્સિંગ કરશે. ખેરા... તારે નર્સની જરૂર પડશે... રહમતમીરને પણ જરૂર પડશે.'

ખેરા વિચારમાં પડ્યો. તેને આ આઇડિયા ગમ્યો.

'બાબા... નર્સની જરૂર પડશે તે વાત સાથે હું સંમત થાઉં છું, પણ એ ગોરી...'

'જૅક મારા દીકરા જેવો છે.' બાબા બોલ્યા, 'જૅક મારો તને આદેશ છે... તું અને જીના ખેરો કહે તેમ કરશો...'

'મેં ક્યાં ના પાડી છે બાબા, પણ જીના અહીં એકલી...'

'વાત પતી ગઈ છે. ખેરા, હું જે કહું છું તે બરાબર છે. જીનાને સાથે લઈ જા... તું માને છે તેવો જૅક નથી... એ પ્રથમ ઇંડિયન છે અને પછી ગોરો...' બાબા બોલ્યા.

ખેરાએ આંખ ફેરવી. એક ક્ષણ તેના ચહેરા પર અનિર્ણયાત્મકતા આવી. 'ઓ.કે. બાબા... તમારો આદેશ છે એટલે હું ના નથી કહેતો... પણ એક વાત સ્પષ્ટ કરી દઉં... મારો શબ્દ એટલે જ કાયદો રહેશે. ખેરાસિંહ હુકમ નહીં પાળનારને સાંખી લેતો નથી. બીજી વખત હું કોઈ પણ બેઅદબી માફ નહીં કરું. આપણે ઘોડાના સેલ્સમેનો નથી, આપણે બળવાખોરો છીએ એ વાત સમજી લેવાની જરૂર છે.'

'બરાબર છે જૅક?' બાબાએ પૂછ્યું.

'મારે કોઈ બેઅદબી કરવાની જરૂર નથી.' તે બોલ્યો.

સાવ સીધીસાદી રીતે આ વાત પતી ગઈ તેનું મને આશ્ચર્ય થયું હતું. જેમ જેમ વખત જતો હતો તેમ તેમ ખેરા વિશેના મારા અભિપ્રાયમાં પલટો આવતો હતો. મને થોડો થડકાટ પણ થતો હતો. ખેરાસિંહ હું ધારતો હતો તેટલો ગંજેરી, આંધળિયાં કરનારો આદમી ન હતો.

જીના તૈયાર થઈને આવી ગઈ હતી. ડૉક્ટર હ્યુસનની ગાડીના ઘોડા છોડીને તેમાંના એક પર પલાણ નાખવામાં આવ્યું હતું. કોઠારમાંથી કંઠાલ લાદેલાં થોડાંક ખચ્ચર બહાર કાઢવામાં આવ્યાં અને સૂરજના લાલ નેજવા હેઠળ અમારો રસાલો ગોવિન્દદાસની કોઠીની બહાર નીકળ્યો.

ધર્મશાળા પાસે થોડા લોકો એકઠા થયા હતા. તેમણે બાબા હરિભજનના નામનો નારો કર્યો.

અને ધીમી ચાલે આખી ગિશ્ત ધુંઆધાર તરફ રસ્તે પડી. ચોસઠ જોગણીના

મંદિર આગળ થોડી મિનિટો બધા રોકાયા. બાબા હરિભજન અને ભવાનીસિંહ પગથિયાં ચડીને મંદિરમાં દર્શન કરી આવ્યા અને સાથે પ્રસાદ લેતા આવ્યા હતા. એ પ્રસાદ આખી ટુકડીમાં વહેંચાયો. થનગનતા ઘોડાઓ પર બેઠેલા અસવારોની આ ગિશ્ત જોવા જેવી હતી. તેમાં જાતભાતના લોકો હતા અને કિસમ કિસમના ચહેરા હતા. રૂપાળા, કુરૂપ, રુક્ષ, મૃદુ, દાઢીવાળા બોડિયા માથાવાળા, લાંબા ઓડિયાંવાળા, જાડા, પાતળા, ઊંચાનીચા, સ્વચ્છ, ગંદા, સફાઈદાર કપડાં પહેરેલા અને લઘરવઘર, પણ એક બાબત સર્વસામાન્ય હતી... એ આખીય ટુકડીમાં સામેલ લોકોની આંખો... એક એક માણસની આંખો તેજીલી હતી શકરાબાજ જેવી, તગતગતી તેગ સમી...

જેકના ચહેરા પર આનંદ છવાયો હતો. ડૉક્ટર હ્યુસન તદ્દન નિર્લિપ્તતાથી આ પાયગામાં જોડાયા હતા. ખેરાએ બૉટલ કાઢીને પીવાનું શરૂ કર્યું હતું. આજો અને સેના મારી આગળ હતા. મારી બાજુમાં ખંડેરાવનો ઘોડો હતો. ગજાનન અમારી પાછળ આવતો હતો. અમારાં હથિયારો લઈ લેવામાં આવ્યાં હતાં એટલું જ નહીં, જે રીતે આખી ટુકડીની ગોઠવણ થઈ હતી તેમાં અમને વચ્ચે રખાયા હતા. નર્મદામાં હળવા પૂર જેવી સ્થિતિ હતી. ધૂંઆધાર પરનું પાણી ભારે વેગથી ધસતું હતું. આમ તો નદીથી થોડે દૂર જબલપુર જવાનો રસ્તો હતો, પણ ખેરાની સૂચના પ્રમાણે ધારીની પગરવાટે ગિશ્ત જઈ રહી હતી.

બાબા હરિભજનની આગેવાની હેઠળ જબલપુર લગભગ સો જેટલા બારગીરોની બનેલી દસ ટુકડીઓ ગુવારીઘાટની પશ્ચિમેથી છૂટી પડવાની હતી. ત્યાં સુધી બધા સાથે રહેવાના હતા. લશ્કરી હિલચાલની માફક 'આલબેલ' ટુકડીઓ આખી ગિશ્તની આગળ મોકલવામાં આવી હતી અને તેનું ચોક્કસ સિગ્નલિંગ થતું હતું. આકાશમાં સૂર્યાસ્તના રંગો પર ઘેરાં વાદળોએ ફરીથી હલ્લો કર્યો હતો. વરસાદ બંધ હતો છતાં ધસમસતાં વાદળોમાંથી ભેંકાર ગડગડાટ ચાલતો હતો.

નર્મદાના નીચે વાસમાં ભવાનીસિંહે પાંચ આદમીઓને રવાના કર્યા હતા. તે લોકો શાહપુરા, પાટન, પનાગર, કુન્ડમ વગેરે સ્થળોએથી બાગીઓ અને બળવાખોર ટુકડીઓને સાબદી કરીને, જબલપુર તરફ મોકલવાના હતા. ભેડાઘાટથી લગભગ ૧૫ માઈલ પૂર્વમાં નર્મદા ગુવારીઘાટ તરફનો વળાંક લે છે. અહીંથી લગભગ સીધી લીટીએ નર્મદા ગુવારીઘાટથી આવે છે. વળાંક

પાસે પહોંચતા આ ગિશ્તને ચારેક કલાક થયા હશે. ઘોડાઓને નાહકના દોડાવવાનું કામ કોઈ સમજુ અસવાર કરે નહીં, જબલપુર જનારી ટુકડીઓને કોઈ ઉતાવળ પણ ન હતી.

વળાંક પાસે થોડી વાર વિશ્રાંતિ માટે ઘોડા ઊભા રાખવામાં આવ્યા. બાબા હરિભજન, ખેરા અને ભવાનીસિંહની વૉર કાઉન્સિલે થોડી ગુફ્તેગો કરી. અંધારું જામવા માંડ્યું હતું એટલે મશાલો સળગાવવામાં આવી હતી. ત્યાં નર્મદાની કોતરો ઘોડાના ડાબલાથી જાગી ઊઠી હતી. નિરાંતે ઊંઘતા જંગલમાં એકાએક જીવ આવ્યો હોય તેમ ડાબે કિનારે, ચારે બાજુથી હોંકારા અને જયનાદોથી ગાજતા ગોન્ડ અસવારો અને પગપાળા દોડતા દેહાતીઓ આખી ગિશ્તને વીંટળાઈ વળ્યા.

ખેતપુરનો માથાભારે માલગુજારી જોબનસિંહ ત્રીસ-પાંત્રીસ અસવારો અને સો જેટલા દેહાતીઓને લઈને ઊતરી આવ્યો હતો. જય મહાકાલેશ્વર અને જય નર્મદે—ના નારા સાથે એ સૌ બાબા હરિભજનને પગે પડ્યા. બાબા હરિભજને મોકલેલા રોટી-દૂતોનો આ પ્રતાપ હતો કે પછી જબલપુર પર હલ્લો કરીને લૂંટનો માલ તફડાવવાની અનેરી તકનો આ ઉત્સાહ હતો—તે સમજવું મુશ્કેલ હતું. ગમે તેમ પણ જૂની જંજારો અને સંદૂકો ભારેખમ માબરો લઈને આ ટુકડી હરિભજનની સાથે જોડાવા આવી પહોંચી હતી. થોડી વાર ત્યાં હુલ્લાગુલ્લાનું વાતાવરણ સર્જાયું. શરાબની બૉટલો ફૂટી. ખૈરાસિંહની પાછળ આખી નર્મદાની ખીણ છે તેવી ઘોષણાઓ થઈ. અંજલિઓ અપાઈ. એ ધમાલ અને ઉશ્કેરાટના વાતાવરણનો લાભ લઈને અંધકારમાં આજો મારી નજીક સર્યો. તેના હાથમાં બે સૅમ્યુઅલ કૉલ્ટ હતી અને કાર્ટિજની બૉક્સ, તેણે ઝડપથી મારી ખલેચીમાં એ સરકાવી અને ત્યાંથી ચાલ્યો ગયો.

*

સેનાથી છૂટા પડવાનો સમય આવી પહોંચ્યો હતો. આજો ફરી વખત મારી બાજુમાં આવ્યો અને તેણે ધીરેથી કહ્યું, 'હું સેનાને લઈ જાઉં છું. તમને સંદેશો પહોંચાડવાની વ્યવસ્થા કરીશ.'

'આજો, સેના કોને ત્યાં રહેશે.'

'એ જાણવાની તમારે જરૂર નથી' આજોએ ટૂંકમાં કહ્યું.

'આજો...' મેં તેના ખભા પર હાથ મૂક્યો. 'આજો... હું તેને ચાહું છું

આજો...'

'હું એ સમજું છું યૉર હાઇનેસ...' તે બોલ્યો અને ચાલ્યો ગયો. જતાં પહેલાં તેણે ધીરેથી કહ્યું, 'રહમતમીરથી ચેતતા રહેજો. કદાચ જાનોરમાં આપણે ધારીએ છીએ તેવી પરિસ્થિતિ ન હોય. ખેરાને ઉશ્કેરશો નહીં... જાનોર પહોંચીને મહેલમાં ભાગી જવાની પેરવી કરી લેજો. બેસ્ટ લક... રાજેશ્વરીદેવીને મારા પ્રણામ...'

મારે તેને રોકવો હતો, પણ હું બોલી શક્યો નહીં. હું ધીરેથી ઘોડા પરથી ઊતર્યો. ગજાનનના હાથમાં તુરકને સોંપીને હું ધીરેથી સરકીને સેના પાસે ગયો.

'સેના...'

'તું પાછો જા... સેજલ... આપણે ફરી મળીશું. અત્યારે... નહીં.' કહીને તે ઝૂકી. તેણે મારા ગાલ પર ચુંબન કર્યું... તે જ વખતે મારા બરડા પર એકાએક ચાબખો પડ્યો.

'ધૅટ્સ ઇનફ...' ખેરાનો અવાજ હતો, પણ તેણે મને ચાબુકથી જે ફટકો માર્યો હતો તેની બળતરામાં મારાથી આંખ મીંચાઈ ગઈ હતી. 'સેજલ, ઓન યૉર હૉર્સ...' તે બોલ્યો. 'હું કહું નહીં ત્યાં સુધી ઘોડા પરથી ઊતરવાની તારે જરૂર નથી.' તેણે ઘોડો નજીક લીધો. હું ખસ્યો. સેનાની બરાબર પડખે ઘોડો લાવીને તેણે સેનાની ડોકમાં હાથ નાખ્યો... 'જબલપુરમાં મળું છું ડાર્લિંગ' તેણે કહ્યું અને બૂમ પાડી... 'જય મહાકાલેશ્વર...'

ભવાનીસિંહની સરદારી હેઠળ ટુકડીઓ છૂટી પડી. નર્મદાનો કિનારો છોડીને અમે દક્ષિણમાં જવાના હતા. જબલપુરનો હલ્લો યોજનારી ટુકડી ગુવારીઘાટ તરફ જવાની હતી.

'જય મહાકાલેશ્વર...'ના બુલંદ નારા સાથે એ ટુકડીઓ અળગી થઈ.

*

એક માઈલ જેટલા ઉપરવાસમાં પથ્થરથી ઊભરાતા નર્મદાના પટ પર રાણી દુર્ગાવતી કે કદાચ તેથીય પહેલાંના સમયથી બાંધેલો પુલ ઓળંગીને અમે નર્મદાને સામે કિનારે આવ્યા. નર્મદાનો તટ છોડીને અમે દક્ષિણ તરફ વળ્યા. કોતરો વટાવીને અમે થોડીક સમથળ ભૂમિ પર આવ્યા ત્યારે મને ખ્યાલ આવ્યો કે ખંડેરાવ સાથે ન હતો. મેં આગળ પાછળ નજર કરી પણ ક્યાંય ખંડેરાવ દેખાયો નહીં.

'ગજાનન...' મેં ધીરેથી ઘોડાને સહેજ આગળ લઈને પૂછ્યું. ગજાનન મારા પ્રશ્નની રાહ જોતો હોય તેમ બોલ્યો.

'બધું બરાબર છે. એ આગળ ગયો છે.'

મને ઘડીક નિરાંત થઈ પણ સાથે એટલી ફડક પણ પેઠી. ખેરા અને ભવાની, શરાબની મશકની આપ-લે કરતા હતા.

અમારી સાથે હવે ડૉક્ટર હ્યુસન, જીના, જૅક, ભવાનીસિંહ, ગજાનન અને ખેરાના લગભગ વીસેક સવારો હતા. અંધારું એટલું હતું કે એકસાથે બધા પર નજર રાખવી શક્ય ન હતું. તેમ છતાં ભવાનીસિંહ થોડી થોડી વારે રોકાતો, આજુબાજુ જોતો અને પાછો આગળ થઈ જતો.

મધરાતે અમે બાર્ગી તહેસિલની હદમાં આવી પહોંચ્યા હતા. લગભગ છ કલાકથી અમારા ઘોડા ચાલતા હતા. સિગ્નલિંગ ટુકડીના અસવારોએ હવે મશાલો સળગાવી લીધી હતી. ખેરાએ એક કલાકના હૉલ્ટની જાહેરાત કરી. કંઈક હાશ અનુભવતા સૌ ઘોડા પરથી ઊતર્યા. ખુરજીઓમાંથી છાબડામાં ભરેલા રોટલા અને ઘોડા માટે ચંદી તૈયાર થઈ. લશ્કરી શિસ્ત મુજબ સૌએ ખાધું અને ફરી એક વાર અમારી આ વિચિત્ર પાયગા રસ્તે પડી.

*

દરેક આદમી કદાચ મનમાં નોખા વિચાર કરતો હશે. હું સેનાના વિચારમાં હતો. કંઈક હતાશા અને ન કળી શકાય તેવો અંદેશો મારા ભીતરને વલોવતો હતો. જે રીતે અમે પ્રવાસ ખેડી રહ્યા હતા તે જોતાં સવાર પડતાં સુધીમાં અમે જાનોર નજીક પહોંચવાના હતા, પણ મારા મનમાં ઊંડે ઊંડે એક સવાલ ઊઠતો હતો. શા માટે ખેરાએ મારું સૂચન સ્વીકાર્યું... રહમતમીર અત્યારે જાનોરમાં જંગ ખેલી રહ્યો હતો. એ સમાચાર મળ્યે અઢાર કલાકથીય વધુ સમય થઈ ગયો હતો, પણ એ જંગનું પરિણામ મને ખબર ન હતી. ખેરાને પણ ખબર ન હતી. જાનોર જીતવું સહેલી વાત ન હતી. જીત્યા પછી તે ટકાવવું પણ અઘરું પડવાનું હતું. ખરેખર અત્યારે જબલપુર પર ઘા કરવામાં જ સાચું ગણિત હતું, છતાં ખેરો જાનોર આવવા તૈયાર થયો હતો. રહમતમીરને વડાઈનું ઊંટ બનાવવાની મારી વાત ખેરાએ માન્ય રાખી હતી તેનું આશ્ચર્ય મને ઓછું ન હતું.

જાનોરમાં જો લડાઈ ચાલુ હશે તો ભુવનસિંહને જરૂર મુસીબત નડી હશે.

કદાચ તે પોતાનું કામ પાર પાડી પણ ન શક્યા હોય...

અને આ બધામાં સેનાને ફરી મળવાનું ક્યારે થશે તેનો વિચાર મને હચમચાવી નાખતો હતો.

*

આખી રાત ધીરી ચાલે ઘોડા રેલતા રહ્યા. સૌ ચૂપચાપ ખેરાને અનુસરતા હતા. ડૉક્ટર હ્યુસને મારી સાથે સંતોજી... મારા બાપુ... મારી મૉમની વાતો કરી, પણ તેના મનમાં ચાલતી ગડભાંજનો મને સહેજ પણ ખ્યાલ ન હતો. તેવું જ જેક અને જીનાનું હતું. ખેરાએ આગ્રહ કરીને શરાબની મશક સૌને ઘૂંટડા ભરવા માટે ફેરવી હતી... રસ્તામાં પણ તે ફેરવતો રહ્યો.

વહેલી સવારે જાનોરની હદમાં અમે પ્રવેશ્યા. ખેરાએ 'હોલ્ટ'નો હુકમ આપ્યો... સિગ્નલ ટુકડી આગળ ચાલી...

તપાસ માટે આગળ ગયેલી ટુકડી પાછી ફરી ત્યારે પો ફાટતો હતો. ઘેરા આકાશની ભીતરમાંથી સૂરજ બહાર આવવા મથતો હોય તેમ જાનોરની દક્ષિણ-પૂર્વમાં ઓજસનું મોટું ધાબું પથરાયું હતું. ધુમ્મસના હાલતા જવનિકા પાછળ જાનોરની દક્ષિણ અને પૂર્વ તરફની ભૂખરી-નીલી ટેકરીઓનાં શિખરો અને ઢોળાવો, કોઈ મહાકાય પીંછીથી દોરેલી રેખાઓ જેવાં દેખાતાં હતાં. અમારી ડાબી તરફ દોડતી નર્મદામાં વર્ષાએ જોબન જગાડ્યું હતું.

જાનોરના ઉપરવાસમાં ભારે વરસાદ થયો હતો અને નર્મદા ઉન્મત્ત બની હતી. તોતિંગ ખડકોને વીંધીને પથરાળ ધરતી પર વહેતી આ દેવાંગના તેને જકડી રાખતા કાંઠા તોડીને, તેના રોજિંદા માર્ગેથી હઠવા મથી રહી હોય તેમ ઊછળતી હતી. સંત મહેરદાસની જગ્યાથી થોડે દૂર, નર્મદાના બીહડ અને સાગ અને વાંસના જંગલથી છવાયેલી ધરતી પર અમારી ટુકડીએ પડાવ નાખ્યો હતો. થોડા દિવસ પહેલાં લગભગ અહીંથી જ હું અને જીના પસાર થયાં હતાં. ભીની જમીનમાંથી સડેલાં પાંદડાંની વિચિત્ર વાસ આવતી હતી. ઉપરવાસમાં થોડાક જ અંતર પછી બંને કાંઠાને જોડતો પુલ આવતો હતો. અમે એ પુલથી લગભગ દોઢેક માઈલ દૂર નીચેવાસમાં હતાં.

ખેરાએ 'હોલ્ડ'નો હુકમ આપ્યો ત્યારે લગભગ અમારા આખાય કાફલાએ નિરાંત અનુભવી હતી. કલાકોથી મજલ કાપતા ઘોડાઓ પણ પીઠ પરનો બોજ હળવો થતાં, માથાં નીચાં કરીને, સૂનમૂન ઊભા રહી ગયા હતા.

બારગીરોએ ભીની જમીનમાંથી ઊપસી આવેલાં સાગનાં મૂળિયાં પર બેઠક જમાવી હતી. જૅક અને જીનાએ થોડીક ચોખ્ખી જગ્યા શોધીને, તૂટેલા વાંસ પર કંબલ પાથરીને બેઠક જમાવી હતી. ડૉક્ટર હ્યુસન અને હું પણ નર્મદાનાં પાણી પર, માછલીઓ અને ખડકના 'સ્ટ્રક્ચર' વિષે વાતચીત કરવા એક તરફ બેઠા હતા. કેટલાકે ખલેચીઓમાંથી ચલમ કાઢીને તેની ગરમ ગડાકુના કશ લેવાની શરૂઆત કરી હતી. ભવાની અને ખેરા એક પછી એક ઘોડાના પગ અને ખરીઓ તપાસતા હતા. હું ખેરા તરફ નજર રાખતો ડૉક્ટર હ્યુસન સાથે વાર્તાલાપ કરી રહ્યો હતો.

સિગ્નલિંગ ટુકડીને પાછા આવતાં ખાસ્સી વાર થઈ હતી. છતાં અજવાળામાં ખાસ ફરક પડ્યો ન હતો.

'પુલ આગળ બંદોબસ્ત છે. સરકાર.' તપાસ કરવા ગયેલા સૂબેદારે આવીને ખેરાને કહ્યું.

'પિંઢારી કે અંગ્રેજ?' ખેરાએ એક બારગીરના ઘોડાની પૂંઠ પર દેખાતો ઉઝરડો તપાસતાં પૂછ્યું.

'ખ્યાલ નથી આવતો. પુલ પર નાકાબંધી નથી. આદમીઓ બાજુના કોતરમાં છે. પુલ તરફ આવવાનો રસ્તો ખુલ્લો છે.'

'કેટલા તંબુ છે?' ખેરાએ પૂછ્યું.

'તંબુ નથી સરકાર... બે જૂથમાં પડાવ છે. આપણી જેમ ચાર ઘોડા પર જીન બાંધેલાં છે. બાકીનાનાં પલાણ છોડી નાખેલાં છે.'

'આદમીઓનાં કપડાં?'

'ખ્યાલ નથી આવતો સરકાર. સૂંથણાં જરૂર છે, પણ ખમીસ કે કોટ સમજાતું નથી, અંધારું છે.

'અંધારું છે તે તો મને પણ ખબર છે.' ખેરો કરડાકીથી બોલ્યો. 'લાલટેન છે?'

'આપણી પાસે બે-ત્રણ હશે...' પેલાએ જવાબ આપ્યો.

'અરે! મૂરખ, આપણી પાસે નહીં. એ ગારદીઓ પાસે...' ખેરાએ પૂછ્યું.

'નહીં હોય... હોય તો ખબર નહીં. દેખાતું નથી.'

'નિશાન?' ભવાનીએ બાજુમાં આવીને પૂછ્યું.

'નિશાન પણ નથી.' પેલાએ જવાબ આપ્યો.

'મામુ... શું કરવું છે?'

'હું તલાશ કરી આવું... તું મારી સાથે આવ પનાજી અને કેનાલાલ, તું અમારી પછવાડે.' ભવાનીએ પેલા સૂબેદાર અને તેના સાગરિતને કહ્યું. સૂકા બાવળની સોટી ઉપાડે તેમ તેણે હાથમાં બંદૂક ઉપાડી અને આછા અંધકારમાં એ ત્રણ જણા વિલીન થઈ ગયા.

અડધા કલાકમાં એ ત્રણે પાછા આવ્યા ત્યારે ભોંભાંખળું અજવાળું થયું હતું. ઝાકળ પણ પડી હતી. હવામાં ભેજયુક્ત ઠંડક હતી. જંગલની દૈનિક સૃષ્ટિ જાગી ઊઠી હતી. તીતર, સૂગરી અને કાબરોએ એકાએક કલરવ કરવા માંડ્યો હતો.

'શું મામુ?'

'જાનોર રાઇફલ્સની ટુકડી છે.' ભવાની બરવાએ કહ્યું.

'દેશી?'

'ચાર અંગ્રેજ અફસર છે અને બીજા આઠ જણ છે, પણ એટલા જ આદમીઓ હોય તેમ હું માનતો નથી. પેલી તરફ અને પુલની નીચે બીજા હોવા જોઈએ... નહીં તો ટુકડીમાં ચાર અંગ્રેજ ન હોય...' કહીને ભવાનીએ એક સાંઠકડી ઉઠાવીને જમીન પર નકશો દોર્યો, 'અહીં આ ટુકડી છે. પેલી તરફ પુલ પર જવાનો રસ્તો સામેની ગાળીમાંથી (બે ટેકરી વચ્ચેની સાંકડી જગ્યા) આવે છે. એ ગાળીની બંને તરફ ઊંચાણ છે. ત્યાં આદમી હોવા જોઈએ. જો આ મોરચાબંધી હશે તો જરૂર એ તરફ ગારદીઓ હશે.'

'પુલ પર શું છે?'

'પુલનો વચ્ચેનો ભાગ અને પેલી તરફનો છેડો જ દેખાય છે ખેરા. આ તરફનો ભાગ ઝાડીમાં ઢંકાયેલો છે, પણ આ છે મોરચાબંધી... ચોક્કસ ગાડાનાં પૈડાં દેખાય છે. મોટે ભાગે જન્તર હશે. કાં તો ગરનાળ... રસ્તાથી થોડેક દૂર ઘોડા ઊભા છે. બાજુમાં બે ગિલતાનો છે અને ગિલતાનને ટેકે રાઇફલો છે. આપણે રાહ જોવી પડશે.' ભવાનીસિંહે કહ્યું.

'ગારદીઓ(પહેરેગીર)એ જો આ તરફ તપાસ કરી તો?'

'મને નથી લાગતું ખેરા... એ બંદોબસ્ત પુલ માટે છે.'

'તો પેલી તરફ પણ હશે જ ને?' ખેરાએ પૂછ્યું.

'હોય જ... પુલની નીચે પણ હશે.' મામાએ જવાબ આપ્યો.

'મતલબ કે મામા...' ખેરાએ સહેજ વિચારીને ઉદ્ગાર કાઢ્યો.

'મતલબ એ જ... જાનોર હજુ પડ્યું નથી.' ભવાનીએ કહ્યું. હું ધીરેથી

ઓથાર-૨

ઊભો થયો અને એ બંનેની નજીક આવ્યો.

'જાનોર પડે તેની રાહ જોવી પડશે.' તે બોલ્યો.

'ખેરા... એ ચોકી કોની છે?'

મેં સાંભળ્યું હતું, છતાંય પૂછ્યું.

'સમજાતું નથી, પણ પલટનના ગારદીઓ છે.' તે બોલ્યો, 'રહમતમીરે જાનોર કબજે લીધું લાગતું નથી.'

'ખેરા... એનો અર્થ એ છે કે રહમતમીર ગઢમાંડલાના રસ્તા પાસે, ગોલાકી મઠથી ઉત્તરમાં ક્યાંક હશે.'

'હીરની નલ્લા પાસેથી પણ તે જાનોર પહોંચી શકે અથવા તેની પશ્ચિમે આવેલો બ્રિજ ઓળંગીને પણ જાય.' ખેરાએ કહ્યું.

'તો આપણે અહીં રોકાવાની જરૂર નથી. જાનોર સલામત હોય તો તારે અંદર આવવાનું જોખમ શા માટે લેવું જોઈએ. અહીંથી દક્ષિણમાં બરગીના મુવાડા આગળથી ફરીને ગઢમાંડલા તરફને રસ્તે જવાશે.' મેં કહ્યું.

'મને રસ્તો બતાવવાની તારે ફિકર કરવાની જરૂર નથી. મને ખબર છે ક્યાંથી ક્યાં જવાય તેમ છે. રહમતમીર બંને પુલ ઉપરથી હલ્લો કરશે.' તે બોલ્યો.

'પણ ખેરા... જાનોર પર હલ્લો કરવાથી કામ સરવાનું નથી. મેં તને કહ્યું તો હતું કે અંગ્રેજોની કમ્મર તોડવી હોય તો રહમતમીરને લઈને જબલપુર જવું વધારે અગત્યનું છે.'

'એ પણ થશે, પણ મામુ કહે છે પલટન હજુ મોજૂદ છે. જાનોર પડ્યું નથી.'

'તેમાં શું થયું?'

'જાનોર પડે નહીં ત્યાં સુધી જબલપુરની ફોજ ત્યાંથી હઠે નહીં... તું જ મને કહેતો હતો ને કે જાનોર પડ્યું હશે તો ફોજો જાનોરની મદદે નીકળી હશે.' ખેરાએ મારી જ દલીલ મને પાછી આપી હતી.

'મતલબ ખેરા?'

'મતલબ એ જ... સેજલસિંહ... જાનોર પડે તેની રાહ જોવી પડશે.'

'ખેરા... જાનોરને ઘમરોળવામાં એક વાર રહમતમીર પરોવાશે તો એ જબલપુર તરફ જશે નહીં.' મેં કહ્યું.

'એ હારશે તો નહીં જાય. જીતશે તો જરૂર જશે. હું એ પિંઢારીને બરાબર ઓળખું છું.'

'તારી મરજી ખેરા... બાકી બાબા હરિભજન તારી 'આલબેલ'ની રાહ જોતા હશે. પાટન, શાહપુરા, અમરિયા બધે રોટીઓ વહેંચાતી હશે. જાનોરમાં લડાઈ કરવા રોકાવું મોંઘું પડશે.' મેં ખેરાને કહ્યું, પણ મારી એ વાત, મારી એ દલીલો ખેરાને ગળે ઊતરે તેમ ન હતી. તેની જગ્યાએ હું હોત તો મને પણ ઊતરત નહીં જ, પણ હું ધ્રૂજી ઊઠ્યો હતો. ભેડાઘાટથી નીકળ્યા ત્યારે મને એમ હતું કે જાનોર પડ્યું જ હશે. એટલું જ નહીં, પણ રહમતમીરે ભયાનક વિનાશ વેર્યો હશે. કદાચ રાજમહેલના પણ ભુક્કા ઉડાડ્યા હશે. એ ચિંતાને કારણે જ મેં ખેરાને જાનોર ભણી આવવા પ્રેર્યો હતો. તેમ ન કર્યું હોત તો તેણે મને છોડ્યો ન હોત અને જબલપુર જવા મજબૂર કર્યો હોત, પણ અહીંયાં પરિસ્થિતિ જુદી જ લાગતી હતી. ગોલાકી મઠમાં અંગ્રેજ પલટને હારીને ફરી નાકાબંધી અને મોરચા બનાવ્યા હતા તે વાત પુલ આગળ ગોઠવાયેલા સંત્રીઓને કારણે પુરવાર થતી હતી.

'મામુ, વેઇટ ઍન્ડ વૉચ. આપણે ગારદીઓની પાછળ ગોઠવાઈ જઈએ.' ખેરાએ ભવાનીને કહ્યું અને બધાને ચાલવાનો હુકમ આપ્યો. દરેક જણે તેના ઘોડાને દોરીને ચાલવાનું હતું, ખેરાએ ભવાની ઠાકુર અને ત્રણ જણને આગળ મોકલ્યા. ડૉક્ટર હ્યુસનને તેણે ભવાનીની સાથે મોકલ્યા. બીહડમાંથી રસ્તો કરવાનો હતો. વળી, ચારે બાજુ એટલી ઝાડી હતી કે તદ્દન ધીમે એક એક પગલું ભરીને ઘોડાને દોરવા પડતા હતા.

બરાબર વીસ મિનિટ પછી અમને ઊભા રહેવાનો હુકમ આપવામાં આવ્યો. નર્મદાના તટથી અમે લગભગ પચાસેક ફૂટ ઊંચી જગ્યાએ આવી પહોંચ્યા હતા. અહીંથી પુલનો છેડો બરાબર દેખાતો હતો. પુલના એમ્બાર્કમેન્ટની બાજુનાં કોતરોમાં ગોઠવાયેલા સંત્રીઓ હવે બરાબર દેખાતા હતા. સામેથી આવતો રસ્તો પણ ચોખ્ખો દેખાતો હતો. એમ્બાર્કમેન્ટ આગળ ગોઠવાયેલી ટુકડી પાસે બે ભારે તોપો હતી. એક ગરનાર હતી. અને લગભગ પંદર જેટલા આદમીઓ રાઇફલ લઈને બરાબર મોરચો માંડીને બેઠા હતા. થોડે દૂર યુનિયન જૅક ખોડેલો હતો અને બે અંગ્રેજ અફસરો દૂરબીન માંડીને વારાફરતી રસ્તા તરફ, રસ્તાની ડાબી તરફ એટલે કે અમારી જમણી તરફ અને પુલ ભણી કંઈક જોતા હતા. એ લોકો જાણે કોઈ હલ્લો થવાનો હોય એમ તંગ અવસ્થામાં હતા. અલબત્ત, તેમને ખબર ન હતી કે અમે તેમને જોઈ રહ્યા છીએ. એ લોકો કોની રાહ જોતા હતા તે થોડી જ વારમાં અમને સમજાયું

હતું, પણ તે પહેલાં એક જુદું જ નાટક થયું. અમે તેમની પીઠ પાછળ બરાબર અમારી રાઇફલોની રેન્જની અંદર આવે તેમ ગોઠવાયા હતા.

અજવાળું ઠીક ઠીક થયું હતું. વાતાવરણમાં ધીમે ધીમે ઉષ્મા ફેલાતી હતી. ખેરાએ, ખચ્ચર પરની ખુરજીમાંથી દૂરબીન કઢાવરાવ્યું અને તેણે પણ ચારે બાજુ અવલોકન કરવાનું શરૂ કર્યું.

'મામુ... આ એક જ ટુકડી નથી.' તે બોલ્યો. મારા મનમાં, મારા હૃદયમાં સહેજ ટાઢક વળી. 'જુઓ...' કહીને તેણે લાંબા ભૂંગળ જેવો ફિલ્ડ ગ્લાસ તેના મામાના હાથમાં પકડાવ્યો.

'યસ... ખેરા...' ભવાની બોલ્યો. તેણે પાંચ મિનિટ સુધી દૂરબીનમાં જોયા કર્યું. આમતેમ દૂરબીન ઘુમાવીને ત્યાંથી દેખાતી ઇંચેઇંચ જગ્યાને આવરી લીધી. એકાએક રસ્તા તરફ દૂરબીન માંડીને તે બોલ્યો: 'એ લોકો આવી રહ્યા છે.'

'ટેક અપ પૉઝિશન્સ.' ખેરાએ કહ્યું. અમારી નાનકડી પાયગાના ભાગ પાડવામાં આવ્યા અને બધાને સ્ટ્રેટેજિક જગ્યાએ ગોઠવવામાં આવ્યા. એકાએક ખેરો મારી નજીક આવ્યો. હું એક ધબકારો ચૂકી ગયો.

'સૂબેદાર ક્યાં છે?' તે બોલ્યો અને પછી બરાડ્યો, 'વેર ઇઝ ધ બ્લડી સૂબેદાર...'

'સૂબેદાર...' હું ધીરેથી બોલ્યો.

'વેર ઇઝ ધ બલ્ડી હૉર્સમાઉથ?' તેણે મારી નજીક આવીને પૂછ્યું. હું જાણે કશું સમજતો ન હોઉં તેમ જોતો રહ્યો. ખેરાએ એકાએક મારા ખમીસનાં લેપલ્સ પકડ્યાં અને મને હચમચાવ્યો.

'ખેરા... આ શું છે?' મેં કહ્યું. ગજાનન મારી બાજુમાં આવીને ઊભો રહ્યો.

'તારો પીઠ્ઠુ ક્યાં છે, સેજલ... યુ ટેલ મી ઓર આઈ વિલ શૂટ યુ...'

'કોણ પીઠ્ઠુ?' મેં પૂછ્યું. તે સાથે જ તેણે મને આડા હાથની ચાપટ મારી. ગજાનને ખેરાને પકડ્યો, પણ બીજી જ મિનિટે ગજાનનના ખભા અને ગરદનના જૉઇન્ટ પર મગદળની જેમ ભવાનીના પંજાનો ચોપ પડ્યો. તે લથડ્યો. અમારી આજુબાજુ ખેરાના ત્રણ આદમીઓ રાઇફલ તાણીને ઊભા રહી ગયા.

'શું નામ એનું મામુ...' ખેરાએ પૂછ્યું.

'ખંડેરાવ...'

'ટેલ મી સેજલ...' ખેરાએ ગુસ્સાથી ધમધમતો શ્વાસ દબાવીને પૂછ્યું, 'ખંડેરાવનો બચ્ચો ક્યાં છે?'

'ખબર નથી, ખેરા... આઈ થિંક હી રેન અવે...' મેં કહ્યું.

'રેન અવે માય ફુટ!' કહેતાંની સાથે તેણે મારા નળા પર લાત મારી. હું લથડ્યો. પારાવાર દર્દથી મારા પગના હાડકામાં કંપ શરૂ થયો. ગજાનન મારી મદદે આવે તે પહેલાં જ...

'ડોન્ટ શૂટ... યુ બ્લૉક હેડ્ઝ.' ખેરો તાડુકી ઊઠ્યો. જો અમે રણમોરચા જેવી જગ્યાએ ન ઊભા હોત તો કદાચ ખેરાના આદમીઓએ ગજાનનનો જાન લઈ લીધો હોત. ગમે તેમ બંદૂકનો ધડાકો કરવો અહીંયાં, આ જગ્યાએ પરવડે તેમ ન હતો. ખેરાનો ગુસ્સો સાતમા આસમાને પહોંચ્યો હતો. ઝાડનો ટેકો લઈને પગ બંને હાથમાં ભીંસીને હું એક પગે ઊભો રહ્યો. 'સેજલ, ક્યાં છે ખંડેરાવ...' તેણે એક ઝાટકે ઘોડાને માટે વપરાતી બેટન લીધી અને મારા શરીર પર ઝીંકી. મારા ડાબા હાથના બાઇસેપ પર પાતળી નેતરની બેટનનો ચટાકો બોલ્યો. મારી આંખ એક ક્ષણભર મીંચાઈ.

'મને ખબર નથી ખેરા... એ ભાગી ગયો લાગે છે...'

'યુ આર એ લાયર... લાયર... બ્લડી લાયર...' કહીને તે મારા પર તૂટી પડ્યો. તેને ખાળવો મારે માટે મુશ્કેલ હતો. મારા જમણા પગ પર તેના ભારેખમ બૂટની એવી લાત વાગી હતી કે મારાથી જમીન પર પગ મંડાતો ન હતો. બેટનનો એક ફટકો તેણે મારા મોં પર માર્યો હતો. મારો ગાલ અને હોઠ એક જ ફટકે ચિરાયા. હું ચિત્કારી ઊઠ્યો.

'બાય ગૉડ ખેરા...' હું બોલ્યો. તે સાથે જ તેણે મારી છાતી પર, મારા બરડા પર બેટન ઝીંકી...

'સ્ટૉપ ઇટ...' એકાએક જીના દોડી આવી, 'સ્ટૉપ ઇટ ખેરા... યુ વિલ કિલ હિમ...'

'સો વૉટ...' તે બોલ્યો, પણ જીનાએ તેના બન્ને હાથથી ખેરાનો હાથ પકડી લીધો હતો. એક ઝાટકે તેણે જીનાને નીચે ફંગોળી દીધી હતી. ખેરા દેખાવમાં નાજુક લાગતો આદમી હતો, પણ તેનામાં ગજબ શક્તિ હતી. દીપડા કરતાંયે એ વધુ ચપળ હતો તેમ કહીએ તો અતિશયોક્તિ નહીં ગણાય.

'તું તો હજી બાકી જ છું' કહીને તે ગંદી ગાળ બોલ્યો. જીનાએ તેનો પગ પકડ્યો. ખેરાએ હવે મને છોડીને તેનો ગુસ્સો જીના પર ઉતારવો શરૂ કર્યો. તેણે જોરથી તેનું ખમીસ પકડીને તેને ઊંચી કરી. એક જ ઝાટકે તેણે જીનાના ખમીસનું એક પડખું ચીરી નાખ્યું અને તેના મોઢા પર હાથ દબાવીને

તેને જકડી લીધી. બીજા હાથમાંથી સોટી નીચે નાખી દઈને તેના પાટલૂનનો પટ્ટો તેણે છોડ્યો. જીના તેનામાં હતી એટલી શક્તિથી પ્રતિકાર કરી રહી. તેણે એને ઊંચકીને નીચે નાખી. પારાવાર ઝડપથી તેણે એનો પટ્ટો કાઢ્યો. મોઢા પર રાખેલો હાથ છોડીને તેણે જીનાના જમણા સ્તન પર હાથ મૂકીને નખ ભીડાવ્યા.

'જૅક' તે બરાડી ઊઠી. આજુબાજુ ઊભેલા લોકોમાંથી કોઈ સળવળ્યું નહીં. જીનાના ખમીસના લીરા ઊડ્યા. ખેરાએ તેના પાટલૂનમાં પોતાનો જમણો હાથ ખોસ્યો હતો. તે પાટલૂન કાઢવા મથી રહ્યો હતો. 'સેજલ...' જીનાએ બૂમ પાડી. મારા શરીરે બળતરા થતી હતી. કમબખ્તે મને ભયાનક તાકાતથી સોટીઓ મારી હતી. હું ઊછળ્યો, પણ ખેરાને કદાચ આ ખ્યાલમાં હશે. હું જેવો ઊભો થાઉં તે પહેલાં તેણે જીનાને વચ્ચે ધરી દીધી. હું પાછો પડ્યો અને એ ધક્કાથી નીચે પડ્યો.

'ખેરા...' એકાએક જૅક દોડી આવ્યો હતો. તેના હાથમાં રાઇફલ હતી. 'ખેરા... લીવ હર એલોન...' ખેરા સહેજ ચમકીને ઊભો રહી ગયો. તેણે જીનાને છોડી દીધી.

'તારી માશૂકને કહે કે તારો જ ખ્યાલ રાખે.' તે બોલ્યો. જૅકે રાઇફલ કોર્ક કરી.

'જૅક... તને ખબર નથી. આ તારી ગોરી માશૂક... આ કમબખ્તની સાથે કંઈક રાતો ગાળી આવી છે.'

'શટઅપ ખેરા' જૅક બોલ્યો, પણ તેની આસપાસ ત્રણ જણ રાઇફલ તાણીને ઊભા થઈ ગયા હતા. ખેરાના આદમીઓ પણ પિંઢારીઓથી ઓછા ન હતા. ગોરી ઓરત પર બળાત્કાર થાય તેનો તેમને આનંદ થતો હતો. તેમના પોતાના દિલમાં પણ આવી અદ્‌ભુત તક તેમને મળે તેની એષણા જલતી હતી. કેમ જાણે ગોરી ઓરત સાથે જિન્સી મસ્તી કરવાનો વધુ આનંદ આવતો ન હોય!

'જૅક...' તે બોલ્યો. 'તારી રાઇફલને કારણે હું આ કમબખ્તને છોડી દઉં છું. તેમ સમજવાની ભૂલ કરવાની તારે જરૂર નથી. આ તારી બે બદામની ગોરટી તારું પાસું ફરે કે તરત, સેજલ સાથે સૂવા તૈયાર થઈ જશે... સમજ્યો. મને તેની આંખ પરથી દેખાય છે. આજે નહીં તો કાલે તારે પસ્તાવાનો સમય તો આવવાનો જ છે. તો પછી અત્યારે શા માટે નહીં... ઇફ યુ વૉન્ટ યુ મે સેડલ હર ફર્સ્ટ...'

'ખેરા... શટ યૉર ફિલ્ધી માઉથ... શી ઇઝ માય વુમન...'

'યૉર વુમન...' કહીને ખેરો હસ્યો. 'મામુ... હી સેઇઝ શી ઇઝ... હિઝ વુમન... હી સેઇઝ શી ઇઝ હિઝ વુમન...' કહીને તે ખડખડાટ હસ્યો. તેની સાથે બધા હસ્યા. હું, જીના અને જેક જ કેવળ સ્તબ્ધ હતાં.

તે વખતે જો ખેરાના મામા ભવાનીએ બૂમ ન પાડી હોત તો ખેરો જીના પર બળાત્કાર કર્યા વગર રહ્યો ન હોત. કદાચ ત્યાં જૅકની લાશ પણ પડી હોત...

પણ તે વખતે જ દૂરથી કંઈક અવાજો આવતા સંભળાયા.

'ખેરા...' મામા ભવાનીએ કહ્યું.

'આ બંને કમબખ્તોને ઝાડ સાથે બાંધી દો...' તે બોલ્યો અને તેણે મારા અને ગજાનન તરફ ઇશારો કર્યો. હજુ તેના મોમાંથી શબ્દો નીકળે તે પહેલાં તો અમારા શરીર પર દોરડાના ગાળિયા પડ્યા. ત્રણ-ચાર મિનિટમાં તો મને અને ગજાનનને ઝાડના થડ સાથે બાંધવામાં આવ્યા હતા.

'તું અહીં જ રહેજે કેનાલાલ...' ખેરા બોલ્યો અને બધાને પોતપોતાની જગ્યા સમાલવાનો હુકમ આપ્યો.

જીના પોતાના અર્ધનગ્ન દેહને ઢાંકતી ત્યાંથી દૂર ગઈ. જૅકે તેના ખમીસના જુદા થયેલા પડખાને ગાંઠ વાળીને સરખું કરી આપ્યું. દૂરથી આવતા અવાજો ધીરે ધીરે મોટા થતા હતા. ખેરા અને તેના બારગીરો તંગ થઈને પુલના એમ્બાર્કમેન્ટની બાજુના બીહડ તરફ જોઈ રહ્યા હતા.

*

મિનિટોમાં જ ધૂળિયા ખાડાખૈયાવાળે રસ્તેથી ધીરી ગતિએ અસવારો આવતા દેખાયા. ડુંગરો અને કંદરાઓ, કોતરો અને જંગલો જાગી ઊઠ્યાં હોય તેમ પુલના નીચેવાસમાંથી એકાએક માણસો ફૂટી નીકળ્યા. ભાલા, તીરકામઠાં, બરછા, તબ્બલ, તલવારો, દાંતીઓ, બંદૂકો—જાત જાતનાં હથિયારો લઈને એક પછી એક કોતરોમાંથી દેહાતીઓ ઊતરીને પુલ તરફ આવી રહ્યા હતા. રસ્તા પર ઘોડેસવાર ટુકડી લશ્કરી ગિશ્તની જેમ આવી રહી હતી.

એમ્બાર્કમેન્ટની બાજુના બીહડમાં મોરચો માંડીને બેઠેલા પલટનના સૈનિકોએ તોપોનાં મોઢાં ફેરવ્યાં. ગરનાળામાં ગોળા ગોઠવાયા. તાજેતરમાં આવેલી નવી ડિઝાઇનની ગેટલિંગ ગનનું નિશાન લેવાયું.

'ડોન્ટ શૂટ...' ખેરા બોલ્યો. 'હું કહું નહીં ત્યાં સુધી કોઈ ફાયર ન કરે...'

કહીને ખેરાએ જૅક સામે જોયું. જૅકે પોતાની બંદૂક ખોળામાં આડી રાખી હતી. તેની બાજુમાં જીના બેઠી હતી. તેની આંખો આંસુથી ઊભરાતી હતી.

ઘોડેસવારો નજીક આવતા ગયા. હાકોટા અને જયનાદો કરતા પગપાળા દેહાતીઓ આજુબાજુમાંથી ઊતરીને રસ્તા તરફ આવવા માંડ્યા હતા. રસાલો ધીમે ધીમે નજીક આવતો હતો. પલટનના સૈનિકો તંગ સન્નાટો અનુભવતા હુકમની રાહ જોતા હતા. મારા હૃદયમાં જોરથી થડકારા શરૂ થયા હતા. રહમતમીરની પિંઢારી ટોળી અને જાનોરની આસપાસ વહેંચાયેલી રોટીઓને કારણે એકઠા થયેલા લોકોની અવ્યવસ્થિત ટોળકી બરાબર મોતના મોમાં આવી રહી હતી. મને ખ્યાલ આવ્યો કે શું થઈ રહ્યું છે. પિંઢારીઓએ જાનોર જીત્યું ન હતું. એમના હલ્લામાં અંગ્રેજો સામે બળવો પોકારનારા લોકો સામેલ થયા હતા અને આ ટોળકી અંગ્રેજ નાકાબંધી તોડવા આવી રહી હતી. એ ટોળકી રેઇન્જમાં આવી રહી હતી.

એકાએક 'ફાયર'નો હુકમ થયો અને ધરતી ધણધણી ઊઠી. ગેટલિંગ ગનમાંથી કારતૂસો વેરાઈ. ભયાનક ધડાકા સાથે ફિલ્ડગન્સ ધણધણી ઊઠી. દેશી ગરનાળમાંથી ગોળા વછૂટ્યા. મરણચીસોથી વાતાવરણ ગાજી ઊઠ્યું. પ્રથમ આવતા ઘોડેસવારો જાણે ગાભાના બનેલા હોય તેમ ઊડ્યા. બે ઘોડાના બરાબર અડધા ટુકડા થયા અને ઊછળીને દૂર ફંગોળાયા. દારૂગોળાની હેલીમાં કોડીબંધ દેહાતીઓનો કચ્ચરઘાણ નીકળી ગયો. પુલની નજીક પહોંચે તે પહેલાં જ રસ્તાની ડાબી બાજુએ મંડાયેલા અને એમ્બાર્કમેન્ટ પાછળના બીહડમાંથી ગોળા અને ગોળીઓનો વરસાદ ઝીંકાયો હતો. પાછળ આવતા અસવારોએ પીછેહઠ કરી હતી. પગે ચાલતા લોકોમાંથી પહેલી ગિશ્તમાંથી બચેલાઓ બીહડોમાં ઊતરી ગયા હતા. કંઈક નાસભાગ થઈ અને પછી મોરચાબંધી. બરાબર પાંચ મિનિટ પછી સામો ગોળીબાર શરૂ થયો હતો. જેવો ગોળીબાર શરૂ થયો કે તરત જ 'ફાયર' ખેરાએ બૂમ પાડી અને સન્નાટામાં ફરી રાઇફલો ધણધણી ઊઠી.

પલટનના સૈનિકો માટે આ આશ્ચર્ય હતું. બીહડમાં છૂપાવેલી મોરચાબંધીની પાછળથી આ હલ્લો આવશે તેવી તેમને કલ્પના ન હતી. પહેલાં જ હલ્લામાં ખેરાએ સોંપો પાડી નાખ્યો હતો, પણ તે આગળ વધે તે પહેલાં રાઇફલો ધણધણી... અમારા સૌના ઘોડા ભડક્યા હતા... ઘોડાનું ધ્યાન રાખવા ઊભેલા ખેરાને બે આદમીઓ માટે ઘોડાઓને કાબૂમા રાખવા મુશ્કેલ હતા. તેમણે

એકસાથે ઘોડાઓની રાશો એકમેકમાં ગાંઠવાનો પ્રયાસ કર્યો કેનાલાલ તેમને મદદ કરવા ઊભો થયો.

'ફાયર...' ફરી ખેરાનો અવાજ આવ્યો. ખેરાની ટુકડી પાસે સ્ટ્રેટેજિક ઍડ્વાન્ટેજ હતો. બંદૂકો રણકી ઊઠી. એકાએક ખેરાની ટુકડીને વળતો જવાબ આપતી ગોળીઓ વરસી અને તેની બીજી જ મિનિટે પલટનના મોરચેથી ગોળા ઝીંકાયા. ધરતી ધ્રૂજી ઊઠી. ચોમેર છરા ઊડ્યા. ઘોડાઓ એકમેકમાં ગૂંથાઈને ઊભા રહ્યા. એ ધડાકાની સાથે અમારા પર નજર રાખતો કેનાલાલ પણ ઊછળ્યો... ઘડીભર મને લાગ્યું કે પલટનના વળતા ફાયરમાંથી ગોળી વાગી હશે, પણ તેમ ન હતું. અમને બાંધવામાં આવ્યા હતા તે ઝાડની પાછળથી ગોળી આવી હતી. અમારી પાછળ પણ કોઈની પાસે બંદૂક હતી.

કેનાલાલની પીઠમાં ગોળી વાગી હતી. તે બેવડ વળ્યો અને હવામાં ગુલાંટ ખાતો જંબૂરિયાની માફક તેના પગ ઊંચકાયા અને એક ક્ષણમાં જમીન પર ઝીંકાયો. થોડે દૂર ગોળા-બારૂદની એવી ઝીંક હતી કે તેના અવાજોથી ધમધમી ઊઠેલાં કોતરોમાં, એ મરતા આદમીની મરણચીસ ખોવાઈ ગઈ. આવી રીતે અમારી પાછળથી ગોળી આવશે તેવી અમને કલ્પના ન હતી. કમબખ્ત ખેરાએ, મને અને ગજાનને ઝાડ સાથે બાંધીને, લગભગ ફાંસીને માંચડે જ લટકાવી રાખ્યા હતા. કઈ મિનિટે આડા ફાટેલા ગોળાનું નિશાન અમે બની જઈએ તેની દહેશત, આંખના પલકારે જ ઝળૂંબતી હતી. ત્યાં અમારા પર ધ્યાન રાખવા ઊભેલા કેનાલાલ પર ગોળી ચાલી હતી. એ આશ્ચર્યમાંથી બહાર આવીએ તે પહેલાં જ અલફી પહેરેલા બે સાધુઓ અમારી પાછળથી ધસી આવ્યા હતા. એ બંનેના હાથમાં બંદૂકો હતી. બંને જણે, અમારા પર ધ્યાન આપવાને બદલે અમને બાંધવામાં આવ્યા હતા ત્યાંથી, સહેજ જમણી તરફ લપાઈને પગલાં માંડ્યાં. તે તરફ ભડકેલા ઘોડાને કાબૂમાં રાખવા ખેરાના બે આદમીઓ ભગીરથ પ્રયાસ કરી રહ્યા હતા.

બરાબર તે જ વખતે અમારી પાછળ કોઈ દોડતું આવ્યું. મેં નજર ફેરવી. મારા શરીર અને ઝાડ પર એવી રીતે દોરડાં વીંટવામાં આવ્યાં હતાં કે કેવળ ડોકું ફેરવવા સિવાય હું કે મારો ગારદી ગજાનન કશું જ કરી શકીએ તેમ ન હતા... એકાએક મારા હૈયે ટાઢક વળી... મને એમ કે આગળ અને પાછળ હવે જે ગોળીબારો શરૂ થશે તેમાં કમોતે મરવાનું થશે, પણ તેને બદલે મારા તારણહાર સમો ખંડેરાવ ઝાડ પાછળથી, અલ્લાદીનના જીનની માફક પ્રગટ

થયો હતો.

'ખંડેરાવ ક્યાં હતો તું...'

'વાત પછી, યૉર હાઇનેસ...' તે બોલ્યો અને તેણે ઝડપથી પહેલા ગજાનનાં બંધનો છોડ્યાં અને હુકમ આપ્યો, 'પેલા સાધુઓને મદદ કર. જલદી... આપણા ઘોડા...'

'પણ ખંડેરાવ...' મેં ઉદ્‌ગાર કાઢ્યો, પણ તેને સાંભળવાની ફુરસદ ન હતી. પલક વારમાં તેણે મારા શરીર પર વીંટાયેલું દોરડું છોડ્યું... અકડાયેલા શરીરને મેં તંગ કર્યું. મારા બરડા પર અને ચહેરા પર ભારે બળતરા થતી હતી.

'આ તરફ... સરકાર...' ખંડેરાવે મારો હાથ પકડીને મને પાછળની ઝાડી તરફ દોર્યો. પેલી તરફ જ હજુ ભયાનક ગોળીબાર ચાલતો હતો. ખેરાસિંહે ગેરિસન કમાન્ડરની કુશળતાથી મોરચો સંભાળ્યો હતો. દરમિયાનમાં અલફી પહેરેલા સાધુઓ અને ગજાનન, ભડકેલા અને ગૂંચવાઈને ઊભેલા ઘોડામાંથી થોડાક ઘોડાને આ તરફ વાળી લાવ્યા હતા. ખંડેરાવ એક ભારે ખુરજી ઉઠાવીને દોડતો આવ્યો.

'માઉન્ટ...' તે બોલ્યો. મેં તુરકની લગામ પકડી. પેલા બંને બાવા, ગજાનન અને ખંડેરાવે પણ ઘોડા સમાલ્યા. જોતજોતામાં અમને છોડાવવાનું તેમનું મિશન પાર પડ્યું હતું. નર્મદાના કાંઠાથી સહેજ દૂર બીહડ અને જંગલોમાં જાનવરોની અવરજવરથી પડેલી પગદંડીઓ પરથી અમારા ઘોડા દોડ્યા. પેલા બાવાઓ આ વિસ્તારને તેમની હાથની રેખાઓની માફક ઓળખતા હતા.

એકાએક મને ખ્યાલ આવ્યો. અમે મહેરદાસની મઢી તરફ જઈ રહ્યા હતા, 'ખંડેરાવ આ શું? તું ક્યાં હતો?'

'હું બધું સમજાવું છું, યૉર હાઇનેસ... પહેલાં આપણે અહીંથી જેટલા દૂર જવાય તેટલા જલદી ભાગીએ?'

'પણ તું આમ ક્યાં લઈ જાય છે?' મેં પૂછ્યું. 'આપણે જાનોર જવું ખૂબ જરૂરી છે.'

'મને ખ્યાલ છે યૉર હાઇનેસ...' તે બોલ્યો અને તેણે પોતાના ઘોડાને એડી મારી. ધીંગાણાથી ધમધમેલી ધરતીથી અમે ખાસ્સા દૂર નીકળી ગયા હતા, છતાં દૂર આતશબાજી થતી હોય તેમ જંજારો અને બંદૂકના અવાજો આવતા હતા, પણ એ અવાજો બોદા અને નિર્દોષ લાગતા હતા.

અડધા કલાકમાં જ અમે સંત મહેરદાસની જગ્યામાં આવી પહોંચ્યા

હતા. જો અમને રસ્તો બતાવનાર પેલા બાવાઓ ન હોત તો કદાચ રસ્તો જ જડ્યો ન હોત... આશ્રમમાં મહેરદાસ હતા નહીં. તેમને બદલે તેમનો મુખ્ય શાગિર્દ હતો. તેણે અમને આવકાર્યા. અમારા ઘોડા સમાલવા માટે બે માણસો દોડી આવ્યા. અમારે માટે ખાટલા ઢાળવામાં આવ્યા. સવાર પડી ગઈ હતી. અજવાળું પથરાયું હતું. છતાં ચોમાસાનું આકાશ ધરતી પર ઘેરો ચંદરવો પાથરીને ભીનાશ વેરતું હતું. ઠંડા વાયરાથી શરીરમાં આછી ધ્રુજારી થતી હતી. મારા ચહેરા પર, ચિરાઈ ગયેલી ચામડી સૂઝી ગઈ હતી અને ખેંચાતી હતી. મારાથી ત્યાં હાથ પણ મૂકી શકાતો ન હતો.

'ખંડેરાવ...'

'વેલ... યૉર હાઇનેસ... આપને કહ્યા વગર હું ચાલ્યો ગયો તે બદલ માફી માગું છું, પણ તે સિવાય મારો છૂટકો ન હતો. મને તક મળી ગઈ હતી અને આપ ખૂબ આગળ ડૉક્ટર હ્યુસનની સાથે હતા. હું કહેવા આગળ આવ્યો હોત તો ભવાનીસિંહની નજરમાંથી છટકી ન શકત.'

'પણ ખંડેરાવ, ખેરાસિંહનો ગુસ્સો...'

'ખેરાસિંહ ત્યાંથી જીવતો આવે કે કેમ તે સવાલ છે. સરકાર, સાંજ સુધી એ પુલ પાસે ધીંગાણું ચાલશે. અને એટલા સમયમાં ગઢમાંડલાથી ફોજો આવી પહોંચશે. આપણે જાનોર પહોંચવું જરૂરી નથી?'

'એટલે તો ખેરાને આ તરફ વાળ્યો. મને તો ભય હતો કે રહમતમીરે જાનોર કબજે કર્યું હશે.' મેં કહ્યું, 'મહંત ક્યાં ગયા છે?'

'એ જાનોર ગયા છે.' તે બોલ્યો.

'પણ તું ગયો હતો ક્યાં?'

'ક્યાંય નહીં. યૉર હાઇનેસ. આટલામાં આપણને મદદ કરી શકે તેવી આ એક જ જગ્યા છે. હું મહેરદાસના આ બંને શાગિર્દોને લઈને આપની પાછળ આવ્યો હતો, મને ખબર ન હતી કે ખેરાસિંહે આપની આવી દશા કરી હતી.'

'એ દશા તારે કારણે થઈ છે ખંડેરાવ...' મેં કહ્યું.

'માફી માગું છું યૉર હાઇનેસ... પણ મને એમ હતું કે જ્યારે પણ છટકવાનો મોકો મળે ત્યારે આપણી પાસે બે-ત્રણ માણસો જોઈશે. તે ગણતરીથી હું પાછળ રહ્યો અને જેટલી બને તેટલી ઝડપે આ સાધુઓને લઈને આવ્યો. ત્યાં મેં આપને ઝાડ સાથે બંધાતા જોયા. અમે હલ્લો કરવાની વાટ જોઈને જ બેઠા હતા... જાનોર હજુ પડ્યું નથી તે પહેલાં આપણે પહોંચી જઈએ તો

રાણીસાહેબની ચિંતા ઓછી થઈ જાય. પછી ભલે ગમે તે થાય.' તે બોલ્યો.

'ગમે તે થાય એટલે?'

'બાબાજીસર... જાનોર ટકવું મુશ્કેલ છું. પિંઢારી કોમ આખી રણે ચડી છે.'

'પણ જાનોર ક્યાં પિંઢારીઓનું દુશ્મન છે ખંડેરાવ?'

'રહમતમીર ઓછો દુશ્મનોનો ચોપડો રાખે છે, એ જાનોરમાં જીતશે તો–'

'તો શું?'

'તો મહારાણીસાહેબ અને આપને માટે મુસીબત સર્જાશે. એટલે તો મારે આ જોખમ લેવું પડ્યું છે.' તેણે જવાબ આપ્યો. તેના ચહેરા પર કંઈક નિરાશાજનક સ્મિત હતું.

'પણ ખંડેરાવ, તું કહે છે ને ગઢમાંડલાથી ફોજો આવી પહોંચશે?'

'હા, પણ એ જાનોરની મદદે આવી શકશે કે કેમ તે સવાલ છે. પિંઢારી અને રાઉટીઆઓ બંને પુલનો કબજો લેશે પછી જાનોર માટે તક નહીં રહે સરકાર.'

'પણ જાનોર રાઇફલ્સ...' મેં પૂછ્યું.

'તેના અડધા માણસો ફરાર થઈ ગયા છે.'

'આપણી...' હું પૂછવા ગયો કે આપણી ફોજનું શું? પણ તરત મને ખ્યાલ આવ્યો કે પિંઢારીઓ અને રણે ચડેલા આદિવાસીઓ જો એકસાથે હલ્લો કરે તો જાનોર રાજમહેલના ગાર્ડ્ઝ ઝાઝું ટકી ન શકે.

'આપ થોડી વાર આરામ કરો. નદી ઓળંગવાની હું વ્યવસ્થા કરું છું' કહીને એ નેક જાનોરી ઊભો થયો. મારે માટે દૂધની વ્યવસ્થા થઈ. મેં ગરમ પાણી મુકાવ્યું. ઘા બાજરિયાનો મલમ, ત્યાંના સાધુઓએ તૈયાર કર્યો. અડધા કલાકમાં હું નાહીને તૈયાર થયો. મારા શરીર પર પડેલા સોળ અને ચિરાયેલા ચહેરા પર પારાવાર બળતરા થતી હતી. સાધુઓએ મારી સારવાર કરી. બરાબર કલાક પછી અમે ફરી ત્યાંથી સૌની રજા લઈને નીકળ્યા.

નર્મદામાં પાણી છલકાતાં હતાં. વરસાદ તો બંધ હતો, પણ પાણીનો વેગ જોરદાર હતો. અમે કિનારે પહોંચ્યા ત્યારે જાણે અમારા ઘોડાઓને ખ્યાલ આવી ગયો હોય તેમ કિનારા આગળ હણહણીને ખચકાઈને ઊભા રહી ગયા. કેવળ તુરક પાણી જોઈને આનંદ પામતો થનગનતો રહ્યો. કિનારા પર તરાપા ખેંચી લાવીને ચાર ભોઈ દેહાતીઓ ઊભા હતા. અમે જ્યાં આવીને ઊભા હતા ત્યાંથી નીચેવાસમાં લગભગ એક ફર્લાન્ગ સુધી નદીમાં ધરો હતો અને

ઊંડાણને કારણે ધસમસતા પાણીનો વેગ લગભગ સરખો હતો.

હું, ગજાનન અને ખંડેરાવ ઘોડા પરથી નીચે ઊતર્યા. આડાઈ કરતા બંનેના ઘોડાઓને માંડ માંડ તરાપાઓ પર ચડાવ્યા. તુરકની પીઠ પરનું જીન ગજાનને છોડ્યું અને તરાપામાં નાખ્યું. એક તરાપા પર ગજાનન અને બીજા પર ખંડેરાવનો ઘોડો ચડાવવામાં આવ્યો. તુરકને છૂટો મૂકી દેવાયો. ભોઈ ખલાસીઓએ જંગી વાંસડા ઉઠાવ્યા અને તરાપા નદીના વહેણમાં ખેંચાયા. બંને ઘોડાઓએ નાસવા માટે પ્રયત્ન કર્યો, પણ તેમની આંખો દાબીને, ચોકડાં જોરથી પકડી રાખીને ગજાનન અને ખંડેરાવે તેમને કાબૂમાં લીધા હતા. સૂરજના હૂંફાળા કિરણમાં ઘૂમરી લેતા તરાપાઓ અનેરું દૃશ્ય પૂરું પાડતા હતા. સહેજ પણ અવાજ વગર તરાપા પાણીના વહેણમાં ગજબનાક ઝડપે સરી રહ્યા હતા. સીધા વહેણમાં તરાપાને તીરછી દિશામાં વાળવા માટે, ઝનૂનથી ચારે ભોઈઓ પોતાના જંગી વાંસડા ઠેર ઠેર પાણીની ભીતરમાં ડૂબેલા ખડકો અને પથ્થરો સાથે ટકરાવીને, ટેકવીને લાગ લઈને, વાળતા હતા. અર્ધગોળ જેવું ચક્કર ફરીને તરાપો થોડુંક અંતર તીરછું કાપીને પાછો નદીના વહેણની સમાંતર ધસતો. જેવી સમાંતર દિશા તરફ તરાપો વહેતો કે તરત તેની દિશા ફેરવવા વાંસના ધક્કા મારવામાં આવતા. લગભગ બસો વારનો એ પટ પસાર કરતાં અમારે ત્રણ ફર્લાન્ગ જેટલું અંતર કાપવું પડ્યું. જ્યાંથી અમે પાણીમાં દાખલ થયા હતા ત્યાંથી નીચેવાસમાં તીરછા જઈને અમે સામે કિનારે આવ્યા. તરાપા જમીન સાથે અથડાઈને સ્થિર થાય તે પહેલાં જ ઘોડા કૂદીને કિનારા પર ચડી ગયા હતા. તરાપાની પાછળ તરતો આવતો તુરક કોઈ સ્નાનસુંદરીની માફક ધીરેથી કિનારે આવ્યો. કાન ફફડાવીને તેણે ચામડી થથરાવીને શરીર પરનું પાણી ઉડાડ્યું. તેની ચળકતી ચામડી પર ફુહારના બુંદમાં, સૂરજનો પ્રકાશ નાનકડા મેઘધનુષ્યો ઊપસાવી રહ્યો હતો. ભોઈ લોકોએ તરાપા પથ્થર સાથે બાંધીને ઘોડાનાં શરીર લૂછવામાં મદદ કરી. ખંડેરાવે એ ચારે જણાને બક્ષિસ આપી અને અમે નર્મદાનો કિનારો છોડીને ઉત્તર તરફ ચાલી નીકળ્યા.

કહારની દેવડી તરફ જતા એ રસ્તા પર કોલટાઓની વસ્તીનાં ઝૂંપડાં છે, પણ ક્યાંય જેને ગામડું કહી શકાય તેવી વસ્તી નથી. બરાબર બીજા અડધા કલાકની મજલ પછી અમે કહારની દેવડીએ પહોંચ્યા. રસ્તામાં લાવા કહારનો કસબો આવ્યો, પણ એ કસબાનાં આઠ-દસ ઘર તદ્દન ખાલી હતાં. ત્યાંની વસ્તી ક્યાંક ચાલી ગઈ હતી. અમે ક્યાંય રોકાયા નહીં. જોતજોતામાં

અમે ઝનૂનથી ઘોડા દોડાવતા જાનોર કેન્ટની પશ્ચિમે આવી પહોંચ્યા.

ઘોડાઓ પણ જાણે પોતાના રોજિંદા વિસ્તારોને ઓળખતા હોય તેમ ઝડપથી દોડતા રહ્યા. આખો આ વિસ્તાર તદ્દન શાંત હતો. અહીં રહેનારા કોઈને પણ કદાચ ખ્યાલ ન આવે કે અહીંથી થોડા જ માઈલ દૂર ભયાનક લડાઈ ચાલી રહી છે, પણ કૅન્ટોનમેન્ટની હદ શરૂ થતાં જ એકાએક વાતાવરણમાં પલટો આવ્યો હતો. કૅન્ટોનમેન્ટની પશ્ચિમે અડધા માઈલ ઉપર ચોકી ગોઠવાઈ હતી. ખંડેરાવ અને ગજાનન બંને ગારદીઓ હતા. જાનોર રાઇફલ્સના મહેલમાં મુકાયેલા ગાર્ડ્ઝ હતા. અમને પ્રથમ ચોકીએ રોકવામાં આવ્યા. ખંડેરાવે ઓળખ આપી. એકાએક એક સૈનિકે મને ઓળખ્યો. તે કશું બોલ્યો નહીં, પણ મારા દેદાર જોઈને તેને જાતભાતની શંકા થઈ હશે. ઘોડા તબડાવીને અમે કૅન્ટ વિસ્તારમાં પહોંચ્યા. અલબત્ત, કૅન્ટોનમેન્ટમાંથી એ રસ્તો જતો ન હતો. પરંતુ કૅન્ટોનમેન્ટની મોટા થોર અને બૂગનવેલથી મઢેલી વાડ ફરતે થઈને જાનોર ગામ તરફ એ રસ્તો જતો હતો.

એ રસ્તે થઈને અમે કૅન્ટોનમેન્ટના મુખ્ય દરવાજા આગળ પહોંચ્યા. દરવાજાની બહાર થઈને લગભગ સમાંતર જતા એ રસ્તા પર અમને રોકવામાં આવ્યા. અહીં પણ કોઈ અંગ્રેજ અફસર હતો નહીં. જાનોર રાઇફલ્સ અને મદ્રાસફુટના શાહપુરાથી આવેલા કેટલાક સૈનિકો 'મેઇન ગેઇટ' પર ઊભા હતા. ખંડેરાવે તેમની સાથે વાત કરી ત્યારે હું ઘોડાને અવળો ફેરવીને ઊભો રહ્યો હતો. તુરક ખૂબ સેન્સિટિવ હતો. તેને કેવળ પગના એક આછા ઝાટકાથી હું મારો હુકમ સમજાવી શકતો. જેવો ખંડેરાવ પૂછપરછમાં રોકાયો કે તરત મેં તુરકને ઇશારો કર્યો અને તે થનગનીને ગોળ ગોળ ફરવા માંડ્યો. મેઇન ગેઇટ પર વાતચીત કરીને ખંડેરાવે સંત્રીઓને શું સમજાવ્યા તે સાંભળવાની મારે જરૂર ન હતી. ગમે તેમ પણ બે જ મિનિટમાં અમને ત્યાંથી છુટકારો મળ્યો. અહીંથી લગભગ ૫૦૦ કદમ દૂર એક રસ્તો જાનોર ગામના પશ્ચિમ દરવાજા તરફ જતો હતો અને અમે જે રસ્તે જતા હતા તે મંડી તરફના કોટના દરવાજે જતો હતો. થોડું અંતર એ જ રસ્તે કાપીને રાજમહેલ તરફ જવાને રસ્તે અમારે જવાનું હતું. અમે રસ્તાના એ જંક્શન નજીક આવ્યા ત્યારે જ પ્રથમ વાર અમને જાનોરમાં ઊભા થયેલા ભયનો ખ્યાલ આવ્યો.

*

લોકોની ભીડ જામી હતી, પગપાળા અને ગાડાંઓમાં બેસીને, ઘોડાગાડીઓમાં અને ઊંટગાડીઓમાં હકડેઠઠ માલસામાન ભરીને લોકો જાનોરની બહાર નીકળતા હતા. પારાવાર ઘોંઘાટથી વાતાવરણ ધમધમતું હતું. મંડી તરફના કોટની રાંગે પણ લોકો ઊભરાતા હતા. આખી લંઘારને વ્યવસ્થિત રાખતા સંત્રીઓ ઘોડા પર આમતેમ ઘૂમી રહ્યા હતા. અહીં પહેલી વખત મેં ગોરા અફસરો જોયા.

અમે નજીક પહોંચ્યા કે તરત ભીડમાં કંઈક નવો ઉશ્કેરાટ આવ્યો. એકાએક કોઈએ ટોળામાં સમાચાર ફેલાવ્યા. ‘સેજલસિંહ...’ અને તે સાથે જ ઘોંઘાટ ફેલાયો. એક ખૂણેથી કોઈએ નારો લગાવ્યો, ‘સેજલસિંહ ઝિંદાબાદ... ઇન્કિલાબ ઝિંદાબાદ... ગોરી પલટન મુર્દાબાદ... દેશી કુત્તા મુર્દાબાદ...’

એકાએક સંત્રીઓનું ધ્યાન ગયું અને હલચલ મચી ગઈ. થોડી વારમાં જ દસ-બાર અસવારો અમને ઘેરી વળ્યા, એટલે નારાઓ લગાવનારા લોકો ત્યાં સ્થગિત થઈ ગયેલાં ગાડાં અને વાહનો પર ચડી ગયા હતા. એક જાડો અંગ્રેજ અફસર અમારી નજીક આવ્યો અને આખું ટોળું ગોળાકારે અમારી આસપાસ ગોઠવાયું. મને ટોળાંના મિજાજનો ભય લાગતો હતો. જાનોર ગામ એક તરફ ખાલી થઈ રહ્યું હતું તો બીજી તરફ કેટલાક વિપ્લવવાદીઓ કંઈ ધાંધલ, કંઈ ઉશ્કેરાટ અનુભવી રહ્યા હતા. ટોળામાં કેટલાક લોકો પાસે હથિયારો હતાં. અમારે નાછૂટકે ત્યાં ઊભા રહેવું પડ્યું.

‘સેજલસિંહ... હિઝ હાઇનેસ... પ્રિન્સ ઑફ જાનોર!’ મારી નજીક આવીને પેલો જાડો અંગ્રેજ બોલ્યો. હું તેને પ્રથમ વાર મળતો હતો. તેણે પણ કદાચ મને પહેલી વાર જોયો હતો.

‘યસ... તમે કોણ?’ મેં વિનયથી પૂછ્યું. તે આશ્ચર્યથી મારા ચહેરા તરફ જોઈ રહ્યો હતો. ‘પોલીસ સાર્જન્ટ મેજર ગૉડફ્રે...’ તેણે ઓળખાણ આપી. મેં તેને અભિવાદન કર્યું. ઘડીભર ટોળું શાંત થઈને અમને જોતું રહ્યું. ‘તમે જખમી થયા છો?’ તેણે આશ્ચર્યભર્યો પ્રશ્નાર્થ કર્યો.

‘યસ, સાર્જન્ટ મેજર...’ મેં કહ્યું. ‘હું જેક મૅકગ્રેગરની તલાશમાં ગયો હતો...’

‘ખરેખર!’ તેણે ઝીણી આંખ કરી. તેના જાડા લાલઘૂમ ગાલ પર એ આંખોનું કદ ખરેખર ખૂબ નાનું લાગતું હતું.

‘હું મહેલમાં જાઉં છું... આ ટોળું શેનું છે?’ મેં અજાણ્યા થઈ પૂછ્યું.

'ઇવેક્યુએશન... કદાચ આજ સાંજ સુધીમાં જાનોર પર હલ્લો થશે... તમને ખબર નથી?' તેણે પૂછ્યું.

'નહીં તો...!'

'ધ બ્લડી પિંઢારીઝ...' તે બોલ્યો અને એટલામાં ટોળાએ ફરી નારા લગાવ્યા.

'સ્ટૉપ ધોઝ બાસ્ટર્ડ્ઝ...' સાર્જન્ટ મેજરે હુકમ આપ્યો. દેશી સૈનિકોએ ઘોડા વાળ્યા...

'સ્ટૉપ ઇટ... મેજર... એ લોકો નિરુપદ્રવી છે. એમને છંછેડવાની જરૂર નથી.' મેં કહ્યું.

'ધ બ્લડી નેટિવ્ઝ...' કહીને તે થૂંક્યો, તે સાથે જ દૂરથી એકાએક પથ્થરો ઝીંકાયા અને દોડધામ મચી. સાર્જન્ટ મેજર ગૉડફ્રેએ ઘોડો વાળ્યો, તે સાથે દેશી સિપાઈઓએ ઘોડા ફેરવ્યા અને દોડાવ્યા. નારો કરનારાઓ દોડ્યા. બીજા લોકોમાં પણ નાસભાગ શરૂ થઈ.

'કમ ઑન... યૉર હાઇનેસ...' ખંડેરાવ બોલ્યો. રોકાવાની કોઈ જરૂર નથી. અમે ઘોડા દોડાવ્યા અને રાજમહેલને રસ્તે પડ્યા.

મને પોતાને એ ગમ્યું ન હતું. મારા જ ગામના લોકોને, એ જાડિયા અફસરને હવાલે થવા દઈને જવું... ભાગી જવું યોગ્ય લાગતું ન હતું, પણ ખંડેરાવની વાત બરાબર હતી, રાજમહેલમાં પહોંચવું વધુ અગત્યનું હતું.

*

રાજમહેલની આસપાસ, કોટની રાંગ પર અને દરવાજે... 'સ્ટૅન્ડ ટુ'માં સૈનિકો ગોઠવાયા હતા. ગઢમાંડલા તરફ જવાના રસ્તા પર ચોકડી આગળ તોપો ગોઠવાઈ હતી અને એક નાનકડી કેવેલરીની ટુકડી તદ્દન તૈનાત ઊભી હતી. રાજમહેલના દરવાજે અમને રોકવામાં આવ્યા. મારા આશ્ચર્ય વચ્ચે અહીં અમારા મનસબદારી ફોજના આદમીઓ અને મહેલના ગારદીઓ સિવાય કોઈ ન હતું.

સંત્રીઓને મને ઓળખતાં એક મિનિટ નીકળી ગઈ. કદાચ ગજાનન અને ખંડેરાવ ન હોત તો જરૂર તેમણે મને રોક્યો હોત. ઝાંપા પર સન્નાટો છવાયો. સૈનિકો એકાએક હોશિયાર થઈ ગયા. અમે રાજમહેલના કંપાઉન્ડમાં પેઠા. પૉર્ચ પાસે દોડાદોડ થઈ ગઈ. દરવાનો મહેલનાં પગથિયાં ચડ્યા. 'બાબાજી... બાબાજી...'

ઘોડારમાંથી ચરવાદાર આસિસ્ટન્ટો દોડી આવ્યા. તુરકની લગામ પકડીને બે જણ ઊભા રહ્યા. છલંગ મારીને હું ઊતર્યો. મહેલના ચકચકિત વરંડામાં બાલીરામજી આવી પહોંચ્યા હતા. એ પગથિયાં ઊતરીને સામા આવ્યા. 'બાબાજી... આ શું?' તેમણે પૂછ્યું અને મને બાથ ભરી...' ઓહ ઈશ્વર... ચિંતાથી અમારા માથાં ફાટી ગયાં હતાં.'

'સેજલ!' એકાએક વરંડામાંથી ફોયરમાં જતા બારણેથી મેં અવાજ સાંભળ્યો... હું દોડ્યો. મારી મૉમ...

'મૉમ...' હું જઈને વળગી પડ્યો.

'આ શું સેજલ...' તેણે મારા ગાલ પર હાથ ફેરવ્યો. મારા બળતા ગાલ પર ઠંડા રેશમનો આહ્લાદ છવાયો... મારી માનો હાથ... મારી માનો એ વાત્સલ્યભર્યો સ્પર્શ.

'મૉમ... આર યુ ઓ.કે...'

'માય સન...' તે બોલી અને મારા સૂઝેલા કપાળ પર ચુંબન ભર્યું. ક્યાંય સુધી તેણે મને છાતીસરસો ચાંપી રાખ્યો. તેની આંખોમાં જવલ્લે જ દેખાતાં આંસુ આજે મુક્તપણે મેં વહેતાં જોયાં. હું અને મારી મૉમ ધીરેથી મહેલમાં ગયાં... બાલીરામજી અમારી પાછળ આવ્યા.

'સેજલ...!'

'મૉમ...!' અમે બધું જ ભૂલીને ફરી ભેટ્યાં. જાનોર રાજ્ય, લડાઈ, સ્વાતંત્ર્ય, સત્તા, રાજવટું બધું જ મારી મૉમના આલિંગન આગળ વામણું લાગતું હતું, પણ કેટલું ક્ષણિક હતું એ...

મારા આગમનથી મહેલમાં હલચલ મચી ગઈ હતી. પૉર્ચની સામેની ખુલ્લી જગ્યામાં, વરંડામાં અને સામે બગીચામાં, મહેલના ચાકરો અને ચોકિયાતો દોડી આવ્યા હતા. એ સૌના ચહેરા પર જાતભાતના પ્રશ્નો ફરતા હતા. મારા ચહેરા પર શેના ઘા હતા? કાદવથી શરીર ખરડાયેલું શા માટે હતું? કપડાં ભીનાં અને ફાટેલાં કેમ હતાં? પણ પ્રશ્ન પૂછવાની તેમનામાં હિંમત ન હતી.

એ બધા ગજાનન અને ખંડેરાવને વીંટળાઈ વળ્યા હતા. મેં બાલીરામજીને કહીને તેમને બોલાવી લીધા. બંને દોડતા ઉપર આવ્યા. 'તમે દીવાનખંડમાં બેસો.' મેં હુકમ આપ્યો. ખંડેરાવે સ્મિત વેર્યું. તેના ઘોડા જેવા દાંત પર હંમેશાં હાસ્ય રમતું.

મૉમ મારે માટે ડૉક્ટરને બોલાવવા માંગતી હતી, પણ મેં તેને અટકાવી.

'હમણાં નહીં મૉમ. આપણે વાત કરી લઈએ તે ખૂબ જરૂરી છે.'

'વાત તો મારે પણ કરવી જરૂરી છે, પણ તારા આ ચહેરા પર—'

'મને ખબર છે મૉમ, પણ પહેલાં આપણે લાઇબ્રેરીમાં જઈએ.' મેં કહ્યું. હું અને મૉમ હાથમાં હાથ નાખીને જૂના દોસ્તોની જેમ લાઇબ્રેરીમાં આવ્યાં. બાલીરામજી લાઇબ્રેરીની બહાર બારણે ઊભા રહ્યા.

'ઓહ સેજલ...' મૉમ એકાએક ઉષ્માથી બોલી ઊઠી અને જાણે વર્ષો પછી તે મને મળતી હોય તેમ મને ભેટી... 'ઓહ ગૉડ... આઈ વૉઝ રિયલી વરિડ...'

'મૉમ, જાનોર માથે થોડા જ વખતમાં આફ્ત ઊતરશે. તમે લોકોએ ડિફેન્સની કોઈ વ્યવસ્થા જ કરી નથી?' મેં કહ્યું, પણ મૉમે જવાબ ન આપ્યો. તે મારી આંખોમાં જોઈ રહી.

'સેના ક્યાં છે?' એકાએક તેણે પૂછ્યું.

'શું કહ્યું?' મારે માટે એ આશ્ચર્યજનક પ્રશ્ન હતો.

'સેના... સેના બારનીશ.'

'તેનું શું છે?'

'એ ક્યાં છે?'

'મને ક્યાંથી ખબર હોય, મૉમ?'

'સેજલ... મેં તને પ્રશ્ન પૂછ્યો તેનો સીધો જવાબ તારે આપવો જોઈએ.' તેની આંખોમાં સ્મિત રમતું હતું, પણ તેના ચહેરા પર મહારાણીનો રુઆબ હતો.

'તને ખબર છે મૉમ કે—'

'મને ખબર છે. સંતોજીનો દેહાંત થયો છે. એટલે તો તને પૂછું છું સેના ક્યાં છે?'

'સંતોજીના મૃત્યુના ખબર કોણે આપ્યા તને?'

'ગોલાકી મઠના દંગલમાં તેમને ગોળીઓ વાગી હતી અને ખેરાસિંહ, તેના થોડા આદમીઓની સાથે સંતોજીના મૃતદેહને લઈને ભાગી નીકળ્યો હતો.'

'સંતોજીના મૃતદેહ સાથે?' મેં પૂછ્યું.

'એટલે તારું એમ કહેવું છે કે તને ખબર નથી?' તેણે પૂછ્યું.

હું ચકરાવામાં પડ્યો. એક ક્ષણ હું બોલ્યો નહીં. 'સંતોજી મરાયા ત્યારે સેના ભેડાઘાટમાં હતી અને જૅક મૅકગ્રેગર પણ ત્યાં જ હતો ને?'

'જૅક ત્યાં હશે તેવી કલ્પના હતી જ મૉમ એટલે તો જીનાને લઈને હું

ત્યાં ગયો હતો.'

'પણ સેના ત્યાં હશે તેની તને કલ્પના નહીં હોય. અચ્છા એટલે તું સેનાને નહીં મળી શક્યો હોય.'

'એમ નહીં, પણ મૉમ...' મેં કંઈક જવાબ આપવા પ્રયત્ન કર્યો.

'એ ભેડાઘાટમાં જ હતી ને!' મારી મૉમે મારી આંખોમાં જોઈને પૂછ્યું.

'યસ મૉમ...'

'રાજા ગોવિન્દદાસની કોઠીમાં?'

'યસ મૉમ...'

'હરિભજન હતો ત્યાં?'

'યસ મૉમ...'

'તો પછી અત્યારે સેના ક્યાં છે? એ અગત્યનું છે સેજલ...'

'શા માટે મૉમ?'

'કારણ તેને એમ્નેસ્ટી મળશે. આજે સાંજ સુધીમાં કે આવતી કાલ સુધીમાં હું તે જાહેરાત કરાવી શકીશ, પણ એ પહેલાં મારે તેને ચેતવવી પડશે.'

'એમ્નેસ્ટી!' મેં સ્તબ્ધ થઈને પૂછ્યું. મને ઝાટકો વાગ્યો હતો, પણ તે ઝાટકો આનંદનો હતો. 'એટલે કે મૉમ, અંગ્રેજો તેને—'

'હા સેજલ... એમ્નેસ્ટી... સંતોજી મરાયા છે એટલે તેને દુઃખી કરવાનો અંગ્રેજોનો ઇરાદો નથી.'

'પણ મૉમ, સેનાના માથા માટે તો ઇનામ હતું ને?'

'એ રદ થશે. સંતોજી બારનીશના બધા જ સાગરિતો અને બારગીરો માટે આજ સાંજ સુધીમાં અંગ્રેજ સલ્તનત તરફથી ઢંઢેરો બહાર પડશે. જે લોકો હથિયાર હેઠાં મૂકીને તાબે થશે તે સૌને માફ કરવામાં આવશે. એટલું જ નહીં, તેમના રિહેબિલિયેશન માટે વ્યવસ્થા થશે.' કહીને તેણે મને અંગ્રેજોની ચાલ સમજાવી. સંતોજી પાસે તાલીમ પામેલા ચુનંદા માણસો હતા. એ હથિયારો હેઠાં મૂકી દે તો નર્મદાતટ પરથી અરધો બોજો ઘટે. વળી, જ્યારે સંતોજી મરાયા હોય ત્યારે જ આ જાહેરાત થાય તો તેનો માનસિક લાભ ઉઠાવી શકાય. નેતાના મૃત્યુને કારણે હથિયારો હેઠાં મૂકવાનું દિલ થઈ આવે તેમાં નવાઈ ન હતી અને મૉમે આ તક જતી ન રહે તેની કાળજી લીધી હતી.

'પણ મૉમ, સેના તો—'

'એટલે તો તને પૂછું છું—સેના ક્યાં છે?'

'ઓહ... ગૉડ... મૉમ એ અને આજો જબલપુર ગયાં છે.'

'જબલપુર? ક્યાં આગળ...!' મૉમે પૂછ્યું.

'મને ખબર નથી. આજો કહેતો હતો કે તે મને સંદેશો મોકલશે.

'ખેર! વાંધો નહીં. આવતી કાલ સાંજ સુધીમાં તે જ્યાં હશે ત્યાં તેમને સમાચાર મળી જશે.' મૉમે કહ્યું, પણ હું ચોંકી ઊઠ્યો હતો.

'પણ મૉમ, આજે રાતે જબલપુર પર કદાચ હલ્લો થશે.' મેં કહ્યું.

'જબલપુર પર હલ્લો! એટલે? કોણ કરશે?'

'ખેરા... રહમતમીર અને હરિભજન...'

'પણ... એ... એ શક્ય નથી.' મૉમે એકાએક પોતાની હડપચી પર હાથ ફેરવતાં કહ્યું.

'શક્ય નથી મૉમ?' એ બધું જ શક્ય છે. હરિભજન સવાસો અસવારો લઈને જબલપુર પહોંચ્યા છે. જાનોર પડશે કે તરત જબલપુર પર હલ્લો થશે. કટંગી, શાહપુરા, નરસિંમપુર, મુરવારા, માંડલા બધે એકાએક હલ્લો થશે. ખેરા—રહમતમીર જબલપુર પર ત્રાટકશે.

'કોણે કહ્યું તને?'

'કોણે કહ્યું એટલે? અરે, મારી હાજરીમાં તો આ સ્ટ્રૅટેજી ગોઠવાઈ છે. સાચું પૂછો તો એ સ્ટ્રૅટેજીને મેં બહાલી પણ આપી હતી.'

'પણ સેજલ, તું તો ભેડાઘાટ હતો ને—' મૉમને સમજાતું ન હતું.

'કેટલી વાર કહેવું મૉમ... જીનાને મૂકવા હું ભેડાઘાટ ગયો હતો. જૅક હરિભજન પાસે જ હતો. મને ખબર નહીં કે સેના ત્યાં હશે. ઇટ વૉઝ એ પ્લેઝન્ટ સરપ્રાઇઝ...' મેં કહ્યું.

'મને ખાતરી હતી સેજલ કે તું એટલે જ ત્યાં રોકાયો...'

'રોકાયો એટલે?' મારે રોકાવું પડ્યું. ડોન્ટ મિસઅન્ડરસ્ટૅન્ડ મૉમ... પણ સંતોજીનું મૃત્યુ થયું એટલે તેમની સ્મશાનવિધિ પતાવીને તરત મારાથી નીકળી ન શકાયું અને પછી તો ઇટ વૉઝ નોટ પૉસિબલ... યુ નો... કર્નલ મૅલેટ કેઇમ... ઍન્ડ ધેર વૉઝ એ હેલ ઑફ એ ટાઇમ.'

'આ બધું શું કહે છે સેજલ?' મારી માએ આશ્ચર્યથી પૂછ્યું.

હું તેની સામે જોઈ રહ્યો, 'મૉમ, તને ખબર નથી?' હું તેની નજીક સર્યો. તે મારી સામે તાકી રહી હતી. 'તને ખબર નથી મૉમ, કર્નલ મૅલેટ, માર માર ખેરાની પાછળ જ આવ્યો હતો. આઈ મીન સંતોજીનાં અસ્થિ નર્મદામાં

પધરાવ્યા પછી–'

'એક મિનિટ... એક મિનિટ સેજલ...' તેણે મને અટકાવ્યો, 'ખેરા અને સેના સાથે છે?'

'નહીં મૉમ... ખેરા અહીં આવ્યો છે.' મેં કહ્યું.

'અહીં એટલે?'

'માય ગૉડ... અહીં એટલે જાનોર. આ મોઢા પર ઘા શેના વાગ્યા છે? એ તો ખંડેરાવ હોત નહીં તો જાનોર પડ્યા પહેલાં હું આવી પણ ન શકત.'

'સેજલ... તું શું ગોટાળા વાળે છે?'

'ગોટાળા નથી વાળતો મૉમ... રાજઘાટના પુલ પાસે જે લડાઈ ચાલી રહી છે ત્યાંથી છટકીને હું આવ્યો છું. ખેરાએ ત્યાં પાછળથી ગેરિસનના સૈનિકોની મોરચાબંધી પર છાપો માર્યો છે.'

'ખેરાએ?' મારી મૉમે પૂછ્યું. 'હરિભજન તેની સાથે છે?'

'ઓહોહો મૉમ, તને કહ્યું તો ખરું કે હરિભજન અને ખેરાની આખી ટુકડી જબલપુર તરફ ગઈ છે. આજો અને સેના એ ટુકડી સાથે છે.'

'તો ખેરા એકલો છે?'

'યસ... તેની સાથે જેક મૅકગ્રેગર છે, જીના છે. પેલો બૂઢો ડૉક્ટર છે' મેં કહ્યું, 'અને તેનો ખતરનાક મામો છે. યસ મૉમ... ડૉક્ટર હ્યુસન...'

'ડૉક્ટર હ્યુસન! એટલે જબલપુર...'

'હા મૉમ, જબલપુરની હૉસ્પિટલવાળો ડૉક્ટર હ્યુસન...'

'મને સમજાતું નથી. ડૉક્ટર હ્યુસન ખેરા સાથે કેવી રીતે હોય?'

'હું લઈ આવ્યો હતો તેને!'

'તું લઈ આવ્યો હતો એટલે સેજલ!'

'આઈ કિડનેપ્ડ હિમ. હું જબલપુરથી તેને ઉઠાવી લાવ્યો હતો...'

'માય ગૉડ સેજલ... આ બધું શું કહે છે તું?'

'સંતોજીને બચાવવા માટે એક આખરી તક લીધી હતી, પણ બિચારા સંતોજી... ડૉક્ટર હ્યુસન કંઈ કરી ન શક્યા. વેલ! ધે ટૉક્ડ એબાઉટ ધ ઓલ્ડ ડેઇઝ. હી ડાઇડ એ હેપી મૅન...'

'મતલબ સેજલ!'

'અરે મૉમ... તું આમ બાઘાની જેમ શું સવાલ કરે છે?' મેં પૂછ્યું.

'એટલે સંતોજી ગોલાકી મઠ આગળ ગુજરી ગયા ન હતા...' તેણે

આશ્ચર્ય ઠાલવ્યું.

'એ ભેડાઘાટમાં ગુજરી ગયા...?'

'એ ગુજરી ગયા તે તો તને ખબર છે... પછી...'

'એક મિનિટ... એક મિનિટ... સેજલ, ગોટાળો થાય છે, કંઈક જબ્બર ગોટાળો થાય છે... અરે! બાલીરામજી...' બૂમ પાડીને મૉમ ઊભી થઈ. બાલીરામજી કમરાની બહાર જ ઊભા હતા. તે ઝડપથી અંદર આવ્યા.

'બાલીરામજી...'

'યસ યૉર હાઇનેસ...'

'આ સેજલની વાત સાંભળો... એ કહે છે કે... ઓહ નો. વી મસ્ટ ચેઇન્જ એવરીથિંગ...' મૉમે પોતાના ડાબા હાથની હથેળીમાં જમણા હાથની મૂઠી વાળીને પછાડી. તેનો ચહેરો સખ્ત થયો. એકાએક તે ખૂંખાર બની ગઈ હતી.

'યુ ટેલ... અસ... યુ ટેલ અસ એવરીથિંગ રાઇટ ફ્રૉમ ધ બિગિનિંગ...'

'એટલે મૉમ?'

'તું અહીંથી નીકળ્યો ત્યાંથી માંડીને પાછો આવ્યો ત્યાં સુધીમાં જે બન્યું તે બધું જ કહે... બધું જ. બાલીરામજી, તમે બેસો. ઓહ સેજલ... કેટલાં કૉમ્પ્લિકેશન્સ ઊભાં કર્યાં છે...'

હું સમજી શકતો ન હતો કે મેં શું કૉમ્પ્લિકેશન્સ ઊભાં કર્યાં છે. મને તો એટલી જ ખબર હતી કે ગોલાકી મઠનાં ધીંગાણામાં મનહૂસ જાગીરદારોને અને અંગ્રેજોને અને પિંઢારીઓને લડાવી મારવા અને એ જંગ દરમિયાન અમારા ભુવનસિંહ, મહેલની સુરંગમાંથી મુગલ અવશેષો ઠેકાણે કરી આવે... એવી મારી મૉમની ગણતરી હતી. છતાં મેં આખી વાત કહી. એક એક વિગતની સાથે મારી મૉમ પ્રશ્નો પણ પૂછતી જતી હતી. તેણે જે કાંઈ ગણતરી કરી હતી તેમાં શું ફેરફાર જરૂરી છે તેનો નિર્ણય કરવા માટે બધી જ ડિટેઇલ્સથી તે વાકેફ થાય તે જરૂરી હતું. ખંડેરાવ મને પ્રથમ વાર મળ્યો ત્યારે મને સ્ટ્રૅટેજી સમજાઈ હતી. ત્યારે જ મને ખ્યાલ આવ્યો હતો કે મૉમે મનસબદારી ઠાકુરોને ગોલાકી મઠમાં હોમી દીધા હતા. જીનાને લઈને હું મહેરદાસની જગ્યાએથી ભેડાઘાટ પહોંચ્યો અને ત્યાં એક પછી એક જે બનાવો બન્યા તેની રજેરજ મહિતી મેં મૉમને આપી. અલબત્ત, સેના અને હું ત્યાં સાથે હતા એટલે પ્રેમનો કેવો વિસ્ફોટ થયો હશે તે મારે મૉમને કહેવાની જરૂર ન હતી. ખેરાએ કેવી કત્લેઆમ ચલાવી હતી, કર્નલ મૅલેટને મારે કેવી રીતે માત કરવો પડ્યો.

જબલપુર ન જવા માટે ખેરાને મારે કેવી રીતે સમજાવવો પડ્યો વગેરે વાત મેં સવિસ્તર મૉમને સમજાવી. અને છેવટે ખંડેરાવ અને મહેરદાસના સાધુઓ મને કેવી રીતે છોડાવી લાવ્યા તે બધું જ મેં કહ્યું.

ઘડીભર બાલીરામજી અને મૉમ બંને સ્તબ્ધ થઈને બેસી રહ્યાં.

'તારે જીનાને મૂકીને ચાલ્યા આવવું જોઈતું હતું. મેં તને સમજાવ્યું હતું કે એ છોકરી તારે માટે—'

'પણ તેમાં સેનાનો વાંક નથી...' મેં કહ્યું, 'સંતોજીને ટ્રીટમેન્ટની જરૂર હતી...'

'પણ તારે ત્યાં રોકાવાની જરૂર ન હતી, પણ તું ક્યારેય માનતો નથી...'

'પણ હવે તો તેને એમ્નેસ્ટી મળશે ને!' મેં કહ્યું, પણ મૉમે જવાબ ન આપ્યો.

'આઈ ડોન્ટ કેર...' મૉમે કંઈક કડક અવાજે કહ્યું. 'બાલીરામજી, મહેલના ડિફેન્સની વ્યવસ્થા જલદીથી થવી જોઈએ.'

'એ તમારે પહેલેથી વિચારવું જોઈતું હતું.' મેં ધીરેથી કહ્યું. મૉમ મારી સામે જોઈ રહી.

'મને પહેલેથી ખબર ન હતી ને કે તું ભેડાઘાટમાં એક બાગી ઓરતને—' તે બોલતાં બોલતાં અટકી ગઈ.

'મૉમ... રહમતમીર ગોલાકી મઠમાં જીતે તો જાનોર પર હલ્લો કરે જ, તે કોઈની પણ સમજમાં આવે તેવી વાત હતી. બાલીરામજી, તમારા ગણિતમાં એ શા માટે ન હતું? મને એ વાત સમજાઈ હતી તો તમને શા માટે એ ગણતરીમાં આવ્યું ન હતું?'

'હતું જ યૉર હાઇનેસ... રહમતમીર જીતશે નહીં તેવી અમારી ધારણા જરૂર હતી. કારણ પિંઢારીઓ હાર ખાવા કરતાં કે મરવા કરતાં, ભાગી જઈને, સમયની રાહ જોઈને હલ્લો કરવામાં માને છે. છતાં તે જીતે તો શું થશે તેનો વિચાર અમે કર્યો જ હતો. રહમતમીર જીતશે તો રાઉટીઆઓને જુદા પાડી શકાશે તેવી ગણતરી હતી. પરંતુ બરાબર તે જ વખતે સંતોજી અને ખેરા ત્યાં આવી પહોંચશે અને તેમને ધીંગાણામાં અનાયાસ સામેલ થઈ જવું પડશે, તેવી ધારણા કરવી તે વખતે જરા વધુ પડતી હતી. સંતોજી અને ખેરા ઘણી ઝડપથી ત્યાં પહોંચ્યા હતા.

વળી, સંતોજી મરાયા છે અને ખેરાસિંહ તેમનો મૃતદેહ લઈને ભાગ્યો છે તેવી વાત સાંભળી ત્યારે પણ અમને ખાતરી થઈ હતી કે રહમતમીર,

એ બન્નેની મદદ વગર નર્મદા ઓળંગીને આ તરફ નહીં આવી શકે. આ ઉપરાંત, ગઢમાંડલા અને જબલપુરથી ફોજો આવતાં વાર લાગશે નહીં તેવી પણ અમને ખાતરી હતી. પરિણામે જાનોર પર જોખમ રહેતું ન હતું તેવું માનવામાં લશ્કરી લૉજિકની કોઈ ખામી ન હતી.

'ઇટ્સ ઓ.કે. બાલીરામજી, પણ ગોલાકી મઠના તમારા ઍક્શનમાં સંતોજીને નિયતિ પર છોડવામાં આવ્યા તે ભૂલ હતી.' મેં કહ્યું.

'નિયતિ જ તેમને ત્યાં દોરી લાવી. બાકી સંતોજી જેવો કાબેલ આદમી આટલા દબાવમાં પોતાના હાઇડ-આઉટ (છુપાવાની જગ્યા) તરફ જ ભાગે તે કમનસીબ ઘટના હતી. અમને એમ હતું કે તે સાતપુડામાં ઊતરી જશે...'

'એની વે, વી યુઝ્ડ અપ એ ગ્રેટ મેન ફૉર એ લિટલ કૉઝ. (એક મહાન માણસને નજીવા કારણ માટે આપણે વાપરી નાખ્યો.')

'ઓહ સેજલ... સચ થિંગ્સ હેપન. વી કાન્ટ હેલ્પ ઇટ. એવરી બૅટલ ટેક્સ ઇટ્સ ટોલ... (આવું બને છે. અનિવાર્ય... દરેક મૂઠભેડ તેનો ભોગ લે છે જ.')

'તમને ખબર ન હતી કે બાબા હરિભજન રોટીઓ વહેંચી રહ્યો છે? એક વાર ક્યાંક લડાઈ શરૂ થાય તો બધે જ અંગ્રેજો પર ફટકો મારવામાં આવશે... એવી રચના હરિભજને કરી છે તેનો તમને ખ્યાલ નથી?'

'રોટીઓ વહેંચવી અને યુદ્ધમાં જોડાવું તે વાત જુદી છે. આપે કહ્યું તેમ જબલપુર પર હલ્લો કરવાનું ખેરાનું ગણિત સાચું છે, આઈ મીન સાચું હતું. જાનોર ભીંસમાં હોય ત્યાં ખૂનખાર લડાઈ ચાલતી હોય તો જબલપુરથી ફોજો આવે. જબલપુરના ડિફેન્સમાં થોડી તડ પડે. તે જ વખતે જબલપુરમાં બળવો થાય અને આજુબાજુનાં નાનાં-મોટાં ચેકપોસ્ટ અને થાણાંઓ પર હલ્લો થાય તો ખરેખર અંગ્રેજોના હાંજા ગગડી જાય, પણ આ બધું ત્યારે જ થઈ શકે જ્યારે તેને માટે પૂરતા માણસો હોય. સંતોજી જીવતા હોત તો એ થઈ શક્યું હોત...' બાલીરામજીએ ઊંડો શ્વાસ લીધો, 'આપે ખેરાને અટકાવ્યો ન હોત તો અત્યાર કરતાં એ નબળી પરિસ્થિતિમાં હોત. તેને જબલપુર જતો અટકાવીને આપે રહમતમીરને મજબૂત બનાવ્યો છે.'

'અરે! પણ મેં તેને અટકાવ્યો ન હોત તો મારે તેની સાથે જબલપુર જવું પડત. મેં જ તેને કહ્યું હતું કે જાનોરથી પિંઢારીઓને આગળ કરીને તેણે જબલપુર પર વાર કરવો જોઈએ. મારે જાનોર આવવું હતું. મને જાનોરની ચિંતા હતી. તેમ ન કર્યું હોત તો મારાથી અહીં આવી શકાત નહીં.'

'હું આપનો વાંક જોતો નથી.' બાલીરામજી બોલ્યા.

'પણ ખેરાએ આપના એ સૂચનને વધાવી લીધું કારણ એ લડવૈયો છે... ખેલાડી છે. તેની ઉમ્મર કરતાં વધુ લડાઈઓ તે ખૂબીથી લડ્યો છે. તેની પાસે માણસો હોત તો તેણે પોતાની યોજના જૈસે થે રાખી હોત, પણ આપે કહ્યું અને તેને આઇડિયા આવ્યો. જબલપુરનો હલ્લો આસાન થવાનો નથી તેટલી સમજ તેનામાં હોય તે સ્વાભાવિક છે, પણ જો તેને રહમતમીરનો સાથ મળે તો એ જાનોર પર જબ્બર ભીંસ ઊભી કરી શકે. અહીં આવીને તેણે રહમતને માનસિક ઉત્સાહ આપ્યો છે.'

એ સાંભળીને હું વિચારમાં પડ્યો. આમેય રોટીઓ વહેંચાતી હોવાથી અંગ્રેજોમાં ભય તો પેઠો હતો જ. જબલપુરમાં બાબા હરિભજન જો અંગ્રેજોને દ્વિધામાં મૂકે તો જાનોરની મદદે આવવામાં જરૂર વિલંબ થાય અને અહીં જાનોરમાં પિંઢારી અને ખેરા હાથ મિલાવે તો અજોડ જીત થાય. અનાયાસે મેં જ આ રસ્તો ખેરાને સુઝાડ્યો હતો.

'બાલીરામજી... એ બન્ને હજુ મળ્યા નથી... આપણે તેમને—' હું બોલ્યો.

'પણ રહમતમીરને સમાચાર મળી જ ગયા હશે. નહીં મળ્યા હોય તો ખેરા સમાચાર મોકલશે જ. પુલ પાસેનો અંગ્રેજ મોરચો તોડવામાં કોણ મદદ કરી રહ્યું છે, તેનો ખ્યાલ આવતાં રહમતને વાર નહીં લાગે. જે મિનિટે તેને ખબર પડશે કે એ ખેરાસિંહ છે, તે મિનિટે તેનો ઉત્સાહ બમણો થઈ જશે.'

'એટલે... મેં ખોટું કર્યું... મારે...' હું બોલવા ગયો તે પહેલાં જ બાલીરામજી બોલ્યા.

'મેં ક્યાં કહ્યું કે આપે ખોટું કર્યું છે. ફેર એટલો જ થયો છે કે આપણે... જાનોરના રાજકુટુંબે આ લડાઈમાં ભાગ લેવો પડશે.'

'મતલબ...'

'આપણાથી જાનોરને પિંઢારીઓના હવાલે થવા ન દેવાય...'

'બાલીરામજી... પિંઢારીઓ સાથે જાનોરી ગારદીઓ લડાઈમાં ઊતરશે?' મેં કટાક્ષ કર્યો. મને ખબર હતી કે પિંઢારા અને રાઉટીઆઓનાં ધાડાં સામે જાનોરના રાજમહેલના ગાર્ડ્ઝ કશું કરી શકવાના ન હતા.

'મહારાણીસાહેબ હુકમ આપશે તો તે પણ થશે. જાનોર કરતાં વધુ કીમતી બીજું શું હોઈ શકે!'

'તો પછી બાલીરામજી, આપણે કરવાનું શું?' મેં પૂછ્યું. બાલીરામજીના

ચહેરા પર અસંદિગ્ધ સ્મિત આવ્યું. તેમણે મૉમ સામે જોયું. કેમ જાણે એ બંને એક જ સૂરમાં ગાતાં હોય...'

'નેગોશિએશન્સ...' મૉમ બોલી.

'નેગોશિએશન્સ? વિથ હુમ?' મેં પૂછ્યું.

'વિગ ધ પિંઢારીઝ...' તે બોલી.

'પિંઢારીઓ સાથે સોદાબાજી...!' મેં આશ્ચર્ય વ્યક્ત કર્યું. 'મૉમ, પિંઢારીઓ સાથે તારે સોદાબાજી કરવી છે? આપણે શરણે જવાનું? શું એ કોઈ પણ રીતે સોદો કરવાના હતા?'

'પિંઢારીઓએ જો લૂંટફાટો અને સોદાબાજી ન કરી હોત તો આજે તેમનું ક્યાંક રાજ્ય હોત.' મૉમ બોલી.

'તમે સહમત છો બાલીરામજી?' મેં ગુસ્સાથી પૂછ્યું.

'રાજેશ્વરીદેવીની વાત બરાબર છે. આપણે નેગોશિએટ કરીએ ત્યાં સુધી પુલ પાસેની ટુકડી લડતી રહેશે.' બાલીરામજી બોલ્યા.

'લડતી રહેશે એટલે?'

'રાજઘાટના પુલ પાસે લડાઈ ચાલુ રાખવી જરૂરી છે. તે આપણે ચાલુ રખાવીશું. વી શેલ સેન્ડ રિઇન્ફૉર્સમેન્ટ (મદદ મોકલીશું). ખેરાને ત્યાં વળગેલો રાખવો અગત્યનો છે. દરમિયાનમાં દક્ષિણ-પૂર્વમાં પિંઢારી સાથે મસલત... આપણે સમય મેળવી શકીશું. ત્યાં સુધીમાં અંગ્રેજ ફોજો આવી જશે. પછી પ્રશ્ન નથી. રહમતને આપણે ઍટ્રૅક્ટિવ ઑલ્ટર્નેટિવ આપવાની કોશિશ...'

'માય ગૉડ! બાલીરામજી. આનો અર્થ શું?' મેં પૂછ્યું, પણ તેમણે જવાબ ન આપ્યો. મેં મૉમ સામે જોયું. મારું હૈયું ધડકતું હતું.

'હાથની ગુંજાઇશ ન હોય ત્યાં મગજ વાપરવું પડે. મગજ અને હાથ હેઠા પડતા હોય ત્યારે હૈયું વાપરવું પડે.' મૉમ બોલી અને બાલીરામજી તરફ જોઈને કહ્યું, 'જબલપુર રેસિડેન્સી પર મૅસેજ મોકલી આપો બાલીરામજી... રહમતમીરને મળવા કોણ જશે?'

'હું જઈશ યૉર હાઇનેસ...'

'અને ખેરા સામે?'

'સૂબેદાર ખંડેરાવ...'

'મૉમ... મૉમ, તું આ શું કરે છે?'

'જાનોર માટે જે શ્રેષ્ઠ છે તે!'

'એટલે! જબલપુર શું મૅસેજ મોકલવા માગે છે?' મેં ધડકતે હૈયે કહ્યું.

'બાબા હરિભજન વિશે...'

'પણ શા માટે?'

'ભુવનસિંહને મારે સપડાવવા દેવા નથી.'

'પણ ભુવનસિંહ કેવી રીતે સપડાશે?'

'એ તને સમજાવતાં સમય જશે' મૉમે કહ્યું, 'આપ જાઓ બાલીરામજી... રેસિડેન્સીમાં ખબર કરો. એક વાર ત્યાં ફોજો એલર્ટ થશે પછી અહીં આવતી ફોજોને અટકાવવાનો અર્થ નહીં રહે. રહમતમીર સાથે એક લાખ રૂપિયાથી નેગોશિએશન્સ ચાલુ કરવું છે ને!'

'એ હું કરી લઈશ, યૉર હાઇનેસ...' કહીને બાલીરામજી બારણા તરફ ગયા... હું બે ડગલાં ભરી તેમની સામે જઈને ઊભો રહ્યો.

'જબલપુર રેસિડેન્સીમાં શું સંદેશો મોકલવાનો છે... ટેલ મી બાલીરામજી...'

'કહ્યું ને તને...' મૉમે પાછળથી મોટે અવાજે કહ્યું, 'રેસિડેન્સીને ઍલર્ટ કરવાનો સંદેશો. જબલપુર પર બાગીઓ ત્રાટકે તે પહેલાં—'

'નહીં મૉમ... એ ખોટું છે... ઇટ ઇઝ ઑલ રોંગ... આ બગાવત છે.' મેં કહ્યું, પણ મૉમે ધ્યાન ન આપ્યું.

'બાલીરામજી... આ બગાવત છે. એ લોકોને જે કરવું હોય તે કરવા દો. તેમના વિશે ચાડી ખાવી તે આપણને શોભતું નથી...'

'અંગ્રેજ ફોજોની મદદ વગર આપણે ટકી ન શકીએ સેજલસિંહ યૉર હાઇનેસ... અને અંગ્રેજો ક્યારેય મફતમાં મદદ નથી કરતા...'

'પણ અંગ્રેજોને આપણા જેટલી જ અહીં મુસીબત છે.'

'નહીં, જાનોર કૅન્ટમાંથી અંગ્રેજ કુટુંબો ક્યારનાંય રવાનાં થઈ ગયાં છે.'

'બાલીરામજી... આ દગાખોરી હું તમને કરવા નહીં દઉં...' કહીને મેં પિસ્તોલ કાઢી, 'આ બગાવત છે, યુ સ્ટૉપ ઓર આઈ શૂટ...'

'એ પિસ્તોલ નીચે ફેંકી દે સેજલ... જાનોરની હું રાજરાણી છું...' મારી મૉમનો અવાજ મારી પીઠ પર અથડાયો... મેં નજર ફેરવી...' ડોન્ટ મૂવ સેજલ...' મૉમનો અવાજ આવ્યો. એ અવાજમાં મક્કમતા હતી. ગજવેલના રણકાર સમી મક્કમતા.

'ડોન્ટ મૂવ!' એટલે શું? મૉમનો એ હુકમ વજ્રપાત સમો હતો. શું ખરેખર એ તેનો હુકમ હતો? શું સાચેસાચ તેની પાસે પિસ્તોલ હતી! કદાચ હોય પણ

ખરી. મારી મા જેવી અસામાન્ય ઓરત જગતમાં મળવી મુશ્કેલ હતી, પણ અસામાન્ય એટલે... તે આટલી અસામાન્ય હશે તેની મને ક્યારેય કલ્પના ન હતી. તે મને... તેના એકના એક દીકરાને પિસ્તોલને નાળચે હુકમ આપે ખરી? શું ભગવાન શંકરની માફક તે દીકરાનું માથું વધેરી નાખવા પણ શક્તિમાન હતી! એક લાંબી પળ સુધી હું તદ્દન સ્થિર અને અવાક ઊભો રહ્યો.

'સેજલ, પિસ્તોલ નીચે નાખી દે...' તે બોલી અને ઉમેર્યું, 'બાલીરામજી, આપ જઈ શકો છો.'

'મૉમ...!' આશ્ચર્યથી, તનાવથી, મારા મોમાંથી શબ્દો સર્યા, મારું દિલ મને પાછું વાળીને જોવા માટે પ્રેરતું હતું, પણ દિમાગ ના પાડતું હતું. મારા એ દ્વંદ્વનું પરિણામ આવે તે પહેલાં, મારી તંગ નસોએ પીઠ પાછળ થતા સંચારનું સ્પંદન અનુભવ્યું. મારા શરીરમાંથી એક ધ્રુજારી પસાર થઈ.

'ડોન્ટ મૂવનો અર્થ સમજાય છે ને તને! તું હાલીશ સેજલ, તો મારાથી ગોળી છૂટી જશે.' સજ્જડ મક્કમતાથી તેણે કહ્યું.

'એટલે મૉમ ખરેખર તું મને...'

'પિસ્તોલ ફેંકી દે દીકરા...' તેના રણકતા ગ્રેનાઇટ સમા અવાજમાં મમતાનો માર્દવ હતો: 'મારા હાથ જાનોરની મહારાણીના છે.'

હું ચોંકી ઊઠ્યો. મને ક્ષણભર થઈ ગયું કે તેને કહી દઉં કે એ મહારાણીમાં જિગર હોય તો ભલે તેના હાથ ગોળી ચલાવી નાખે, પણ બીજી જ પળે મારા ભીતરમાંથી જવાબ આવ્યો કે ખરેખર તે પિસ્તોલ ચલાવી દેશે. મૉમનાં અનેક સ્વરૂપ મેં જોયાં હતાં. પરશુરામે તેની માતાનો શિરચ્છેદ કર્યો હશે ત્યારે જે મનઃસ્થિતિ અનુભવી હશે, તેવી જ માનસિક પરિસ્થિતિ મારી મા કદાચ અનુભવી રહી હશે. ગમે તેમ પણ તે પરશુરામથી ઊતરે તેવી ન હતી. જરૂર પડે પિસ્તોલ ચલાવીને પછી પોતે પણ આત્મહત્યા કરી લે, પરંતુ તેના મોઢામાંથી સરેલા શબ્દો તે પાળ્યા વગર, પળાવ્યા વગર રહે તેવી ન હતી.

મેં ધીરેથી પિસ્તોલ ફેંકી અને પછી પિસ્તોલને જોરથી લાત પણ મારી અને અવળો ફર્યો. 'આઈ રિયલી હેઇટ...' હું તેને કહેવા જતો હતો. ગુસ્સાથી ધમધમીને તેને ધિક્કારવા હું તૈયાર થયો હતો, પણ મારા આશ્ચર્ય વચ્ચે તે, સવારના તડકામાં સૂર્યસ્નાન લેતી સિંહણની માફક લાઇબ્રેરીના દીવાન પર બેઠી હતી. તેનો ડાબો હાથ દીવાનના ગોળ હાથા પર આસાનીથી ફેલાઈને પડ્યો હતો. તેણે પહેરેલી ભૂરા બુટ્ટાવાળી સફેદ સાડીના પાલવની ભીતરમાં

તેનો જમણો હાથ છુપાયેલો હતો.

'મૉમ...!' ફરી વાર મારા મોમાંથી અનાયાસ આશ્ચર્ય ઠલવાયું. તે હસી.

'યુ ડુ હેઇટ મી... ડોન્ટ યુ' કહીને તેણે પાલવ હેઠળથી હાથ બહાર કાઢ્યો. તેના હાથમાં પિસ્તોલ ન હતી. હાથીદાંતનું પેપરકટર હતું. તેણે એ કટરની લીસી ધાર પોતાના ગાલ પર ફેરવી.

'માય ગૉડ મૉમ... અત્યારે તને આવી ક્રૂર મજાક સૂઝે છે?' મારાથી બીજું કંઈ બોલાયું નહીં, પણ તેણે જે રીતે, જે ઢબથી, જે અવાજમાં જે મક્કમતાથી મને હુકમ આપ્યો હતો તેનાથી હું છક્કડ ખાઈ ગયો હતો અને મેં પિસ્તોલ નીચે નાખી દીધી હતી. 'ઓહ વૉટ એ ચીટ...!' મને એમ કે તારા હાથમાં ખરેખર પિસ્તોલ છે અને સાચેસાચ તું ગોળી ચલાવી દઈશ.'

'તને એવું લાગ્યું તે મને ગમ્યું.'

'પણ દીકરા પર પિસ્તોલ તાકવા જેટલી તું નિષ્ઠુર બની શકે તેવી મને કલ્પના ન હતી.'

'બાલીરામજી સામે પિસ્તોલ ધરીને તું ઊભો રહીશ તેવો બેઅદબ અને વિવેકભ્રષ્ટ હોઈશ તેવું મેં પણ કલ્પ્યું ન હતું. તને શરમ ન આવી સેજલ! સાચોસાચ મારી પાસે પિસ્તોલ હોત અને તું માન્યો ન હોત તો મેં ગોળી ચલાવી હોત. બાલીરામજી પર પિસ્તોલ ઉગામનારો મારો દીકરો પણ હોય તો હું તેની નસિયત કર્યા વગર રહું નહીં. તેની સજા તને થશે સેજલ...'

'મને ખબર છે મૉમ... પણ મારો એવો ઇરાદો ન હતો. મને સમજતી કેમ નથી? હું ઓછો બાલીરામજી પર ગોળી ચલાવવાનો હતો...?'

'તારો ઇરાદો ગમે તે હોય, તારા બાપુથીય સન્માનનીય સદ્‌ગૃહસ્થ પર, જાનોરના અમાત્ય પર તું બંદૂક તાકે તે અક્ષમ્ય છે. હાથમાં હથિયાર હોય તેનો અર્થ એ નથી કે તે ગમે ત્યારે ઉગામી શકાય. હથિયારનું સામર્થ્ય તેનાથી વધતું નથી, ઘટે છે.'

'ઓહ મૉમ... આ ચર્ચા કરવાનો અત્યારે સમય નથી. હથિયાર ઉગામવાની સજા ખમી લેવા હું તૈયાર છું, પણ મારે શા માટે તેમ કરવું પડ્યું તે સમજવા તમે લોકો ક્યાં તૈયાર છો? અત્યારે તમે બંને, બાહોશ રાજનીતિજ્ઞો જે નિર્ણય લઈ રહ્યાં છો તે ભૂલ ભરેલા છે. પ્લીઝ મૉમ... બાલીરામજીને અટકાવ... હું તારી અને બાલીરામજીની માફી માગું છું, પણ તેમને અટકાવ...'

'તેમને અટકાવવા કે નહીં તેનો નિર્ણય મારે લેવાનો છે. જાનોર પડી જાય

કે ઊભું રહે તેની મને પરવા નથી, પણ એ બુઝુર્ગ આદમી પર પિસ્તોલ ધરીને તેં જે આઘાત એમને પહોંચાડ્યો છે તેનું નિવારણ મારે માટે વધુ મહત્ત્વનું છે.' તેણે કહ્યું કે, તરત જ હું બહાર નીકળ્યો. બાલીરામજી તદ્દન સ્વસ્થતાથી ખંડેરાવ સાથે વાતચીત કરી રહ્યા હતા.

'બાલીરામજી...' મેં ધીરેથી તેમને કહ્યું. તેમણે જાણે કાંઈ જ બન્યું ન હોય તેમ સ્મિત વેર્યું અને પ્રશ્નાર્થસૂચક આંખે મારી સામે જોયું.

'મારું કામ હતું યૉર હાઇનેસ?' તેમણે પૂછ્યું.

મેં હકારમાં માથું ધુણાવ્યું. 'તું જા... ખંડેરાવ...' તેમણે ખંડેરાવને હુકમ કર્યો. મને ખ્યાલ આવ્યો કે તેમણે શું હુકમ કર્યો હશે! મેં તરત જ તેને અટકાવ્યો.

'એક-બે મિનિટ... ખંડેરાવ... તું અહીં જ રહેજે.' મેં કહ્યું, પણ ખંડેરાવના ચહેરા પર અકળામણ તરી આવી. તેણે બાલીરામજીની સામે જોયું.

'હું આવું પછી તું જા...' તેમણે કહ્યું અને અમે બંને લાઇબ્રેરીમાં આવ્યા. મારી મા હજુ પણ એ જ રુઆબથી એ જ ગાંભીર્યથી દીવાનમાં બેઠી હતી.

હું બાલીરામજીના પગમાં ઝૂક્યો, ન ઝૂક્યો હોત તોપણ ચાલત, પણ મારી સંનિષ્ઠતાની મારે સાખ આપવી હતી. ખાસ તો મારી મૉમને મારે એ જણાવવું હતું કે હું બેઅદબ આદમી નથી.

'હું દિલગીર છું... બાલીરામજી ખૂબ દિલગીર છું' મેં કહ્યું. હું ઝૂક્યો તે સાથે જ બોલ્યો હતો, પણ તેમણે મને બંને બાવડેથી પકડીને ઊભો કરી દીધો અને પ્રગાઢ વાત્સલ્યથી હૃદયસરસો ચાંપ્યો.

'આ શું યૉર હાઇનેસ... જાનોરનો રાજકુમાર કોઈને પણ ઝૂકે તે મને પસંદ નથી.' તેમના અવાજમાં સત્ય વર્તાતું હતું.

'બાલીરામજી... મારો ઇરાદો આપનું અપમાન કરવાનો ન હતો... તમારે અહીંની સ્થાનિક પરિસ્થિતિ અંગે જે નિર્ણય લેવો હોય તે લો, પણ મહેરબાની કરીને, જબલપુર કોઈ સંદેશો ન મોકલતા... પ્લીઝ...'

'આપની વાત ન સમજું તેટલો હું નાદાન નથી, પણ તે સિવાય રસ્તો ક્યાં છે! જાનોરને પિંઢારીઓના ત્રાસમાંથી મુક્તિ અપાવવા માટે અંગ્રેજ પલટનની મદદ વગર ચાલે તેમ નથી. હવે જો જબલપુર અને અન્ય જગ્યાઓએ બાગીઓ ધીંગાણાં મચાવે તો અંગ્રેજો જાનોરની મદદે આવી નહીં શકે.'

'આપ કહેતા હતા ને કે પલટન આવી પહોંચશે...'

'પણ જબલપુર પર હલ્લો થાય તો એ પલટન પાછી વળે...'

'બાલીરામજી, આપ સમજો. બાગીઓ પાસે કોઈ શિસ્તબદ્ધ લશ્કર નથી. કોઈ દોરવણી નથી. જબલપુરનો હલ્લો કેવળ ધાડ જેવો હશે. લશ્કરી ચડાઈ નહીં.' મેં દલીલ કરી.

'તે સાથે હું કંઈક અંશે સંમત થઉં છું. તેમ છતાં આપને બાબા હરિભજનનો પરિચય નથી.' તેમણે જવાબ આપ્યો.

'બાબા હરિભજન સ્વપ્નશીલ આદમી છે. તે જેવું કલ્પે છે તેવું જબલપુરમાં તે નહીં કરી શકે.' મેં વળતી દલીલ કરી.

'તે જબલપુર પર જીત મેળવશે કે અંગ્રેજોનો ખાત્મો બોલાવી શકશે તેવું તો હું પણ માનતો નથી, પણ તે ભયાનક ભાંગફોડ ચલાવશે... ચલાવી શકશે...'

'તે ભલે ને ચલાવે. તે હારવાનો છે, કદાચ મૃત્યુ પણ પામે. પરંતુ તેની હારમાં આપણે જવાબદાર કેવી રીતે બની શકીએ? આપણે જ સામે ચાલીને અંગ્રેજોને ખબર કરીએ તે બગાવત છે, તે અનૈતિક છે.' મેં કહ્યું.

'રાજકારણમાં કશું જ નૈતિક કે અનૈતિક નથી હોતું... દરેક બાબત નિર્નૈતિક હોય છે. તેને સારાનરસાના કોઈ લૌકિક પાસાં નથી હોતાં.' ઊંડો શ્વાસ લઈને બાલીરામજી બોલ્યા.

'પણ જબલપુર કેન્ટોન્મેન્ટ કે રેસિડેન્સીમાં ખબર કરવાથી કયો ફાયદો થવાનો છે? જાનોરમાં અત્યારે આપણે ટક્કર લેવાની છે. જાનોર રાઇફલ્સની રહીસહી બ્રિટિશ ટુકડીઓએ અને આપણે... લોકોના મિજાજ પણ કંઈક ઔર છે. લડાઈની બીકે જેમણે ગામ ખાલી નથી કર્યું તેમણે તો વિપ્લવ સ્વીકારી લીધો છે. રહમતમીરની સાથે જોડાઈને એ સૌ અંગ્રેજ અને તેમની ફોજોની કતલ ચલાવશે.'

'અને પછી?' બાલીરામજીએ સવાલ પૂછ્યો.

'પછી... પછી...' મારી પાસે તેનો જવાબ ન હતો. ખેરાસિંહ અને રહમતમીર ભેગા થાય અને જો જાનોરમાં જીત મેળવે... એક દિવસ પૂરતીય જીત મેળવે તો વરસોવરસનાં વેરની તૃપ્તિ કર્યા વગર તે પાછા ન ફરે... 'પછી... પછી એ લોકો જબલપુર પર વાર કરશે. હરિભજન સાથે જોડાઈ જશે અને મધ્ય પ્રાંતમાં—'

'અહીંયાં જ આપનું ગણિત ખોટું પડે છે. ખેરા સમજે છે, રહમતમીર પણ સમજે છે કે આ દિવાસ્વપ્ન છે. હાથમાં આવેલું પંખી તે ઉડાડી દે તેવું હું માનતો નથી. તેના કરતાં રહમતમીર સાથે સોદો કરવો જાનોર માટે સસ્તો

પડશે.' બાલીરામજીએ કહ્યું.

'તેનો મને ક્યાં વાધો છે? મારો વાંધો તો ફક્ત જબલપુરના હલ્લાને રોકવા માટે અથવા તે અંગે અંગ્રેજોને ચેતવવા અંગેનો છે.' મેં અધીરાઈથી કહ્યું.

'વાંધો હલ્લાનો નથી. ભાંગફોડનો છે. હરિભજન એ કર્યા વગર રહેશે નહીં અને તેમાં રેલવેલાઇન અને બોગીઓ તેનું પ્રથમ લક્ષ્ય બનશે. તે વાહનવ્યવહાર કાપી નાખવાનું કામ સૌથી પ્રથમ કરશે. એકલા જબલપુરમાં જ નહીં, ભેડાઘાટ, નરસિંમપુરા, શાહપુરા, હોશંગાબાદ સુધી એ આ કરી શકશે. અરે! કદાચ નર્મદા પરનો બ્રિજ પણ તે ઉડાવી દઈ શકે.'

'પણ એમાં આપણને શું વાંધો હોય?'

'તો ભુવનસિંહ તેમાં સપડાયા વગર રહે નહીં.' તે બોલ્યા.

'શા માટે?' તેમને મેં પૂછ્યું. તેમણે મારી મૉમ સામે જોયું. મૉમના સ્નિગ્ધ ચહેરા પરની એક રેખા તંગ થઈ હોય તેવું મને લાગ્યું, તેના પરવાળા જેવા હોઠ સહેજ ફરક્યા.

'મુગુટલાલજીને આપ ઓળખો છો?' એકાએક બાલીરામજીએ પ્રશ્ન કર્યો. મેં ડોકું ધુણાવ્યું, 'મુગટલાલજી ધારીલાલના એક સાઢુભાઈ છે. મધ્ય પ્રાંતમાં રૂના સૌથી મોટા વેપારી છે, માંચેસ્ટરની ઓલિવર બર્ન ઍન્ડ સન્સ કંપની સાથે તેમનો મોટો વ્યવહાર છે. આપણા જાનોરમાં તેમની માલિકીનો જિનિંગ પ્રેસ પણ છે.'

મુગુટલાલજીની લંબાણપૂર્વકની ઓળખાણમાં મને કોઈ રસ ન હતો. છતાં હું અધીરાઈને વશમાં રાખીને સાંભળી રહ્યો.

'તેમની રૂની ગાંસડીઓ જબલપુર યાર્ડમાં પડી હશે અથવા તો કદાચ બોગીઓમાં મુકાઈ પણ હશે. રેલવે આવ્યા પછી મુગુટલાલજીનો વેપાર સરળ બની ગયો છે. તેમની ગાંસડીઓ મુંબઈ અને ત્યાંથી ખંભાત અને છેક અમદાવાદ સુધી જાય છે... હવે જો જબલપુરમાં લડાઈ થાય અને રેલવેની ભાંગફોડ થાય તો મુગુટલાલની ગાંસડીઓ—'

'ઓહ ઈશ્વર... બાલીરામજી આ બધું શું લેક્ચર ફાડો છો! એવી તો કેટલાયે વેપારીઓની ગાંસડીઓ ઠેર ઠેર રેલવે સ્ટેશનોમાં હશે. એટલા ખાતર શું આપણે બગાવત કરવાની? એટલા ખાતર?' મેં પૂછ્યું, બાલીરામજી હસ્યા.

'આ વખતે બધી ગાંસડીઓમાં એકલું રૂ નથી.' તેમણે કહ્યું.

'તો?'

'જાનોર રાજમહેલમાં અત્યાર સુધી સચવાયેલી મુગલ અમાનત છે.'

'ઓહ નો...'

'એ અમાનતની સાથે સાથે ભુવનસિંહ છે. મુગુટલાલજીના કાકાના વેશમાં... એ ગાંસડીઓ નષ્ટ થાય તેવું આપ ઇચ્છો છો?' બાલીરામજીએ પ્રશ્ન કર્યો. હું ત્રીજી વખત આંચકો અનુભવી રહ્યો હતો.

'જબલપુર શહેરનું ગમે તે થાય યૉર હાઇનેસ, પણ રેલવેલાઇન વધુ અગત્યની છે.' તેમણે કહ્યું.

'પણ તો પછી આપણે... બાબા હરિભજનને સંદેશો આપી દઈએ...'

'શું સંદેશો?'

'કે રેલવેની ભાંગફોડ ન કરે!'

'તેને સંદેશો પહોંચાડવો મુશ્કેલ છે. ધારો કે એ પહોંચે તો એ પૂછશે કે શા માટે? તો શું જવાબ આપીશું?'

'તેને એ વાત કહી દેવી જોઈએ.'

'આપનું શું કહેવું છે યૉર હાઇનેસ!' બાલીરામજીએ મારી મા તરફ જોઈને પૂછ્યું.

'સમય બગાડવાની જરૂર નથી... સેજલ માટે સારવારની વ્યવસ્થાની મને જરૂરી દેખાય છે.' તે સ્પષ્ટ શબ્દોમાં બોલી.

'પણ મૉમ...' મારી પાસે કોઈ દલીલ રહી ન હતી. બાલીરામજીની વાત તદ્દન સાચી હતી. બાબા હરિભજનને એ વાત કહેવાથી કશો ફાયદો થવાનો ન હતો. એ અદ્ભુત ખજાનો સાચવવાની તેની પાસે કોઈ ત્રેવડ ન હતી.

*

બાલીરામજી ત્યાંથી ચાલ્યા ગયા. મારી મૉમે પૅલેસ ગાર્ડ્ઝને બોલાવરાવ્યા. મારી સારવાર માટે ડૉક્ટર પોતદાર આવ્યા. હું મારા કમરામાં ગયો. મારા ગાલ પર થયેલા ઘા પર ડ્રેસિંગ કરવામાં આવ્યું. ડૉક્ટર અને તેમની સાથે આવેલી નર્સ ચાલી ગઈ પછી મેં પથારીમાં લંબાવ્યું. એકાએક મને થાક લાગ્યો હતો. મારી આંખ સામે બાબા હરિભજનની સાથે ગયેલી બેરખ દેખાતી રહી. ક્યાંક દૂરથી ગોળાબારૂદના અવાજોના બોદા પડઘા સંભળાતા રહ્યા. મારી આંખો ઘેરાતી જતી હતી.

હું ઊંઘી ગયો હતો કે પછી તંદ્રામાં હતો તેનો મને ખ્યાલ ના રહ્યો. એ

ખ્યાલ આવ્યો ત્યારે મારા બારણા પાસે કંઈક સંચાર થયો હતો.

'કોણ છે?'

'હું છું બાબાજી...' એક ધ્રૂજતો અવાજ આવ્યો.

'ધાનોજી!'

'હા બાબાજી...'

'આવ અંદર...' તે અંદર આવ્યો. કમરાની બારીમાંથી, વાદળોમાંથી ચળાઈને આવતો સૂરજનો પ્રકાશ ધૂંધળું અજવાળું પાથરતો હતો...

'તારી તબિયત તો બરાબર છે ને?' મેં પૂછ્યું.

'આ વરસાદની મોસમમાં તબિયતમાં શું ફરક પડવાનો હતો?'

'આવ બેસ... ધાનોજી...'

'નહીં બાબાજી... આજ ધમાલ ખૂબ છે. ઘોડારમાં જબરી હલચલ છે. કહે છે થોડા કલાકોમાં જાનોરમાં જંગ થશે. બાલીરામજી જાતતપાસ માટે ગયા છે, આપ ઊંઘી ગયા હતા?'

'નહીં રે...'

'આપનો અર્જન્ટ સંદેશ ન આવ્યો હોત તો ઊંઘમાંથી જગાડ્યા ન હોત...'

'શું છે બોલ!' મેં કહ્યું. તેણે મારા હાથમાં એક પરબીડિયું મૂક્યું. મેં કંઈક લાપરવાહીથી પરબીડિયું ખોલ્યું. પત્ર અંગ્રેજીમાં લખાયેલો હતો. મારા હોઠ પર અને જિગરમાં આનંદ રેલાયો અને બીજે જ થડકારે એ આનંદ વ્યગ્રતામાં પલટાયો.

મારા સેજલ,

આ પત્ર ક્યારે પહોંચશે તેની મને ખબર નથી. આશા રાખું છું કે વગર મુસીબતે તું જાનોર પહોંચ્યો હોઈશે... ખેરાનો કોઈ ભરોસો નહીં. તેને જાનોર ભણી વાળવામાં તેં ખૂબ ડહાપણ કર્યું. નહીં તો તારે પણ તેની સાથે, જબલપુરની વૉરમાં જોડાવું પડત. બાબાના સ્વર્ગવાસના સમાચાર લગભગ બધે ફેલાઈ ગયા છે. કર્નલ મૅલેટ અને તેની સાથે મરાયેલા અંગ્રેજોનાં મડદાં, જબલપુરના બજારને દરવાજે લટકાવવામાં આવ્યાં હતાં. તેનાથી ખૂબ જ ઉશ્કેરાટ ફેલાયો અને હુલ્લડની પરિસ્થિતિ પેદા થઈ છે. ઠેર ઠેર લોકોએ પથ્થરબાજી કરી. ગોળીબારો થયા અને ઘોડા દોડાવવામાં આવ્યા. હજુ પણ અડધા જબલપુરમાં ટેન્શન છે.

બાબા હરિભજન એમની ટુકડી સાથે આજ સાંજ સુધીમાં આવી જશે. એકાએક આશ્ચર્યમાં પાડી નાખે તેવો હલ્લો પશ્ચિમ જબલપુરથી થશે. આજો તેમની મદદમાં હોત તો ઘણો ફેર પડ્યો હોત, પણ આજો મને છોડીને ક્યાંય જવા માગતો નથી. એ મને મધ્ય પ્રાંતમાં પણ રાખવા માગતો નથી.

જબલપુરમાં બાબાના એક વેપારી દોસ્ત છે. રૂના વેપારી છે. કહે છે કે માંચેસ્ટર સુધી તેમનો ધંધો ચાલે છે. તે અમારી વ્યવસ્થા કરવાના છે. વળી આજો કહેતો હતો કે બાબાના દોસ્તે હરિશંકર ઝાને વકીલ તરીકે રોક્યા છે. એ મારી એમ્નેસ્ટી માટે પ્રયાસ કરશે. ખેર! મને એ શક્ય નથી લાગતું, પણ અંગ્રેજો કદાચ બાબાના મૃત્યુનો કોઈ સાઇકોલૉજિસ્ટ ઍડ્વાન્ટેજ ઉઠાવે. બારનીશના ગારદીઓ હથિયાર હેઠા મૂકે તે ખાતર પણ કંઈક લાલચ ઊભી કરે. એની વે, અત્યારે તો મુંબઈ જઈશું. હું તને ત્યાંથી પત્ર લખીશ. કદાચ અમારે ગુડ્ઝ ટ્રેઇનમાં જવાનું થાય. એ બધી વ્યવસ્થા બાબાના દોસ્ત કરવાના છે. તેમની મારફત આ પત્ર મોકલું છું. તું ચિંતા કરીશ નહીં. આજો છે ત્યાં સુધી હું સલામત છું.
બીજું શું લખું!

ગ્રેઇસ ત્યાં જ છે? મને તેને મળવાનું ખૂબ મન છે. ક્યારેક મળીશું. સ્ત્રી જ્યારે કોઈ પુરુષના પ્રેમમાં પડે છે ત્યારે તેના જીવનનું એકમાત્ર ધ્યેય એ પ્રેમમાં જ સમાવિષ્ટ થાય છે અને પ્રેમ અંતરથી પર હોય છે તેવું પણ કહેવાય છે. ગ્રેઇસ જો ખરેખર તને ચાહતી હશે—છે જ, તો તેને શું થતું હશે તે હું કલ્પી શકું છું... ગુડબાય સેજલ... મૉમને મારી યાદ.

—તારી સેના

હું ઊભો થઈ ગયો. મેં ફરી પત્ર વાંચ્યો. તદ્દન સીધોસાદો અને શુષ્ક... વેપારી જેવો એ પત્ર હતો અને છેલ્લી લીટીઓમાં તેણે ડહાપણ ઠાલવ્યું હતું. નિરર્થક ડહાપણ... પણ મને અત્યારે એ લીટીઓનો અર્થ તારવવાની ફુરસદ ન હતી.

'કોણે આપ્યો આ કાગળ?'

'ધારીલાલજીના ભાણિયાએ... એ હમણાં જ જબલપુરથી આવ્યો.'

'સારું, તું જા... ધાનોજી...'

'સેના બેટીનો પત્ર છે!' તેણે પૂછ્યું. મેં ડોકું ધુણાવી હા... પાડી.

'બિચારી દીકરી!' નિશ્વાસ નાખીને તે બહાર નીકળ્યો. મેં ઝડપથી કપડાં બદલ્યાં.

'સેના... પણ તેનો અર્થ એ કે મુગુટલાલજીને ત્યાં જ છે.' હું મનમાં બબડ્યો. 'માય ગૉડ...' હું નીચે આવ્યો ત્યારે મૉમ લાઇબ્રેરીની બાજુના એન્ટેરૂમમાં બેઠી હતી. તેણે ચશ્માં પહેર્યાં હતાં. તે કંઈક વાંચતી હતી.

'મા... જબલપુર મૅસેજ પહોંચ્યો?' મેં પૂછ્યું.

'બાલીરામજી... રહમત સાથે વાત કરવાનો પ્રયત્ન કરી રહ્યા છે. એનું પરિણામ જોઈને આપણે સંદેશો મોકલીશું...'

'મૉમ, મોડું કરવાની જરૂર નથી.' હું બોલ્યો. આશ્ચર્યથી તે મારી સામે જોઈ રહી.

મૉમને આશ્ચર્ય થાય તે સ્વાભાવિક હતું. થોડી જ વાર પહેલાં જેનો મેં વિરોધ કર્યો હતો. વિરોધ જ નહીં, બલ્કે જેને માટે મેં બાલીરામજી પર પિસ્તોલ તાકી હતી તે જ વાત હું એકાએક સ્વીકારવા તૈયાર થયો હતો. 'તારી વાત મને બરાબર સમજાય છે મૉમ.' મેં આટલું જ કહ્યું. મારી મૉમે ભમ્મરો ઊંચી કરવા સિવાય કોઈ પ્રતિભાવ આપ્યો નહીં.

'તારે આરામ કરવો જરૂરી છે.' તે માત્ર એટલું જ બોલી. 'તું આરામ કર. બાલીરામજી પાછા આવે એટલે હું નિર્ણય લઈશ.'

'મારે આરામની જરૂર નથી... મને ચિંતા પણ થાય છે.' મેં કહ્યું.

'શેની ચિંતા!'

'મુગલ અમાનતની' મેં કહ્યું, 'આટલે વર્ષે જો એ અમાનત આપણે ગુમાવવી પડે તો—'

'મારે માટે તેના કરતાં જાનોર અગત્યનું છે.' તે બોલી. મને કહેવાનું મન થયું કે જાનોર જેટલી અગત્યની સેના છે. સેના બારનીશ વળી પાછી કોઈ વંટોળમાં ફસાય તેની મને ચિંતા હતી.

'મને એ સમજાયું છે મૉમ' હું એટલું જ બોલ્યો.

'બાલીરામજી પર પિસ્તોલ તાકતાં પહેલાં જો તને એ સમજાયું હોત તો વધુ સારું થાત' તેણે ટોણો માર્યો.

'એ બદલ હું ખરેખર દિલગીર છું, અને તું કહીશ ત્યારે તેની જે સજા કરીશ તે હું ભોગવી લઈશ, પણ જાનોરને પિંઢારીઓના હલ્લાથી બચાવવું હોય તો જબલપુરનો હલ્લો રોકવો જ રહ્યો' મેં કહ્યું. તે બોલી નહીં. તેણે

ધીરેથી ચશ્માં કાઢ્યાં, મારી સામે જોયું અને પળવાર પછી પૂછ્યું:

'સેના... મુગુટલાલને ત્યાં છે?' તેની બંને ભમ્મરો ઊંચી થઈ. હું હૃદયનો એક ધબકારો ચૂકી ગયો. મારી મા મારા વિચારો કળી શકતી હતી કે પછી મધ્ય પ્રાંતમાં તેને માટે કશું જ ખાનગી ન હતું!

'એટલે આઈ મીન... સેના... આઈ મીન... યુ... તને ખબર છે કે...?' મારે શું બોલવું તે ઘડીભર મને મૂંઝવતો પ્રશ્ન થઈ પડ્યો.

'મને ખબર નથી. આ તો શક્યતાની વાત છે. બાકી જાનોરને બચાવવાની વાત થઈ ત્યારે તો તું પિસ્તોલ તાકીને ઊભો થઈ ગયો હતો. તારો વિચાર, વિચાર કરતાંયે તારું ગણિત અને ગણિત કરતાંયે તારો સિદ્ધાંત એકાએક બદલાય એ નવાઈ જેવું લાગ્યું. પુરુષ ત્રણ જ બાબતો માટે સિદ્ધાંતો નેવે મૂકે છે—સત્તા, સંપત્તિ અને સ્ત્રી. સત્તા અને સંપત્તિ માટે તું સિદ્ધાંત નેવે નથી મૂકતો તેની મને ખબર છે' તે બોલી.

મારે તને કહેવાની ઇચ્છા હતી કે તેને જે માનવું હોય તે માનવાની છૂટ છે. સેના બારનીશ માટે સિદ્ધાંતો છોડવામાં મને વાંધો ન હતો, પણ અમારી આ વાતચીત ચાલતી હતી ત્યાં જ વરંડામાં કંઈક હોહા થઈ હતી. તેના અવાજો આવ્યા તે પછી લાઇબ્રેરીના બારણે ટકોરા થયા.

'યસ, કમ ઇન' મારી મૉમે કહ્યું. એક ચપરાસી અંદર આવ્યો. તેણે આવીને નમન કર્યું અને બોલ્યો:

'રામપ્રતાપસિંહ મળવા માગે છે.'

'મોકલ તેને અંદર.' મૉમે હુકમ આપ્યો.

મોટી મૂછો અને પહોળી આંખવાળો એક આદમી દાખલ થયો. તેનું શરીર એકવડું હતું, પણ તેના એક એક સ્નાયુઓમાં તાકાતનો સ્રોત નીગળતો દેખાતો હતો. 'માફ કરજો યૉર હાઇનેસ, પણ સાર્જન્ટ મેજર ગૉડફ્રેના હુકમ પાળવા માટે અમે તૈયાર નથી.'

'એટલે સૂબેદાર?' મૉમે પૂછ્યું.

'રાજઘાટના પુલ પર ભીંસ વધી છે. એ અમને ત્યાં મોકલવા માગે છે અને જાનોરમાં તેણે મદ્રાસ ટ્રૂપના આદમીઓ ગોઠવ્યા છે. લોકોનો મિજાજ ખરાબ છે. જો મદ્રાસ ટ્રૂપના સૈનિકો જાનોરની વસ્તી પર શસ્ત્રો ઉગામશે તો અમે સામા થઈ જઈશું. નાગરિકો પર ગોળીઓ ચલાવવાનું કામ અમારું નથી.'

'પણ એ બરાબર નથી સૂબેદાર' મૉમે કહ્યું.

'માફ કરજો મહારાણીસાહેબ, એ બરાબર હોય કે નહીં, વસ્તી પર અત્યાચાર અમે નહીં થવા દઈએ.'

'હું ગૉડર્ફે સાથે વાત કરું છું.' મૉમે કહ્યું.

'વાત કરવાનો અર્થ નથી, મહારાણીજી. એ કમબખ્ત જાડીયાએ પૂરી ગોઠવણ કરી લીધી છે. જાનોર કૅન્ટોન્મેન્ટની સલામતી સિવાય તેને કોઈની ફિકર નથી.'

'પણ શિસ્ત રાખવી આપણી ફરજ છે.'

'લોકોનું રક્ષણ કરવું એ પલટનની ફરજ છે. તેને ગેરશિસ્ત કહેવાતી હોય તો ભલે યૉર હાઇનેસ અમે કૅન્ટોન્મેન્ટ છોડીને રાજમહેલમાં આવી જઈએ છીએ.' તે બોલ્યો.

'લોકોને ખ્યાલ નથી કે પિંઢારીઓ ચડી આવ્યા છે! અને પિંઢારીઓ જો લૂંટફાટ પર ચડશે તો...'

'શા માટે ચઢે મહારાણીસાહેબ... કહે છે ને કે પિંઢારીઓ રાજકુમારસાહેબની સાથે છે.' તે બોલ્યો. હું ચોંકી ઊઠ્યો.

'એવું કોણે કહ્યું તમને?'

'બધા કહે છે. ભેડાઘાટ, ગઢમાંડલા, ગોલાકી મઠ બધી જ જગ્યાએ અંગ્રેજો હાર્યા છે. મહારાણીસાહેબ, અમે ભલે અંગ્રેજ પલટનમાં છીએ, પણ જાનોરના કે નર્મદા ટેરિટરીઝના રાઉટીઆઓ પર અમે વાર નહીં કરીએ.'

'તમે મને શા માટે આ બધું કહો છો? અંગ્રેજ પલટનમાં મારી કોઈ સત્તા નથી.' મૉમે કહ્યું. 'તમે લોકોને શાંત પાડવા માટે કંઈ રસ્તો વિચારો. જાનોરમાં લડાઈ ન થાય તે માટે મેં બાલીરામજીને રહમતમીર સાથે વાતચીત કરવા મોકલ્યા છે. લોકોએ સમજવું જોઈએ કે આવી પરિસ્થિતિમાં શાંત રહીને વિચારવું જોઈએ.' મૉમે કહ્યું.

'પણ અમારે શું કરવું જોઈએ?'

'તેનો નિર્ણય પલટને લેવો જોઈએ. તમારી જગ્યાએ હું હોઉં તો જાનોરની વસ્તી પર ન તો અંગ્રેજ કે ન પિંઢારીનો ત્રાસ થવા દઉં. પ્રજાનું રક્ષણ એ સૈનિકની પહેલી ફરજ છે.' મૉમ બોલી.

'વિનાયકરાવ એ જ કહે છે.' પેલો બોલ્યો.

'તો વિનાયકરાવ કહે તેમ કરો.' મૉમે જવાબ આપ્યો, પણ વિનાયકરાવને ખ્યાલ છે ને કે અંગ્રેજોની જેમ પિંઢારી પણ ઓછા નથી. બન્ને એક જાતનાં

પંખી છે, કેવળ તેમનાં પીછાં જ જુદાં છે.'

'આપની રજા લઉં...' તે બોલ્યો અને નમન કરીને ચાલ્યો ગયો.

'આ વિનાયકરાવ કોણ છે મૉમ?'

'એ દંડનાયક છે. અંગ્રેજોએ તેને ઉતારી પાડ્યો છે. તેના કુટુંબનો વારસો છીનવી લેવાયો છે. જૂના વખતમાં તે પાટનનો કોટવાલ હતો.' તે બોલી.

'તો પછી મૉમ, એ અંગ્રેજોને છોડે નહીં ને?'

'સ્વાભાવિક છે. આપણે તેને માર્ગદર્શન આપવું જોઈએ.'

'પણ લોકોમાં એ ઉશ્કેરાટ ફેલાવશે અને બન્ને તરફ—' હું બોલવા ગયો, પણ મારી મૉમે મને અટકાવ્યો.

'એ આપણાથી રોકાય તેમ છે સેજલ?' કહીને મૉમે ગૉંગ વગાડ્યું. ચપરાસી અંદર આવ્યો. તેણે બાલીરામજીના આસિસ્ટંટ મહેતાબને બોલાવરાવ્યો. મહેતાબ પણ બાલીરામજી જેવો જ પણ જુવાન કર્મચારી હતો.

'મેજર ગૉડફ્રેને ખબર આપ કે પલટન કદાચ બગાવત કરશે. એ પહેલાં વિનાયકરાવને કહે કે સૈનિકો હથિયાર હેઠાં ન મૂકે...' કહીને મૉમે ઝડપથી તેને સ્ટ્રૅટેજી સમજાવી.

'આ શું કરે છે મૉમ... એ લોકો અંગ્રેજોને કાપી નાખશે.'

'તેમાં હું શું કરવાની હતી?' મૉમે કહ્યું. હું તેની સામે જોઈ રહ્યો. મારી મૉમના કાળજે પથ્થર હતો કે પછી—

હજુ તો આ સમાચાર લઈને મહેતાબ બહાર નીકળ્યો ત્યાં વળી બીજા ખબર આવ્યા. જાનોરના મહાજનના માણસો મૉમને મળવા આવી પહોંચ્યા હતા. મૉમે સૌને આવકાર્યા.

'જાનોરમાં ભારે હલચલ મચી ગઈ છે.' માધવલાલજીએ કહ્યું. 'પિંઢારીઓ થોડા કલાકોમાં જાનોર કબજે કરશે તેવા સમાચાર મળ્યા છે. નર્મદાની દક્ષિણે રહમતમીરે પડાવ નાખ્યો છે.'

'આપની વાત બરાબર છે. અંગ્રેજ પલટન ન આવે ત્યાં સુધી પિંઢારીને દૂર રાખવાની કોશિશ હું કરી રહી છું.'

'એ તો બરાબર છે. મહારાણીસાહેબ, પણ જાનોરમાં બળવો થશે. મેજર ગૉડફ્રે પર હલ્લો થશે તેવું લાગે છે. લોકો હથિયારો એકઠાં કરવા માંડ્યા છે.' માધવલાલની બાજુમાં બેઠેલા એક સજ્જને કહ્યું.

'તેમાં આપણાથી શું થઈ શકે?' મૉમે કહ્યું, 'લોકોની ઇચ્છા બળવો કરવાની

હોય તો તેમ કરી શકે. આખરે અંગ્રેજોએ તે સમજવાનું છે.'

'એમ નહીં, પણ પલટન આગળ લોકોનું શું ચાલવાનું છે?'

'તેનો હું બંદોબસ્ત કરું છું. તમે શહેર બંધ કરાવી લો. સાંજ પહેલાં જબલપુરથી મદદ આવી પહોંચશે.' મૉમે કહ્યું અને તેમને સમજાવ્યું કે, બાલીરામજી, પિંઢારીઓ સાથે વાતચીત કરવા ગયા છે. એ બધું કરી છૂટશે. મૉમે મહાજનના માણસોને શાંત પાડ્યા. જે સ્વસ્થતાથી મારી મા આ ભયાનક પરિસ્થિતિનો સામનો કરી રહી હતી તે ઈર્ષ્યા પમાડે તેવું હતું. તેણે મહાજનને પણ સમજાવી દીધું હતું કે ઉશ્કેરાટ કે ગભરાટથી પ્રશ્નો ઊકલવાના નથી.

બરાબર એક કલાક પછી બાલીરામજી તરફથી સંદેશો આવ્યો. રહમતમીર જાનોર બાબત વાટાઘાટ કરવા તૈયાર છે, પણ તે પહેલાં રાજઘાટના પુલ પરનું દબાણ અને અંગ્રેજ પલટનની મોરચાબંધી ખસેડવા માગે છે. મૉમે જવાબ કહેવરાવ્યો કે તે પ્રમાણે થઈ જશે અને ખરેખર એમ જ થયું. મૉમને કશું કરવાની જરૂર ન હતી. તેણે ગૉડફ્રેને સંદેશો મોકલ્યો હતો કે, પલટન બગાવત કરશે. વિનાયકરાવ નામના વિપ્લવવાદીએ તેની આગેવાની લીધી હતી. જાનોર રાઇફલ્સના દેશી સૈનિકો કેન્ટોન્મેન્ટમાંથી નીકળી ગયા હતા. જ્યાં ખેરાસિંહ લડી રહ્યો હતો તે પુલ આગળથી સૈનિકો પીછે હઠી રહ્યા હતા અને કેન્ટોન્મેન્ટની આસપાસ તંગદિલી શરૂ થઈ હતી.

તે સાથે તેણે જબલપુર રેસિડેન્સી પર તાર કરાવ્યો હતો કે જો તાત્કાલિક અંગ્રેજ ફોજો જાનોરની મદદે નહીં આવે તો જાનોરમાં હત્યાકાંડ સર્જાશે અને તે નિવારવા માટે જાનોરને પિંઢારીઓને તાબે થવું પડશે.

આ બધી હિલચાલ દરમિયાન મારા મનમાં જબલપુરના હલ્લાનો પ્રશ્ન તો ગૂંચાતો જ રહ્યો હતો, પણ જ્યાં સુધી બાલીરામજીનો સંદેશ ન મળે ત્યાં સુધી મૉમ જબલપુર મૅસેજ મોકલવાની વ્યવસ્થા કરે તેવું હું માનતો ન હતો, પણ એક વાત અત્યારે આ ગૂંચવણમાં પણ સ્પષ્ટ થતી હતી. જાનોરને બચાવીને અંગ્રેજોનું વધુમાં વધુ નુકસાન કરવાનો રસ્તો મારી મૉમે શોધ્યો હતો.

*

બપોરે ધડાકો થયો. કેન્ટોન્મેન્ટમાંથી બાગી સૈનિકોની ટુકડી હથિયારો લઈને ભાગી છૂટી હતી. રાજઘાટ પાસેના પુલ પરનો ડિફેન્સ તૂટી પડ્યો અને પિંઢારી ધાડાંઓ તે તરફથી જાનોરને સીમાડે ધસી આવ્યાં હતાં. મૉમે 'સરન્ડર' થવાનો

સંદેશ સ્વીકારી લીધો હતો અને બાલીરામજીએ પિંઢારીઓને નેગોશિએશન્સ માટે ખાળી રાખ્યા હતા. વિનાયકરાવ દંડનાયકે જાનોરમાં મોરચાબંધી કરી હતી. મદ્રાસફ્રુટના થોડાક સૈનિકો સાથે કૅન્ટોન્મેન્ટની નાનકડી દીવાલની પાછળ સાર્જન્ટ મેજર ગૉડફ્રેએ કેસરિયાં કરવાની તૈયારીઓ માંડી હતી.

બપોર સુધીમાં મૉમે ત્રણ સંદેશા જબલપુર મોકલ્યા હતા. છેલ્લો સંદેશો 'સરન્ડર'નો હતો. બરાબર બપોરે બે વાગે બાલીરામજીનો સંદેશો લઈને જાનોર મનસબદારીનો સૂબેદાર ખંડેરાવ મહેલમાં આવ્યો હતો. મારી મૉમ સ્વસ્થતાથી જમીને તેના પોતાના કમરામાં બેઠી હતી. સૂબેદારને ત્યાં બોલાવવામાં આવ્યો ત્યારે હું તેની સાથે હતો.

'બોલ ખંડેરાવ, શું સમાચાર છે?' મૉમે પૂછ્યું.

'રહમતમીર, ખેરાસિંહ અને જૅક મૅક્ગ્રેગર ભેગા થયા છે. બાલીરામજી સલામત છે. પિંઢારીની ત્રણ માગણી છે.' તે બોલ્યો.

'કઈ કઈ?'

'મુગલ અમાનતનો કબજો, જબલપુર પરના હલ્લા માટે પાંચસો રાઇફલો, એમ્યુનિશન, ઘોડા અને દેશી જંજાર ઉપરાંત બાનમાં સેજલસિંહને રાખવાની શરત અને ત્રીજી માગણી છે સર પૉવેલના ખૂનીની સોંપણી.' ખંડેરાવે કહ્યું.

'બાલીરામજી શું કહે છે?'

'તેમનું કહેવું છે કે પિંઢારીઓની માગણી પર વિચારણા કરવા જેવી પરિસ્થિતિ છે.'

'કેટલા આદમી છે?' મૉમે પૂછ્યું.

'દોઢ હજાર જેટલા પિંઢારી છે. અસવારો પાંચસોએક હશે. બે હજાર રાઉટીઆ છે. જેમાં સો જેટલા અસવારો છે. બાકી થોડાક કોલટા છે, પણ જાનોરમાંથી થોડા આદમીઓ જોડાશે.'

'સારું તું જા... મહેલના ગાર્ડ્ઝને સાબદા કર, બાલીરામજીને કહે કે સો અસવારો સાથે જ જો રહમતમીર વાટાઘાટ કરવા આવી શકે તો મહેલમાં તેનું સ્વાગત કરવા હું તૈયાર છું. તેને જબલપુર હલ્લો કરવા માટે મદદ જોઈતી હશે, તો તે આપી શકાશે. પૉવેલના ખૂની બાબત મારી પાસે માહિતી ક્યાંથી હોય અને મુગલ અમાનત મારી પાસે નથી, પણ ક્યાં છે તેની હું માહિતી આપી શકીશ. તેની ઇચ્છા હોય તો વાતચીત કરવા હું તૈયાર છું. બાકી તો જંગ ખેલી લેવાશે. જાનોર કેન્ટમાં હજુ અંગ્રેજ ફોજો છે અને મહેલ પણ

નરબંકાઓથી ભરેલો છે.'

મારી મૉમનો સંદેશો લઈને ખંડેરાવ ચાલ્યો ગયો. ત્યાં એક આદમીને લઈને ધાનોજી આવ્યો. નમન કરીને તે ઊભો રહ્યો.

'શું કહેવાનું છે ધાનોજી?'

'સાવંત બાલીરામજીને મળવા આવ્યો છે.' ધાનોજી બોલ્યો.

'શું કામ હતું સાવંત? તારે જે કહેવાનું હોય તે મને કહે.

બાલીરામજી અહીં નથી. ઉતાવળ ન હોય તો થોડા કલાક પછી બાલીરામજી મળી શકશે.'

'નહીં, વાત ઉતાવળની છે યૉર હાઇનેસ.'

'તો બોલી નાખ...' મૉમે કહ્યું. સાવંત નામના એ આદમીએ ક્ષણભર મારી સામે જોયું અને પછી કહ્યું.

'શાહપુરામાં થાણા પર હલ્લો થયો છે. કટંગીમાં આજે રાતે હલ્લો થશે. મુરવારમાં વહેલી સવારે અને ગઢમાંડલામાં આજે સાંજે હલ્લો થશે. જબલપુરથી એક કન્ટિન્જન્ટ નીકળી ગઈ છે. સામનો નહીં થાય તો થોડા કલાકોમાં અહીં પહોંચશે. ગાંસડીઓ બાબત વેપારીઓને વાત કરી દીધી છે. રેસિડેન્સીમાં બધું સલામત છે. સર વિલિયમ્સ જબલપુર પહોંચ્યા છે. બાબા હરિભજન જબલપુરની બહાર મદન મહાલની આસપાસમાં છે.'

'સારું, તું આરામ કર. બાલીરામજીને મળીને જજે.' મૉમે તેને હુકમ કર્યો. ભુવનસિંહની ગેરહાજરીમાં તેણે જાતે જ પૅલેસ ગાર્ડ્ઝ અને મનસબદારી ફોજનું સુકાન સંભાળ્યું હતું. તેણે મહેલના રક્ષણની વ્યવસ્થા માટે અફસરોને બોલાવવાની સૂચના આપી. 'સેજલ, મહેરબાની કરીને આજે મગજ પર કાબૂ રાખજે. રહમતમીર જેટલો ઘાતકી છે તેટલો ચાલાક છે અને ખેરાને તો તું ઓળખે છે.'

'ઓ.કે. મૉમ' મેં તેને કહ્યું, પણ મારું ધ્યાન બીજી વાતમાં પરોવાયેલું હતું. હું મૉમના કમરામાંથી ઊભો થઈને ધાનોજીની કોટડીમાં ગયો. જાનોરમાં બધે ઉશ્કેરાટ હતો. તેની થોડી અસર રાજમહેલના શાંત વિસ્તારમાં પણ વર્તાતી હતી. રજા પર ગયેલા અને જેમની ડ્યૂટી ન હોય તેવા બધા કર્મચારીઓ આજે આવી પહોંચ્યા હતા. તલઘરમાંથી ગ્રીઝ લગાડીને મૂકવામાં આવેલાં હથિયારોની પેટીઓ બહાર કઢાઈ રહી હતી અને ઘોડાઓ સજાવાઈ રહ્યા હતા.

'આવો ને બાબાજી...' ધાનોજીને ઝાંખ વળતી હતી, છતાં તેણે મને

આવકાર્યો.

'ધાનોજી... તારે મારું એક ખાસ કામ કરવાનું છે.' મેં કહ્યું.

'મેં ક્યારેય ના પાડી છે?'

'તો સાંભળ. આજે પિંઢારી અને પેલો ખેરો અહીં આવશે. કદાચ આજે રાત્રે જ મોટી બેરખ અહીંથી જબલપુર હલ્લો કરવા ઊપડશે. અલબત્ત, જાનોર કેન્ટ કબજે આવશે તો! પણ લોકોનો મિજાજ એવો છે કે તેમ થયા વગર રહેશે નહીં. જબલપુરમાં હરિભજન પહોંચ્યો છે. તેની સાથે સંતોજીના અને ખેરાના આદમીઓ છે. ભેડાઘાટથી પણ થોડા જોડાયા છે. એ હલ્લાની સાથે આ પિંઢારીઓ જોડાશે. જબલપુરમાં ખૂનખાર જંગ થવાની શક્યતા છે.'

'આ બધી વાતની મને ખબર છે બાબાજી.' ધાનોજી બોલ્યો.

'તેમ છતાં હું તને કહું છું. જો પિંઢારીઓ જબલપુર જવા માટેની મદદ અહીંથી મેળવી શકશે તો જાનોર સલામત રહેશે. જાનોરને સલામત રાખવા મૉમ અને બાલીરામજી મદદ તો આપશે, પણ તે સાથે સાથે અંગ્રેજોને ખબર પણ કરશે.'

'ખબર કરશે યૉર હાઇનેસ!' આશ્ચર્યથી ધાનોજીનું દાંત વગરનું મોં ખુલ્લું થયું.

'હા, ખબર કરશે.'

'પણ એ તો બગાવત કહેવાય બાબાજી.' ધાનોજીએ કહ્યું.

'કેટલીક વાર બગાવતને પણ પૂરતાં કારણો હોય છે. ક્યારેક બગાવતથી વધુ ઝડપથી પરિણામો આવતાં હોય છે.' મેં કહ્યું.

'પણ બાબા હરિભજન અને તેના માણસોના શા હાલ થશે તે આપે વિચાર્યું નથી?' તેણે પૂછ્યું.

'એટલા માટે તો હું તને આ વાત કહી રહ્યો છું. અહીંથી એક વાર પિંઢારીઓ જબલપુર પર હલ્લો કરવા નીકળશે કે તરત રેસિડેન્સીમાં સમાચાર મળશે અને ત્યાં પણ બળવો થશે તેવી માહિતી આપવામાં આવશે. આપણે આ વાત હરિભજનને અને મુગુટલાલને ત્યાં આજોને પહોંચાડવાની છે. મુગુટલાલને માત્ર એટલું જ કહેવાનું છે કે જબલપુરના હલ્લા અંગે અંગ્રેજોને માહિતી મળી ગઈ છે અને બાબા હરિભજનને એ કહેવાનું છે કે તેણે રેલવેની ભાંગફોડ કરવાની જરૂર નથી. કારણ અંગ્રેજોને સમાચાર મળી ગયા હશે અને ભાંગફોડ કરવા જતાં પકડાઈ જશે.'

ધાનોજી ગૂંચવાયો એટલે મારે તેને વિસ્તારપૂર્વક આખી વાત સમજાવવી પડી. એ ડોસલાની આંખો આ રાજરમતથી તદ્દન બેબાકળી બની ગઈ.

*

જાનોરની દક્ષિણ-પૂર્વ અને દક્ષિણ-પશ્ચિમે ચાલતી લડાઈનો અંત એકાએક જ આવ્યો હતો. રામપ્રતાપે કહ્યું તેમ એકાએક જ પલટનના, એ મોરચો સંભાળતા સૈનિકો ફરી ગયા હતા અને તેમના અંગ્રેજ અફસરોને મારી નખાયા હતા. દક્ષિણ-પશ્ચિમેથી ખેરાસિંહ રાજમહેલ તરફ આવ્યો અને પૂર્વમાંથી રહમતમીર.

તેમની પાછળ તેમની ટુકડીઓ આવી. રાજમહેલના ખૂણે ખૂણે હથિયારધારી સૈનિકો ઊભા રહી ગયા હતા. મહેલના વરંડામાં અને મકાનમાં પણ ગારદીઓ ગોઠવાયા હતા.

બરાબર ચાર વાગે ધૂળ ઉડાડતી બેરખ મહેલમાં દાખલ થઈ. રહમતમીર, તેની સાથે બાલીરામજી અને થોડાક પિંઢારી ચુનંદાઓ, તેવી જ રીતે ખેરાસિંહ, જીના, જેક, ડૉક્ટર હુસન અને ભવાનીસિંહની સાથે ખેરાની ટુકડી મહેલમાં દાખલ થઈ. ટુકડીમાં સામેલ થયેલાં જીના અને જેકના ચહેરા બુકાનીઓથી ઢંકાયેલા હતા. તેમને કોઈ ઓળખી ન જાય તે માટે તેમને ઘેરીને અસવારોનું ફૉર્મેશન કરાયું હતું. મારી મૉમે, જાણે કોઈ મહેમાનો આવ્યા હોય તેમ તેમનું સ્વાગત કર્યું. રહમતમીર અને ખેરાસિંહ સાથે જ પગથિયાં ચડ્યા. હું ઉપલે પગથિયે તેમની રાહ જોતો ઊભો રહ્યો. ખેરા કંઈક ક્રોધથી મારી સામે નજર માંડી રહ્યો હતો, પણ તેના ચહેરા પર કંઈક ક્રૂર હાસ્ય રમતું હતું. તેની બાજુમાં તેનો ચટ્ટાન જેવો મામો ચાલતો હતો.

'વેલ કમ... ફ્રેન્ડ્ઝ...' હું બોલ્યો. ખેરા અને રહમતમીર બન્ને જોરથી હસ્યા. તેમણે સવારથી જ દારૂ ઢીંચવાનું કામ કર્યું હતું એટલે તેમના પગ થોડાક લથડાતા હતા. ખેરો મારી સામે ઘડીભર તાકી રહ્યો. અમે સૌ લાઇબ્રેરીમાં આવ્યા.

એ દૃશ્ય અનેરું અને અસ્વાભાવિક લાગતું હતું. ખેરાસિંહ... રહમતમીર... ભવાનીસિંહ... જેક... જીના... મારી મૉમ... બાલીરામજી એક જ કમરામાં પ્રવેશ્યાં હતાં. ખેરાસિંહ રાબેતા મુજબ પીધેલો હતો, છતાં તેની આંખોમાં શરાબનો નહીં, વિજયનો નશો હતો. કમરામાં પ્રવેશીને ભવાનીસિંહે વગર કોઈ વિવેકે દીવાનની સામે ગોઠવાયેલી ખુરશીમાં બેઠક લીધી હતી.

'વી આર નો ફ્રેન્ડ્ઝ...' ખેરાએ તગતગતી આંખે જવાબ વાળ્યો, પણ

મારી મૉમે એ સાંભળ્યું નહીં. તેનું ધ્યાન રહમતમીર તરફ હતું. દીવાનખંડમાં પ્રવેશતાંની સાથે જ એ ગંભીર બની ગયો હતો. તેની સ્તબ્ધતા ભયપ્રેરક હતી. રૂંછાવાળી ઊભી દીવાલની ટોપી તેની ઊંચાઈમાં વધારો કરતી હતી. ખેરા તેની પાસે સાવ પિગ્મી દેખાતો હતો. મારી મૉમ નાજુક ઢીંગલી સમી લાગતી હતી. તે લાઇબ્રેરીમાં પ્રવેશ્યો ત્યારે તેની ભૂખરી આંખ વિચિત્ર ભાવથી સળગતી હતી. મહેલની ભવ્યતામાં તે અંજાઈને આમતેમ જોતો હતો. તેના ચહેરા પરની રેખાઓનું વર્ણન કરવું લગભગ અશક્ય હતું. હિંદ પર અનેક વખત ચઢી આવેલાં બર્બર ધાડાંઓએ હિંદની ધરતી, તેનાં દેવાલયો અને મહાલયોની ભવ્યતા જોઈને જે અનુભૂતિ કરી હશે, તેવી જ મનઃસ્થિતિમાં, એ બર્બર પિંડારી પરોવાયેલો હતો. ભવ્યતા ભૂંસી નાખવી એ માનવીમાં રહેલી કોઈ સ્વનાશની વૃત્તિનો સંવેગ હશે કે પછી સામાન્ય અંગત ઈર્ષ્યા હશે? ગમે તેમ પણ રહમતમીરની આંખમાં હું આવો જ કોઈ સંવેગ જોઈ રહ્યો હતો.

'આવો ખેરાસિંહ ઠાકુર...' મારી માએ સ્મિત વેરીને કહ્યું, 'આવડા નાના હતા ત્યારે મેં આપને જોયા હતા.' મારી મૉમે હાથથી દર્શાવીને કહ્યું.

'મેં આપને ઘણી વાર જોયાં હતાં. તે પછી...' ખેરો બોલ્યો, 'મને વધુ પડતું માન આપવાની કોઈ જરૂર નથી. બાલીરામજીની શરમે આજે હું અહીં ઊભો છું. બાકી અંગ્રેજોના બગલબચ્ચાંઓ તરફ મને નફરત છે.'

'એ ચર્ચા આપણે પછી કરીએ છીએ.' મારી મૉમે કહ્યું, 'આવો ને રહમતમીર...' એકાએક બધાંનું ધ્યાન તે તરફ ગયું. રહમતમીર બારણાની બાજુમાં શોકેઇસમાં મૂકેલી સોનાની મૂઠવાળી તલવાર જોતો હતો. મારી મૉમે તાળી પાડી. બહાર ઊભેલો ગારદી અંદર દોડી આવ્યો. 'આ કેઇસ ખોલીને આ તલવાર કાઢ... ત્યાં સુધીમાં આપણે કંઈક પીણું લઈએ... ખેરાસિંહ આપને શું—'

'આખું જાનોર શરાબમાં નાહી શકે તેટલું પીણું મારી પાસે છે. સમય બગાડવાની કાંઈ જરૂર નથી.'

'સ્વાગત કરવું તે રાજપૂતની ફરજ છે.' મૉમ બોલી, 'શું લેશો રહમતમીર અલી...'

રહમતમીર કંઈ બોલવા ગયો, પણ તેને અટકાવીને ખેરાસિંહ બોલ્યો, 'રાજેશ્વરીદેવી, તમારી ચાલાકીઓથી કદાચ રહમતમીર અજાણ્યો હશે, હું નહીં. મારું માથું ફટકે તે પહેલાં આપણી શરત પ્રમાણે બંદોબસ્ત થાય તે જરૂરી છે. રહમતમીર, તમે અહીં બેસો...' રહમતમીર લાઇબ્રેરીમાં ગોઠવાયેલા

શોકેઇસ તરફ નજર નાખતો, હસતો, કંઈક ક્ષોભ અનુભવતો ખેરાની નજીક આવ્યો. દરમિયાનમાં પેલા ચપરાસીએ કેઇસ ખોલીને પેલી તલવાર બહાર કાઢી હતી. મારી મૉમે તે હાથમાં લીધી અને તેની મખમલની મ્યાનને પોતાની કેડમાં ખોસેલો રૂમાલ કાઢીને લૂછી તે રહમતમીર નજીક ગઈ.

'પિંઢારીઓના રાજા... રહમતમીરઅલીનું હું સ્વાગત કરું છું.' તેણે માદક હાસ્ય વેર્યું. રહમતની આંખમાં નવી જ એષણા પ્રગટ થઈ. તેણે યંત્રવત્ પોતાના બન્ને હાથ લંબાવ્યા અને તલવાર હાથમાં લીધી. તે અજબ તલસાટથી મારી માનો ચહેરો જોઈ રહ્યો હતો. ખેરાસિંહના ચહેરા પર ભયાનક અકળામણ તરી આવી.

હાથમાં પીણાં ભરેલા, બેલ્જિયમના કારીગરોએ તૈયાર કરેલા, અદ્ભુત ગ્લાસ અને પિચર લઈને બે ચપરાસીઓ દાખલ થયા. મૉમે એક ગ્લાસ હાથમાં લીધો અને રહમતમીરની સામે ધર્યો. એ બર્બર બાગી તદ્દન વામણો બનીને જોઈ રહ્યો હતો. તેણે નજર હઠાવ્યા સિવાય તલવારને દીવાનના ટેકે મૂકી અને બેઠો. ધીરેથી તેણે મૉમના હાથમાંથી ગ્લાસ લીધો.

'ખેરાસિંહ આપ નહીં લો...!' મૉમે બીજો ગ્લાસ ઉઠાવ્યો. 'દક્ષિણ ફ્રાન્સની ઉત્તમ દ્રાક્ષમાંથી બનાવેલો...'

મારી મૉમ એ વાક્ય પૂરું કરે તે પહેલાં જ ખેરાએ એક ઝાટકે તેના હાથમાંથી ગ્લાસ લીધો અને બારીની બહાર ફગાવી દીધો. 'સ્ટૉપ ધીસ નૉન્સેન્સ. અમે મહેફિલમાં નથી આવ્યા. રહમતમીર, તને અક્કલ નથી, આ મહારાણી તને બકરો બનાવી રહી છે!'

'મારા ઘરમાં હું બેઅદબી ચલાવી લેતી નથી, પણ મહેમાનનું સ્વાગત કરવું એ અમારો શિરસ્તો છે.'

'અમે કાંઈ મહેમાન નથી. વિજેતાઓ સ્વાગતની રાહ જોતા નથી, રાજેશ્વરીદેવી. અને મને તમારે માનાર્થે બોલવાની કોઈ જરૂર નથી. તમારી દૃષ્ટિએ હું જંગલી માણસ છું. એટલે જંગલની ભાષામાં વાત કરશો તો મને ગમશે. મને આડંબર પસંદ નથી... આપણે ચોખ્ખી અને સીધી વાત કરીએ. મુગલ સલ્તનતમાંથી મારી લીધેલો ખજાનો ક્યાં છે?'

'એ સવાલ કરવાનો તારો અધિકાર નથી, ખેરા.'

'તો કોનો છે?'

'રાજા રહમતમીર અલીનો.' મૉમે શાંત પાણીમાં પથ્થર નાખતી હોય

તેમ એ વાક્ય ફેંક્યું.

'ચૂપ કરો... જાનોરની મહારાણીનું અપમાન થાય તેવું હું ઇચ્છતો નથી. બાકી હું એ કરી શકવાની સ્થિતિમાં છું.'

'સ્ત્રીનું અપમાન કરવામાં કટંગીના રાજપૂતો મશહૂર છે. બાકી જાનોરની અપમાનિત રાણીનો ખોફ જીરવવો સહેલો નથી. મને એમ હતું કે કેવળ દેખાવમાં જ તું તારી મા જેવો છે ખેરા, પરંતુ સ્વભાવે પણ તું એવો જ છે.'

'ચૂપ કરો આ બકવાસ...' એકાએક ભવાનીસિંહ ઊભો થયો.

'મુગલ ખજાનો ક્યાં છે?' ખેરાએ પૂછ્યું.

'મારે જવાબ કોને આપવાનો છે રહમતમીર, તમને કે પછી આ ખેરાસિંહ...'

'અમને...' એક જ ઘૂંટડે શરાબની પ્યાલી ખાલી કરીને રહમતમીર બોલ્યો.

'તો તમારા આ દોસ્તોને કહી દો કે ચૂપ રહે...'

'તું ચૂપ રહે ખેરા... આ રાણી સાથે વાત કરવાની મજા આવે તેમ છે.' રહમત હસીને બોલ્યો.

'તું આ રાણીને ઓળખતો નથી.'

'ચૂપ રહે ખેરા... રાણી હોય કે દાસી, સ્ત્રી માત્ર અમને પસંદ છે...'

રહમતનો અવાજ, તેનો મિજાજ પલટાતો હતો. બાલીરામજીએ ઊંડો શ્વાસ લીધો.

'મુગલ ખજાનો તમારા બંનેમાંથી કોને જોઈએ છે?' મૉમે પૂછ્યું.

'રહમત....!'

રહમતમીરે હાથ ઊંચો કરીને ખેરાને શાંત પાડ્યો.

'ખજાનો ક્યાં છે રાણી?' રહમતે પૂછ્યું.

'જબલપુર પર વાર કરવા કોણ જવાનું છે?'

'એ પ્રશ્ન અગત્યનો નથી.' ખેરાએ કહ્યું, 'જબલપુર પરના હલ્લાના પ્રશ્ન અને ખજાનાને કોઈ સંબંધ નથી.'

'છે એટલે તો પૂછું છું. ખજાનો જબલપુરમાં છે. જ્યાં અંગ્રેજ લોકો નિયમિત આવ-જા કરતા હોય તેવી જગ્યાએ એ બધી ચીજો રાખવી શક્ય નથી. એ સામાન્ય બુદ્ધિની વાત છે.'

'ખજાનો જબલપુરમાં છે. જાનોરમાંથી સહેજ પણ નુકસાન કર્યા વગર જો તમે લોકો ચાલ્યા જવાના હો તો હું એ જણાવી શકીશ. બાકી જો જાનોરમાં

લૂંટફાટ થવાની હોય તો હું જાનોર અને ખજાનો બંને ગુમાવવા તૈયાર નથી.' મૉમે કહ્યું.

'જાનોર સલામત રહેશે.' રહમતમીર બોલ્યો.

'તો ખજાનો ક્યાં છે તે હું કહીશ... પણ તમે પહેલાં જાનોરના સીમાડા છોડી દો પછી. તમારી ટુકડીઓ જાનોરથી પાંચસાત માઈલ દૂર નીકળી જાય પછી તમને બાલીરામજી કાગળ આપશે. તેમાં ખજાનો ક્યાં છે તે લખ્યું હશે.' મૉમે સમજાવ્યું.

'એમાં દગો થશે.' ખેરા બોલ્યો.

'વિશ્વાસ ન પડતો હોય ખેરાસિંહ, તો ખજાનો શોધી લેજો. જે ચીજ અંગ્રેજો નથી કરી શક્યા તે તમારાથી નહીં થઈ શકે.' પ્રથમ વાર બાલીરામજી બોલ્યા.

'ઘોડા અને ગન્સનું શું છે? ખેરાએ પૂછ્યું.'

'એ તૈયાર છે.' બાલીરામજીએ જવાબ આપ્યો.

'રહમતમીર, તો પછી આપણે વાર કરવાની જરૂર નથી.'

'સર પૉવેલના ખૂનીનું શું?' એક તરફ ઊભેલા જૅકે કહ્યું.

'મેં કહ્યું હતું ને કે એ મને ખબર નથી. કેમ બાલીરામજી, રાજા રહમતમીરને તમે એ સમજાવ્યું નથી?'

'મારે તેની સાથે કોઈ સંબંધ નથી.' રહમતે જવાબ આપ્યો.

'પૉવેલના ખૂનીની ભાળ મેળવ્યા વગર મારો જાન ખતરામાં છે.' જૅકે અધીરાઈથી કહ્યું.

'એ તું જાણે.' રહમતમીરે જવાબ આપ્યો.

'ખેરા... આ બરાબર નથી.' જૅક આગળ આવ્યો.

'આપણી શરતનો આ ભંગ છે.'

'તે તમને પહેલેથી જણાવેલું હતું.' બાલીરામજીએ જવાબ આપ્યો. 'સર પૉવેલના ખૂની વિશે અમને માહિતી નથી.'

'પણ એ માહિતી મેળવ્યા વગર હું સલામત નથી અને આ મહારાણી એ વાત જાણે છે' જૅકે કહ્યું.

'હું જાણતી હોત તો મને કહેવામાં કોઈ નુકસાન નથી. જૅક... સર પૉવેલને મારવામા બાગીઓ સિવાય કોઈને રસ ન હોય તે સ્વાભાવિક છે.'

'તો એમને માર્યા કોણે... મેં નથી માર્યા... આ ખેરાએ નથી માર્યા. રહમતમીરે નથી માર્યા.' તે બોલ્યો.

'એ પ્રશ્ન મારો નથી. શરત પ્રમાણે હું કરવા તૈયાર છું. જાનોર બચતું હોય તો ૫૦૦ ઘોડા, ગન્સ અને મુગલ ખજાનાની ભાળ આપવા હું તૈયાર છું.'

સર પૉવેલને કર્નલ મૅલેટ કહેતા હતા, 'ખજાનો જાનોરના રાજમહેલમાં છે.'

'રાજમહેલમાં?'

'હા, રાજમહેલમાં સુરંગ છે અને એ સુરંગમાં ખજાનો છે.'

'તો તમે શોધી શકો છો. યુ કેન સર્ચ ઇટ આઉટ. મારે માટે એ ખજાનાની કોઈ કિંમત નથી, સમજ્યા? જાનોરની સલામતી સિવાય મને કોઈ રસ નથી.'

'સર પૉવેલના મૃત્યુનું રહસ્ય ન ઊકલે ત્યાં સુધી હું પણ સલામત નથી.' જૅક બોલ્યો.

'અને મને ખાતરી છે એ રહસ્યની તમને ખબર છે. નહીં તો શા માટે તમે મનસબદારોને મારી શોધમાં મોકલો? મારા તરફ ધ્યાન દોરીને તમે સાચા ખૂનીને દૂર કરવા માગતાં હતાં.'

'પિસ્તોલ તાકીને સર પૉવેલનું અપહરણ કર્યા પછી આ વાત કહીને તું શું પુરવાર કરવા માગે છે? મારે તને પકડાવી દેવો હોત તો વાર થવાની ન હતી. સેજલ જાતે, જીનાને મૂકવા માટે ભેડાઘાટ આવ્યો તે બાબતનો આભાર માનવાને બદલે તું એમ કહેવા માગે છે કે સર પૉવેલના ખૂનીને મેં ભગાડ્યો? સર પૉવેલ અંગ્રેજ રેસિડેન્ટ જ નહીં, મારા મિત્ર પણ હતા.'

'તમે લોકો કેમ કશું બોલતા નથી?' જૅકે અકળાઈને ખેરા અને રહમતમીર સામે જોયું.

'એ લોકોને તમારા પ્રશ્ન સાથે સંબંધ નથી.' બાલીરામજીએ કહ્યું, 'તેમ છતાં મહારાણી તમને મદદ કરવા ખુશી છે.'

મદદ...! જૅક બોલી ઊઠ્યો, 'મદદ તો એ પહેલેથી કરી શક્યાં હોત... ખેરા... જ્યાં સુધી મારા પ્રશ્નનો નિકાલ ન આવે ત્યાં સુધી હું તમને લોકોને જવા દેવાનો નથી.'

'એ નિર્ણય ખેરા અને રહમતમીરે લેવાનો છે. મારી વાત તદ્દન સાફ છે. જબલપુર પર હલ્લો કરવામાં હું તમને મદદ કરી રહી છું અને મુગલ સલ્તનતના અવશેષો તમને આપી રહી છું.'

'આ કાર્ય અંગ્રેજોની વિરુદ્ધનું નથી?' જૅકે પૂછ્યું.

'છે જ, પણ અંગ્રેજો સમજી શકશે કે મેં કોઈ દગાબાજી કરી નથી.'

'એ ખજાનો તમારી પાસે આવ્યો ક્યાંથી?' જૅકે પૂછ્યું.

'મારી પાસે ક્યાં આવેલો છે? માત્ર એ ક્યાં છે તે હું જાણું છું.'

'સર પૉવેલને કે અંગ્રેજોને એ માહિતી આપવાની તમારી ફરજ ન હતી?'

'મને કોઈએ પૂછ્યું ન હતું. પૂછ્યા વગરના પ્રશ્નોનો જવાબ હું આપતી નથી. અને જવાબ આપવાની પસંદગી હું જાતે કરી શકું છું. જો એમ ન કરતી હોત તો હું જરૂર કહી શકત કે જૅક મૅકગ્રેગર ભેડાઘાટમાં છુપાયો છે... હું કહી શકી હોત કે જૅકની સાથે બાબા હરિભજન પણ છે. અત્યારે પણ હું કહી શકું તેમ છું કે જૅક મૅકગ્રેગર મારા મહેલમાં છે.'

'એમ કહેવાથી અંગ્રેજો તેને અહીંથી લઈ નહીં જઈ શકે!' ખેરાસિંહ બોલ્યો.

'ખેરા... મને નવાઈ લાગે છે કે અંગ્રેજ આદમીને તું અત્યારે પોતાનો સાથી માને છે.'

'માનતો નથી. બાબા હરિભજને મને તેની સોંપણી કરી છે અને આમેય તેની સ્થિતિ સાપે છછુંદર ગળ્યા જેવી છે.' ખેરા બોલ્યો.

'તો તેની જવાબદારી તારે સંભાળવી હોય તો મને વાંધો નથી. પૉવેલના ખૂન વિશે મને કોઈ માહિતી નથી.' મૉમે જવાબ આપ્યો.

હું આ અજબ સંવાદો શાંતિથી સાંભળી રહ્યો હતો. મને ખાતરી હતી કે મારી મૉમ આ શંભુમેળામાં અજબ ખટરાગ પેદા કરશે. ગૂંચવાડો ઊભો કરશે. બરાબર એવું જ થઈ રહ્યું હતું. જૅક એકલો પડી ગયો હતો. રહમતમીર મારી મૉમને, મહેલની ભવ્યતાને, જોઈને કંઈ જુદું જ વિચારી રહ્યો હતો.

'એટલે તમે બધા મને કમોતે મરવા દેવા માગો છો?' જૅકે પૂછ્યું.

'જબલપુરનો હલ્લો અને મોગલ અવશેષો કરતાં પૉવેલના ખૂનીને શોધવાનું વધારે મહત્ત્વનું હોય તો આ નિરર્થક ચર્ચા કરવાનો મને અર્થ દેખાતો નથી.'

'એ નિરર્થક ચર્ચા નથી... જૅક મૅકગ્રેગર તે વગર નિર્દોષ સાબિત ન થાય.' ખેરા બોલ્યો.

'તે નિર્દોષ સાબિત થાય કે ન થાય તેમાં તને શું ફરક પડવાનો છે?'

'બાબા હરિભજને તેને મને સોંપ્યો છે. તે મને ગમે છે તેવું નથી રાજેશ્વરીદેવી, પણ હું રાજપૂત છું. એ મારી જવાબદારી છે. મારે આશરે મારા કૅમ્પમાં આવેલા આદમીને હું રેઢો મૂકવા તૈયાર નથી.' ખેરા બોલ્યો.

'ઓહ... ખેરા... એ તારા કૅમ્પમાં આવ્યો છે. રસ્તે રઝળતો તો નથી ને...' મારી મૉમ બોલી.

'એને જિંદગીભર ભાગતા રહેવું પડે... તેના કરતાં શા માટે તમે પૉવેલના

ખૂનીનું નામ દેતાં નથી?' ખેરાએ અકળાઈને બાલીરામજી તરફ જોયું. 'તેમાં તમને શું ફાયદો છે?'

પણ બાલીરામજી કંઈ બોલ્યા નહીં. મારી મૉમ હસી.

'જિંદગીભર ભાગતા રહેવું પડે? ખેરા... આ દલીલ તું કરે છે? અરે, કટંગીનો ઠાકુર થઈને... આ પિંઢારીઓના રાજા થઈને... આ રહમતમીર ખાન અને મેકલના બળવંત સરદાર થઈને સંતોજી જેવો ભડવીર... અને પેલી નાજુક છોકરી સેના... તમે સૌ જિંદગીભર અંગ્રેજોની ટક્કર લેતાં આવ્યાં છો... તમને ભાગતા રહેવાનો ડર સતાવે છે?'

'અમારી વાત નથી... હું જૅકની વાત કરું છું.' ખેરા બોલ્યો.

'હું પણ એ જ કહું છું. તમે લોકો નર્મદાની ખીણના સાવજો છો. તમારા ટોળામાં આવતાં પહેલાં જૅકે વિચાર કરવો જોઈતો હતો. બાબા હરિભજને પણ સોચવું જોઈતું હતું. સાવજના ટોળામાં આવ્યા પછી શિયાળની જેમ લાળી કરવાની જૅકે જરૂર નથી.'

'પણ જૅક બાગી નથી... એ...'

'બાગી નથી તો તેણે બાગી બનવું જોઈએ. પોતાના સગા સાળાનું જૅક ખૂન કરે. પોતાની પ્રેયસીના ભાઈનું કોઈ પણ કારણ વગર... કેવળ એક નજીવી બાબત માટે કાસળ કાઢી નાખે... એવી જો શંકા અંગ્રેજો ધરાવતા હોય... જીનાનો પતિ કહેતો હોય કે તેણે ખૂન કર્યું નથી. જેનું ખૂન થયું છે તે આદમીની સગી બહેન જ્યારે એમ કહેતી હોય કે તેનું ખૂન તેના ખાવિંદે કર્યું નથી. એક જેન્ટલમૅનનો શબ્દ જ્યારે અંગ્રેજો માનવા તૈયાર નથી તો એવા લોકોને મનાવવાનો અર્થ ખરો? અરે, જે લોકો જૅકને અંગ્રેજ ગણતા નથી... તેને અછૂત સમજે છે... ધોળો દેશી સમજે છે... તેમની કદમબોસી કરવી શું હિતાવહ છે?'

'આ ચાલાકી છે ખેરા... આ રાણીસાહેબને ખબર છે... તેમને—'

'જૅક... મહારાણીની વાત બરાબર છે. મામુ, તમારું શું કહેવું છે?' ખેરાએ કંઈક વિચારીને કહ્યું.

'મૂળ વાત પૉવેલનો ખૂની કોણ છે તે નથી. વાત આડે પાટે ચડી રહી છે. અત્યારે જબલપુર પર ત્રાટકવું અગત્યનું છે અને તેથી અગત્યના મુગલ અવશેષો છે. એ ક્યાં છે એ આપણે પહેલાં જાણવું જોઈએ...'

'મેં ક્યાં ના કહી છે ભવાનીસિંહ... એ ખજાનો ક્યાં પડેલો છે તેની

માહિતી મારે આપવી જ છે. મને તેમાં કાંઈ વાંધો નથી. વાંધો ફક્ત એટલો જ છે કે એ માહિતી મારે કોને આપવી?'

'ડોન્ટ ટ્રાય ધેટ ટ્રિક અગેઇન...' ખેરો તડૂક્યો.

'તો ભલે...' કહીને મૉમ હસી... 'એ ખજાનો મુગુટલાલને ત્યાં છે. સમય ચાલ્યો જાય પછી મને દોષ ન દેતા. બહાર પાંચસો ઘોડા અને રાઇફલો તૈયાર છે.' મારી માએ એકાએક કહ્યું, 'આ માહિતી હું તમને આપવાની ન હતી, પણ મને લાગે છે કે જૅકની વાતમાં આવશો તો તમે જબલપુર નહીં પહોંચી શકો. જૅક નિરર્થક તમને વિલંબમાં નાખી રહ્યો છે. મુગુટલાલ સલામત રહે તે ધ્યાનમાં રાખજો. હલ્લો થશે એટલે સ્વાભાવિક મુગુટલાલ ખજાનાનો બંદોબસ્ત પહેલો કરશે... એટલે ત્યાં કોઈ જવાબદાર આદમીએ પહોંચવું પડશે. ખજાનો જો એ ખસેડી નાખશે તો વળી પાછો ખેરા મારો દોષ જોશે.' છેલ્લું વાક્ય મારી મૉમે ભવાનીસિંહ તરફ જોઈને કહ્યું. કમરામાં થોડી વાર સન્નાટો છવાયો. મારી મૉમે નિઃશ્વાસ નાખ્યો. 'વેલ... ખેરા... તને ગમે કે ન ગમે, એક સલાહ આપું છું. એ ખજાનો કોઈ લૂંટનો માલ નથી. એ વેરણછેરણ ન થાય તેની જવાબદારી તારી રહેશે.' એ વાક્ય બોલતાં તે સહેજ ફરી... રહમતમીર જુએ નહીં અને તે સિવાયના બધા જોઈ શકે તેવી રીતે તેણે ખેરાની સામે આંખથી ઇશારો કર્યો. 'મેં તમને કહ્યું... મારા હાથ કાપી નાખે છતાં જે હું ન કહું તે માહિતી મેં તમને આપી છે. પાંચસો ઘોડા, રાઇફલો, જંજાર અને એમ્યુનિશન હું તમને આપી રહી છું. હવે જાનોરનો કાંગરો પણ ખર્યો છે તો હું તને રાજપૂત નહીં ગણું... ખેરા... નાઉ ગો બિફૉર ઇટ ઇઝ ટુ લેઇટ... જૅક નાનો કીકલો નથી. તે એનું ફોડી લેશે. તેને કારણે તમારે મોડું કરવાની જરૂર નથી.'

ખેરાના ચહેરા પર પારાવાર મૂંઝવણ તરી આવી. ભવાનીસિંહ જેવો ખડ્ડુસ આદમી પણ ગોથાં ખાઈ ગયો. ખજાનો મુગુટલાલને ત્યાં છે તેવી વાત કહીને મારી માએ મને પણ આંચકો આપ્યો હતો. શું ખરેખર એ ખજાનો આપી દેવા માગતી હતી? પણ થોડી જ સેકન્ડોમાં મને સમજાયું કે મારી મૉમે આ વાત કહીને શું બાજી ફેંકી હતી.

એકાએક ખેરાનાં જડબા સખ્ત થયાં. અને તે ધીરેથી બોલ્યો, 'જાનોરને હું પારાવાર ધિક્કારું છું, પણ આજે રાજેશ્વરીદેવી, તમે મને મૂંઝવણમાં નાખ્યો છે. જો ખજાનો મુગુટલાલને ત્યાં નહીં હોય તો હું જાનોરને ભડકે બાળીશ.'

'ખેરા... તું હજુ મને ઓળખી શક્યો નથી. ઓળખી શકીશ ત્યારે ખૂબ મોડું થઈ ગયું હશે...' મારી મૉમ કોઈ આર્ષદ્રષ્ટાની માફક બોલી. ખેરાનાં જડબા તંગ થયાં. તેણે હડપચી પર પોતાનો હાથ ફેરવ્યો અને બોલ્યો, 'સેજલ મારી સાથે આવશે...'

'સેજલ ક્યાંય નહીં આવે...' પથ્થર જેવા સખ્ત અવાજે જૅક બોલ્યો અને તે સાથે જ તેણે પિસ્તોલ કાઢી.

'જૅક...' ખેરા બોલ્યો.

'નહીં ખેરા...' તે બોલ્યો. 'તારી પિસ્તોલ નીચે નાખી દે...'

'જૅક.' તે ફરી બોલ્યો. રહમતમીર ઊભો થવા ગયો તે સાથે જ ગોળી છૂટી. રહમતના ખોળામાં પડેલી તલવારની મૂઠ પર ગોળી વાગી અને તલવાર કાગળના ટુકડાની માફક ઊછળી.

'કમરામાંથી કોઈ પણ હલ્યું છે તો હવેની ગોળી જાન લેશે... ખેરા... તું ત્યાં બેસી જા, સેજલ તું એની સાથે...'

'આ શું જૅક... તું આ શું કરે છે?' મારી મૉમે પૂછ્યું, પણ તેના ચહેરા પર કોઈ ચિંતા ન હતી. ગુસ્સો પણ ન હતો. ભવાનીસિંહ સ્તબ્ધતાથી જોઈ રહ્યો. ખેરાએ પિસ્તોલ નીચે નાખી. જીનાએ તે ઉઠાવી.

'હવે તમે બધા સાંભળી લો... અંગ્રેજોના હાથે નિર્દોષ હોવા છતાં હું મરવા માગતો નથી અને મને પાકી ખાતરી છે કે રાજેશ્વરીદેવી જાણે છે કે સર પૉવેલનું મૃત્યુ કેવી રીતે નીપજ્યું. મને જાનોરમાં રસ નથી કે ખજાનામાં પણ નહીં... મારી સલામતી અને મારી નિર્દોષતા જ અગત્યની છે.'

'જૅક...' ખેરાને સમજાતું ન હતું કે આ શું થઈ રહ્યું છે. જો મેં કે બાલીરામજીએ ધાર્યું હોત તો જીનાએ પિસ્તોલ ઉઠાવી તે પહેલાં જ જૅકને અમે જેર કરી શક્યા હોત... પણ મૉમનું માથું સહેજ હલ્યું અને હું અટક્યો.

'ખેરા, આઈ એમ ગોઇંગ ટુ પ્રૂવ એ ફ્યુ થિંગ્સ. તું મારો દુશ્મન નથી. રહમતમીર પણ નહીં. હવે કહો રાજેશ્વરીદેવી, રાજમહેલમાં સુરંગ ક્યાં છે?' જૅકે પૂછ્યું.

'તારા પ્રશ્ન પરથી લાગે છે જૅક તું એ સવાલનો જવાબ જાણે છે...'

'પિસ્તોલનો ઘોડો જેની હથેળીમાં હોય તેને સવાલ પૂછવાનો અધિકાર મળે છે અને નાળચું જેની સામે હોય તેને જવાબ આપવાની ફરજ બની જાય... મારે સીધો જવાબ જોઈએ...' કહીને તે જીના તરફ ફર્યો. ભવાનીસિંહ પાસે

ઓથાર-૨

પિસ્તોલ છે અને રહમતમીર પાસે ચાકુ છે.'

જીના ધીરેથી, સાવચેતીથી એ બંનેની નજીક ગઈ. ભવાનીસિંહ પિસ્તોલ આપી દેવા માગતો ન હતો, પણ ખેરાએ તેની સામે જોયું અને બોલ્યો, 'મામુ... પિસ્તોલ આપી દો... જૅક, તું પાગલ થઈ ગયો છું...!'

'મામુ પિસ્તોલ આપી દો...' ખેરાએ ફરી વાર કહ્યું. જીનાએ એક હાથ લંબાવીને ભવાનીસિંહની પિસ્તોલ લઈ લીધી.

'પાગલ તમે લોકો છો. શું તમે એમ માનો છો કે જાનોરની આ મહારાણી તમને ખજાનાની ખેરાત કરી દેશે...! સુરંગ ક્યાં છે યૉર હાઇનેસ...' જૅકે પૂછ્યું.

મારી મૉમે જવાબ ન આપ્યો. જૅકે ગોળી છોડી. મારી મૉમના માથા પરથી ગોળી પસાર થઈને પાછળ લટકતી ઢાલમાં ભયાનક અવાજ સાથે ખૂંપી. 'સુરંગ ક્યાં છે યૉર હાઇનેસ... અને રહમતમીર, તમારે પણ હલવાની જરૂર નથી. હું તમારો દુશ્મન નથી. જીના, રહમતમીર અલીને ચાકુનો ભાર લાગે છે.'

'આ બધું છે શું?' રહમતમીર બોલી ઊઠ્યો.

'એ સમજતાં તમને થોડી વાર લાગશે.' જૅક બોલ્યો, 'પહેલાં ચાકુ નીચે સરકાવી દો. પછી તમને સમજાવું છું.' જૅકે કહ્યું. રહમતે ખેરા તરફ જોયું. ખેરાના ચહેરા પર મુસ્તાકી હતી... તેને કદાચ ખ્યાલ પણ આવ્યો હતો કે જૅકને નિઃશસ્ત્ર કરવામાં બાલીરામજી ઢીલ કરી રહ્યા છે.

'સુરંગ ક્યાં છે?' તેણે ફરી પૂછ્યું.

'જૅકને સુરંગમાં લઈ જાઓ બાલીરામજી...' મૉમે કહ્યું.

જૅકના ચહેરા પર સ્મિત આવ્યું. 'જોયું ને ખેરાસિંહ, મહેલમાં સુરંગ છે તે વાત હવે આ મહારાણી કબૂલી રહ્યાં છે.'

'મેં ક્યાં તેની ના પાડી હતી જૅક! તેં તો મને ખજાનાનું પૂછ્યું હતું. બાકી મધ્ય પ્રાંતના અનેક રાજમહેલમાં સુરંગો છે. બાલીરામજી, જૅકને સુરંગમાં લઈ જાઓ... ત્યાં ખજાનો હોય તો જૅક ભલે લઈ જતો.'

'એટલી સરળતાથી હું જવાનો નથી.' જૅકે કહ્યું અને ઉમેર્યું.

'તમે આરામથી બેસો, ખેરા, તું મારો દુશ્મન નથી. રહમતમીર, તું પણ નહીં, પણ આજે હું તમને એક એવી વાત કરવા માગું છું જેથી તમે સમજી શકો કે જાનોરની આ મહારાણી તમને શેતરંજનાં પ્યાદાં સમજે છે. તમે માનતા હો કે તમે જાનોર જીતી લીધું છે... ખેરાસિંહ, જાનોર જીતવાથી કોઈ ફાયદો થવાનો નથી. મારી વાત તું સમજી શકીશ તો અંગ્રેજો પાસેથી તને

કટંગી પાછું અપાવી શકીશ...'

'તારી વાતમાં મને જરૂર રસ પડે છે જૅક...' ખેરા બોલ્યો.

'કમનસીબે બાબા હરિભજન અહીં નથી તેનું મને દુઃખ છે.' જૅક બોલ્યો. 'એ બારણું બંધ કરીને તમે અંદર ઊભા રહો બાલીરામજી... મારી ક્યાંય ભૂલ થતી હોય તો તમે સુધારી શકશો...'

'તારે શું જોઈએ છે જૅક...' મૉમે પૂછ્યું.

'ઑનરેબલ ઍક્વિટલ અને સર પૉવેલના ખૂનીનું નામ...'

ઑનરેબલ ઍક્વિટલ હું તને અપાવવા પ્રયત્ન કરીશ પણ સર પૉવેલના ખૂનીનું નામ મને ખબર નથી. જૅક... તું જીદ કરી રહ્યો છું...'

'જીદ નહીં મહારાણી, બાબા હરિભજને મને બધો જ ઇતિહાસ કહ્યો છે' જૅક બોલ્યો. બાલીરામજીએ બારણું બંધ કર્યું.

'ખેરાસિંહ, આ માણસ પાગલ થઈ ગયો છે પછી મને દોષ ન દેતા.' 'એને બોલવા દો.' ખેરાએ હુકમ કર્યો.

જૅકના એ શબ્દો સાંભળીને, એ કમરામાં ઊભેલા સૌના કાન સરવા થયા. મારી મૉમ અને બાલીરામજી કદાચ આંચકો અનુભવી રહ્યાં હશે. ગમે તેમ પણ તેમણે જૅકને રોકવા કોઈ પ્રયત્ન કર્યો નહીં. આખી 'સિચ્યુએશન ટેન્સ' હતી. બહાર મહેલના કંપાઉન્ડમાં જાનોરના ખૂંખાર ગારદીઓ કેસરિયાં કરવાની રાહ જોતા ઊભા હતા. ઘોડાર પાસે રાઇફલોનો ખડકલો થયો હતો. ઘોડાઓ એકઠા થઈ રહ્યા હતા. કોઠારમાંથી જૂનો સાજ અને નવા પુરજા એકઠા કરવામાં આવી રહ્યા હતા અને મહેલના વિશાળ કંપાઉન્ડની બહાર રહમતમીરના ભયાનક પિંઢારી ધાડાએ પડાવ નાખ્યો હતો.

આ તરફ મેજર ગૉડફ્રે, કેન્ટોન્મેન્ટ વિસ્તારમાં ધીખતી ધરા કરીને જાનોર તેમ જ જાનોર પર ચઢી આવેલાં બર્બર ધાડિયાંને વળતો અને છેલ્લો મુકાબલો આપવાની તૈયારીમાં લાગ્યો હતો. મારી મૉમ આ કટોકટીની પળે, પણ એવી જ સ્વસ્થ હતી. એ સ્વસ્થતાને કારણે હું અકળાતો હતો. મારી મૉમના ચહેરાને નીરખીને હવે હું પણ આગાહી કરી શકતો હતો. મૉમની સ્વસ્થતામાં મને વિજયની મુસ્તાકી દેખાતી હતી.

'શું કહેવાનું છે જૅક...' ખેરાએ પૂછ્યું.

'આમ જુઓ તો એક જ વાક્ય કહેવાનું છે ખેરા... પણ એ વાક્ય સમજવા મહાભારત ઉખેળવું પડશે.' તે બોલ્યો.

'લંબાણથી વાતો કરવાનો આ સમય નથી. એ તમારે સૌએ સમજવું જોઈએ.' બાલીરામજીએ કહ્યું.

'મારે બાલીરામજી, એ જ કહેવાનું છે આ ખેરાસિંહને. તેના આ ભડવીર મામાને. આ પિંઢારી રાજાને અને સંતોજી બારનીશની દીકરી હાજર હોત તો તેને મારે આ જ કહેવાનું છે. એક વખત લંબાણપૂર્વક આ સૌએ વિચાર્યું હોત તો શેતરંજનાં કાળાંધોળાં ચોકઠાં પર જાનોરની ચાલે ચાલતા આ લોકો નિર્જીવ પ્યાદાં ન હોત...'

'આ શું બકવાસ છે? મને બકવાસ પસંદ નથી...' રહમતમીર બોલ્યો.

'તું એક મિનિટ ચૂપ રહીશ. જેક, તારે જે વાત કરવાની હોય તે જલદી કરી લે. આજે મારે પણ કેટલાક નિર્ણય લેવાના છે.'

'એ નિર્ણય તું લઈ શકે એટલે જ આ વાત કરી રહ્યો છું.' જેક બોલ્યો.

'પણ તેમાં પિસ્તોલ તાકવાની જરૂર નથી.' ખેરા બોલ્યો.

'એ તને પછી સમજાશે ખેરાસિંહ...' જેકે ઊંડો શ્વાસ લીધો. 'તમે બધા જ એક રાક્ષસી શિંગડામાં ફસાયેલા આદમીઓ છો. જાનોરની રાજરમતનો તને તો શું ખેરા... પણ સંતોજી બારનીશ જેવા આદમીને પણ ખ્યાલ આવ્યો નહીં. જિંદગીભર એ આદમી ઝઝૂમ્યા. તેનું કુટુંબ, તેની અદ્‌ભુત દીકરી, તેના શાગિર્દો... બધા જ રઝળપાટમાં જીવ્યા. આજે પણ જીવે છે. અરે, તારો જ દાખલો લે ને ખેરા... કટંગીનો તું રાજા ઠાકુર... અને તારી દશા શું છે? ઘોડાની લાદની વાસમાં તારો ડેરો હોય છે... જાનોરનો રાજકુમાર શીમળાની તળાઈમાં સૂએ છે અને તારે પલાણને ટેકે માથું રાખીને ડળીના બિછાને સૂવું પડે છે. ઘોડાના જીન પર તારી જિંદગીનાં બેનમૂન વર્ષો ગયાં. તબેલામાં તારું ભણતર થયું... કદી તને એ વિચાર ન આવ્યો કે આવું શા માટે? કદી તેં વિચાર્યું નહીં કે શા માટે ચન્દ્રની આ બાજુ કાળી છે?'

'વિચાર્યું છે જેક, આ નસીબની તાસીર નથી. જિંદગીને હું તાશ સમજું છું. પાનું પસંદ કરવાનો અધિકાર મારો છે. અંગ્રેજોના બગલબચ્ચા થઈને જીવવાનું મને પસંદ નથી. જાનોર બગલબચ્ચું છે. અંગ્રેજોની કદમબોસી કરીને સિંહાસન પર સૂવું તેના કરતાં ગૌરવથી ઘોડાની સૂકી લાદ પર માથું ટેકાવવું મને પસંદ છે જેક... ભલે આપણી ઉમર સરખી હોય, પણ મેં જેટલી દિવાળીઓ જોઈ છે તે બધી જ દિવાળીઓની આતશબાજીના રંગ જુદા હતા. તેમાં સાચો ગોલાબારૂદ અને સાચુકલા ખૂનનો આતશ પ્રગટ્યો હતો. આ બધી વાત હું

ક્યારેક કરીશ તને... જાનોર તો અંગ્રેજોનું બગલબચ્ચું છે. જાનોરનો રાજા ગદ્દાર હતો. તેની રાણી રાજકીય મુજરા કરનારી ઓરત છે. ગદ્દારીનાં બે પરિણામો હોય છે: એક તો મોત અને બીજું વૈભવ. ખુદ્દાર રાજકારણી પોતાનો રસ્તો શિયાળની જેમ પસંદ કરી લે છે. હોશિયારીથી કરેલી ગદ્દારી જેટલો લાભ આપે છે તેટલો લાભ સામી છાતીએ કરેલી જીતથી મળતો નથી.

'એક વાત મારે ચોક્કસ કહેવી પડશે કે વિક્રમસિંહજીએ ગદ્દારી પણ ગણતરીથી કરી હતી. જ્યારે મારા બાપુને એ સમજાયું ન હતું, પણ તેનો મને આનંદ છે. વિપ્લવવાદીઓની હાર નિશ્ચિત હતી. તે જાણીને વિક્રમસિંહે જે પગલું લીધું તેમાં રજપૂતાઈ ન હતી, પણ ખંધાઈ જરૂર હતી, પણ હું એવો આદમી નથી. મેં કોઈ ખંધાઈ, કોઈ ગદ્દારી કરી નથી તેનો મને ગર્વ છે.'

'ખેરા... આ ગર્વ... આ રાજવટનું હુંપદ... આ ગરુરમાં જ નર્મદાતટના રાજવીઓએ રાજ ગુમાવ્યાં છે. મને એ કહી શકીશ ખેરા કે આખું મધ્યહિન્દ અંગ્રેજોના તાબા હેઠળ છે ત્યારે આ નાનકડા જાનોરની શી ગુંજાઇશ! આ રાજ્ય શી રીતે ટકી રહ્યું છે?'

'ઓહોહો જૅક મૅકગ્રેગર... શા માટે ભેજું ખરાબ કરે છે. મેં કહ્યું ને કે જાનોર અંગ્રેજ રિયાસતનું બગલબચ્ચું છે અને તેની રાણી, ગોરા, જાત વગરના અંગ્રેજ અફસરની કુર્નિશ બજાવે છે. કુત્તો ખાઈપીને માતેલો બને અને પોતાના માલિકની પથારીમાં સૂઈ જાય. માલિકની થાળીમાંથી પણ ખાઈ શકે છતાં કુત્તો કુત્તો જ રહે છે... શેર નથી બની શકતો.' ખેરાએ જવાબ આપ્યો. કમરામાં સહેજ પડઘા પડતા હતા. આ આખોય વાર્તાલાપ નાટકના કોઈ દશ્યની જેમ ચાલી રહ્યો હતો.

'ખેરાસિંહ, મને રંજ થાય છે કે તું સમજી શકતો નથી. વિક્રમસિંહે વિપ્લવમાંથી હઠીને જે બગાવત કરી તેને કારણે તેમનો વાળ વાંકો ન થયો. આઈ મીન તેમનું રાજ્ય એમનું એમ રહ્યું. સંતોજીને અને તને હંમેશ લડતા રાખીને આ મહારાણીએ અંગ્રેજો પર એક ભય ચાલુ રાખ્યો. બાબા હરિભજન કહેતા હતા કે સિંધિયાએ આવું જ નાનાસાહેબ પેશ્વા સાથે કર્યું હતું. પેશ્વાએ હિંદની ધરતી છોડી ત્યાં સુધી સિંધિયાની ઉપકારવશતા લીધી હતી અને તાજુબની વાત તો એ છે કે એ ઉપકારની પાઈએ પાઈ સિંધિયાએ વસૂલ કરી હતી. એવી દશા આ મહારાણીએ સંતોજીની કરી... એક રીતે તારી પણ કરી અને મારી પણ એ જ સ્થિતિ કરી છે. આજે જ્યારે તમે જાનોરને

ધમરોળી નાખવાની સ્થિતિમાં હતા ત્યારે આ ઓરતે શું ચાલ ખેલી છે તે તને સમજાતું નથી, ખેરા?'

'શું ચાલ ખેલી છે?' ખેરાને બદલે રહમતમીરે કહ્યું.

'હુકમનાં બધાં પત્તાં જાનોરના હાથમાં આવી ગયાં છે, ખેરા...'

પણ ખેરો કશું બોલ્યો નહીં. તેને બદલે ભવાનીસિંહે પૂછ્યું.

'મતલબ?'

'ખજાનો જબલપુરમાં છે... બાબા હરિભજન જબલપુરમાં છે. સંતોજીના અને તારા આદમીઓ જબલપુરમાં છે. ખેરા... સંતોજીની દીકરી પણ જબલપુરમાં છે... જ્યારે જાનોરમાં તું છું. રહમતમીર છે... અને સર પૉવેલનો કહેવાતો ખૂની હું પણ અહીં છું.' જૅકે શ્વાસ લીધો. 'અર્થ સમજાય છે હવે? કેટલો મોટો સોદો આ મહારાણીસાહેબ અને બાલીરામજી અંગ્રેજો સાથે કરી શકશે એ તને સમજાય છે?'

'એ બધું મને સમજાય છે, પણ એ હું થવા નહીં દઉં જૅક...'

'એ તારી ભ્રમણા છે.' જૅક બોલ્યો. 'જાનોર પરની તમારી ભીંસ ચાલી જશે. પછી તમારી પાસે રમવા જેવું એક પણ પત્તું નહીં રહે.'

'આ બધું તારે કહેવાની શી જરૂર છે?' રહમતમીરે પૂછ્યું.

'કારણ, હું મારો રસ્તો કરવા માગું છું.' તે બોલ્યો.

'તારો રસ્તો?'

'હા, ખેરા. સર પૉવેલ જીનાના ભાઈ થાય તે તો તને ખબર છે ને! એમનું ખૂન થયું હોય અને વગર કારણે મારે એ પાપનું પોટલું ઉપાડીને ભાગતા ફરવું પડે તે મને પસંદ નથી.'

'પણ તું શા માટે ડરે છે? બાબા હરિભજન તારી સાથે છે.' ખેરાએ કહ્યું, 'અંગ્રેજો આજ બે દાયકાથી હરિભજનને પકડી નથી શક્યા. તને બાબા સલામત રાખી શકશે.'

'ભાગવાથી કે લડવાથી હું ડરતો નથી ખેરા, પણ જે કામ જાનોરની રાજરમતમાં થયું છે તે માટે મારે શા માટે સહન કરવું જોઈએ? હું જાનોરની બાજી ખુલ્લી પાડી દેવા માગું છું. વિક્રમસિંહથી માંડીને આજ દિન સુધીની વાત હું વાઇસરૉયને કહીશ. તેના પુરાવા આપીશ અને ઑનરેબલ ઍક્વિટલ માંગીશ...'

'તેમાં મને શું વાંધો હોઈ શકે? તને ફાવે તે તું કરી શકે છે.' ખેરાએ

જવાબ દીધો, 'હવે તને સંતોષ થયો ને!'

'નહીં ખેરા... મને ઍક્વિટલ મળે, ત્યાં સુધી મારે સલામત રહેવા કંઈક તો કરવું પડશે ને!' જૅક મૅકગ્રેગર હસીને બોલ્યો.

'તે કરને. તેમાં મારે શું? મને શા માટે પૂછે છે?'

'કારણ મારે તને પણ આ સોદામાં... સોદા કરતાં સાહસ શબ્દ બરાબર છે. મારે પણ તને આ સાહસમાં સામેલ કરવો છે.' જૅકે ધીરેથી ઊંડો શ્વાસ લીધો. 'જો ખેરા... આજે જાનોરના રાજમહેલમાં અંગ્રેજોના કટ્ટર દુશ્મનો એકસાથે એકઠા મળ્યા છે. હું પણ બેવજૂદ અંગ્રેજોને મન દુશ્મન છું. હવે ધાર કે આ મીઠી કેરીઓનો ટોપલો હિંદના વાઇસરૉયને એકસાથે જ કોઈ ભેટ ધરી દે તો અંગ્રેજો તેને શું ઇનામ ન આપે?'

'એટલે?' ખેરા બોલ્યો અને તે સાથે ભવાનીસિંહ ઊભો થયો.

'રિલૅક્સ ભવાની...' જીનાએ એકાએક રાઇફલ તાકી.

'બેસી જાઓ મામુ... જીનાને ખૂબ થાક લાગ્યો છે. આ કમરામાં ખૂનરેજી થાય તેવું હું ઇચ્છતો નથી. નાઉ કમિંગ ટુ વૉટ આઈ વૉઝ સેઇંગ... વેલ... ખેરા... આ કેરીનો ટોપલો વાઇસરૉયને હું ભેટ ધરી દઉં તો કેમ લાગે છે? કે પછી રાજેશ્વરીદેવીના ભાવિ વેવાઈ સર વિલિયમ્સને આપું? તેમની દીકરી જાનોરની રાજરાણી બને તે પહેલાં મને લાગે છે તેમને આ ભેટ ગમશે.'

જૅકના શબ્દોથી આખા રૂમમાં અચાનક સ્તબ્ધ પરિસ્થિતિ સર્જાઈ. ખેરાના ચહેરા પરથી શરાબ ઢોળાઈ ગઈ. મેં મારી મૉમ સામે જોયું. તેની આંખમાં સહેજ પણ ઉચાટ ન હતો.

જૅક... જૅક... મૅકગ્રેગર તું... તું દગો કરવા માગે છે? બાબા હરિભજનને લીધે મેં તને ખતમ ન કર્યો તે તને ખબર છે ને... બાકી તારી આ અંગ્રેજ ઓરતને મેં ક્યારનીય–'

'એ મને ખબર છે... અને એટલે જ દગો શબ્દ બરાબર નથી, ખેરા! આ તક છે. મારે માટે અને તારે માટે. એ પોલિટિકલ ઓપૉર્ચ્યુનિટી, રહમતમીર માટે પણ આ તક છે.' જૅકના ચહેરા પર વિજયનું સ્મિત આવ્યું. 'તમારું શું માનવું છે ડૉક્ટર હુસન!' તેણે ડૉક્ટર તરફ જોઈને પૂછ્યું. 'તમે તો ઉમ્મરમાં મોટા છો અને મધ્ય પ્રાંતનો ઇતિહાસ તમે બરાબર જાણો છો–'

ખેરાએ ધીરેથી આજુબાજુ નજર ફેરવી. એક ક્ષણ તેણે આંખ મીંચી, અને હસ્યો. 'ઓહ જૅક... ખરેખર... પણ તો પછી તારે આમ પિસ્તોલ

તાકવાની જરૂર નથી.'

'અરે દોસ્ત! હાથમાં પિસ્તોલ છે એટલે તો તમે સૌ સાંભળી રહ્યા છો અને જાનોરની મહારાણી સ્તબ્ધતાથી ઊભી છે. વેલ... મારે બે વાત કહેવાની છે સર પૉવેલના ખૂન બાબત, બાબા હરિભજનને જે શંકા છે તે મને પણ છે. તેમનું ખૂન કેવી રીતે થયું, તે કોણે કર્યું તેની માહિતી બાબા લાવી શકશે. છતાં મેં પણ કેટલાંક તારણો કાઢ્યાં છે. અલબત્ત, મને તો મારા પર મુકાયેલા બેરહમ આરોપ સાથે જ નિસ્બત છે. જીના મને સમજે છે, પણ સર પૉવેલની પત્ની અને બીજા અંગ્રેજ અફસરો એ વાત સમજે કે મેં ખૂન નથી કર્યું એમાં જ મને રસ છે. આજે એ બધી વાત ખુલ્લી પાડવાનો અવસર છે અને આવેલો અવસર વેડફી દેવામાં હું માનતો નથી.'

'એટલે તું અમને સૌને પકડાવી દેવા માગે છે! ભીંત ભૂલે છે જૅક મૅકગ્રેગર... તારી આંગળીનો એક કટકો પણ આ મહેલમાંથી બહાર લઈ નહીં શકે.' ભવાનીસિંહ તડુકી ઊઠ્યો.

'એટલી સામાન્ય વાત મને સમજાતી ન હોત તો મેં નર્મદાતટના માંધાતાઓ સામે પિસ્તોલ ન તાકી હોત... ખેરા... તારે કટંગી પાછું લેવું હોય તો આ તક છે. આવી તક ફરી નહીં આવે. તું મારી સાથે જોડાઈ શકે છે. મધ્ય પ્રાંતમાં વિપ્લવ નિષ્ફળ ગયો અને કટંગીનું રાજ્ય ખાલસા થયું તેનું કારણ કટંગીના ઠાકુરોએ ઉગામેલાં શસ્ત્રો ન હતાં. તેનું કારણ વિક્રમસિંહની બગાવત હતી. કટંગીની પીઠમાં જાનોરે ખંજર માર્યું તેના પુરાવા બાબા હરિભજન આપી શકે તેમ છે. વિક્રમસિંહ બિટ્રેઇડ ધ—'

'શટ અપ યુ ફુલ... યુ ડુ નોટ નો ધ—'

'બ્રી ક્વાયટ સેજલસિંહ...' તેણે મને બોલતો અટકાવ્યો.

'મોરનાં ઈંડાં ચીતરવાં નથી પડતાં. જેવી મા છે તેવો જ બેટો છે અને અત્યારે હું તારી સાથે નહીં, ખેરાસિંહ સાથે વાત કરી રહ્યો છું.'

ખેરાએ તેની સામે જોયું. હાથ સહેજ ઊંચા કર્યા અને અંગ્રેજોની માફક ખભા સંકોડ્યા. 'ઓ.કે. જૅક... ટેલ મી યૉર પ્રપોઝલ...'

'શું બોલ્યો, ખેરા!' રહમત એકાએક બોલી ઊઠ્યો. 'તારે આ અંગ્રેજ સાથે સોદાબાજી કરવી છે?'

'રહમત, તું ઘડીભર શાંતિ રાખીશ... બોલ જૅક, તારી શું પ્રપોઝલ છે?'

'ડૉક્ટર હ્યુસન આપણો કેઇસ રજૂ કરશે. આપણે અંગ્રેજ સલ્તનતને

મુગલ સલ્તનતની શાહી ચીજોની સોંપણી કરીએ. એ ચીજો કેવી રીતે જાનોર આવી તેનો ઇતિહાસ કહીએ. સર પૉવેલનું ખૂન કેવી રીતે થયું. મારા ઘોડા શા માટે ચોરવાનું કાવતરું ઘડાયું હતું. જાનોર કેન્ટની જેલ શા માટે તૂટી એ બધીય વાતો સાથે જાનોરની રાજરમતનો અંત આણીએ... અંગ્રેજ સલ્તનતને વફાદાર બનવાની બાંયધરી આપીએ, અંગ્રેજોને વફાદાર માલગુજારીઓ અને ઠાકુરોને, રાઉટીઆ અને કોલટાઓને બિચકાવીને કેવી રીતે ગોલાકી મઠનું ધીંગાણું સર્જાયું તેનો પણ અહેવાલ આપીએ...'

'અને પછી...!'

'તે સામે આપણે માગણીઓ મૂકીએ. નંબર વન... મારું ઑનરેબલ ઍક્વિટલ... નંબર ટૂ... તારું કટંગી તને પાછું, નંબર થ્રી... હરિભજન સામેના કેસની વાપસી. નંબર ફૉર... જાનોરનું ઍનેક્સેશન... અને શાહી ચીજોમાં આપણાં પર્સેન્ટેજ...' જેક બોલ્યો.

'બહોત ખૂબ જેક... તારું એમ કહેવું છે કે અંગ્રેજો સોનાની થાળીમાં દસ્તાવેજો મૂકીને આપણને વધાવી લેશે?' ખેરાએ પૂછ્યું.

'ચોક્કસ વધાવી લેશે. મધ્ય પ્રાંતમાં તેમને શાંતિ જોઈએ છે. એક વખત તેમને ખાતરી થાય કે અશાંતિનું કારણ કટંગી નથી મેકલ નથી, પણ જાનોર છે. પછી તેમને મારી... આઈ મીન આપણી પ્રપોઝલ સ્વીકારવામાં વાંધો આવવાનો નથી.'

'અચ્છા... પછી આ રહમતમીરનું શું?'

'એની વાત તો સાવ સહેલી છે. અંગ્રેજો ઇચ્છે છે કે પિંઢારીઓ તેમના બનીને રહે. તેમને જો સાચોસાચ કોઈની બીક હોય તો તે પિંઢારીઓની છે.'

'એટલે જેક, તું એમ કહેવા માગે છે કે રહમતમીરે અત્યાર સુધી કરેલી અંગ્રેજ ખૂનરેજીને તે માફ કરી દેશે?' ખેરાએ પૂછ્યું.

'વિપ્લવમાં જોડાયેલા કેટલાયને અંગ્રેજોએ માફ નથી કર્યા શું?' જૅકે પૂછ્યું.

'બાબા હરિભજન જેવા કેટલાયને તેમણે માફીનું કહેવા છતાં ઠાર માર્યા છે.'

'કારણ તેમણે ક્યારેય શસ્ત્રો હેઠાં નથી મૂક્યાં, પણ રહમતમીર શસ્ત્રો હેઠાં મૂકવા તૈયાર હોય તો અંગ્રેજો ગમે તે કરવા તૈયાર થાય.'

'અને મારે તમારી આ ગદ્દારીમાં જોડાવું ન હોય તો?' રહમતે પૂછ્યું.

'તો તને જાનોરમાં જેટલી લૂંટ ચલાવવી હોય તેટલી ચલાવી લેવાનો બંદોબસ્ત હું કરી આપીશ... પણ મારો એક પ્રશ્ન છે રહમત... ક્યાં સુધી

તું આવી લૂંટફાટો કરતો રહીશ... ક્યાં સુધી જંગલમાં ભટકતો રહ્યા કરીશ... ક્યારેક તને નવાબ રહમતમીર-અલી તરીકે ઓળખાવાનું મન નથી થતું?' ક્યારેય આવા રાજમહેલમાં...' કહીને જેક અટક્યો. તેણે મારી મૉમ સામે આંગળી કરીને રહમતને પૂછ્યું.

'આવા રાજમહેલમાં આવી સુંદર ઓરતને બેગમ બનાવીને રહેવાની ઇચ્છા નથી થતી?'

'શટ અપ જેક... તને હું બરદાસ્ત નહીં કરી શકું.' મેં કહ્યું, પણ જેક હસ્યો.

'તારી વાત વિચારવા જેવી છે.' રહમતે જવાબ આપ્યો.

'તો ડૉક્ટર હુસન મને લાગે છે કે ખેરાની 'હા' છે.'

'હા નથી, પણ હકારમાં ડોકું ધુણાવ્યા વગર મારો છૂટકો નથી.'

'શાહબાશ ખેરા... મને ખાતરી હતી કે તું વિચારીશ. તું જેમ જેમ વિચારતો જઈશ તેમ તેમ મારી વાત તને ગળે ઊતરશે. ખેરા, તું તારી મિલકત પાછી મેળવી શકીશ... કટંગીના દરબારમાં ઉન્નત મસ્તકે રહી શકીશ. તારી દોડભાગ ચાલી જશે ખેરા... અને આ મામુ એશારામમાં તેમની પાછલી જિંદગી વિતાવી શકશે...'

ખેરા વિચારમાં પડ્યો. તેણે રહમત સામે જોયું.

'ઓ.કે. આઈ એગ્રી... જેક... પિસ્તોલ ખલેચીમાં મૂકી દે...'

'એ હમણાં નહીં, ખેરા... જ્યાં સુધી આખીય વાત પાર પડે નહીં ત્યાં સુધી પિસ્તોલ ખલેચીમાં નહીં મુકાય...' જેક બોલ્યો. 'રહમત, તારે એક જ કામ કરવાનું છે. આ મહેલમાં સુરંગ છે. એ સુરંગમાં તારે... આ... સુંદર મહારાણીસાહેબાને સાથે રાખીને રહેવાનું છે. જ્યાં સુધી એ તું કરી શકીશ ત્યાં સુધી તારો વાળ વાંકો નહીં થાય...'

'શાહબાશ જેક...' લાંબી શાંતિ પછી એકાએક મારી મૉમ બોલી. 'ધન્યવાદ... જેક... યુ... આર એ રિઅલ પૉલિટિશિયન... આઈ લાઇક ફાસ્ટ થિન્કર્સ... યુ આર રિયલી ફાસ્ટ... ફાસ્ટ ઍન્ડ ફૉર્મિડેબલ... માય કૉમ્પ્લિમેન્ટ્સ ટુ યુ... માય હાર્ટિએસ્ટ કૉમ્પ્લિમેન્ટ્સ... કદાચ આપણે બે જણે આવી સોદાબાજી કરી હોત તો હું હરિભજનને અહીં સાથે રાખત. ખેરો ચાલાક દેખાય છે તેટલું જ... બાકી એ બિચારો ભલો આદમી છે. એના બાપ જેવો ભલો. એ તેની મા જેવો હોત અથવા તારા બાપ જેવો હોત તો

આજે રંગ જામ્યો હોત... ચિઅર્સ માય યંગ ફ્રેન્ડ્ઝ... વૉટ શેલ વી ડ્રિન્ક!'

'ડ્રિન્ક?' ખેરાએ પૂછ્યું.

'યસ... મારા વહાલા ખેરાસિંહ, લેટ અસ ગીવ એ ટોસ્ટ ટુ ધ વિક્ટર...'

'હું સમજ્યો નહીં.' ખેરાએ કહ્યું.

'સમજીશ ત્યારે તારા પગના તળિયા હેઠળ ધરતીકંપ સરજાશે ખેરા... ભીતરમાં આગ બળશે. નસોમાં ખૂનનો ઊભરો આવશે અને આંખમાંથી આગ ઝરશે... ખેરા... એક અર્ધ અંગ્રેજની પિસ્તોલને નાળચે આજે તું કટંગી ખોઈ રહ્યો છું.'

'શું કહ્યું?' ખેરાએ પૂછ્યું.

મારી મૉમે ઊંડો શ્વાસ લીધો. તેના ચહેરા પર રોજના જેવું સ્મિત આવ્યું. એ સ્મિતમાં વિજયની મુસ્તાકી હતી. 'બેસ ખેરા... અહીં મારી બાજુમાં બેસ.'

'સ્ટૉપ ધીસ' ખેરાએ પગ ઉપાડ્યો અને જેક તડૂક્યો.

'પુઅર જેક... પુઅર જેક ઇન ધ બૉક્સ' મારી મૉમ બોલી અને ખડખડાટ હસી. 'જેક, બધા જ ઘોડા ઉછેરનારા રાજાઓ બની જતા હોય તો લોકો તબેલા બાંધવાનું જ કામ કરે... તેમ છતાં મને પ્રયત્ન કરનારા માણસો ગમે છે... વેલ જેન્ટલમૅન પિસ્તોલ્સ એપાર્ટ... વૉટ ઇઝ યૉર ચોઇસ ફૉર ધ ડ્રિન્ક્સ... આઈ થિંક યુ આર ઓલ ઇન ફૉર એ લૉંગ ડે' મારી માએ ગૉંગ વગાડ્યું.

'જાનોરની મહેમાનગત મેં ખૂબ માણી છે. અત્યારે જરૂર નથી મહારાણી! આ પીણાનો સમય નથી. પીણા સાથે કે પીણા વગર આ કમરામાં હું કોઈને પ્રવેશવા દેવાનો નથી.' જેક કરડાકીથી બોલ્યો. તેણે જીના તરફ આંખ ફેરવી. 'તું જા જીના... મેજર ગૉડફ્રેને મારો સંદેશો આપ.'

'જીના, તારી જિંદગી જોખમમાં મૂકીશ નહીં. બહાર લોકો તને રહેંસી નાખશે.' મારાથી બોલાઈ જવાયું.

'તેની ચિંતા તમારે કરવાની નથી. તેની ચિંતા બાલીરામજી કરશે. કારણ બાલીરામજી તેની સાથે જશે.' જેક બોલ્યો.

'હું તારો હુકમ માનવા તૈયાર નથી.' બાલીરામજીએ તરત જ કહ્યું.

'મારા હુકમનો અનાદર કરવામાં આપને કંઈ નુકસાન થવાનું નથી. પરંતુ જાનોરનો રાજકુમાર લંગડો થાય તેવું તમે પસંદ નહીં જ કરો. જીનાને જાનોર કેન્ટમાં મૂકી આવવાની વ્યવસ્થા કરો. ડુ યુ અંડરસ્ટૅન્ડ... એકની એક વાત ફરી ફરીને કહેવાનો મને કંટાળો આવે છે, પણ જીનાને કંઈ થયું છે તો સેજલસિંહ

સલામત નહીં રહે...' જૅકના અવાજમાં કટ્ટર નિર્ધાર હતો. ડૉક્ટર હ્યુસન... ગોળી ચલાવતાં ખચકાશો નહીં. બાલીરામજી તમે જાઓ છો કે નથી જતા?'

'બાલીરામજી, મને લાગે છે કે જૅકની વાત બરાબર છે. તમે જાઓ.' મારી મૉમે કહ્યું. બાલીરામજીએ પગ ઉપાડ્યા.

'એક મિનિટ, જૅક, તું જીનાને મોકલીને અંગ્રેજોને અહીં લાવવા માંગે છે?' ખેરાએ પૂછ્યું.

'તે વગર બીજો રસ્તો નથી ખેરા... આમ ને આમ મા-દીકરા પર હું એકલો કાબૂ ન રાખી શકું... મારે મદદ તો જોઈશે જ અને તમે લોકો મારી વાત સમજવા માંગતા નથી.' જૅકે જવાબ આપ્યો.

'તારી વાત અમારે સમજવાની જરૂર નથી.' રહમતમીર બોલ્યો.

'એટલે તો તમારા પર બંદૂકો તાકી રાખી છે.'

'એટલે તું અમને... મને રહમતમીર અલીને, નર્મદાકાંઠાના સાવજને અને આ ખેરાને, આ ભવાનીને બાનમાં રાખવા માંગે છે?' રહમતમીરે પૂછ્યું.

'ઘણા સમય પછી તમે સાચો પ્રશ્ન પૂછ્યો. મીર...' મારી મૉમે હસીને કહ્યું.

'આ ચર્ચા સાંભળવા તારે ઊભા રહેવાની જરૂર નથી. જીના... તને પણ મારી વાતમાં શંકા ઊપજે છે? આઈ ટેલ યુ એવરીથિંગ ઇઝ ઑલ રાઇટ... યુ જસ્ટ ગો... મેજર ગૉડફ્રેને વાત કર... બાલીરામજી, જાઓ તમે.'

બાલીરામજી અને જીના કમરાની બહાર નીકળ્યાં. મારી મૉમના ચહેરા પર થોડી રાહત આવી. કમરામાંથી એક બંદૂક ઓછી થઈ ગઈ હતી અને બાલીરામજી કમરાની બહાર નીકળી શક્યા હતા.

'વેલ... જૅક, તું જીત્યો.' મૉમે કહ્યું.

'મારે કોઈ સોદાબાજી કરવાની નથી. મને તો ખાતરી હતી કે હું જીતીશ. સર પૉવેલને ખતમ કરીને મને પણ ખતમ કરવાનો તમારો ઇરાદો બર ન આવ્યો.' જૅક બોલ્યો.

'તું હજુ નાદાન છું જૅક... ધાર કે સર પૉવેલને મેં ખતમ કરી નાખ્યા તો તને ખતમ કરવામાં વાર શું થવાની હતી? પણ ગમે તેમ તોયે મારે ખેરાનો તો ખ્યાલ રાખવો રહ્યો ને! તેને કંઈ થઈ જાય તો કટંગીનો વંશવેલો ખતમ થાય તેવું તો હું ન જ કરી શકું ને!' મૉમે કહ્યું.

'આ બધી શું વાત ચાલે છે? મારા જવાનો અધીરા થઈ ગયા હશે.' રહમતમીર બોલ્યો.

'રહમતમીર, અંગ્રેજોની મદદ લઈને જીના આવે તે પહેલાં આ રાણીસાહેબાને હું તમારે કબજે સોંપીશ. જેથી તમારી સલામતી જોખમાશે નહીં. ખેરાસિંહ, તું અને તારો મામો, આ સેજલસિંહને બાનમાં રાખજો જેથી તમે સલામત...'

'અને પછી?' ખેરાએ પૂછ્યું.

'દરમિયાનમાં હું અંગ્રેજ અમલદારો સાથે બધી વાત કરું છું... જાનોર ખાલસા થશે. રહમતમીરને ઑનરેબલ ઍક્વિટલ મળશે. કટંગી પાછું મળશે...'

'હા, પાછું મળશે ખેરા, પણ તને નહીં. કટંગીના ગેરકાયદે બાળકને...' મૉમે કહ્યું, પણ મૉમ એ વાક્ય બોલી રહે તે પહેલાં જૅકે બરાડો પાડ્યો.

'અવાજ બંધ કરો મહારાણી. મારે તમને મોં બંધ રાખવા માટે ફરજ પાડવી પડે તે સારું નહીં દેખાય.'

'તમારું મોં બંધ કેમ છે ભવાનીસિંહ... કટંગીના મામા... બિચારો ખેરાસિંહ... ખેરા, તને ખબર નથી કે આ જૅક કોણ છે તે? તું કોણ છું તેની એને ખબર નથી જૅક...' મૉમે કહ્યું.

'શટ અપ... એ હું જાતે જ તેને કહીશ.'

'ખેરા... આ તારો ભાઈ છે, આ અર્ધ અંગ્રેજ તારો ભાઈ છે. ભવાનીસિંહ, બોલતા કેમ નથી?'

'કમરાની છત નીચે પડી ગઈ હોય અને સૌ હબક ખાઈ જાય તેવી પરિસ્થિતિ ત્યાં સર્જાઈ હતી. ભવાની વિચિત્ર રીતે ઢીલો થઈ ગયો હતો. તેની પડછંદ કાયા જાણે ઓચિંતી જ ઓગળી ગઈ હોય તેમ તે સંકોડાયો. તેણે માથું નમાવી લીધું હતું. તેનાં ફેફસાંમાંથી ધીરેથી હવા નીકળી. ખેરાની આંખો પહોળી થઈ. ઘડીભર એ સમજી ન શક્યો કે મારી મૉમે શું કહ્યું.

'ભવાનીસિંહ... બોલતા કેમ નથી? શા માટે તમારા આ બહાદુર ભાણિયાને તમે સત્ય સમજાવતા નથી?'

'વૉટ?' ખેરાએ બરાડો પાડ્યો, 'શેનું સત્ય?'

'સ્ટૉપ ઇટ... રાજેશ્વરી... મને ગોળી છોડવા માટે મજબૂર ન કરતાં...' જૅક બરાડ્યો.

'તો છોડને ગોળી... છોડતો કેમ નથી. ભવાનીસિંહ, હું બોલવા માંગતી ન હતી, પણ આ ઍંગ્લો-ઇંડિયન તેની હેસિયતથી વધુ મહત્ત્વાકાંક્ષી બની રહ્યો છે.'

'સ્ટૉપ ધીસ નૉન્સેન્સ' જૅક બોલ્યો. 'મેં કહ્યું ને કે જીના આવશે નહીં

ત્યાં સુધી...'

'ત્યાં સુધી શું? તું શું કરવા માગે છે તે ન સમજી શકું તેટલી હું નાદાન નથી... ખેરા... આ જેક તારો ભાઈ છે... તારી માને કૂખે જન્મેલો લેફ્ટેનન્ટ મૅકગ્રેગરનો દીકરો...' મારી માએ ધીરેથી, કોઈ પણ પ્રકારના ઉશ્કેરાટ વગર કહ્યું.

ખેરો મારી મૉમની સામે તાકી રહ્યો. તેના માથામાં એકાએક કોઈએ પથ્થર ઝીંક્યો હોય... એ ફટકો... એ આઘાત અને તે પછી શરૂ થતી વેદના વચ્ચે જે સેકન્ડો વીતે, એવી પળો... શૂન્યતાની પળો વીતી. તે આગળ આવ્યો...

'શું કહ્યું?' ખેરાએ ફાટી આંખે પૂછ્યું. તેની આંખ પરનાં પોપચાં સ્થિર થઈ ગયાં હતાં.

'જેક... તારી માને પેટે અવતરેલો છે.'

'રાજેશ્વરી... તારી જીભ ખેંચી નાખીશ... આઈ વિલ... આઈ વિલ યુ...' કહીને તે આગળ વધ્યો.

'ખેરા...' જૅકે બૂમ મારી અને તે સાથે ગોળી છોડી. તેણે ખેરાને મારવા માટે નહીં, પણ તેને અટકાવવા માટે ગોળી છોડી હતી. ખેરો અટક્યો. તેની આંખમાંથી અગનઝાળ નીકળતી હતી.

'મારી જીભ ખેંચી નાખવાથી સત્ય બદલાવાનું નથી...' મૉમ બોલી.

'બંધ કર... બંધ કર તારું ડાચું... કમજાત કૂતરી...' ખેરા અંગ્રેજીમાં બોલ્યો. હું ગુસ્સે થઈને એ ખેરાના દાંત તોડી નાખત, પણ મારી મૉમે ઇશારો કર્યો. હું અટક્યો.

'તું ગુસ્સે થાય તે સ્વાભાવિક છે. આ જૅક તારું સત્યાનાશ કાઢી નાખશે.'

'ડોન્ટ બિલીવ હર... ડોન્ટ બિલીવ હર...'

'કટંગીના મામા કેમ ચૂપ છે?'

'તમારે બોલવાની જરૂર નથી. એક મિનિટ... એક મિનિટ... તમે બોલવાનું બંધ નહીં કરો તો મારી ધીરજ ખૂટી જશે. આઈ વિલ શૂટ યુ... ખેરા, હું તને સત્ય સમજાવું છું... આ રાણી દાવ ખેલી રહી છે.' જૅક બોલ્યો.

'એ સમજવાનો સમય રહેવાનો નથી. ખેરા... તું બાગી છે... તારા માથા માટે અંગ્રેજો તલસી રહ્યા છે. તને પકડાવીને જૅક કટંગીનો ઠાકુર બની શકશે, તને સમજાય છે?' મૉમે પૂછ્યું.

'ચૂપ કરો આ બકવાસ.' ખેરાએ રાડ પાડી.

'એટલે તું મારી વાત માનતો નથી? આ તારો ભાઈ છે ખેરા... તારી મા અને લેફ્ટનન્ટ મૅકગ્રેગરનું પ્રેમનું ગેરકાયદે પરિણામ છે.'

'જબાન સંભાળ રાણી... મારી મા જેટલી પવિત્ર ઓરત...'

'અંગ્રેજને પ્રેમ કરવાથી અપવિત્ર થવાય છે તેવું હું માનતી નથી, પણ આ સત્ય છે. તારા મામુને પૂછ.'

'વાહિયાત વાતો હું માનતો નથી... જૅક, તું બોલ, મારે શું કરવાનું છે. તું કહે તો આ આખાય જાનોરને ભડકે બાળી નાખું, તું કહે તો આ રાણીને દોજખની યાતના પહોંચાડું... આ રાજમહેલને ભસ્મીભૂત કરી નાખું. બોલ, શું કરવું છે?'

'બીજું કંઈ જ નહીં ખેરા... આ રાણી અને તેના દીકરાને બાનમાં રાખવાના છે. તું મારા પર વિશ્વાસ રાખ ખેરા... આજે દાવ આપણો છે. આ રાણી આપણા વચ્ચે અંટસ ઊભું કરી રહી છે. ડોન્ટ બિલીવ હર...' જૅક બોલ્યો.

'ખેરા, તું ભયંકર ભૂલ કરી રહ્યો છું. અંગ્રેજો તને ફાંસી આપશે. આ જૅક મૅકગ્રેગર તારું કટંગી મેળવી શકશે. ભવાનીસિંહ, તારે મોં ખોલવાનો વખત આવી પહોંચ્યો છે. ખેરા... તારા મામાને પૂછ... તારા મામાને ખબર છે કે જૅક કહેવાતી મૅરી પિટ્ર્સનો દીકરો નથી. કટંગીની રાજરાણી... તારી મા... તારી માનો બીજો દીકરો છે... તું ગુસ્સે થઈશ એટલે એ સત્ય બદલાવાનું નથી.'

'મામુ, આ પાગલ ઓરત શું બકવાસ કરી રહી છે?' ખેરાએ તંગ અવાજે કહ્યું, પણ ભવાનીસિંહ કશું બોલ્યો નહીં.

'મામુ... આ પાગલ રાણી કહે છે તે વાત સાચી છે?' ખેરાએ સવાલ પૂછ્યો.

કમરામાં અંધાધૂંધી ફેલાવાની તૈયારી હતી. ડૉક્ટર હ્યુસન અવાચક બનીને આ વિચિત્ર સંવાદો સાંભળી રહ્યા હતા. મારી મૉમ દીવાન આગળ ઊભી થઈ ગઈ હતી. ખેરો તેની બાજુમાં ઊભો હતો. મામા ભવાનીસિંહ દીવાનની બાજુમાં પડેલી ખુરશીમાં બેઠો હતો. રહમતમીર દીવાનની પાછળ થોડે દૂર આવેલી બારી તરફ ધીરેથી ખસતો હતો.

'ખેરા... હું કહું છું તે સત્ય છે. જૅક તારો ભાઈ છે. તારા આ મામા એ વાત જાણે છે. પેલો બાવો હરિભજન પણ એ જાણે છે. આ જૅક પણ જાણે છે કે—'

'હા. હું જાણું છું. જાણતો થયો ત્યારે તો સમજાયું કે ખેરા અને સંતોજીનો

તમે કેવો ઉપયોગ કર્યો છે' જૅક બોલ્યો, પણ ખેરા તે સાંભળતો ન હતો. તેના ચહેરા પર શૂન્યમનસ્કતા છવાઈ હતી... તે એના મામા તરફ જોઈ રહ્યો હતો. 'ખેરા... તું કોઈની વાત સાંભળતો નહીં. હું તને બધું જ સમજાવીશ. આજે હું તને કહું તેમ કર... પ્લીઝ... પ્લીઝ...'

'મામુ' ઘેરા તરડાતે અવાજે ખેરા બોલ્યો. તે ધીરેથી ફર્યો... જૅકે ધરેલી પિસ્તોલની તેને પરવા ન હોય તેમ તે તેના મામાની પાસે ગયો. 'મામુ... આ ફરંદી ઓરત ક્યારની શું બકવાસ કરી રહી છે. જૅક, તું હટ... જૅક, તું આઘો ખસ... લેટ મી... લેટ મી ડીલ વિથ ધીસ વુમન...'

'રિલૅક્સ ખેરા... રિલૅક્સ.' જૅક બોલ્યો.

પણ સૌની કલ્પના બહાર જ બીજું કંઈ થયું. આ ભયાનક વાર્તાલાપ ચાલતો હતો, તે દરમિયાન ભવાનીસિંહ વિચિત્ર રીતે ખોવાઈ ગયો હતો. જાણે તેનો આત્મા તેના ખોળિયામાંથી બહાર ન આવ્યો હોય!

એકાએક ભૂત જોયું હોય તેમ મામો ભવાની ખુરશીમાંથી ઊભો થયો, તેની આંખમાંથી આગ વરસતી હતી. આંખના પલકારે તેણે રહમતમીરની બાજુમાં પડેલી તલવાર ઉઠાવી, પણ તેની મૂઠ પર જૅકે છોડેલી ગોળી વાગી હતી એટલે તલવારને મ્યાનમાંથી ખેંચવામાં એક લાંબી પળ વીતી.

'મામુ...' ખેરા અને જૅક બંને બરાડી ઊઠ્યા, પણ તે પહેલાં તો એ પડછંદ આદમી નાગી તલવાર સાથે મારી મૉમ તરફ ધસી ગયો. એક ક્ષણનો મેં વિલંબ કર્યો હોત તો તેણે મારી માનું માથું ધડથી જુદું કર્યું હોત. આંખને પલકારે એ આખી ઘટના બની હતી. ભવાની ઊભો થયો ત્યારે જ મને એકાએક જાણે કોઈ અણસાર થયો હોય તેમ હું પણ મારું સમગ્ર ધ્યાન તેના તરફ જ કેન્દ્રિત કરી રહ્યો હતો. તેણે તલવાર ઉઠાવી... તેની તૂટેલી મૂઠ પકડીને તેણે મ્યાનમાંથી તલવાર ખેંચી તે સાથે જ મારા પગ પાસે પડેલી પિત્તળની ટિપાઈ મેં ઉઠાવી હતી. ત્રણ બાબતો સાથે બની હતી: મામાએ તલવાર મારી મા પર ઝીંકી તે જ પળે મેં ટિપાઈ તેના પર ઝીંકી હતી અને જૅકે ગોળી છોડી હતી.

ગેંડાની ગરદન જેવા, ભવાનીસિંહના ખભા પર ભયાનક અવાજ સાથે એ ટિપાઈ અથડાઈ હતી. તેના હાથમાંની તલવાર ઊછળીને બાજુના કાચના કબાટ સાથે અથડાઈ હતી. મારી મૉમ તે જ વખતે ફરસ પર પડી હતી. જૅકની ગોળી છત પર લટકતા ઝુમ્મરમાં વાગી હતી. તેણે હવામાં જ ગોળી

છોડી હતી. તેણે જો નિશાન લીધું હોત તો હું અથવા ભવાની બેમાંથી કોઈ જરૂર વીંધાઈ જાત.

'મામુ... સ્ટૉપ ઇટ...' જેક બરાડી ઊઠ્યો. તેનું અરધું શરીર દીવાન પર પડ્યું હતું. આટલો સજ્જડ ફટકો વાગવા છતાં એ આદમી ઊભો થયો. મેં તૂટી પડેલા ઝુમ્મરની એક દાંડી ઉઠાવી. મારી સામે ભયાનક ગર્જના કરીને, તોફાનમાં ફસાયેલા જહાજનો કૂવાથંભ તૂટી પડે તેમ તે મારા પર ઝીંકાયો. નક્કર ચાંદીની દાંડીથી મેં તેના પર ઘા કર્યો. તેણે પોતાના હાથ પર એ ઘા ખાળ્યો. એ દાંડી દાતરડાની જેમ વળી ગઈ. એક ક્ષણ તે આઘાત અનુભવતો ઊભો રહ્યો. બીજી જ સેકન્ડે, માતેલા સાંઢની જેમ તે ધસ્યો. જાણે પથ્થરની ભીંત ચાલીને મને અથડાઈ હોય તેમ તે મને અથડાયો. મારા માથામાં તમરાં બોલ્યાં. હું જોરથી પુસ્તકોના કબાટ સાથે અથડાયો. કાચના કબાટનું બારણું તૂટ્યું અને ચારે બાજુ કાચ ઊડ્યા.

'મામુ... મારે ગોળી છોડવી પડશે.' જેક બોલ્યો, પણ મામો ભવાની તે સાંભળવા તૈયાર ન હતો. તેણે મારા ખમીસના લેપલ્સ પકડીને મને ઊંચો કર્યો. હું જમીનથી અધ્ધર ઊંચકાયો. મારા બન્ને હાથથી મેં ભવાનીના કાન પકડ્યા અને હતી તેટલી તાકાતથી મેં પગ ઉછાળ્યા. ભવાનીએ સમતુલા ગુમાવી અને અમે બન્ને ફરસ પર પછડાયા.

બરાબર તે જ વખતે રહમતમીરે ત્રાડ પાડી હતી. તે સાથે જ ગોળીઓ છૂટી હતી. શું થયું તે મને સમજાયું નહીં. મામા ભવાનીના શિંગડા જેવા હાથ મારું ગળું ભીંસતા હતા. હું તેના પડછંદ શરીર હેઠળ ફસાયેલા મારા પગ કાઢવા માટે હવાતિયાં મારતો હતો.

'સ્ટૉપ હીમ ખેરા...' મારી માનો અવાજ મેં સાંભળ્યો. મારી આંખોમાં અંધારાં આવતાં હતાં. એકાએક ગોળીબારો શરૂ થયા હતા.

'જેક... જેક... મૅકગ્રેગર... મેં ખેરાનો અવાજ સાંભળ્યો. તે પછી એક પળ માટે જાણે હું બેહોશ થઈ ગયો હોઈશ અથવા મૃત્યુ પામ્યો હોઈશ. મારાં ફેફસાં ફાટી જતાં હતાં. આંખમાં લાલ રંગની ઝાંય વળતી હતી. એ લાલ ઝાંયમાં મને ભવાનીસિંહનો રાતો ચહેરો દેખાતો હતો. મારા પોતાના જ શરીર હેઠળ દબાયેલો મારો જમણો હાથ મેં મહાપ્રયત્ને બહાર કાઢ્યો. ભવાનીની ભીંસ વધતી હતી. ફરસ પર મેં હાથ ફેલાવ્યો. મારે ટેકો લેવો હતો. ટેકો લઈને મારે ભવાનીનું વજન હઠાવવું હતું. ડાબે હાથે મેં ભવાનીના હાથને

અળગા કરવા પ્રયાસ કર્યો પણ જાણે મારામાંથી શક્તિ જ ચાલી ગઈ હતી. મોતને આરે આવીને હું પડ્યો હતો. ફરસ પર ટેકો શોધતા મારા હાથમાં તૂટેલા કાચનો ટુકડો આવ્યો.

તે જ વખતે કમરામાં કંઈ ઘમસાણ ચાલતું હતું, પણ એ શેનું ઘમસાણ છે તે જોવાની મને ફુરસદ ન હતી. હોશ ન હતો... મારી આંગળીઓ... અને પછી મારી હથેળીમાં કાચનો ટુકડો આવ્યો. મેં ટુકડો બરાબર પકડ્યો. જોર કરીને હાથ ઊંચો કર્યો. મારા પર ભીંસ વાળતા હાથમાં વધુ તાકાત આવી. ભવાની મને જાનથી મારી નાખવાનો છેલ્લો પ્રયાસ કરતો હતો. મેં કાચનો ટુકડો ઊંચો કર્યો. મારા ગળામાંથી ઉચ્છ્વાસ નીકળ્યો અને તે સાથે મેં ચરબીની ગડીઓવાળી ભવાનીની ગરદનમાં એ કાચનો ટુકડો પરોવી દીધો.

તેની પક્કડ ઢીલી થઈ ગઈ. મારી હથેળી ચિરાઈ ગઈ હતી. કાચનો ટુકડો મારા હાથમાંથી સરી ગયો હતો. કદાચ ભવાનીની બોચીમાં પણ તે ખૂંતી ગયો હોય... તેની પક્કડ ઢીલી થઈ... તેના મોઢામાંથી વિચિત્ર અવાજ નીકળ્યો. મેં ઢીંચણ વાળ્યા. હજુ તેના તોતિંગ શરીરને હું હઠાવી શકતો ન હતો. મેં ડાબા હાથે તેની હડપચી નીચે મારી હથેળી જમાવી અને ઝાટકો માર્યો. ભવાનીની પક્કડ છૂટી ગઈ. મદારીના હાથમાં તરફડતા સાપની જેમ જ મેં આખું શરીર જેટલું બને તેટલું જોરથી ઉલટાવ્યું. ભવાની મારા પડખે પડ્યો. તેના ભાર હેઠળથી મારું શરીર બહાર આવ્યું. તેણે ઝડપથી ઊભા થવા પ્રયત્ન કર્યો, પણ તે પહેલાં હું તેની પક્કડમાંથી છૂટ્યો હતો. મેં હિમ્મત કરીને મારું માથું તેના નાક પર પછાડ્યું. તે બરાડી ઊઠ્યો. મારા માથામાં વીજળીનો આંચકો લાગ્યો. ફરી વખત મેં કાચ ઉઠાવ્યો.

'સબૂર, સેજલ.' મેં અવાજ સાંભળ્યો. મારી એક આંખ જાણે તેજોહીન થઈ ગઈ હોય તેમ કશું દેખાતું ન હતું. મારું આખું શરીર ધ્રૂજતું હતું. 'સ્ટૉપ ઇટ ઓર આઈ વિલ શૂટ.' કયે ખૂણેથી અવાજ આવતો હતો તે મને સમજાયું નહીં... પણ મને એટલો ખ્યાલ આવ્યો કે હું અટકીશ નહીં તો જૅક મને ગોળી મારી દેશે. હું ધીરેથી ઢીંચણ પર વજન આપીને ફરસ પરથી ઊભો થવા ગયો. ભવાનીસિંહના ગળા અને મારા હાથમાંથી વહેલા લોહીથી ફરસ ચીકણી થઈ હતી. હું ઊભો થઉં તે પહેલાં ગોળીબાર થયો હતો. મારી આંખે ઝાંખ વળતી હતી. છતાં મેં કોઈને ઊછળીને નીચે ઝીંકાતો જોયો. એ જૅક મૅકગ્રેગર હતો.

હું ઊભો થયો. કમરાનું બારણું જોરથી કોઈ ઠોકતું હતું. મને લાગે છે

બહારથી લોકો એ તોડવાનો પ્રયાસ કરી રહ્યા હતા. મેં આજુબાજુ જોયું. મારી આંખ બરાબર ફોકસ કરી શકતી ન હતી. મારી એક આંખમાં ચીકટી ભીનાશ તરી આવી હતી. એક આંખથી મને લોહીના ખાબોચિયામાં પડેલો ખેરો દેખાતો હતો. મારી મૉમ દીવાનની પેલી તરફ પડી હતી. ડૉક્ટર હ્યુસન કબાટની નીચે તદ્દન નિશ્ચેત પડ્યા હતા. અને તેમની બાજુમાં પુસ્તકોનો ઢગલો થયો હતો.

શું થયું તે મને સમજાતું ન હતું.

'સેજલ.' મારી માનો અવાજ મેં સાંભળ્યો. એકાએક મારા શરીરમાં શક્તિનો સંચાર થયો. મારા જખમમાં જાણે રૂઝ આવી ગઈ. 'સેજલ, સ્ટૉપ જીના... સેજલ સ્ટૉપ જીના.' તે બોલી અને તેનો અવાજ બંધ થયો. હું તેની નજીક ગયો.

'હર હાઇનેસની વાત બરાબર છે સેજલ, સ્ટૉપ, જીના.' ભયાનક રીતે કણસતો ખેરાસિંહ બોલ્યો. હું મારી મૉમ તરફ જોતો ઊભો રહ્યો. 'શી ઇઝ ઓ.કે. તેમનો પગ ભાંગી ગયો લાગે છે. તું જા, ચિંતા ન કર. શી વિલ બી ઓ.કે. મામુનું શું છે?' હું માની શકતો ન હતો કે આ વાક્યો ખેરા બોલી રહ્યો છે.

'ગંભીર છે તેમની હાલત.' મેં જવાબ આપ્યો, રહમત ક્યાં છે?'

'ભાગી ગયો, પણ એ પાછો આવશે.' ખેરા બોલ્યો.

'પાણી, ફૉર ગૉડ્ઝ સેઇક, વૉટર,' તરડાતો અવાજ આવ્યો અને તે સાથે લાઇબ્રેરીનું બારણું ભયાનક અવાજ સાથે તૂટ્યું... જેકને ખેંચી લેવાનો સમય ન રહ્યો.

કમરામાં અકલ્પ્ય ઝડપે દંગલ થયું હતું. ભવાનીસિંહ મારા પર હલ્લો કરશે, જેક મૅકગ્રેગર તેમ જ ડૉક્ટર હ્યુસન પાસેનાં હથિયારોની પરવા કર્યા વગર હલ્લો કરશે, તેની મારા સિવાય કોઈને કલ્પના ન હતી. તે મારી મૉમને મારવા માગતો હતો, પણ મારા જીવતાં મારી મૉમને એ ભવાની તો શું, પણ જગતના હજારો ભવાની હાથ અડાડે તે સ્વીકારવા હું તૈયાર ન હતો. બાકી ભવાનીસિંહ બરવાથી આખો મધ્ય પ્રાંત થરથરતો. પરિસ્થિતિ જ એવી સર્જાઈ હતી કે જેક મૅકગ્રેગર અને હ્યુસન છતી બંદૂકોએ, ઘડીભર નિઃશસ્ત્ર બનીને ઊભા રહ્યા હતા.

પણ આ અંધાધૂંધ પરિસ્થિતિનો લાભ રહમતમીરે ઉઠાવ્યો હતો. તેણે એક જ ધક્કે દીવાન હડસેલ્યો હતો. ડૉક્ટર હ્યુસન પુસ્તકોના એક કબાટની બાજુમાં

ઊભા હતા. દીવાનનો એક પાયો ખચકાયો અને દીવાન ઊલટો થયો. તેની પીઠનો ધક્કો પુસ્તકોના કબાટને લાગ્યો. કબાટના નીચેનાં બે ખાનાંમાં અડધાં પુસ્તકો હતાં અને તેના પાયા કાંસાની વાટકીમાં મૂકેલા હતા. દીવાનના ધક્કાની સાથે જ કબાટ હચમચ્યું. દીવાનની પીઠ પર પડીને રહમતમીરે બારીની સીલ પર પગ ટેકવીને બહાર ઊગેલી બૂગનવેલમાં કૂદકો માર્યો હતો. તે જ વખતે ડૉક્ટર હ્યુસને ગોળી છોડી હતી. ગન રીકોઇલ થઈ હતી અને ડૉક્ટર હ્યુસનના હાથમાંથી ઊછળી હતી. તે સાથે જ પગના ધક્કાથી ખસેલા દીવાનનો ધક્કો અને અસમતુલાને કારણે પછડાતા ડૉક્ટરે કબાટ પકડવા પ્રયત્ન કર્યો હતો. નીચે કરતાં ઉપરના ખાનામાં વધુ વજન હોવાને કારણે કબાટ ઊલળ્યું હતું. દીવાનના બીજા છેડાનો હાથો મારી માને વાગ્યો હતો અને તેને કારણે તે પણ ઊથલીને પડી હતી. જૅક મૅકગ્રેગરે કોઈના પર નિશાન લીધા વગર ગોળીઓ છોડી હતી. જેમાંની એક તીરછી ફંટાઈ હતી અને ખેરા ઘવાયો હતો તે પછી જૅકે મને અટકાવવા ગોળી છોડી હતી, પણ તે જ વખતે બારણા પર થતા પ્રહારોથી તેનું ધ્યાન એક ક્ષણ માટે ચલિત થયું અને ગોળી મને વાગવાને બદલે થોડે દૂર ઘોડા પર મૂકેલા એક શિલ્ડ પર વાગી હતી.

તે પછીની બીજી કે ત્રીજી મિનિટે બારણું તૂટ્યું હતું. ખરેખર જૅક બારણું ઉઘાડવા માગતો હોય કે પછી કોઈ ઉઘાડે નહીં તેવું કરવા માગતો હોય મને ખબર નથી, પણ ભવાનીની પકડમાંથી હું છટક્યો ત્યારે બારણું તૂટીને જૅક પર પડ્યું હતું. તેના પગ ચપકાયા હતા. તે ઊભો થઈ શકે તે પહેલાં જ મહેલના ગાર્ડ્ઝ ધસી આવ્યા હતા. 'સ્ટૉપ ધેમ... સ્ટૉપ ધેમ...' જૅકનો અવાજ આવ્યો. તેને પગમાં ભયાનક દર્દ થતું હશે, પણ મને હજુ અંધારાં આવતાં હતાં.

'બાલીરામજી... જીના... રોકો એ લોકોને... જાઓ જલદી.' મેં બૂમ પાડી, તે સાથે જ મને મહેલની બારીમાંથી, મહેલની દીવાલોમાંથી ચારે બાજુથી એકાએક થયેલા ગોળીબારોના અવાજ સંભળાયા.

'ડોન્ટ કમ ઇન...' જૅક બોલ્યો અને બરાડ્યો. 'સ્ટૉપ ધેમ... ઓર આઈ શૂટ...'

'તમે જાઓ... બાલીરામજીને રોકો.'

'નહીં... નહીં...' જૅકે કહ્યું.

મહેલના ગાર્ડ્ઝ કશું સમજી શકતા ન હતા. મેં તેમને રોકવા માટે બંને

હાથ ઊંચા કર્યા. બારસાખની બહાર ટોળે વળીને મહેલના ગારદીઓ ઊભા રહી ગયા. જેક બારણાના પાટિયા નીચેથી નીકળવાની જહેમત કરી રહ્યો હતો. તેના હાથમાં પિસ્તોલ હતી. એક કોણી ફરશ પર ટેકવીને તે બહાર આવતો હતો. 'તારા ગારદીઓને હઠાવ, નહીં તો મારે ગોળી છોડવી પડશે.' તે બોલ્યો અને મને તેની આંખમાં ખુન્નસ દેખાયું. મને ખાતરી થઈ કે એક ક્ષણ પણ જો હું મોડું કરીશ તો જેક ગોળી છોડશે.

'તમે જાઓ... જાઓ અહીંથી.' મેં બૂમ પાડી. પેલા ગારદીઓ બારસાખ આગળથી હઠ્યા. જેક ધીરેથી બહાર આવ્યો. ડૉક્ટર હ્યુસન કણસતા હતા. પુસ્તકોના ઢગલા અને કબાટના ભાર હેઠળ તે અટવાયા હતા.

'જેક... જેક... આપણે મુસીબતમાં મુકાઈશું.' હું બોલ્યો. 'લેટ મી ગો...'

'વન સ્ટેપ ઍન્ડ યુ આર ડેડ... ડૉક્ટર...' તેણે હ્યુસનને બૂમ પાડી. ડૉક્ટર હ્યુસન ધીરેથી બહાર આવ્યા.

'ફોર ગૉડ્ઝ સેઇક, આઈ વૉન્ટ વૉટર... એ ગ્લાસ ઑફ વૉટર...' તે બોલ્યા. તેમણે આજુબાજુ જોયું. મારું ધ્યાન જેક તરફ હતું. હવે તે બેઠો થઈ ગયો હતો પણ તેનો પગ ઘસડાતો હતો. ડૉક્ટર હ્યુસને થોડે દૂર ગબડી પડેલા પિચરમાંથી વધેલું સોડાનું પ્રવાહી પીધું.

'વેર ઇઝ યૉર ગન... ડૉક્ટર' જેકે પૂછ્યું. ડૉક્ટરે સહેજ વિસ્મયથી જેક તરફ જોયું. ડૉક્ટરની પિસ્તોલ ક્યાંક ઊછળી ગઈ હતી.

'જેક... જીનાને... બાલીરામજીને એ લોકો મારી નાખશે... રહમતમીરના માણસો...' હું એ વાક્ય બોલું તે પહેલાં મહેલના કંપાઉન્ડમાં ધણધણાટી બોલી હતી.

'ખેરા... ક્યાં છે?' તેણે પ્રશ્ન પૂછ્યો ત્યારે જ મને ખ્યાલ આવ્યો કે જેકને ખેરા કે મારી મૉમ દેખાતાં ન હતા. ઊથલી પડેલા દીવાનની પેલી તરફ બંને પડ્યાં હતાં.

'તે ઘાયલ થયો છે જેક... મને જવા દે... નહીં તો...'

'જીના પાછી ન આવે ત્યાં સુધી હું કોઈને અહીંથી ખસવા દેવાનો નથી.' જેકનાં અવાજમાં દર્દ હતું.

'જીના પાછી આવી નહીં શકે જેક... તે પહેલાં રહમત—' હું બોલ્યો.

'ખેરા... ખેરાસિંહ.' જેકે બૂમ મારી. ઢળી પડેલા દીવાન પર એક હાથનો ટેકો લઈને ખેરાસિંહ બેઠો થયો. તેનું ખમીસ લોહીથી ખરડાયેલું હતું.

'ખેરા... તારા આ બેવકૂફ ભાઈને કહે મને જવા દે, મને જવા દે, નહીં તો જબલપુરમાં સર્વનાશ વેરાશે. બાબા હરિભજન અને બીજા બધા માર્યા જશે...'

'વેલ સ્પોકન... વેલ સ્પોકન... માય યંગ પ્રિન્સ... પણ તારી કોઈ ચાલાકી હું ચાલવા દેવા માગતો નથી, ખેરા... તને સમજાતું નથી આ લોકો તારા દુશ્મનો છે!' જૅક બોલ્યો, 'જીના આવી જાય ત્યાં સુધી હું કોઈને જવા દેવાનો નથી.'

'હું કોઈનો દુશ્મન નથી, જૅક... મને હરિભજનની ફિકર છે. સંતોજીના આદમીઓની ફિકર છે.' મેં કહ્યું.

'એ લોકોની ફિકર તારે કરવાની જરૂર નથી. મેજર ગૉડફ્રે અહીં આવશે પછી તમને સમજાશે. ખેરા મારો ભાઈ છે... મારો ભાઈ... તમે લોકોએ તેનો ભયાનક દુરુપયોગ કર્યો છે. હું તમને ખુલ્લા પાડ્યા વગર રહેવાનો નથી. કટંગીનો એ ઠાકુર છે. હું અંગ્રેજો પાસેથી તેને કટંગી પાછું અપાવીશ.'

'અંગ્રેજો તેને ફાંસી આપશે, જૅક... તું ભૂલ કરી રહ્યો છું. ખેરા તારો ભાઈ છે તે વાત સમજાવવા માટે તારે મારી મૉમની મદદ લેવી પડશે... બાબા હરિભજનની મદદ લેવી પડશે... ખેરા, ભગવાનને ખાતર, તારા આ ભાઈને સમજાવ... ખેરા, જબલપુરમાં ભયાનક કત્લેઆમ થશે.' રહમત પિંઢારી જાનોરમાં લૂંટ ચલાવશે... આપણે જીનાને રોકવી જરૂરી છે.' મેં કહ્યું. ખેરાસિંહ ધીરેથી ઊભો થયો. તેણે જૅક સામે જોયું. ખેરાના ખમીસ અને પાટલૂનના બેલ્ટ પાસેનો ભાગ લોહીથી ભીનો થયો હતો.

'અંગ્રેજો ખજાનો લઈ જશે અને રહમતમીર જાનોરમાં લૂંટ ચલાવશે. તેમાં મારે શું છે?' જાનોરના રાજકુટુંબે અંગ્રેજો સાથે અને કટંગીના ઠાકુરો સાથે જે ચાલ ખેલી છે તે ખુલ્લી પડશે.' જૅક બોલ્યો.

'તું ભયાનક ભૂલ કરી રહ્યો છું જૅક... અંગ્રેજો આ રીતે કટંગી પાછું નહીં આપે. ખેરાએ ઘણા બધા જવાબો આપવા પડશે. આ ડૉક્ટર હ્યુસન કહી શકશે કે ખેરાએ કર્નેલ મૅલેટ અને જાનોર રાઇફલ્સના સૈનિકોને કમોતે માર્યા હતા.'

'કર્નલ મૅલેટનું મૃત્યુ લડાઈમાં થયું... એ લડાઈ ઊભી કોણે કરાવી...? ડૉક્ટર હ્યુસને શું કહેવું અને શું નહીં તે હું નક્કી કરીશ.' જૅકે કહ્યું.

'ખેરા તારો ભાઈ છે તે કોણ નક્કી કરશે?' મેં પૂછ્યું.

'તું અને તારી મૉમ...' જૅકે જવાબ આપ્યો.

'મૉમ એ કહેશે નહીં.'

'એટલે તો તેને અટકાવી રહ્યો છું ને... મેજર ગૉડફ્રે મહેલનો કબજો

લઈ લે પછી મારે શું કરવાનું છે તે જીના જાણે છે. જબલપુર રેસિડેન્સીમાં આખી વાત સમજાય પછી તકલીફ અમને પડવાની નથી.'

'જીના કેન્ટોન્મેન્ટ સુધી પહોંચી નહીં શકે જેક... તું પાગલ થઈ ગયો છું.'

'ખેરા, તારા આ ભાઈને સમજાવ.' મેં કહ્યું.

'એ મારો ભાઈ નથી.' ખેરાએ મક્કમતાથી કહ્યું, 'કોઈ અંગ્રેજ મારો ભાઈ નથી.'

'વૉટ... ખેરા... તું કહે છે?' જેક બોલી ઊઠ્યો.

'હા, હું કહું છું.' ખેરાએ ઊંડો શ્વાસ લીધો. તેની કમ્મર આગળ લોહીનું ધાબું વધુ ઘેરું થયું.

'ખેરા... ખેરાસિંહ... આ ચર્ચાનો સમય નથી. કટંગી પાછું મેળવવાનો આ બરાબર સમય છે. હરિભજનને પૂછી જો, જાનોરે તારા પિતાનું અહિત કરવામાં કંઈ બાકી નથી રાખ્યું... મારે તને કટંગી પાછું અપાવવું છે.' તે બોલ્યો.

'કટંગીના ઠાકુરો ભીખ માંગતા નથી.'

'આ ભીખ નથી.'

'કટંગીની ખેરાત પણ મને ખપતી નથી.'

'ભીખ પણ નહીં ને ખેરાત પણ નહીં. ખેરાસિંહ, આ તારો હક્ક છે. તને ખબર છે તને અને સંતોજીને લડતા રાખીને આ લોકોએ સ્વર્ગનું સુખ માણ્યું છે. એક ભાઈ તરીકે હું તને કહું છું ખેરા કે...'

'તું મારો ભાઈ નથી...'

'હું તારો ભાઈ છું ખેરા... તારી અને મારી મા... એક જ માને કૂખે જન્મેલા આપણે બંને—'

'નહીં... નહીં... એ ખોટી વાત છે. એ જૂઠું છે. તરકટ છે.' ખેરા બરાડી ઊઠ્યો. તેણે એક હાથ પોતાની કમ્મર પર દબાવ્યો. તે પારાવાર માનસિક યાતના અનુભવી રહ્યો હતો.

'ખોટી વાત છે?' પૂછ આ સેજલસિંહને... તેની માને... આપણા મામાને... ખેરાસિંહ, હું તારા ભલા માટે, મારી નિર્દોષતા માટે—'

'અંગ્રેજને હાથે મારે કોઈ ભલાઈ જોઈતી નથી.' ખેરા બોલ્યો.

'મારો રંગ અંગ્રેજનો છે... મારી ચામડી જ ગોરી છે ખેરા... પણ ભીતરમાં તો મારી નસોમાં કટંગીનું જ લોહી વહે છે... મારી મા... ખેરા આપણી મા...'

'ડોન્ટ સે ધેટ... ડોન્ટ યુ સે ધેટ... જૅક ઓર એલ્સ આઈ વિલ કિલ યુ.'

'ખેરા, તું પાગલ થઈ ગયો છું. રાજેશ્વરીદેવીએ કહ્યું તે તેં ન સાંભળ્યું?'

'નહીં, એ જૂઠાણું છે...'

'ખેરા... માય બ્રધર...'

'ડોન્ટ કૉલ મી 'બ્રધર'... આઈ એમ નોબડીઝ બ્રધર.'

'નો વન... નો બ્લડી વાઇટ ઇઝ માય બ્રધર.'

'ખેરા... તને શોક જરૂર લાગ્યો હશે, પણ એ હકીકત છે... જો... આ જો' કહીને ડાબા હાથથી જૅકે ગળામાં લટકતું માદળિયું તોડ્યું અને ખેરા તરફ ફેંક્યું. 'કટંગીનું એન્સાઇન દેખાય છે?'

ખેરો કંઈ બોલ્યો નહીં. તે ધીરેથી ફર્યો. તેના મામા પાસે ગયો. ભવાનીસિંહ બેહોશ હતો. તેનું મોં પહોળું હતું અને તેની છાતી ધમણની જેમ હાલતી હતી. તેના ખદડ જેવા ખમીસના કૉલર પર લાલ હિંગળોક રંગ ફેલાયેલો હતો. તેના ગળા પર મોટો ઘા પડ્યો હતો, પણ તેની ધોરી નસ કપાઈ ન હતી. 'મામુ...' જૅકની પરવા કર્યા વગર તે ઝૂક્યો. 'મામુ...' તે ફરી બોલ્યો.

ભવાનીસિંહે ધીરેથી આંખ ઉઘાડી... 'મામુ, સંભળાય છે... મામુ હું, ખેરા...' ભવાનીસિંહે ધીરેથી ડોકું ફેરવ્યું. તેના કૉલર પર લોહી ઊભરાયું. ખેરાએ તેમને હચમચાવ્યા. ડૉક્ટર હ્યુસન નજીક આવ્યા. તેમણે પિચરમાંથી થોડો સોડા ભવાનીના મોંમાં રેડ્યો. મારું ધ્યાન જૅક તરફ હતું. તે બારણાની બાજુમાં પડતા ખૂણા સાથે જડાઈને ઊભો હતો. તે એવી રીતે ઊભો હતો જેથી બહાર પૅસેજમાં ઊભેલા આદમીઓ તરફ તે નજર રાખી શકે તેમ જ કમરામાં પણ નજર રાખી શકે. મારી મૉમ મને દેખાતી ન હતી. તે દીવાનની પાછળ પડી હતી, પણ જૅક મને ખસવા દેવા તૈયાર ન હતો. અને જ્યાં સુધી તેની પાસે પિસ્તોલ હતી ત્યાં સુધી એક પણ ખોટું પગલું ભરવું શક્ય ન હતું.

'જૅક, ખૂબ મોડું થઈ જાય તે પહેલાં તું મને બહાર જવા દે.'

'મોડું તો થઈ જ ગયું છે' તે બોલ્યો અને ઉમેર્યું.

'ખેરા, પૂછી જો મામુને, હું તારો કોણ થાઉં છું?'

જૅકના એ શબ્દો પડઘાઈને ભવાનીના કાન પર અથડાયા હશે અથવા તો ભવાનીના ઘામાંથી ઝરતું લોહી થીજ્યું હશે કે પછી માથામાં વાગેલા ફટકાની કળ વળી હશે; ગમે તેમ પણ એ જબ્બરકાય આદમી ધૂંધવાતો જ્વાળામુખી પેટાળમાં ચાલતી ગડમથલને ઉલેચી નાખવા મથે તેમ ધ્રૂજ્યો અને બેઠો થયો.

'મામુ...' ખેરા બોલ્યો, પણ તેણે સાંભળ્યું નહીં. તેણે દૃષ્ટિ સ્થિર કરવાનો પ્રયત્ન કર્યો.

'મામુ... મામુ... આ ખેરાને કહો, હું તમારો... તમારો સગો ભાણિયો છું કે નહીં. હું તમારી બહેનનો દીકરો છું કે નહીં?' જૅકે મોટેથી કહ્યું.

'મામુ... મામુ... આ સાચું છે?' ખેરાએ પૂછ્યું.

ભવાનીએ બંને હાથે ત્યાં પડેલી પિત્તળની ટિપાઈ પર ટેકો લીધો અને ઊભો થયો. તેના પગ ઢીંચણ આગળથી તૂટી ગયા હોય તેમ થોડુંક અટવાયો. ખેરા તેને મદદ કરવા ગયો પણ તેનેય એકાએક પેઢા પાસે દર્દ થતું હોય તેમ તેણે બંને હાથ દબાવ્યા.

'મામુ, બોલતા કેમ નથી? કહો ને આ કમબખ્તને—જૅક કહે છે—'

'એ... એ, મૅરી પિટર્સ... મૅરી પિટર્સનો દીકરો...' તૂટતા અવાજે ભવાનીસિંહ બોલ્યો.

'ઇટ્સ એ લાય... ઇટ્સ એ લાય...' જૅક બરાડી ઊઠ્યો, 'ઇટ્સ એ બ્લડી લાય...' કહીને જૅકે પિસ્તોલવાળો હાથ ઉગામ્યો... એક ક્ષણ, એક અડધી ક્ષણ તેની આંખ મીંચાઈ... એકસાથે બે ધડાકા થયા. અડધોપડધો ઊભો થયેલો મહાકાય ભવાની એકાએક બેવડો વળીને ધીરેથી, દોરી પર સૂકવેલું કપડું લસરે તેમ પડ્યો અને સામે જૅક ઊછળ્યો. તેના મોઢામાંથી ચીસ નીકળી અને તે તૂટેલા બારણા પર પછડાયો.

દીવાન પાછળથી મારી મૉમ પિસ્તોલ સાથે ઊભી થઈ. ડૉક્ટર હ્યુસનના હાથમાંથી ઊડેલી પિસ્તોલ મારી મૉમે ઉઠાવી હતી.

જૅકે ટૂંટિયું વાળ્યું. પેટમાં આંતરડા સજીવ થઈને ભરડો લેતાં હોય તેમ તે ગૂંચળું વળ્યો. ડોક તંગ કરીને તે ફાટી આંખે મારી મૉમ તરફ જોઈ રહ્યો.

બરાબર તે જ વખતે બહાર જુદી જ વાત બની રહી હતી. બારીમાંથી ભાગેલો રહમતમીર મહેલના વરંડા આગળ પૉર્ચમાં ઊભા રહેલા તેના આદમીઓ પાસે પહોંચ્યો હતો. મહેલના ગાર્ડ્ઝ કંઈ સમજે તે પહેલાં તો તે પોતાના જ આદમીના ઘોડા પર સવાર થયો હતો અને ઘોડો મહેલના ઝાંપા તરફ ભગાવ્યો હતો. તે સાથે જ આખા કંપાઉન્ડમાં દોડભાગ અને દંગલ મચી ગયું હતું. ઘોડાર પાસે હથિયારો અને ઘોડાને સજાવતા ગારદીઓ ચોંકી ઊઠ્યા હતા. મહેલના ઝાંપે ગોળીબાર શરૂ થયા હતા.

બીજી બાજુ જીના અને બાલીરામજી કેન્ટોન્મેન્ટમાં પહોંચ્યાં હતાં. મેજર

ગૉડફ્રે પિંઢારી હુમલાની રાહ જોતો ઊભો હતો. જો એ બાઇનૉક્યુલર જોતો ન હોત તો તેણે ફાયરનો ઑર્ડર આપ્યો હોત, પણ તેણે જીનાને ધસી આવતી જોઈ હતી.

ત્રીજી તરફ ધાનોજી દ્વારા ધારીલાલને ત્યાં મારો સંદેશો પહોંચ્યો હતો અને તેમને ત્યાંથી બે અસવારો જબલપુર તરફ ભાગ્યા હતા.

જબલપુરથી આવી રહેલી અંગ્રેજ ફોજ જાનોરની નજીક પહોંચી હતી.

*

'યુ... યુ... બ્લડી બીચ... રાજેશ્વરી...' તરડાતે તરફડતે અવાજે જૅક બબડ્યો.' મને ખબર છે... મને ખબર છે સર પૉવેલને... સોહાર... મને યુ વોન્ટ વિન... મેજર... ગૉડ... જીના... મુગુટલાલ... જીના... ખેરા... ખેરા... યુ હે... વ... લૉસ્ટ... યુ... સ્ટૂપ... સ્ટૂપ... માય ગૉડ...'

'સેજલ, તું જીનાને રો... ક...' મારી મૉમ મુસીબતે બોલી, 'ડૉક્ટર પ્લીઝ, ટેક કેર...'

'તમે... તમે... એને મારી નાખ્યો... હું કહું છું તમે એને...' ખેરા બોલ્યો. તેની કમ્મરમાં લોહી ઊપસી આવ્યું.

'ખેરા... આપણે પછી વાત કરીશું... ડૉક્ટર હ્યુસન, પ્લીઝ... ખેરાને ટ્રીટમેન્ટની જરૂર છે. તું જા... સેજલ... જલદી...'

મારે ત્યાં રોકાવું હતું. મારે ત્યાં જ... મારી મૉમ પાસે રોકાવું હતું, પણ જૅકના છેલ્લા શબ્દો વિચિત્ર હતા. રહમતને મારે જાનોરને લૂંટતો અટકાવવાનો હતો. જબલપુરનું દંગલ અટકાવવાનું હતું. મારા પગ ત્યાંથી ઊપડતા જ ન હતા, પણ ગયા વગર છૂટકો ન હતો... 'જીના જો મેજર ગૉડફ્રેને કહી દે કે—'

આંગળીને વેઢે ગણી શકાય તેટલી જ મિનિટોમાં ગજબનાક ઘટનાઓ સર્જાઈ હતી. એકસાથે તેનો ચિતાર આપવો લગભગ અશક્ય છે. ઘણું બધું એકસાથે બન્યું. અપરંપાર ગૂંચવણો પણ સર્જાઈ હતી. લાઇબ્રેરીમાં થયેલું દંગલ અવર્ણનીય રીતે સર્જાયું અને તેવો જ અણધાર્યો તેનો અંત આવ્યો. હું ત્યાંથી બહાર દોડ્યો પછી ત્યાં શું બન્યું તે નજરે જોવા હું ત્યાં હાજર ન હતો, પણ એ કેવી પરાકાષ્ઠા હશે તે હું કલ્પી શકું છું. મેં તો માત્ર તેનો અહેવાલ જ પાછળથી, ઘણા વખત પછી સાંભળ્યો હતો.

મારી મૉમને ત્યાં એકલી છોડીને મારે જવું ન હતું છતાં મારી પાસે કોઈ

પર્યાય ન હતો. અલબત્ત, મને એક વાતની નિશ્ચિંતતા હતી કે ગારદીઓ ત્યાં પહોંચ્યા હતા. જૅક મૅકગ્રેગર ગંભીર રીતે ઘવાયો હતો. ખેરાને વાગ્યું હતું, પણ તેનો જખમ કેટલો ગંભીર છે તે મેં જોયો ન હતો. સમય પણ ન હતો. ભવાનીસિંહની હાલત ખરાબ હતી, પણ ગંભીર ન હતી. હુસન સલામત હતા છતાં સ્વસ્થ તો નહીં જ. બારણું તોડીને, બારણાની બહાર ઊભા રહેવાની ગારદીઓને ફરજ પડી હતી, પણ અંદર જે ક્લાઇમૅક્સ આવી તેને કારણે ગારદીઓ, મારી મૉમને મદદ આપવા જઈ શકે તેમ હતા. ગારદીઓને મૉમનો ખ્યાલ રાખવાનો હુકમ કરીને હું દોડ્યો હતો.

મહેલના રસોડાની પાછળથી અમારા ઘોડાર પાસે જઈ શકાતું હતું. એ રસ્તો ટૂંકો છે. હું તે તરફ દોડ્યો ત્યારે બીજા થોડા ચપરાસીઓ કશુંય સમજ્યા વગર મારી પાછળ દોડ્યા હતા.

આ તરફ કમરાની બારીમાંથી કૂદીને રહમતમીર ભાગ્યો હતો. તે દોડીને મહેલની પૉર્ચ પાસે ખડા રાખેલા તેના ઘોડા તરફ ગયો હતા. ત્યાં ખેરાના અને રહમતના પોતાના થોડા અસવારો ઊભા હતા. તેને જોઈને એ લોકો ચોંક્યા હશે. ગમે તેમ પણ તેણે મહેલ પર હલ્લો કરવાને બદલે ઘોડાર તરફ માણસો મોકલ્યા હતા. તેની શરત પ્રમાણે ૫૦૦ ઘોડા અને રાઇફલો આપવાનું સ્વીકારવામાં આવ્યું હતું. એટલા ઘોડા મહેલની ઘોડારમાં ન હતા. જેટલા હતા તેટલા પર સાજ નાખવાનું કામ ચાલતું હતું અને તલઘરમાંથી હથિયારો બહાર કાઢવામાં આવી રહ્યાં હતાં એટલે સ્વાભાવિક ત્યાં ધાંધલ સર્જાઈ હતી. માણસો ઓછા હતા અને કામનું દબાણ ખૂબ હતું. રહમતના ચુનંદાઓ ત્યાં પહોંચ્યા હતા અને તેમણે ઘોડા હંકારવાનો હુકમ આપ્યો હતો. દોડાદોડ થઈ હતી. ઘોડા લઈ જવા દેવા કે નહીં તેનો નિર્ણય કરનારું ત્યાં કોઈ ન હતું. કોઈ ખંડેરાવને બોલાવવા દોડ્યું હતું, તો કોઈ મહેલ તરફ દોડ્યું હતું, પણ ઘોડા આપવાના છે તેવી ખબર ઘોડારમાં સૌને હતી જ. આ અનિર્ણીત પરિસ્થિતિમાં પિંઢારીઓએ ઘોડા હંકાર્યા હતા. રહમતમીર પિંઢારો હતો. બર્બર સ્વભાવનો હતો, છતાં ગણતરીમાં પાકો હતો. તે પોતે તો પોતાનો ઘોડો તબડાવીને મહેલને ઝાંપે પહોંચ્યો હતો. ત્યાં તેની પૂરી ગિશ્તે પડાવ નાખ્યો હતો.

હું ઘોડાર પાસે પહોંચું તે પહેલાં તો ચાળીસ-પચાસ જેટલા ઘોડા હંકારીને રહમતના આદમીઓ ભાગ્યા હતા. ભડકેલી ગાયોની જેમ આમતેમ દોડતા અસવાર વગરના ઘોડાને કારણે, ઘોડાર પાસે ધુમ્મક્કડ સર્જાઈ હતી.

'ધાનોજી... ધાનોજી...' ધૂળના ગોટ ઉડાડતા ઘોડાનો એક જથ્થો દોડાવીને રહમતના માણસો ભાગતા હતા ત્યાં જ હું પહોંચ્યો હતો. હોકારા અને બૂમાબૂમમાં મારો અવાજ કોઈએ સાંભળ્યો નહીં હોય, પણ મહેલની પૉર્ચ સામેના બગીચા આગળથી એકાએક રાઇફલો ધણધણી ઊઠી હતી. ભાગતા અસવારોને અટકાવવા કોઈએ હુકમ આપ્યો હતો.

'ધાનોજી... ધાનોજી ક્યાં છે?' મેં એમ ને એમ જ બૂમ પાડી. ચરવાદારોમાંથી કોઈએ એ અવાજ સાંભળ્યો હતો.

'ધાનોજી... ધાનોજી...' ચરવાદારોએ પણ મને મદદરૂપ થવા બૂમો પાડી. અને એ ગૂંચવાડામાંથી ધાનોજી દોડી આવ્યો. તેના ચહેરા પર ધૂળ ખડકાયેલી હતી અને આંખો પર ઝાંખપ આવી ગઈ હતી.

'ધાનોજી, તુરક ક્યાં છે?'

'અંદર છે, બાબાજી...'

'જલદી એને તૈયાર કર... અને એય... રોક આ જડસુને...' મેં રહમતના એક અસવાર તરફ આંગળી ચીંધી અને ત્યાં અવાચક ઊભેલા એક ગાર્ડને કહ્યું. 'રોકો... કમબખ્તોને...' મેં ઉમેર્યું... અને તરત જ બધા સમજ્યા. ઘોડાઓ રાઉન્ડ અપ કરતા રહમતના સાથીઓ સમજ્યા અથવા તો તેમના નેતાએ તેમને કહ્યું હોય કે જેટલા ઘોડા તૈયાર હોય, એટલા લઈને ભાગી નીકળવા, ગમે તેમ પણ તેમને રાઉન્ડ અપ કરતા રોકવા માટે બૂમાબૂમ થઈ કે તરત તેઓ અટક્યા. તેમણે પોતાના ઘોડા તેમ જ રાઉન્ડ અપ કરેલા ઘોડા ભગાવ્યા. મહેલના ગારદીઓએ રાઇફલો ઉઠાવી, પણ મેં બૂમ મારી.

'ડોન્ટ શૂટ... ડોન્ટ શૂટ...'

એ લોકો કોઈ પણ કારણસર મહેલમાંથી બહાર ભાગતા હતા. તેમને અહીં અટકાવીને મહેલમાં જ ધીંગાણું થાય તેવું હું ઇચ્છતો ન હતો, પણ મારી હાજરીને કારણે ગારદીઓમાં એકાએક શિસ્ત આવી હતી.

'ખંડેરાવ ક્યાં છે?' મેં અવાજ કર્યો અને ખંડેરાવને માટે દોડાદોડ મચી ગઈ. 'ગજાનનને બોલાવો... અને પોઝિશન પર જાઓ જલદી...' કહીને હું રાઇફલો કાઢતા ગારદીઓ પાસે પહોંચ્યો. બે રાઇફલો ઉઠાવી. 'એમ્યુનિશન...' મેં કહ્યું અને તરત જ પટા આવ્યા. બીજાં બે બૉક્સ લઈને એક આદમી દોડી આવ્યો. મારો ઘોડો લાવતાં ધાનોજીને આઠ-દસ મિનિટ લાગી હતી. ત્યાં સુધીમાં ખંડેરાવ અને ગજાનન પણ દોડી આવ્યા હતા.

'શું થયું યોર હાઇનેસ...' તેણે પૂછ્યું. કમરામાં કેવું ભીષણ નાટક ખેલાયું હતું તેની તેને ખબર ન હતી.

'રહમત ભાગ્યો છે.' મેં કહ્યું.

'મને લાગ્યું... જેક મૅકગ્રેગર... ખેરાસિંહ...'

'એ મહેલમાં છે. ઘવાયેલા છે. એ બધું તને કહું છું. પહેલાં મહેલની સિક્યૉરિટીનો બંદોબસ્ત કરો. કદાચ પિંઢારા હલ્લો કરે... મારે જીનાને રોકવી પડશે.'

'પણ એ તો બાલીરામજીની સાથે...'

'એ કેન્ટોન્મેન્ટમાં ગઈ છે!'

'કેન્ટોમેન્ટમાં અત્યારે?' ખંડેરાવે આશ્ચર્યથી પૂછ્યું.

'મેજર ગૉડફ્રેને બોલાવવા માટે. આપણે તેને રોકવી પડશે... રહમતને રોકવો પડશે...'

'પણ બાબાજી સર, હું સમજ્યો નહીં.'

'સમજવાનો સમય નથી. વી હેવ ગોટ ટુ સ્ટૉપ હર...' મેં કહ્યું. 'મારી સાથે તું કોને મોકલે છે?'

'કોઈને નહીં, હું જ આવું છું. ગજાનન આપણી સાથે આવશે...'

'પણ મહેલમાં... મૉમની પાસે...!'

'ભુવનસિંહનો દીકરો... અને છત્રપાલ રહેશે' તે બોલ્યો.

થોડી જ મિનિટોમાં તેવી વ્યવસ્થા ગોઠવી હતી. જો પિંઢારીઓ હલ્લો કરે તો મહેલનું રક્ષણ કરવું ખૂબ અઘરું હતું, પણ મૉમને લઈને સુરંગમાં ઊતરી જવાનો છેલ્લો, પણ સલામત ઉપાય મહેલના ગારદીઓ પાસે હતો. ઝડપથી એ સૂચનાઓ અપાઈ. અમારી ખલેચીઓ રાબેતા મુજબ ભરવામાં આવી. સાથે ત્રણ સફેદ ઝંડીઓ પણ લીધી હતી. અમે ઘોડા પલાણ્યા. હું, ખંડેરાવ અને ગજાનન... અમે આગળના ઝાંપેથી જવા માગતા ન હતા. વળી, એ રસ્તો પણ લાંબો હતો. પવનચક્કી આગળ થઈ, મહેલની ઉત્તર-પશ્ચિમે આવેલાં ખેતરો અને ઉપવનમાં થઈને અમે કેન્ટોન્મેન્ટની પાછળ પહોંચવા માગતા હતા. અમે ઘોડા દોડાવ્યા, ત્યારે અમે ત્રણ જણા ન હતા.

અમારી પાછળ ચોથો અસવાર પણ આવતો હતો. એ ધાનોજી હતો...

'આ બૂઢો શા માટે પાછળ આવે છે!' મેં ઉદ્‌ગાર કાઢ્યો, પણ તેને સમજાવીને પાછો મોકલવાનો સમય ન હતો.

મારે જીનાને અટકાવવી હતી. જૅકની પાસે લઈ આવવી હતી. જૅક મૅકગ્રેગરની બાજી અવળી પડી છે તેનો ખ્યાલ તેને આવે તે પહેલાં મારે તેને રોકવી હતી. કારણ તે જરૂર ગુસ્સે ભરાઈને, અંગ્રેજોને કહી દે કે, જબલપુરના મુગુટલાલને ત્યાં જાનોરમાંથી લવાયેલો મુગલખજાનો છે, એ સમાચાર મેજર ગૉડફ્રે ટેલિગ્રાફથી મોકલ્યા વગર રહે નહીં અને જબલપુર રેસિડેન્સી પરથી મુગુટલાલની કોઠી પર 'રેઇડ' પાડ્યા વગર અંગ્રેજો જંપે નહીં. આવું થાય તો મારું સર્વસ્વ હણાઈ જાય.

સેના અને આજો માતાઈ મુગુટલાલને ત્યાં હતા. જો અંગ્રેજો ખજાનો લેવાની કોશિશ કરે તો આજો કે સેના કે પછી મુગુટલાલ, કંકુનો ચાંલ્લો કરીને અંગ્રેજોના હાથમાં એ સોંપી ન દે. ત્યાં જરૂર ગમખ્વાર લડાઈ થાય એટલું જ નહીં, પણ અંગ્રેજોની સાથે એ લડાઈમાં મુગુટલાલ અને તેની સાથેના બધા જ માણસો, અમારા ભુવનસિંહ પણ ત્યાં જ મરાય અને એટલે જ જેમ બને તેમ ઝડપથી જીનાને રોકવી જરૂરી હતી.

એ અને બાલીરામજી કૅન્ટોન્મેન્ટમાં પહોંચ્યાં હશે, તેવું અનુમાન મેં તે વખતે કર્યું હતું, પણ લાઇબ્રેરીમાં બાજી પલટાશે તેવો તો સ્વપ્ને પણ ખ્યાલ ન હતો. મને તે વખતે ખાતરી હતી કે જીના મેજર ગૉડફ્રેને લઈને મહેલમાં ધસી આવશે. ગૉડફ્રે પોતે મહેલના આગલે દરવાજેથી આવી નહીં શકે તે પણ દેખીતું હતું. એટલે જ પાછળનાં ખેતરોમાંથી તે નાનકડી ટુકડી લઈને આવશે એવી ગણતરી મેં કરી. કદાચ તે રસ્તામાં જ ભટકાશે તેવું પણ અંદાજીને સફેદ ઝંડીઓ અમે લીધી હતી.

મહેલના ફરતા કોટના પાછલે દરવાજેથી બહાર નીકળીને અમે ખેતરો વટાવ્યાં. ઘોડાઓ માટેનો લીલો ચારો વઢાવ્યો. તેને છેડેથી કૅન્ટોન્મેન્ટની હદ શરૂ થતી હતી. અમે ઘડીભર ઘોડા અટકાવ્યા. ખંડેરાવે ઝીણી નજરથી આજુબાજુ જોયું. આછા ઢોળાવોવાળી એ ભૂમિ તદ્દન હરિયાળી હતી. અહીં અંગ્રેજોની મેમસાહેબો ઘોડા દોડાવતી, પિકનિક-પાર્ટીઓ થતી અને પંખીના ટહુકાર થતા; અમે એ સ્તબ્ધતામાંથી કંઈક અર્થ કાઢવા મથતા હતા. ત્યાં અમારી પાછળ આવતો ધાનોજી અમારી નજીક આવી પહોંચ્યો.

'ડોસલા, તું શા માટે આવ્યો?'

'બાબાજી સર... હું કહીશ તોય તમે પાછા વળવાના નથી. કાલે રાત્રે મેં ખૂબ ખરાબ સ્વપ્ન જોયું હતું.'

'તું પાછો જા... ધાનોજી... તારી મહેલમાં જરૂર છે.' મેં કહ્યું, પણ તે બોલ્યો નહીં.

'ક્યાંય કશી મૂવમેન્ટ દેખાતી નથી... યૉર હાઇનેસ...' ખંડેરાવ બોલ્યો. અમે ત્રણે જણે સાથે લીધેલી સફેદ ઝંડીઓ હાથમાં ઉઠાવી અને ચરાની વાડ કુદાવીને ઘોડા અંદર લીધા. ચરાની ધરતી મેદાન જેવી ન હતી. આડાઅવળા માટીના ટીંબા પર ઘાસ ઉગાડેલું હતું. બરાબર ચાર-પાંચ મિનિટ અમે ઘોડા તબડાવ્યા હશે અને ચરાની અંદર લગભગ સવા-દોઢ માઈલ ગયા હોઈશું ત્યાં અમે તોપોની ગડગડાટી સાંભળી, લગામ ખેંચીને ઘોડા ઊભા રાખીએ તે પહેલાં જ એ જાનવરોએ કાન તાણ્યા હતા.

'ખંડેરાવ...' મેં બૂમ પાડી. તેણે એ ગડગડાટી સાંભળી જ હતી. અમે નજીકના ટીંબા પર ઘોડા દોર્યા. જાનોર કેન્ટની રચના જેણે જોઈ હશે તેને ખ્યાલ આવશે કે અંગ્રેજો કેટલી ચોકસાઈથી પોતાના સંરક્ષણની વ્યવસ્થા કરતા. જાનોર મધ્ય પ્રાંતોમાં ઘણું જૂનું રાજ્ય હતું. મારા વડદાદાના વખતમાં અમારો મહેલ બંધાયો હતો, છતાં તેમાં જેટલી નાકાબંધી ન હતી, તેટલી નાકાબંધી અને આડશો અંગ્રેજ કૅમ્પમાં હતી. સાચું કહું તો સૈકાઓથી જાનોરે યુદ્ધ જોયું ન હતું. જાનોર શા માટે! હિંદભરમાં વિવિધ રાજ્યોએ કેવળ ધીંગાણાં જોયાં હતાં અને એટલે જ ઠેર ઠેર એક જાતની કૉમ્પ્લેસન્સી, એક ઉદાસીનતા પ્રવર્તતી હતી. ભયની ગેરહાજરી કરતાં કૌવતનો અભાવ આ ઉદાસીનતાના મૂળમાં હતો, પણ અંગ્રેજોની બાબતમાં એવું ન હતું. એ પારકી ધરતી પર આવ્યા હતા અને એટલે તેમને ભરોસો ન હતો. સદાય તત્પર આ ગોરાઓ ક્યારેય અભાન રહેતા નહીં, અને એટલે જ સાદીસીધી દેખાતી કૅન્ટોન્મેન્ટોની રચના અભિમન્યુના કોઠા સમી બનાવવામાં આવતી.

રાઇફલની રેન્જ સહેલાઈથી પહોંચે તેટલે દૂર જ ઝાડ કે ઝાડીઓ જોવા મળે. બાકી તો દરેક મકાનમાંથી બરાબર નિશાન લઈ શકાય તેટલી મોકળાશ રખાતી. મેદાનોને વાડથી ઘેરવામાં આવતાં. તેના પછી ચરા રહેતા. ચરાની ચારે બાજુ પાછી વાડ બંધાતી. ચરાની આગળ ઉપવન રહેતું. આ ઉપવન પણ વાડથી ઘેરવામાં આવતું. એકાએક ક્યારેય પણ હલ્લો થાય તો આ ત્રણે ઠેકાણે મોરચા માંડી શકાય તેવી ગણતરી રખાતી.

અમે ટિંબા પરથી નજર માંડી. દૂરથી સંભળાતા તોપોના અવાજોથી અમે થડકતા હતા. જાનોરમાં તોપો વાપરવી પડશે તેવી કલ્પના અમે કરી ન હતી.

તેના બે જ અર્થ થતા હતા: એક તો એ કે રહમતમીર અલીએ કેન્ટોન્મેન્ટ પર હલ્લો કર્યો હોય અથવા જાનોરની ખળભળી ઊઠેલી પ્રજાએ બળવો કર્યો હોય. પ્રજાનો મિજાજ અમે જોયો હતો. બાબા હરિભજને વહેંચાવેલી રોટીઓનો એ પ્રતાપ હતો. જાનોરમાંથી સામાન્ય વસતીની નાસભાગ પણ અમે થતી જોઈ હતી. અમે થોડી વાર ત્યાં રોકાયા. ક્યાંય કશી હિલચાલ દેખાતી ન હતી.

ઝંડીઓ ઊંચી કરીને અમે ઘોડા દોડાવ્યા. ચરાની કેન્ટ તરફની વાડથી અમે સોએક વાર છેટા હોઈશું, અને એકાએક રાઇફલો ધણધણી ઊઠી. આ વિસ્તાર પણ પૂરી મોરચાબંધીથી સુરક્ષિત કર્યો હતો. રિફ્લેક્સ એક્શનથી જ અમે લગામો ખેંચી હતી. ઘોડા ઝાડ થયા હતા અને અમે ઝંડીઓ ફરકાવી હતી. તોપના ધડાકાઓ વધુ જોરથી સંભળાતા હતા. અમારા ભણી થયેલો રાઇફલોનો ગોળીબાર અટક્યો હતો.

'ગેટ બૅક યૉર હાઇનેસ...' એકાએક ખંડેરાવે બૂમ પાડી અને ઘોડો ફેરવ્યો. તે સાથે જ બુલેટની હેલી થઈ. ધરતીના કૉન્ટૂર્સ એવા હતા કે પછી વાડની પાછળ ગોઠવાયેલા અંગ્રેજ સૈનિકો પાસે જે હથિયારો હતાં તે બરાબર ન હતાં અથવા પછી તેમને નિશાન લેવામાં કોઈ તકલીફ પડતી હતી, પણ અમારાથી થોડા જ અંતરે માટીમાં બુલેટો ખૂંતી હતી.

ઝંડીઓ ફરકાવવાનો કોઈ અર્થ અત્યારે ન હતો. અમે ડાબી તરફ એટલે કે ઉત્તરમાં ઘોડા વાળ્યા. ફરીથી ગોળીઓ છૂટી.

'કમબખ્તો આપણને જોતા નથી.' મેં ઉદ્‌ગાર કાઢ્યો.

'આપણે પાછા વળીએ યૉર હાઇનેસ...' ધાનોજી બોલ્યો.

'તું સાથે આવ્યો શું કામ ધાનોજી... આ તારું કામ નથી.' મેં જવાબ આપ્યો. અમે ટિંબો ઊતરીને ઉત્તરમાં ગયા. એ તરફ પણ જાનોર કેન્ટની વાડ ચાલી જતી હતી. અમારી સાથે સાથે જ જાણે ગોળીબાર કરનારા સૈનિકો પણ ઉત્તર તરફ આવ્યા હોય તેમ ગોળીબારનો બીજો રાઉન્ડ છૂટ્યો.

'એ લોકો સમજતા નથી.' ખંડેરાવે કહ્યું.

'પણ ગૉડફ્રે સાથે, જીના સાથે વાત કરવી જરૂરી છે ખંડેરાવ...'

અમે કોઈ નિર્ણય પર આવીએ તે પહેલાં તો ભયાનક તોપમારાથી વાતાવરણ ગાજી ઊઠ્યું હતું. કેન્ટોન્મેન્ટના પૂર્વ છેડેથી ધૂળ અને ધુમાડાનો ગોટ આકાશમાં ઊંચે ચડ્યો હતો.

'લેટ અસ ટ્રાય ધ નૉર્થ ઍન્ડ.' મેં કહ્યું અને તુરકને એડી મારી. નૉર્થ

ઍન્ડ તરફનો ઝાંપો કહારની દેવડી અને ભેડાઘાટ જવાના રસ્તા પર પડતો હતો. અમે તેનાથી લગભગ દોઢેક માઈલ દૂર હતા. બીજી પંદર મિનિટમાં અમે તે તરફ પહોંચ્યા હતા. કૅન્ટોન્મેન્ટના મેદાનની વાડે વાડે અમારા પર ગોળીઓ છોડનાર ટુકડીમાંથી થોડા અસવારોએ પણ એ જ તર્ક કર્યો હતો. અને નૉર્થ ઍન્ડ પર પહોંચીએ તે પહેલાં તો દેશી સૈનિકોની ટુકડી કૅન્ટના દરવાજેથી છૂટી હતી. માર માર કરતા ઘોડા 'ફેન' થઈને અમારી તરફ આવતા હતા. વાડ બાજુએથી ગોળીબાર ચાલુ થયો હતો અને અમારી સામી છાતીએ મળવા આવતા ઘોડેસવારોએ પણ ગોળીબાર શરૂ કર્યો.

અમે ઊભા રહીને સફેદ ઝંડીઓ ફરકાવી હતી, પણ તેનો જવાબ મળવાને બદલે પુરજોશથી આખી ટુકડીએ પોતાના માઉન્ટને ચાર્જ કર્યા હતા. એ કેવેલરી ચાર્જ હતો. રાઇફલની વહેંચણી પણ બરાબર લશ્કરી પદ્ધતિએ જ થઈ હતી. ફેન ફૉર્મેશનમાં આવતો એ ચાર્જ ઘડીભર અમે જોતા રહ્યા.

'બ્લોકહેડ્ઝ... કમબખ્તો સમજતા નથી...' હું બોલ્યો.

'બાબાજી આપણે રહેંસાઈ જઈશું.' ધાનોજી બોલ્યો.

'યૉર હાઇનેસ... રન... ફૉર ગૉડ્ઝ સેઇક. ખંડેરાવે લગભગ હુકમ આપ્યો. સફેદ ઝંડી ફરકાવવાનો કોઈ અર્થ દેખાતો ન હતો. નછૂટકે મેં પશ્ચિમ તરફ ઘોડો દોર્યો. અમે ચારે જણે પુરઝડપે ઘોડા હંકાર્યા.

હવે અમારે ભાગ્યા વગર છૂટકો ન હતો. ફૉર્મેશનમાં દોડતા આવતા ઘોડેસવારો કશું સમજતા ન હતા. હું અકળાતો હતો. આ લોકો અમને નદી સુધી ભગાડી જશે તેમ લાગતું હતું. પંદર માઈલમાં પથરાયેલો ચરો અમને યોગ્ય આડશ પણ આપે તેમ ન હતો. વળી વળતો ગોળીબાર કરીને કશું પ્રાપ્ત થાય તેમ ન હતું. અમે કૅન્ટોન્મેન્ટની નજીક જવાને બદલે દૂર જઈ રહ્યા હતા.

કોતરો શરૂ થયાં ત્યાં અમે અટક્યા. તોપમારાના અવાજો હવે ધીમી ગડગડાટી સમા લાગતા હતા. અમે ઘોડા થંભાવ્યા.

'ખંડેરાવ... આપણે કૅન્ટમાં જવું જ પડશે' મેં કહ્યું.

'આપણે મહેલમાં પાછા ફરીએ.'

'હવે એ શક્ય નથી ધાનોજી...' અમને પશ્ચિમ તરફ ભગાવી જનારી ટુકડી જો બરાબર આગળ જ રહે તો દક્ષિણ–પૂર્વ તરફનો અમારો રસ્તો તદ્દન સરળતાથી કાપી શકે એટલું નહીં, અમારા પર એવો હલ્લો કરી શકે કે અમે ચરો પણ વટાવી ન શકીએ.

મને પારાવાર ચિંતા થતી હતી. જીના જો વિફરી હોય અને મેજર ગૉડફ્રે જબલપુર સંદેશો પહોંચાડે તો મુગુટલાલનું ચોક્કસ સત્યાનાશ નીકળે. કદાચ તેણે ખજાનો રેલવે વૅગનોમાં પણ ભરાવી દીધો હોય તોય અંગ્રેજો તેને આંબ્યા વગર રહે નહીં, અને તેમ થાય તો મુગુટલાલ આજોની મદદ લીધા વગર રહે નહીં અને સેના એ ઓપરેશનમાં ભાગ લીધા વગર રહે નહીં.

'ખંડેરાવ... જબલપુર ગયા વગર બીજો કોઈ રસ્તો નથી...'

'જબલપુર...!'

'મારે સેનાને બચાવવી પડશે...' મેં કહ્યું. આગળ દાંતવાળો તેનો ચહેરો ચમકી ઊઠ્યો.

'બાબાજી. નહીં... એ...' ધાનોજી બોલવાનું પૂરું કરે તે પહેલાં મેં ઘોડો મારી મૂક્યો હતો. મારી પાછળ ખંડેરાવ અને ગજાનને ઘોડા દોડાવ્યા. ધાનોજીએ ક્ષણેક વિચાર કર્યો અને ઘોડાને એડી મારી.

જાનોરમાં લોકોનો ઉશ્કેરાટ કેવો હતો તે અમે જોયો હતો. ત્યાં ગામમાં અંધાધૂંધ પરિસ્થિતિ હતી. વિપ્લવશૂરા રાષ્ટ્રવાદીઓએ હથિયાર ઉઠાવ્યાં હતાં. સામાન્ય જનતાએ ઘરબારને તાળાં માર્યાં હતાં અને દક્ષિણ બાજુએ નાસભાગ શરૂ કરી હતી. રહમતમીર ભાગીને મહેલમાંથી બહાર નીકળ્યો હતો. તેણે મહેલમાંથી તેના સાગરિતો ઘોડા લઈને આવે તેટલી જ મિનિટો રાહ જોઈ હતી. તેણે મહેલ પર શા માટે હલ્લો ન કર્યો તે એક ગૂઢ પ્રશ્ન છે. તેનો જવાબ મને સમજાયો ન હતો. તેણે પોતાની ભયાનક ટુકડીને કૅન્ટોન્મેન્ટ ભણી દોરી હતી. તેનો એને જબ્બર લાભ મળ્યો હતો. કૅન્ટોન્મેન્ટની બહાર જાનોરના નાગરિકોનું ઉશ્કેરાયેલું ટોળું જમા થયું હતું. તે ટોળાએ પણ રહમતને સાથ આપ્યો.

મેજર ગૉડફ્રે કૅન્ટોન્મેન્ટમાં સંરક્ષણની વ્યવસ્થા પૂરી કરે તે પહેલાં બાલીરામજી અને જીના ત્યાં પહોંચ્યાં હશે તેવું મારું અનુમાન છે. કહે છે કે બાઇનૉક્યુલર્સથી વૉચ-ટાવર પરથી જોતા સંત્રીએ રેસિડેન્સી તરફ આવતી જીનાને જોઈ ન હોત તો બંને વીંધાઈ ગયાં હોત, પણ એ લોકો સર પૉવેલ જ્યાં રહેતા હતા તે મકાન પર પહોંચ્યાં ત્યારે જ હલ્લો શરૂ થયો હતો.

હૂણના ઘોડાની માફક રહમતમીરના પિંઢારી લડવૈયા કૅન્ટોન્મેન્ટમાં ઘૂસી ગયા હતા. નાગરિકોના ટોળાએ નાસભાગ શરૂ કરી હતી. હજુ હુકમો અપાય તે પહેલાં ફાટકના સંત્રીઓને ચીરી નાખવામાં આવ્યા હતા. હાથોહાથની ઘમસાણ લડાઈ શરૂ થઈ હતી અને તેમાં પિંઢારીઓને ટક્કર આપવી અંગ્રેજો

અને તેમની દેશી ફોજ માટે શક્ય ન હતું.

વૉચ-ટાવર પરથી આ ઘમસાણમાં ગોળીઓ છોડવી શક્ય ન હતી. આ ભયંકર ઘમસાણમાં કોને ગોળી મારવી તે સમજાય તેમ ન હતું. તકની રાહ જોતાં જાનોરના વિપ્લવવાદીઓએ, ભેડાઘાટ જવાના રસ્તે આવેલા કેન્ટના ઝાંપાઓ અને વાડમાંથી ધસારો કર્યો હતો. ઉશ્કેરાયેલા અને બળવાના શપથ લીધેલા જાનોરી બંકાઓએ હથિયાર સાબદાં કર્યાં હતાં. આ બધું અમે જોઈ શક્યા ન હતા, મારું અત્યારે એક જ લક્ષ્ય હતું... જબલપુર... જબલપુર અને સેના બારનીશ, પણ મને ખબર ન હતી કે જબલપુરમાં દાવાનળ પ્રગટી ચૂક્યો હતો...

નર્મદાના પૂર્વકિનારે અને ઉત્તરમાં, નદીના ઉપરવાસમાં બુલેટની માફક અમારા ઘોડા છૂટ્યા હતા. પીછો કરતી ટુકડીને માઈલો પાછળ રહેવા દઈને ખતરનાક ઝડપે અમે આગળ વધ્યા હતા. જબલપુર અને સેના, મુગુટલાલ અને મુગલ રાજચિહ્નો એ સિવાય મારા દિમાગમાં કોઈ વિચાર ન હતો. જબલપુર જવાના ધોરી માર્ગ પરથી જવું જોખમકારક હતું. એટલે જ નર્મદાને કાંઠે, કોતરો અને બાર્ગીની ટેકરીઓ વચ્ચેથી અમે ઘોડા હંકાર્યા હતા.

'બાબાજી... બાબાજી સર... ધીરે... ધીરે...' અમારી પાછળ તણાતો આવતો ધાનોજી બૂમો પાડતો રહ્યો. બુઢાપાને કારણે સજ્જડ થઈ ગયેલા તેના સ્નાયુઓ, આ વાવાઝોડા જેવી ઘોડેસવારી માટે તેની લય સાથે, તેના આંચકા અને પછડાટ માટે નકામા થઈ ગયા હતા.

'તું રોકાઈ જા... ધાનોજી...' હું વારંવાર તેને કહેતો રહ્યો.

'બાબાજી, મારી વાત નથી કરતો, પણ આ જાનવરો પર... આ જાનવરો પર દયા રાખો.'

'મને ખબર છે... મને ખબર છે ધાનોજી...' કહેતો હું તુરકને દોડાવતો રહ્યો.

*

બરાબર દોઢ કલાકે અમે પહેલો હોલ્ટ કર્યો. કરવો પડ્યો. અમારા સૌના ઘોડા લથડાતા હતા. 'બાબાજી... સર આ જાનવરો પરવારી જશે...' હાંફતા ઘોડા મોઢાં નીચાં કરીને ઊભા રહ્યા કે ધાનોજી બોલ્યો. ઘોડા પરથી તે નીચે ઊતર્યો ત્યારે તેનું આખું શરીર ધ્રૂજતું હતું. જિંદગી આખી તેણે ઘોડારમાં ગાળી હતી. આદમી કરતાં ઘોડા વધુ ઉમદા હોય છે. વધુ સાલસ, સન્નિષ્ઠ અને નિમકહલાલ હોય છે તેવું તે દૃઢપણે માનતો. તેની વાત ખોટી પણ ન

હતી અને એટલે જ ઘોડાનો દુરુપયોગ તેનાથી સહેવાતો નહીં.

'ધાનોજી... જબલપુર સમયસર પહોંચ્યા પછી આ ચારેય ઘોડાને હું કદી આ રીતે નહીં હાંકું, પણ અત્યારે આપણો છૂટકો નથી.' મેં દલીલ કરી. પરંતુ ખંડેરાવ અને ગજાનન તેના પક્ષમાં હતા. મારે ફરજિયાત કલાકનું રોકાણ કરવું પડ્યું.

✳

ઘોડાના શ્વાસ હળવા થયા. તેમના ફાટી જતાં ફેફસાં અને ફૂલી ગયેલાં નસકોરાંમાં કંઈક હાશ વળી કે તરત અમે અમારી મુસાફરી ફરી શરૂ કરી. રસ્તામાં બે ઠેકાણે વળી પાછું ટૂંકું રોકાણ કરવું પડ્યું. અમારે જબલપુરમાં ગોવિન્દભવનની બાજુમાં આવેલી મુગુટલાલની કોઠી પર જવાનું હતું. અમે ગ્વારીઘાટની ઉત્તરે શરૂ થતા રસ્તા તરફ જઈ શક્યા હોત, પણ જબલપુરમાં શું પરિસ્થિતિ હશે તેનો અંદાજ અમને તે વખતે ન હતો.

✳

અમે ગ્વારીઘાટથી ત્રણેક માઈલ દૂર આવી પહોંચ્યા ત્યારે સાંજ પથરાઈ હતી. આકાશ વાદળોથી ઘેરાયેલું હતું એટલે સમય કરતાં વહેલું અંધારું થયું હતું. અમારા ઘોડામાંથી હવે શક્તિ ચાલી ગઈ હતી. મારો તુરક પણ લથડાતો હતો. તેમના પગના સ્નાયુઓ ભરાઈને પથરા જેવા થઈ ગયા હતા. વારંવાર ચારેય ઘોડા આગલા પગ પહોળા કરીને માથું લબડાવીને ઊભા રહી જતા. વધુ પડતા શ્રમને કારણે તેમને ઝાડા પણ થઈ ગયા હતા. ફીણ જેવા પરસેવાથી તેમની ચામડી ચીકટ થઈ ગઈ હતી અને ગુંદર લગાડ્યો હોય તેમ ચામડી પરના વાળ ચોંટી ગયા હતા. નસકોરાં પર ભીની ખારાશ બાઝી ગઈ હતી. અને ચોકડાં મોંમાંથી નીકળતા ફીણથી ગંદાં થઈ ગયાં હતાં, ઘોડા અમને વેંઢારીને ચાલવા હવે તૈયાર ન હતા.

કેન્ટોન્મેન્ટ અમારી ઉત્તર પૂર્વમાં હતું. તે તરફ મુગુટલાલની કોઠી પર જવાનો સીધો રસ્તો પણ હતો, પરંતુ એ બાજુએ જવું કે નહીં તેનો નિર્ણય અમારે કરવાનો હતો.

મૂરમથી છવાયેલી નિર્જન ટેકરીઓની વચ્ચે અમે ઊભા હતા. કેન્ટોન્મેન્ટને રસ્તે જવું કે નહીં તે વિચારતા હતા, ત્યાં જ જબલપુર ધણધણી ઊઠ્યું હતું.

અમારો નિર્ણય આપોઆપ લેવાયો હતો. ખંડેરાવે હિદયપુર ગામમાં જવાનું સૂચન કર્યું. એ સિવાય અમારો છૂટકો પણ ન હતો. હિદયપુરમાં ખંડેરાવના કોઈ ઓળખીતા રહેતા હતા. ઘોડા પરથી ઊતરીને અમે ચાલતા જ તે તરફ ગયા. ખેતરોમાં થઈને ગામ તરફ જવાનું એકમાત્ર નેળિયું ત્યાં હતું. અમે એ નેળિયામાં પ્રવેશ્યા અને થોડુંક અંદર ગયા ત્યાં ચારે તરફથી દેશી બંદૂકો અને ભાત ભાતનાં હથિયારો સાથે લોકો ધસી આવ્યા હતા. અમે સ્થિર ઊભા રહી ગયા. લશ્કર અને ટોળાં વચ્ચે આ જ ભેદ છે. કોઈ પણ જાતનો વિચાર કે વ્યૂહરચના ગોઠવ્યા વગર લગભગ પચાસ-સાઠ માણસની ટોળી અમને ઘેરી વળી હતી.

અમે તાબે થવાની બૂમ પાડી તે સાથે જ ચાર-પાંચ બંદૂકધારીઓ આગળ આવ્યા હતા.

'કોણ છો તમે?' તેમાંના એકે બૂમ પાડી. ખંડેરાવ પોતાના ઘોડાને દોરીને આગળ થયો.

'વસંતરાવ મહાજનનો દોસ્ત ખંડેરાવ... ખંડેરાવે મોટેથી કહ્યું. પેલા પાંચે જણ કંઈક ખચકાયા. 'મહાજન ક્યાં છે?'

'નેળિયાની એક તરફ દૂર ઊભેલા લોકોમાંથી એક જણ વાડમાંથી રસ્તો કરીને બહાર આવ્યો. 'ખંડેરાવ...' તે બોલ્યો અને દોડ્યો.

'વસંતરાવ...!' ખંડેરાવે ઉદ્‌ગાર કાઢ્યો અને બંને ભેટ્યા. મને શાંતિ વળી. એકાએક માણસની નજર મારા તરફ પડી. મારો ચહેરો ધૂળથી ખરડાયેલો હતો. કપડાં ગંદાં થઈ ગયાં હતાં.

'અરે... આ તો સેજલસિંહ... તે પૂરું બોલી રહે તે પહેલાં ખંડેરાવે તેને અટકાવ્યો.

'બધી વાત કરું... મહાજન, મારે મદદ જોઈએ છે.' ખંડેરાવે કહ્યું.

મહાજન નામનો આદમી, સાનમાં સમજનારો આદમી હતો. તેણે તરત જ ટોળાને સૌ સૌની જગ્યાએ જવા હુકમ કર્યો. જબલપુર આજે રાત્રે ભડકે બળવાનું હતું, તેનાં એંધાણ ત્યાં વર્તાતાં હતાં. બાજુના ખેતરમાં ખંડેરાવ અને મહાજન વચ્ચે ગુફ્તેગો થઈ. થોડી વારમાં મહાજને પંદર ચુનંદાઓ એકઠા કર્યા.

બાબા હરિભજને ખરેખર ખતરનાક પ્રચારકાર્ય કર્યું હતું. જબલપુરની આસપાસનાં બધાં પરગણાંમાં લોકોએ હથિયારો ઉઠાવ્યાં હતાં. અને કેન્ટોન્મેન્ટ ફરતે લગભગ ઘેરો ઘાલ્યો હતો. મુગુટલાલની કોઠી ગોવિન્દભવનની સામેની

બાજુએ હતી, ત્યાં પહોંચવા માટે અમારે લગભગ આખું જબલપુર વીંધીને પૂર્વ તરફ જવાનું હતું.

હિદયપુર અને મદનમહાલ ગામની વચ્ચેથી અમે હાથીતાલ ભણી પહોંચ્યા. 'જય ગુપ્તેશ્વર'ના નારાથી હાથીતાલનો સીમાડો ગાજતો હતો. ઉશ્કેરાયેલા ટોળામાં કંઈક શિસ્ત દાખલ કરવાનો પ્રયત્ન ગામના બેચાર નેતાઓ કરતા હતા. અમારી નાનકડી બેરખ ત્યાં પહોંચી કે તરત 'ઇન્કિલાબ' નારા શરૂ થયા. બાબા હરિભજનનો જયજયકાર થયો.

અંગ્રેજોએ આમ તો આવાં કેટલાયે ધીંગાણાંનો સામનો કર્યો હતો, પણ આ વખતે તેમને પણ ગભરામણ હશે તેવું વર્તાતું હતું. તેમણે રેલવે એમ્બાર્કમેન્ટ પર નાકાબંધી કરી હતી. ગોંદિયા તરફ જતી સાતપુડા રેલવેલાઇનની રાંગે રાંગે મુખ્ય રેલવે તરફ સૈનિકો ગોઠવેલા હતા. જાનોરમાં ભારે ઘમસાણ મચ્યું છે, તેના સમાચાર જબલપુરમાં ઠેર ઠેર ફેલાયા હતા. ગોલાકી મઠના વિસ્તારમાં પાણિપત જેવું યુદ્ધ થયું, તેનાં યશોગાન ગવાતાં હતાં. ભેડાઘાટમાં ખેરાસિંહે કેવી કત્લેઆમ કરી હતી તેની અતિશયોક્તિભરી કથા ઠેર ઠેર પ્રચારમાં હતી.

બાબા હરિભજને હથિયારોથી સજ્જ જંગી ટોળું એકઠું કર્યું હતું. અને માધાતાલની પૂર્વમાં ટાવર પાસે અંગ્રેજ પલટન સાથે પ્રથમ ટક્કર થઈ હતી. ખંડેરાવ અને ગજાનન, મારા કરતાં જબલપુરની ભૂગોળથી વધુ માહિતગાર હતા. તેમણે અમારી આ નાનકડી ટોળકીને રાણીતાલ અને માધાતાલની વચ્ચેથી ઉત્તર તરફ દોરી હતી, પણ તેમ કરવામાં મુસીબત એ થઈ હતી કે રસ્તે આવતા કસબાઓમાંથી લોકો જોડાયા હતા. 'જય મહાકાલેશ્વર' અને વિપ્લવના વિજયના નારાઓથી ગગન ગજાવતા લોકોની સંખ્યા વધવા માંડી હતી. અલબત્ત, આ કોઈ પલટન ન હતી. તેમાં કોઈ શિસ્ત ન હતી. જેમ જેમ અમે આગળ વધતા ગયા તેમ તેમ સંખ્યા વધતી ગઈ. થોડા ઘોડેસવારો પણ જોડાયા. અમે માધાતાલની લગભગ એક માઈલ દૂર જઈને સેન્ટ્રલ જેલ તરફ વળ્યા.

ખંડેરાવને ખાતરી હતી કે, જેલ તરફ અને ગોવિન્દભવન તરફ અંગ્રેજ પલટનનો જમાવ હશે અને ત્યાં ધીંગાણું થયા વગર રહેશે નહીં. પલટનના શિસ્તબદ્ધ લોકોનો સામનો આ ઉશ્કેરાયેલા ટોળાથી થવાનો નથી. એટલે તેણે અને મહાજને ટોળાને બે ટુકડીઓમાં વહેંચી : એક ટુકડીને તેણે રેલવે યાર્ડ તરફ જતા રસ્તે મોકલી અને જેલનો ચકરાવો લઈને અંગ્રેજ કંપનીઓનાં ગોડાઉનો

તરફ નીકળ્યા; ખંડેરાવની ગણતરી બિલકુલ સાચી પડી હતી. અમે કોઈ પણ જાતની ટક્કર વગર જેલ ફરતે થઈને નેલ્સન-રિચાર્ડ, ફારગો-જોનસન અને બર્નનાં ગોડાઉનો તરફ પહોંચ્યા. ખંડેરાવે અમારી જ ટુકડીના થોડા માણસો અને મહાજનને એ વેરહાઉસ તરફ મોકલ્યા હતા. વેરહાઉસના સંત્રીઓ સાબદા થાય તે પહેલાં રેલવેલાઇન તરફની દીવાલ પર ચડીને મહાજનના બરકંદાજોએ વેરહાઉસ પર કાકડા નાખ્યા હતા. બર્ન કંપનીની ચાની પેટીઓ અને નેલ્સન-રિચાર્ડના ગોદામોમાં ભરેલા રૂના પાટલાઓમાં જોતજોતામાં આગ લાગી હતી. તે સાથે જ રેલવેલાઇન પરના સંત્રીઓ અને ગોવંદિભવન તરફ જવાના રસ્તા પરથી પલટનના સૈનિકો દોડી આવ્યા હતા. મહાજન વેરહાઉસની હારમાળાની પછીતે મોરચાબંધી કરીને ગોઠવાયો હતો.

અમે રેલવેલાઇન ઓળંગીને મુગુટલાલની કોઠી તરફ ગોવિન્દભવનની દક્ષિણે ઘોડા દોડાવ્યા હતા.

બરાબર તે જ વખતે જેલની દક્ષિણેથી રેલવે યાર્ડ તરફ જતી વિપ્લવવાદીઓની ટુકડીઓએ બંદૂકો ધણધણાવી હતી. પરિણામે કેન્ટોન્મેન્ટની 'પેરિફરી' પર નાકાબંધી કરીને ઊભેલા અંગ્રેજ પલટનના દેશી સૈનિકો અને તેમના સૂબેદારો મૂંઝાયા હશે. તેમની પૂર્વ, ઉત્તર અને પશ્ચિમેથી હલ્લો થયો હતો. તેથી તેમની મૂંઝવણ સ્વાભાવિક હતી. જ્યારે અમે આ ગોળીબારોથી દૂર ખૂબ જ સરળતાથી ગોવિન્દભવનની નજીક પહોંચ્યા હતા.

જબલપુરમાં હલ્લો થશે. બળવો થશે તેવા સમાચાર અંગ્રેજોને મળી ગયા હોવાનો પુરાવો જે રીતે અંગ્રેજોએ કેન્ટોન્મેન્ટ વિસ્તારને સુરક્ષિત કર્યો હતો તેનાથી અમને મળ્યો હતો. કદાચ એ સંદેશાને કારણે પણ કંઈક ગોટાળો અંગ્રેજ છાવણીમાં થયો હોય તો નવાઈ ન હતી.

*

અંધારું થતાં જ અમે મુગુટલાલની કોઠીની પછીત તરફ પહોંચ્યા હતા. અમે ત્યાં પહોંચ્યા તે જ વખતે, એ કોઠીની દક્ષિણ પૂર્વમાંથી ભયાનક ગોળીબારના અવાજો આવવા શરૂ થયા હતા. એ તરફના વિસ્તારને કાલીનાકા તરીકે ઓળખવામાં આવતો. એ બાજુ કરોન્ડી તરફ જવાનો રસ્તો હતો. ગોળીબારના અવાજો દશેરાના તહેવાર વખતે ફૂટતા ચીની ફટાકડાની જેમ આવતા હતા. આગિયાના ચમકારાની જેમ દક્ષિણ-પૂર્વનાં ઝાડવાંની ડાળીઓ ચમકી ઊઠતી

અને પછી ધડાકા થતા હતા. એ અવાજો આવતા હતા ત્યારે અમને ખ્યાલ ન હતો કે બાબા હરિભજને કાલી તરફ પણ પોતાની એક ચુનંદી ટુકડીનો જમાવ કર્યો હતો. બાબાની સ્ટ્રૅટેજી અદ્ભુત હતી તેમાં કાંઈ શંકા ન હતી. જબલપુરની ચારે દિશા અને છ ખૂણેથી અંગ્રેજો પર ભીંસ થઈ શકે તેવું તેમણે ગોઠવ્યું હતું. દરેક મરજીવા ટુકડી સાથે, અંગ્રેજોથી અન્યાય પામેલા લોકોનાં ટોળાં હતાં.

ગ્વારીઘાટ તરફ જતો રસ્તો તેમણે વિચારપૂર્વક મોકળો રાખ્યો હતો. જેથી જાનોર તરફ જનારી પલટનની ટુકડીઓ કોઈ રોકટોક વિના જઈ શકે. એક વખત એ ટુકડી રવાના થાય પછી રેલવેલાઇનની ઉત્તરે અને પશ્ચિમે તેમ જ કોઠીની દક્ષિણ-પૂર્વમાંથી કૅન્ટોન્મેન્ટ પર હલ્લો કરવો તેવી ગણતરી બાબાએ કરેલી, પણ આ અરેન્જમેન્ટ અને વ્યૂહની અમને ખબર ન હતી.

ભાંગફોડ અને આગ લગાડવાનું કામ મહાજને શરૂ કર્યું હતું. વસંતરાવ મહાજને અંગ્રેજ કંપનીઓના મોટા ભંડારો-વેરહાઉસમાં આગ લગાડી હતી. એ આગ લાગી ત્યાં સુધી કાલીનાકા તરફથી કોઈ હલ્લો થયો ન હતો. કદાચ બાબા હરિભજન તરફથી સંદેશો મળે તેની રાહ કાલીનાકાની એ ટુકડી જોતી હશે. એ ટુકડીને કદાચ બાબાનો સંદેશો મળ્યો હોય અથવા તો ગોદામો ભડકે બળે એ તેમણે નક્કી કરેલું સિગ્નલ હોય અગર તો ગોદામોમાંથી નીકળતો ધુમાડો જોઈને સ્વયંભૂ તેમનામાં ઉશ્કેરાટ આવ્યો હોય... એ કશી અમને ખબર ન હતી, પણ મુગુટલાલની કોઠી નજીક અમે પહોંચ્યા ત્યારે એકાએક દક્ષિણ-પૂર્વ તરફની ધરતી ધમધમી ઊઠી હતી.

કૅન્ટોન્મેન્ટથી પણ લગભગ એ સમયે જ અથવા તો તે ધડાકાઓ શરૂ થયા તેના થોડા સમય પહેલાં જ પલટનની એક ઘોડેસવાર પાયગા છૂટી હતી. વિધિની વિચિત્રતા એ હતી કે અમે મુગુટલાલની કોઠીની પાછળ પહોંચ્યા ત્યારે અમને ખબર ન હતી કે કાલીનાકા તરફથી ધસી રહેલી ટુકડી વિપ્લવવાદીઓની હતી. અમને તે વખતે એમ જ હતું કે બે તરફથી અંગ્રેજોની ટુકડીઓની ભીંસ મુગુટલાલની કોઠી પર મંડાઈ રહી છે. નસીબ એટલું પાધરું હતું કે ક્રોસફાયર શરૂ થાય તે પહેલાં અમે કોઠીની પછીતે, કોઠીના નાનકડા કોટની રાંગે પહોંચ્યા હતા, અને બન્ને તરફનું ફાયરિંગ, તે પછી કોઠીના આગળના ભાગમાં શરૂ થયું હતું.

અમને કોઠીમાં જલતા દીવા તો દૂરથી દેખાતા હતા. અમે કોઠીની નજીક

આવ્યા ત્યારે પણ એ આખીય કોઠીના કમરા દીવાથી ઝગઝગતા હતા.

'આપણે પાછા ભાગવું જોઈએ... યૉર હાઇનેસ...' ખંડેરાવે ફાયરિંગના અવાજો સાંભળીને અંદાજથી જ કહ્યું હતું. 'બન્ને તરફથી આપણે ઘેરાઈ જઈશું.'

તેની વાત ખોટી ન હતી, પણ મને બીજી જ ચિંતા હતી. 'ખંડેરાવ... ગજાનન અને ધાનોજી ભલે અહીં ઊભા રહેતા... આપણે કોઠીમાં જઈ તો આવીએ જ. જો અંગ્રેજોને જાણ થઈ હશે કે ખજાનો આ કોઠીમાં છે તો એ લોકો કોઠી પર હલ્લો કર્યા વગર રહેશે નહીં.'

'પણ તેમ થશે તો આપણાથી કોઈ મુકાબલો થશે નહીં. યૉર હાઇનેસ આપણે—' ખંડેરાવે તંગ અવાજે કહ્યું,

'મુકાબલો કરવો પણ નથી. સૂબેદાર... પણ કોઠીમાં સેના હશે. આજો હશે. મુગુટલાલજી અને સંતોજીના બીજા માણસો હશે. એ લોકો મુકાબલો કરશે. અંગ્રેજોના હાથમાં મુગલ અમાનત સમો એ ખજાનો પડે તે પહેલાં એ લોકો લડી લેશે... આપણે એ અટકાવવું છે—' મેં કહ્યું.

'મુગુટલાની કોઠી ક્રોસફાયરમાં સપડાશે... બાબાજી સર... બન્ને તરફથી અંગ્રેજો હલ્લો કરશે.' ખંડેરાવે તે વખતે કહેલું... પણ ત્યારેય અમને ખબર ન હતી કે કોઠી વિપ્લવવાદીઓ અને અંગ્રેજોના ક્રૉસફાયરમાં ફસાશે.

'એ મને સમજાય છે ખંડેરાવ... પણ તે પહેલાં આપણે કોઠીમાંથી બધું બહાર કાઢવું રહ્યું... માણસોને ભગાડવા રહ્યા... વી મસ્ટ ડુ ધેટ... વી મસ્ટ સેવ ઇટ...'

ખંડેરાવ કંઈ બોલ્યો નહીં. તે ઘડીભર મારી સામે અને કોઠીના ઉપલા ભાગમાં જલતા દીવાઓ તરફ તાકી રહ્યો. કોઠીમાં ક્યાંય મૂવમેન્ટ દેખાતી ન હતી તેનું મને અને તેને આશ્ચર્ય થતું હતું.

મુગુટલાલની કોઠી નાનકડા કિલ્લાથી કમ ન હતી. લગભગ દસ-બાર ફૂટ ઊંચી દીવાલ આખી કોઠીના કંપાઉન્ડ ફરતે ચણેલી હતી. સાતઆઠ એકર જમીનમાં પથરાયેલા એ કંપાઉન્ડમાં કોઠીની પછીતે ત્રણ-ચાર એકર જમીનમાં વેજિટેબલ ગાર્ડન હતો. અને તેને છેડે આંબાનાં ઝાડ હતાં. થોડે થોડે અંતરે લીંબુડીઓ વાવેલી હતી. એક તરફ પપૈયાના છોડની લાઇન હતી. બીજી તરફ કેળનું વાવેતર હતું. જો કોટ કૂદીને અંદર જઈએ તો જોઈએ તેટલી આડશ જરૂર મળી રહે. કોઠીમાંથી કોઈ ગોળીબાર કરે તોપણ પાછલા

ભાગ સુધી સહીસલામત પહોંચી શકાય.

પણ જો કોટ પરથી ચડતી વખતે જ, જો અંદરથી ગોળીબાર થાય તો ઈશ્વર પણ બચાવી ન શકે. દસેક ફૂટથી પણ વધુ ઊંચી કોટની દીવાલ પર બહારના ભાગમાં ઝૂકે તેવી રીતે, કાંટાળા તારની વાડ હતી. એ વાડ પર ચડીને અંદર પડવા સિવાય બીજો કોઈ રસ્તો ન હતો. દીવાલમાં બાકોરું પાડવાનો સમય પણ ન હતો.

ખંડેરાવનો વિચાર બદલાય તે પહેલાં જ હું ઘોડા પરથી ઊતર્યો. ઘોડાના તંગનાં બકલ સહેજ ઢીલાં કરીને, જીનની નીચેથી ડળીઓ ખેંચી કાઢીને, એ ડળીઓ અમે તારની ઉપર પાથરી. એક પછી એક ઘોડા પર ઊભા રહીને, તાર પર પાથરેલી વળીઓ પર શરીર નાખીને, વાડના વાંકા લોખંડના થાંભલા સાથે વળગીને, લગભગ ઊંધે માથે અમે કોટની દીવાલ પર ઊતર્યા... હું અને ખંડેરાવ... ગજાનન અને ધાનોજીને બહાર ઊભા રાખ્યા. તેમને સૂચના આપી કે સહેજ પણ જોખમ ઊભું થાય તો તેમણે જાન બચાવવા ભાગી નીકળવું. અમારી રાહ જોવાની કે અમને મદદ કરવાની તેમણે કોઈ કોશિશ ન કરવી. કોઠીની અંદર જો પૂરતી વ્યવસ્થા હશે તો તરત જ માણસોને સૂચના આપીને, તેમને અંદર લઈશું અથવા તેમણે શું કરવું તેનો સંદેશો પહોંચાડીશું.

મને ખાતરી હતી કે ગજાનન કે ધાનોજી મને જોખમ લેવાની મનાઈ કરશે, પણ તે લોકો ચર્ચા કરે કે 'ઑબ્જેક્શન' ઉઠાવે તેવો મોકો જ મેં આપ્યો નહીં. વળી, સેના અંદર હશે એ કારણ જ ધાનોજીને અવાક રાખવા માટે પૂરતું હતું. અમે કોટ પરથી ખૂબ જ ઝડપથી અંદર પડ્યા હતા. એ મિનિટ... એ મિનિટની સેકન્ડો માટે અમે તદ્દન નિઃસહાય હતા. કોઠીના ઉપલા માળેથી કે અગાસીમાંથી જો કોઈ નજર રાખતું હોય તો અમારું આવી બને તે દહેશત તો હતી, પણ એવું કંઈ થયું નહીં. કોઠીનો કોટ કોઈ મોરચાબંધી હેઠળ હતો નહીં, તેની નવાઈ જરૂર લાગેલી, પણ બેવકૂફોની માફક અમે કોઠીમાં બળતા દીવાઓ જ જોતા હતા.

અમે અંદર પડ્યા, તે વખતે કોઠીના વિશાળ કંપાઉન્ડની આગલી બાજુએ જાણે આતશબાજીનો ઉત્સવ ઊજવાતો હોય તેમ ધડાકા થતા હતા. ધીરે ધીરે એ ફાયરિંગના અવાજો નજીક આવતા હોય તેમ લાગતું હતું. અમે લીંબુડીની આડશ લઈને દોડ્યા. કોઈએ અમને રોક્યા નહીં. અમે અધ્ધર શ્વાસે જ દોડતા હતા, પણ કોઠીમાંથી કોઈ પ્રતિકાર ન થયો. કોઈ માણસ પણ અમને દેખાયું

નહીં. કોઠીની પાછળના ભાગમાં, કેળના વાવેતરની ઉત્તરમાં સર્વન્ટ્સ ક્વૉર્ટર્સ હતાં. અમારે, અલબત્ત, તે તરફ જવાનું ન હતું, પણ ત્યાંય કશું હલનચલન હોય તેવું લાગ્યું નહીં. કોઈ પણ પ્રકારની મુસીબત વગર અમે અડધું કંપાઉન્ડ વટાવીને કોઠીની ઇમારતના પાછલા ભાગ સુધી પહોંચ્યા...

*

કોઠીની પાછળના ભાગમાં મોટો ચોક હતો. ચોકને ફરતે દીવાલ હતી. એ દીવાલમાં લોખંડનો ઝાંપો હતો. ઝાંપાની હલ્ડ્રાફ અંદરથી વાસેલી હતી. ખંડેરાવે ધીરેથી હલ્ડ્રાફ ખોલી. ચોકની ડાબી તરફ કપડાં અને વાસણો ધોવા માટેની પાણીની ટાંકીઓ અને ચોકડીઓ હતી. જમણી તરફ વિશાળ રસોડું, રસોડામાં કોઈ હતું નહીં, પણ અગ્નિ પ્રગટેલો હતો, ચૂલામાં લાકડાં સળગતાં હતાં.

'કોઈ છે ઘરમાં...' મેં રસોડાના બારણે જઈને બૂમ પાડી, પણ કોઈએ જવાબ ન આપ્યો. અમે રસોડાની બાજુમાં પડતા પૅસેજમાં ગયા, ત્યાં પણ કોઈ ન હતું. પૅસેજમાં થઈને ડાઇનિંગ હૉલમાં આવ્યા. અંગ્રેજ ઢબથી સજાયેલા એ વિશાળ કમરામાં એકીસાથે પચીસેક માણસો બેસી શકે તેવું ટેબલ હતું. ટેબલ પર ડિશો ગોઠવાયેલી પડી હતી. ડિશોની બાજુમાં રૂમાલ પણ પડ્યા હતા. મુરબ્બા અને અથાણાનાં ચલાણાં ભરેલાં પડેલાં હતાં.

'મુગુટલાલજી... અરે, ઘરમાં કોઈ છે?' અમે વારાફરતી બૂમો પાડી. કોઠીમાં પચ્ચીસ-ત્રીસ કમરા હશે. ઉપરના મજલે તેનાથી અડધી સંખ્યામાં કમરા હશે... અમે ઉપરનીચે બધે ફરી વળ્યા.

કમરા, બાથરૂમ્સ, ટૉઇલેટ્સ બધી જગ્યાઓ જોઈ. એક બેડરૂમમાં વેરવિખેર કપડાં પડ્યાં હતાં. મેં કપડાં ઉઠાવીને પલંગમાં નાખ્યાં... આમ તો મારું ધ્યાન ન પડત, પણ મારી મૉમ પહેરતી તેવું જ રાઇડિંગ પૅન્ટ અને ટૉપ એ કપડાંમાં પડેલું હતું... મેં સાહજિક આશ્ચર્યથી તે હાથમાં લીધાં... ઉથલાવ્યાં અને મને ખ્યાલમાં આવ્યું કે એ કપડાં સેનાનાં હતાં.

જાણે કોઠીમાંથી હમણાં જ થોડી વાર પહેલાં જ બધાં નીકળી ગયાં હોય તેવું લાગતું હતું. બૂમો પાડીને અમારાં ગળા સુકાઈ ગયાં એમ કહું તો ખોટું નહીં.

'ગજબ કહેવાય... ખંડેરાવ... હું બોલી ઊઠ્યો. 'આનો અર્થ શું?'

'આનો અર્થ એક જ બાબાજી સર... આજો અને સંતોજીની દીકરી

અહીંથી નીકળી ગયાં છે.' ખંડેરાવે કહ્યું.

'પણ... પણ... ખંડેરાવ... તો પછી એ લોકો સ્ટેશને ગયાં હશે... કદાચ આજે કોઈ ટ્રેનમાં રવાના થયાં હશે...' મેં કહ્યું. 'અથવા તો પછી સેના...' મને દહેશત ઊભી થઈ કે સેના કદાચ પકડાઈ નહીં હોય ને! અંગ્રેજો વહેલા પહોંચ્યા હોય! અંગ્રેજોને બદલે કદાચ હરિભજન પણ પહેલો પહોંચ્યો હોય!

'એ અશક્ય છે, મુગુટલાલને પરિસ્થિતિનો ખ્યાલ ન હોય તેવું હું માનતો નથી. તમે કહેતા હતા ને કે ધારીલાલના દીકરા સાથે ધાનોજીએ સંદેશો મોકલ્યો છે.'

'એ બરાબર છે, પણ કોઠીમાં કોઈ તો હોવું જોઈએ ને!' હું બોલ્યો અને સાગના લાકડાની વિશાળ સીડીનાં પગથિયાં ઊતરીને નીચે આવ્યો. બહાર હવે ગોળીબારો ઉપરાંત જંજારોના અવાજો આવતા હતા, પહેલાં કરતાં એ અવાજો નજીક સંભળાતા હતા.

✳

અમે દીવાનખંડમાં થઈને પાછા ભોજનખંડમાં આવ્યા. પેસેજમાં થઈને અમે રસોડામાં આવતા હતા ત્યાં ખંડેરાવની નજર લોખંડની જાળીવાળા બારણા તરફ પડી... જિજ્ઞાસુ કૂતરાઓની માફક અમે એ બારણું ઉઘાડ્યું... તલઘરમાં જવા માટેનો ત્યાં રસ્તો હતો. અમે પગથિયાં ઊતર્યા. સામે દીવાલમાં બીજું બારણું હતું. અમે એ દીવાલના ગોખલામાં મૂકેલી ચીમની સળગાવી અને બારણાને ધક્કો માર્યો. એ ધક્કાની સાથે જ ક્યાંક ગગડાટ થયો. અમે અંદર પ્રવેશ્યા... અને ધડાકાઓથી આખી ઇમારત ધ્રૂજી ઊઠી.

'ખંડેરાવ...' મેં અટકીને બૂમ પાડી તે પહેલાં તો આખું ભોંયરું ધ્રૂજી ઊઠ્યું હતું. કાન દબાવીને હું નીચે બેસી ગયો. મારા હાથમાંની પિસ્તોલ પણ નીચે પડી ગઈ હતી. શું થયું તે વિચારીએ તે પહેલાં જ લોખંડનો દરવાજો જોરથી અથડાયો. અને તેની કળ તાળામાં ચોંટી ગઈ હતી.

ભોંયરામાં એકાએક ધુમાડાનો ગોટ નીકળ્યો હતો અને ફરી ધડાકાઓથી આખું ઘર ધ્રૂજી ઊઠ્યું હતું.

'ખંડેરાવ... ખંડેરાવ...' મેં બૂમ પાડી, પણ તેણે જવાબ ન આપ્યો. ભોંયરામાં એકાએક આગ ભભૂકી ઊઠી હતી. અને ધુમાડાનો ગોટ ફેલાયો હતો. હું દોડતો તલઘરની સીડી પાસે આવ્યો હતો, પણ ત્યાં બારણું અને

બારસાખ એકમેકમાં જામ થઈને પડ્યાં હતાં. અને દાદરની સીલિંગમાંથી ઈંટ અને ચૂનાનાં ગરચાં તૂટીને નીચે પડ્યાં હતાં. હવાઈ ગયેલા ગનપાઉડરના અને પોટાસના ધુમાડાથી મારું ફેફસું ભરાઈ ગયું હતું.

'ખંડેરાવ...' અંધારામાં ભટકાતાં અટવાતાં મેં બૂમ પાડી...

'બાબાજી... સર... બાબાજી...' તીણો દર્દભર્યો અવાજ મેં સાંભળ્યો. અને ધુમાડાના ગોટમાં હું દાખલ થયો.

મેં ખંડેરાવને બૂમ પાડી પણ મારો અવાજ તલઘરની ભીતરમાં જમણી તરફ થતા ધડાકામાં ડૂબી ગયો. કોઠીના ભોંયતળિયા જેટલા જ વિસ્તારમાં ફેલાયેલા તલઘરમાં કદાચ સાતઆઠ મોટા ખંડ હશે. ષટ્કોણ આકારની મુગુટલાલજીની કોઠીની ઇમારતના પાયામાં બનાવેલા તલઘરના આ ખંડોમાં અપરંપાર ચીજો ભરેલી હતી. અલબત્ત, જમણી તરફના ખંડોમાં શું ભરેલું હતું તે તો આજેય મને ખબર નથી, પણ જે રીતે આગ લાગી હતી અને વિસ્ફોટ થયો હતો તે પરથી અનુમાન થઈ શકે તેમ હતું કે બ્લૅક પાઉડરના થેલા અને ગનકોટનની પેટીઓ, તેમ જ બીજો દારૂગોળો ત્યાં ભરેલો હશે.

સીડીની સામેના ખંડમાં પહેલો ખંડેરાવ ઘૂસ્યો હતો અને તેની પાછળ હું જતો હતો ત્યાં જ કાન ફાડી નાખે તેવો ધડાકો થયો હતો. સામાન્ય લશ્કરી રિફ્લેક્સથી હું નીચે બેસી ગયો હતો અને મારા બંને હાથની કોણીઓ કાન પર અડાડીને માથું સુરક્ષિત રાખવાનો પ્રયાસ કર્યો હતો. જ્યારે ખંડેરાવ કમરામાં દોડ્યો હતો અને તેણે ડાઇવ મારી હતી. ઍક્સ્પ્લોઝન થયા પછી પંદર સેકન્ડ બાદ બીજો ગડગડાટ મારી પાછળ થયો હતો. અંધારામાં શું થયું તે ખબર ન પડી. હું પાછો ફર્યો ત્યારે જ મને ખ્યાલ આવ્યો કે જે સીડી પરથી અમે ઊતરીને આવ્યા હતા તેનાં પથ્થરનાં પગથિયાં લટકી પડ્યાં હતાં અને મુખ્ય બારણું અને તેની લોખંડની બારસાખ ફાંગી થઈ ગઈ હતી. તે જ વખતે જો હું તૂટેલા પગથિયાંના ઢગલા પર ચઢીને એ બારણે ગયો હોત તો કદાચ મારી જિંદગીમાં જુદું પરિણામ આવ્યું હોત, પણ ખંડેરાવને શું થયું છે તે જાણ્યા વગર, તેને મદદ કર્યા વગર હું જઈ ન શક્યો.

સીડીની સામેના જે બારણામાં અને જે ખંડમાં અમે ઘૂસ્યા હતા એ કદાચ તલઘરનો વચ્ચેનો ઓરડો હશે. તેમાં આખા જબલપુરને નશામાં ગર્ત કરી શકાય તેટલા શરાબના બાટલા અને લાકડાનાં પીપો તેમ જ ખોખાં ખડકેલાં હતાં. ખંડેરાવને મેં બૂમ પાડી ત્યારે ભયાનક ધડાકા સાથે અંદરનાં

પીપ ઊછળ્યાં હતાં અને આખાએ ભાગમાં ઘેરો, ઘટ, ગૂંગળાવી નાખે તેવો સફેદ ધુમાડો પ્રસર્યો હતો. પોટાસ, ગંધક અને બળતા આલ્કોહૉલની ગંધથી નાક ફાટી જતું હતું અને આંખમાં બળતરા થતી હતી.

અંધારામાં રગડી પડેલા પીપની થપ્પીઓ વચ્ચેથી હું કમરામાં આગળ વધ્યો અને મેં ખંડેરાવની ઉધરસનો અવાજ સાંભળ્યો હતો. હું તે તરફ ધસ્યો પણ ગોળ નાનકડાં બૅરલ્સની ચાર થપ્પીઓ ઊલળીને રસ્તામાં પડી હતી. અંધારામાં હું અટવાયો, હું ખંડેરાવની નજીક પહોંચું તે પહેલાં જમણી બાજુના ખંડમાં સુરંગ ફૂટી હોય તેવો ધડાકો થયો અને તે સાથે એ તરફ જે કાંઈ ચીજવસ્તુઓ હશે તે ઊડી. એ ધડાકો થયો અને તેના અવાજનો બોદો પડઘો શમે તે પહેલાં જ્વાળામુખીના મુખમાંથી ભભૂકી ઊઠી હોય તેમ, લાલચોળ જ્વાળાનું વાદળ બહાર આવ્યું. અને જાણે આખા કમરાને પોતાની ભીતરમાં સમાવી લેવા મથતું હોય તેમ આગળ વધ્યું. તેના અજવાળામાં મેં ખંડેરાવને જોયો. તૂટીને રગડેલા પીપડાની વચ્ચે તે ઊભો થવા મથી રહ્યો હતો.

'ખંડેરાવ...' મેં આઘાત પામીને બૂમ પાડી. હું તે બાજુએ ધસ્યો. તે સાથે જમણી બાજુએ લપકતી જ્વાળામાં બીજો વિસ્ફોટ થયો. ક્ષણ વાર જ્વાળાઓ હોલવાઈ અને તેને બદલે કાળા ધુમાડાનો ગોટ પ્રસર્યો. હું ભયથી થથરી ઊઠ્યો. એકાએક મને ખ્યાલ આવ્યો કે તલઘરમાં ઠેર ઠેર બ્લૅક પાઉડરની ઢગલીઓ કરવામાં આવી હતી. એટલું જ નહીં પણ કોઈ વિકરાળ રંગોળી બનાવી હોય તેમ ખોબલે ખોબલે પાઉડરની લાઇનો પાથરવામાં આવી હતી.

'બાબાજી... બાબાજી... પાછા જાઓ. ગેટ બૅક... ગેટ... બૅક...' ભયાનક સ્વરે ખંડેરાવ બરાડ્યો. તે સાથે ચારે તરફ આગ ફેલાઈ. હું ખંડેરાવને, રગડીને ઢગલો થયેલાં લાકડાંનાં ખાલી પીપો વચ્ચેથી બહાર કાઢવા માટે નજીક પહોંચું તે પહેલાં તેની આગળના ભાગમાં આગ ભભૂકી ઊઠી. 'ગેટ... બૅક...' તે બોલ્યો અને તે સાથે તેણે ચીસ પાડી. હું ઘડીભર થીજી ગયો. મારી ડાબી તરફ પીપડાંની જે થપ્પી હતી તેના પડખે પૅસેજ હતો. તે તરફથી ખંડેરાવની મદદે જવાનો પ્રયાસ કર્યો, પણ મેં કહ્યું તેમ બ્લૅક ગનપાઉડરની લાઇન તે તરફ પણ કરવામાં આવી હતી. મારા જમણા હાથ ભણી તૂટી પડેલી પીપડાંની થપ્પીઓ વચ્ચેથી પણ જ્વાળાઓ ભભૂકી ઊઠી હતી. મેં જોરથી પીપડાંઓની થપ્પીને ધક્કો માર્યો. ઉપરનાં પીપ ખાલી હતાં, પણ નીચેનાં પીપમાં શરાબ હતો, ખંડેરાવની બીજી ભયાનક ચીસ સંભળાઈ. જ્વાળાઓની વચ્ચે ઘેરાયેલા

ખંડેરાવે એક ભીષણ પ્રયત્ન કર્યો. પરંતુ તે પહેલાં તો જલતા ટિમ્બર અને ઢોળાતા જતા આલ્કોહૉલની ભીતરમાં તે ફસડાયો હતો. મને તે દેખાતો ન હતો, તેની જીવલેણ ચીસો જ સંભળાતી હતી. મેં શરાબ ભરેલાં લગભગ પચાસ-સાઠ રતલનાં, લાકડાંનાં પીપો ઉઠાવીને જે તરફ જ્વાળાઓ ભભૂકતી હતી તે તરફ ફેંકવાનો પ્રયાસ કર્યો, પણ આગ અને ધુમાડો એવો ફેલાઈ રહ્યો હતો કે પળે પળે મને થતું હતું કે હું પણ થોડી જ વારમાં ખંડેરાવની માફક ફસાઈ જઈશ. એકાએક સીલિંગ સાથે જોરથી કંઈ ટકરાયું અને તે સાથે ખંડેરાવની ચીસોનો પણ અંત આવ્યો.

'ખંડેરાવ...' મેં જોરથી બૂમ પાડી. 'ખંડેરાવ... કીપ ઇટ અપ હું કંઈક રસ્તો કરું છું.' હું બરાડા પાડતો પાછો દોડ્યો, પણ સીડી તરફ જવાનો રસ્તો ચૂના અને મારબલના ઢગલાથી પુરાઈ ગયો હતો. જમણી તરફના પૅસેજમાં જવાની કોઈ શક્યતા ન હતી. લુહારની કોઢની જેમ એ તરફ આગ સિવાય કશું દેખાતું ન હતું. ડાબી તરફ બીજા ખંડમાં જવાનું બારણું થોડે જ દૂર હતું. હું તે તરફ દોડ્યો. એ તરફ જઈને પણ ખંડેરાવને હું શી રીતે બચાવી શકવાનો હતો તેનો મને કોઈ આઇડિયા ન હતો. ગભરાઈ ગયેલી બિલાડીની માફક જ હું દોડ્યો હતો. એ તરફનું બારણું ખાલી જ બંધ હતું. ધક્કો મારતાંની સાથે બારણું ખૂલ્યું. લગભગ પંદરેક ફૂટ દૂર પ્રગટેલી આગનું અજવાળું એ બારણાની ભીતરમાં થોડે સુધી પડતું હતું. એ અજવાળામાં મેં સફાઈબંધ ગોઠવેલી ગાંસડીઓ જોઈ. એ ગાંસડીઓની નીચે પણ ઘાસ પાથરેલું હતું. હજુ ત્યાં હવા ચોખ્ખી હતી. મેં ફેફસાં ભરીને શ્વાસ લીધો. મારી પાસે હવે મોત અને જિંદગી વચ્ચે થોડી જ મિનિટોનું અંતર હતું.

એ ગાંસડીઓમાં મુગલ તખ્તના અવશેષો જ હશે એ મને ખાતરી હતી. નીચે પાથરેલું ઘાસ કઈ મિનિટે સળગશે તેની જ વાર હતી. પાગલની માફક ગાંસડીઓની થપ્પીઓ વચ્ચેથી હું દોડ્યો. હું શું શોધતો હતો? બહાર નીકળવાનો રસ્તો! આગ હોલવવા માટેનું કંઈ સાધન! ખંડેરાવને બચાવી લેવા માટેનું સાધન! મારી કલ્પના સ્થિર થઈ ગઈ હતી. એ કમરાની ગાંસડીઓ કે તેની નીચે પાથરેલું ઘાસ મારાથી હઠાવી શકાવાનું ન હતું. ભોંયરાની ભીતમાં કાણું પાડીને બહાર નીકળી શકાવાનું ન હતું. હું સામેની ભીંત સુધી જઈ આવ્યો. વળી પાછો આવ્યો. એ જ કમરામાંથી બીજા કમરામાં જવાનો રસ્તો હતો. હું તે તરફ દોડ્યો. ભીતરના કમરાની હવા વધુ ચોખ્ખી હતી. અંધારામાં

હું કમરાની અંદર ઘૂસ્યો. ડાબી તરફ વળ્યો. મારા પગ સાથે કંઈ અથડાયું. નળા પર ઝાટકો વાગ્યો. ઘડીભર હું બેવડો વળી ગયો. કળ વળ્યા પછી મેં હાથ ફેરવીને જોયું. હું એક મોટા પટારા સાથે અથડાયો હતો. અંધકારમાં મેં ધીરેથી બધું સ્પર્શથી તપાસ્યું. એ કમરામાં ઠેર ઠેર મોટા પટારા અને ઇસ્કોતરા હતા. વાસણો અને ફર્નિચર હતું. પથ્થરની, લાકડાની અને જુદી જુદી ધાતુઓની મૂર્તિઓ હતી. એ કમરાની હવા તદ્દન શુદ્ધ હતી. અંદાજે જ મને ખ્યાલ આવ્યો કે એ કમરાને વૅન્ટિલેટર્સ હોવાં જોઈએ, પણ અંધારામાં કંઈ દેખાતું ન હતું. આંધળા આદમીની જેમ હાથ ફેરવતાં મેં દીવાલે દીવાલે ચાલવા માંડ્યું.

નીચા વળીને મેં ફરસ તપાસી. બ્લૅક પાઉડરની લાઇન આ કમરામાં પણ હતી. વૅન્ટિલેટર શોધવાનું પડતું મૂકીને હું પાછો બારણા પાસે આવ્યો. બારણા આગળ નીચા નમીને મેં ફરસ પર હાથ ફેરવ્યો. હું ધ્રૂજી ઊઠ્યો. અહીં પણ રાખોડીની જેમ પાઉડરની ઢગલી પાથરેલી હતી. હાથમાં થોડો પાઉડર લઈને નાકે અડાડીને, મેં ખાતરી કરી. ખરેખર બ્લૅક પાઉડર હતો. હું દોડીને પાછો ગાંસડીઓવાળા કમરામાં ગયો. હજુ આગ તેના બારણા પાસે આવી ન હતી.

ખંડેરાવનું શું થયું હશે તેવો વિચાર મને આવ્યો, પણ વિચારથી મદદ થઈ શકતી નથી. એ જરૂર બચી ગયો હશે. કદાચ એ તરફ બારણું હશે. કદાચ એ તરફ વૅન્ટિલેટરમાંથી એ બહાર નીકળી ગયો હશે! ગમે તેમ એ ઘડીએ, એ પળે, આગ આ ગાંસડીઓમાં ન ફેલાય તે સિવાય મને બીજું કશું સૂઝતું ન હતું. ગાંસડીઓવાળા કમરાના બારણે પણ બ્લૅક પાઉડર પથરાયેલો હતો. દારૂ ભરેલાં પીપડાંનું પ્રવાહી આગલા કમરામાં ઢોળાયું ન હોત તો આગ ત્યાં સુધી આવી ચૂકી હોત. મેં આજુબાજુમાંથી ઘાસ એકઠું કર્યું. એ બારણાથી લગભગ પંદર ફૂટ દૂર આગ શરૂ થઈ હતી. ઘાસના પૂળાની સાવરણી બનાવીને પાગલની માફક મેં ગનપાઉડર વાળવો શરૂ કર્યો... થોડી જગ્યા ચોખ્ખી કરી. ડૂબતો માણસ તરણું પકડે તેમ, ઝનૂનથી મેં ફરસ વાળી. દોડતો જઈને શરાબનાં બે-ત્રણ પીપડાં નજીક ખેંચી લાવ્યો. એક પીપ પર બીજું પછાડીને મેં બંને પીપ તોડ્યાં. તેમાંથી શરાબ ઢોળાઈ. ભેજને કારણે ગનપાઉડર નહીં સળગે એટલી જ રાહત તેમાં હતી. ત્યાં જેટલાં બને તેટલાં જલદી મેં થોડાં પીપ તોડ્યાં અને ગાંસડીઓવાળા કમરાનું બારણું બંધ કર્યું અને અંદર દોડ્યો.

કેટલી વારમાં આગ ત્યાં પણ ફેલાશે તેનો અંદાજ આવી શકે તેમ ન હતો, પણ મેં જ્યારે ગાંસડીઓવાળા ગોદામ જેવા કમરાનું બારણું બંધ કર્યું ત્યારે જમણી તરફના કમરાઓ ફટાકડાની લૂમની જેમ ધણધણી ઊઠ્યા હતા. હું ઝડપથી બીજા કમરામાં પહોંચ્યો. અંધારું ખૂબ હતું પણ અહીં હવા ચોખ્ખી હતી. ભીંતે ભીંતે ચાલીને કમરાની સર્વે કરી. એ કમરામાં પણ બ્લૅક પાઉડર પથરાયેલો હતો. કોઈએ યોજનાપૂર્વક આ કર્યું હતું, પણ તે વખતે એ વિચાર કરવાનો સમય ન હતો. કમરામાં ફેલાઈ રહેલી હવા અને બહારની ભીની માટીની સુગંધને કારણે મને ખાતરી હતી કે અહીં વૅન્ટિલેટર્સ હોવાં જ જોઈએ. અને હતાં. એ કમરાની દીવાલોમાં ચાર વૅન્ટિલેટર્સ હતાં. પવનની દિશા દક્ષિણ–પશ્ચિમની હતી એટલે મેં એ તરફનું વૅન્ટિલેટર પસંદ કર્યું. લગભગ દસ ફૂટની ઊંચાઈએ એ બારી હતી. હું એક પટારો ઢસડી લાવ્યો. તેના પર ચઢીને મેં વૅન્ટિલેટરને હાથ લગાડ્યો, પણ તેમ છતાં ત્યાં સુધી પહોંચવાની મને મુશ્કેલી પડતી હતી. મેં બીજો પટારો ખેંચ્યો. બળદ કરતાંયે કદાચ વધુ જોર કરીને મેં એ પટારો ખેંચ્યો હશે. ખેંચી તો લાવ્યો પણ એકલે હાથે તેને ઊંચકીને બીજા પટારા પર મૂકવો શક્ય ન હતો. મેં એકાદ મિનિટ પ્રયત્ન કર્યો.

દરમિયાનમાં ભોંયરાની જમણી વિંગ ધ્રૂજી ઊઠી હતી. મિનિટોમાં જ ગાંસડીઓવાળા કમરામાં આગ ફેલાશે તેની મને ખાતરી હતી. પટારો ખાલી કર્યા વગર ઊંચકવો મુશ્કેલ હતો. મેં આજુબાજુ કંઈ સીડી, સ્ટૂલ કે ટેબલ જેવી ચીજ શોધવામાં એકાદ મિનિટ ખર્ચી હશે. વધુ સમય એ અંધારામાં અટવાવું શક્ય ન હતું. મેં દીવી શોધી કાઢી. પટારા પર ખાંખાંખોળા કરીને જોયું તો પિત્તળનું ભારે મોટું તાળું મારેલું હતું અને ભારે હલ્દ્રાફ હતી. મેં દીવિથી ફટકા મારીને એ તોડી નાખી. પટારામાં ચાંદીના કે એવાં કશાકનાં વાસણો અને જુદી જુદી ચીજો હતી. ઝડપથી એ બધું મેં ખાલી કર્યું. ખાલી પટારો બીજા પર ગોઠવ્યો. અને હું તેના પર ચડ્યો. મારું માથું ઉત્સાહમાં સીલિંગ સાથે ભટકાયું. મેં વૅન્ટિલેટર પર હાથ મૂક્યો... અને તે જ વખતે ગાંસડીઓવાળા કમરામાંથી ધુમાડાનો ગોટ નીકળ્યો. શરાબથી ભીનું થયેલું ઘાસ ધીરેથી સળગવા માંડ્યું હતું. ધીમેથી તેની મીઠી ખુશબૂ... હું જ્યાં હતો તે રૂમમાં ફેલાવા માંડી.

વૅન્ટિલેટરની ઢળતી સીલ પર મેં હાથ ફેરવ્યો. મારા જિગરમાં ઉત્સાહનો વંટોળ આવ્યો. સીલની ઉપર ૬ ઇંચ જાડા સાગની બારસાખ હતી. એ

બારસાખમાં ચાર ચાર ઇંચને અંતરે આડા સળિયા જડેલા હતા. સળિયા પર મેં હાથ ફેરવ્યો અને મારી આંખોમાં પાણી આવી ગયા. લગભગ પોણો ઇંચ જાડા સળિયા બારસાખમાં ખૂંતાવેલા હતા. આડા સળિયા વચ્ચે ચાર જ ઇંચની જગ્યા હતી. એટલે કમ-સે-કમ ત્રણ સળિયા તોડાય નહીં ત્યાં સુધી તેમાંથી બહાર નીકળી શકાય નહીં. વળી, એટલો જ પ્રશ્ન ન હતો. વૅન્ટિલેટરના શટરની બહાર ઈંટની લગભગ દોઢ ફૂટ ઊંચી પાળી હતી. જેથી વરસાદનું પાણી ભોંયરામાં ન આવે એટલે સળિયા તોડીને પણ સીધેસીધા બહાર નીકળાય તેમ ન હતું. હું ભાંગી પડ્યો હોત પણ મને ખંડેરાવની ચીસો યાદ આવી... નહીં... નહીં... જીવતો જાગતો મારે જલી જવું ન હતું.

મારી પિસ્તોલ પડી ગઈ હતી અને તે જગ્યાએ સીલિંગનું ગરચું તૂટી પડેલું, લાકડાના પીપોના ફરચાનો ઢગલો થયેલો. પિસ્તોલ શોધવી જ મુશ્કેલ હતી.

પટારાનો આંકડો તોડવા શોધેલી દીવી ઉઠાવીને મેં સળિયાના છેડા પર ઘા કર્યો. મારી હથેળીમાં ઝાટકો લાગ્યો. એક ક્ષણ મને થયું કે મારી હથેળી છૂટી જશે, પણ બીજી જ ક્ષણે દોડી આવતું મોત મારી નજર સમક્ષ દેખાયું અને પાગલ આદમીની માફક હું સળિયા પર ઘા ઝીંકવા લાગ્યો. દસપંદર ઘામાં તો પિત્તળની દીવી વળી ગઈ હતી. હું ફરી નીચે ઊતર્યો. અંધારામાં આજુબાજુ ફરીને મેં બે ભારે મૂર્તિઓ શોધી કાઢી. મારી જિંદગી આજે મારા બાહુઓની, કેવળ મારા સ્નાયુઓની શક્તિ પર નિર્ભર હતી. તોપના ગોળાની માફક, રેલવે એન્જિનના પિસ્ટનની માફક મેં બારસાખમાં ઘુસાડેલા સળિયા પર ફટકા મારવા માંડ્યા. એ સળિયો ઢીલો હોય કે પછી બારસાખમાં એ જગ્યાએ લાકડાની ગાંઠ હોય, ગમે તેમ પણ ત્રણથીયે ઓછી મિનિટમાં મેં સળિયાનો એક છેડો બારસાખમાંથી છૂટો કર્યો હતો.

મેં બંને હાથમાં બે મૂર્તિઓ પકડીને બીજા સળિયા પર ભયાનક ઝનૂનથી ઘા કરવા માંડ્યા હતા. બીજો સળિયો પણ તોડતાં વાર લાગી નહીં, પણ તે પહેલાં આગલા કમરામાં ગાંસડીઓ સળગી ઊઠી હતી. મેં ત્રીજા સળિયા પર ઝીંક લીધી ત્યારે એ કમરાની બહાર કાન ફાડી નાખે તેવા ધડાકા થયા હતા. એ ગાંસડીઓમાં શું હતું તે તો મને ખબર નથી પણ એ ધડાકાથી જે કંપ પેદા થયો તેને કારણે સીલિંગમાં લગાડેલા લોખંડના પાટા અને તેની પર ગોઠવેલા પથ્થરો હચમચી ઊઠ્યા હતા. મેં એ કશા તરફ ધ્યાન આપ્યા વગર સળિયા પર ફટકા લગાવવાનું ચાલુ કર્યું. ત્રીજા સળિયાનો એક તરફનો છેડો

બારસાખમાંથી હચમચ્યો તે જ વખતે હું જે કમરામાં હતો તેના બારણા પાસે આગ ભભૂકી ઊઠી હતી. પેલા ધડાકાને કારણે હવેલીના ગ્રાઉન્ડ-ફ્લોરની ફરસનો એ તરફનો ભાગ તૂટી પડ્યો હતો. અને ભીષણ ગરમી પેદા થઈ હતી.

આગની જ્વાળાઓ મારા કમરામાં કંઈક ધીરેથી ફેલાઈ. મેં વધુ જોર આપ્યું. પારાવાર શક્તિથી જોર કરીને હું ફટકા મારતો હતો. મારી જિંદગી એ સળિયા પર પડતા ફટકા પર નિર્ભર હતી. કમરામાં ફેલાયેલા બ્લૅક પાઉડરની મને ખબર હતી. પરિણામે કેટલી મિનિટોમાં એ આખોય કમરો આગમાં ગર્ત થઈ જશે તેની ગણતરી કરવી મુશ્કેલ હતી.

એકાએક બારસાખમાં પરોવાયેલા સળિયાની નીચેથી લાકડાનું છોડું ઊખડ્યું અને તે સાથે જ સળિયો ઊડ્યો. મેં એટલા જોરથી ફટકો માર્યો હતો કે સળિયો ઊડ્યો તેની સાથે જ મારા હાથમાંની મૂર્તિ ભીંત (સીલ) સાથે અથડાઈ અને મારા હાથમાંથી છૂટી. તેનાથી મારું સંતુલન પણ તૂટ્યું અને પગ ખસક્યા. ખાલી પટારો ઊલળ્યો અને હું ફરસ પર પછડાયો. બરાબર તે જ સમયે ધડાકાઓથી આખો કમરો ધ્રૂજી ઊઠ્યો. બાજુના કમરામાંથી લપકતી જ્વાળા ત્યાં પથરાયેલા બ્લૅક પાઉડરને અડી અને જંગલના દાવાનળની જેમ આખા કમરામાં આગ ભભૂકી ઊઠી. તેની ઝાળ મને અડી. મારી ચામડી તતડી ઊઠી. હું બેઠો થયો. મારા ડાબા ખભા પર ભારે ટક્કર વાગી હતી. મેં ઊથલી પડેલો પટારો સરખો કર્યો અને બીજા પટારા પર ગોઠવ્યો. પેલી મૂર્તિ ઉઠાવી અને તૂટેલા સળિયામાંથી થયેલી જગ્યામાંથી વૅન્ટિલેટરનું શટર એક ફટકે તોડી નાખ્યું. તેના ગ્લાસની કરચો મારા કપડામાં લાગી. બીજી જ સેકન્ડે મેં બહારની પાળી પર મૂર્તિના ફટકા શરૂ કર્યા. જીવ પર આવીને મેં ઘા કરવા માંડ્યા હતા. વરસાદની મોસમ હતી, અને એક જ ઈંટની એ દીવાલ હતી એટલે દીવાલમાં સારો એવો ભેજ ફેલાયેલો હતો. ટોપચા પરથી ત્રણ ઈંટો તૂટી અને તે જ વખતે હું જે પટારા પર ઊભો હતો તેની નીચે અને આજુબાજુમાં આગ ફેલાઈ. ચારે તરફ ચિત્રવિચિત્ર ધડાકા થવા માંડ્યા હતા. એકદમ આખા કમરામાં સીલિંગ સુધી જ્વાળાઓ લપકી ઊઠી. મેં ખમીસ કાઢી નાખ્યું, અને વૅન્ટિલેટરના બાકી રહેલા સળિયા પકડીને સીલ પર ચડ્યો. મારો ડાબો પગ તૂટેલી દીવાલ સાથે ટકરાવીને મેં જોર કર્યું. બીજી બે ઈંટો દીવાલમાંથી ચસકી અને હું વૅન્ટિલેટરમાં બૂરી રીતે ખલાઈ રહ્યો.

મારા પગ વૅન્ટિલેટરની બહાર હતા અને ધડ અંદર. સળિયામાંથી બહાર

જવા માટે હજુ બેએક ઇંચની જરૂર હતી. મારી છાતી સળિયા વચ્ચે કરેલી ગૅપમાં ભીંસાઈ ગઈ હતી. એકાએક આગમાં મારા વાળ સળગી ઊઠ્યા. બીજી સેકન્ડે હું ચિત્કારી ઊઠ્યો. મેં સળિયો ઊંચો કરવા પ્રયાસ કર્યો. જમણી તરફના ખભા પર વજન દઈને બંને હાથે જોર કર્યું. ભભૂકી ઊઠેલી આગની જ્વાળા મારા જમણા ગાલ અને કાન પર લાગી. જમણા ખભા પર આગ અડી ને મારાથી બરાડો પડાઈ ગયો. આગને હું રોકી શકતો ન હતો. વૅન્ટિલેટરમાંથી બહાર જઈ શકતો ન હતો. મારા ગળા પર, મારા ખભા પર, મારા માથામાં, મારા જમણા કાન પર, મારી જમણી આંખ પર પારાવાર યાતના થઈ. મારું માંસ પીગળતું હતું. ચામડી અને તેની નીચેની ચરબીમાં આગ લાગી હતી.

'મૉમ... મૉમ...' મેં નિઃસહાય બાળકની જેમ બૂમ પાડી. સળગતી ચામડીની વેદના સાથે હું આપોઆપ ઊછળ્યો. મારા બંને પગની ટક્કર બહારની દીવાલને લાગી. તેમાં કોઈ સેમસનની શક્તિ ન હતી, પણ વેદનાથી આવેલું કન્વલ્ઝન હતું. તે ધક્કા સાથે દીવાલ તૂટી અને સળિયો વચ્ચેથી ઊંચો થયો. મારું નાક, મારો ચહેરો, મારી ગરદન, મારો ખભો સળગી ઊઠ્યો હતો. વાળ અને વાળની નીચેની ચામડી બળી ગઈ હતી. હોઠના જમણા ખૂણે આગ લાગી હતી. એ વેદનાથી મને ફિટ આવી હતી. એ ફિટ સાથે હું બહાર ધકેલાયો હતો. તોપમાંથી છૂટેલા સળગતા ગોળાની જેમ...

મારી છાતી છોલાઈ ગઈ હતી. ડાબા અને જમણા હાથ પર પણ ગંભીર દાહ લાગી હતી. હું ઢસડાઈને બહાર નીકળ્યો. પવન અડતાંની સાથે જ અગનપીડાથી હું હિસ્ટેરિક થઈ ગયો હતો. બરાડા પાડતો હું બહાર નીકળીને જમીન પર આળોટ્યો. જલતા ચહેરા અને જલતી પીઠ સાથે દોડીને હું કોઠીના કંપાઉન્ડની ધૂળમાં આળોટ્યો... ત્યારે કોઠી ભડકે બળતી હતી અને બહાર ભયાનક ગોલાબારૂદ ઠલવાતો હતો. હું બેભાન થયો ન હતો. દાઝી જનારા બેભાન થતા નથી, પણ હર પળે બેભાન થવાની પ્રાર્થના કરતા એ ભયાનક યાતના અનુભવે છે. જલતી ચામડીની પીડા કેવી હોય છે તે તો ભભૂકતા અગ્નિમાં હાથ બોળ્યા વગર કોઈથી સમજાશે નહીં. તેનું વર્ણન અશક્ય છે. પાગલ આદમીની માફક હું દોડતો હતો.

તે વખતે કોઠીની બહાર વિપ્લવવાદીઓ અને અંગ્રેજ ગેરિસન ટકરાઈ હતી.

*

જે ન કરવું જોઈએ, દાઝેલા આદમીએ જેનાથી સાચવવું જોઈએ તે મેં કર્યું હતું. ધૂળમાં હું રગદોળાયો હતો. કાલીનાકા તરફ જવાને રસ્તે આવેલા વરસાદના ભરાયેલા પાણીના ખાબોચિયામાં હું પડ્યો હતો. એ ખાબોચિયામાં મેં રાત વિતાવી હતી. મારી ચારે તરફ ગોળીબારો થયા હતા. દોડભાગ પણ થઈ હતી. તોપગોળા છૂટ્યા હતા. એક ફર્લાન્ગ દૂર જબલપુરના ઇતિહાસમાં નોંધપાત્ર બની રહે તેવી મૂઠભેડ થઈ હતી. તલવારો, બૅયોનેટ, ગોળીબાર અને ભાલા વપરાયા હતા. કેવેલરીના બેફામ ચાર્જ થયા હતા. આ બધાની વચ્ચે હું દોજખનું દર્દ અનુભવતો, હર પળે ઈશ્વરને પ્રાર્થના કરતો હતો કે એકાદ ગોળી આવીને મારી છાતી ફાડી નાખે. એક ઝાટકામાં મને મોત આવે. કોઠીમાંથી નીકળીને ભાગવામાં પણ હવે મૂર્ખાઈ દેખાતી હતી. ખંડેરાવની માફક તલઘરની ભીતરમાં જ ગુજરી ગયો હોત તો આ યાતના તો ન હોત!

પણ મોત આવ્યું નહીં. મારી પિસ્તોલ કદાચ મારી પાસે હોત તો મેં ગોળી ખાઈ લીધી હોત. સવાર પડતાં પહેલાં ધીંગાણું બંધ થયું હતું. મુગુટલાલની કોઠી, ગોવિન્દભવન અને કાલી તરફના રસ્તે ઘોડા અને આદમીઓના શબના ઢગલા પડ્યા હતા. વહેલી સવારે વરસાદ પડ્યો હતો.

*

અને હું રડતો હતો... ખરેખર, યસ હું રડતો હતો. હું... સેજલસિંહ બેફામ રીતે રડતો હતો પારાવાર યાતનાથી.

મારી જમણી આંખ જલી ગઈ હતી. અને બીજી આંખે ઝાંખપ પડતી હતી. હું નિઃસહાય થઈને કાદવમાં પડ્યો હતો. અજવાળું થતાં, મારી આજુબાજુ માણસો ઘૂમતા હતા, પણ તેમના ચહેરા મને બરાબર ઓળખાતા ન હતા.

'માય ગૉડ.' કોઈ બોલ્યું.

'ઇઝ હી એલાઇવ.' કોઈ બીજું બોલ્યું.

'ઑન ધ બ્રિન્ક' પહેલા બોલનારે જવાબ આપ્યો.

'શેલ-ફાયર?' કોઈએ પૂછ્યું.

'આઈ ડોન્ટ થિંક સો.' જવાબ આવ્યો.

મને શું કરવામાં આવ્યું તે યાદ નથી, પણ એ લોકોએ મને ઉઠાવ્યો. ત્યારે મારા શરીરમાં લાગેલી આગ હોલવાઈ હતી. મારો ડાબો પગ, પાંસળી અને ખભો તૂટી ગયાં હતાં. જમણા હાથનું કાંડું ખલાસ થઈ ગયું હતું. હું ઊઠી

શકતો ન હતો. જે કાંઈ હું ઝઝૂમ્યો હતો તે પારાવાર વેદનાના પરિણામે હતું. મને ક્યાંક લઈ જવામાં આવી રહ્યો હતો. સ્ટ્રેચરમાં નાખીને એ લોકોએ મને બૉક્સ વૅગનમાં નાખ્યો હતો.

'વૉટ્સ યૉર નેઇમ...' કોઈએ પૂછ્યું, 'નામ ક્યા ટુમારા... નામ બટલાવ.'

મેં બોલવા પ્રયત્ન કર્યો. મારા ગળામાંથી, દિમાગમાંથી આકાર પામતા શબ્દો હોઠ પર લટકતા હતા. હોઠના જમણે ખૂણે લોખંડનો દડો સીવી લીધો હોય તેમ લોચો વળ્યો હતો. બળેલી ચામડીનો લોચો... હું બોલી ન શક્યો.

મદ્રાસફ્રુટ નામની પલટનના સૈનિકોએ મને ઉઠાવીને વૅગનમાં નાખ્યો હતો. વારંવાર મારું નામ પૂછવામાં આવ્યું હતું, પણ મારાથી બોલી શકાતું ન હતું. હું કહેવા માગતો હતો કે હું સેજલ છું. જાનોરનો સેજલસિંહ... પણ મારી સ્વરપેટીમાંથી એક પ્રલંબ ઊંહકાર સિવાય બીજો કોઈ અવાજ નીકળી શકતો ન હતો. મને ખબર નથી જો તે વખતે હું મારું નામ બોલી શક્યો હોત તો શું થયું હોત!! પણ મારાથી નામ બોલાયું નહીં તેનો મને રંજ નથી. નામ બોલાઈ ગયું હોત તો કદાચ... ખેર! એ કલ્પના હું કરી શકતો નથી. મારા હૃદયમાં એ કલ્પનાના વિચારમાત્રથી થડકારો થાય છે.

જબલપુરમાં કુખ્યાત બાવનમી પલટન ઉપરાંત, ચેમ્સફર્ડ ચેલેન્જર્સ નામથી પ્રચલિત બનેલી ફિફ્થ કેવેલરીનું પણ હેડ ક્વૉર્ટર્સ હતું. કૅન્ટોન્મેન્ટ વિસ્તારમાં તેની લાંબી ઢળતા છાપરાવાળી ઘોડાર હતી. એ ઘોડારની ઓછાડમાં ઘવાયેલા આદમીઓને નાખવામાં આવ્યા હતા. મળ્યા તેટલા કંબલ ત્યાં પથરાયા હતા. બાકીનાઓને પથ્થરની લાદી પર સુવાડવામાં આવ્યા હતા. મને પણ ત્યાં નાખવામાં આવ્યો હતો. ઘવાયેલા અંગ્રેજ અફસરોને ફિલ્ડ હૉસ્પિટલમાં લઈ જવામાં આવતા હતા. તે પછી પલટનના દેશી સૈનિકો પર ધ્યાન અપાતું. ઘવાયેલા બધા જ અન્ય માણસોને યુદ્ધ કેદીઓની જેમ પહેરા હેઠળ રખાયા હતા.

પારાવાર વેદનાથી ચિત્કારતો હું ત્યાં કલાકો સુધી પડ્યો રહ્યો હોઈશ. હું ખુલ્લો જ હતો. ખમીસ જલી ગયું હતું. પાટલૂન એક પગના ઢીંચણ પાસેથી બળી ગયું હતું. તેના લીરા બળેલી ચામડીમાં ચોંટી ગયા હતા.

પૃથ્વી પર નર્કની યાતનાનો અનુભવ હું કરી રહ્યો હતો. મારે પાણી પીવું હતું... પાણી... મેં આજુબાજુ જોયું. બધે દોડાદોડ ચાલતી હતી. લોકો સાચેસાચ તરફડતા હતા. ડૉક્ટરો ઓછા હતા અને ઘવાયેલા લોકો તો ખડકાયે જતા હતા.

મારી બાજુમાં પડેલા આદમીની દશા મારા કરતાં ભયાનક હશે. તેનો જમણો હાથ જ ગાયબ હતો. હાથને બદલે ચિરાયેલા ખમીસની બાંયમાંથી એક લોહિયાળ ઠૂંઠું લબડતું હતું. સફેદ, રતુંબડા માંસ અને સ્નાયુઓના ગઠ્ઠામાંથી લોહી નીગળતું હતું. છતાં તેના મોઢામાંથી ઊંકારો સરખોય નીકળતો ન હતો. મારી વેદના છતાંય હું તેની સામે આશ્ચર્યથી ઘડીભર જોઈ રહ્યો, પણ હોઠને બદલે દડો વળી ગયેલી ચામડીના લોચાને કારણે, મોં ખોલી શકાતું ન હતું. તે આદમીના ચહેરા પર કરુણતાભર્યું સ્મિત તરી આવ્યું.

'ગજબ શક્તિ છે તારી...' તે પ્રયત્નપૂર્વક બોલ્યો. લોહીભીનાં કપડાં ડાબા હાથથી ફંફોળીને તેણે એક ડબ્બી કાઢી. એ ડબ્બીનું ઢાંકણું ખોલતાં તે હાંફી ગયો. હું અચરજથી તેની ચેષ્ટા જોઈ રહ્યો. તેણે એ ડબ્બીમાંથી બે ગોળીઓ કાઢીને મારા હાથમાં આપી. મહાપ્રયત્ને એ ગોળીઓ મારા દડા જેવા હોઠની ભીતરમાં મેં નાખી... મને કોઈ સ્વાદ લાગતો ન હતો. મારાથી એ પોચી ગોળીઓ ચવાતી પણ ન હતી. પેલા આદમીએ ફરીથી સ્મિત વેર્યું.

એ ગોળીઓ શેની હતી તે મને સમજાયું નહીં, પણ થોડી વારમાં ભડકે બળતું મારું મજજાતંત્ર ઠર્યું. મારું શરીર મારા આત્માથી વિખૂટું પડ્યું અને આંખો ઘેરાવા લાગી. જબલપુર કેન્ટની એ ઘોડારની ઓછાડ અને મારી યાતનાથી પર હું ક્યાંક અંતરિક્ષમાં ચાલ્યો ગયો...

*

હું જાગ્યો ત્યારે જાણે જલતી ચિતામાં કોઈએ મને પધરાવી દીધો હોય તેવો દાહ વ્યાપ્યો હતો. સડેલા ડ્રેસિંગ, દવાઓ, પરસેવો, મળ અને મૂત્રની ગંધાતી વાસ મારા નાકમાં પ્રસરી. ફરી વખત મારું મજજાતંત્ર સ્તબ્ધતાના આહ્‌લાદમાંથી જહન્નમની આગમાં ઝબોળાયું. હું અધૂકડો બેઠો થયો. હજુય મારી બાજુમાં પેલો ઠૂંઠો આદમી પડ્યો હતો. તેની નજીક હું સર્યો. મેં બોલવા પ્રયાસ કર્યો પણ થોડાંક વ્યંજનો કે સૂરો સિવાય કશું મારા હોઠમાંથી બહાર આવ્યું નહીં. હું ખસીને તેની નજીક ગયો... તેને ઢંઢોળ્યો... એ ચત્તોપાટ પડ્યો હતો. તેના કપાયેલા હાથનું ચીકટું માંસ કંબલ સાથે ચોંટી ગયું હતું.

મેં તેના શરીર પર હાથ ફેરવ્યો. તેની છાતી ઢોલ જેવી તંગ હતી. તેના સ્નાયુઓમાં કોઈ સ્પંદન ન હતું... તે ગુજરી ગયો હતો... મેં ઝડપથી તેના ખમીસનાં બંને બ્રેસ્ટ પૉકેટ્સ તપાસ્યાં. તેના ચોયણા જેવા બ્રિચિઝનાં ગજવાં

તપાસ્યાં અને પેલી ડબ્બી ખોળી કાઢી. ડબ્બી ગોળીઓથી ભરેલી હતી.

પારાવાર યાતના છતાં મારું ભીતર આનંદથી છલકાઈ ઊઠ્યું. એ ડબ્બી... એ ડબ્બીમાંની અદ્‌ભુત ગોળીઓ સંજીવની સમી હતી. એ અફીણની ગોળીઓ હતી કે પછી કોઈ અજબ હકીમે બનાવેલી પેઇનકિલર હતી, તે મને આજેય ખબર નથી. જે હોય તે, એ ગોળીઓમાં શરીરથી આત્માને, મજ્જાતંત્રથી સ્નાયુઓને વિખૂટા પાડવાની અજબ જડીબુટ્ટી હતી.

*

એ ગોળીઓને કારણે કે પછી અગાધ અને અનંત જિજીવિષાની કોઈ પ્રબળ એષણાને કારણે હું જીવતો હતો. જીવી ગયો હતો. ત્રીજે દિવસે મારી બળેલી ચામડી 'સ્કેલ' કરવામાં આવી. તે પહેલાં મને જુદો ખસેડવામાં આવ્યો હતો. ત્યારે જ મને ખ્યાલ આવ્યો હતો કે હું એકલો જ ત્યાં દાઝેલો આદમી ન હતો. બીજા ઘણા ત્યાં મારા જેવી યાતના અનુભવતા પડ્યા હતા. કાતરથી ઉતરડાતી ચામડીમાંથી કેવી અગનઝાળ પ્રગટે છે, તે વર્ણવવા મારી પાસે શબ્દો નથી. ધગધગતા લોખંડના સળિયાના ડામ એકની એક જગ્યાએ દેવામાં આવે તોપણ એ પીડા ક્ષુલ્લક લાગે. છતાં હું ટક્યો હતો. અપાર મક્કમતાથી અને પેલી ગોળીઓની સહાયથી. મને કોઈ ઓળખી જાય તે પહેલાં મારે જાનોર પહોંચવું હતું.

ઘવાયેલા બધા જ આદમીઓ લડાઈમાં સંડોવાયેલા ન હતા. કેટલાક સામાન્ય નાગરિકો પણ હતા. દાઝેલા ઘણા માણસો રેલવે એમ્બાર્કમેન્ટની ઓતરાતી બાજુએ આવેલી ગોદામમાં કામ કરતા કે રહેતા આદમીઓ હતા. એ સૌને ઓછે કે વધતે અંશે દાહ લાગ્યો હતો. પલટનની એ ફિલ્ડ હૉસ્પિટલમાંથી ધીંગાણું અને બગાવત કરનારને જુદા તારવવામાં આવી રહ્યા હતા. એક અંગ્રેજ અફસર, એક હિન્દીભાષી સૂબેદાર, ડૉક્ટરની સાથે રહીને પૂછપરછ કરતા હતા. મને પણ વારંવાર પ્રશ્નો પૂછવામાં આવ્યા, અરે! પેલા દેશી સૂબેદારે તો મારા તૂટેલા પગ પર ટકોરા મારીને મને પ્રશ્નો પૂછ્યા હતા. કેમ જાણે યાતનાથી મારી સ્વરપેટી ખૂલવાની ન હોય! એ લોકો મારું નામ જાણવા માગતા હતા. ક્યાંથી કેવી રીતે હું દાઝ્યો હતો તે જાણવા માંગતા હતા. હું બાગી લડવૈયો છું કે સામાન્ય નાગરિક તે નક્કી કરવા માગતા હતા.

'ધ બ્લડી બાસ્ટર્ડ ઇઝ ઇમ્પૉસિબલ...' મારી સાથે મગજમારી કરીને

અંગ્રેજ અફસર કંટાળતો.

'ઇટ્સ ઑફ નો યુઝ મેજર...' ડૉક્ટર બોલતો. 'હી હેઝ ઑન્લી એ ફ્યુ ડેઇઝ ટુ લીવ... ઇવન ઇફ હી સરવાઇવ્ઝ આઈ ડોન્ટ થિંક હી વિલ બી એબલ ટુ સ્પીક... ઇટ ઇઝ એ મિરેકલ ધેટ હી કેન એન્ડ્યૉર ધ પેઇન... વિથ સચ બર્ન્સ એ મેન વિલ ડાય ઑફ શોક...' ડૉક્ટર સમજાવતો...

'લીવ હિમ એલોન મેજર... ધ પુઅર મેન હેઝ પેઇડ ઇનફ ફૉર હિઝ ડીડ્ઝ...' ડૉક્ટરની સાથે સારવારમાં જોડાયેલી કેથલિક નર્સ કહેતી.

*

લગભગ રોજ આ સંવાદો હું સાંભળતો હતો. મારા પગ પર હવે પ્લાસ્ટર પણ કરવામાં આવ્યું હતું. એ ઇસ્પિતાલ પણ ધીરે ધીરે ખાલી થવા માંડી હતી. મરી જતા એ સૌને કેન્ટોન્મેન્ટના કંપાઉન્ડમાં જલાવી દેવામાં આવતા હતા. સાજા થતા આદમીઓ પર રેસિડેન્સીના આંગણામાં ઊભી કરવામાં આવેલી લશ્કરી કોર્ટમાં કેસ ચાલતો. સૂર્યોદય થતાં ફાયરિંગ સ્ક્વૉડની બંદૂકો ધણધણતી. કેટલાયે લોકોને દસ વર્ષથી માંડીને આજીવન કેદની સજાઓ ફરમાવવામાં આવી હતી.

મારી સ્થિતિ સહેજ સુધરી હતી. હું મરી નહીં જાઉં અથવા તો ગંભીર હાલતમાંથી હું બહાર આવ્યો છું તેવું ડૉક્ટરને લાગ્યું હશે. તે પછી મારા કેસ-પેપર તૈયાર કરવાની ગડભાંજ ચાલી. હું કોઈ જ જવાબ આપી શકતો ન હતો, એટલે મારું શું કરવું એ અધિકારીઓ માટે પ્રશ્ન હતો. તેમની માફક ડૉક્ટરો માટે પણ હું એક સમસ્યા થઈ પડ્યો હતો. મગરની માફક હું ઊંઘ્યા કરતો. વેદનાનો ઊંકારો સરખો પણ હું કરતો ન હતો. દિવસનો મોટો ભાગ હું નિશ્ચેત પડ્યો રહેતો. તેને કારણે તેમની ટ્રીટમેન્ટની પણ ઠીક ઠીક અસર થઈ હતી. તેમને મારામાં અજબ સહનશક્તિ દેખાઈ હતી, પણ તેમને ખબર ન હતી કે હું કોઈક અદ્ભુત ગોળીઓને કારણે નશામાં ચૂર થઈને બેભાન રહેતો હતો.

*

મારાથી ઊભા થઈ શકાતું ન હતું એટલે મને અને મારી માફક ઈજા પામેલાઓને સ્ટ્રેચરમાં કે વ્હિલચૅરમાં નાખીને રેસિડેન્સીની કોર્ટમાં લઈ જવામાં આવ્યા. જે

દિવસે મારો કેસ ચાલવાનો હતો તે દિવસે મારી સાથે, મારી જેમ જ ઈજા પામેલા બીજા પંદરેક માણસો હતા. અમને ચલાવીને રેસિડેન્સીના મકાનની આગળ લઈ જવામાં આવ્યા. ઝાંપા પાસેની સિક્યોરિટી ઑફિસમાં લશ્કરી કોર્ટ બેઠી હતી અને તેની બહાર બેડીઓ પહેરાવેલા અન્ય થોડાક આદમીઓ પણ બેઠા હતા. અહીં પ્રથમ વાર મને ખબર પડી હતી કે જબલપુરની શેરીઓમાં ભયાનક લડાઈ થઈ હતી. બાબા હરિભજને સળગાવેલી વિપ્લવની આગમાં લગભગ ૮૦૦ જેટલા આદમીઓએ જાન ગુમાવ્યા હતા. બે હજાર ઉપરાંત માણસો ઘવાયા હતા. સેંકડો માણસોની ધરપકડ થઈ હતી. દોઢસો જેટલા આદમીઓ અને અગિયાર સ્ત્રીઓને ફાયરિંગ સ્ક્વૉડ દ્વારા કે ફાંસી દ્વારા મોતને ઘાટ ઉતારવામાં આવ્યા હતા. આ સાંભળીને હું થડકી ઊઠ્યો હતો. જાનોરમાં શું થયું હશે તે જાણવાની મને અપરંપાર ઉત્કંઠા હતી, પણ હું કોઈને પૂછી શકું તેમ ન હતો.

શેરીના કૂતરાની માફક ભીંતને અઢેલીને, એ કોર્ટના મકાનમાં પગથિયાં પાસે હું બેઠો હતો. લોકો મને જોતા અને મોં ફેરવી લેતા. હું જાણે કોઈ વિચિત્ર પ્રાણી હોઉં તેમ તેમના મોં પરની રેખાઓ બદલાતી, પરંતુ તે વખત મને ખબર ન હતી કે એ સૌના ચહેરાની રેખાઓ કેમ બદલાતી હતી!!

'ધરમલાલ પાંડે' બારણેથી બૂમ પડી. દૂર બેઠેલા આદમીઓમાંથી એકને ઊભો કરવામાં આવ્યો. તેના માથા પર પાટો બાંધવામાં આવ્યો હતો. તેનો ખભો અને હાથ 'સ્લિન્ગ'માં હતા. તે નજીક આવ્યો. હું ફાટી આંખે જોઈ રહ્યો. એ કોઈ ધરમલાલ નામનો આદમી ન હતો. હું બારણાની નજીક સર્યો...

લગભગ વીસ મિનિટ અંદર કાર્યવાહી ચાલી. ધરમલાલ પાંડેએ બર્ન કંપનીનું આઇડેન્ટિટી-કાર્ડ બતાવ્યું અને પોતે બનાવની રાત્રે એમ્બાર્કમેન્ટ ઊતરીને કાલીનાકા તરફ જતો હતો અને ત્યાં મુગુટલાલની કોઠી પાસે કેવી રીતે ક્રૉસફાયરમાં ફસાયો હતો તેનું વર્ણન કર્યું. થોડી વારમાં બે સાક્ષીઓ બોલાવવામાં આવ્યા. તેમાં એક તો ઘૂમટો તાણેલી કોઈ સ્ત્રી હતી. એ સ્ત્રીએ આવીને જુબાની આપી કે ધરમલાલ તેનો પતિ હતો. અને કાલી પાસેની બસ્તીમાં તે બંને રહેતાં હતાં. ધરમલાલ બર્ન કંપનીના ગૉડાઉનમાં હમાલી કરતો હતો. બીજા એક માણસે ગોદામના મુકાદમ તરીકે પોતાની ઓળખ આપી અને ધરમલાલ બર્ન કંપનીમાં શું કામ કરતો હતો તેનું બયાન આપ્યું. થોડીક જ વારમાં સમરી જજમેન્ટ અપાયું અને ધરમલાલને છોડી દેવામાં

આવ્યો. હું તેને બહાર નીકળતો જોઈ રહ્યો.

તે મારી નજીક આવ્યો. મારા હોઠ ફફડ્યા. હું બોલ્યો પણ ખરો... ગજાનન... પણ તેણે સાંભળ્યું નહીં. તે મારી સામે ઘડીભર જોઈ રહ્યો. તેણે મને ઓળખ્યો નહીં. મને એમ હતું કે તે થોડી વાર પછી મને ઓળખશે. કદાચ હૉસ્પિટલની પરિચારિકાએ મને પહેરવા માટે બીજાં કપડાં આપ્યાં હતાં, એટલે તેણે ઓળખ્યો નહીં હોય... કે પછી જાણીને અત્યારે મને ઓળખવા માગતો નહીં હોય... તેણે ફરી વખત મારી સામે જોયું. તેની નજર મારા એક પગમાં પહેરેલા બૂટ તરફ ચોંટી રહી... તેની સાથે આવેલી સ્ત્રી અને બીજો આદમી બંને ખુશ હતા. (પાછળથી મને ખબર પડી હતી કે લોકોને આવી રીતે છોડાવી લાવવાનાં અનેક છટકા અને નાટક ગોઠવાયાં હતાં. કેટલાકે દેશદાઝથી તેમ કર્યું હતું તો કેટલાકે રૂપિયાની લાલચે, પણ સેંકડો માણસોને આવી રીતે છોડાવી લેવામાં આવ્યા હતા.)

હું ગજાનને રોકવા માગતો હતો, ત્યાં મારો નંબર આવ્યો. મને અંદર ધકેલવામાં આવ્યો.

'એનાથી બોલી શકાતું નથી. નામ કહી શકતો નથી.' કોઈએ કહ્યું. ડિફેન્સ માટે ત્યાં કોઈ અધિકારીને નીમવામાં આવ્યા હતા.

'ટ્વેન્ટી પરસન્ટ બર્ન્સ... હેવી બર્ન્સ ઑન હેડ. રાઇટ લોબ, નેક, રાઇટ આર્મપીટ ઍન્ડ બૅક... સિરિયસ બર્ન્સ ઑન લિપ્સ... પ્રૉબેબલી હેઝ લોસ્ટ સ્પીચ... હિઝ ટંગ ઍન્ડ પેલેટ માઇટ હેવ બીન પાર્શયલી બર્ન્ટ... મલ્ટિપલ ફ્રૅક્ચર ઇન લેફ્ટ ઍંકલ...' વગેરે વગેરે ઈજાઓનું વર્ણન થયું.

'હી લુક્સ હોરિબલ... આઈ વન્ડર હાઉ હી ઇઝ અલાઇવ...' પ્રિસાઇડિંગ અધિકારીએ કહ્યું, 'સો ધ ડૉક્ટર્સ સે...'

ફરી વખત મને પ્રશ્નો પૂછવામાં આવ્યા. ધમકાવવામાં આવ્યો. મારી બાબતમાં માહિતી આપી શકે તેવા સાક્ષીઓની તલાશ થઈ. મુગુટલાલની કોઠીથી ખાસ્સે દૂર હું ઝડપાયો હતો. મારી સામે જોઈને પ્રિસાઇડિંગ અધિકારીને કંઈ થતું હતું... તે મારી સામે જોઈ શકતો ન હતો.

હું કોઈ ખતરનાક જગ્યાએ ફસાયો હોઈશ. તોપના ગોળાથી સળગી ઊઠેલા કોઈ મકાનમાં ફસાયો હોઈશ વગેરે અનેક અનુમાનો થયાં. મુગુટલાલની ભડકે બળી ઊઠેલી કોઠીની પણ વાત ત્યાં ચર્ચાઈ, પણ ત્યાં દાઝેલો માણસ આટલે દૂર જઈ શકે અથવા આ માણસ આવા તૂટેલા પગ સાથે આટલે દૂર

જઈને પડે તે વાત માની શકાય તેમ ન હતી.

'એ કોઈ ને કોઈ વિપ્લવવાદી જરૂર છે. એ ભયાનક કામમાં સંડોવાયો ન હોય તો તેને આવી ઈજા જ ન થાય.' મારો કેસ રજૂ કરતા સરકારી પ્રૉસિક્યુટરે દલીલો કરી.

'મને નથી લાગતું એ ઍક્શનમાં દાઝ્યો છે. ગમે તેમ તે વિપ્લવવાદી હોય તોપણ તેને પૂરતી સજા મળી છે... અને એ ઝાઝું જીવે તેમ લાગતો નથી. ટ્રાન્સ્ફર હિમ ટુ ધ જનરલ હૉસ્પિટલ... મને લાગે છે એક મરતા આદમી માટે સમય બગાડવાની જરૂર નથી...' પ્રિસાઇડિંગ અધિકારીએ કાગળમાં કંઈ નોંધ કરી... અને મને બહાર કાઢવામાં આવ્યો. મને અને બીજા થોડાક આદમીઓને જબલપુર જનરલ હૉસ્પિટલમાં ખસેડવામાં આવ્યા.

*

કૅન્ટોન્મેન્ટમાંથી વિદાય કરતી વખતે મને મારાં બળી ગયેલાં કપડાંનું બંડલ પાછું આપવામાં આવ્યું હતું. મારા એક પગનો બૂટ પણ આપવામાં આવ્યો હતો. કેથલિક ચર્ચ તરફથી ચાલતી સારવાર વૅગનમાં અમને જનરલ હૉસ્પિટલ ભેગા કરવામાં આવ્યા. મેં પેલી ડબ્બીમાંથી બે ગોળીઓ ખાધી. હું તદ્દન સંવેદનહીન થઈને એ વૉર્ડમાં દાખલ થયો હતો.

વૉર્ડના બારણાના બહાર પૅસેજમાં સફેદ અરીસામાં સોનેરી રેખાઓથી કોરેલું ચિત્ર હતું. મને વ્હિલચૅરમાં લઈ જવામાં આવી રહ્યો હતો. મારા કાગળો લેવા માટે વ્હિલચૅરને ધક્કો મારતો મહેતર કાઉન્ટર પાસે ગયો હતો. અને તેના આવવાની રાહ જોતી એક નર્સ વૉર્ડના બારણા આગળ ઊભી હતી. અને મારી નજર એ અરીસા પર પડી. સોનેરી રંગથી તેમાં અદ્ભુત ચિત્ર કર્યું હતું. હરણને રમાડતી શકુંતલાનું એ ચિત્ર હતું. મને ઘડીભર સેના યાદ આવી... ભેડાઘાટ યાદ આવ્યો. અને એકાએક મારું ધ્યાન એ ચિત્રની ભીતરમાં દેખાતા દૃશ્ય તરફ પડ્યું:

વ્હિલચૅરમાં કોઈ બેઠું હતું. કોઈ ભયાનક ખવીસ સમો આદમી બેઠો હતો. તેના માથાના વાળ બળી ગયા હતા. કપાળના ઉપરના ભાગમાં ધોળું ચાંદું પડ્યું હતું. જમણી બાજુના કાનને બદલે ચામડીનો લીરો લબડતો હતો. ગળા અને ગાલ પર ધોળી અને કથ્થઈ કરચલીઓવાળી ચામડી ચોંટાડી હોય તેમ ચહેરો ખરડાયેલો હતો. હોઠની જગ્યાએ બળેલી ચામડીનો દડો હતો.

નાકનું ટેરવું બળી ગયેલું હતું. એક આંખ પાસે ચામડી ચીમળાઈ ગઈ હતી અને આંખોને ન હતી પાંપણ કે ન હતી ભમ્મરો અને આ ઓછું હોય તેમ દાઢીમાં ક્યાંક ક્યાંક વાળ ઊગી આવ્યા હતા. એ આદમી ન હતો... એ ચહેરો આદમીનો ન હતો. જુગુપ્સાપ્રેરક, ચીતરી ચડે તેવા કોઈ પ્રાણીનો એ ચહેરો હતો... જાનોરના હૅન્ડસમ પ્રિન્સનો એ ચહેરો ન હતો. એક લાંબી પળ સુધી હું તે જોઈ રહ્યો. પેલી ગોળીઓના નશામાં કે પછી એ દૃશ્યના આઘાતમાં હું સ્તબ્ધ થઈ ગયો હતો તેની મને ખબર નથી, પણ જે પળે મને સમજાયું, જે પળે મને ખ્યાલમાં આવ્યું કે, એ અરીસાની ભીતરમાં દેખાતો આદમી... હું હતો... જાનોરનો સેજલસિંહ હતો... તે મિનિટે હું બરાડી ઊઠ્યો... ભયાનક જોરથી બરાડી ઊઠ્યો.

'લુક એટ ધેટ... લુક એટ ધેટ...' ભયાનક જોરથી મેં વ્હિલચૅરનાં પૈડાંને મારા એક હાથથી ધક્કો માર્યો. ધસમસતી શિગ્રામની જેમ હું અને વ્હિલચૅર એ સુંદર અરીસા સાથે ભટકાયાં. ભારે રણકતા અવાજ સાથે અરીસાનો કાચ તૂટ્યો. ચારે બાજુથી હૉસ્પિટલના વૉર્ડ બૉય અને પરિચારિકાઓ દોડી આવ્યાં...

અદ્ભુત રેખાઓથી દોરેલી શકુંતલાનું કાચનું જિસ્મ અનેક તિરાડોમાં વહેંચાઈ ગયું હતું. કેવળ તેનો સુંદર ચહેરો એવો ને એવો જ રહ્યો હતો. એ ચહેરાની બાજુમાં સ્તબ્ધ થઈને હું મારો ચહેરો શોધતો હતો... મારી યાતનાનો એ છેલ્લો દિવસ હતો...

*

જબલપુર શાંત થઈ ગયું હતું. વિપ્લવની આગ હોલવવાની હોય તેમ એ પછીના અઠવાડિયા સુધી સતત વરસાદ પડ્યો હતો. હૉસ્પિટલમાં મારા પર એક પાગલ આદમી હોવાની શંકાથી જ સૌ નજર નાખતા, પણ હવે મને તેની કોઈ પરવા ન હતી. મારામાંથી સેજલસિંહ ઑફ જાનોર મરીપરવાર્યો હતો. મને હૉસ્પિટલમાંથી મુક્ત કરવામાં આવ્યો ત્યાં સુધી હું ક્યારેય એક શબ્દ પણ બોલ્યો ન હતો.

*

બાબા હરિભજન લડાઈમાં મરાયા હતા. ઠેર ઠેર થયેલાં ધીંગાણાંની અતિશયોક્તિભરી વાતો હૉસ્પિટલના વૉર્ડમાં ચર્ચાતી રહી... હું એ સાંભળતો હતો. જીવતો હતો. પેલી ડબ્બીની ગોળીઓ પણ મેં નાખી દીધી હતી. કારણ હવે મને કોઈ દર્દ થતું ન હતું... હું દર્દથી પર થઈ ગયો હતો. જીવવાનો અર્થ ચાલ્યો ગયો હતો પણ મરવું ત્યાં સહેલું ન હતું. ચોવીસ કલાક હૉસ્પિટલમાં રહેવા છતાં મરવું સહેલું ન હતું.

જાનોરના સમાચાર પણ મેં સાંભળ્યા હતા. જાનોરમાં રહમતમીરની હાર થઈ હતી. અંગ્રેજ પલટન ત્યાં સર વિલિયમ કેમ્પબેલની સરદારી હેઠળ ઉત્તરમાંથી અને લેફ્ટનન્ટ બર્ટની ટુકડી દક્ષિણમાંથી પહોંચી હતી. જાનોરમાં ખૂનખાર જંગ થયો હતો... જાનોરનો રાજકુમાર સેજલસિંહ લાપતા છે. એમ મનાય છે કે પિંઢારીઓએ તેનું અપહરણ કર્યું છે, તો કોઈ વળી કહેતું કે બાબા હરિભજન સાથે તે મરાયો છે. એથીય ભયાનક અફવાઓ ચારે બાજુ ફેલાઈ હતી, પણ એક વાત તદ્દન સત્ય હતી... જાનોરના રાજકુમાર વિશે માહિતી આપનાર માટે દસ હજાર રૂપિયાનું ઇનામ જાહેર થયું હતું...

બિચારો રાજકુમાર... હું મનમાં બબડ્યો. પેલો અરીસો તૂટ્યો તે દિવસથી હું બોલી શકતો હતો. તે દિવસે અરીસામાં જોઈને મેં બૂમ પાડી ત્યારે મારા હોઠ પર વળેલો ચામડીનો ગોટો ફાટી ગયો હતો અને તે પછી મારાથી બોલાતું હતું. અલબત્ત, પ... કે... ફ... કે... બ... જેવાં વ્યંજનો સ્પષ્ટતાથી બોલી શકાતાં ન હતાં... પણ હવે મારે બોલવાનું રહ્યું ન હતું... બોલવું પણ ન હતું.

મને હૉસ્પિટલમાંથી રજા મળે તેની વાટ જોતો હું ત્યાં પડ્યો રહ્યો હતો...

*

આખરે હૉસ્પિટલમાંથી મને છોડવામાં આવ્યો. આમ તો દોજખ જેવા જનરલ વૉર્ડમાં જ મને રાખવામાં આવ્યો હતો. છતાં તે વૉર્ડની ખ્રિસ્તી મેટ્રન મારી ખૂબ દયા ખાતી. નીકળતી વખતે ફરી એક વાર મારાં ગંદાં કપડાં, મારો પટો અને બૂટ મને આપવામાં આવ્યાં. ઘડીભર તે મારા બૂટ અને પટા તરફ તાકી રહી. તેણે થોડોક વિચાર કર્યો હોત તો તે કલ્પના કરી શકત કે આવા બૂટ પૈસાપાત્ર માણસો જ બનાવડાવી શકે. તેણે મને થોડા દિવસ ઘોડીની મદદ લઈને ચાલવાની સલાહ આપી, અને પછી પોતાના માથા પરનો સફેદ સ્કાર્ફ ઉતાર્યો અને હસીને બોલી, 'ઈસુ તારું ભલું કરે. આ સ્કાર્ફ તારા મોં પર

લગાવી રાખજે. હું નર્સ છું એટલે જોઈ શકું છું. ક્યાં રહે છે તું?

મેં તેને ઇશારાથી સમજાવ્યું પણ તે સમજી નહીં. હું તેનો આભાર માનવા માગતો હતો... પણ મારાથી બોલાયું નહીં... આ વખતે ગળામાં ભરાઈ આવેલા ડુમાને કારણે હું બોલ્યો નહીં...

'બિચારો ફરી વાર અરીસામાં ન જુએ તો સારું.' તે મારી પીઠ પાછળ બબડી.

'એ વેરી સ્ટ્રેન્જ મૅન... બાકી તેની જગ્યાએ હું હોઉં તો આપઘાત કરું.' બીજી કોઈ નર્સ બોલી.

'જિંદગી જેટલી પ્યારી ચીજ બીજી કોઈ નથી. તેમ ન હોત તો આ દેશમાં રક્તપિત્તમાં સબડતા લોકો ક્યારના મરીપરવાર્યા હોત... ખેર... દીકરી, એ જ જિંદગી છે...' તે બોલી. મારા કાને એ શબ્દો અથડાયા. કાઉન્ટર પરથી મને કાગળો આપવામાં આવ્યા. હું હૉસ્પિટલની બહાર નીકળ્યો. કાગળો ફાડીને મેં એક તરફ નાખ્યા.

વરસાદથી ભીની ધરતી પર વાદળોમાંથી બહાર આવેલા સૂરજનો તડકો ફેલાતો હતો... ઘોડીના ટેકે હું ઘડીભર વિચારતો ઊભો રહ્યો.

'લ્યો બાબા.' કોઈ બોલ્યું. મેં જમણી તરફ જોયું. ડોકું ફેરવતાં મને તકલીફ પડતી હતી. એક નાનો છોકરો અને તેની મા મારાથી થોડે દૂર ઊભાં હતાં. છોકરાના હાથમાં એક આનો હતો... 'લ્યો બાબા.' તે બોલ્યો.

તે ફરી બોલ્યો... ગુસ્સો... પારાવાર ગુસ્સો મારા જિગરમાં ઊભરાયો, પણ બીજી જ પળે હું હસ્યો. પેલો છોકરો પણ હસ્યો. હું ખડખડાટ હસ્યો... મારા ચહેરા પરથી સ્કાર્ફ હઠ્યો... તે સાથે તે ચીસ પાડીને ભાગ્યો. તેણે ફેંકેલી એક આની મેં નીચે વળીને ઉપાડી લીધી... એક આની... એક આની... એક આની...

ક્યાંય સુધી હું એ એક આની તરફ જોતો ઊભો રહ્યો. એ નાનકડી ઘટનાએ મને હચમચાવી નાખ્યો હતો. મને સમજાતું ન હતું કે હું શેને માટે જીવતો હતો! લાવારસથી ખદબદતી પૃથ્વી પર છેલ્લા જ રહેલા કોઈ એકલાઅટૂલા પ્રાગ્ઐતિહાસિક પ્રાણી જેવી જ મારી દશા હતી. મેં ક્રચિઝ પર વજન આપ્યું. મારું મગજ સ્તબ્ધ હતું, પણ મારા પગ ચાલવા માંડ્યા. મારા માનસપટ પર હૉસ્પિટલના અરીસામાં, વ્હિલચૅરમાં બેઠેલા માનવીની તસવીર વારંવાર તરી આવતી હતી. એ મારું જ પ્રતિબિંબ હતું તે માનવા હજુય મારું

મન તૈયાર ન હતું અને એટલે જ કદાચ હું જીવતો હતો. જીવતો હતો એટલું જ નહીં, પણ કોઈ પણ તાર્કિક કારણ વગર મારા પગ ગોવિન્દભવન જતા રસ્તા પર ચાલી રહ્યા હતા. મને પોતાને ખબર ન હતી કે શા માટે હું એ તરફ જઈ રહ્યો હતો!

માણસની જિજીવિષા કરતાં તેની જિજ્ઞાસા વધુ તીવ્ર હશે. માનવીને પારાવાર યાતનામાં તેની કુતૂહલવૃત્તિ જ જિવાડતી હશે! આવતી કાલ કેવી હશે તે જાણવા તે જીવતો હશે? કે પછી આવતી કાલને પલટી નાખવા તે મથતો, પ્રયત્ન કરતો, ઝઝૂમતો, જીવતો હશે? ગમે તેમ મારા મોઢા પર પાછો સ્કાર્ફ વીંટાળીને હું ગોવિન્દભવન તરફ ચાલ્યો હતો. રસ્તામાં બે ઠેકાણે મેં મારો પત્તો મેળવવા માટેના જાહેર ઢંઢેરાનાં પીળાં પડી ગયેલાં ભીંતપત્ર જોયાં હતાં. હું એ વાંચવા ઊભો રહ્યો. અને મને હસવું આવ્યું.

લોકો ત્યાંથી અવરજવર કરતા હતા, પણ કોઈને એ ભીંતપત્રોમાં રસ ન હતો. મારી ખોજ કરવાનું લોકોએ માંડી વાળ્યું હશે! મને ગુજરી ગયેલો ગણી લેવાયો હશે! રેલવે એમ્બાર્કમેન્ટ વટાવીને હું ગોવિન્દભવન આગળ થઈને મુગુટલાલની કોઠી તરફ ગયો. જબલપુર વળી પાછું રોજિંદી પ્રવૃત્તિમાં પરોવાયું હતું. છતાં લશ્કરી બંદોબસ્ત ચાલુ હતો. માહોલમાં કોઈ અસ્ફુટ અસ્વસ્થતાની ગંધ આવતી હતી. કદાચ તે મારા મનમાંથી સ્ફુરતી અસ્વસ્થતા પણ હોઈ શકે.

મુગુટલાલની કોઠીની જગ્યાએ ઈંટ, ચૂનો, તૂટી પડેલા જીના, ફરસના પથ્થરો, મોભ અને પીઢિયાં, લોખંડના વળી ગયેલા પાટા... અને ચિરાઈ ગયેલાં બારણાંનો જંગી ઢેર હતો. જાણે જબલપુરમાં આ એક જ ઠેકાણે જંગ ખેલાયો હોય તેવું લાગતું હતું. કોઠીને ફરતો કોટ સાબૂત હતો. બગીચાનાં ઝાડ પર ધૂળ છવાયેલી હતી. મેં કોઠીની ફરતે એક આંટો માર્યો. અંદરના ભાગમાં ખડકાયેલા ઢેર પર થોડા મજૂરો કામ કરતા હતા. દેશી સિપાઈઓની નાનકડી ટુકડી ત્યાં દેખભાળ કરતી હતી. મજૂરો એ કાટમાળનો ખડકલો ઉલેચતા હતા. શું શોધતા હતા એ લોકો? મુગલ તખ્તના અવશેષો...! ખંડેરાવનું શબ...! મારું મડદું...! શું કોઈને ખ્યાલ આવ્યો હતો કે આ ખંડેરની ભીતરમાં જાનોરનો રાજવી દટાયો હતો! કે પછી એ લોકો મુગુટલાલના કુટુંબને શોધતા હતા!

મને ખાતરી હતી કે કોઠીમાં કોઈ ન હતું. જ્યારે હું અને ખંડેરાવ તેમાં પ્રવેશ્યા હતા ત્યારે ત્યાં કોઠીમાંનો કોઈ નોકર પણ હતો નહીં. મુગુટલાલ, તેમનો પરિવાર અને તેમના ચાકરો એ કોઠી એમ ને એમ મૂકીને ચાલ્યા ગયા

હતા. એટલે સ્વાભાવિક જ આજો અને સેના પણ ત્યાં નહીં જ હોય... તો ક્યાં હશે એ સૌ? પણ ત્યાં ખોજ કરતા મજૂરો અને સિપાઈઓની ટુકડીની માફક મારી પાસે પણ તેનો કોઈ જવાબ ન હતો...

*

ગ્વારીઘાટ પરના નાનકડા શિવાલયને ઓટલે મેં એ રાત વિતાવી હતી. શિવાલયના પંડાએ મને થોડું ખાવાનું આપ્યું હતું. ઓસરીની બહાર પગથિયાં આગળ બેઠેલા ત્રણ-ચાર ભિખારીઓ, પોતાની હદમાં આવેલા નવા કૂતરાને જુએ તેમ જોઈ રહ્યા હતા. હું ત્યાં રોકાઉં તે તેમને પસંદ ન હતું. તેમના ધંધામાં કદાચ હું વધુ પડતો તેજ હરીફ લાગ્યો હોઈશ.

સવારે નર્મદાના ઊભરાતા પાણીની ભીતરમાં ઝબોળાઈને હું સ્ફૂર્તિ અનુભવી રહ્યો. ડહોળા પાણીમાં મને મારું પ્રતિબિંબ દેખાતું ન હતું. જો દેખાયું હોત તો ત્યારે પણ મેં આત્મહત્યા કરી હોત, પણ આત્મહત્યાનો નિર્ણય મેં ઠેલ્યો હતો... જિજીવિષાને કારણે નહીં, જિજ્ઞાસાને લીધે. મરતાં પહેલાં મારે ઘણું બધું જાણવું હતું. અનુત્તર પ્રશ્નોના જવાબ મેળવવાની એક અજીબશી ઉત્કંઠા મારા જિગરમાં જલતી હતી. મારે ફરી વખત, મારી નાનકડી જિંદગીમાં આવેલાં પાત્રોને જોવાં હતાં. એ જિજ્ઞાસામાં, એ ખોજમાં જ મારા પગ ઊપડતા હતા. નર્મદાના હરિયાળા કાંઠા પર ઊગેલાં વૃક્ષની ડાળીઓ પર ઝૂલતાં પંખીઓની માફક મારે ફરીથી કુદરતનું સૌન્દર્ય માણવું હતું... હું જાણતો હતો કે હવે કદાચ એ કદીય શક્ય બનવાનું ન હતું... છતાંય મારી બગલમાં ગોઠવાયેલી ઘોડીઓના કાઠ પર ઝૂલતો હું ચાલતો રહ્યો... દરેક ડગલે મારો તુરક... મારો એ અનુપમ ઘોડો મને યાદ આવતો હતો. શું થયું હશે તુરકનું! ભર જુવાનીમાં... અરે, જુવાનીની શરૂઆતમાં જ સળગી ગયેલી જિંદગીમાં આવેલી સુખદ અને શીળી પળોના આહ્‌લાદક રોમાંચને વાગોળતો હું ધરતી આંબતો રહ્યો... એ સંસ્મરણોનો આહ્‌લાદ, મારા ઓથારને, મારા વલોવાતા કાળજામાં વ્યાપેલી હતાશાને, મારા પગમાં થતાં દર્દ અને થાકને હળવો બનાવતો હતો... અને મારા પગલામાં દમ ભરતો હતો. સમયનો હવે કોઈ સંદર્ભ રહ્યો ન હતો. માણસ માટે જ્યારે સમયનો સંદર્ભ રહેતો નથી ત્યારે જ તે 'પરિમાણો' સમજી શકે છે. સમય, અવકાશ, અંતર, વર્તમાન, ભવિષ્ય કે ભૂતકાળ, એવા કોઈ ઘટકોની સાપેક્ષતા રહી ન હતી. રહી હતી

માત્ર નિરપેક્ષ જિજ્ઞાસા અને તેમ છતાંય જ્યાં બને ત્યાંથી મેં મારી ખોજ વિશે માહિતી મેળવી હતી.

તમે જ્યારે આખી દુનિયાને જોઈ શકતા હો અને દુનિયા તમને ન જોઈ શકતી હોય ત્યારે શું થાય તે કલ્પી જોવા જેવું છે. એવું જ કંઈક મારું હતું. જબલપુરમાં અને જાનોરથી જબલપુરના વિસ્તારનો એક એક ઇંચ મારી શોધ માટે ખૂંદી નાખવામાં આવ્યો હતો. અને હજુય મારી શોધ ચાલતી જ હતી. મારી મૉમે મારી શોધ માટે ખાસ એક સેલ પણ બનાવ્યું હતું, પણ કદાચ એ સૌએ નિર્ણય લીધો હશે કે મુગુટલાલની કોઠીની નીચે હું દટાઈ ગયો હોઈશ... જલીને ભડથું થઈ ગયો હોઈશ...

*

આવારા ફકીરની જેમ હું જાનોર પહોંચ્યો હતો. ચાલતાં ચાલતાં મારા પગ સૂજતા... પણ મારે ક્યાં સમયસર કોઈ જગ્યાએ પહોંચવાનું હતું! અલબત્ત, મારા અનેક સ્નેહીઓ મારી વાટ તો જોતા જ હતા... પણ હું જીવતો હોઈશ, હું સલામત જાનોર પાછો આવીશ તેવી આશા તો કોઈનેય નહીં હોય ને! ચારપાંચ મહિનાના ટૂંકા ગાળામાં જાનોર મને પરદેશ જેવું લાગતું હતું.

રસ્તો એનો એ જ હતો. રસ્તા પર ઝળૂંબતાં વૃક્ષોનો છાંયો તેનો તે જ હતો છતાં વાતાવરણમાં કંઈક ભાર હતો, ગ્લાનિ હતી. કેન્ટોન્મેન્ટની નજીકનાં મકાનો ઘમસાણ લડાઈની સાખ પૂરતાં ગમગીન પડછાયાની જેમ ઊભાં હતાં. કેન્ટોન્મેન્ટના દરવાજે તંબૂઓ ઠોકાયેલા હતા. જ્યાં ચોકીઓ ન હતી ત્યાં ચોકીઓ ઊભી કરવામાં આવી હતી. કેન્ટના ઝાંપેથી દેખાતું દફ્તરનું મકાન ખંડેર સમું થઈ ગયું હતું. તેનું નળિયાવાળું છાપરું સળગીને તૂટી પડેલું હતું. મારાથી કેન્ટોન્મેન્ટની અંદર તો જવું શક્ય ન હતું. (કેવું વિચિત્ર! એક વખત હતો જ્યારે સલામો ઝીલતો હું એ અંગ્રેજ કેમ્પમાં પ્રવેશી શકતો.) પણ દફ્તરના મકાનની દશા પરથી હું કલ્પના કરી શકતો હતો કે કેન્ટોન્મેન્ટમાં શું પરિસ્થિતિ હશે.

કેન્ટોન્મેન્ટથી પૂર્વ તરફ વળીને હું ગામ તરફ ચાલ્યો. ગામ ત્યાંથી થોડું દૂર હતું. મંગલચોકની બહારના વિસ્તારમાં પણ લડાઈની અસર વર્તાતી હતી. મંગલચોકમાંની સરકારી કચેરીઓ, થાણું, અંગ્રેજ પેઢીઓનાં મકાનો આગમાં ભડથું થઈ ગયાં હતાં અને તેની દુરસ્તીનું કામ ચાલતું હતું. હું ધારીલાલજીની

પેઢીના મકાન પાસે આવ્યો. એ મકાન પર મોટું તાળું લબડતું હતું. હું થોડી વાર ત્યાં ઊભો રહ્યો. મારી આસપાસ કેટલાયે ઓળખીતા ચહેરા મને ફરતા દેખાયા. કેટલાકને તો હું નામથી પણ ઓળખતો હતો, પણ અત્યારે એ સૌમાંથી એકેય મને ઓળખી શકતા ન હતા. ક્યાંથી ઓળખી શકે? મને ફરી વખત અરીસામાં જોયેલો પેલો ચહેરો યાદ આવ્યો. માથું હલાવી એ તસવીરને ખંખેરી નાખવા મેં પ્રયાસ કર્યો ને પાગલ આદમીની જેમ જોરથી ડગ ભરતો હું મંડી તરફ ચાલ્યો. અહીં પરિસ્થિતિ ખાસ પલટાયેલી ન હતી. લોકોની ભીડ પણ એટલી ને એટલી જ હતી. એકાએક મારું ધ્યાન રસ્તાની કિનાર પર બેઠેલા ફેરિયાઓ પર પડ્યું... અને મારા મનમાં ઉત્સાહ આવ્યો. એ ફેરિયાઓ ગણપતિની તરેહ તરેહની મૂર્તિઓ લઈને બેઠા હતા...

બીજે દિવસે ગણેશચતુર્થી હતી... હિંદુ ધર્મનું એક અનેરું પર્વ અને મારા પિતાજીનો જન્મદિવસ... રાજમહેલમાં એ દિવસની ઉજવણી કંઈક અજીબ રીતે થતી... વહેલી સવારમાં ગણપતિનું પૂજન થતું અને લગભગ સાડા આઠ-નવ વાગ્યાથી મહેલની પૉર્ચમાં બેસીને મારી મૉમ દાન કરતી. લોકોને ધોતર, સીધું અને તાંબાના લોટા આપવામાં આવતા. સંખ્યાબંધ સાધુઓ અને ગરીબ લોકો તે દિવસે રાજમહેલમા ઊભરાતા. કેટલાક લોકો મારી મૉમ પાસે તેમની મુશ્કેલીઓ વર્ણવતા 'મેમોરેન્ડમ' લઈને પણ આવતા. ખાસ મુનશીઓ દ્વારા એ મેમો વંચાતા અને તે અંગે તપાસ થતી. એ દિવસે મહેલના કર્મચારીઓને ભેટો અપાતી. નવા યુનિફૉર્મ અને પાઘડીઓ અપાતી. કર્મચારીઓનાં બાળકોને માટે સાંજે પાર્ટી યોજાતી. લોકો ઉત્સાહથી તેમાં ભાગ લેતા. સાંજે ગણપતિના ઉત્સવનો પ્રસંગ ઊજવાતો. એ દિવસે પગે ચાલીને મારી મૉમ રાજઘાટ સુધી જતી...

એ સાંજ અને રાત મેં મંડીના દરવાજા અને જાનોર ફરતા કોટની રાંગની બહાર આવેલા હનુમાનના મંદિરના ચોતરા પર ગુજારી હતી. મારી જેમ જ ચીંથરેહાલ ત્રણ-ચાર આદમીઓ ત્યાં પડ્યા હતા. તેમની જેમ જ મને પણ મંદિરમાં આવતા લોકોએ પૈસા આપ્યા હતા.

અલબત્ત, એક અધેલો વાપરીને પૂરી અને રબડી હું મંડીમાં જ ખાઈને આવ્યો હતો. દિવસભર ચાલવાને કારણે અને રબડીના ઘેનને લીધે હું થોડી વારમાં ઊંઘ્યો હતો... વહેલી સવારે મેં મારાં બળેલાં કપડાંની પોટકી ઉઠાવી હતી અને રાજમહેલ તરફ ઊપડ્યો હતો. મહેલમાં પ્રવેશવાની આ તક

ગુમાવવા હું તૈયાર ન હતો. મારી મૉમને જોવા હું તલસતો હતો. એક વાત નિશ્ચિત હતી કે મારું આવું ભયાનક રૂપ લઈને હું ફરી ક્યારેય રાજમહેલમાં જવા માગતો ન હતો. છતાં મારા મનમાં સર્જાયેલી જિજ્ઞાસાનો હું અંત લાવવા માગતો હતો. મારી મૉમને હું વિકટ પરિસ્થિતિમાં છોડીને ચાલ્યો ગયો હતો. જૅક, ખેરાસિંહ, ડૉક્ટર હ્યુસન, મામા ભવાની વગેરેને અત્યંત નાજુક સ્થિતિમાં મેં છેલ્લે જોયા હતા. જીના અને બાલીરામજી, જાનોરમાં ઊમટેલા ઝંઝાવાતની થોડી જ ઘડીઓ પહેલાં કૅન્ટોન્મેન્ટમાં ગયાં હતાં. એ બધાંનું શું થયું તે મારે જાણવું હતું. અને એથીય વધુ તો મને સેનાની ચિંતા હતી. મુગુટલાલની કોઠી અંગે એક વાત તો દીવા જેવી સ્પષ્ટ હતી જ કોઠીમાં તેનો નાશ થઈ જાય તેટલો દારૂગોળો વેરીને સૌ ચાલ્યાં ગયાં હતાં...! પણ શા માટે, ક્યાં કેવી રીતે ચાલ્યાં ગયાં હતાં...! વગેરે અનેક પ્રશ્નો મારા મનમાં ઊઠતા હતા.

સવારથી જ રાજમહેલના રસ્તા પર ભીડ લાગી હતી. આજુબાજુનાં ગામડાંઓ અને તહેસિલોમાંથી ગરીબ લોકો, અદના પ્રજાજનો, ખેતમજૂરો અને ભિખારીઓની વણજાર રાજમહેલના દરવાજે આવી હતી. દરવાજા પર રોજ કરતાં વધુ સખ્ત પહેરો હતો. મનસબદારી ફોજના, ત્યાં ઊભેલા બધા જ સૈનિકોને ચહેરાથી હું પિછાનતો હતો. દરવાનોને તો હું નામથી ઓળખતો હતો.

સિપાઈઓ ખખડાવીને, કંઈક ગાળો બોલીને સૌને લાઇનમાં ઊભા રાખવા મથતા હતા. ફરિયાદો લઈને આવેલા લોકો માટે ઝાંપાની અંદર લાઇન કરવામાં આવી હતી.

સાડા નવ વાગે હું અંદર પ્રવેશ્યો હતો... કંગાળ લોકોની હારની પાછળ... પ્રથમ વાર હું દરિદ્રતાનું પડખું સેવી રહ્યો હતો... પ્રથમ વાર તદ્દન નજીકથી ગરીબાઈને પિછાની રહ્યો હતો. પૉર્ચનાં પગથિયાં પાસે પ્લૅટફૉર્મ બનાવવામાં આવ્યું હતું. તેના પર ગાદી પથરાઈ હતી. પ્લૅટફૉર્મની પેલી તરફ ચીજવસ્તુઓ ખડકાયેલી હતી. થોડા માણસો ત્યાં ઊભા હતા. મનસબદારી ફોજના સેકન્ડ ઇન કમાન્ડના યુનિફૉર્મમાં છત્રપાલસિંહ ઊભા હતા. તેને બઢતી મળી હતી. થોડી વાર પછી મહેલના વરંડામાં હિલચાલ થઈ હતી. એક વ્હિલચૅરને ધક્કો મારીને બે માણસો બારણાથી વરંડામાં લઈ આવ્યા હતા. લાઇનમાં ઊભેલા લોકોએ સહેજ ધક્કામુક્કી કરી હતી. તરત જ દંડો વીંઝતા સિપાઈઓ ધસી આવ્યા હતા અને દરિદ્રોની લંગારને સરખી કરી હતી. વ્હિલચૅરમાં કોણ બેઠું હતું તે મને દેખાતું ન હતું અને એટલે જ હું સહેજ થડકાટ અનુભવી રહ્યો હતો.

પણ થોડી જ વારમાં મારા જિગરમાં ઠંડક વળી હતી. વ્હિલચૅરમાં મારી મૉમ ન હતી. બીજું કોઈ હતું, પણ વરંડાના કોરેલા પથ્થરના કઠેડાને કારણે મને સ્પષ્ટ દેખાતું ન હતું.

થોડી વાર પછી મારી મૉમ વરંડામાં આવી હતી. એશ-ગ્રે કિનારની સફેદ સાડીમાં સજ્જ મારી મૉમ સંગેમરમરની પ્રતિમાશી લાગતી હતી. તેણે ત્યાં ઊભેલા માણસો સાથે વાતચીત કરી. વ્હિલચૅરની પાસે ઊભી રહીને તે કશુંક બોલી હતી. તે પછી એક હાથે માથે ઓઢેલો સાડીનો છેડો સરખો કરીને, સાડીની પાટલીઓ પકડીને, પગમાં પહેરેલા બૂટથી સહેજ સાડી ઊંચી કરીને તે નીચે ઊતરી અને પ્લૅટફૉર્મ પર આવી. ટોળાએ જયનાદ કર્યો. કંપાઉન્ડમાં ઉત્તેજના છવાઈ. મારું ધ્યાન મારી મૉમ તરફ હતું. અનિમેષ દૃષ્ટિથી હું મારી એ અદ્ભુત જનેતાને જોઈ રહ્યો હતો. ત્યાં જ ટોળામાં કોલાહલ થયો. મેં આજુબાજુ જોયું—ઘડીક વાર મને સમજાયું નહીં કે શું થયું... પછી મને ખ્યાલ આવ્યો. વરંડામાં બીજું કોઈ આવ્યું હતું... ગ્રેઇસ... લોકોમાં તેને જોઈને ઉશ્કેરાટ આવ્યો હતો. દરિદ્રનારાયણો એકમેકના કાનમાં કાનફૂસિયાં કરતા હતા.

'ફિરંગી રાની... દેખો... ઇંગ્લિસ્તાની રાની... કયા જમાના આયા હૈ.'

'કાહે કી રાની...'

'ક્યોં નહીં ભાઈ? શુકર કરો ભગવાન કા કે વો થી, નહીં તો જાનોર મેં કોઈ બચતા નહીં.'

'કહતે હૈં ઇનકો દિન ચઢે હૈં...'

'બડે લોક કી ભલા... ક્યા બાત કરેં, શાદી ભી નહીં હુઈ ઔર યે દેખો... મીરાંબાઈ બનકે બેઠી હૈ...'

'ચૂપ કર કમીને...' ભીડમાંથી કોઈક બોલ્યું.

'એસા કુછ દિખાઈ નહીં પડતા.'

'વો બાત થોડી છુપને વાલી હય... ચંદ દિનોંમેં પતા ચલેગા.'

'રાજકુમાર કા અભી તક પતા નહીં ચલા.'

'અરે ભાઈ, કહાં સે પતા મિલેગા... અંગ્રેજ ફોજોને ઉનકો ઠાર મારા...'

'તો ફિર યે રાની ક્યું બરદાસ્ત કરતી હૈ?'

'બરદાસ્ત નહીં કરે તો ક્યા કરે...'

'સાલી પૂરી ફોજ કો ભીડ દેના ચાહીએ... ઇન ફિરંગીઓ કી સાથ...'

'મેં નહીં માનતા...' એક શાંત રહેલો આદમી બોલ્યો.

'રાજેશ્વરી હુશિયાર ઓરત હૈ. અગર અંગ્રેજોને ઉનકા લડકા કો ઠાર મારા હોતા તો જરૂર એ કુછ કરતી. ઔર ભલા અંગ્રેજો ક્યોં ઉનકો ઠાર મારેં! હાં... બતાવ... જબ કેમ્પબેલ કી બચ્ચી રાજરાની બનને વાલી હો...'

'બાત તો સહી લગતી હૈ' એક બુઢ્ઢાએ કહ્યું. 'આખીર વો જબ ઇંગ્લિસ્તાની, સબસે બડા અફસર કી લડકી કા... એક અંગ્રેજ ઓરત કા શૌહર બનને વાલા થા... અંગ્રેજ લોક ઉનકો ઠાર માર કે ક્યા ફાયદા નિકાલ સકતે.'

'ઐસા નહીં... મેરા તો ખ્યાલ હૈ વો જંગ મેં મારા ગયા હોગા, નહીં તો આજ તક ઉનકા પતા જરૂર મિલ જાતા...'

'પૂરી કી પૂરી ફોજ ઉનકી તલાશ મેં જો થી...'

'આજ ભી તલાશ તો ચલ રહી હૈ.'

'સુના હૈ મા-બેટે મેં કુછ ઝઘડા હુઆ થા...'

'નહીં ભાઈ, સમજ મેં નહીં આતા... કુછ અલગ સા મામલા લગતા હૈ... જાનોર મેં જંગ હુઆ તબ વો મહેલ મેં નહીં થા.'

'રહમતમીર ઔર ખેરાસિંહ અંદર ગયે થે... બાદ મેં કુછ ગડબડ હુઈ.'

'ક્યા માલૂમ... અપને પલ્લે કુછ પડતા નહીં...'

'ઠીક હૈ ભાઈ, અપના કામ કરો... ચલો, આગે... સાલે ખાને કો રોટી નહીં... રહેને કો ઠિકાના નહીં ઔર બાતેં ક્યા અમીરી કી કરતે હૈં... ચલો... એય ઘૂસપેઠ મત કર કમીને...' એક પ્રૅક્ટિકલ માણસે મોટેથી અવાજ કર્યો. કંઈક ઝઘડાઝઘડી પણ થઈ.

ભિન્ન ભિન્ન પ્રકારે ત્યાં વાતચીત થતી રહી. બરાડો પાડીને મને બોલી નાખવાનું મન થતું હતું કે હું જીવતો છું. કમબખ્તો... પણ મારી જીભ સિવાઈ ગઈ હતી. લાઇન આગળ ચાલતી ગઈ. મારી મૉમ અને ગ્રેઇસ બંને ગાદી પર ગોઠવાયાં હતાં. બંને જણ, નજીક આવીને નમન કરતા ગરીબ લોકોને ભેટ આપતા હતા. મૉમ ધોતર આપતી હતી. ગ્રેઇસ લોટા આપતી હતી. અને ત્યાંથી થોડે દૂર બેઠેલો કોઠારી લોકોને અનાજ ગોળ અને ઘી આપતો હતો. હું નજીક આવી પહોંચ્યો હતો... મને વ્હિલચૅર દેખાઈ... વ્હિલચૅરમાં બેઠેલો આદમી દેખાયો. એ બાલીરામજી હતા... બાલીરામજી... એકાએક મારા ગળામાં ડૂમો ભરાયો... તે સાથે જ હૃદયમાં આનંદ પણ લહેરાયો... બાલીરામજી જીવતા હતા... બાલીરામજી જીવિત હતા.

'કપડા ઠીક સે ઢાંક લે... એય... તુમ કો કહેતા હૂં...' મને દંડો અડકાડીને

એક સિપાઈએ કહ્યું. મેં મોઢા પરનો સ્કાર્ફ સરખો કર્યો. એ સિપાઈના ચહેરા પરથી લાગતું હતું કે જો તેનું ચાલત તો તે મને મહેલના કંપાઉન્ડમાં પણ ઘૂસવા ન દેત.

મારો નંબર આવ્યો. ક્રચિઝ પર મારા ધ્રૂજતા હાથ દબાવીને મેં ડગલું ભર્યું. મૉમની સામે જઈને હું ઊભો રહ્યો. તેનો ચહેરો હાલતો હતો. તેની ચમકતી આંખો પણ હાલતી હતી. તેના કપાળમાં ઘા પડ્યો હતો. અડધા પોણા ઇંચનો ભૂરો લિસોટો... એ લિસોટાને કારણે તે વધુ રૂપાળી લાગતી હતી, પણ તેના ચહેરા પર ગમગીની હતી. તેની આંખો સૂજેલી લાગતી હતી. મારા ગળામાં જાણે રૂનો પેલ ભરાયો હોય તેમ શ્વાસ રૂંધાતો હતો. મારી આંખોમાં નર્મદાનું પૂર ઊભરાતું હતું. એ પૂરની ભીતરમાં મારી માનો... મારી વહાલી મૉમનો ચહેરો દેખાતો હતો.

મેં હાથ લંબાવ્યો. ક્ષુલ્લક કાપડનો ટુકડો લેવા માટે નહીં... મારી મૉમના રેશમ જેવા હાથનો સ્પર્શ કરવા માટે... તેની આંગળીઓ મારા હાથને અડી... મારું હૃદય કકળી ઊઠ્યું... મૉમ મને ઓળખી શકતી ન હતી, પણ તેના હૃદયમાં કંઈક થતું હતું. તેણે મારા હાથમાં ધોતર મૂક્યું...

'ક્યા હુઆ હૈ, ભાઈ...'

લોકો આંખ ન ઠેરવી શકે તેવા મારા ચહેરા તરફ તે પ્રેમથી જોઈ રહી હતી. એ તેની મહાનતા હતી.

'કુછ નહીં... મૉમ...' હું બોલ્યો. બોલી જવાયું અને તે સાથે મેં તેના હાથ પકડ્યા, પણ મારી માએ મૉમને બદલે ઓમ સાંભળ્યું. ઓમ સાંભળ્યું હતું...

'એ ક્યા બદતમીઝી... આગે બઢ' છત્રપાલ બરાડી ઊઠ્યો. મારી મૉમે હળવેથી મારો હાથ દૂર કર્યો અને બીજું ધોતર ઉઠાવીને મારા હાથમાં મૂક્યું. મારાથી તેની સામે જોવાતું ન હતું... તે કંઈક મૂંઝવણ અનુભવી રહી હતી. મને ધક્કો વાગ્યો અને હું આગળ ઠેલાયો. ગ્રેઇસે મારા હાથમાં તાંબાનો લોટો મૂક્યો. તે સાડી પહેરીને બેઠી હતી, એટલે તેની અવસ્થાનો મને ખ્યાલ આવ્યો નહીં. તેનો ચહેરો વધુ સુંદર બન્યો હતો. તેના ગાલ પર ઘેરી રતાશ છવાઈ હતી. તેના કપાળમાં ચાંદલો હતો અને સેંથામાં સિંદૂર... તે મા બનવાની હતી... સગર્ભા ઓરતનું માર્દવ તેના ચહેરા પર છવાયું હતું—ઊગતા સૂરજનાં સોનેરી કિરણોની જેમ...

મારી પાસે સીધું લેવા માટે સાધન ન હતું. હોત તોપણ હું ત્યાં રોકાઈ

શકત નહીં. મારું હૃદય ભરાઈ ગયું હતું. પીંજરામાંથી બહાર આવવા મથતાં પંખીની જેમ મારાં ફેફસાંમાંથી ડૂસકાં બહાર આવવાનો રસ્તો શોધતાં હતાં. દાંત ભીડીને હું આંસુ ખાળી રહ્યો હતો...

હું ધીમેથી ઝાંપા તરફ ચાલ્યો... મારી મૉમ સલામત હતી... બાલીરામજી સલામત હતા... ગ્રેઇસ સલામત હતી...

મારા હાથમા પકડેલો લોટો અને ધોતર મને ચાલવામાં તકલીફ કરતાં હતાં. મેં ઊભા રહીને ધોતરના છેડાની ગાંઠ વાળીને ઝોળી બનાવી. એ ઝોળી ખભે ભરાવવાનો હું પ્રયત્ન કરતો હતો... ત્યાં મારી પાછળથી આવીને કોઈએ મારા ખભા પર હાથ મૂક્યો. હું ઘડીભર સ્થિર ઊભો રહી ગયો...

'એક મિનિટ...' કોઈ પરિચિત અવાજ મારા કાન પર અથડાયો... ચમકીને મેં પાછળ જોયું...

એ અવાજ ગજાનનનો હતો. મારા ખભા પર હાથ મૂકીને તેણે મને ઊભો રાખ્યો હતો. આ અકસ્માત માટે હું તૈયાર ન હતો. મારી મૉમ, ગ્રેઇસ, બાલીરામજી, અરે, મારા ચપરાસીઓને જોઈને મારું હૃદય ભરાઈ આવ્યું હતું. ગ્રેઇસે આપેલો લોટો અને મારી મૉમે આપેલાં ધોતર લઈને દરિદ્રનારાયણોની ભીડમાંથી હું ભારે હૈયે બહાર આવ્યો હતો. મારાં ફેફસાંના પીંજરામાંથી જાણે મારું હૃદય બહાર પડી ગયું હોય અને ત્યાં... ત્યાં... મારા મહેલના પગથિયે પડીને આળોટતું હોય તેવો વલોપાત મારા જિગરમાં ચાલતો હતો...

'એક મિનિટ... બાબા...' તે બોલ્યો. મને થયું તે હમણાં બરાડી ઊઠશે. બાબાજી સર... બાબાજી તમે આ હાલતમાં... ઓહ ઈશ્વર... પણ તેને બદલે તે બોલ્યો, 'એક મિનિટ બાબા, મેં તમને ક્યાંક જોયા છે.'

'જોયો હશે...' મેં જવાબ આપ્યો. મારા ચહેરાની માફક મારો અવાજ બદલાઈ ગયો હતો. ગળું, હોઠ અને નાક જલી જવાને કારણે ઘણા બધા ઉચ્ચારો કરવામાં પણ મને તકલીફ પડતી હતી. વળી, અવાજ પણ ગૂંગણો થઈ ગયો હતો. ઈશ્વરનો પાડ કે હું બોલી શકતો હતો.

'જોયો હશે નહીં, મને ખાતરી છે કે મેં તમને જબલપુરમાં જ ક્યાંક જોયા છે...'

'મારી સૂરત એવી છે.' કહીને મેં ધોતરની બનાવેલી ઝોળી બગલમાં દબાવી. ઘોડીઓ પર હાથ જમાવીને મેં ચાલવા માંડ્યું. ગજાનન થોડી વાર ત્યાં જ ઊભો રહ્યો.

'અરે ભાઈ... જી... બરાબર... બરાબર... તારી સૂરત જ એવી છે એક વાર જોયા પછી કોઈ ભૂલી ન શકે' તે બોલ્યો.' મેં તને જબલપુરમાં જોયો હતો... યસ કૅન્ટોન્મેન્ટમાં... કોર્ટનાં પગથિયાં પાસે...' કહીને તે મારી સાથે ચાલવા માંડ્યો. ગજાનને મેં કોર્ટ આગળ જોયો હતો. ત્યારે તેના માથા પર પાટો બાંધેલો હતો અને તેનો હાથ સ્લિંગમાં હતો. અત્યારે તેનો હાથ બરાબર સાજો થઈ ગયો હતો. માથા પર રુઝાઈ ગયેલા ઘાની નિશાની સ્પષ્ટ દેખાતી હતી.

'શું નામ તારું?' તેણે પૂછ્યું, પણ મેં જવાબ ન આપ્યો.

'આ બૂટ તું ક્યાંથી લાવ્યો?' એકાએક તેણે મારો ખભો પકડીને મને ઊભો રાખ્યો. મારી એ ભયાનક પરિસ્થિતિ છતાંય ભીતરમાં સ્મિત પ્રગટ્યું.

'તારે શું કામ છે?' મેં સામો સવાલ કર્યો.

'હું પૂછું છું તેનો જવાબ આપ, આ બૂટ ક્યાંથી લાવ્યો?' ગજાનને કરડાકીથી પૂછ્યું.

'બજારમાંથી...' મેં જવાબ આપ્યો.

'જૂઠી વાત છે... આ બૂટ તારા નથી.' તેણે કહ્યું અને મને હસવું આવ્યું. એ કેવી વિચિત્ર વાત હતી! ગજાનન પોતે એવી કલ્પના કરવા પણ તૈયાર ન હતો કે હું સેજલસિંહ હોઈશ. મુગુટલાલની કોઠીની પાછળ, કોટને ઓછાયે, તેને અને ધાનોજીને મૂકીને, હું અને ખંડેરાવ અંદર ગયા હતા. કોઠી સળગીને જમીનદોસ્ત થઈ ગઈ હતી. તે બંનેએ શું કર્યું હશે તેની મને કલ્પના આવતી ન હતી, પણ તેને તો કલ્પના આવી શકે તેમ હતી કે હું અને ખંડેરાવ બળી ગયા હોઈશું અને કદાચ જીવતા હોઈશું તો સખ્ત રીતે દાઝેલા હોઈશું. ગમે તેમ એ એવી કલ્પના કરી જ શકતો ન હતો... તે દિમાગથી નહીં હૃદયથી જ વિચારતો હશે. નહીં તો એ બૂટ પરથી પણ એવું કલ્પી શકત કે કદાચ આ જલી ગયેલું ખોખું... આ ભયાનક દાઝેલો આદમી સેજલસિંહ હશે...

'બૂટ મારા છે...'

'નથી... કહ્યું ને?' તેના ચહેરા પર ગુસ્સો આવ્યો.

'મેં તને જબલપુરમાં જોયો ત્યારે પણ મારે તને એ જ પૂછવાનું હતું... આ રાઇડિંગ શૂઝ છે. એક ભિખારી પાસે આવા શૂઝ આવે ક્યાંથી?' તે બોલ્યો.

'આ ધોતરની માફક...' મેં જવાબ આપ્યો. ભીખ માગતો આદમી ભિખારી જ હોઈ શકે... ભીખ માગવા સિવાય એક ભિખારીને પણ કોઈ ઇતિહાસ હોઈ શકે તે કલ્પના ગજાનને આવતી ન હતી.

'આ ધોતરની માફક એટલે?' તેણે પૂછ્યું.

'બસ, આવી જ રીતે કોઈએ દાન આપ્યા...' મેં જવાબ આપ્યો.

'દાન આપ્યા કોણે?'

'કોઈ અજાણ્યા આદમીએ...'

'પણ બૂટ તદ્દન નવા છે.' તે બોલ્યો.

'હશે કદાચ...'

'નવા ને નવા બૂટ કોઈ આપી દે તેવું હું માનતો નથી.'

'કેમ, આ ધોતર અને આ લોટો નવાં નથી?' મેં કહ્યું.

'નવા બૂટનું દાન કોઈ શા માટે કરે...? જોડા દાનમાં?' તે બોલ્યો.

'એ આદમીને બૂટ કામના ન હતા.' મને એકાએક તુક્કો સૂઝ્યો અને મેં જવાબ આપ્યો. મારે એ બૂટ અને મારી પાસે હતી તે, મારાં જૂનાં અરધા બળી ગયેલાં કપડાંની પોટલી અને પટો... એ બધું ક્યાંક નાખી દેવા જેવું હતું. મને સમજાતું ન હતું કે શા માટે મેં એ ચીજો રાખી હતી!

'મતલબ?' ગજાનને પૂછ્યું, તેને કામના ન હતા એટલે?'

'તેની પાસે બૂટ હતા પણ પગ ન હતા.'

'શું? હું સમજ્યો નહીં.' તે બોલ્યો.

મેં મારા હોઠ અને નાક પર ઢાંકેલો સ્કાર્ફ હઠાવ્યો, ગજાનન આડું જોઈ ગયો. મારો ચહેરો તેનાથી જોવાતો ન હતો. 'પગ કપાઈ જાય પછી બૂટ કામના ન હોય તે સ્વાભાવિક છે. મારે હવે દાઢી કરવાની જરૂર છે ખરી?' મેં મારા ચહેરા પર સૂતળીનાં રૂંછાંની માફક ક્યાંક ક્યાંક સાબૂત રહેલી ચામડી પર ઊગેલા વાળ પર હાથ ફેરવીને પૂછ્યું.

'તું ચાલ મારી સાથે. મારે બાલીરામજીને વાત કરવી પડશે.' તે બોલ્યો.

'કોની પાસે?'

'બાલીરામજી પાસે...'

'કોણ છે એ?'

'તું બાલીરામજીને નથી ઓળખતો? જાનોરના પંતપ્રધાન...'

'હું કોઈની પાસે આવવા નથી માગતો.' મેં કહ્યું.

'મારે તને બળજબરીથી લઈ જવો પડશે.'

'પણ શું કામ?' મેં પૂછ્યું.

'કારણ, આ બૂટ રાજકુમારના છે.'

'અરે ભાઈ... એ મને ખબર નથી... હું કોઈ રાજકુમારને ઓળખતો નથી...'

'નહીં ઓળખતો હોય તેની મને ખાતરી છે.' ગજાનન બોલ્યો, 'પણ આ બૂટ તારી પાસે ક્યાંથી આવ્યા તે અમારે જાણવું પડશે.'

'તમને કહ્યું તો ખરું, એ બૂટ કોઈ આદમીએ મને આપ્યા. તેને જરૂર ન હતી. તેના પગ તૂટી ગયા હતા...'

'તું ચાલ મારી સાથે...' ગજાનન કડકાઈથી બોલ્યો.

'તમારે આ બૂટ જોઈએ છે ને... લઈ લો ભાઈસા'બ.' મેં કહ્યું.

'એક વાર કહ્યું ને ચાલ મારી સાથે... નહીં તો મારે તારી ધરપકડ કરવી પડશે.' ગજાનને મારો હાથ પકડ્યો. મને થડકારો થયો. વાત વણસી હતી. હું રાજમહેલમાં જ શું કામ આવ્યો! મને પારાવાર પસ્તાવો થતો હતો. ઝોળીમાં નાખેલાં કપડાંની પોટલી હવે મને સળગતા તોપના ગોળા જેવી લાગતી હતી. એ પોટલી જો તપાસવામાં આવશે તો ભયાનક પરિસ્થિતિ ઊભી થશે. શા માટે એ કપડાં, એ પટો મેં સાચવી રાખ્યો હતો! ગુજરી ગયેલી પત્ની કે પ્રેયસીના કાંસકામાંથી નીકળેલી વાળની ગૂંચ કોઈ સાચવી રાખે તેવી જ ક્ષુલ્લક છતાં તેવી જ સંવેગશીલ એ વાત હતી. ગમે તેમ, મારું અજ્ઞાત મન મને જાનોરથી, જાનોરના મારા વહાલસોયા સંબંધીઓથી, મારી મૉમ... ગ્રેઇસ વગેરેથી દૂર કરવા માગતું ન હતું. છતાં એક વાત સ્પષ્ટ હતી કે ક્યારેય ગમે તેવી પરિસ્થિતિમાં મુકાઉં છતાં હું જાનોરના રાજવી તરીકે ઓળખાવા માગતો ન હતો. દરિદ્રનારાયણોની ભીડ હજુ એવી ને એવી જ હતી. ગજાનન મને ઘોડાર તરફ લઈ ગયો. તેણે કોઈ બે આદમીઓને બોલાવ્યા અને મારા પર નજર રાખવાનું કહીને તે ચાલ્યો ગયો. થોડી વાર પછી તે પાછો આવ્યો. તેણે મારે માટે થોડીક ખાવાની ચીજો શાહી રસોડામાંથી મંગાવી. હું આજુબાજુ નજર ફેરવતો, ઘોડારથી થોડે દૂર ચોકિયાતની છાપરીની બહાર પડેલી ચારપાઈ પર બેસી રહ્યો. મારું ધ્યાન રાખતા બંને પહેરેગીરોને મારામાં કોઈ રસ ન હતો. એટલું જ નહીં, પણ મારા હાલહવાલ જોઈને તેમને મારી સામે પણ જોવું ગમતું ન હતું. ક્યાંય સુધી ગજાનન કે બાલીરામજી બેમાંથી કોઈ ત્યાં આવ્યું નહીં. હું ચારપાઈ પર આડો પડ્યો... અને થોડો સમય ઊંઘ્યો...

*

બાલીરામજીના દફ્તરમાં મને લઈ જવામાં આવ્યો. એ જગ્યા કેટલી પરિચિત હતી! છતાં જાણે પ્રથમ વાર જ હું અહીં આવતો હોઉં તેમ મેં અભિનય કર્યો હતો. દફ્તરમાં પ્રવેશીને, બાલીરામજીની ઑફિસના કમરાને એક ખૂણે મેં ગોટો વાળીને, મારા ખભે ભરાવેલો બક્સો સાચવીને મૂક્યો. બાલીરામજી વ્હિલચૅરમાં જ ત્યાં આવ્યા હતા. વ્હિલચૅર ખસેડીને લાવેલા ચપરાસીઓને તેમણે બહાર મોકલ્યા. પહેલાં ગજાનન અને પછી મને તેમણે અંદર બોલાવ્યો.

ગજાનન અદબથી ત્યાં ઊભો રહ્યો, 'બેસો ભાઈ...' બાલીરામજી બોલ્યા... પહેલી નજરે એ મને ઓળખી ન શક્યા તેનું મને આશ્ચર્ય થતું હતું, પણ મને ખુદ મારી મૉમ ઓળખી શકી ન હતી. વિચિત્ર પરિસ્થિતિ હતી એ! જ્યારે તમે સૌને ઓળખી શકતા હો અને તમને કોઈ ઓળખી શકતું ન હોય ત્યારે અજબ સંવેદન થાય છે. આમ તો એ રમૂજભરી સ્થિતિ હોય, પણ મારા દેદારને કારણે એ ગ્રીક ટ્રૅજેડી જેવી જ સ્થિતિ હતી.

બાલીરામજીએ મને બેસવાનું કહ્યું, પણ હું ઘોડીઓને ટેકે ઊભો રહ્યો.

'શું નામ છે તમારું?' તેમણે પૂછ્યું.

'ધરમલાલ પાંડે.' મારા મનમાં જે નામ આવ્યું તે હું બોલ્યો. તે સાથે ગજાનન આગળ ધસી આવ્યો. મને 'મ' બોલતાં તકલીફ પડતી હતી, છતાં ગજાનને નામ બરાબર સાંભળ્યું હતું.

'શું કહ્યું... તારું... તમારું નામ ધરમલાલ છે?' ગજાનને પૂછ્યું. બાલીરામજીએ મારી સાથે માનવાચક સર્વનામથી વાતચીત શરૂ કરી હતી એટલે ગજાનને પણ તે પ્રમાણે પ્રશ્ન કર્યો.

'જી... ધરમલાલ પાંડે...'

'પણ એ કેવી રીતે...' ગજાનન બોલવા ગયો, પણ બાલીરામજીએ તેને ઇશારત કરી. તે ચૂપ થયો.

'આ શું થયું છે તમને?' બાલીરામજીએ પૂછ્યું.

'દેખાય છે ને! તો પછી શા માટે પૂછો છો? દાઝી ગયો છું...' મેં કહ્યું.

'શાથી દાઝ્યા?'

'આગથી જ દાઝ્યો હોઉં ને!' મેં કહ્યું. બાલીરામજીના ગોળ ચશ્માંમાંથી આંખો તગતગી રહી.

'આગ ક્યાં લાગી હતી?'

'જબલપુર... બર્ન ઍન્ડ કંપનીના ગોદામમાં...' મેં યાદ કરીને કહ્યું.

'ત્યાં નોકરી કરો છો?'

'કરતો હતો...'

'મને કેવી રીતે ખાતરી થાય?' તેમણે પૂછ્યું.

'શેની ખાતરી?'

'તમે બર્ન કંપનીમાં નોકરી કરતા હતા તેની.'

'ખાતરી ન થાય, તેથી મને શું ફરક પડવાનો છે. તમારે માનવું હોય તો માનો. ન માનવું હોય તો કાંઈ નહીં. મારું નોકરીનું કારડ હોત તો હું તમને બતાવત કે બર્ન કંપનીમાં હું મુકાદમ હતો. મારું કારડ કોઈએ તફડાવી લીધું હતું. શી ખબર કોણે તફડાવ્યું.' મેં કહ્યું.

ગજાનનના ચહેરા પર કંઈક ચિંતાની રેખા તરી આવી. તેણે ઝડપથી બાલીરામજીને કહ્યું, 'તેમની વાત કદાચ સાચી હોઈ શકે... મેં આપને કહ્યું હતું ને કેવી રીતે હું કોર્ટમાંથી છૂટ્યો હતો!'

'આ બૂટ તમારી પાસે ક્યાંથી આવ્યા?' બાલીરામજીએ પૂછ્યું.

'મેં કહ્યું ને કે એક આદમીએ મને આપ્યા.' મેં જવાબ આપ્યો.

'જુઓ ભાઈ, એ બૂટ તમને ક્યાં, કેવી રીતે, કોણે આપ્યા તે વાત મારે જાણવી છે.'

'કહ્યું ને સરકાર, એક અજાણ્યા આદમીએ આપ્યા. તમારે એ બૂટ જોઈતા હોય તો હું આપી દઉં.' મેં કહ્યું.

'એ બૂટના બદલામાં હું તમને બીજી જોડ આપીશ... પણ મારે જાણવું છે કે એ બૂટ તમને કોણે આપ્યા. એ માણસ અત્યારે ક્યાં છે?'

'એ માણસ ક્યાં છે તે મને ખબર નથી, પણ કેન્ટોન્મેન્ટમાં પલટનના દવાખાનામાં એ આદમી મારી બાજુમાં પડ્યો હતો. હું દાઝી ગયો હતો અને તે ઘવાયો હતો. ઢીંચણ આગળથી તેના પગ છૂંદાઈ ગયા હતા. તેને ભયાનક દરદ થતું હતું. મેં તેને અફીણની ગોળીઓ આપી હતી અને તેનું દરદ હળવું થયું હતું. તેણે મારી પાસે બીજી ગોળીઓ માગી હતી અને આ બૂટ આપ્યા હતા. એ ગોળીઓને કારણે તો હું જીવ્યો હતો.'

'કેટલો વખત એ આદમી તમારી સાથે હતો?'

'ચાર-પાંચ દિવસ.' મેં જવાબ આપ્યો. 'પછી તેને ક્યાંક લઈ જવામાં આવ્યો. મને દાઝેલા બીજા લોકો સાથે મૂકવામાં આવ્યો.'

'તમને એ આદમીની છબિ બતાવું તો તમે ઓળખી શકશો?'

બાલીરામે ધીરેથી પૂછ્યું.

'કોશિશ કરું...'

થોડી વારમાં મારી જ છબિ લાવવામાં આવી. મેં એ છબિ તરફ જોયું અને ફરી એક વખત હૉસ્પિટલની લાઉન્જમાં અરીસામાં દેખાયેલો પેલો આદમી યાદ આવ્યો. મેં થોડી વાર આંખો મીંચી દીધી, મને થયું કે મારાથી રડી પડાશે, છાતીમાં શ્વાસ ભરીને મેં આંસુ ખાળી રાખ્યાં.

'બરાબર ઓળખાણ નથી પડતી, પણ આ આદમી હોઈ શકે, એ આટલો રૂપાળો લાગતો ન હતો, તેનો ચહેરો સૂઝેલો હતો.' મેં કહ્યું.

'એકલો જ હતો એ આદમી?'

'તેની સાથે બીજા બે-ત્રણ જણ સૂતેલા હતા. તેણે મારી પાસેથી લીધેલી ગોળીઓ, બીજા કોઈને પણ આપી હતી, પણ મારી પોતાની હાલત ગંભીર હતી. મને બરાબર યાદ નથી.'

'તમે ક્યાં રહો છો?'

'રહું છું?' ક્યાંય નહીં...' કહીને મેં નીચે જોયું.

'ઘર ક્યાં છે!'

'જબલપુર... ખાઈ મહોલ્લા...' મેં જવાબ આપ્યો.

'અહીં શું કામ આવ્યા હતા?'

'અહીં શું કામ આવ્યો હતો?' મેં આશ્ચર્યથી પૂછ્યું. 'ધોતર લેવા માટે... દાન લેવા માટે... ભીખ માગવા માટે...' મને કહેવાનું મન થયું કે સાચેસાચ હું શા માટે અહીં આવ્યો હતો તે તમને નહીં સમજાય.

'મારો પૂછવાનો આશય બીજો હતો. હું પૂછવા માગતો હતો કે તમારું ઘર જબલપુરમાં છે તો અહીં જાનોર શું કામ આવ્યા?'

'હું ફરતો ફરું છું.'

'ઘર છોડીને?' બાલીરામજીએ પૂછ્યું.

'ઘેર જઈને હવે શું કરવાનું?'

'મતલબ?'

'મતલબ, તમને નહીં સમજાય સરકાર... મારી જેમ તમે દાઝ્યા હો તો જ સમજી શકશો.' મેં વિવેકથી કહ્યું.

બાલીરામજીએ ચશ્માં ઉતાર્યાં. વ્હિલચૅરનું પૈડું ફેરવીને તેમના ટેબલની પાછળની તિજોરી પાસે ગયા. તિજોરી ખોલીને તેમણે રૂપિયા ભરેલી એક

નાનકડી થેલી કાઢી. તિજોરી બંધ કરી, મારી નજીક આવ્યા. 'આ રાખો તમારી પાસે...' કહીને તેમણે મારા હાથમાં થેલી મૂકી.

'શેને માટે?'

'અમને મદદ કરવા માટે...' તે બોલ્યા. પછી ગજાનન તરફ ફરીને હુકમ કર્યો, 'આમને માટે તલઘરમાંથી એક જોડ બૂટની વ્યવસ્થા કર અને એમના બૂટ લઈ લે...'

'આ બૂટ તમારે માટે ખૂબ અગત્યના લાગે છે.'

'એ બૂટના સાચા માલિકને શોધવા માટે અમે દસ હજાર રૂપિયાનું ઇનામ જાહેર કર્યું છે.' બાલીરામજીએ કહ્યું. 'જાનોરના રાજવીના આ જોડા છે.'

હું નીચે જોઈ ગયો. ત્યાં જ બેસીને મેં મારા બૂટ ઉતારી આપ્યા. ગજાનને બૂટ ઉઠાવ્યા.

'અહીં જ મૂકી રાખ ગજાનન અને તું જા, હું ત્યાં આવું છું... છેલ્લા કેટલાયે વખતથી મેં ઘોડારમાં પગ મૂક્યો નથી.' બાલીરામજી બોલ્યા. ગજાનને તેનું આશ્ચર્ય થયું હશે, પણ બાલીરામજીને તેણે કંઈ પૂછ્યું નહીં.

ગજાનન દફ્તરનાં પગથિયાં ઊતરીને આગળ ગયો.

'આવો મારી સાથે...' બાલીરામજીએ કહ્યું. તેમની વ્હિલચૅર નીચે ઉતારવામાં આવી. હું ઘોડાર અને તલઘર તરફ વળ્યો. બાલીરામજીની વ્હિલચૅર ઠેલતા આદમીઓ પાછળ આવ્યા.

ઘોડારની પડાળીમાં વ્હિલચૅર મુકાવીને તેમણે ઇન્સ્પેક્શન માટેના હુકમો આપ્યા. ઘોડારમાં દોડાદોડ થઈ. ઇન્સ્પેક્શનનું કામ સામાન્યતઃ ભુવનસિંહ કરતા અને એટલે જ ચરવાદારોમાં જરા ગભરાટ થયો હશે.

'પહેલી વખત જાનોર આવો છો?'

'નહીં પહેલાં આવ્યો છું.' મેં જવાબ આપ્યો.

'રાજમહેલમાં?' તેમણે પૂછ્યું.

'પહેલી વખત...' મેં જવાબ આપ્યો.

'કયાં નંબરથી શરૂ કરવાનું છે, સરકાર?' સતનાએ પૂછ્યું. સતનો ધાનોજીના હાથ નીચે કામ કરતો ચરવાદાર હતો. તેના ચહેરા પર કંટાળો હતો. અત્યારે ઘોડાનું ઇન્સ્પેક્શન થાય તે રુટિનની બહારની વાત હતી.

'ચાર નંબરથી શરૂ કર સતના...' બાલીરામે કહ્યું અને ચાર નંબરની બરાકમાંથી એક પછી એક ઘોડા કાઢવામાં આવ્યા. બાલીરામજી પ્રશ્નો પૂછતા

રહ્યા. ઘોડાની માવજત અંગે સૂચનાઓ આપતા ગયા... હું રસપૂર્વક એ નિહાળી રહ્યો.

એકાએક મારા જિગરમાં ફાળ પડી. સતનાએ તુરકને બહાર કાઢ્યો હતો. ચોકડું પકડીને તે તુરકને દોરતો નજીક આવ્યો, પણ ઇન્સ્પેક્શન માટે દોરવામાં આવેલી લાઇન પાસે આવે તે પહેલાં તે દોડ્યો. હું થડકી ઊઠ્યો. તુરક મારી પાસે આવીને એકાએક કંઈ આનંદથી કૂદ્યો. પડાળીના થાંભલાનો ટેકો લઈને મેં ઘોડી ઉગામી... અને દૂર હઠ્યો. તુરકે પડાળી પર ચઢવાનો પ્રયત્ન કર્યો. તે પહેલાં તો ચારે બાજુથી માણસો દોડી આવ્યા હતા.

'લઈ જાઓ એને...' બાલીરામજીએ હુકમ કર્યો. સતનો અને બીજા બે જણે મહામહેનતે તેને કાબૂમાં લીધો. દરમિયાનમાં ગજાનન મારે માટે બૂટની જોડી લઈને આવ્યો હતો.

'આપ એ ભાઈને...' બાલીરામે કહ્યું. 'માપ બરાબર છે ને?'

'મેળવીને લાવ્યો છું.' ગજાનને કહ્યું અને મને બૂટ આપ્યા. પહેરવાને બદલે મેં બૂટ મારા ઝોળામાં નાખ્યા. બાલીરામજીને પગે લાગીને મેં રજા લીધી... ઝડપથી ઘોડીઓ પર વજન દઈને મેં પગલાં ભરવા માંડ્યા... થોડે દૂર જઈને મેં પાછળ જોયું... બાલીરામજી ઘોડાઓના ઇન્સ્પેક્શનમાં મશગૂલ હતા...

*

તે દિવસે રાજઘાટ પર મેં દૂરથી મારી મૉમનાં દર્શન કર્યાં. ગ્રેઇસ તેમની સાથે હતી. તેનાં કપડાંમાંથી તેની પરિસ્થિતિનો ખ્યાલ આવતો હતો. તે સહેજ જાડી થઈ હતી. તેના પેટમાં મારું બાળક ઊછરતું હતું. રાજઘાટ પરથી મોડી રાત્રે હું પાછો જાનોર આવ્યો. વૈશ્ણવ મંદિરની બહાર આવેલી ધર્મશાળામાં મેં રાત વિતાવી.

*

બીજે દિવસે મેં જાનોર છોડ્યું હતું અને નર્મદાને કિનારે કિનારે પ્રવાસ શરૂ કર્યો હતો. સેવાદાસજીની મઢી પર જવાને ઇરાદે મેં પુલ વટાવ્યો હતો. હું ચાલતો હતો, પણ જાણે મારો પડછાયો કોઈ પકડતું હોય તેવું મને સંવેદન થતું હતું. જાણે મારો ભૂતકાળ મારો પીછો કરી રહ્યો હતો કે સાચેસાચ મારી પાછળ કોઈ આવી રહ્યું હતું. મને તે સમજાતું ન હતું. સાંજે હું સંત

સેવાદાસના આશ્રમે પહોંચ્યો હતો.

એ કબીરપંથી સંતનું સ્થાન સૌને માટે હંમેશાં ખુલ્લું રહેતું. તેમના ચેલાઓએ મને આવકાર્યો. આરતી પછી ભોજન થયું. મેં ખાધું અને જાનોરની મારી મુલાકાતની ભારે યાદ સાથે હું સૂતો.

સવારનું શિરામણ પડિયામાં પીરસાયું હતું. એ પડિયો લઈને હું આંબાના ઝાડ નીચે બેઠો હતો. ત્યાં સેવાદાસજીનો એક ચેલો મારી પાસે આવ્યો.

'સેવાદાસજી આપને બોલાવે છે.' તેણે કહ્યું.

'મને?'

'જી...' સંતના બધા જ ચેલા વિવેકથી બોલતા. મને તેની નવાઈ લાગતી નહીં. આ પહેલાં પણ હું અહીં આવી ચૂક્યો હતો.

સંત તેમના કમરામાં એકલા બેઠા હતા. બીજા કમરામાં જવાનું બારણું બંધ હતું. હું જે બારણામાંથી પ્રવેશ્યો હતો તે બારણું બંધ કરવાની તેમણે મને સૂચના આપી. મેં બારણું બંધ કર્યું.

'આવો... બેસો...' સંતે કહ્યું. હું તેમની સામે મારી ઘોડીઓ મૂકીને બેઠો. તે જ વખતે બીજા કમરાનું બારણું ખૂલ્યું અને મારી જેમ જ ઘોડીઓ પર ચાલતા એક આદમીએ પ્રવેશ કર્યો... હું ચોંકી ઊઠ્યો.

'બાબાજી... સર... બાબાજી...' તે ધસી આવ્યા. તેમના હાથમાંથી ઘોડીઓ સરી પડી. હું ઝડપથી એક પગે ઊભો થયો. એક ક્ષણ માટે અમે બન્ને સામસામા ઊભા રહ્યા. 'બાબાજી..., યૉર હાઇનેસ...' બોલતાં બોલતાં એ બુઝુર્ગ આદમીનું હૈયું ભરાઈ આવ્યું. એક પગ પર ઊભા રહેલા બાલીરામજીએ મારા ખભા પકડી લીધા હતા. તેમના કરતાં મારા પગની સ્થિતિ સારી હતી. મારાથી ધરતી પર બન્ને પગ માંડી શકાતા હતા. મારા ઢીંચણની ઢાંકણી તૂટી ગયેલી હતી અને ત્યાં સોજો વળીને ઢીંચણ ગોળ પથરા જેવો થયો હતો. છતાં ઘોડી વગર હું ઊભો રહી શકતો, ચાલી પણ શકતો. પરંતુ લાંબું ચાલવાનું ઘોડીઓની મદદ વગર શક્ય ન હતું.

'બાબાજી... યૉર હાઇનેસ' કહીને તે રોકાયા નહીં. તે મને વળગી પડ્યા હતા. અનાયાસે મારા હાથ તેમના શરીર પર વીંટળાયા... અમે બન્ને ભેટ્યા. એક બાપ તેના દીકરાને ભેટે તેમ... મારા બળેલા ચહેરા પર તેમણે ગાલ અડાડ્યો. મારા માથા પર ચુંબન કર્યું.

'બાબાજી...' તે બોલી શકતા ન હતા. મારે કહેવું હતું કોણ બાબાજી...

કયા બાબાજી... પણ મારી જીભ સિવાઈ ગઈ હતી. હું બોલી શકતો ન હતો. પૃથ્વી તેની ધરી પર સ્થિર થઈ ગઈ હતી. બ્રહ્માંડમાં સમય અટકી ગયો હતો.

'બાલીરામજી...' મારાથી બોલાઈ ગયું. જીભ વગર, હોઠના હલનચલન વગર... હૈયામાંથી અવાજ નીકળી શકે તેવું હું માની શકું તેમ ન હતો. છતાં એ હકીકત હતી. મારા ભીતરમાંથી, મારી સ્વરપેટીની બહારથી કોઈ બોલતું હતું, 'બાલીરામજી...'

રડી લેવા સિવાય મારી પાસે કશું બાકી ન હતું. નાના બાળકની માફક હું રડ્યો. ખૂબ રડ્યો.

ઊછળતા સાગરની ઝીંક ઝીલતા, ખડકની માફક એ જઈફ આદમી મારા આક્રંદને ઝીલતો ઊભો રહ્યો હતો... નિઃશબ્દ... અવાક છતાં તેનું ભીતર ભીંજાતું હતું. અમરકંટકથી ઊતરતી નર્મદાની માફક, એ બુઝુર્ગ આદમીની આંખોમાંથી આંસુ સરતાં હતાં. ડૂસકાં નહીં. ધ્રુસકે ધ્રુસકે વિલાપ નહીં... કેવળ આંખોમાંથી નીતરતું નવશેકું પાણી... પવનના ઝોકથી વધુ પ્રજ્વલિત થતી મીણબત્તીની શગની જેમ હું રડતો હતો, પણ જાનોરનો એ અડીખમ અમાત્ય મીણની જેમ પીગળતો હતો.

યુગાન્તર સમી એક એક પળ વીતી. શું બોલવું, કેમ બોલવું, મારા પિતાની છબિ પાસે નાનપણમાં હું અવાક ઊભો રહેતો... ક્યારેક પ્રશ્નો પૂછતો... પણ આ છબિ ક્યારેય પ્રત્યુત્તર પાઠવતી નહીં. એ દિવસે અમારી બંનેની કંઈક એવી જ સ્થિતિ હતી. સામસામે ગોઠવાયેલી છબિઓ સમી...

'મૉમ કેમ છે બાલીરામજી!' આખરે સન્નાટો મેં ભેદ્યો. બાલીરામજી અળગા થયા. ઊંધા ફરીને ઊભા રહ્યા. આંસુ સાથેનો ચહેરો અમાત્યને શોભે નહીં...' અલૌકિક સર્જનહારનું એ અલૌકિક પ્રતિરૂપ છે બાબાજી પણ માનવીનું ભીતર તો લૌકિક છે...' તેમણે એટલું કહીને નિઃશ્વાસ નાખ્યો. 'શી રીતે વાત કરું... કયા શબ્દો વાપરું! ત્રણ ત્રણ મહિનાથી જ્વાળામુખીના પેટાળની જેમ તે જલે છે, પણ એ સામાન્યા નથી... શક્તિ છે.' કહીને તેમણે ડોકું ધુણાવ્યું. 'શું થવા બેઠું છે મા નર્મદે! કયાં પાપ હજુ અમારે ધોવાનાં છે? શું તપસ્યાઓ હજુય બાકી છે? કયા શાપનો પરિતાપ હજુ હોલવવાનો છે મા... અગસ્ત્યનાં પગલાં પખાળતી મા... શા માટે નિજનાં સંતાનો પર તું રૂઠેલી છે!' પાગલની માફક તે બોલતા રહ્યા. 'બાબાજી, કયા શબ્દોમાં સમજાવું... આવું કંઈ થયું હશે તે તો હું કે રાજેશ્વરીદેવી જિંદગીભર વિચારત તોય કલ્પી ન શકત. બાબાજી

આજે તમે મને અવાક કરી નાખ્યો. અવાક અને મૂઢ... ગઈ રાત મેં મારા વરંડામાં ઊભા રહીને વિતાવી હતી. પળે પળે મને થતું હતું. રાજેશ્વરીદેવીને ખબર આપું કે બાબાજી હયાત છે. જાનોરનો રાજવી અહીં જાનોરમાં છે. એટલા સમાચાર ફરી એક વાર તેમના જીવનમાં એક નવી વસંત લાવી દેત... પણ બાબાજી, આ તમારા બાલીરામજીના દેહમાં એક બીજો બાલીરામ જીવે છે. તેનામાં કોઈ સંવેગ નથી. કોઈ અનુરાગ નથી. અનુકંપા કે કારુણ્ય નથી, એ તો જાનોરનો અમાત્ય છે. અને તેની સત્તા ચાલે છે. બાલીરામના ખોળિયા પર એ કમબખ્ત અમાત્યની સત્તા ચાલે છે. રાજનીતિ સિવાય તેનો કોઈ ધર્મ નથી. એ તદ્દન તર્કશુદ્ધ... સ્વાર્થપરાયણ... આદમી છે. તેણે મને રોક્યો. એ સંવેગહીન અમાત્યે મા અને દીકરાને મળતાં રોક્યાં... અરે! ત્યાં ઘોડારમાં જ્યારે તુરકની અસ્વસ્થતા જોઈને મને ખાતરી થઈ કે આ દાઝી ગયેલો આદમી કોઈ સામાન્ય ભિક્ષુક નથી, પણ વીરહાન કુટુંબનો રાજવી છે. ત્યારે પણ આ... આ... છાતીના પિંજરમાં ભરાઈ બેઠેલો અમાત્ય એ જાહેર કરવા તૈયાર ન થયો. મેં ગજાનનને સૂચના આપી. બાબાજી, તમારો પીછો કરાવડાવ્યો. તમે નર્મદાકિનારે ચાલવા માંડ્યું ત્યારે મને ખાતરી થઈ હતી કે તમે સેવાદાસજીની કુટિર પર થોભશો અને એટલે હું અહીં આવ્યો... મારી જીભે ગઈ કાલનું વાક્ય રમતું હતું. 'આવો બાબાજી... સર... હું તમને ઓળખી ગયો છું... તમારે ક્યાંય જવાનું નથી. ત્રણ ત્રણ મહિનાથી તમારી મા, તમારી... તમારા સમાચારની વાટ જુએ છે, પણ જાનોરનો આ શુષ્ક નિષ્ઠુર અમાત્ય બાલીરામનું મોં દબાવીને ઊભો રહ્યો... એ અમાત્યને દયા ન આવી. અનુકંપા તો ઠીક, પણ રૂંવાડુંય ફરક્યું નહીં... તમને જવા દીધા... રાજેશ્વરીદેવીને તમારા વગર શું દુઃખ થતું હતું તે જાણવા છતાં એ અમાત્યે તમને જવા દીધા...'

'એ તો ઉત્તમ થયું ને બાલીરામજી... તમે મૉમને ખબર આપી હોત તો મને નવાઈ લાગત... મૉમને કહેવાની પણ જરૂર નથી. તેના દુઃખમાં દાહ પ્રગટાવવા હું પાછો નથી આવ્યો. તે મને ખોવાયેલો સમજે છે? ગુજરી ગયેલો સમજે છે? તે જે સમજતી હોય... વિચારતી હોય તે તેને સમજવા દો... માનવા દો... બાલીરામજી...' મેં કહ્યું અને મક્કમતાથી ઉમેર્યું, 'હું જાનોર પાછો આવવાનો નથી—'

'બાબાજી, એટલે?'

'પ્રશ્ન પૂછીને આત્મવંચના.'

'પણ બાબાજી, તો પછી–'

'જાનોર શા માટે આવ્યો? એ જ પૂછવું છે ને?' મેં કહ્યું.

'એવું નહીં બાબાજી... અમે ધારતા હતા કે–'

'હું ગુજરી ગયો છું...' મેં કહ્યું. 'એ ધારણા ખોટી પડી તેનો આનંદ આવે તેવું તમને લાગે છે?'

'આનંદ ન પામું તેટલો ભયાનક હું નથી, બાબાજી...'

'એવી ભયાનક કે નિષ્ઠુર મારી મૉમ પણ નથી...'

'તો પછી–'

'અસામાન્ય થવાનો શાપ શું છે તે મારે તમને સમજાવવાનું છે બાલીરામજી, તમે જ તો મને એ પાઠો શીખવ્યા છે. જેના ચહેરા સામે જોઈ ન શકાય તેવો રાજવી, તેવો નેતા શું પ્રજા સ્વીકારી શકે?' મેં પૂછ્યું.

'બાબાજી... પ્રજા એકલી જ–'

'મને ખબર છે મારી મા છે... એ ઉપરાંત મારી એક વાગ્દત્તા પણ છે, જે તેમના વાત્સલ્ય અને પ્રેમને કારણે મારી આ કુરૂપ સ્થિતિને અપનાવી લે કદાચ... પણ રાજકારણમાં આવો વિકૃત... આવો કુરૂપ ચહેરો વિશ્વમાં કદી જોયો છે? એક સંત, એક સેનાપતિ, એક રાજા અને એક તવાયફ આ ચારેયમાંથી એકેય કુરૂપ હોય તો તેનું કંઈ નીપજે નહીં. તે ક્યારેય પોતાનું સંમોહન ફેલાવી ન શકે. ક્યારેય પોતાને માટે પ્રાણ ન્યોછાવર કરે તેવી ભક્તિ કે આસક્તિ પેદા ન કરી શકે... જાનોર કેવી રીતે પાછા જવું તેની ખોજમાં હું પાછો આવ્યો ન હતો... એ તો જે દિવસથી જબલપુરની હૉસ્પિટલના અરીસામાં મેં મારું પ્રતિબિંબ જોયું ત્યારથી નિશ્ચિત હતું કે જાનોર જવું હવે મારે માટે અસંભવ છે.'

'જબલપુર હૉસ્પિટલમાં!' બાલીરામજીએ પૂછ્યું.

'લગભગ બે મહિના કદાચ ત્યાં રહ્યો. મને દિવસોનો ખાસ ખ્યાલ નથી, પણ જબલપુર હૉસ્પિટલમાં મને દાખલ કરવામાં આવ્યો હતો.'

'તમે બન્ને ક્યાં સુધી ઊભા રહેશો. અહીં બેસીને વાત કરો. તમારે માટે હું કંઈક અલ્પાહારની વ્યવસ્થા કરું.' અત્યાર સુધી શાંત પ્રેક્ષકની જેમ બેઠેલા સંત સેવાદાસજીએ કહ્યું, પણ તે ઊભા થાય તે પહેલાં બાલીરામજીએ તેમને અટકાવ્યા.

'નહીં નહીં બાબા, આપ અહીં જ રહો. અમારે અત્યારે એક સંતના આશીર્વાદ અને સલાહ બન્નેની જરૂર છે.'

અમે બન્ને સંત સેવાદાસજીની નજીક ગોઠવાયા. વરસી ગયેલા વાદળને કારણે ઠંડક થાય તેવું જ કંઈક લાગતું હતું. રુદન પછીની માનસિક શાંતિ...

રાજમહેલમાંથી જીનાને રોકવા માટે હું બહાર નીકળ્યો ત્યાંથી માંડીને એક ભિક્ષુક તરીકે હું જાનોરમાં પાછો આવ્યો ત્યાં સુધીની વાત મેં બાલીરામજીને કહી સંભળાવી. તે અને સંત સેવાદાસજી મને સાંભળતા રહ્યા.

'પણ મને જંપ ન હતો, આત્માને શાંતિ ન હતી. આ મારો જલી ઊઠેલો દેહ અને ચહેરો રૂઝ્યા છતાં અંતરમાં ચેન ન હતું. મારે અનેક પ્રશ્નોના ઉત્તર મેળવવા હતા. જબલપુર હૉસ્પિટલમાં મને એમ હતું કે હું ક્યારેય જાનોર પાછો નહીં જાઉં... પણ એ ઉત્તર મારે જાણવા હતા. એ ઉત્તર હું જાતે જ જાનોર આવું નહીં તો ક્યાંથી મેળવું? વળી, આ ઉપરાંત પણ કાયમને માટે ક્યાંક દૂર ચાલ્યા જતાં પહેલાં મારે મારા સ્વજનોને જોવાં હતાં. મારી મૉમના પગમાં માથું નમાવવું હતું. ગ્રેઇસને જોવી હતી. રાજમહેલને જોવો હતો... અને...' હું બોલી ન શક્યો કે મારે સેનાને પણ જોવી હતી, પણ બાલીરામજી કદાચ એ કળી ગયા હશે.

'મુગુટલાલની કોઠીમાંના બધા માણસો સલામત છે.' તે બોલ્યા.

'આજો અને સેના...' મેં સંકોચ સાથે પૂછ્યું.

'બન્ને સલામત છે.' તે બોલ્યા. મારી આંખ મીંચાઈ. હૈયામાં શીતલ સંવેદન છવાયું. 'મુગુટલાલની કોઠી અંગ્રેજોનું લક્ષ્ય બનવાની હતી, તેની મુગુટલાલને ખબર હતી. બાબા હરિભજન કવખતની લડાઈ શરૂ કરશે તે સમાચારે મુગુટલાલને ત્યાં હલચલ થઈ હતી. મુગુટલાલની રૂની ગાંસડીઓમાં મુગલ તખ્તના અવશેષો વગે કરવાના હતા. એ કામ ભુવનસિંહ કરવાના હતા. ગાંસડીઓ રેલવે યાર્ડમાં ખડકાઈ હતી અને ત્યાં હુલ્લડ મચ્યું હતું. એટલે જ હરિભજન રેલવે યાર્ડ પર હલ્લો ન કરે તે અગત્યની વાત હતી. એ સંદેશો મુગુટલાલને ત્યાં પહોંચ્યો હતો. સેના અને આજોએ જાનોરમાં સર્જાનારી કટોકટીનો ખ્યાલ પણ આપ્યો હતો. એક તરફ બાબા હરિભજન અને ખેરા, બીજી તરફ જૅક મૅકગ્રેગર અને ત્રીજી તરફ અંગ્રેજ સરકાર આ અમૂલ્ય ચીજો મેળવવા માટે મથી રહ્યાં હતાં. મુગુટલાલને ખાતરી હતી કે જો રેલવે યાર્ડની ગાંસડીઓની વાત બહાર આવશે તો એ ખેલ ખતમ થઈ જશે.

મુગુટલાલને ત્યાં આ ખજાનો પડ્યો છે તેની ખબર જૅક મૅકગ્રેગરને પડી હતી. એ વાત જીના મારફતે મેજર ગૉડફ્રેને કહેવડાવી દેવી, એટલું જ નહીં, જાનોરનું રાજકારણ ખુલ્લું પાડવું અને સર પૉવેલના મોતનું તર્પણ કરવાની જૅકની નેમ હતી... એ થયું હોત...' બાલીરામજીએ શ્વાસ લીધો...' એ જરૂર થયું હોત જો જીના ગુજરી ન ગઈ હોત તો...'

હું આંચકો અનુભવી રહ્યો. જીના ગુજરી ગઈ હશે તેવી કલ્પના મને આવી ગઈ હતી. તે જીવતી હોત તો જાનોરની મહારાણીએ તખ્ત ગુમાવ્યું હોત...

'જીનાને લઈને હું નીકળ્યો ત્યારે મને ખબર ન હતી કે રહમતમીર ભાગી નીકળશે. એ પિંઢારી આખીય પરિસ્થિતિમાંથી અનેરો લાભ ઉઠાવી શકત, પણ લૂંટફાટની નીતિમાં રચ્યોપચ્યો આદમી રાજકારણ ન સમજી શકે. ગમે તેમ તેને પોતાની સ્થિતિ ગંભીર બનતી દેખાઈ હોય અથવા તેને અવસર વીતી જતો લાગ્યો હોય... તે છટક્યો. બહાર તેના ચુનંદાઓ મૂંઝાયેલા હતા. મહેલ પર હલ્લો કરવો, કૅન્ટોન્મેન્ટ પર ત્રાટકવું કે જાનોર લૂંટવું એ ત્રણ પર્યાયો વચ્ચે તે સૌ મૂંઝાયેલા હતા. રહમતે નિર્ણય લેવામાં થાપ ખાધી અથવા તો તેની ગણતરી ઊંધી પડી. ઉશ્કેરાયેલા જાનોરીઓ અને જાનોરના કોઠારમાંથી મેળવેલા દારૂગોળાની મદદથી તે કૅન્ટોન્મેન્ટ પર ત્રાટક્યો. કંઈક અંધાધૂંધ પરિસ્થિતિ પેદા થઈ હતી. બેફામ ગોળીબારો થયા. બરાબર તે જ વખતે અમે કૅન્ટમાં દાખલ થયા. દૂરબીનથી કોઈ જોતું હશે... કૅન્ટનાં મકાનોમાંથી ગોળીબાર ન થયો પણ પાછળથી થયો. રહમતના પિંઢારીઓ હોય કે પછી જાનોરી ભૂગર્ભ લડવૈયાઓ હોય. પહેલી ગોળી મને વાગી પગમાં... હું પડ્યો. જીના ઘોડા પરથી ઊતરી... તે સાથે ઘોડો ભાગ્યો. તે મને ખેંચીને દોડે તે પહેલાં તે વીંધાઈ ગઈ હતી અને તે સાથે ગૉડફ્રેની બંદૂકો ગર્જી ઊઠી હતી. અમને ખેંચી જવામાં આવ્યા ત્યારે જીના જીવતી હતી. તેના મોઢામાંથી મુગુટલાલનું નામ જાણે આપોઆપ બોલાયા કરતું હતું... તેને બદલે મેં જ ગૉડફ્રેને સમાચાર આપ્યા. 'મુગુટલાલની કોઠી... જબલપુરમાં આવેલી મુગુટલાલની કોઠી.' જાણે મારા બોલવાની રાહ જોતી હોય તેમ જીનાએ દેહ છોડ્યો. અને મેં સંદેશો પૂરો કર્યો. અંગ્રેજ અફસરોને જણાવ્યું કે, 'મુગુટલાલની કોઠીમાં મુગલ સલ્તનતની તમામ ચીજો પડેલી છે. એ કહેવા જ અમે આવતા હતા.' એ સાંભળીને ગૉડફ્રે મૂંઝાયો હતો. તેણે તાબડતોબ ટેલિગ્રામ મોકલ્યા હતા, પણ તેને ખ્યાલ ન હતો કે ગ્વારીઘાટ આગળથી તાર કપાઈ ગયા હતા. મને પણ ત્યારે ખ્યાલ

ન હતો. ખેપિયા સાથે એ સમાચાર 'ફોલો અપ' કરવાનો તેણે હુકમ આપ્યો હતો, પણ એ પહેલાં તો કૅન્ટોન્મેન્ટ પર ભયાનક હલ્લો થયો હતો.

અલબત્ત, જાનોર પર મુસીબત તોળાઈ છે અને બાબા હરિભજન જબલપુર પર હલ્લો કરનારા છે તે સમાચાર અંગ્રેજોને મળી ચૂક્યા હતા. જો તે વખતે ગ્રેઇસ જબલપુરમાં ન હોત તો જરૂર પિંઢારીઓ જીત્યા હોત. તેણે જ સર વિલિયમ કૅમ્પબેલને ફરજ પાડી હતી અને લશ્કરી ટુકડી સાથે તે પણ જાનોરની મદદે આવી હતી. દક્ષિણ તરફથી બર્ટ પણ ટુકડી લઈને આવ્યો હતો... તે રાજમહેલ તરફથી આવતો હતો. તે રાજમહેલમાં પ્રવેશે તે પહેલાં ત્યાંનું દશ્ય ખતમ થઈ ગયું હતું...' બાલીરામજી અટક્યા. તેમણે શ્વાસ લીધો.

'ભવાનીસિંહ સાથે ખૂનખાર જંગ થયો. જીવસટોસટની બાજી તમે ખેલી... જૅક ઘવાયો... ખેરા પણ જખ્મી થયો અને તમે જીનાને રોકવા ચાલી નીકળ્યા...

'મારા ગયા પછી શું થયું હતું બાલીરામજી?' મેં પૂછ્યું. 'મૉમને ત્યાં અંતરિયાળ છોડીને હું ગયો ન હોત... પણ મૉમે મને હુકમ કર્યો... ઘડીભર મને લાગ્યું હતું કે ખેરો કોઈ ચાલાકી કરશે... પણ તેવું ન હતું. વળી, મહેલના ગારદીઓ ત્યાં આવી પહોંચ્યા હતા, એટલે જ હું બહાર નીકળ્યો હતો.' મેં કહ્યું.

'યસ... રાજેશ્વરીદેવીને ચિંતા હતી. જીના જો બધું જ કહી દે તો જાનોરનું અસ્તિત્વ ચાલ્યું જાય... ખેરાને પણ એ વાતનો ખ્યાલ આવ્યો હતો, પણ તેથી વધુ આઘાત તેને જૅકની વાત જાણીને લાગ્યો હતો... કટંગીના ઠાકુરે અંગ્રેજોને ક્યારેય નમતું જોખ્યું નથી તેની મુસ્તાકીનો આવો ભયાનક અંત આવશે તે ખેરાએ કલ્પ્યું ન હતું. જૅક તરફડતો હતો ત્યારે ખેરા દ્વિધામાં હતો. તેના મામુએ જૅકની પાલક માતા મૅરી પિટર્સનું નામ આપીને વાત બદલી નાખવા કોશિશ કરી, પણ જૅકે ગોળી ચલાવી હતી. તે સાથે હર હાઇનેસે ગોળી ચલાવી હતી, પણ જૅકની ગોળી એક સેકન્ડ વહેલી છૂટી હતી અને ભવાનીસિંહના હૃદયની નીચે ખૂંતી હતી. રાજેશ્વરીદેવીની ગોળી જૅકને વાગી હતી. તે ઘવાયો હતો... ખેરાના પેટમાં ગોળી વાગી હતી, પણ તેણે પહેરેલા પટાને કારણે તે સોંસરવી પીઠમાંથી નીકળી ગઈ ન હતી. તેના આંતરડામાં બુલેટ અટવાઈ હતી. બોલતાં બોલતાં તેની જીભ પણ અટવાતી હતી... છતાં તે પરિશ્રમપૂર્વક બોલતો રહ્યો.

'રાજેશ્વરી... ભગવાનને ખાતર કહો કે આ ખોટું છે, આ તરકટ છે... કટંગીના નામ પર બટ્ટો લગાવવાનું કાવતરું છે. આ જૅક... જૅક મૅરી પિટર્સનો

દીકરો છે ને... રાજેશ્વરીદેવી... આ મૅરી પિટર્સનો દીકરો છે ને!' ચિલ્લાઈ ચિલ્લાઈને ખેરાએ હર હાઇનેસને પૂછ્યું હતું.

'નહીં ખેરા... એ તારો ભાઈ છે. તારી જ માની કૂખે જન્મેલો... લેફ્ટનન્ટ મૅકગ્રેગરનો દીકરો... રાજેશ્વરીદેવીએ જવાબ આપ્યો હતો. તેના પેટમાંથી લોહી વહેતું હતું, છતાં તે ઊભો થયો હતો. જઈને દીવાન પર બેઠો હતો. શરાબનો ગ્લાસ ભરીને તેણે પીધો હતો...

'થોડી શરાબ મગાવી આપશો? શક્ય હોય તો સંતરાંનો દારૂ...' તેણે આપની મૉમને કહ્યું હતું. ખેરા માટે શરાબ મગાવવામાં આવી ત્યારે પણ જૅક જીવતો હતો. તે ઘવાયો હતો. તેની સ્થિતિ સારી ન હતી, પણ તે જીવતો હતો.

'ખેરાસિંહ... ડૉક્ટર હ્યુસન તને તપાસી લેશે... તારે ટ્રીટમેન્ટની જરૂર છે.' મૉમે કહ્યું.

'એક મિનિટ... મારે કોઈની ટ્રીટમેન્ટની જરૂર નથી.' તે બોલ્યો. તેને માટે મંગાવવામાં આવેલી સંતરાંનો દારૂ ભરેલી બૉટલ તેણે નાળચેથી પકડી. લાંબો ઘૂંટ ભર્યો. બૉટલ બાજુએ મૂકી... તેના ચહેરા પર હાસ્ય આવ્યું. તેણે પોતાના પટ્ટાનું બકલ તંગ કર્યું. ફરી બૉટલ ઉઠાવી અને આખી બૉટલ મોઢે માંડી... નાળચેથી પકડેલી બૉટલને હાથમાં રમાડી... અને એકાએક તેનો ઘા... જૅકના માથા પર માર્યો હતો.

'સબૂર... ખેરા... હજુ આ પિસ્તોલમાં ગોળીઓ છે...' રાજેશ્વરીદેવીએ ઊંચે અવાજે કહ્યું હતું.

'ગોળીઓની જરૂર નથી હવે.' તેની જીભ લથડાતી હતી. વેદના અને દારૂના નશાથી તે બરાબર પગ માંડી શકતો ન હતો, તેમ છતાં કટંગીનો એ ભડવીર ટટ્ટાર ઊભો રહ્યો અને બોલ્યો, 'ગોળીઓ કોઈ કામની નથી મૉમ... એકસાથે હજ્જાર હજ્જાર જંજીરોમાંથી છૂટેલા ગોળા પણ મને હવે વીંધી શકે તેમ નથી. માણસનું હૈયું વીંધવા માટે બંદૂકની ગોળીની જરૂર નથી, મૉમ...'

'એ મૉમ બોલ્યો હતો?' મેં પૂછ્યું.

'હા... બાબાજી... મૉમ... એ એકાએક રાજેશ્વરીદેવીને 'મૉમ' કહીને સંબોધવા લાગ્યો હતો. જિંદગી આખી એક અનોખા સ્વપ્નમાં વિતાવી હતી મૉમ... જિંદગી આખી એક તમન્ના પાછળ ગાળી હતી અને અત્યારે... ઓહ વિધાતા... માય ગૉડ... મેં શું બગાડ્યું હતું... મેં શું દગો કર્યો હતો તને...!'

'ખેરા... મારા વીરલા... તને હું કદાચ કહીશ તો તું માનીશ નહીં.' આપનાં

મૉમ બોલ્યાં હતાં, બાબાજી, 'કટંગીના ઠાકુરોનું, તારા જેવા શૂરવીરની મા થવાનું કઈ રાજપૂતાણીને ન ગમે! તેં તો આ નર્મદાની ધરતી પર વિપ્લવની જ્યોત જલતી રાખી છે. કટંગીની શાન વધારી છે...'

'મને શરમિંદો કરો છો, રાજેશ્વરીદેવી...'

'નહીં ખેરા... તને શરમિંદો કરીને મને શું ફાયદો થવાનો, દીકરા...'

'મૉમ...' તે એકાએક રડી ઊઠ્યો હતો. જિંદગીમાં પ્રથમ વાર તે રડ્યો હતો. 'હા મૉમ... જિંદગી આખી એક અનોખાં સ્વપ્નમાં વિતાવી હતી. હિંદની ધરતી પર ફરી એક વાર રાજપૂતોની બલિહારી મારે જોવી હતી. ફિરંગીઓનાં ધાડાં જેવી રીતે આવ્યાં તે જ રીતે ઉચાળા ભરીને નાસે, તે દિવસ મારે જોવો હતો... પણ ક્યારેય હું રાજનીતિ સમજ્યો નહીં. કટંગીના ઠાકુરોનું નામ ઇતિહાસના પાને પાને કંડારવાની તમન્ના હતી... જાનોરને હું અંગ્રેજોનું બગલબચ્ચું કહેતો, કટંગીના ઠાકુરોને અંતરિયાળ છોડી જવાનો નિષ્કારણ દોષ મેં જાનોરના રાજવીને આપ્યો હતો. આજે મારા જીવનની છેલ્લી પળોમાં એ સમજાય છે—રાજ કરવા માટે શૂરાતન એકલું જ બસ થતું નથી. વર્ષોથી સુસ્ત થઈ ગયેલા સમાજને બેઠો કરવાનું કામ ભગીરથ છે. ફિરંગીઓ વેપારી બનીને આવ્યા અને વેપલો કરીને તેમણે આ ધરતી પર હકૂમત ખડી કરી દીધી. એ હકૂમત તલવારથી પાછી મેળવવી દુષ્કર છે. તેને માટે રાજનીતિ જોઈએ... એ સમજ આજે અનુભવું છું...' તેના રૂંધાતા શ્વાસ સાથે અંતર પણ રૂંધાતું હતું, પણ તે છતાં તે બોલતો રહ્યો હતો:

'અને આજે મારી એ નેમ... મારી એ મુસ્તાકીનો ભુક્કો થઈ ગયો છે... શા માટે આ તમે મને વહેલું કહ્યું નહીં... આજે મને સમજાય છે દેવી કે શા માટે સંતોજી જેવો મહાપુરુષ તમારી ઇજ્જત કરતો હતો... આજે મને સમજાય છે જાનોરનું મહત્ત્વ... જાનોરનું રાજકારણ... જાનોરની રાણીની અપ્રતિમ નિષ્ઠા... શા માટે તમે બધાએ આ વાત મારાથી છૂપી રાખી... કેવું ભયાનક... મેં કૂતરી... બીચ... કહીને હરહંમેશ તમને ગાળો દીધી હતી. ઠેર ઠેર અપમાનિત કર્યાં હતાં. અરે, ફરંદી ઓરત કહીને મેં તમારી આબરૂના ધજ્જા ઉડાવ્યા હતા... ઓહ ઈશ્વર... તે વખતે હું જાણતો ન હતો કે ખરેખર તો મારી મા બદચાલની હતી... ફરંદી ઓરત તો મારી મા હતી... જિંદગીનાં તમામ સુખ અંગ્રેજો સાથેની ટક્કરમાં મેં છોડ્યાં હતાં મૉમ... તે વખતે ખબર ન હતી કે આ જ અંગ્રેજ મારી માનો મરદ છે... મારી મા તેની એક રખાત

છે... એક સામાન્ય રખાત છે અને જે કૂખમાં હું રહ્યો હતો તે જ કૂખમાં એક અંગ્રેજની ઓલાદ પણ રહી... ઓહ ગૉડ... આઈ હેઇટ માઇસેલ્ફ... આઈ હેઇટ માઇસેલ્ફ...' તેના શબ્દો બાલીરામજી મને સંભળાવી રહ્યા હતા...

'અને બાબાજી... ખેરાનું હૃદય કકળી ઊઠ્યું હતું. તેના શબ્દોમાં સદીઓનો તલસાટ હતો. વલોપાત હતો. રાજેશ્વરીદેવી કહેતાં હતાં કે ખેરા જેવો મક્કાર આદમી પહેલેથી જ જાનોરનો સાથી હોવો જોઈતો હતો. ખેરાને કૉન્ફિડન્સમાં આપણે ક્યારેય લીધો નહીં... એવો પ્રયત્ન પણ ક્યારેય કર્યો નહીં... તે ખોટું હતું. હી વૉઝ એ બ્રેવ મૅન... એ ટેરિફિક ફાઇટર... એ રિયલ ફ્લેઈમ...'

'પછી શું થયું, બાલીરામજી?'

'તેણે જૅકના માથામાં મારેલી બૉટલ ઉઠાવી હતી. તેના કાચના ધારદાર ટુકડાઓ તરફ તે ક્યાંય સુધી જોતો ઊભો રહ્યો. તેના ખમીસ પર ઊગતા સૂરજનાં લાલ કિરણો ઢોળાતાં હતાં. તેના ચહેરા ઉપર અનેરી ચમક આવી હતી. આપનાં મૉમ તેની નજીક આવ્યાં હતાં... તે ટટ્ટાર ઊભો રહ્યો. તેના ઢીંચણ તેનો ભાર ઝીલવા તૈયાર ન હતા છતાં તે ઊભો હતો... સાગરનું આચમન કરતા કો અગસ્ત્યની જેમ...

'મૉમ...' તે ફરી બોલ્યો. 'જીવન તરફ પાછો વળીને જોઉં છું તો શું દેખાય છે કહું... છિનાળ ઓરતના છેડામાં ઊછરતો એક દીકરો... માના ધાવણ માટે વલખાં મારતું એક નાનું ભૂલકું... એને તરછોડીને... અંગ્રેજ અફસરને ગોદમાં લેતી ઓરત... ઓહ ગૉડ... નહીં દેવી... નહીં એ ચિત્ર અસહ્ય છે. શા માટે કોઈએ મને કહ્યું નહીં! શા માટે પેલા કમબખ્ત બાવાએ આ વાત છૂપી રાખી! શા માટે એક ગેરકાયદે બાળકને ધરી દેવાની કમાલ ચાલ ખેલવા માટે બધા તૈયાર હતા. અને એક ડૉન કિહોટેની માફક હું હવા સાથે બાથ ભીડતો રહ્યો. એ જ અંગ્રેજ સામે લડ્યો જેણે મારી સગી માની સેજમાં ચમન ઉગાડ્યો હતો... અને આ જૅક... કમબખ્ત. તેનામાં પણ લોહી આવ્યું ફિરંગીનું જ... ઓહ ઈશ્વર...' કહીને તે ઘડીભર અંતરિક્ષમાં તાકતો હોય તેમ જોઈ રહ્યો અને ધીરેથી બોલ્યો, 'એક અંગત વાત પૂછું... દેવી...'

'પૂછ... ખેરા...' મૉમે ઘેરા અવાજે કહ્યું.

'મારા બાપુ... મેં સાંભળ્યું હતું મારા બાપુ...' તે વધુ કંઈ બોલ્યો નહીં. દર્દને લીધે નહીં, પરંતુ તેના ગળામાં સંવેગને કારણે ડૂમો ભરાતો હતો.

'ખેરા... તારા બાપુ જવાંમર્દ હતા... તું શું પૂછવા માગે છે તે હું કળી

શકું છું, ખેરા... એક ઓરત તરીકે તને હું કહું છું કે જો સેજલના બાપુનો મને પહેલાં પરિચય ન થયો હોત તો હું પણ કટંગીની ઠાકુરાણી બની હોત... તું મારો દીકરો હોત, ખેરા... તું મારો દીકરો હોત... પણ ઓરત એક જ વખત પ્રેમ કરે છે...' મૉમે કહ્યું અને ખેરાએ પોતાના હાથમાં પકડેલી તૂટેલી બૉટલ, નીચે મૂકી અને રાજેશ્વરીદેવીની નજીક આવ્યો. નીચું જોઈને તે ઊભો રહ્યો અને બોલ્યો, 'મૉમ, એક વાત કહું... એક અંગત વાત કહું...'

'કહે ખેરા, કહે દીકરા...'

'મૉમ, હું સેનાને ચાહું છું. સંતોજી બારનીશની દીકરીને ચાહું છું. ત્યાંય હું તો પાછો પડ્યો છું. ત્યાંય જાકારો હતો. પ્રેમ કરતાં પણ મને ન આવડ્યો... મેં ધાર્યું હોત મૉમ તો સેનાને... બળજબરીથી મારી બનાવી શક્યો હોત... એક મામૂલી તવાયફની જેમ તેના શરીરને માણી શક્યો હોત... કેટલીય વાર મેં એ વિચાર્યું હતું. કેટલીય વાર મેં જબરદસ્તીથી તેના... બેનમૂન જિસ્મને સ્પર્શવાનું, તેને ચુંબનો કરવાનું, તેને આલિંગવાનું બેહૂદું વર્તન કર્યું હતું, પણ એ... એ લાકડાના ઢીમચાની માફક સ્થિર ઊભી રહેતી... શા માટે... શા માટે... શું હું દેખાવડો નથી! શું હું મર્દ નથી મૉમ... પણ એણે કદી મારી સામે પ્રેમથી નજર સરખી પણ માંડી નહીં...'

'ખેરા... ઓરત માટે એ જુદી ચીજ છે. એ હૃદયની વાત છે...'

'તો પછી શા માટે મારી મા... મારી મા ઓરત ન હતી! તેના સીનામાં ઓરતનું દિલ ન હતું? શું હતું તેનામાં? મૉમ શા માટે...'

'ખેરા... સેના અત્યારે અહીં હોત તો—' મૉમે વાત બદલવા કહ્યું.

'તો શું થવાનું હતું...! ખેર! મને તેનો રંજ નથી. રંજ થવો પણ ન જોઈએ... બળજબરીથી મેળવેલું કશુંય સંતોષ આપતું નથી, પણ મૉમ... તમે એક વાત તેને જરૂર કહેજો... મેં તેને ચાહી છે. જગતની કોઈ પણ ચીજ કરતાં તેને વધુ આરાધી છે. એ પ્રેમ ક્યારેય ઓસરવાનો નથી. જન્મોજન્મ હું તેને ચાહીશ મૉમ... ભલે આ ખેરાસિંહનો આત્મા આ બ્રહ્માંડમાં ધૂમકેતુની જેમ ભટકતો રહે... તેને કહેજો મૉમ કે ખેરા ક્યારેય તને નહીં ભૂલે... ક્યારેય નહીં...' કહીને તેણે લગભગ પાગલની જેમ તૂટેલી બૉટલ નાળચાથી પકડીને હાથમાં લીધી અને મૉમની પાસે આવીને ઊભો રહ્યો.

'એક ચીજ માગું, મૉમ... કટંગીના ઠાકુર તરીકે... એક દીકરા તરીકે... નર્મદાના કાંઠે ઊછરેલા એક અનાથ બાળક તરીકે... એક અભ્યાગત તરીકે...'

'એમ ન બોલ, ખેરા... તારે જે માગવું હોય તે માગી લે...'

'મને એક વચન આપશો દેવી...' ખેરાએ કહ્યું.

'બોલ ખેરા... મારી નસોમાં લોહી વહેતું હશે ત્યાં સુધી તને આપેલું વચન પૂરું કરવા હું પ્રયત્ન કરીશ...'

'મૉમ... મારું કટંગી સ્વતંત્ર કરી આપશો?... મારા કટંગી પર બરવા ઠાકુરોનો ધ્વજ ચડાવી આપશો? એક વખત દેવી... ફક્ત એક વાર... કટંગીની અમારી કોઠી પર કટંગીનું રાજચિહ્ન કંડારી આપશો? ફક્ત એક વાર... એ જોઈને મને આનંદ થશે... મૉમ, એ જોઈને મારી ફાટેલી આંતરડીના જખમ પર ટાઢક વળશે...

'સેનાને કહેજો, આ ભવ નહીં. ભવોભવ હું તેને ચાહતો રહીશ... તે મને ચાહે કે ન ચાહે... રાજકારણમાં આ જિંદગીમાં, આ ભવમાં, હું હાર્યો હોઈશ... પણ આવતે જન્મારે નહીં... આવતે જન્મારે નહીં... મને ખબર છે મૉમ, સેજલ સેનાને ચાહે છે. સેના તેને ચાહે છે. એ બંને પરણે અને તેમને પુત્ર અવતરે તો તેનું નામ ખેરાસિંહ રાખજો...' એટલું બોલીને, 'જય નર્મદે' કહીને તેણે તેના પટ્ટાના બક્કલની ઉપર, ફેફસાંની ગોળ આંતરીની વચ્ચે તૂટેલી બૉટલ, નાળચા સુધી ખૂંતાવી દીધી હતી. ધીરેથી ધસતી ભેખડની માફક તેના પગ ઢીંચણેથી વળ્યા હતા. તે પહેલાં બેઠો હતો અને પછી ઢળી પડ્યો હતો. રાજેશ્વરીદેવી તેને રોકે તે પહેલાં તેણે આત્મઘાત કર્યો હતો. ગ્રીક ટ્રેજેડી સમું એ મોત હતું.

તે ઢળી પડ્યો, પણ તેનું માથું ભટકાય તે પહેલાં બાબાજી, ત્યાં ઊભેલા ડૉક્ટર હુસનની પરવા કર્યા વગર મહારાણીએ ખેરાનું માથું ખોળામાં લીધું હતું... 'મા... મૉમ... જે ખોળે માથું મૂક્યું છે... એ જ ખોળે... ઈશ્વર એ જ ખોળે મને જન્મ આપજે...' ખેરા બોલ્યો હતો. કાળજું કંપાવી નાખે તેવા સૂરે તેના અંતરમાંથી સ્પષ્ટ વાણી ફૂટી હતી...' મૉમ... નર્મદાતટની વિધાતા... તારા આંસુથી પાવન થઈને જાઉં છું... પછી શા માટે રડે છે મા... સેના... મા... સેના...' તેના છેલ્લા શબ્દો હતા.

રાજેશ્વરીદેવી ક્યાંય સુધી રડ્યાં હતાં...

ખેરાનો આત્મા... માના વાત્સલ્ય માટે, પ્રેયસીના પ્રગાઢ આલિંગન માટે, ઝૂરતો એ કમરામાંથી બહાર નીકળ્યો હશે... બાબાજી, પણ તે વખતે રાજેશ્વરીદેવીને ખબર ન હતી કે તે પોતાનો સગો દીકરો પણ ખોવાનાં છે...

બાલીરામજી રાજકારણના આદમી હતા, કવિ નહીં. વળી, મારી મૉમે કહેલી વાત, તે મને કહી રહ્યા હતા. એ છતાંય એ સાંભળીને મારું હૈયું ભરાઈ આવ્યું હતું. ખેરાસિંહ... કટંગીનો એ નવજુવાન ઠાકુર ઓથ વગર ઝઝૂમ્યો હતો. સ્વભાવે એ લંપટ હતો... નશાખોર અને ક્રૂર પણ હતો. કદાચ એના એ અવગુણો તેના બેતાબ બચપણની યાદોનો બેહંગમ સરવાળો હશે કે પછી જંગલમાં ઊછરીને તેનામાં રાની પશુઓનું ભીતર ઘડાયું હશે! ગમે તે હોય—તેના સીનામાં વહેતા ગરમ લોહીમાં હિન્દની મજલૂમ ધરતીની ભીની સોડમ હતી. તેના જિગરમાં દમબદમ સ્વરાજ્યની ખેવના ધબક્યા કરતી.

પરંતુ જિંદગીની છેલ્લી પળોમાંય તે ચેન પામ્યો નહીં. તેના આત્મગૌરવના ટુકડેટુકડા તેણે નિહાળ્યા હતા. ઠાકુર હોવા છતાં રાજ્ય હાંસિલ નહીં, રાજપૂતાણીની કૂખે જનમ્યો પણ તેનું ગૌરવ હાંસિલ નહીં, જગતની કદાચ સૌથી આરાધ્ય સ્ત્રીને તે પ્રબળ આવેગથી ચાહતો હતો. છતાં તે પણ હાંસિલ નહીં. જિંદગીનો હોંસલો તે ખોઈ બેઠો હતો.

જીવવા માટે કોઈ લક્ષ્ય રહ્યું નહીં. અંગ્રેજો સામે તે કટ્ટર ઝનૂનથી લડતો રહ્યો, છતાં તે ખોફનાક હલ્લો કરીને તેને સદાયને માટે હરાવી દેશે તેવું તેણે કલ્પ્યું ન હતું. કટ્ટર દુશ્મન સગી માના શિયળનો સથવારો પામે પછી લડવાનું કોની સામે? એ આઘાત... એ ઘોર પરાજય... એ કટુતા વેંઢારવા માટે આત્મવિલોપન સિવાય ખેરા માટે બીજો ઉપાય પણ શો હોઈ શકે! આત્મગૌરવની ખોડ સાથે રાજપૂત જીવી કેમ શકે?

મારી મૉમની તૌહીન તેણે જિંદગીભર કરી હતી. તેની જિંદગીનો હોંસલો ડૂબતો હતો, ત્યારે તેણે મારી મૉમને પિછાની હતી. એક નેકદિલ રાજપૂત તરીકે તેણે મારી માની અદબ કરી હતી. તેના અજ્ઞાત મનમાં તૂટી પડેલી તેની સગી માની મૂર્તિને ઠેકાણે તેણે મારી મૉમની પ્રતિષ્ઠા કરી હતી. પશ્ચાત્તાપમાં તેને નાનમ ન લાગી. મારી માના ખોળામાં તેણે જિંદગીનું છેલ્લું આત્મનિમજ્જન કર્યું...

કેટલીય મિનિટો પર્યંત પુનઃ સન્નાટો છવાયો હતો. ખેરાના અંત વિશે સાંભળીને મારા બોઝિલ સીના પર એક ઓર ખડકનો બોજ લદાયો હતો.

બાલીરામજીએ ગળામાં આવેલી ખર્રાશ દૂર કરવા ખોંખારો ખાધો અને પછી બોલ્યા, 'ખેરાનું માથું રાજેશ્વરીદેવીના ખોળામાં ઢળ્યું. તેના ખોળિયામાંથી જીવ જાય તે પહેલાં મૉમે તેના હૈયાને ટાઢક આપી હતી... ખેરા તારી બધી

ઇચ્છાઓ હું પૂરી કરીશ, મારા જીવતેજીવ એ પૂરી નહીં થાય તો મારો દીકરો એ પૂરી કરશે...' ત્યાં દોડી આવેલા ગારદીઓ રાજમહેલના એ કમરામાં છંટાયેલું લોહી અને લાશો જોઈને સ્તબ્ધ ઊભા રહી ગયા હતા. રાજેશ્વરીદેવી ખેરાને જમીન પર સુવાડે તે પહેલાં જાનોરના રાજમહેલમાં ભજવાયેલા આ દૃશ્યનો એકમાત્ર અંગ્રેજ સાક્ષી ડૉક્ટર હ્યુસન ધીરેથી સરક્યો હતો. દેવીને તેનો ખ્યાલ મિનિટો પછી આવ્યો હતો. 'ડૉક્ટર હ્યુસન... જલદી રોકો એ અંગ્રેજને રોકો...' મહારાણીનો એ પ્રથમ હુકમ હતો.

તે સાથે ગારદીઓ દોડ્યા હતા. ડૉક્ટર હ્યુસન કોકનો ઘોડો પલાણીને ભાગ્યો હતો. 'અંગ્રેજ કો પકડો...'ની બૂમાબૂમ થઈ. પિંઢારીઓની ગિશ્ત કેન્ટોન્મેન્ટ તરફ જતી હતી ત્યાં પાછળથી આ બૂમ પડી. ડૉક્ટર હ્યુસન ઘેરાયા. કેન્ટોન્મેન્ટ સુધી પહોંચે તે પહેલાં તો તેમના ટુકડેટુકડા કરી નાખવામાં આવ્યા હતા.

રાજમહેલની બહાર જાનોરી વિપ્લવવાદીઓની જે ભીડ જમા થઈ હતી તે પણ પિંઢારીઓની પાછળ દોડી હતી. અંગ્રેજોને તહસનહસ કરી નાખવાની તક તેઓ ગુમાવવા તૈયાર ન હતા. ઇન્કિલાબ રોટી ખાનારા એ જવાંમર્દો હતા. પિંઢારીઓ છેક ઝાંપે પહોંચ્યા નહીં. કેન્ટની બન્ને વાડ તોડીને તેમણે તીરછો હલ્લો કર્યો હતો. બરાબર તે વખતે કેન્ટના મુખ્ય ઝાંપે જાનોરીઓનું ઉશ્કેરાયેલું ટોળું પણ ભાલા, તબ્બલ, બરછા, બંદૂક અને જાંમરો વગેરે જે હથિયાર હાથમાં આવ્યું તે લઈને જમા થયું હતું. 'અંગ્રેજ કો પકડો'નો નારો, વંટોળમાં ઊડતા પાંદડાની જેમ ત્યાં પહોંચ્યો હતો. ઝાંપેથી જાનોરીઓ અને બગલમાંથી પિંઢારીઓનો હલ્લો કેન્ટ પર થયો. ગારદીઓએ ઘોડા ખાબક્યા. તોપો રણકી ઊઠી. તેમાં ખુવારી જાનોરીઓની થઈ પણ ફાવ્યા પિંઢારીઓ. ઝાંપે બેબાકળા થઈ જાનોરીઓએ પીછેહઠ કરી. સંત્રીઓએ તેમની પાછળ વાર કરી. પિંઢારીઓ કેન્ટમાં વચ્ચેથી ઘૂસ્યા... કેન્ટનો ડિફેન્સ તૂટ્યો.

દોડતા લોકોની પાછળ ગારદીઓ અને તેની પાછળ પિંઢારીઓનો એક જથ્થો. રહમતમીરને કેન્ટોન્મેન્ટનો કબજો લઈને પિંઢારીઓનો ધ્વજ ખોડવાનો રસ ન હતો. તેમને સત્તા મેળવવામાં રસ ન હતો. જાનોર કે જાનોરનું કેન્ટોન્મેન્ટ જીતીને અંગ્રેજોને હાંકી કાઢવામાં રસ ન હતો, તેમને માત્ર લૂંટફાટમાં રસ હતો. તેમને માટે જાનોરીઓ શું કે અંગ્રેજો બધા સરખા જ હતા. સળગતા કાકડા ફેંકીને રેસિડેન્સીના મકાનની આસપાસનાં મકાનોમાં આગ લગાડીને

પિંઢારીઓ તબેલા પર ત્રાટક્યા હતા. કેન્ટમાં કત્લેઆમ અને લૂંટ ચાલુ હતી તે જ વખતે ભાગતા જાનોરીઓની પાછળ અને ગારદીઓની ગિશ્તની પાછળ કાપાલિકોની માફક પિંઢારી અસવારો પડ્યા હતા.

કેન્ટમાં સોપો પડે તે પહેલાં મંગળચોક સુધી આ ધીંગાણું વિસ્તર્યું હતું. જાનોર તો આમેય ખળભળેલું હતું. લોકોએ ભયના માર્યા છેલ્લા અઠવાડિયાથી ઉચાળા ભર્યા હતા. ગારદીઓની પાછળ પડેલી પિંઢારી ટોળીએ મંગળચોકમાં પણ લૂંટફાટ આદરી હતી. કોની સાથે લડવું તે પણ ગૂંચવણ હતી.

*

બરાબર તે જ વખતે જબલપુર હૉર્સિઝ અને બાવનમી પલટનના અસવારો સાથે સર વિલિયમ કેમ્પબેલ અને તેમની દીકરી હર હાઇનેસ ગ્રેઇસ ઉત્તર તરફ, જાનોરને સીમાડે આવી પહોંચ્યાં હતાં. આ ગિશ્તનો કમાન્ડર હતો કર્નલ સિમ્પલર...

બાલીરામજીએ ગ્રેઇસને 'હર હાઇનેસ' કહીને સંબોધી તેનું મને આશ્ચર્ય થયું, પણ મેં તેમને તેમના બયાનમાંથી અટકાવ્યા નહીં. તેમણે વાત આગળ ચલાવી. અભૂતપૂર્વ ઝડપે એ ટુકડીઓ જબલપુરથી આવી હતી. હર હાઇનેસ ગ્રેઇસ જો ન હોત તો એ શક્ય ન હતું. જબલપુર પર પહોંચેલા સંદેશા પ્રમાણે જાનોરની પરિસ્થિતિ કેટલી વિકટ છે તેનો ખ્યાલ તો ત્યાંના અધિકારીઓને મળી જ ગયો હતો, પણ તે વખતે જબલપુરની સ્થિતિ પણ ઊકળતા ચરુ જેવી ભયાનક હતી. પિંઢારીઓ અને ખેરાના બરકંદાજોએ જાનોર પર ભીંસ કરી છે એ સમાચાર ત્યાં પહોંચ્યા હતા અને એટલે જ ગ્રેઇસને ચિંતા હતી.

જબલપુરથી આવેલી આ બેરખ, ઓતરાદે સીમાડે રોકાઈ હતી. તેની ઇન્વેસ્ટિગેટિવ ટુકડીએ, એડ્વાન્સ ગાર્ડને જાનોરમાં થઈ રહેલા ધીંગાણાની રૂખ આપી હતી. સીમાડે ઘડીભર સ્ટ્રૅટેજી અંગે વિચારણા થઈ હતી. જબલપુર હૉર્સિઝનો કર્નલ સિમ્પલર બડમથ્થો અફસર હતો. આખા શરીરે કાળા-તપકીરિયા તલની છાંટવાળી લાલ ચામડી ધરાવતો એ અંગ્રેજ, હિંદમાં જાણે કત્લેઆમ કરવા જ આવ્યો હોય તેમ, તેની કારકિર્દી લોહિયાળ હતી. તે જ્યાં જતો ત્યાં સંહાર સર્જાતો. બાવનમી પલટનની બે કંપનીઓ અને જબલપુર હૉર્સિઝની ચાર કંપનીઓ સાથે બનેલી આ બેરખને ત્રણ વિભાગમાં વહેંચવામાં આવી. રિઅર ગાર્ડનો હવાલો એક સાર્જન્ટ મેજરને અપાયો અને તેને રિઝર્વ

ફોર્સ તરીકે ઉત્તરીય સીમાડે રોકવામાં આવ્યો. એક ટુકડીનો હવાલો સર વિલિયમે જાતે લીધો. તેમણે કેન્ટનો બચાવ કરવાનું સ્વીકાર્યું. કર્નલ રાલ્ફ સિમ્પલરે જાનોરમાં ઉત્તર અને પૂર્વમાંથી દાખલ થવાનું નક્કી કર્યું. કર્નલ સિમ્પલર કાળજાનો કટ્ટર આદમી હતો. આ પહેલાં પણ તે અનેક વખત આવા ભયાનક પિંઢારી હલ્લાઓમાં જોતરાઈને કાઠો થયો હતો. તેમની નસેનસનો એ જાણકાર આદમી હતો. આ વેન્ગાર્ડ ટુકડીની સાથે હઠ પકડીને હર હાઇનેસ ગ્રેઇસે પણ ઘોડો ભેળવ્યો. કારણ તે સિમ્પલરના બચ્ચાને નખશિખ પિછાનતાં હતાં. કર્નલ સિમ્પલર કાંઈ જેન્ટલમૅન વૉરિયર ન હતો. તે પણ એક અદના પિંઢારીથી ઊતરતો ન હતો. તેનામાં પણ સંવેગનો એટલો જ અભાવ હતો જેટલો રહમતમીરમાં હતો. કાતરની માફક આ બેરખની બે ટુકડીઓ પાડીને ઉત્તર અને પૂર્વ તરફથી કર્નલ સિમ્પલરે ધસારો કર્યો. રાણી લક્ષ્મીબાઈની માફક જ ગ્રેઇસ સિમ્પલરની સાથે મંગળચોક ભણી આવ્યાં.

પિંઢારીઓ સામી છાતીએ લડવાનું હંમેશાં ટાળતા. વિજય નિશ્ચિત હોય ત્યારે જ તે સામા આવે. જાન ખતરામાં હોય તો પલાયન થવાનું બારું પહેલું રાખે. મંગળચોકમાં વેપારી પેઢીઓ અને હકડેઠઠ ભરેલી દુકાનો અને ગોદામો લૂંટવામાં પરોવાયેલા પિંઢારી જથ્થાને કાતરના પાંખિયામાં લેતો ધસારો અંગ્રેજ ફોજે કર્યો. લૂંટનો લેવાય તેટલો માલ ઘોડાઓ પર લાદીને જાનોરની નિર્જન થઈ ગયેલી શેરીઓમાંથી મંડી તરફ પિંઢારીઓ ઊતર્યા હતા, પણ આદત પ્રમાણે તેમણે ઠેર ઠેર સળગતા કાકડા નાખીને આગ ચાંપી હતી.

પિંઢારીઓની ગણતરી બરાબર હતી. મંડીમાં થઈને દખણાદે દરવાજેથી જાનોરમાંથી પલાયન થવું અને એક વાર દખ્ખણ દરવાજો વટાવ્યો કે જંગલ અને ખેતરોમાં થઈને નર્મદાના ભાઠામાં ઊતરી જવું. ભાઠામાં ઊતરી ગયેલો પિંઢારી શિકારી કૂતરાય ખોળી ન શકે, પણ આ વખતે જાણે પિંઢારીઓ પર કાળ ઊતર્યો હોય તેમ... બરાબર આ જ સમયે કૅપ્ટન બર્ટની ટુકડી ગઢમાંડલાને રસ્તેથી આગળ ધપતી હતી. તેના ઍડ્વાન્સ ગાર્ડની સૂચના મુજબ તે ટુકડી દખ્ખણ દરવાજે આવી હતી. પરિણામે પિંઢારી ધાડું ફસાયું હતું.

સામે બર્ટ અને પાછળ કર્નલ સિમ્પલર, દખણાદો દરવાજો જે સામાન્યતઃ માંડલા દરવાજા તરીકે ઓળખાતો, ત્યાં છેલ્લા કેટલાય દાયકાઓમાં હિંદભરમાં ન થઈ હોય તેવી મૂઠભેડ થઈ. ઘોડેઘોડા સામસામા અથડાયા. પાછા ફર્યા એ પિંઢારીઓ મંડીના ચોકમાં કર્નલ સિમ્પલરની બંદૂકોના નાળચે ઊછળી

ઊછળીને પડ્યા. બર્ટની ટુકડી સાથે હાથોહાથની લડાઈ થઈ. બંદૂકો ભરવાનો કે કારતૂસના હાયડા ગળેથી ઉતારવાનો સમય ન તો પિંઢારીઓને મળ્યો, ન તો ગારદીઓને, તલવારો તોળાઈ અને બંદૂકો લાઠીઓની માફક વીંઝાઈ. ઘોડા પરથી પટકાયા તેમનાં માથાં દોડતા, ભટકતા, કાબૂ બહાર ગયેલા ઘોડાઓની ખરીઓ હેઠળ છૂંદાયાં. મંડીમાં જોતજોતામાં સંખ્યાબંધ લાશો ઢળી. રહમતમીર જાતે મંડીમાં આવેલી વૈશ્નવ હવેલીની સામેના ચોકમાં ચારણી જેવો થઈને પડ્યો હતો અને દોડતા ઘોડાઓના પગમાં તેની લાશ અટવાઈ અને ફેંદાઈ. પિંઢારીઓ અને થોડાક જાનોરી બરકંદાજોમાંથી જે બચ્યા તેમણે લોકોના ઘરમાં કે છાપરાંઓ પર, અંધારાનો લાભ લઈને આશરો લીધો. કેટલાય એ પ્રયત્ન કરતાં મરાયા.

આ ધસારામાં હર હાઇનેસ ગ્રેઇસ અને તેમના અંગત રક્ષકો પણ ફસાયા હતા. વૈશ્નવ હવેલી પાસે થયેલા ગૂંચવણભર્યા ધીંગાણામાં તે પણ ઘોડા પરથી પટકાયાં હતાં, પણ તે હવેલીના દરવાજા પાસે જ પડ્યાં હતાં. તે ગોઠંબડું ખાઈને પડ્યાં અને તેમનો ઘોડો હવેલીના બંધ દરવાજાની ડોકાબારી સામે ભયાનક વેગથી અથડાયો હતો. એ ધક્કાથી ડોકાબારીનું કટાયેલું આડિયું તૂટ્યું હતું અને બારી ખૂલી ગઈ હતી. જો એમ ન થયું હોત તો કદાચ હવેલીના દરવાજે ગ્રેઇસની લાશ ઢળી હોત. ગ્રેઇસને પડતાં જોઈને તેમની બાજુમાંના અંગરક્ષકો પણ કૂદ્યા હતા અને અનાયાસ ખૂલેલી ડોકાબારીમાંથી તેમને હવેલીના વંડામાં ખેંચી લેવાયાં હતાં. આ દરમિયાન પિંઢારીઓનો કચ્ચરઘાણ વળ્યો હતો. જાનોરનું આ ધીંગાણું પૂરો કલાક પણ ચાલ્યું ન હતું, પણ એ કલાકમાં જે લોહી વહ્યું તે જાનોરના ઇતિહાસમાં અજોડ હતું.

*

એ કલાકમાં મંડીમાં સિત્તેર જેટલી લાશો ઢળી હતી. માંડલા દરવાજા નજીક બત્રીસ આદમીઓ ઢળી પડ્યા હતા. એકસો ત્રીસ જેટલા લડવૈયાઓ મરણતોલ ઘાયલ થયા હતા. અલબત્ત, જબલપુર હૉર્સિઝ અને બર્ટની ટુકડીના ખુવારીના આંકડા લગભગ દોઢ કોડી જેટલા હતા. ધીંગાણું પત્યું પણ મોડી રાત સુધી છૂટાછવાયા ગોળીબારો ચાલુ રહ્યા હતા. રાતના પાછલા પહોર સુધીમાં કર્નલ સિમ્પલર અને બર્ટે આખી પરિસ્થિતિ કાબૂમાં લીધી હતી. રિઝર્વમાં રખાયેલી રિઅર ગાર્ડની ટુકડીને સંદેશો પહોંચાડવામાં આવ્યો હતો અને જોતજોતામાં

જાનોર આખામાં કડક બંદોબસ્ત કરવામાં આવ્યો હતો. દેખો ત્યાંથી ઠારના હુકમ હેઠળ જાનોરનાં કૂતરાં પણ શેરીમાં ફરકતાં ન હતાં.

ધીંગાણાનો મોટો બોજ સિમ્પલર અને બર્ટને માથે આવ્યો હતો. સર વિલિયમને માટે તો લગભગ કેન્ટોન્મેન્ટમાં લાગેલી આગ હોલવવા સિવાય બીજું મોટું કોઈ કામ રહ્યું ન હતું, પણ ઘવાયેલાઓની સારવારનું ભગીરથ કાર્ય ડૉક્ટર કૅપ્ટન રાલ્ફ ડોનલે અને તેના ચાર મેડિકલ ઑર્ડરલીઓને માથે આવ્યું હતું.

વહેલી સવારથી શિગ્રામો અને ઊંટગાડીઓ જોતરાઈ હતી. મૃતદેહોની લાંબી લાઇન માંડલા દરવાજાની બહાર કરવામાં આવી હતી. ફોજના ઘાયલ આદમીઓને ગાડીઓમાં નાખીને કેન્ટ ભેગા કરવામાં આવ્યા હતા. જ્યારે પિંઢારી અને જાનોરીઓને વૈશ્નવ હવેલીની લાલ પથ્થર જડેલી ચોપાડમાં લાઇન અપ કરવામાં આવ્યા હતા. તેમાંના કેટલાક તો તદ્દન બેહોશ હતા. કેટલાકનાં અંગો તૂટેલાં હતાં અને કંઈક લોકોનાં શરીરમાંથી લોહી નીગળતું હતું. વૈશ્નવ હવેલી પ્રિઝનર્સ કૅમ્પમાં ફેરવી નાખવામાં આવી હતી.

વહેલી સવારે, કેન્ટમાંથી ડ્રૉશ્કી મોકલવામાં આવી હતી. કર્નલ સિમ્પલરે રિઅર ગાર્ડના સાર્જન્ટ મેજરને હવે પછીની કાર્યવાહી સોંપીને, સવારની ચા અને બ્રેકફાસ્ટ લેવા કેન્ટોન્મેન્ટમાં જવાનું ગોઠવ્યું હતું. ગ્રેઇસને તેની સાથે જવાનું સૂચન થયું હતું, પણ ડ્રૉશ્કીમાં બેસીને ગ્રેઇસ રાજમહેલ તરફ હંકારી ગયાં હતાં.

વૈશ્નવ હવેલીની બહાર લગભગ અઢીસો વરસ જૂનો, અને એક હજાર ચોરસ વારમાં ફેલાયેલો વડલો છે. ત્યાં હનુમાનનું મંદિર પણ છે અને કબૂતરોને દાણા નાખવાનો ચબૂતરો પણ છે. આ વડલાની ડાળીઓ પર ફોજના ગારદીઓએ ગાળિયા નાખીને ફાંસા તૈયાર કર્યા હતા. ધીંગાણામાં થયેલી જીત પછી તેની લોહિયાળ ઉજવણીની તૈયારીઓ થઈ રહી હતી.

પોહ ફાટવાને થોડી વાર હતી...

ફરી વખત બાલીરામજી થોભ્યા. કળશ્યામાંથી એક ઘૂંટડો પાણી પીધું. મારી સામે કંઈક લાચારીથી આંખ ઠેરવી અને વાત આગળ ચલાવી, 'રાજેશ્વરીદેવીએ, ખેરા, જૅક અને ભવાનીસિંહના મૃતદેહવાળો કમરો બંધ કરાવ્યો હતો. તેમને એમ હતું કે, હું ત્યાં આવી પહોંચીશ, પણ કેન્ટોન્મેન્ટમાં પારાવાર દર્દ અનુભવતો હું પણ ઘાયલ ગારદીઓ સાથે પડ્યો હતો. મહારાણીસાહેબને પોતાને સારવારની

જરૂર હતી, પણ મહેલના રક્ષણનો બોજ તેમના અને છત્રપાલના માથે આવ્યો હતો. ડૉક્ટર હ્યુસન ભાગ્યા તે પછીની પંદર જ મિનિટમાં રાજમહેલના પેલેસ ગાર્ડ મનસબદારી ગારદીઓ, ચોપદારો, ચોકીદારો, માળી, ચપરાસીઓ, ચરવાદારો, દફ્તરીઓને પણ રાજેશ્વરીદેવીએ જોતર્યા હતા. બંદૂક ચલાવી શકતા એકેએક આદમીને રાઇફલ અપાઈ હતી. બુલેટના હાયડા છૂટે હાથે વહેંચાયા હતા. મહેલની ફરતે કડક મોરચાબંધી કરવામાં આવી હતી. અલબત્ત, જ્યાં સુધી મહેલ પર ખતરો ઊભો ન થાય ત્યાં સુધી 'સ્ટૅન્ડ ટુ' રહેવા સિવાય કશું કરવાનું ન હતું.

ખેરાના આઘાતભર્યા અંતના આંચકામાંથી રાજેશ્વરીદેવી બહાર આવ્યાં અને તેમને આપની ચિંતા કોરી ખાવા લાગી. છત્રપાલે મોકલેલા ખેપિયા ખબર લાવ્યા હતા કે કૅન્ટોન્મેન્ટમાં ધીંગાણું ખેલાઈ રહ્યું છે. મૉમને ઉચાટ હતો કે જીનાને રોકવા માટે આપ નીકળ્યા છો, અને ક્યાંક ક્રૉસફાયરમાં ધરબાયા ન હો, પણ તલાશ કરવા માટે કોઈ રસ્તો ન હતો. રાજેશ્વરીદેવી પોતે ઘવાયાં હોવા છતાં તે મહેલના વરંડા અને દફ્તર વચ્ચે ઘવાયેલી શેરની માફક ઘૂમતાં રહ્યાં. દર પા કલાકે ધીંગાણાની રૂખ આવતી હતી. ખેપિયાઓ જાનને જોખમે માહિતી લાવતા હતા.

મોડી રાત્રે મૉમને સમાચાર મળ્યા હતા કે પિંઢારીઓ જાનોરમાં ઘૂસ્યા હતા અને જબલપુરથી કુમક આવી હતી, પણ તેમને આપની ચિંતા કોરી ખાતી હતી. કૅન્ટોન્મેન્ટમાં સોપો પડે કે તરત જ રાજકુમારના ખબર લાવવા માટે તેમણે ચુનંદાઓ તૈયાર કર્યા હતા, પણ કૅન્ટમાં કે જાનોરમાં જવું તે વખતે મુશ્કેલ હતું. આ તરફ કૅન્ટમાં થયેલા ધીંગાણા પછી લગભગ ચાર કલાકે સર વિલિયમ ભડકે બળતા કૅન્ટોમેન્ટમાં દાખલ થયા હતા. આગ હોલવવાનું, ગુજરી ગયેલાનાં મડદાં એકઠાં કરવાનું અને ઘાયલ અંગ્રેજો તેમ જ સિપાહીઓને સારવાર આપવાનું કામ શરૂ થયું હતું. સવારે મારા પગ પર શસ્ત્રક્રિયા કરવાનું ગેરિસન સાથે આવેલા ડૉક્ટર રાલ્ફ ડોનેલે નક્કી કર્યું હતું. અને ત્યારે પ્રથમ વાર મને ખબર પડી હતી કે જબલપુરથી આવેલી પલટન લઈને સર વિલિયમ જાતે આવ્યા હતા. સવારે સર વિલિયમે જાણ્યું હતું કે હું પણ ઘવાયો છું એટલે એ મને મળવા આવ્યા હતા, પણ મારી સ્થિતિ જોઈને તેમણે ઝાઝી વાતચીત કરવાને બદલે મારા પગમાંથી બુલેટ કાઢવાની તજવીજનો હુકમ આપ્યો હતો.

બરાબર તે જ સમયે લગભગ છત્રપાલ કેન્ટમાં ઘૂસ્યો હતો અને મને શોધી કાઢ્યો હતો. ત્યારે જ મને ખબર પડી હતી કે મહેલમાં ભયાનક દૃશ્ય ભજવાયું હતું અને આપ જીનાને રોકવા કેન્ટોન્મેન્ટ તરફ આવ્યા હતા. મેં વળતો સંદેશો મોકલ્યો હતો કે જીના ગૉડફ્રેને મળતાં પહેલાં ગુજરી ગઈ હતી અને હું ઘાયલ થયો હતો. આટલી વાત કરવા માટે છત્રપાલને કલાક રોકાવું પડ્યું હતું, કારણ એકલા પડવાનો મોકો માંડ માંડ મળી શક્યો હતો.

છત્રપાલ કેન્ટનો બંદોબસ્ત વીંધીને સફેદ ઝંડી ફરકાવતો કેન્ટમાં આવ્યો ત્યારે માદામ ગ્રેઇસ ડ્રૉશ્કીમાં બેસીને તેમના અંગરક્ષકો સાથે રાજમહેલ તરફ રવાના થયાં હતાં અને કર્નલ સિમ્પલર કેન્ટોન્મેન્ટ તરફ આવવા નીકળ્યો હતો.

ઘડીભર મહેલની બહાર ઑબ્ઝર્વેશન પોસ્ટના સંત્રીઓએ બંદૂકો તાણી હતી, પણ ડ્રૉશ્કી પર ફરકતો અંગ્રેજ ધ્વજ જોઈને, ડ્રૉશ્કી મહેલને દરવાજે પહોંચે તે પહેલાં ખેપિયો દોડાવ્યો હતો. ઉચાટમાં આંટા મારતાં, વિહ્‌વળ રાજેશ્વરીદેવીને ડ્રૉશ્કી આવી રહ્યાનો સંદેશ મળ્યો હતો. મૉમને થયું હતું કે ડ્રૉશ્કીમાં સેજલસિંહ જ હશે. ડ્રૉશ્કીને સલામત અંદર આવવા દેવાનો હુકમ કરીને રાજેશ્વરી દફ્તરમાંથી દોડીને કંપાઉન્ડમાં આવ્યાં હતાં.

પણ બાબાજી ડ્રૉશ્કીમાંથી આપને બદલે માદામ ગ્રેઇસ ઊતર્યાં હતાં.

‘ઓહ... ગ્રેઇસ...’ કહીને રાજેશ્વરીદેવી તેમને ભેટ્યાં હતાં.

‘સેજલ ક્યાં છે, મૉમ?’ ઔપચારિકતા પછીનો એ ગ્રેઇસનો પ્રથમ પ્રશ્ન હતો.

‘સેજલ અહીં નથી. મોટે ભાગે તે કેન્ટોમેન્ટમાં હશે...’ મૉમે જવાબ આપ્યો હતો.

‘ઓહ ગૉડ...’ ગ્રેઇસે ઉદ્‌ગાર કાઢ્યો. ‘પણ તમને આ શું થયું છે?’ ગ્રેઇસે બીજો પ્રશ્ન કર્યો, ‘માય ગૉડ! મૉમ યુ રિક્વાયર મેડિકલ કેર... આ શું થયું છે તમને?’

‘હું તને બધી વાત કરું છું, ગ્રેઇસ...’ કહીને મૉમ ગ્રેઇસને વરન્ડા તરફ દોરી ગયાં હતાં. તે વખતે રાજેશ્વરીદેવીને તેમની નોકરાણીઓ ટેકો આપીને ચલાવતાં હતાં. તે જ વખતે છત્રપાલ મારો સંદેશો લઈને આવ્યો હતો. જો તે મોડો પડ્યો હોત તો રાજેશ્વરીદેવીને ખબર ન પડત કે જીના, મેજર ગૉડફ્રેને મળ્યા પહેલાં ગુજરી ગઈ છે. એ સમયસરના સંદેશાને કારણે જાનોર શંકાથી પર બન્યું હતું. એ સંદેશાથી રાજેશ્વરીદેવીને એક રાહત થઈ હતી.

રાજમહેલની ભીતરમાં પડેલી જેક, ખેરા અને ભવાનીસિંહની લાશ અંગે હવે જુદી જ વાર્તા બનાવી શકાશે.

'બાલીરામજી ક્યાં છે?'

'ઘવાયા છે. તેમના પગ પર સર્જરી થઈ રહી છે.' છત્રપાલે ખબર આપ્યા.

'સેજલ... આઈ મીન હિઝ હાઇનેસ ક્યાં છે?' ગ્રેઇસે છત્રપાલને પૂછ્યું.

'કેન્ટોન્મેન્ટમાં નથી.'

'આર યુ પૉઝિટિવ?' ગ્રેઇસે પૂછ્યું.

'હોય તો ખબર પડ્યા વગર રહે નહીં. સર વિલિયમે એક એક જગ્યા તપાસી છે.' છત્રપાલે કહ્યું.

'મૉમ... રાજમહેલમાં ગારદીઓ કેટલા છે?' ગ્રેઇસે પૂછ્યું.

'કેમ?'

'વખત આવે ફોજ સામે લડી શકે તેવા ગારદી કેટલા છે?'

'શું વાત કરે છે ગ્રેઇસ... અંગ્રેજ ફોજ સામે લડે તેવા ગારદીઓનું શું કામ છે?'

'એટલે જ તો હું પૂછતી હતી કે સેજલ ક્યાં છે? આપણે દોઢ-બે કલાકમાં સેજલને ખોળવો જ પડશે મૉમ...' ગ્રેઇસે કહ્યું. 'ઓહ સૉરી મૉમ... હિઝ હાઇનેસની અત્યારે જેટલી જરૂર છે તેટલી ક્યારેય ન હતી.'

'હું સમજી નહીં ગ્રેઇસ...' રાજેશ્વરીદેવીએ મૂંઝવણ ઠાલવી...

'દોઢથી બે કલાકમાં સેજલ નહીં જડે તો ભારે આપત્તિ સર્જાશે, મૉમ... આપને ખબર નથી... અમારી સાથે જબલપુરથી કર્નલ સિમ્પલર આવ્યો છે...'

'તેનું શું છે? પિંઢારીઓની આફતમાંથી જાનોર બચ્યું છે તે જ ઈશ્વરનો પાડ છે.' મૉમે જવાબ આપ્યો.

'ઓહ ગૉડ... સિમ્પલરને તમે ઓળખતાં નથી? વૈશ્નવ હવેલીના વંડામાં દોઢસો ઉપરાંત આદમીઓ કેદમાં છે. મોટા ભાગના ઘવાયેલા છે. મેજર સિમ્પલર અત્યારે કેન્ટોન્મેન્ટમાં નાસ્તો કરવા ગયો છે... ઇમેજિન મૉમ... ધ રોગ હેઝ ગોન ફૉર એ સમ્પચ્યુઅસ ટી ફૉર એ ચેઇન્જ... વૉટ એ નર્વ, વૉટ એ ફૂલ બાસ્ટર્ડ...'

'યુ શુડ વૉચ યૉર લૅંગ્વેજ ગ્રેઇસ...' મૉમે અણગમાથી કહ્યું.

'આઈ નો, આઈ એમ આઉટ ઑફ માય માઇન્ડ, મૉમ... બટ વી હેવ ગો ટુ સ્ટૉપ હિમ...'

‘ફ્રૉમ ટેઇકિંગ હિઝ ટી...?’ મૉમે પ્રશ્ન કર્યો.

‘નો ફ્રૉમ ટેઇકિંગ એ બ્લડ બાથ.’ ગ્રેઇસે જવાબ આપ્યો અને ઉમેર્યું, ‘કેવળ સેજલ એ કરી શકશે મૉમ... નહીં તો એ સેંકડો માણસોને ફાંસીને ગાળિયે ચડાવી દેશે...’

‘પણ પિંઢારી કેદીઓ માટે આપણે દયા ખાવાની કોઈ જરૂર છે, ગ્રેઇસ...?’ મૉમે સવાલ કર્યો.

‘પિંઢારીઓ એકલા જ નહીં, જાનોરીઓ પણ પકડાયા છે અને એ સિમ્પલરનો બચ્ચો બપોર સુધીમાં જાનોરનું એક એક ઘર ફેંદી વળશે... સેંકડો બીજાઓને પણ કેદ કરશે.’

‘શું થાય ગ્રેઇસ... કેન્ટ પર હલ્લો કરનારાઓને નશ્યત કરવાનો એ લોકોનો અધિકાર છે.’ મૉમે જવાબ આપ્યો.

‘અધિકાર પકડવાનો છે. તેમના પર કેઇસ ચલાવવાનો છે, પણ વગર કશું પુરવાર કરે ફાંસીએ લગાડવાનો નહીં.’ ગ્રેઇસે કહ્યું.

રાજેશ્વરીદેવી આશ્ચર્યથી ગ્રેઇસની સામે જોઈ રહ્યાં. તે કંઈ બોલે તે પહેલાં જ ગ્રેઇસે કહ્યું, ‘વૈશ્નવ હવેલી પાસેના વડ પર ગાળિયા તૈયાર થાય છે. મૉમ, આજનો સૂરજ ડુબશે તે પહેલાં એ ગાળિયા ખૂટી ગયા હશે. વડવાઈઓ, કરતાં વધુ સંખ્યામાં લાશો લબડતી હશે... વી મસ્ટ સ્ટૉપ ઇટ...’

‘સર વિલિયમ ધારે તો એ રોકાવી શકે ગ્રેઇસ...’ મૉમે કહ્યું.

‘એ પણ અંગ્રેજ છે ને મૉમ...’ ગ્રેઇસના એ જવાબથી રાજેશ્વરીદેવી ચમકી ઊઠ્યાં...

‘અને તું કોણ છું ગ્રેઇસ...’ મૉમે પ્રશ્ન કર્યો હતો.

‘મને ખાતરી હતી મૉમ કે તમે આ સવાલ કરશો... અને એટલે જ અત્યારે સેજલની જરૂર છે. હું અંગ્રેજ છું, ગોરી ચામડી ધરાવતી ઓરત છું, અંગ્રેજ બાપની અંગ્રેજ બેટી છું... હિંદની ધરતી પર રાજ્ય કરનારા સમાજની સ્ત્રી છું... મૉમ... પણ મારા પેટમાં અંગ્રેજ બચ્ચું નથી...’

‘ગ્રેઇસ!!’ મૉમના ચહેરા પર આઘાત અને આશ્ચર્ય આવ્યાં. તેમને આ કલ્પના ન હતી અને હોય તો તેની મને ખબર નથી. બાબાજી, પણ તે સ્તબ્ધ થયાં હતાં. એ વાત તેમને હચમચાવે તેવી હતી.

‘હા, મૉમ, એ બચ્ચાનો બાપ જાનોરનો છે... હિંદુસ્તાની છે. એટલું જ નહીં, એનો બાપ કોઈ સામાન્ય આદમી નથી. એ જાનોરનો રાજા છે. રખેવાળ

છે. એ બચ્ચાની હું મા છું... હિંદુસ્તાની મરદની હું ઓરત છું... અને મૉમ, તેનો મને ગર્વ છે... અભિમાન છે. સેજલને મેં એક વખત કહ્યું હતું... ઓરત જ્યારે પરણે છે ત્યારે તેના પતિની જન્મભૂમિ તેની કર્મભૂમિ બની રહે છે... જન્મે હું કૅમ્પબેલ ઘરાનાની છું, પણ કર્મે હું રાજપૂતાણી છું... સેજલ મારો પતિ છે અને હું તેની પત્ની છું...'

બાલીરામજી મને આ શબ્દો કહી રહ્યા હતા ત્યારે મારા હૃદયમાં ઉલ્કાપાત થતો હતો. 'પછી બાલીરામજી!' મેં પૂછ્યું.

'મૉમ... રાજેશ્વરીદેવીને સમજાતું ન હતું કે તેમણે કેવી પ્રતિક્રિયા કરવી જોઈએ, ગ્રેઇસ...' બોલતાં હતાં... ઇતિહાસમાં વીતી ગયેલાં પાનાંઓમાં ખોવાયેલી કોઈ અજબ સન્નારીની જેમ બોલતાં હતાં. 'મૉમ, તમારા, મારા કે મારા પતિના જીવતાં જો જાનોરમાં દોષિત કે નિર્દોષ માણસોની વગર કોઈ જાંચ-તપાસ-કતલ થાય તો મારો પ્રેમ લાજે... મૉમ... એટલે જ કહું છું અત્યારે મારે સેજલનું કામ છે... જેથી કાલ સવારે મારો બેટો મને પૂછે નહીં કે જાનોરમાં સિમ્પલરે કત્લેઆમ કરી ત્યારે મારો બાપ ક્યાં હતો...'

રાજેશ્વરીદેવી માટે આ વાક્ય ખતરનાક હતું. તેમણે ગુસ્સો ખાળી રાખ્યો. સેજલના બાપે શું કર્યું હતું તે આ અંગ્રેજ છોકરી જાણતી ન હતી... અને દેવીના હોઠ ખૂલે તેમ ન હતા. તે આંખ મીંચીને નીચે જોઈ રહ્યાં...'

બાલીરામજીના હોઠમાંથી, હૈયામાંથી દર્દ નીતરતું હતું. એ દર્દની વર્ષામાં હું ભીંજાતો હતો... શું લાગ્યું હશે એ ઘડીએ... મારી મૉમને! કેવું વીત્યું હશે. હૈયું થીજવી નાખે તેવું ગ્રેઇસ શા માટે બોલી હશે!

*

બાલીરામજીએ વાત આગળ ચલાવી:

'કૅન્ટોન્મેન્ટમાં દોડધામ ચાલતી હતી. ઘવાયેલા લોકો માટે ડોનેલ અને તેના ચાર ઑર્ડરલીઓ પારાવાર શ્રમ ઉઠાવી રહ્યા હતા... વૈશ્નવ હવેલીમાં આજ પ્રથમ વાર મંગળાનાં દર્શન બંધ રહ્યાં હતાં. હવેલીની સામે વડના ઝાડ પર ડાળીએ ડાળીએ ગાળિયા નંખાયા હતા. હવેલીના વંડાની લાલ ફરસ પર ઘાયલ પિંઢારી અને થોડાક જાનોરીઓ તરફડતા હતા...

ત્યારે કર્નલ સિમ્પલર રેસિડેન્સીના બળી ગયેલા વરંડામાં ચા પીતો હતો. સફેદ યુનિફૉર્મ, લીલી પાઘડી અને લીલા પટામાં સજ્જ ચપરાસી પંખો વીંઝતો

હતો અને કેન્ટનો માલિશવાળો છોકરો સિમ્પલરનો પગ પોતાના ઢીંચણ પર રાખીને પગ દબાવતો હતો...

'રાજેશ્વરીદેવીને ગ્રેઇસનાં વાક્યોથી ઝાટકો લાગ્યો જ હતો. એક તો ગ્રેઇસ અત્યારે અહીં આવી પહોંચશે તેની તેમને કલ્પના ન હતી. આપે, આપની સાથે સર વિલિયમની પુત્રીનું લગ્ન કરવાની હા પાડી તેનું કારણ પણ તેમને એ વખતે સમજાયું હતું...'

'ઓહ નો બાલીરામજી... એવું નથી. મૉમ ખોટું સમજ્યાં છે... જો તેમને એમ હોય કે–' મેં બાલીરામજીને તેમના કથનમાંથી અધવચ્ચે જ અટકાવીને કહ્યું.

'એ વાત આપણે કરીએ છીએ. બાબાજી, બનાવોનો સિલસિલો જાણવાનો આપને રસ છે ને! પહેલાં એ વાત હું આપને કરી લઉં. ભવિષ્યમાં શું કરવું જોઈએ તેનો પણ મેં નિર્ણય લીધો છે. રાજમહેલની એ સામાજિક બાબત છે, પણ તે વખતે આપનાં મૉમને માટે બીજા અનેક પ્રશ્નો હતા. ગ્રેઇસની બીજી વાત પણ એટલી જ અણચિંતવી હતી. એક નખશિખ અંગ્રેજ ઓરતની જીભે રાજપૂતાણીનું ગૌરવ વસ્યું હશે તે પણ મૉમની કલ્પના બહારની વાત હતી...

પણ બાબાજી... આપનાં મૉમની શક્તિઓ વિશે હું કંઈ બોલું તે મને પોતાને વિચિત્ર લાગે છે. તેમનો પડછાયો બનીને મેં જિંદગીનાં મહત્તમ વર્ષો વિતાવ્યાં છે, છતાં આજે એક વાત કહું કે આપની મૉમ પર ભગવાન શ્રીકૃષ્ણનો હાથ છે. ચાણક્યની કોઈ કિતાબનું ઐહિક સ્વરૂપ મને તેમનામાં દેખાય છે. અપરંપાર આત્મસંયમ અને તર્કશુદ્ધ વિચારશીલતા તેમનો નિજી સ્વભાવ છે... છતાં તેમનામાં એક સ્ત્રીનું અકલ્પ્ય વાત્સલ્ય છે. ઋજુતા છે...' કહીને બાલીરામજીએ સેવાદાસજી કુટિરના એ કમરાની ગોબરથી લીંપેલી ફરસ તરફ જોયું. થોડી પળો તેમાં ચીતરાયેલી રેખાઓ તરફ તે જોઈ રહ્યા.

'બાબાજી, એ દિવસ... એ પરિસ્થિતિ અસાધારણ હતી. ગ્રેઇસે આવીને તેમને અણધારી વાત કહી હતી... અંગ્રેજ ઓરત થઈને તેણે કર્નલ સિમ્પલરને રોકવાની અને જરૂર જણાય તો તેની સાથે લડી લેવાની માગણી મૂકી હતી... જાનોરમાં ધીંગાણું મચી ગયું હતું... મહેલમાં ત્રણ જણનાં મડદાં પડેલાં હતાં... આપ ક્યાં છો તેનો પત્તો ન હતો... હું ખરે વખતે તેમની પડખે ઊભો ન હતો... મગજનાં ખાનાં ઉઘાડ-બંધ કર્યા વગર તેમની પાસે કોઈ ઇલાજ ન હતો. તેમની જગ્યાએ હું હોત તો કદાચ અકળાઈ ગયો હોત...

'વેલ... છત્રપાલને હુકમ આપવામાં આવ્યો. ગમે ત્યાંથી આપને શોધી લાવવાનો... બે જ કલાકમાં આપને એ ખળભળી ઊઠેલા જાનોરમાંથી શોધી લાવવાનું કામ કરી લાવવાનો... છત્રપાલે જેટલા આદમીઓને ફાજલ કરી શકાય તેટલાને આપની તલાશે મોકલ્યા... અને મહારાણીએ ગ્રેઇસને આરામ કરવા મોકલ્યાં.

'ગ્રેઇસ... તું આરામ લે. તારી આ સ્થિતિમાં વધુ પડતો શ્રમ અને ઉશ્કેરાટ સારો નહીં...' તેમણે ગ્રેઇસને કહ્યું હતું.

'પણ... મૉમ... સેજલ ખરે સમયે અહીં નહીં હોય તેની મને કલ્પના નહીં... આ કર્નલ સિમ્પલરને આપ પિછાનતાં નથી... યૉર હાઇનેસ, આજ સૂર્યાસ્ત પહેલાં જાનોરમાં હાહાકાર સર્જાશે. કંઈક નિર્દોષ આદમીઓનાં લોહી રેડાશે.'

'હું જાણું છું ગ્રેઇસ, તું જા, સ્વસ્થ થા... ત્યાં સુધીમાં આ છત્રપાલ સેજલને લઈ આવશે... પછી આપણે નક્કી કરીએ શું કરવું છે તે...'

ગ્રેઇસ સ્વસ્થ થવા આપના કમરામાં ગયાં. મૉમ પોતે દફ્તરમાં બેઠાં... ખેરાસિંહ, જૅક મૅકગ્રેગર અને ભવાનીસિંહના મૃત્યુ વિશેનો એક અહેવાલ તૈયાર કરવો ખૂબ જરૂરી હતો. આ ત્રણે જણ મહેલમાં આવ્યા હતા તે માહિતી જગજાહેર હતી અને એટલે અંગ્રેજોથી એ વાત છુપાવાય તે શક્ય ન હતું. એટલું જ નહીં, આ મૃતદેહોની અંતિમક્રિયા પણ છાનીમાની થઈ શકે તેમ ન હતી. હું ઘવાઈને કૅન્ટોમેન્ટમાં પડ્યો હતો. જાનોરમાં પરિસ્થિતિ થાળે પડતાં જ આખીય ઘટના અંગે તપાસ થયા વગર રહેવાની ન હતી. એટલું જ નહીં, પણ હું કૅન્ટોન્મેન્ટમાં હતો એટલે સર વિલિયમ કે કર્નલ સિમ્પલર કે પછી કોઈ પણ અધિકૃત પ્રતિનિધિ મારું બયાન લેશે તે વિશે પણ મૉમ થોડાંક ચિંતિત હતાં અને એટલે જ એક તરફ આપની તલાશ કરવાનો હુકમ આપીને, ગ્રેઇસને તેમણે થોડો આરામ કરવા મોકલી આપ્યાં, જેથી અંગ્રેજો માટેનો એક 'ડિસ્પૅચ' તૈયાર થઈ શકે. આજે જ્યારે એ ડિસ્પૅચ વિશે હું વિચારું છું ત્યારે ગૌરવથી મારું માથું ઉન્નત બની જાય છે. ખરેખર તો એ શબ્દશઃ વાંચવા જેવો દસ્તાવેજ છે. તેમની પાસે વિગતો પ્રાપ્ત કરવાનો સમય ન હતો. મને કે આપને પૂછવાનો પણ અવકાશ ન હતો. તેમની પાસે હુકમનાં માત્ર બે જ પાનાં હતાં. એક તો એ કે જીના પૉવેલ, મેજર ગૉડફ્રેને મળે તે પહેલાં મૃત્યુ પામી હતી અને બીજું એ કે સંતોજીના મૃત્યુથી માંડીને ખેરાની આત્મહત્યા સુધીના બનાવોનો એકમાત્ર સાક્ષી ડૉક્ટર હ્યુસન પણ મરાયો

હતો. પરિણામે બનાવોની બધી જ વિગતો તદ્દન સત્યઘટના પ્રમાણે ગોઠવ્યા, છતાં એ ડિસ્પૅચ, એ અહેવાલનો અદ્ભુત રાજકીય ઉપયોગ ભવિષ્યમાં થઈ શકશે તેવી ગણતરીથી તેમણે એ અહેવાલ તૈયાર કર્યો હતો. અને મારા દફ્તરીને બોલાવીને તે ડિક્ટેટ કરાવ્યો હતો... બાબાજી, એ અહેવાલ અને તે પછીની ભાવિની ગણતરીઓ વિશે હું આપને પછી કહીશ... પહેલાં ઘટનાના ક્રમ પ્રમાણેની વાત કરું છું. એ અહેવાલ તૈયાર થતો હતો તે દરમિયાન બે વખત ગ્રેઇસ આવીને પૂછી ગયાં હતાં કે આપની ભાળ મળી કે નહીં. આપની ભાળ મેળવવા માટે ઠેર ઠેર માણસો મોકલવામાં આવ્યા હતા. કૅન્ટોન્મેન્ટનો ખૂણેખૂણો શોધાયો હતો...

'ખબર આવ્યા, મૉમ?' ગ્રેઇસ આવીને પૂછતાં.

'નહીં ગ્રેઇસ... છત્રપાલ ઇઝ ટ્રાઇંગ... પણ એક માહિતી મળી છે. સેજલની સાથે અમારો સૂબેદાર ખંડેરાવ, એક ગજાનન નામનો ગારદી અને આપણો ચરવાદાર ધાનોજી છે.'

'પણ મૉમ, ત્રણ માણસો ઘોડા પર નીકળ્યા હોય તો કોઈકે તો જોયા હોય ને... માય ગૉડ! મૉમ, મોડું થશે તો જાનોરના લોકો આપણને કદી માફ નહીં કરે...' ગ્રેઇસે કહ્યું.

'એવી ફિકર કરવાની જરૂર નથી, ગ્રેઇસ... લોકોની યાદશક્તિ ખૂબ ટૂંકી હોય છે. એવું ન હોત તો ઇતિહાસ જ રચાતો ન હોત. એક ને એક જ જાતની ભૂલ પ્રજાજનો કરતા ન હોત. રાજકારણની આ જ વિશિષ્ટતા છે અને એટલે જ કાયમ રાજકારણીઓ ફાવતા હોય છે અને સામાન્ય જનતા છેતરાતી હોય છે.'

'સિદ્ધાંત તરીકે આ વાત બરાબર હશે, પણ પ્રશ્ન અત્યારે સિદ્ધાંતોનો નથી. હું અંગ્રેજ છું, આવતી કાલે મારે જાનોરના સેજલસિંહનાં પત્ની થઈને આ પ્રજા સામે ઊભાં રહેવાનું છે. આપ કહો છો તેમ પ્રજાની યાદશક્તિ ભલે ટૂંકી હોય... માનવી કદાચ પારાવાર અપમાનો સહી શકતો હશે... અરે! ભયાનક જખમોની પીડા સહી શકતો હશે, પણ મન પર પડેલા જખમ કદી ભૂંસાતા નથી... તેના સોળ... તેના લિસોટા... તેના ડાઘા તો મૃત્યુ પર્યંત મોજૂદ રહેતા હોય છે. આજે જો જાનોરમાં નિર્દોષોની કતલ કરવામાં આવે તો કદાચ આવતી કાલે કર્નલ સિમ્પલરને પ્રજા ભૂલી જશે. અરે! પરદેશી ગણીને માફ પણ કરી દેશે, પણ એ લોકો આપને... સેજલને કે મને માફ

નહીં કરી શકે, હું તો એથીય આગળ વધીને કહું છું કે અંગ્રેજોની ધૂંસરી હેઠળ કચડાયેલાં રાજવી કે મહારાણી તરીકે સેજલને કે આપને લોકો કદાચ દરિયાવ દિલ રાખીને માફ કરી દે... અરે, દયા ખાઈને કદાચ માફ કરી દે, પણ મને નહીં કરે... અને હું સેજલની પત્ની હોઉં તો સેજલને પણ કદી માફ નહીં કરે. મારે એ નથી જોઈતું. મારે એવી જિંદગી નથી જોઈતી જેમાં મારે કારણે મારા પતિને નીચું માથું કરીને ચાલવું પડે. મારે એવો સંસાર નથી જોઈતો જેમાં હું કેવળ જાનોરના રાજમહેલના કંપાઉન્ડમાં જ જિંદગી ગાળી દઉં. મારે તો જાનોરના લોકો સ્વીકારી શકે, પ્રશંસા કરી શકે તેવી જિંદગી જોઈએ છે. મને ખબર છે જાનોરના લોકો મને ફિરંગી તરીકે જ સ્વીકારે છે. તેમને હું રાણી તરીકે પસંદ નથી. અત્યારે એ પ્રજાનો પ્રેમ પ્રાપ્ત કરવાનો મારો અવસર છે. જો હું સિમ્પલરને અટકાવી શકું તો લોકો જરૂર તેનું ઋણ જોશે... મારી આઇડેન્ટિટીનો આ પ્રશ્ન છે. મૉમ... મારી આઇડેન્ટિટી અને સેજલની ક્રેડિબિલિટીનો આ સવાલ છે.'

'પણ ગ્રેઇસ, લગ્ન પહેલાં તું ઘણું બધું વિચારતી થઈ છું. તારું લગ્ન થઈ ગયું હોત અને આવો પ્રશ્ન ઊભો થયો હોત તો...' મૉમે ઠંડકથી કહ્યું. 'આવી ચિંતા તારે કરવી ન જોઈએ.' તારાં લગ્ન થતાં પહેલાં આપણે બધું સરખું કરી લઈશું.'

ગ્રેઇસે ક્ષણભર સ્તબ્ધતાથી જોયું અને કહ્યું, 'સેજલ મળે કે તરત પહેલું કામ સિમ્પલરને અટકાવવાનું અને બીજું કામ મારાં લગ્નનું થશે... આપના આશીર્વાદ હેઠળ ઈશ્વરની ઇચ્છા હશે તો આજે જ સાંજે અમે પરણીશું... બાકી સાચું કહો મૉમ... લગ્નના પુરાવા શું જરૂરી છે? શું આ... આ... પુરાવો પૂરતો નથી?' કહીને ગ્રેઇસે પોતાના પેટ પર હાથ ફેરવ્યો. આપનાં મૉમ પાસે તેનો જવાબ તો હતો, પણ તેમણે ફક્ત હાસ્ય વેર્યું અને ધીરેથી ઉમેર્યું.

'સેજલ અને તું આટલાં જલદી તમારા પ્રેમનો પુરાવો ઊભો કરશો તેની મને કલ્પના ન હતી... પણ ગ્રેઇસ, દેહમાંથી પેદા થતા આ પુરાવા પ્રેમના કહી શકાય, લગ્નના નહીં... તેને માટે ત્રીજા માણસોની જરૂર રહે છે...' મૉમે કહ્યું હતું.

'ઓ.કે. મૉમ, યુ આર એ લિમિટ...'

આ વાત ચાલતી હતી ત્યાં છત્રપાલ આવ્યો. તેની સાથે તે ખેડૂતોને લેતો આવ્યો હતો. એ ખેડૂતોએ આપને, ગજાનને, ધાનોજી અને ખંડેરાવને

જબલપુરને રસ્તે ઘોડા દોડાવીને જતા જોયા હતા... તેમણે કેન્ટોન્મેન્ટમાંથી તમારી પાછળ પડેલી ટુકડીની પણ વાત કરી હતી. ખેડૂતોએ એવું પણ કહ્યું કે ખંડેરાવના હાથમાં સફેદ ઝંડો પણ હતો. મહારાણી આ રિપોર્ટ સાંભળીને ચિંતામાં પેઠાં. તેમણે તરત જ સર વિલિયમને સંદેશ પહોંચાડ્યો અને સર વિલિયમને રૂબરૂ મળવા જવા માટે બૉક્સ વૅગન તૈયાર કરવાનો તેમણે હુકમ આપ્યો. ખેડૂતોને ઇનામો આપીને રવાના કરવામાં આવ્યા.

'યૉર હાઇનેસ... સિમ્પલર... કર્નલ સિમ્પલર...'

'ઓહ ગ્રેઇસ... તને એક સાદી વાત સમજાતી નથી. સેજલની પાછળ જો ગારદીઓની ટુકડી પડી હોય તો કદાચ ન થવાનું થયું હશે... અને જો તે જબલપુર ગયો હશે તો... ઓહ ગૉડ... મારે ઇન્ક્વાયરી કરવી પડશે. ગમે તેમ કરીને સેજલની ભાળ મેળવવી પડશે...'

'પણ મૉમ...'

'આઈ નો... ગ્રેઇસ... એ સિમ્પલરનો બચ્ચો આખા જાનોરની કતલ કરી નાખે તો મને પરવા નથી... આઈ કેર ફૉર માય સન મોર ધેન એનીથિંગ એલ્સ ઇન ધીસ વર્લ્ડ... ડુ યુ અંડરસ્ટૅન્ડ..' રાજેશ્વરીદેવીના મર્મમાં વેદના થતી હતી. જાણે પોતે કંઈક અમંગળ વર્તી ગયાં હોય તેમ તેમણે ક્ષણભર પોતાની જાત પરથી કાબૂ ગુમાવ્યો હતો, પણ બાબાજી... આપનાં મૉમ કોઈ જુદી જ માટીથી ઘડાયેલી ઓરત હતી. બીજી મિનિટે તે સ્વસ્થ થયાં હતાં... 'આઈ એમ સૉરી ગ્રેઇસ... આઈ એમ રિયલી સૉરી... પણ તું મારી પરિસ્થિતિ સમજતી નથી... અહીં રાજમહેલમાં અંગ્રેજોના કટ્ટર દુશ્મનોની લાશો પડી છે. મારે તેમની દહનવિધિ કરાવવાની છે. સર વિલિયમ કે કર્નલ સિમ્પલરને આખી વાત સમજાવવાની છે...'

'કટ્ટર દુશ્મનોની લાશો?'

'હા ગ્રેઇસ... ખેરાસિંહ, તેનો મામો અને જૅક મૅકગ્રેગર...'

'એ ત્રણ અહીંયાં... રાજમહેલમાં...!'

'હા... અહીં મૃત્યુ પામ્યા છે. રહમતમીર પણ તેમની સાથે હતો, પણ એ ભાગી છૂટ્યો.'

'એ લોકો... મૉમ એ લોકો મરેલા પડ્યા છે...?'

'હા... કિલ્ડ બાય જૅક મૅકગ્રેગર...'

'અને જૅક?'

'કિલ્ડ બાય ખેરાસિંહ...'

'હું સમજી નહીં...'

'આ ડિસ્પૅચ તું વાંચી લેજે... તને એક વાત કહું...'

'શું મૉમ?'

'જેક મૅકગ્રેગર ખેરાનો ભાઈ હતો...'

'ખેરાનો? કટંગીના ખેરાસિંહનો ભાઈ જેક મૅકગ્રેગર?'

'એક જ માના બે દીકરા...'

'અને તમે કહો છો કે તેમણે એકબીજાને–'

'જેક વધુ પડતો મહત્ત્વાકાંક્ષી નીકળ્યો. તેને કટંગીના ઠાકુર બનવું હતું... તેને રાજ્ય જોઈતું હતું...'

'ઓહ નો... બટ ધૅટ્સ...ઇમ્પૉસિબલ...' ગ્રેઇસે આશ્ચર્ય ઠાલવ્યું.

'લાઇફ ઇઝ મેઇડ અપ ઑફ ઑલ સોર્ટ્સ ઑફ ઇમ્પૉસિબિલિટીઝ ગ્રેઇસ... લાઇફ ઇઝ ટુ કૉમ્પ્લિકેટેડ ધૅન વૉટ યુ થિન્ક...'

'પણ મૉમ... આ અશક્ય છે...'

'કેટલીક વાર અશક્યતાઓ, શક્યતાઓ કરતાં પણ વધુ સરળ હોય છે. ખેરાસિંહ... બિચારો ખેરાસિંહ... તેને મૃત્યુની છેલ્લી ઘડી સુધી ખબર ન હતી. જ્યારે ખબર પડી ત્યારે ખૂબ મોડું થઈ ગયું હતું. જિંદગી આખી તે અંગ્રેજોના ગુનેગાર તરીકે જીવ્યો હતો, પણ એક નિર્દોષ આદમી તરીકે, એક વીર તરીકે તે મૃત્યુ પામ્યો.'

'મૉમ, આપ શું કહી રહ્યાં છો?'

'ગ્રેઇસ, એ બધું સમજાવવા માટે આખો દિવસ જોઈશે. તને એટલું કહું, ખેરા જાણતો ન હતો કે તે એક મોટા કાવતરાંનું નાનકડું પ્યાદું છે. જ્યારે તેણે જાણ્યું ત્યારે મોત સિવાય તેની પાસે કોઈ પર્યાય ન હતો... વેલ... તું મારો આ અહેવાલ વાંચી જો... હું કૅન્ટોન્મેન્ટમાં જાઉં છું... સેજલની તલાશ વધુ અગત્યની છે.' કહીને મૉમ કમરાની બહાર નીકળવા ઊભાં થયાં.

'એક મિનિટ મૉમ... જીનાને ખબર છે?'

'જીનાને ખબર હોય કે નહીં તેનો હવે કોઈ ઉપાય નથી. તે મેજર ગૉડફ્રે પાસે પહોંચે તે પહેલાં તેનું મૃત્યુ થયું છે.'

'માય ગૉડ! માય ગૉડ...' ગ્રેઇસના મોમાંથી દર્દભીના સ્વરે ઉદ્ગાર નીકળ્યા, 'પૂઅર ગર્લ... પૂઅર જીના... ઓહ નો...'

'પણ તો પછી સર પૉવેલનું ખૂન જૅક મૅકગ્રેગરે...'

'મને ખબર નથી. હું તને એટલું કહીશ કે જૅકે જે કાંઈ કર્યું હશે તે જૅક જાણે, પણ ખેરાનો અંત નિર્દોષ હતો. એ આદમીને ન્યાય મળ્યો નહીં...' મૉમે ગ્રેઇસને કહ્યું. આખીય વાત બાબાજી ખૂબ જ સંવેગમય હતી, પણ ડિપ્લોમસી રાજનીતિની એ પરાકાષ્ઠા હતી. એક સત્તાશાળી સાસુ અને તેની તરવરતી વહુ વચ્ચેનો એ સંવાદ ખૂબ જ અર્થપૂર્ણ હતો.

*

કર્નલ સિમ્પલરે સ્નાન કર્યું. કેટલાયે દિવસનો થાક અને મેલ ઉતાર્યો. બ્રિચીસ, વાદળી કોટ, સ્ટ્રેપવાળી પી કૅપ... અને ગોઠણ સુધી આવતા કાળા ચામડાના બૂટ... અરીસામાં જોઈને પોતાના દેખાવને કંઈક અપૂર્વ સંતોષ અને પ્રશસ્તિથી એ જોતો રહ્યો. ચરવાદારો તેના સ્ટેલિઅનને માલિશ કરીને તૈયાર કરતા હતા. થોડી થોડી વારે તે રેસિડેન્સીના કમરાની કમાનવાળી બારીમાં આવીને પોતાના ઘોડાની માવજત નીરખતો હતો. ક્યારેક બૂમ પાડીને સૂચના આપતો હતો.

જાનોરમાં સ્તબ્ધતા છવાયેલી હતી. શેરીઓ તદ્દન સૂમસામ હતી. વૈશ્નવ હવેલીના પ્રાંગણમાં ઘવાયેલા આદમીઓ કોઈ પણ શુશ્રૂષા સિવાય રવડતા પ્રાણીઓની જેમ પડ્યા હતા, નિરાધાર અને નિઃસહાય. કૅપ્ટન બર્ટ, કર્નલ સિમ્પલરની રાહ જોતો હવેલીના ઓટલા પર ગાદી નંખાવીને બેઠો હતો. બહાર વડલા પર કોડીબંધ ફાંસીના ગાળિયા, વૈશ્નવ હવેલી પર ધીરે ધીરે લહેરાતી ધર્મધજાની માફક ઝૂલતા હતા.' બાલીરામજી ટૂંકાં વાક્યોમાં ભયાનક શબ્દચિત્રો દોરતા રહ્યા.

*

'બાબાજી... સર... આપની ગેરહાજરીથી બેતાબ બનેલાં મૉમ કૅન્ટોન્મેન્ટમાં જવા તૈયાર થતાં હતાં. ત્યારે ગ્રેઇસ કોઈને પણ પૂછ્યા વગર, જાનોરના વણકરોએ બનાવેલી કિરમજી રંગના રેશમી તારના તાણાવાણાવાળી સાડીમાં સજ્જ થઈને પગે ચાલતાં રાજમહેલની બહાર નીકળતાં હતાં.

*

છત્રપાલે મૉમને માટે ગાડીનો બંદોબસ્ત કર્યો. ગાડીમાં બેસતાં મૉમે પૂછ્યું, 'ગ્રેઇસ ક્યાં છે?'

'રાજમહેલની બહાર નીકળ્યાં છે.'

'કેટલી વાર થઈ છત્રપાલ?' મૉમે પૂછ્યું.

'વીસેક મિનિટ...'

'ક્યાં જઈ રહ્યાં છે?'

'તે તો ખબર નથી.'

'એકલાં છે?'

'નહીં, યૉર હાઇનેસ... સાથે ભુવનસિંહના દીકરાની પત્ની છે અને ખંડેરાવની પત્ની છે.'

'ખંડેરાવની પત્ની?'

'હા... એ ખંડેરાવની તપાસ માટે આવી હતી...' મૉમ બૉક્સ વૅગનમાં બેઠાં. કોચમૅને પૂછ્યું.

'શું હુકમ, યૉર હાઇનેસ!'

'કેન્ટોન્મેન્ટ લઈ લે...' કોચમૅને ગાડી ઉપાડી... રાજમહેલના અંગરક્ષકોએ તેમના ઘોડાઓને એડીઓ મારી...

કેન્ટોન્મેન્ટ તરફ વળવાને રસ્તે ગાડી આવી અને મૉમે એકાએક ગાડી અટકાવી. 'બસ્તા...' તેમણે બારીમાંથી કોચમૅનને બૂમ પાડી. 'મંડી તરફ લઈ લે...'

'મંડી તરફ!'

'હા... વૈશ્નવ હવેલીએ...' મૉમે કહ્યું અને ગાડી વાળવામાં આવી. અંગરક્ષકો મૂંઝવણ અનુભવી રહ્યા.

'બાબાજી... સર... એ દિવસે સવારના નવ વાગી ગયા હતા, છતાં જાનોરમાં મધરાતનો સન્નાટો હતો.' બાલીરામજીએ શ્વાસ હેઠો મૂક્યા વગર તેમનું કથન ચાલુ રાખ્યું, શેરીનાં રખડતાં કૂતરાં અને અંગ્રેજ પલટનના સૈનિકો સિવાય ક્યાંય કશો સંચાર ન હતો. રોન મારતા અસવારોના ઘોડાના ડાબલા કે તેમના જોડાના થડકાર પણ રાઇફલના ધડાકા જેવા લાગતા હતા. ખાલીખમ શેરીઓમાં ભૂતાવળ સમાં ઊભેલાં મકાનોનાં બારીબારણાંની તડોમાંથી, આખી રાત ધબકતે હૈયે ભયાર્ત બનીને જાગતા રહેલા લોકો, બહારની હિલચાલનો કંઈક અણસાર મેળવવા પ્રયત્ન કરી રહ્યા હતા... ત્યારે કર્નલ સિમ્પલર

કેન્ટોન્મેન્ટ તરફના દરવાજેથી મંગળચોકમાં, અશ્વમેધ યજ્ઞમાં વિજયી નીવડ્યો હોય તેવા કોઈ સમ્રાટના દમામથી પ્રવેશ્યો હતો.

તપખીરિયા રંગની છાંટવાળા ઊંચી ઓલાદના તોખાર પર સવાર થયેલો કર્નલ સિમ્પલર, ઈશ્વરના દરબારમાંથી જાનોરીઓની નશ્યત કરવાનો દૈવી ફતવો લઈને આવ્યો હોય તેવો લાગતો હતો. તેના ઘોડાની પાછળ બે અંગ્રેજ લેફ્ટનન્ટ હતા. ઇંગ્લૅંડથી તાજા જ આવેલા આ બંને નવજવાન અફસરો પણ કોઈ અજીબશી ધન્યતા અનુભવતા હતા. તેમની પાછળ ચાર ચાર અસવારોના ફૉર્મેશનમાં છ ટુકડીઓ અને એ ટુકડીઓની વચ્ચે એક એક સૂબેદાર એમ પચાસ દેશી સૈનિકોની બેરખ, ધીરી ચાલમાં, મંગળચોકના ફરસબંધ વિસ્તારમાં આવી. દેશી સૈનિકોના ખભે રાઇફલો હતી અને હાથમાં તેલ પાયેલી, નેતરની કથ્થઈ પાતળી બેટનો હતી.'

'હલ્લો કરનારા પિંઢારીઓ અને બગાવત કરનારા જાનોરીઓએ શિકસ્ત તો ખાધી હતી, પણ આવું ફરી વાર ક્યારેય ન બને... ક્યારે પણ કોઈ આદમી અંગ્રેજ સલ્તનત સામે ઊંચી આંખ કરીને જુએ નહીં, તેવો સટાકો પાડી દેવાનું કામ કર્નલ સિમ્પલરે શરૂ કરાવ્યું હતું. જે ઘવાયા હતા તે તો કેદ પકડાયા હતા અને મંડીમાં વૈશ્નવ હવેલીની સામેના પટાંગણમાં તેમના અંજામનો તખ્તો સજાઈ ગયો હતો, પણ તેટલાથી કર્નલ સિમ્પલરને સંતોષ ન હતો. પરદેશી પ્રજાને કાબૂમાં રાખવી હોય તો તે હંમેશાં ભયથી થરથરવી જોઈએ... તેમના ભયની માત્રા જ એવી હોવી જોઈએ કે સામે થવાનો તો શું, ઊંચી આંખ કરીને અંગ્રેજ વહીવટદારો તરફ જોવાનો, વિચાર સરખો પણ આવવો ન જોઈએ. આ કામમાં કર્નલ સિમ્પલર અજોડ ગણાતો. તેના નામથી અડધું હિંદુસ્તાન ધ્રૂજતું. બાકીના અડધા હિંદુસ્તાનમાં તે ગયો ન હતો. જેમ જાનોરમાં તે પ્રથમ વાર લશ્કરી મિશન લઈને આવ્યો હતો તેમ... બાકી તો તે જ્યાં ગયો ત્યાં પોતાના નામના ડંકા લોકોના માથાં ભાંગીને વગાડ્યા હતા.'

'મંગળચોકના ભદ્ર વિસ્તારમાંથી કર્નલ સિમ્પલરની આ બેરખ, આખું જાનોર વીંધીને મંડી તરફ જવાની હતી. ચોકમાં આવીને તેણે મકાનોનું નિરીક્ષણ કર્યું. ધીરે ડગલે પોતાનો ઘોડો હાંકવા માંડ્યો. આજુબાજુનાં મકાનો પર તે ધીરેથી નજર ફેરવતો. તેને પસંદ આવે તે મકાન પાસે તે ઊભો રહેતો કે તરત, તેની પાછળ આવતા અસવારોમાંથી થોડાક કૂદીને નીચે ઊતરતા. કર્નલે ચીંધેલા મકાનનું બારણું ખખડાવવામાં આવતું. બારણા પાછળ ઊભેલું જાનોરી

કુટુંબ બારણું ખોલતું કે તરત કાર્યવાહી શરૂ થતી. સૈનિકો મકાનમાં ઘૂસતા. જે સામે આવે તેને... પછી તે સ્ત્રી હોય, બાળક હોય કે વૃદ્ધ હોય તેને હડસેલા મારતા, બેટનના બે-ચાર ફટકા મારતા અને બહાર કાઢતા. તેમને બેરખના ઘોડાઓ આગળ ઘેટાં-બકરાંની માફક ચલાવવામાં આવતાં અને કર્નલ સિમ્પલર બીજા કોઈ મકાન આગળ જઈને ઊભો રહેતો. ફરી વાર અસવારો એ જ રીતે બારણું ખખડાવતા. બારણું ખોલવામાં વિલંબ થાય તો ફરસીના ફટકા મારીને બારણું તોડી નાખવામાં આવતું અને એ ઘરને માથે પસ્તાળ પડતી.'

'સન્નાટામાં ઊભેલા મકાનોમાં થોડી વારમાં તો ચીસાચીસ અને રોકકળ શરૂ થઈ ગઈ હતી. માણસોને પકડીને, ખેંચીને, ટાંગાટોળી કરીને બહાર કાઢવામાં આવતા. લોકોનાં અંગરખાં કે ખમીસની માફક પીઠની ચામડી ચિરાતી, લોહીની ટીશીઓ ફૂટી નીકળતી. કોઈક બિચારા રસ્તા પર દોડીને અંગ્રેજ અફસરોના પગ પકડીને પોતાનો શો ગુનો છે તેની પૃચ્છા કરતા... સ્ત્રીઓ પોતાના મરદને છોડી દેવાની આજીજીઓ કરતી... બદલામાં તેમને ઢોરમાર મારવામાં આવતો.'

'જોતજોતામાં તો કર્નલ સિમ્પલર અને તેના પઠ્ઠાઓએ જાનોરની શેરીએ શેરીએ ફરીને, કકળતા, રડતા લોકોનું જંગી ટોળું એકઠું કર્યું હતું. ઘેટાં-બકરાંના ઝુંડની માફક એ સૌને બેટનના ઝપાટા બોલાવીને, હાંકીને, ચલાવીને, દોડાવીને મંડી તરફ લઈ જવામાં આવ્યા... બાબાજી... સર... જાનોરમાં ક્યારેય આવું બન્યું ન હતું.' કહીને બાલીરામજીએ શ્વાસ લીધો.

'લોકોને સમજાતું ન હતું કે શા માટે અંગ્રેજો, પોતાના ઘરના આદમીને, ભાઈને, પતિને, ભત્રીજાને કે ભાણિયાને માર મારી રહ્યા છે અને શા માટે સૌને હાંકી મંડી તરફ લઈ જવામાં આવી રહ્યા છે. ઓરતોનો કલ્પાંત કે કાકલૂદીઓ સાંભળવાનો પણ કર્નલ સિમ્પલરને સમય ન હતો. તેના પઠ્ઠાઓ નિઃસહાય ઓરતોની છેડતી કરવાની પણ ચૂકતા ન હતા. મંડીમાં જે કૃત્યનો તખ્તો તૈયાર થયો હતો તેની અગ્રિમતા કર્નલના મનમાં ઘર કરી ન ગઈ હોત, તો જાનોરની શેરીઓમાં સ્ત્રીઓ પર જાહેર બળાત્કારો થયા હોત, પણ અત્યારે સિમ્પલર એવા કોઈ મૂડમાં ન હતો. બાકી લખનૌમાં તેણે એ પણ કર્યું હતું.'

'વૈશ્નવ હવેલીની સામે આવેલા પટાંગણમાં ફેલાયેલા વડના ઝાડ આગળ કેપ્ટન બર્ટે તખ્તો ગોઠવ્યો હતો. વડલા પર ગાળિયા ઝૂલતા હતા અને ત્યાં રોકાયેલા સૈનિકો કર્નલ સિમ્પલર, તેના અસવારો અને જાનોરની ગલીએ

ગલીમાંથી પસંદ કરીને પકડવામાં આવેલા લોકોનો જથ્થો લઈને મંડી તરફ આવી પહોંચ્યો. કૅપ્ટન બર્ટે કર્નલનું અભિવાદન કર્યું અને જાણે આ રોજ જ ભજવાતું નાટક હોય અને તેનાં દશ્યો ચોક્કસ રીતે ગોઠવાયેલાં જ હોય તેમ કૅપ્ટન બર્ટે કૉર્ડન કરાવી. રોકકળ કરતી અને પોતાના આદમીઓની સાથે કે પાછળ આવેલી સ્ત્રીઓને અલગ કરવામાં આવી અને પુરુષોને વડના ઝાડ હેઠળ બેસાડવામાં આવ્યા.'

'મંડીના વિશાળ ચોકમાં અને ભગવાન શ્રીકૃષ્ણના મંદિરના દરવાજાની સામે, ગોળાકાર બનાવીને પલટનના સૈનિકો બંદૂકો તાણીને ખડા થઈ ગયા હતા. કર્નલ સિમ્પલરે મંદિરની ઓછાડ તરફ જવાના દરવાજા આગળ પોતાનો ઘોડો ઊભો રાખ્યો. ઘોડા પર બેસીને જ તે બાજુમા ઊભેલા કૅપ્ટન બર્ટને હુકમો આપતો હતો અને સ્મિત વેરતો હતો. વૈશ્નવ હવેલીની અંદરના ભાગમાં સુવાડેલા-ઘવાયેલા પિંઢારીઓ અને થોડાક જાનોરીઓને ટાંગાટોળી કરીને બહાર લાવવામાં આવ્યા. તેમાંના કેટલાકના શરીરમાંથી હજુ પણ લોહી ટપકતું હતું. એ બધાને વડની જુદી જુદી ડાળીઓ પર લટકતા દોરડાના ફાંસા નીચે નાખવામાં આવ્યા. તેમાંના એક-બે જણે ભાગવાની કોશિશ કરી તે સાથે જ બંદૂકો ધણધણી ઊઠી... જાનોરની પ્રજા પ્રથમ વાર અંગ્રેજોનો અત્યાચાર જોઈ રહી હતી...'

'કર્નલ સિમ્પલરે કંઈક હુકમ કર્યો કે તરત કૅપ્ટન બર્ટે દેશી સૂબેદારને નજીક બોલાવ્યો. તેના જીન સાથે જોડેલી ખલેચીમાં એક ભૂંગળું લબડતું હતું. તેણે કર્નલ સિમ્પલરની બાજુમાં જઈને એ ભૂંગળું હાથમાં લીધું અને એ ભૂંગળામાં મોઢું નાખીને જોરથી બરાડ્યો...'

'ખામોશ...' તેણે જોરથી બૂમ પાડી, 'સલ્તનતે બરતાનિયાના ખાનખાના કર્નલ સિમ્પલર સાહિબ ફરમાવે છે કે...' કહીને તેણે કર્નલ સિમ્પલર સામે નજર કરી. કર્નલ સિમ્પલરે ધીરેથી તેને પોતે શું કહેવા માગે છે તે જણાવ્યું. તેનો તરજુમો કરીને સૂબેદાર આગળ બોલ્યો, 'જાનોરમાં જે બન્યું છે તે દુઃખદ છે અને સલ્તનત સામે બગાવત કરનારા અને સામાન્ય પ્રજાને લૂંટનારા બાગીઓને આજે અહીં મોતની સજાઓ કરવામાં આવનાર છે. આ સામે લટકતા ગાળિયા તેમને જ માટે તૈયાર કરવામાં આવ્યા છે. જેમણે સલ્તનતનો દ્રોહ કર્યો છે અને નિર્દોષ પ્રજાજનોને રંજાડ્યા છે... અને અહીં પકડીને લાવવામાં આવેલા લોકો જેમણે સૌએ આ ભયાનક લોકોને એક યા બીજી રીતે મદદ

કરી છે તે લોકો...' સૂબેદાર વાક્ય પૂરું કરે તે પહેલાં જ, જે લોકોને પકડીને લાવવામાં આવ્યા હતા તેમણે બૂમો પાડીને કહ્યું, 'એ સાચું નથી. અમે કોઈને મદદ કરી નથી... અમે કોઈને મદદ કરી નથી...' એ બૂમો પાડતા લોકો સામે કર્નલ સિમ્પલર ઘૃણાથી થોડી ક્ષણો જોઈ રહ્યો. તેણે કૅપ્ટન બર્ટ સામે જોયું. બર્ટે બાજુમાં ઊભેલા એક બીજા સૂબેદારને હુકમ આપ્યો. અને બૂમો પાડતા લોકોને બબ્બે ફટકા મારવામાં આવ્યા.

'બૂમો પાડવાથી કે ગુનાનો ઇન્કાર કર્યાથી વાત પતી જતી નથી.' સૂબેદારે ભૂંગળામાંથી બરાડો પાડ્યો, 'મુલ્કમશહૂર મુખ્તારેખાસ કર્નલસાહેબે જાતે તપાસ કરીને આ લોકનાં નામ મેળવ્યાં છે... એ લોકોને ચેતવણી મળે તે માટે અહીં લાવવામાં આવ્યા છે. બાકી તેમનો ગુનો નાનો નથી. સલ્તનતના દુશ્મનને સાથ આપવાની સજા મોતથી કમ ન હોઈ શકે. છતાં આ વખતે મહેરબાન કર્નલસાહેબ તેમને નાની સજા કરીને છોડી દેશે, પણ એ પહેલાં અહીં ઘવાયેલા અને કેદ પકડાયેલા લોકોને ફાંસીને ગાળિયે ચડાવવાનું કામ તમારે જાતે કરવાનું છે. જેથી તમને સૌને ખ્યાલ આવે કે સલ્તનતની સાથે ગુંડાગર્દી કરવાનું પરિણામ શું આવે છે.'

'બરાબર આ ભાષણ ચાલતું હતું, ત્યાં જ દક્ષિણ દરવાજેથી ગ્રેઇસ અને તેની સાથે ભુવનસિંહના દીકરાની પત્ની અને ખંડેરાવની પત્ની દાખલ થયાં. એ ત્રણે જણ પગે ચાલતાં જ ત્યાં આવ્યાં હતાં. મંડીના ચોકમાં કોઈ મદારીનો ખેલ થતો હોય તેમ, દક્ષિણ દરવાજો તેમ જ ત્યાં બહાર પડેલાં મડદાં પર નજર રાખતા સૈનિકો પણ ચોકમાં આવી ગયા હતા, એટલે ગ્રેઇસ છેક મંડીના ચોક સુધી આવી પહોંચી, છતાં તેને કોઈએ રોકી નહીં. તેણે પેલા સૂબેદારના મોઢામાંથી નીકળતા શબ્દો સાંભળ્યા. મંડીમાં સેંકડો માણસો એકઠા થયા હતા, છતાં ટાંકણી પડે તોય સંભળાય તેવી ભેંકાર શાંતિ હતી. એ શાંતિ ચીરતો સૂબેદારનો અવાજ લોકોના જિગર પર ઘણની માફક પડતો હતો. તેણે પ્રવચન પૂરું કર્યું અને ફાંસીના ગાળિયા પર પ્રથમ કામ કરનારા માણસોને આગળ કરવામાં આવ્યા. કંઈક હલચલ મચી. પાછો એકસામટો અવાજ શરૂ થયો.

ગ્રેઇસે મક્કમતાથી કોર્ડનની આંતરી પર આવીને ડગ ભર્યાં. તે સાથે જ એક સૈનિક દોડ્યો, 'એ... ઈ... કહાં જાતી હૈ...' દેશી સૈનિકે ગાળ દીધી અને તે સાથે બેટન વીંઝી, પણ તેને ખ્યાલ ન હતો કે આ ઓરત જુદી માટીની

ઘડાયેલી હતી. આંખના પલકારામાં, બેદરકારીથી વીંઝાયેલી બેટન ગ્રેઇસે પકડી લીધી અને ઝાટકો માર્યો. પેલો સૈનિક લથડ્યો તે સાથે જ ગ્રેઇસે તેને ધક્કો માર્યો અને સરકી જતી બિલ્લીની માફક તે પટાંગણની ખુલ્લી જગ્યામાં... કર્નલ સિમ્પલરની લગભગ સામે આવીને ઊભી રહી.

'તારું ફરી ગયું છે... ચલ હઠ... વચ્ચેથી...' એકાએક કૅપ્ટન બર્ટની બાજુમાં ઊભેલો સૂબેદાર દોડ્યો અને તેણે બેટન વીંઝી...

'સ્ટૉપ ઇટ... યુ બ્લડી સ્વાઇન...' ગ્રેઇસ બરાડી ઊઠી. પેલાએ વીંઝેલી બેટન જાણે હવામાં સ્થિર થઈ ગઈ. તેણે ગ્રેઇસે પહેરેલી સાડીને કારણે નહીં... તેની ગોરી ચામડીને કારણે નહીં, પણ જે રીતે ગ્રેઇસ બોલી તે અવાજને કારણે... સ્તબ્ધતાથી ગ્રેઇસ સામે જોયું... અંગ્રેજોના કૂતરા જેવું જીવન ગાળવાને કારણે અંગ્રેજ ઢબે બોલાતી ભાષા અને ગાળ તેના કાનમાં હંમેશાં ગુંજ્યા કરતી. ગોરી મઢમ જે રીતે બોલે તે જ રીતે બોલાતો અવાજ સાંભળીને તે થડક્યો હતો. તેને એકાએક ખ્યાલ આવ્યો કે જાનોરી સાડીમાં સજ્જ થયેલી આ ઓરત અંગ્રેજ હતી...

'કર્નલ સિમ્પલર...' ગ્રેઇસે બૂમ પાડી. કર્નલને પણ એક ક્ષણે એમ લાગ્યું હતું કે, સૂબેદાર જે સ્ત્રીને આંતરીને ઊભો હતો તે કોઈ જાનોરી ઓરત હશે, પણ ત્યાં તેણે આ પડકાર સમો અવાજ સાંભળ્યો, 'કર્નલ... કીપ યૉર ડૉગ્સ અવે ફ્રૉમ મી... ડુ યુ હિઅર મી...'

કર્નલને એકાએક ખ્યાલ આવ્યો. તેણે ઘોડાને એડી મારીને સહેજ આગળ લીધો...

'ઓહ ગ્રેઇસ...' તેના મોઢામાંથી ઉદ્‌ગાર નીકળ્યો. 'તું અહીં... આ શું?' તેને પોતાને પ્રથમ તો ખ્યાલ ન આવ્યો કે ગ્રેઇસ અહીં શું કામ આવી હશે અને આવા પરિવેશમાં કેમ આવી હશે...

'કર્નલ સિમ્પલર... ઘેર જવાનો સમય થઈ ગયો છે.' ગ્રેઇસે કહ્યું અને પાછળ જોયું. ભુવનસિંહના દીકરાની પત્ની અને ખંડેરાવની પત્ની બંનેને દેશી સૈનિકોએ આંતરીને ઊભી રાખી હતી. 'ત્યાં કેમ ઊભાં છો... આવો અહીં...' ગ્રેઇસે હુકમ કર્યો અને એ બંને સ્ત્રીઓ તેની પાછળ આવીને ઊભી રહી...

'શું કહ્યું તેં...' કર્નલે પૂછ્યું.

'ઘેર જવાનો સમય થઈ ગયો છે, કર્નલ. તમારું કામ પૂરું થઈ ગયું છે. તમે સોલ્જર છો, ન્યાયાધીશ નહીં.' ગ્રેઇસે કહ્યું.

'મતલબ?' કર્નલ માટે આ વાત આશ્ચર્યજનક હતી. હજુ તે સમજી શકતો ન હતો કે ગ્રેઇસ શું કહેવા માંગે છે.

'મતલબ, કશો નહીં... આ લોકોને શા માટે પકડી લાવ્યા છો? તેમને છોડી દો... લેટ ધેમ ગો...'

'ગ્રેઇસ... આર યુ મેડ...' કર્નલે ઉદ્દ્ગાર કાઢ્યો.

'આઈ ડોન્ટ નો... બટ આઈ સર્ટન્લી નો યુ આર એ મેનિયાક... એ કિલર...'

'માઇન્ડ યૉર ટંગ... ગ્રેઇસ...' કર્નલ તડૂક્યો, 'તું કમાન્ડર કર્નલ સિમ્પલર સાથે વાત કરે છે. મારા કામમાં મને દખલ ગમતી નથી.'

'મારું પણ તેવું જ છે, કર્નલ... આ માણસોને શા માટે પકડ્યા છે?'

'એ જવાબ આપવા હું બંધાયેલો નથી. નાઉ ગો અવે લાઇક એ ગુડ ગર્લ ઍન્ડ લેટ મી ડુ યુ માય વર્ક...'

'યૉર વર્ક? માય ફુટ...' તે બોલી. અને તે સાથે ઊંધા ફરીને તેણે બરાડો પાડ્યો. 'જાઓ... જાઓ તમે લોકો અહીંથી સૌ સૌને ઘેર જાઓ...' તે બોલી તો ખરી પણ લોકો માટે એ અવાજનો જાણે કોઈ અર્થ ન હોય તેમ સૌ ઊભા રહ્યા.' અરે બહેરા છો તમે...? હું કહું છું કે 'ઘેર જાઓ...' પણ લોકો હલ્યા નહીં. જાણે જીવનનું સૌથી મોટું આશ્ચર્ય જોતા હોય તેમ સૌ ઊભા રહ્યા. 'હું... ગ્રેઇસ વિલિયમ કેમ્પબેલ વાઇસરૉયના પ્રતિનિધિની દીકરી, તમને કહું છું તમે ઘેર જાઓ...'

'સ્ટૉપ ધીસ નૉન્સેન્સ ગ્રેઇસ, એ લોકોને મેં ખાસ આમંત્ર્યા છે. અંગ્રેજો સામે હલ્લા કરનારાને શું સજા કરવામાં આવે છે તે જોવા બોલાવ્યા છે.'

'સજા કરવાનો તમને કોઈ હક્ક નથી, કર્નલ...'

'ગ્રેઇસ, હવે મજાક પૂરી થઈ. મને લાગે છે સવારના પહોરમાં તું કંઈ પીને આવી છું અથવા હેન્ગ ઓવરથી તું પાગલ થઈ ગઈ છું. સૂબેદાર... પ્રોસિડ વિથ ધ વર્ક...'

'કર્નલ... હું તમને રોકવાની છું. પ્રાણાન્તે પણ રોકવાની છું.'

'મારે તને હઠાવવાની ફરજ પાડવી પડશે, ગ્રેઇસ...' કર્નલ બોલ્યો.

'એ ફરજ પાડી જુઓ કર્નલ સિમ્પલર... મને હાથ અડાડી જુઓ. હું ગ્રેઇસ છું. સર વિલિયમની દીકરી જ નહીં, આ જાનોરની આવતી કાલની મહારાણી છું. હું હિઝ હાઇનેસ સેજલસિંહની પત્ની છું... આઈ ડેર યુ...

આઈ ડેર યુ... કર્નલ...' તે બરાડી ઊઠી.

'સૂબેદાર, રિમૂવ ધીસ વુમન...' કર્નલે બેટન પછાડી. ગજવામાંથી રૂમાલ કાઢ્યો અને મૂછો લૂછી. પેલો સૂબેદાર આગળ આવે તે પહેલાં ભુવનસિંહની પત્ની અને ખંડેરાવની ઓરત ગ્રેઇસની આગળ આવીને ઊભાં રહ્યાં. એકાએક ત્યાંથી થોડે દૂર ઊભેલી ઓરતોમાંથી ત્રણ-ચાર દોડી આવી અને ગ્રેઇસને ઘેરીને ઊભી રહી. કશુંક અણધાર્યું બનશે તેની કલ્પના દેશી સૈનિકોને ન હતી. આકાશમાં એંધાણી વગર વાદળાં ચડી આવે અને વાતાવરણ પલટાય તેવું જ કંઈક ત્યાં થયું... ટોળામાં ઊભેલી સ્ત્રીઓ ધસી આવી. નિષ્ઠુર કર્નલ સિમ્પલરે રાડ પાડી, 'હઠી જાઓ, નહીં તો ઘોડા દોડાવવામાં આવશે.'

'જાનોર કી જય હો...' એકાએક ખંડેરાવની પત્નીએ બૂમ પાડી. જયજયકારની ઘોષણા થઈ અને સાથે જ પટાંગણમાં થરથરતા ઊભેલા લોકો કર્નલ સિમ્પલરના ઘોડાની સામે આવીને સૂઈ ગયા...

બરાબર તે જ વખતે દક્ષિણ દરવાજેથી રાજેશ્વરીદેવીની વૅગન દાખલ થઈ. હોહા થઈ. તે બાજુએ ઊભેલા લોકો બરાડી ઊઠ્યા, 'રાજેશ્વરીદેવીનો જય હો...'

કર્નલ સિમ્પલર ત્યાં સૂતેલી ઓરતો પર ઘોડો દોડાવવાનો હુકમ આપવા જતો હતો ત્યાં જ આ અણધાર્યો જયજયકાર સંભળાયો.

'સબૂરસા'બ... મહારાણી આવે છે.' એકાએક કોઈ સૈનિક બોલી ઊઠ્યો. કૉર્ડનના એક છેડે ગાડી આવીને ઊભી રહી... ઝડપથી મૉમ નીચે ઊતર્યાં અને દોડ્યાં.

'ગ્રેઇસ...' તેમણે બૂમ પાડી અને કોઈએ કર્નલ સિમ્પલરના ઘોડાની લગામ પકડી લીધી. કંઈક ગૂંચવાડો પેદા થયો. દેશી સૈનિકો શું કરવું તે સમજે એ પહેલાં, ગાડરિયા પ્રવાહની જેમ એક તરફથી લોકો ભાગ્યા. જીવ લઈને ભાગ્યા... તેમને સેકન્ડોની તક મળી હતી... એ તક તેમણે ઝડપી હતી.

'મૉમ... માય ગૉડ...' તે બોલી અને મૉમને વળગી પડી... કર્નલ સિમ્પલર પ્રથમ વાર સ્તબ્ધતાથી આ ગૂંચવાડો જોઈ રહ્યો. તેની ગૂંચવણ જોઈને પેલા બંને અંગ્રેજ પણ ગૂંચવણમાં પડ્યા... કોઈ કંઈ હુકમ આપે તે પહેલાં જ મૉમ... કર્નલ સિમ્પલરના ઘોડા પાસે દોડી ગયાં હતાં અને બોલ્યાં, 'આઈ વેલ કમ યુ કર્નલ... વેલ કમ ટુ જાનોર...' કર્નલના ચહેરા પરથી એકાએક

સ્મિત સરી ગયું.

'આ શું મજાક છે યૉર હાઇનેસ...'

'ઓહ નો કર્નલ... આ મજાક લાગે છે! વેલ તમને મારે મહેલ પર લઈ જવાના છે... તમને—'

'પણ... તમને સમજાતું નથી. મારા કામમાં તમે ડખલ કરી રહ્યાં છો...' કર્નલ બોલ્યો.

'એ કામ ગ્રેઇસ કરશે... જાનોરમાં વગર કેઇસ ચલાવે કોઈને સજા કરવાનો શિરસ્તો નથી. બટ ઑફ કોર્સ... તમે નવા છો અહીંયાં... અહીંના કાયદાનો તમને ખ્યાલ ન હોય તે સ્વાભાવિક છે...' કહીને મૉમે નજર ફેરવી... છત્રપાલ મારતે ઘોડે ત્યાં આવી પહોંચ્યો હતો. તેના મનમાં ભારે ઉચાટ હતો. 'છત્રપાલ, આ ઘવાયેલા આદમીઓને હૉસ્પિટલમાં રવાના કરો... સાજા આદમીઓને કેદ કરો...'

'પણ તમે આ રીતે હુકમ—' કોઈને સમજાતું ન હતું કે કર્નલ એકાએક કેમ ઠરી ગયો હતો.

'જાનોરનો વહીવટ એ મારું કામ છે. તમને તમારા કેદીઓ હું સોંપી દઈશ. છત્રપાલ, પલટનના કોઈ સૈનિકો તમારી આડે આવે તો ગોળી મારવાનો મારો હુકમ છે... ચાલો કર્નલ, મારે સર વિલિયમને મળવાનું છે. તમે મારી સાથે આવશો કે એકલા...' મૉમે પ્રશ્ન કર્યો.

કર્નલ મૉમની સામે જોઈ રહ્યો. મૉમની સાડીના પાલવ હેઠળ હાથીદાંતના હાથાવાળી પિસ્તોલ હતી.

કર્નલ સિમ્પલર હસ્યો. તે ઘોડા પરથી ઊતરવા ગયો. મૉમે ધીરેથી કહ્યું, 'બી-કેરફુલ કર્નલ... આઈ ડોન્ટ લાઇક ટુ વેસ્ટ માય બુલેટ્સ...' મૉમના શબ્દો કોઈએ સાંભળ્યા ન હતા. ગ્રેઇસે પણ નહીં... કર્નલ સિમ્પલર પોતાનો જાન ગુમાવીને વિજય મેળવવા માગતો ન હતો. તે ધીરેથી ઘોડા પરથી ઊતર્યો. બંદૂક નમાવીને છત્રપાલ તેની બાજુમાં ગોઠવાયો. મૉમે સ્મિત આપ્યું અને તેની પાછળ ચાલવા માંડ્યું. હિંદભરમાં આટલી નજીકથી કર્નલ સિમ્પલર પર ક્યારેય કોઈએ નિશાન લીધું ન હતું.

'ઓ.કે... જિમ... લેટ ધ બ્લડી પ્લેટૂન રિલેક્સ...' વૅગનમાં બેસતાં પહેલાં કર્નલ કરડાકીથી બોલ્યો. તેને પણ સમજાતું ન હતું કે કર્નલે એકાએક ગુલાંટ કેમ ખાધી હતી. વૅગન મંડીમાંથી નીકળીને કૅન્ટ તરફ હંકારી ગયું. પ્લેટૂનના

સૈનિકોને લાઇન અપ કરવામાં આવ્યા. ભાગી ગયેલા લોકો ધીરેથી મકાનોના ખૂણા અને શેરીઓને નાકે ગભરાયેલા સસલાની માફક ઊભા રહ્યા...

*

ઘવાયેલાઓને માટે સારવારની વ્યવસ્થા થાય તેટલામાં તો આખા જાનોરમાં સમાચાર ફેલાયા હતા કે ફિરંગી રાણીએ કર્નલ સિમ્પલરને હરાવ્યો હતો... જાનોરમાં ગ્રેઇસનો જયજયકાર ગુંજી રહ્યો... તેને ખબર ન હતી કે કર્નલ એકાએક કેમ માત થઈ ગયો હતો. જાનોરની ભાવિ રાણી તરીકે કંઈક કર્યાનો અનહદ સંતોષ ગ્રેઇસને થયો હતો...

બૉક્સ વૅગન જાનોરની બહાર નીકળ્યું ત્યારે મૉમે હસીને કર્નલ સિમ્પલરની સામે જોયું. પાલવમાં છુપાવેલી પિસ્તોલ બહાર કાઢી અને ગાડીની બારીમાંથી બહાર ફેંકી અને બોલ્યાં, 'આઈ એમ સૉરી કર્નલ... બટ આઈ કાન્ટ શૂટ એ ફ્રેન્ડ... ધ ઇંગ્લિશ આર માય ફ્રેન્ડ્ઝ...' કર્નલ સિમ્પલર આ અદ્ભુત ઓરત સામે અચરજથી જોઈ રહ્યો...

'કર્નલ સિમ્પલરે જીવનમાં પ્રથમ વાર શિકસ્ત ખાધી હતી. જાનોરની રાણી રાજેશ્વરીદેવી વિશે તેણે ઘણી વાતો સાંભળી હતી, પણ એ સાંભળેલી વાતો સાકાર થતી તે આજે જ જોઈ રહ્યો હતો. બાબાજી... સર...' બાલીરામજીના ચહેરા પર એકાએક સંકોચ તરી આવ્યો. તેમના કાનની બૂટ પણ લાલ થઈ ગઈ હતી. તે ધીરેથી બોલ્યા, 'મૉમ વિશે અંગ્રેજો જુદો જ ખ્યાલ ધરાવે છે.'

હું હસ્યો. મને એ વાતની ખબર હતી. મારી મૉમને કેટલાક અંગ્રેજો 'નર્મદાતટની સ્વપ્નસુંદરી' કહેતા. કેટલાક મારી માને વ્યંગમાં 'સાતપુડાની વિધવા સતી' પણ કહેતા. ઘણા બધા અંગ્રેજો મારી માનું સાન્નિધ્ય ઇચ્છતા, તે જો ખરેખર જાનોરની મહારાણી ન હોત તો ક્યારનાય ભૂખ્યા અંગ્રેજ અફસરોએ તેનું અપહરણ કર્યું હોત અને બળાત્કાર ગુજાર્યો હોત.

'એ કર્નલ સિમ્પલરનો બચ્ચો શિકસ્ત ખાવા છતાંય કંઈ વિચિત્ર આકર્ષણ અનુભવી રહ્યો હતો. તેણે હર હાઇનેસને કહ્યું પણ ખરું, 'આજે તમે જે કર્યું તેની કિંમત તમારે ચૂકવવી પડશે.'

અને બાબાજી, મૉમ પણ ઓછાં નથી. તેમણે જવાબ આપ્યો હતો કે, 'મારા કાર્યોની કિંમત હું સમજીને જ ચૂકવી દઉં છું, કોઈને વસૂલ કરવા દેવાનો મોકો આપતી નથી, પણ કર્નલ, એ ચર્ચા આપણે રાજમહેલમાં નિરાંતે કરીશું.

અત્યારે મારે માથે ઘણી ચિંતાઓ છે. મારો સેજલ હજુ પાછો આવ્યો નથી અને જાનોરમાં જે બન્યું છે તેનો અહેવાલ મારે વાઇસરૉયને પહોંચાડવો છે. જેથી સાચી હકીકતની જાણ થાય. જાનોર વિશે કોઈ ગેરસમજ ન થાય...'

'એટલે?' કર્નલે પૂછ્યું.

'એટલે એ કે તમે સૌ જે ધારો છો તેવું જાનોરમાં કંઈ બન્યું નથી.'

'મતલબ?' કર્નલે પૂછ્યું. 'આટલું ભયાનક ધીંગાણું થયું. જાનોર કેન્ટમાં હત્યાકાંડ થયો, લૂંટફાટ થઈ, ત્યાં જબલપુરમાં બાગીઓએ શેરીઓમાં લડાઈ શરૂ કરી અને તમે કહો છો આ બગાવત નથી? બળવો નથી?'

'જબલપુરની વાત તમે જાણો. હું તો જાનોરની વાત જાણું છું, પણ એ તમને નહીં સમજાય, તમે લશ્કરી આદમી છો. હું સર વિલિયમને વાત કરીશ. પછી એ તમને સમજાવશે. અને ત્યારે જ તમને ખ્યાલ આવશે કે મેં તમને આડેધડ સજાઓ કરવામાંથી કેમ રોક્યા હતા. વિપ્લવ પછીનો સમય બદલાયો છે. લોકો હાર્યા છે. માનહાનિ અનુભવે છે. હારેલા અને હતાશ લોકો પર ગોળીઓ ચલાવવાથી ભય નથી ફેલાતો, ઘૃણા અને ધિક્કાર ફેલાય છે. તમારે જો હિંદમાં રાજ્ય ચલાવવું હશે તો અદલ ઇન્સાફના જ તમે તરફદારો છો તેવું પ્રજાને સમજાવવું પડશે. બાકી એક વખત એવો આવશે કે જ્યારે લડાઈ વગર જ પ્રજાના ધિક્કાર અને ઘૃણાથી તમારે સલ્તનત છોડવી પડશે' મૉમે કહ્યું, પણ કર્નલ સિમ્પલર ખડખડાટ હસ્યો.

'કર્નલ... બીજી એક વાત કહું. તમે ધારો છો એટલા સારા અને તંદુરસ્ત બધા જ અંગ્રેજ અફસરો પણ નથી.' આ વાક્ય સાંભળીને કર્નલ સિમ્પલરના કાન સરવા થયા. તે સહેજ ઝૂક્યો. 'હિન્દના ઇતિહાસમાં જે બનતું આવ્યું છે તેની ફરીથી શરૂઆત થઈ રહી છે. અંગ્રેજ સલ્તનત પણ તેમાંથી બાકાત નથી.'

'મને રસ પડતો જાય છે માય સ્વીટ ક્વીન ઑફ જાનોર.' કર્નલ સિમ્પલર અંગ્રેજ લશ્કરી અફસરોમાં વગદાર આદમી હતો અને એટલે જ રાજેશ્વરીદેવીએ આ ડિપ્લોમૅટિક ડાયલૉગ શરૂ કર્યો હતો. ઘોડાગાડી મંગળચોકથી આગળ કેન્ટોન્મેન્ટને રસ્તે આવી પહોંચી હતી.

'ઈસ્ટ ઇંડિયા કંપનીના વહીવટને કારણે કંઈક અંગ્રેજો માલેતુજાર બની ગયા. અદના આદમીઓ ઉમરાવો થઈ ગયા. ગઈ કાલે પોતાના વતનમાં જેમની પાસે કંઈ ન હતું તેમણે દોલત, માન અને મોભો મેળવ્યો. ત્યારે એક વર્ગ હતો જેમણે સલ્તનતનાં મંડાણ કરવાનું સ્વપ્નું સેવ્યું... કંપનીની જગ્યા

સરકારે લીધી. સલ્તનત જમાવવા પરિશ્રમ ઉઠાવ્યો, પરંતુ રાજ્ય કે સલ્તનત જમાવવામાં જે મહેનત લેવાય છે, જે પ્રામાણિકતા, સજ્જડ કાર્યદક્ષતા, ધ્યેયલક્ષી અવિરત પ્રયત્નો થાય છે, જે સાહસ, શૌર્ય અને વફાદારીથી, લોકો નેતાને અને ધ્યેયને અનુસરે છે તેવું સલ્તનત સ્થિર થયા પછી બનતું નથી. એકહથ્થું સત્તા આવે પછી મૂલ્યો બદલાય છે. શ્રમની જગ્યાએ આરામ દાખલ થાય છે. આરામની સાથે એશ આવે છે. સ્વાર્થ અને સત્તાની સાઠમારી શરૂ થાય છે. ગઈકાલે ખભો મિલાવીને એક જ ધ્યેયને હાંસલ કરવા ઝઝૂમતા માનવીઓ પોતે સંતાડેલાં ખંજર ખૂંતાવવા માટેની પીઠ શોધે છે.'

'આ બધું મને શા માટે કહો છો તે સમજાતું નથી.' કર્નલ સિમ્પલરે કહ્યું.

'જેથી તમે બનાવોનો સિલસિલો સમજી શકો. મારા આ ડિસ્પૅચમાં એ બનાવો લખ્યા છે. સર વિલિયમ રાજકારણના અભ્યાસી આદમી છે એ તમને સમજાવશે. બાકી એક વાત તમને કહું કર્નલ કે જાનોરનો પોલિટિકલ એજન્ટ સર પૉવેલ, કેન્ટનો ભૂતપૂર્વ કમાન્ડર કર્નલ મૅલેટ અને કટંગીના એક વખતના લેફ્ટનન્ટ મૅકગ્રેગરનો ઍંગ્લો-ઇંડિયન દીકરો જૅક મૅકગ્રેગર મહત્ત્વાકાંક્ષી આદમીઓ હતા. અને તેમની આકાંક્ષાઓ સલ્તનતના કારોબારથી વધુ પ્રબળ હતી.'

આ વાત સાંભળીને કર્નલ સિમ્પલર ચોંકી ઊઠ્યો હતો, 'તમે ખતરનાક આરોપો કરી રહ્યાં છો, યૉર હાઇનેસ...'

'તમારા જેવા સૈનિકોને આઘાત લાગે તેવી આ વાત છે, પણ મારી પાસે હકીકતો છે અને એટલે જ મેં તમને કંઈ પણ અઘટિત કરતાં અટકાવ્યા હતા. જાનોરની પ્રજામાં અંગ્રેજોનું ગૌરવ સચવાય તેમાં જાનોરનું હિત છે. બાકી કર્નલ સિમ્પલર જેવા લડવૈયા સામે પિસ્તોલ ઉઠાવવાનું મારું ગજું શું!' મહારાણીએ કહ્યું.

'વેલ... પણ ગ્રેઇસે ત્યાં આવવું જોઈતું ન હતું.' તે બોલ્યો.

'શા માટે નહીં? તે જાનોરની ભવિષ્યની રાણી છે. સર વિલિયમની દીકરી પણ છે. જાનોરમાં અંગ્રેજોની ન્યાયપૂર્ણતા વિશે સંશય ઊભો થાય તો આવતી કાલે એક અંગ્રેજ તરીકે તેનું ક્યારેય માન જળવાય નહીં.'

'પણ તેણે મને કૅન્ટોન્મેન્ટમાં મળવું જોઈતું હતું.'

'તેની પાસે સમય ક્યાં હતો?' રાણીએ જવાબ આપ્યો. કહેતાં કહેતાં બાલીરામજી અટક્યા.

'બાબાજી... સર કર્નલ સિમ્પલરને વિચાર કરતો કરી મૂકીને મહારાણી કેન્ટોન્મેન્ટમાં પહોંચ્યાં. જાનોરની એ પરિસ્થિતિમાં તેની મહારાણી, જોખમ લઈને કેન્ટોમેન્ટમાં આવે તે વાત જ અચરજ ભરેલી હતી. સર વિલિયમે તેમનું સ્વાગત કર્યું. કર્નલ સિમ્પલર પણ પાછા આવ્યા હતા અને તે પણ મહારાણી સાથે! તે જોઈને સર વિલિયમ કંઈ ઉદ્ગાર કાઢે તે પહેલાં રાજેશ્વરીદેવીએ સ્પષ્ટતા કરી હતી. મંડીમાં વૈશ્નવ હવેલીના પટાંગણમાં ગ્રેઇસે શું કર્યું અને પોતે શું કર્યું તેની વાત કરીને, મૉમે પોતાનો અહેવાલ પેશ કર્યો... સર વિલિયમ એ વાંચતા ગયા તેમ તેમ આશ્ચર્ય અને આઘાતથી તેમના ચહેરા પરની રેખાઓ બદલાતી ગઈ.

મૉમની ડિપ્લોમસીનો એ અભૂતપૂર્વ વિજય હતો. મૉમે જે અહેવાલ રજૂ કર્યો તે સાચો છે કે ખોટો તે પુરવાર કરવાની કોઈ શક્યતા રહી ન હતી. તેમાં આવતાં બધાં પાત્રો મૃત્યુ પામ્યાં હતાં. અલબત્ત, તે વખતે બાબા હરિભજન જીવતા છે કે નહીં તેની માહિતી મૉમને ન હતી, પણ એ અહેવાલની વિગતોને પડકારવા બાબા હરિભજન ક્યારેય અંગ્રેજો સમક્ષ આવી નહીં શકે તેની તેમને ખાતરી હતી.

જાનોરમાં અને જબલપુરમાં જે ઘટનાઓ બની હતી અને બની રહી હતી તેમાં જૅક મૅકગ્રેગર અને આભ જેવડી તેની મહત્ત્વાકાંક્ષા કારણરૂપ હતી તેવું મૉમે એ અહેવાલ દ્વારા સિદ્ધ કર્યું હતું. આખીય ઘટનામાં જૅક સૌથી મોટો 'વિલન' હતો, કાવતરાબાજ હતો—તે વાતને મહારાણીએ અજબ સિફતથી વણી હતી. જૅકને માટે કોઈ લડવા નીકળવાનું ન હતું. લડવા તો ઠીક તેને માટે આંસુ સારવાય કોઈ તૈયાર ન હતું.

રાજરમતની આ જ ખૂબી છે. પરિસ્થિતિ પામીને જે ચોકઠું ઘડે છે તે જીતે છે. હારેલી બાજીને, પારાવાર હારને જ્યારે 'પ્લસ પૉઇન્ટ' બનાવી શકાય ત્યારે જીત ક્ષુલ્લક બની જાય છે.

લગભગ અછૂત જેવી જિંદગી જીવતા આવેલા જૅક મૅકગ્રેગરના મનમાં અપરંપાર રોષ હતો. જ્યારથી તેણે જાણ્યું કે પોતે ઍંગ્લો-ઇંડિયન જ નહીં, પરંતુ કટંગીની રાજરાણીના સ્વચ્છંદનું પરિણામ છે ત્યારથી તેણે ગાંઠ વાળી હતી કે એક દિવસ એવું કરવું જેથી અંગ્રેજો હાથ ચાટતા રહે અને રાજપૂતો તેની કુર્નિશ બજાવે. એ કરવામાં તે હાથવેંત જ છેટો રહ્યો હતો. મૉમે પોતાના અહેવાલમાં એક પછી એક વિગતો આપી હતી. અને જૅક મૅકગ્રેગરે કેવી

રીતે સર પૉવેલને અને કર્નલ મૅલેટને, મુગલ ખજાનાની લાલચે પ્યાદાં બનાવ્યાં હતાં તે પણ જણાવ્યું હતું.

બધાં જ પાત્રો પોતપોતાની રમત રમતાં હતાં. બાબા હરિભજન, વિપ્લવમાં જાનોરે અંગ્રેજોની જે તરફદારી કરી હતી તેનું વેર વાળવા માગતા હતા. સર પૉવેલ અને કર્નલ મૅલેટ જૅકની મદદથી મુગલ ખજાનો મેળવીને જાનોર પર એ ખજાનો છુપાવી રાખવાનું આળ ચડાવી 'બ્લૅકમેઇલ' કરવા માગતા હતા. જૅક મૅકગ્રેગર એકીસાથે બધાને જ અંગ્રેજ સલ્તનતને હવાલે કરીને કટંગીનું રાજ્ય તેમ જ 'રેકગ્નિશન' મેળવવા માગતો હતો.

આ બધામાં ખેરાસિંહની પરિસ્થિતિ દયાજનક હતી. તેને બિચારાને ખબર ન હતી કે, સર પૉવેલનું ખૂન કરીને આવેલો જૅક તેનો ભાઈ થતો હતો અને તે ભયાનક રમત રમી રહ્યો હતો. ખરેખર તો ઘણા સમયથી સંતોજી બારનીશ અને ખેરાસિંહ અંગ્રેજો સાથે સુલેહ કરવા માગતા હતા, પણ એ સુલેહ થાય અથવા ખેરાસિંહ કે સંતોજીને રૉયલ પાર્ડન મળે તે જૅકને પોષાય તેવી વાત ન હતી. અને એટલે જ બાબા હરિભજનને ઉશ્કેરીને તેણે આ બાગીઓને હથિયાર હેઠાં મૂકતાં અટકાવ્યા હતા.

સર પૉવેલની બહેન સાથેનો તેનો પ્રેમ પણ આ આખીય ડિઝાઇનનો એક ભાગ હતો, પણ એ વાત સાથે લેડી પૉવેલ સમ્મત ન હતી. વાત એટલી આગળ વધી ગઈ હતી કે સર પૉવેલ જો ખસી જાય તો જૅકનાં કરતૂકો જાહેર થઈ જાય અને એટલે જ સર પૉવેલનું કાસળ કાઢ્યા વગર જૅકનો છૂટકો ન હતો. તેને ખાતરી હતી કે તેની પાછળ અંગ્રેજો ઝનૂનથી તલાશ કરશે. કર્નલ મૅલેટ પણ તેની તલાશમાં નીકળશે. મનસબદારો પણ તેમાં જોડાશે. અંધાધૂંધી ફેલાવાનો આથી સુંદર મોકો ક્યારેય મળવાનો ન હતો. તેણે બરાબર ગોઠવણ કરી... બાકી ગોલાકી મઠમાં ચાલતી લડાઈ છોડીને કર્નલ મૅલેટ શા માટે ભેડાઘાટ જાય. તેણે જ કર્નલને સંદેશો મોકલ્યો હતો કે સંતોજી ઘવાયા છે, ખેરા અને મારી તલાશમાં આવેલા સેજલસિંહ ભેડાઘાટમા છે. કર્નલ ત્યાં પહોંચ્યા અને બૂરી રીતે મરાયા. સર પૉવેલ અને મૅલેટ બંને દૂર થયા. હવે વારો હતો બાબા હરિભજન અને ખેરાનો. હરિભજનને તેણે જબલપુર પર મોકલી આપ્યા અને પોતે ખેરાને લઈને આ તરફ આવ્યો. સોનામાં સુગંધ ભળી. અહીં રહમતમીર પણ જોડાયો. તેને ખાતરી હતી કે જાનોર પર રાજેશ્વરીદેવી પિંઢારીઓનો હલ્લો નહીં થવા દે અને સોદો કરવા

તત્પર થશે. એવું જ બન્યું.

તેણે રાજમહેલમાં સૌને એક જ કમરામાં એકઠા કર્યા અને એકાએક પિસ્તોલની અણીએ બધાને સ્થગિત કરી નાખ્યા અને જીનાને મેજર ગૉડફ્રેને સંદેશો આપવા મોકલી. તેની સાથે બાલીરામજીને પણ જવાની ફરજ પાડી. જીનાને એમ હતું કે, તે યોગ્ય કામ કરી રહી છે, એટલે તે પણ જૅક સાથે જોડાઈ હતી. એ બિચારી છોકરીને ખબર ન હતી કે જૅક મૅકગ્રેગર શું વિચારી રહ્યો છે.

જીના ત્યાંથી ગઈ પછી ખેરાના આશ્ચર્યનો પાર ન રહ્યો. શા માટે જૅક પિસ્તોલ તાકીને ઊભો છે... તે શું કરવા ધારે છે... ત્યારે જ ખેરાને ખબર પડી હતી કે આ ઍંગ્લો-ઇંડિયન તેની માની કૂખે જન્મ્યો છે. એ આઘાત તેને માટે અસહ્ય હતો... કમરામાં ઊભેલા બધાને એકાએક જૅક મૅકગ્રેગરની ગ્રાન્ડ ડિઝાઇન સમજાઈ હતી. તે મેજર ગૉડફ્રે આવે તેની રાહ જોવાનો ન હતો. તે કોઈને જીવતા રાખવા માગતો ન હતો. મડદાં કદી બોલવાનાં નથી, એટલે ગૉડફ્રે આવે તે પહેલાં તે સૌને ઠાર તો મારી જ નાખવાનો હતો, પણ જીનાની હાજરીમાં તે ઠંડાકલેજે કતલ કરીને તેને કંઈક પ્રશ્ન થાય તેવું કરવા માગતો ન હતો.

જો એકાએક રહમતમીર બારીમાંથી કૂદીને ભાગ્યો ન હોત તો જૅક મૅકગ્રેગર અમારાં સૌનાં મડદાં અંગ્રેજોને હવાલે કરત અને પુરવાર કરી શકત કે ખેરાસિંહ, રહમતમીર પિંઢારી અને જાનોરની મહારાણી, એ બધાં એક જ છે, પણ તેવું બન્યું નહીં. રહમત ભાગ્યો અને તેણે ગોળી છોડી. તે સાથે જ સેજલને અને ડૉક્ટર હ્યુસનને તક મળી ગઈ, પણ તે પહેલાં ખેરા ઘવાયો હતો અને જૅકને પણ ગોળી વાગી હતી...

રહમતમીર બહાર નીકળ્યો અને ઉશ્કેરાયેલા પિંઢારીઓ સાથે તેણે કૅન્ટોન્મેન્ટ પર હલ્લો કર્યો. રાજમહેલમાં ભવાનીસિંહ અને જૅકની લાશો પડી. સેજલ જીનાને રોકવા દોડ્યો હતો. ખેરાએ ભયાનક હતાશા અનુભવી આપઘાત કર્યો હતો...

તેને જિંદગીની નિરર્થકતા સમજાઈ હતી. થોડા સમય પહેલાં તે અંગ્રેજ આધિપત્ય સ્વીકારવા તૈયાર થયો હતો... તેને પારાવાર રંજ થતો હતો. તે ઘવાયો હતો. ઘવાયેલા શરીરે તે અંગ્રેજોને હાથે બેઇજ્જત થવા માગતો ન હતો...'

'મૉમના અહેવાલમાં આવી વિગતો હતી. ખૂબ જ કુશળતાથી તેમણે મુદ્દાઓ ગોઠવ્યા હતા.'

બાલીરામજીની વાત સાંભળીને હું ઠંડો પડી ગયો હતો. આખીય ઘટનાને આવી રીતે રજૂ કરવાની હિમ્મત કે બુદ્ધિ હું ચલાવી ન શકત...

'પછી શું થયું, બાલીરામજી...?'

'એ જ દિવસે પૂરા લશ્કરી દબદબા સાથે ખેરાસિંહ અને ભવાનીસિંહની અંતિમક્રિયા કરવામાં આવી. જૅક મૅકગ્રેગરનું શબ સર વિલિયમને સોંપવામાં આવ્યું. જીના પૉવેલની દફનવિધિ તે પછીના બીજે દિવસે થઈ. આ દરમિયાનમાં બાબાજી, આપની તલાશના હુકમો અપાયા. જાનોર ફરતા પચાસ માઈલમાં પગીઓએ ધરતી ખૂંદી નાખી. ગ્રેઇસ અને રાજેશ્વરીદેવીએ દિવસરાત આપના સમાચારની રાહ જોયા કરી હતી.

કલાકો પછી દિવસો વીત્યા. જબલપુર થાળે પડી ગયું હતું, જાનોર સ્વસ્થ થઈ ગયું હતું, પણ આપના સમાચાર ન હતા. મુગુટલાલની કોઠી જલી ગયાના સમાચાર આવ્યા. બાબા હરિભજનના મોતના પણ સમાચાર આવ્યા, પણ ક્યાંય આપનો પત્તો ન હતો. જાનોરમાં, જબલપુરથી માંડીને નરસિંહપુર સુધી ખેપિયા, સૈનિકો, પગીઓ ફરી વળ્યા, પણ ક્યાંય આપના વાવડ ન હતા...

આખરે એક દિવસ ગજાનન પાછો આવ્યો. અને તેણે સમાચાર આપ્યા કે ખંડેરાવ અને આપ બંને મુગુટલાલની કોઠીમાંથી બહાર નીકળી શક્યા ન હતા. અને કદાચ આપનું મૃત્યુ થયું હશે. મારે માટે એ સમાચાર હૃદય ભાંગી નાખે તેવા હતા. મૉમને કેવી રીતે કહેવું તે મને સમજાતું ન હતું... મેં એ સમાચાર રોકી રાખ્યા હતા. મુગુટલાલની કોઠીની તલાશ કરવાનો પ્રબંધ કર્યો હતો, પણ આખરે મારે કંઈક તો સમાચાર આપવા જોઈએ ને! ગજાનન અને ધાનોજી પાસે મેં જૂઠું બોલાવરાવ્યું. તેણે મૉમને માત્ર એટલું જ કહ્યું કે, જબલપુરના રેલવે એમ્બાર્કમેન્ટ પાસે ઊભા રહેવાનો હુકમ આપીને ખંડેરાવ તથા હિઝ હાઇનેસ સેજલસિંહ ક્યાંક ગયા હતા. તેમણે કલાકો સુધી તેના પાછા ફરવાની રાહ જોઈ હતી, પણ ત્યાં લડાઈ શરૂ થઈ હતી. તેમને ભાગ્યા વગર કોઈ છૂટકો ન હતો...'

'એટલે? બાલીરામજી મારી મૉમને કહ્યું નથી કે ખંડેરાવની સાથે કદાચ હું પણ માર્યો ગયો હોઈશ.' મેં પૂછ્યું.

'નહીં બાબાજી, મારી એ હિમ્મત ચાલી નહીં.' બાલીરામજીએ કહ્યું.

'ગઈ કાલે એકાએક આપ રાજમહેલમાં આવ્યા. આમ તો કોઈને ખબર ન પડત, પણ ગજાનને આપને જોઈને આશ્ચર્ય થયું હતું. તેણે એકાએક આવીને મને વાત કરી હતી કે કોર્ટના કંપાઉન્ડમાં, જબલપુર કેન્ટમાં તેણે એક દાઝેલો આદમી જોયો હતો જેણે આપના જેવા જ બૂટ પહેર્યા હતા અને એ આદમી આજે મહેલમાં આવ્યો છે... બાબાજી... બાબાજી...' કહીને એ જઈફ આદમી એકાએક રડી પડ્યો... બાલીરામજીના ગળામાં ડૂમો ભરાઈ આવ્યો હતો. મેં તેમને પાણી આપ્યું... સેવાદાસજીએ તેમને સાંત્વન આપ્યું.

થોડી વારે તે શાંત થયા. કલાકોથી એ બોલતા હતા. હવે તે મનથી ભાંગી પડ્યા હતા. 'બાબાજી, આપ પાછા આવો છો ને! હું આપને લેવા આવ્યો છું.' મેં જવાબ ન આપ્યો.

'આપને કલ્પના નથી આવતી, પણ આપનાં મૉમની ભીતરમાં શું થઈ રહ્યું છે તે હું સમજું છું. તેમનું વ્યક્તિત્વ ગજબ છે... મોગરાનું ફૂલ કચડાય તોપણ સુગંધ તો રેલે છે બાબાજી... એ સમ્રાજ્ઞી છે, છતાં મા છે. આપના વગર એ ઝાઝો વખત જીવી નહીં શકે... આપને ખબર છે એ જીવે છે શા માટે?'

'મને ખબર છે બાલીરામજી... એ જીવે છે એક જ કારણે...'

'આપના પુત્રને જોવા માટે...'

'એ સિવાય પણ બીજું કારણ હશે બાલીરામજી... ખેરાને તેમણે વચન આપ્યું હશે તો એ પૂરું કર્યા વગર મરશે નહીં...' મેં કહ્યું.

ફરી વાર એ કમરામાં સન્નાટો છવાયો. મેં ધીરેથી પૂછ્યું.

'સેના ક્યાં છે?'

'મેકલમાં છે બાબાજી... તેના પણ અનેક પત્રો આવે છે. તમે ઓચિંતા ત્યાં આવી જશો તેવું માનીને તે રોજ સમાચારની વાટ જુએ છે.'

'તેને એમ્નેસ્ટી આપી?'

'હા... રોયલ પાર્ડન. મેકલની જાગીર પાછી મેળવવા માટે મૉમની મદદથી પ્રિવી કાઉન્સિલ અને વાઇસરોય સાથે પત્રવ્યવહાર ચાલે છે.' બાલીરામજીએ જવાબ આપ્યો.

'મુગુટલાલની કોઠીમાં એ મને મળશે તેવી મને આશા હતી.' મેં નિઃશ્વાસ નાખ્યો. 'ખેર... એ વાત પૂરી થઈ...'

'નથી થઈ, બાબાજી સર...' બાલીરામજી બોલી ઊઠ્યા. ઓહ ઈશ્વર... વાત પૂરી નથી થઈ બાબાજી... આપને કેવી રીતે કહેવું... કયા શબ્દોમાં

કહેવું?... મેકલની પહાડીઓમાં, લીલી હરિયાળી ભૂમિમાં, ધરતીની સોડમ લઈને ઘૂમતી એ છોકરી કોઈ અનન્ય શ્રદ્ધાથી આપની રાહ જુએ છે... આપને ખબર છે બાબાજી, સેના બારનીશ... મા બનવાની છે?

મારા જિગરમાં ઘૂસીને કોઈએ ઘણનો ઘા કર્યો હોય તેવો ઘા થયો...' બાલીરામજી...' હું બોલ્યો. મારી છાતીમાં ભયાનક દર્દ થતું હતું.

ધસમસતા પૂરથી ધોવાતા કિનારાની ભેખડ પર ઊભેલા સાગના ઝાડ જેવી જ મારી દશા હતી. હાથ પસારીને ઊભેલા સહસ્રાર્જુનની જેમ જ ડાળીઓ ફેલાવીને, ગગનને ચૂમવા મથતા સાગના ઝાડ હેઠળની ધરતી ધોવાતી હોય, ગાંડીતૂર બનેલી નર્મદા ભેખડને ચૂર ચૂર કરીને, તેનો ગારો બનાવીને, પોતાની સાથે તાણી જતી હોય ત્યાં બિચારો સાગ... તેનાં મૂળિયાં જ જ્યાં ઊખડતાં હોય ત્યાં એ શું કરે... જે ડાળીઓને તે મગરૂબીથી જોતો હોય એ જ ડાળીઓનો ભાર ઉપાડવાની તેની શક્તિ પાણીના વહેણ સાથે તણાઈ જતી હોય... ત્યારે એ સાગને શું થતું હશે...!

આવું જ કંઈ મને થતું હતું, પણ એ સંવેગને સમજાવવા કે સમાવવા મારી પાસે કોઈ શબ્દો ન હતા કે ઉદ્‌ગાર ન હતો. એક હાથની ખાલી હથેળીમાં, બીજા હાથથી મુક્કા મારવા અને પાંજરે પુરાયેલા સિંહની માફક ફુત્કાર કરીને આંટા મારવા સિવાય બીજું શું થઈ શકે! એવું જ કંઈક મેં કર્યું, પણ એ કોઈ ઉપાય ન હતો. ઊખડી ગયેલાં મૂળિયાંને સ્થિર કરવાનો એ રસ્તો ન હતો. એ હતું એક સંચલન... શૂન્યતાનું... અવકાશનું... નિઃસહાયતાનું... ખાલીપણાનું.

મારી નબળાઈને ધિક્કારું! મારી મૂર્ખતાની બાંગ પુકારું! મારા સ્વચ્છંદનો કોઈ પસ્તાવો ખરો? કોઈ રસ્તો ખરો જેથી આ જે બન્યું હતું તે ન બન્યું થઈ શકે! મારા જિન્સી આવેગને કારણે ગ્રેઇસ મા બનવાની હતી. અને હવે... હવે... સેના પણ? આ નાનકડી મારી જિંદગીમાં આવો ખતરનાક યોગાનુયોગ શા માટે? વર્ષો સુધી સંતતિ માટે બાધા-આખડી, દવા-દારૂ અને જીવનને તીતર-ભીતર કરી નાખતાં દંપતીને ત્યાં શા માટે બાળક નહીં અને શા માટે મારા જીવનમાં... મારી જિંદગીની આ ભયાનક પળે હું બે સ્ત્રીઓનાં સંતાનોનો પિતા!!! ઓહ ઈશ્વર! ક્યાં ઋણ મારે ફેડવાનાં હતાં? મારે નફરત પણ કોની કરવી! વાંક પણ કોનો કાઢવો!

હું કોઈ સંત ન હતો. એક એફ્લુઅન્ટ ક્લાસમાં ઊછરેલો હું આદમી હતો. સર્વસંપન્ન અને સાંપ્રત અને તેમાંય વગ અને સત્તા ધરાવનારા કુટુંબમાં

હું જન્મ્યો હતો અને એટલે જ એક રાજકુમારમાં હોય તેટલાં અપલક્ષણો હું ધરાવતો હતો. ગ્વાલિયરની મારી જિંદગીમાં મેં ઓછો એશ કર્યો ન હતો. સ્ત્રીઓના સંસર્ગનો મને શોખ હતો. તેમ છતાં એ સમયમાં મારી જાતને હું જેટલો ચાહતો એટલી ચાહના મને કોઈની ન હતી. મારાં એ એશારામ, વિલાસ અને વૈભવના કાળમાં ભણવાનું તો કેવળ બાહ્યાચાર હતો. અંગ્રેજોને એવી કોઈ પડી ન હતી કે હિંદના રાજકુમારો કંઈ શીખે. અને એટલે જ વેસ્ટર્ન આચાર સાથે વ્યભિચારને પણ કોઈ મર્યાદા ન હતી. એ જ સાંવેગિક અવસ્થામાં મને ગ્રેઇસ મળી હતી. તેની સાથેનો મારો પ્રથમ પરિચય કેવળ જિન્સી હતો. એ સુંદર હતી... એ સ્ત્રી હતી. હું તેને પસંદ પડું તેવો 'હૅન્ડસમ' આદમી હતો. (છોકરીઓ કહેતી કે હું ઈર્રેઝિસ્ટિબલ છું) એ આકર્ષણ હતું. એ ફિઝિકલ... સેક્સુઅલ ઍટ્રૅક્શન... તેનો એક જ સંદર્ભ હતો... શય્યા... અને શરીર... પણ એ અંગ્રેજ છોકરીએ મને પહેલો આઘાત આપ્યો હતો. તેણે મને રાજપૂતાઈની સભાનતા કરાવી હતી. વર્ષોથી મારા બાપુની છબિ પાસે ઊભા રહીને હું જે સવાલ પૂછતો એ સવાલની ભીતરમાં તેણે ચોટ લગાવી હતી. અને હું એકાએક મારી 'ચામડી' ખંખેરીને જાગી ઊઠ્યો હતો.

પણ તે વખતે મને ખ્યાલ ન હતો કે એ અંગ્રેજ છોકરીને પોતાને જ રાજપૂતાઈનો ચેપ લાગશે. મને કલ્પના ન હતી કે તે મને આટલો પ્રેમ કરશે... કરતી હશે. તેને માટે મારું સાન્નિધ્ય, એ જ સિદ્ધિ હતી. મારી પત્ની બનવામાં જ તે પોતાની જિંદગી બનાવવા માગતી હતી. મારે માટે એ પ્રણય એક ઇન્ફેચ્યુએશનથી વિશેષ કંઈ ન હતો, પણ ઓરતના નિર્ધાર જેવી નક્કર ચીજ આ જગતમાં બીજી કોઈ નથી. સર વિલિયમની દીકરીએ, એ અંગ્રેજ છોકરીએ, રાજપૂતાણીનું ઓજસ બતાવ્યું... એ પ્રેમાતુર છોકરી મારા બાળકની મા બનવાની હતી તોપણ લગ્ન માટે તેણે માગણી મૂકી ન હતી. મેં લગ્ન માટે સંમતિ આપી પછી જ તેણે મને આ વાત કરી હતી. તેને સેનાને હું ચાહું છું, કેટલી ઉષ્માથી ચાહું છું તે ખબર ન હોય તેમ હું માનતો નથી.

અને સેના... ગોલાકી મઠના ખંડેરોમાં મેં તેને પ્રથમ વખત જોઈ ત્યારથી જ તેના સિવાય મને કંઈ જ સૂઝતું ન હતું. ભલે અત્યારે હું ગમે તે સ્થિતિમાં હોઉં, મારો ચહેરો બદસૂરત થઈ ગયો છે... અવાજપેટીમાં પણ આગથી ઈજા થઈ છે અને કેવળ ચહેરો જ નહીં, અવાજ પણ બદલાયો છે... પણ મારા રોમેરોમમાં સેના સિવાય કશું શાશ્વત નથી. ભેડાઘાટની ચટ્ટાનો પર, નર્મદાના

વહેતાં પવિત્ર પાણી પર, સંગેમરમર કિનારા પર, વંધ્યાચિળ અને સાતપુડાની આ વિરલ ધરતી પર, જ્યાં જ્યાં સેનાના પગ પડ્યા છે એ પગલાંની રજેરજને હું ચાહું છું. સંતોજી બારનીશ જેવા નૃસિંહની એ દીકરી, મને પ્રેમ કરવામાં તેણે પાછું વાળીને જોયું નથી. એ જાણતી હતી કે ક્યારેય તે મારી પત્ની બનીને જાનોર આવી શકવાની ન હતી. પત્ની બનીને મારી સાથે રહી શકવાની ન હતી, છતાં તેણે મને પ્રેમ કર્યો હતો, અરે! એ તો ઠીક, તે જાણતી હતી કે ગ્રેઇસ સાથે મારું લગ્ન થશે. એ લગ્ન રાજકારણ માટે, જાનોરના રાજ્ય માટે જરૂરી હતું, પણ એનો તેને ક્યારેય રંજ ન હતો.

ગ્રેઇસ...

સેના...

હિન્દભરમાં શોધી ન જડે તેવી એ બન્ને ઓરતો હતી. બંનેએ તેમનું સર્વસ્વ મને આપ્યું હતું. અનપેક્ષ અને અસ્ખલિત પ્યાર કર્યો હતો. એ પ્રેમની ચિરંતન સ્મૃતિની કોઈ અજ્ઞાત ઝંખનામાં તેમણે નિઃસંકોચ તેમનું કૌમાર્ય સમર્પિત કર્યું હતું. પ્રેમનું એ સર્વાંગ સંપૂર્ણ અનુષ્ઠાન હતું. ભાવના અને સંવેગ, ઐહિક અને અલૌકિક પ્રેમના તાણાવાણા વણીને તેમણે રેશમ સરજ્યું હતું. એ રેશમની સુંવાળપ તેમણે પોતાના દેહમાં સંઘરી હતી...

અને આજે એ સઘળું નષ્ટ થયું હતું... અપરંપાર વ્યાકુળતામાં હું સેવાદાસજી અને બાલીરામજીને એ કમરામાં જ મૂકીને બહાર નીકળી ગયો હતો. સેવાદાસજીના આશ્રમના શાંત માહોલમાં કુદરતનો ધબકાર હતો. આશ્રમની વચ્ચે થઈને વહેતું નાનકડું ઝરણું, એ ઝરણામાં તરતી, ચમકતી, એકસાથે દોડતી કે અટકીને પાછી વળતી માછલીઓ, હવાની ધીરી લહેરમાં ઝૂલતાં વૃક્ષો, પવનના સ્પર્શથી ઝૂકતું ઘાસ, સૂર્યસ્નાન કરતાં કબૂતર અને આમતેમ દોડતાં તીતર, ત્યાં નદીકિનારે રમતું હરણનું નાનકડું ટોળું... સેવાદાસની જગ્યામાં શાંત કુદરતનું લાસ્ય હતું... થોડાક ચેલાઓ આમતેમ ફરતા હતા... કોઈ કૂવેથી પાણી ભરતું હતું, કોઈ શાકભાજીના છોડવા સાથે કંઈ ગડમથલ કરતું હતું, તો કોઈ ધીરા સાદે બોલીને અધ્યયન કરતું હતું... તો કોઈક વળી પંખીઓને દાણા નાખવાનો ચબૂતરો સાફ કરતું હતું.

લીમડાના થડની આસપાસ બનાવેલા માટીના ચોતરા પર જઈને હું બેઠો... ત્યારે પણ મને શબ્દો જડતા ન હતા... મારા માનસપટ પર એકસાથે એટલી છબિઓ તરતી હતી કે કોના વિશે વિચારું તે સૂઝતું ન હતું... અને છતાંય

એ બધી છબિઓને હઠાવીને મારા પિતાની છબિ જાણે વારંવાર આગળ આવીને ઊભી રહેતી હતી... એ જ નમણું સ્મિત... એ જ ટટ્ટાર મગરૂરી... એ છબિમાંથી જાણે બંને હાથ લાંબા થતા હતા...એ હાથ મને બોલાવી રહ્યા હતા... એ હાથનો સ્પર્શ મારા માથા પર થતો હતો.

✼

તે આખો દિવસ બાલીરામજી ત્યાં જ રહ્યા હતા. હું ક્યાંય સુધી ત્યાં ચોતરે જ બેસી રહ્યો હતો. મારી આજુબાજુ જાણે ધુમ્મસ વીંટળાયું હોય તેવું લાગતું હતું. કુદરતનું સાન્નિધ્ય માણસને શાંત બનાવે છે. શાંતિ માણસને સુખ આપે છે. ઉદ્વેગમાં નિસર્ગની એકલતા સહારો આપે છે.

'બાબાજી...' મેં અવાજ સાંભળ્યો. સંત સેવાદાસજી ચોતરાની પાછળ આવીને ઊભા હતા. તેમના સૌમ્ય ચહેરા પર તદ્દન નિર્દોષ હાસ્ય હતું. સફેદ અલફી જેવી કસોવાળી બંડી અને લુંગીની માફક ખૂલતું છૂટી પાટલીએ પહેરેલું ટૂંકું ધોતર, એ સફેદ વસ્ત્રોને ઓપતી કાળાધોળા વાળવાળી દાઢી અને તેવા જ વાળ... મેં તેમની સામે જોયું.

'બાબાજી, આ ચોતરા પર બેસીને મેં પણ કુદરતની અફાટ સૃષ્ટિનું દર્શન કર્યું છે. મેં પણ શાંતિમાંથી ઊઠતા દૈવી સંગીતનો આસ્વાદ કર્યો છે. હું તો સાધુ છું બાબાજી... ઈશ્વરભક્તિ, અધ્યયન અને યોગ વિશે કદાચ એકબે વાતો કહી શકું તેટલું મેળવ્યું છે. અનંત જ્ઞાનના દુષ્કર રસ્તા પર થોડુંક ચાલી શક્યો છું... હું આપની વેદના સમજી શકું છું... મારી પાસે તેનો કોઈ ઉપાય છે તેવું પણ નથી. માનવીના જીવનમાં ઉપાય અને ઉકેલ તો ઈશ્વરના હાથમાં છે, પણ દુ:ખમાં વિસામો માનવીના હાથની વાત છે તેમ હું માનું છું. જખમ રુઝાતા હોય છે, છતાં ભૂંસાતા નથી. તેની નિશાની કાયમ રહે છે, પણ એ નિશાની હરહંમેશ વેદના કરાવતી નથી. માણસનો વિનાશ કરી શકાય છે, પણ તેને હરાવી શકાતો નથી તે તો ઈશ્વરનેય ખબર છે અને એટલે જ આપના જેવા લોકો ધ્યેય-પ્રાપ્તિ માટે ઝઝૂમે છે અને સાધુસંતો ઈશ્વરપ્રાપ્તિ માટે ઝઝૂમે છે. આ બંનેમાં હું કોઈ ફરક જોતો નથી...' કહીને તે અટક્યા. તેમણે મારી આંખોમાં આંખ પરોવી...

'ચાલો બાબાજી... બાલીરામજી ખૂબ અસ્વસ્થ છે. આપણે બંને જઈને તેમને સાંત્વન આપીએ.' તે બોલ્યા. હું ઊભો થયો. સેવાદાસજીના શબ્દોથી

મને કોઈ સાંત્વન મળ્યું હતું એવું ન હતું, પણ મેં નિર્ણય કરી લીધો અને તેનાથી મારો ઉદ્વેગ શમ્યો હતો.

*

જાનોરના એ જઈફ આદમીનું ગજવેલ જેવું હૃદય મીણની જેમ પીગળી રહ્યું હતું. જાનોર પાછા જવાનો પ્રશ્ન હતો જ નહીં. બાલીરામજીએ વિવિધ દલીલો કરી હતી. મારા બળી ગયેલા શરીર માટે લંડન, પૅરિસ કે વિયેનામાં કોઈ વિચક્ષણ ડૉક્ટરની શોધ કરવાનો અને તેમ શક્ય હોય તો મારે ત્યાં જવું તેવો પ્રસ્તાવ તેમણે મૂક્યો, પણ એ નિરર્થક વાત હતી. હું મારી જાતને, હું દાઝી ગયો તે પહેલાના મારા દેખાવને નાર્સિસસની માફક ચાહતો હતો. અને હવે કદરૂપા બનીને મારે જાનોર પાછા જવું ન હતું. વળી ધારો કે તેમ કરું તો મારે ગ્રેઇસને 'એમ્બરેસિંગ સિચ્યુએશન'માં મૂકવી ન હતી. હું મૃત્યુ પામ્યો છું તેવું ગ્રેઇસ અને સેના જાણે તો એ આઘાત જીરવીને જીવવું તેમને બંને માટે સહેલું નીવડશે, પણ દિવસરાત મારા ભયાનક ચહેરાને જોઈને પળે પળે દુઃખ અનુભવીને તે બંને જીવે તેવું હું ઇચ્છતો ન હતો.

વળી સેનાને 'રૉયલ પાર્ડન' આપવામાં આવી હતી. એટલે સ્ત્રીસહજ ઉત્કંઠાથી, તેણે મારી સાથે રહી શકાશે, લગ્ન પણ કદાચ કરી શકાશે તેવી કલ્પના કરી હશે... કદાચ રાહ પણ જોતી હશે... અને ગ્રેઇસ તો, તે જાણે મારી સાથે લગ્ન કરી ચૂકી હોય તેમ જાનોર આવી જ ગઈ હતી. એટલું જ નહીં જાનોરની ભાવિ રાણીની માફક જાહેરમાં વર્તતી પણ હતી.

હું સ્વસ્થ હોત તો કદાચ મેં આનો ઉકેલ કાઢવાનો પ્રયત્ન કર્યો હોત. અલબત્ત, તેમાંય ઓછો ગૂંચવાડો ન હતો. બંને સ્ત્રીઓ બાળકની, મારા જ બાળકની મા થવાની હતી...

'નહીં બાલીરામજી... મને કોઈ રસ્તો દેખાતો નથી. કોઈ જ ઉકેલ નજરે ચડતો નથી. હું ચાલ્યો જઈશ. બાલીરામજી, હું આ વિશાળ ધરતીમાં ક્યાંક છુપાઈ જઈશ... મને જીવનનો કોઈ અર્થ દેખાતો નથી... કોઈ ધ્યેય દેખાતું નથી' મેં કહ્યું.

'આજે પહેલી વાર હું તર્ક કરી શકતો નથી... બાબજી... આજે પહેલી વાર મારું ગાંડિવ, મારી તર્કશક્તિ—સરી રહી છે... આપની વાત હું સ્વીકારી શકતો નથી કે નકારી શકતો નથી, નર્મદાકાંઠેથી એક નવું જ રાજકારણ,

એક નવી જ શક્તિ, નવો જ વિપ્લવ, નવો જ અભિગમ સર્જવાનું મેં સ્વપ્ન જોયું હતું. જાનોરની રાજધાની દિલ્હી થાય તેવી એક અશક્ય પણ સુષુપ્ત એષણા હતી. એ એષણાનો કંઈક અંશ હું સિદ્ધ થતો જોઈ શકતો હતો, પણ ઈશ્વરને એ રુચ્યું નહીં હોય. હિન્દનાં પાપ હજુ ધોવાયાં નહીં હોય...' કહેતાં બાલીરામજી બાળકની માફક રડ્યા.

પણ આખરે એ અમાત્ય હતા. વિંધ્યાચળના અવિચળ અગસ્ત્ય હતા. તે સ્વસ્થ થયા. ચહેરા પર લાગેલી ધૂળ, કોઈ રૂમાલથી હઠાવી દે તેમ તેમણે તેમની અસ્વસ્થતા ખંખેરી નાખી. મને એ ગમ્યું.

'ઠીક છે બાબાજી, આપ કહો છો તેમ કરવું રહ્યું, પણ મને એક વચન આપો... ક્યારેય આત્મહત્યાનો વિચાર કરશો નહીં... ક્યારેય નહીં... જગત અનેક ચમત્કારોથી ભરેલું છે. આવતી કાલે કદાચ–' કહીને તે મારા ચહેરા સામે જોઈ રહ્યા. તેમનો શ્વાસ રૂંધાયો, અવાજ તરડાયો. 'આવતી કાલે કદાચ તમારું ગુમાવેલું સ્વરૂપ પાછું આવે.' હું હસ્યો, હું તેમને કહી ન શક્યો કે હું આત્મહત્યા કરવાનું જ વિચારતો હતો.

'આત્મહત્યાથી આ નશ્વર દેહના પ્રશ્નો ઊકલી જાય છે. બાલીરામજી, પણ આત્માના પ્રશ્નો તો મોજૂદ જ રહે છે. મોટા ભાગના લોકો આ ગેરસમજમાં રાચે છે. ઈશ્વર તેમને શરીર આપે છે, જેથી આત્માના પ્રશ્નો ઉકેલી શકે. કેવળ આત્મા જ આપ્યો હોત તો કોઈ સમસ્યા જ ન રહેત... ઉત્પત્તિ, સ્થિતિ અને લયનું કોઈ ચક્ર જ ન રહેત...' સંત સેવાદાસજી શાંત અવાજે બોલ્યા, તે સંબોધતા હતા બાલીરામજીને પણ સંભળાવતા હતા મને... 'તમે ચિંતા કરશો તેથી પ્રશ્નનું નિરાકરણ મળવાનું નથી. બાબાજી આત્મહત્યા કરશે તો તેમનો બળી ગયેલો ચહેરો ફરી વખત પાછો આવવાનો નથી. ઈશ્વરે તેમનું મૃત્યુ આત્મહત્યાથી નીર્મ્યું હશે તો તમે મેળવેલું વચન તે રોકી નહીં શકે. તેમને જે રુચે તે કરવા દેવાની હું સલાહ આપું છું. તે થોડાક દિવસ અહીં રોકાશે તો તેમને સમજાશે કે બળી ગયેલા ચહેરાવાળો આદમી કદાચ રાજકારણમાં નકામો બની જતો હશે, પણ બીજાં અનેક કાર્યો છે જેમાં ચહેરો અગત્યનો નથી અને બળેલા ચહેરાવાળો કદાચ ત્યાં વધુ કામનો માણસ નીવડે... તમે જાઓ બાલીરામજી, મોડું થઈ ગયું છે...'

બાલીરામજીના ચહેરા પર ફરી એક વખત ખેદ તરી આવ્યો, પણ તે ઊભા થયા. કશું બોલ્યા વગર તે મારી પાસે આવ્યા. મારા ચહેરા તરફ

જોઈ રહ્યા અને થોડીક ક્ષણો પછી મારા કપાળ પર ચુંબન કર્યું અને બોલ્યા: 'ગજાનને ત્યાં પત્ર લખશો તો વાત બહાર નહીં આવે. જરૂર જણાય તો સંદેશો મોકલજો. હું આવી જઈશ તમને મળવા...' કહીને તે બારણે ગયા. ક્ષણભર ઊભા રહ્યા અને પછી ઉતાવળે પગલે આશ્રમના પટાંગણમાં પહોંચ્યા. સેવાદાસજીનો અનુયાયી તેમનો ઘોડો પકડીને ઊભો હતો. ધીરેથી પેંગડાંમાં પગ ખોસીને, પલાણનો ટેકો લઈને બાલીરામજી ઘોડા પર બેઠા. હળવેથી ઘોડાનું મોં ફેરવ્યું અને લગામથી અણસારો કર્યો... પાછું જોયા વગર તે ચાલી નીકળ્યા... જંગલની ગીચ ઝાડીમાં તેમનો ઘોડો સર્યો... ઘોડાના ડાબલાનો અવાજ પણ ફેલાઈ ગયો... મારા હૃદયમાં રહેલા જાનોરના રાજમહેલનો છેલ્લો ઝરૂખો પણ તૂટી ગયો હતો.

*

તે દિવસે રાત્રે જ ચમત્કાર સર્જાયો હતો. જીવનમાં મને કોઈ રસ રહ્યો ન હતો. જે જિંદગીમાં સેના ન હોય, બાલીરામજી ન હોય, મારી અનુપમ મૉમ ન હોય તે જીવન મને અર્થહીન લાગતું હતું. સેવાદાસજીના આશ્રમમાં મને એક સુઘડ કમરો આપવામાં આવ્યો હતો. બાલીરામજી મારે માટે થોડાં કપડાં લેતા આવ્યા હતા. મારી પિસ્તોલો, મારા બૂટ, મારાં થોડાંક શર્ટ્સ, મારાં પાટલૂન... એ બધું એ કમરામાં મૂકવામાં આવ્યું હતું. રાત્રે આશ્રમમાં ભજનો ગવાયાં, પણ મને તેમાં કોઈ રસ ન હતો. સેવાદાસજીની માફી માગીને હું મારા કમરામાં ચાલ્યો ગયો. ક્યાંય સુધી હું બારીમાંથી બહાર જોતો રહ્યો. ચંદ્રનો આછો પ્રકાશ આશ્રમના કૂવાના થાળા પર પડતો હતો. રાતની સૃષ્ટિ જાગી ઊઠી હતી. ચિત્રવિચિત્ર જંગલના અવાજોમાં, આશ્રમના એક મકાનની પડાળીમાંથી રેલાતા સુરીલા બુંદેલી ભજનોનો મીઠો અવાજ ભળતો હતો.

હું ઊભો થયો. મારી પિસ્તોલમાંથી એક ઉઠાવી. કાર્ટ્રિજ બૉક્સમાંથી એક કારતૂસ ઉઠાવીને મેં પિસ્તોલમાં ભરી. આંખ મીંચીને મેં નાળચું લમણા પર મૂક્યું. મારી આંખ આગળ મારા પિતાની છબિ તરી આવી. હંમેશની જેમ તેમના ચહેરા પર રમતિયાળ સ્મિત ફરકતું હતું.

મેં ઘોડો દબાવ્યો...

ક્લિક અવાજ થયો. ધડાકો નહીં... માથું ભૂંજાઈને લોચો થયું નહીં... એક સેકન્ડ માટે હું મૃત્યુની સમીપ જઈને પાછો ફર્યો. હું જીવતો હતો... હું જીવતો

હતો... મારા હાથમાંથી પિસ્તોલ લબડી પડી. ઘડીભર હું એ લોખંડના ટુકડાને જોઈ રહ્યો. આ .૨૮ કેલિબરની ફાઇવ શૉટ કૉલ્ટ હતી... તેના ટ્રિગરને જોડતી બોલ્ટ સ્પ્રિંગની નાનકડી ઠેસી જામ થઈ ગઈ હતી. પરિણામે ટ્રિગર દબાયો, પણ હેમર ઊંચકાયો નહીં. 'કટ' અવાજ સાથે જામ થયેલી ઠેસીમાં બોલ્ટ સ્પ્રિંગ છૂટી પડી ગઈ હતી... હું ઘડીભર એ જોતો રહ્યો... અને હસ્યો... પાગલની માફક હસ્યો. પિસ્તોલ એક ખૂણામાં ફેંકીને હું બહાર આવ્યો ત્યારે સેવાદાસજી મારા કમરા તરફ આવતા હતા...

હું તેમની સામે દોડ્યો અને પગે પડ્યો. તેમણે સ્મિત વેર્યું. તેમની બાજુમાં ફાનસ લઈને આવતો આદમી પણ અચરજ પામીને ઊભો રહી ગયો હતો. એ ફાનસને અજવાળે સેવાદાસજી અલૌકિક લાગતા હતા.

'આત્મહત્યા કરવા માટે અંદરથી પહેલાં મરવું પડે છે બાબાજી, ભીતરમાં જીવતા આદમી માટે આત્મઘાત શક્ય નથી.' જાણે ત્રિકાળ જ્ઞાની હોય તેમ તે બોલ્યા. હું ક્યાંય સુધી તેમના પગ પકડીને બેસી રહ્યો.

*

હું હવે કોઈ રાજકુમાર ન હતો. મારે પિસ્તોલનો ખપ ન હતો. મારે એ સુંદર કપડાં પણ જરૂરી ન હતાં. એટલું જ નહીં, પણ એ કપડાં સાથે રાખવાનું જોખમ પણ ખેડાય તેમ ન હતું. સેવાદાસજીએ મને અલફી જેવી કસોવાળી બે બંડી આપી. બે બંડી, બે કચ્છ અને બે ધોતર... એક ધાબળો અને એક પાત્ર બસ આટલું મારે માટે બસ હતું...

વહેલી સવારે હું તૈયાર થયો. હજુ એક એષણા બાકી હતી. મેં સેવાદાસજીએ આપેલી ચીજો એક થેલામાં ભરી. તે અને તેમના અનુયાયી સાધુઓ મને ઝાંપા સુધી વળાવવા આવ્યા. સેવાદાસે મને આશીર્વાદ આપ્યા.

'બાબાજી, જ્યારે ઇચ્છો ત્યારે આ કુટિરમાં આવી શકો છો. આપણો દેશ... કેવળ પરાધીનતામાં જ પીડાતો નથી. કંઈ કેટલીય પીડા આ દેશને કોરી ખાય છે. તેની વસ્તીને રંજાડે છે. તેમાંથી કોઈ એક પણ જો દૂર થશે તો જરૂર તમે ધન્યતા અનુભવશો અને હા... બાલીરામજીએ આ આપ્યું છે...' કહીને તેમણે મારા હાથમાં એક ચામડાની નાનકડી થેલી મૂકી. 'રાજકુમારનું તમારું આયખું છે. એ ખોળિયું બદલાતાં વાર લાગશે. ત્યાં સુધી તમને એનો ખપ પડશે.' તે બોલ્યા, 'ઈશ્વર તમારું કલ્યાણ કરે.'

એ થેલીમાં થોડા રૂપિયા અને સોનાની લગડીઓ હતી. મેં એ જોયું, પણ એ નકારવાની મારામાં હિમ્મત ન હતી... પૈસાવિહોણી જિંદગીનો મને કોઈ જ ખ્યાલ ન હતો... મેં પગ ઉપાડ્યા.

મેકલની પહાડીઓ પર ધીરેથી સૂરજનો પ્રકાશ ફેલાતો હતો. તેના પડછાયા સૂરજની ચાલની સાખ પૂરતા ફરતા હતા. વર્ષો પહેલાં હું અહીં આવ્યો હતો. લીલીછમ આ પર્વતાળ ધરતી હતી. મેકલના સાવ નાનકડા ગામમાં જબલપુર કે જાનોર જેવું વાતાવરણ ન હતું. મોટે ભાગે ખેતી પર નભતા લોકોનું બનેલું આ ગામ, મરાઠાઓના સંસ્કારનું પ્રતિબિંબ પાડતું હતું. વહેલી સવારથી ગામનાં રોજિંદાં કાર્યો શરૂ થયાં હતાં. આમ તો ગામમાં જવાનો રસ્તો એક જ હતો, પણ વસ્તી જુદા જુદા મહોલ્લામાં વહેંચાયેલી હતી. ગામમાં ત્રણેક મંદિરો હતાં. વિઠોબાના મંદિર પાસે થોડી ભીડ હતી, પણ સંતોજી બારનીશની કોઠીની પેલી તરફ ઊંચાણમાં શિવાલય હતું. તેના ઓટલે જઈને હું બેઠો.

મારે સેનાને જોવી હતી. છેલ્લી વખત મારે તેને જોઈ લેવી હતી. મારી નજરમાં ભરી લેવી હતી. કોઠીમાં જવું શક્ય ન હતું અને એટલે જ કોઠીની બહાર, ઢોળાવની ટોચ પરના શિવાલયમાં મેં પડાવ નાખ્યો હતો. તેની દિનચર્યા વિશે મને કોઈ માહિતી ન હતી.

હું પગથિયે જઈને બેઠો. સેવાદાસજીએ બાંધી આપેલા સત્તુની પોટકી છોડી અને ફરસ પર પાથરી, ત્યાં મારી પાછળથી અવાજ આવ્યો:

'એ બાબા... જરા બાજુ પર બેસો...' એ અવાજ પૂજારીનો હતો. તે નજીક આવ્યો. તેણે મારી સામે જોયું અને એકાએક બરાડ્યો, 'અરે ઊઠ અહીંથી... સવાર સવારમાં ક્યાંથી ટપકી પડે છે... કોણ જાણે... ચલ ભાગ અહીંથી... હમણાં તારા બાપાઓ આવશે તો ધક્કો મારીને તને હઠાવશે... ચલ જલદી કર... ઊઠ...'

બિચારો પૂજારી... એને ખબર ન હતી કે તેના ઓટલે આવીને કોણ બેઠું છે. હું ઊઠીને શિવાલયના વિશાળ ચોતરાને છેડે ઊગેલા પીપળાના ઝાડ હેઠળ જઈને બેઠો ત્યાં જ સંતોજીની કોઠીના દરવાજામાંથી હાથમાં બંદૂકો લઈને બે આદમીઓ નીકળ્યા. તેમની પાછળ બે ઓરતો હતી. એકના હાથમાં થાળ હતો અને બીજીના હાથમાં ફૂલ ભરેલી બાસ્કેટ. તેની પાછળ બીજા બે આદમીઓ પણ બંદૂક સાથે દેખાયા... હું જોઈ રહ્યો... મારી આંખોમાં પણ દાઝવાને કારણે નુકસાન થયું હતું. દૂરથી હું માણસનો ચહેરો જોઈ શકતો,

પણ ઓળખી શકતો નહીં...

એકાએક બ્રહ્માંડ થીજી ગયું. મારા હાથ, પગ, હૈયું... મારું હૃદય અરે મારું આખુંય મજ્જાતંત્ર સ્તબ્ધ થઈ ગયું.

ફૂલનું બાસ્કેટ હાથમાં લઈને સેના આવતી હતી. સેના... મારી સેના... એ જ સ્મિત, એ જ હોઠ અને એ જ સુરખી... વાળ હોળવાની પદ્ધતિ પણ એ જ, તેનું વજન સહેજ વધ્યું હતું. તેના ગાલ પહેલાં કરતાં વધુ ગોળ થયા હતા. તે હતી તે કરતાં વધુ રૂપાળી લાગતી હતી. હું ઊભો થયો. મારા હૃદયમાંથી ચિત્કાર થયો, પણ હું બોલ્યો નહીં... તે પગથિયાં ચડી. તેની પાછળ આગળ કોણ હતું તે મને દેખાતું ન હતું. કેવળ સેના જ મને દેખાતી હતી. તેનું પેટ સહેજ ફૂલ્યું હતું. નિતંબ ભરાયા હતા. એક અડધી મિનિટમાં તે શિવાલયમાં ચાલી ગઈ. તે બહાર નીકળી ત્યાં સુધી હું ઊભો રહ્યો... ત્યાં બીજા થોડા માણસો ઊભા હતા. તેણે બહાર નીકળીને બધાને પ્રસાદ આપ્યો. દૂર ઊભેલા મને તેણે જોયો. મને પ્રસાદ આપવા માટે તેણે ડગલાં ભર્યાં, પણ પેલા કમબખ્ત પૂજારીએ અધવચ્ચેથી તેના હાથમાંથી પ્રસાદ લઈ લીધો. તે પાછી વળી પગથિયાં ઊતરીને ચાલી ગઈ... તેની પાછળ ચટ્ટાન જેવો આજો માતાઈ ચાલતો હતો...

'અબે એય... લઈ લે આ પ્રસાદ.' પૂજારીએ બૂમ મારી, પણ મારો બક્સો ઉઠાવીને હું પગથિયાં ઊતર્યો... એય લે ભાઈ પ્રસાદ... કમાલ છે કમબખ્ત...' પૂજારી બોલ્યો... સેનાનું એ છેલ્લું દર્શન હતું... અને મારી અજીબ જીવનયાત્રાનો પ્રથમ દિવસ હતો.

*

પૂજારીએ કંઈક ઘૃણાથી, કંઈક વિચિત્ર દયાથી આપવા માંડેલા પ્રસાદમાં મને રસ ન હતો. અરે! એ શિવાલય પણ મારી જિંદગીની જેમ મને શિવનિર્માલ્ય લાગતું હતું. સેનાને કદાચ હવે મારી જિંદગીમાં હું ક્યારેય મળવાનો ન હતો. શિવાલયનો મંડપ વટાવીને તેનાં ઊંચાં પગથિયાં ઝડપથી ઊતરીને હું રસ્તા પર આવ્યો. સેના મારાથી થોડા જ અંતરે હતી. તે ધીરેથી ચાલતી હતી. તેની પરિચારિકા હસતી હસતી કંઈક તેને કહેતી હતી. મરાઠી પાઘડીઓ પહેરેલા બે બારગીઓ આગળ ચાલતા હતા. બીજા બે રસ્તાની એક તરફ કંઈક વાત કરતા જતા હતા. એ સૌની પાછળ ધીરાં ડગલાં ભરતો, વિંધ્યના વાઘ સમો

આજો માતાઈ ચાલતો હતો...

ઢોળાવવાળો એ રસ્તો મેકલ ગામ તરફ જતો. શિવાલયથી લગભગ અરધો-પોણો ફર્લાન્ગ દૂર જમણી તરફ સંતોજીની કોઠીનો દરવાજો પડતો હતો. મોટા કોટથી વીંટળાયેલી કોઠીનો એ ઢળતા છાપરાવાળો મેડીબંધ દરવાજો હતો. એ મેડીમાં જૂની કડાબીનનાં બે નાળચાં બહાર આવતાં હતાં.

મેકલની પહાડીઓમાં કેટલીય ટેકરીઓ અને વિસ્તારો લાલ મૂરમથી છવાયેલાં હતાં. આ રસ્તો પણ જાણે પાકી ઈંટો ઘસીને પાડેલી લાલ રેતથી છવાયેલો હતો. રોજિંદી અવરજવરથી એ રેત સુંવાળી બની હતી. એ સુંવાળી રેતમાં રેશમ જેવાં સેનાનાં પગલાં પડતાં હતાં. મારાથી આગળ આટલા જણા ચાલતા હતા, છતાં હું એ પગલાં ઓળખી શકતો હતો. તેનાં આંગળાંનાં ટેરવાંની છાપ, પગનાં તળિયાંના લંબગોળાકારના પહોંચાની મહોર, પાની અને તળિયા વચ્ચે પડતા અંગ્રેજી 'એસ' આકારના ખાડાની કોમળ છાપ મેકલના એ લાલ રસ્તા પર પડતી હતી અને મને ઊકલતી હતી.

ઉઘાડે પગે જ ભગવાન શંકરની પૂજા કરવા આવેલી અલ્લડ, રમતિયાળ, જ્યાં ભલભલા ભડવીરો પણ થથરી જાય તેવી ભોમકામાં ફરનારી, સંતોજીની એ દીકરી કંઈક અંશે મારી માફક જ અંગ્રેજી માહોલમાં ઊછરી હતી, પણ જાણે એ અંચળો હોય તેમ અંતઃસત્ત્વા થતાંની સાથે બધું ખંખેરાઈ ગયું હતું. પરદેશ ગયેલા પતિની રાહ જોતી એ ગૃહિણી લાગતી હતી, છતાં અભિસારિકાની લાલ સુરખી તેના ચહેરા પર હતી. મને એકાએક ભેડાઘાટની દીવાલો વચ્ચે વહેતી નર્મદાના અનુપમ પટમાં ગાળેલી રાત્રિઓ યાદ આવી. કેવો ચુસ્ત એ પ્રણય હતો! આ પગલાં પાડતાં પગનાં તળિયાં પર મારી બરછટ દાઢી ફેરવીને તે અકળાઈ જાય ત્યાં સુધી, સેનાને હું ગલી કરતો. તે ચિત્કારી ઊઠતી અને પછી કંઈક એવી ખૂબીથી મારી ગરદન અને ખભા પર લાત મારતી કે હું પડતો અને તે મારા હાથમાંથી છૂટતી.

મને એકાએક દોડવાનું મન થયું. મારા પગમાં આપમેળે જ જાણે જીવ આવ્યો હોય તેમ શક્તિ સિંચાઈ અને પગ દોડ્યા. મને થયું મારા શરીરમાંથી આપમેળે જ બૂમ પડાઈ જશે. અને ખરેખર મારા ગળામાં એવી ગર્રાટી થઈ, પણ ગળામાં જાણે સીસું રેડાયું હોય તેમ અવાજ ન નીકળ્યો, પણ મારાં પગલાંનો અવાજ સાંભળીને આજોએ તેની ગરદન ફેરવીને પાછળ જોયું. હું આપોઆપ ધીરો પડી ગયો. આજો ક્ષણવાર ખચકાઈને ઊભો રહ્યો. માથું

હલાવ્યું. તેના ચહેરા પરના ભાવ હું જોઈ શકતો ન હતો. તે ઊભો રહ્યો અને હું ચાલતો રહ્યો. નછૂટકે હું તેની નજીક આવ્યો. સેના અને તેની સાથેના માણસો અને તેની દાસી આગળ ચાલ્યે જતાં હતાં.

આજોએ ઘડીભર મારી સામે જોયું. 'શું જોઈએ છે એય?' તેણે પૂછ્યું હતું તો ધીરા અને કંઈક કંટાળાજનક અવાજે પણ તેના અવાજમાં લશ્કરી દમામ હતો. મારા મગજમાં એકાએક લોહી ધસી આવ્યું. કમબખ્ત આજો... શું મને એ ભિખારી સમજતો હતો?

'આજો...' એકાએક તરડાયેલા, આશ્ચર્ય અને ગુસ્સાભર્યા અવાજે મારાથી બોલાઈ ગયું. તેની ભમ્મરો ઊંચકાઈ. તે મારી નજીક આવ્યો.

'તું મને ઓળખે છે?' તેણે આશ્ચર્યથી પૂછ્યું. મારી ભૂલ મને સમજાઈ... મને થયું કે એક ઘડીમાં તે મને ઓળખી કાઢશે. તે બીજો કોઈ સવાલ પૂછે તે પહેલાં મેં કહ્યું.

'વિંધ્યાચળ કે મેકલ, નર્મદાનો તટ હોય કે સાતપુડાની પહાડીઓ હોય, આજો માતાઈને ન ઓળખનારો કોઈ આદમી હશે ખરો?' મેં કહ્યું. તે હસ્યો. આ પ્રશસ્તિ તેને ગમી હતી.

'શું જોઈએ છે તારે?' તેણે પૂછ્યું.

'કાંઈ નહીં...'

'તો પછી આમ દોડતો પાછળ શું કામ આવતો હતો? તેણે પૂછ્યું, પણ મારી પાસે જવાબ ન હતો. જે જવાબ હતો તે કહેવાનું કૌવત ન હતું.

'કંઈ નહીં, અમસ્તો જ. વર્ષો પછી તમને જોયા એટલે થોડું કૌતુક થયું.'

'શેનું કૌતુક...!'

'વર્ષોથી આ મેકલમાં સંતોજીબાપુ અને તમે...' મારે નછૂટકે તેને માનાર્થે સંબોધવો પડતો હતો, 'અને... તેમની દીકરી ચાલ્યાં ગયાં હતાં... આજે તમને જોઈને... આનંદ... સંતોષ એટલે કે...'

'બસ, હવે ટૂંકમાં પતાવ ને! શું જોઈએ છે તે ભસી મરને ભાઈ... આડીઅવળી વાતો કરવાનો સમય નથી... ચાલ બોલ... ખાવાનું ખાધું છે કે પછી ભૂખ્યો જ ફરે છે અને આ બધું શું થયું છે? તેણે પૂછ્યું. હું સમસમી ઊઠ્યો. કમબખ્ત હું કોણ છું તે તને સમજાતું નથી? મારે શું જોઈએ છે તે તને ખબર નથી? મારા મનમાં એ પ્રશ્નો ઊઠ્યા અને શમ્યા.

'કાંઈ નહીં... કાંઈ નહીં જોઈએ. આ તો કેવળ... દર્શન એટલે કે સંતોજીની

દીકરી અને આજો... વિંધ્યાચળના... આ મેકલના શેરનાં દર્શન...'

'બસ, તો એ દર્શન કરી લીધાં ને ભાઈ... લે આ અને ચાલતો થા...' તેણે કહ્યું અને ઝડપથી ખિસ્સામાંથી ચાંદીનો રાણી વિક્ટોરિયાની છાપવાળો સિક્કો કાઢ્યો અને બોલ્યો, 'જમવું હોય તો મેકલમાં સદાવ્રત ચાલે છે. અગિયાર વાગે ત્યાં પહોંચી જજે...' કહીને તેણે મારા હાથમાં એ રૂપિયો મૂક્યો. મને એક ક્ષણ તો થયું કે એ રૂપિયો તેના માથામાં મારું પણ એકાએક મને હસવું આવ્યું. પાગલની માફક હું હસ્યો અને આજો કંઈક મૂંઝવણમાં ચાલતો થયો. એ મને ઓળખી શક્યો ન હતો. શી રીતે ઓળખે? જો મારી મા જ મને ઓળખી શકી ન હતી તો તેનો કોઈ વાંક ખરો! આજોએ આપેલો રૂપિયો મેં મારા ખડિયામાં નાખ્યો અને હું ત્યાં ઊભો રહ્યો. સેના કોઠીને દરવાજે પહોંચી હતી. મોટાં ડગલાં ભરતો આજો ઝડપથી તેની નજીક પહોંચ્યો પણ તે પહેલાં તે દરવાજામાં ચાલી ગઈ હતી.

મેકલના ઢોળાવવાળા લાલ રસ્તા પર સેનાનાં પગલાં જોતો હું ઊભો રહ્યો. માલિકનાં પગલાં સૂંઘતા કૂતરા જેવો કોઈ ભાવ મારા જિગરમાં ઊઠતો હતો.

એ દિવસે મારા મનમાં ઘર્ષણ ચાલુ રહ્યું હતું. મારું દિલ મને ત્યાં મેકલમાં રોકાવાનો આગ્રહ કરતું હતું. કમ-સે-કમ મારી સેનાને હું દૂરથી જોઈ શકીશ તોપણ મારી જિંદગીમાં કંઈક ચેન પ્રાપ્ત થશે. મારું દિમાગ મને કહેતું હતું કે રોજ રોજ અપ્રાપ્ય એવા સુખની ઝંખના કરવાથી કોઈ શાંતિ મળવાની નથી. એ સંઘર્ષમાં મેં અડધો દિવસ વિતાવ્યો અને આખરે મેકલ છોડ્યું.

*

મારી સ્થિતિ નીલા આકાશમાં અધ્ધર લટકતાં સફેદ રૂના પેલ જેવાં વાદળો જેવી જ હતી. એ વાદળોને કોઈ ધ્યેય નથી. પહોંચવા માટેની કોઈ મંજિલ નથી. હવાના ઝોક સાથે તે ગગનમાં વિચરે છે. દિશાવિહીન અને વિચારવિહીન... મેં પણ એ જ પ્રમાણે ચાલવા માંડ્યું હતું. હું મેકલથી પાછો નર્મદાતટે આવ્યો હતો. નર્મદાના કિનારે કિનારે દિવસો સુધી હું ભટકતો રહ્યો. નરસિંહપુર, હોશંગાબાદ અને બાલરિ... નર્મદાતટે ચાલતો. નર્મદાની અજાયબ સૃષ્ટિના અનેકવિધ પહેલુઓને નિહાળતો હું કોઈ નવા જ પ્રદેશને, કોઈ નવી જ સૃષ્ટિને શોધતો ચાલતો રહ્યો. ક્યાંક એક દિવસ રોકાતો, તો ક્યાંક અઠવાડિયું પણ ગાળી નાખતો હતો. હોશંગાબાદમાં મેં પ્રથમ વખત મારા વિશેની વાતચીત

સાંભળી હતી. જબલપુરની ચારે તરફના બસો માઈલના વિસ્તારમાં મારી છબિ સાથેનાં મોટાં પોસ્ટરો ઠેર ઠેર સરકારી, અર્ધ સરકારી કે રજવાડી દફ્તરો પર લગાવવામાં આવ્યાં હતાં. મારા વિશે માહિતી આપનારને માટે મબલખ ઇનામો જાહેર થયાં હતાં. લગભગ દર અઠવાડિયે 'જબલપુર જ્યોત'માં અને 'ક્રોનિકલ'માં જાહેરાત આવતી હતી.

ફાલઘાટમાં મેં 'ટાઇમ્સ'ની કૉપીમાં પણ મારા માટેની જાહેરાત વાંચી હતી. અંગ્રેજ સરકાર અને જાનોરના રાજમહેલ તરફથી મારી તલાશ માટે એક ખાસ 'સેલ' રચવામાં આવ્યું હતું તેના પણ સમાચાર મેં વાંચ્યા હતા. મારી બાબતમાં પણ નાનાસાહેબ પેશ્વાની જેમ અનેક મતમતાંતરો અને કિંવદંતીઓ શરૂ થઈ ગઈ હતી. એક મત એવો પણ હતો કે જાનોરમાં પિંઢારીઓને હાથે હું મરાયો હતો. બીજો મત એમ સૂચવતો હતો કે ખુદ અંગ્રેજોએ જ મને મારી નાખ્યો છે. તો વળી કોઈ એમ પણ કહેતું હતું કે રાજેશ્વરીદેવીની સાથેના અણબનાવને કારણે મેં ઘર છોડ્યું હતું. તરહ તરહના તુક્કાઓ, મારી આસપાસ ફેલાતી અફવાઓમાં જોડાયા હતા. હું બરવાનીમાં રખડતો હતો ત્યારે મને સમાચાર મળ્યા હતા કે સન સત્તાવનમાં ખાલસા કરેલી કેટલાયે વિપ્લવવાદીઓની જમીનજાગીરો અંગ્રેજ સરકારે પરત કરી હતી. મેકલની જાગીરના પ્રશ્ન માટે બંધ બારણે વાઇસરૉય સાથે ચીફ પોલિટિકલ એજન્ટની ચર્ચાઓ થઈ રહી હતી. તો વળી એવા પણ સમાચાર મળ્યા કે મેકલની જાગીરનો વહીવટ સંતોજીની દીકરીએ સંભાળી લીધો છે.

મારી રઝળપાટમાં એક અનન્ય અનુભવ મને સુરપાણેશ્વર પછીની મારી યાત્રામાં અવારનવાર થવા માંડ્યો હતો. હું ગામડાંઓમાં, નાનકડા ભીલ કસબાઓમાં, જંગલોમાં ભટક્યા કરતો. ગમે ત્યાં મને સૂવાની, જે મળ્યું તે ખાવાની પણ આદત પડી ગઈ હતી. પૈસાનો મારે પ્રશ્ન રહેતો નહીં. ધારું તો ગમે તે જગ્યાએ, હું મારું મકાન... અરે, મહેલ બનાવીને રહી શક્યો હોત, પણ મારું ઘર, મારું પોતાનું ઘર, એ કલ્પના જ મને વિચિત્ર લાગતી. શેનું ઘર! કોનું ઘર? કોને માટે? એ કરતાં બહેતર છે કે ચાલો... ચાલતા રહો અને હું ચાલતો જ રહ્યો હતો.

સંત સેવાદાસજીએ મને રોજ કાચા બટાકાની બારીક છીણ કરીને તેનાથી મારી બળેલી ચામડી પર મસાજ કરવાનું સૂચવ્યું હતું અને રોજ રાત્રે સૂતાં પહેલાં તાજા દહીંની નીચે ઝમતું પાણી લઈને તેનાથી મોં ધોવાનું કહ્યું હતું

જેથી મને રાહત રહે અને કદાચ મારી બળેલી ચામડીની નીચે જો ચામડીના કોષો જીવંત હોય તો નવી ચામડી પણ આવે. આ કામ કરવા માટે મારે હંમેશાં બટાકાની ખોજ કરવી પડતી અને ગમે ત્યાંથી દહીં મેળવવું પડતું, પરિણામે મારે ક્યાંક ને ક્યાંક વસ્તીમાં ગયા વગર છૂટકો રહેતો નહીં.

નર્મદાના સાતપુડા વિસ્તારમાં એક લોકવાયકા પ્રચલિત છે. અહીં મહાભારતના દિવસોથી અમર અશ્વત્થામા ભટક્યા કરે છે. તેનું ઓજસ હણાયેલું છે પણ અમરત્વ પ્રાપ્ત હોવાને કારણે હજુ તે જીવે છે અને તેના માથામાં થયેલી ઈજાઓને કારણે તે માખણનું પાણી માગ્યા કરે છે. હું જ્યારે પણ માખણ કે દહીંનું પાણી માગતો ત્યારે અહોભાવથી લોકો મારું સ્વાગત કરતા. મારા વિકરાળ ચહેરાને તે સૌ દયાથી જોતા. મને પગે પણ પડતા. હું તદ્દન મૂંગો રહેતો. ક્યારેક બોલવાની જરૂર પડે ત્યારે કોલટાની બુંદેલી કે એવી જ કોઈ તળ નર્મદાની દેહાતી ભાષા બોલતો. એ કોઈ સમજતું નહીં. અને મને રમૂજ રહેતી.

જિંદગીમાં રોજ સો પાનાં વાંચો તોપણ જે જ્ઞાન, જે દૃષ્ટિ, જે અનુભવો પ્રાપ્ત ન થઈ શકે તે મેં નર્મદાને તટે મેળવ્યાં હતાં. હું બાબા હરિભજન જ્યાં વર્ષો રહ્યા તે સુરપાણેશ્વરમાં અઠવાડિયાંઓ સુધી રહ્યો હતો.

માલસામોડના વિશાળ ઉચ્ચ પ્રદેશમાં કોઈ પરાપૂર્વના કાળથી રહેતી અનેરી ભીલ પ્રજા સાથે મેં મહિનાઓ ગાળ્યા હતા. પાકા ઘઉંના છોડના રંગ જેવી ચામડી ધરાવતી આ પ્રજા, આ દેશના લોકોથી કંઈક જુદી પડતી. તેમનાં સુંદર શરીર અને નીલી આંખો, તેમના આગવા રીતરિવાજો, તેમની વસ્ત્રવિહીન સંસ્કૃતિ અને પથ્થરયુગની રસમોએ મને આશ્ચર્યમાં નાખી દીધો હતો.

ધીમે ધીમે દિવસો, અઠવાડિયાંઓ અને મહિનાઓ વીતતાં જતાં હતાં, તેમ તેમ મારા માનસિક તંત્રમાં પણ ફેરફારો થતા જતા હતા. પ્રવાસ કરવાનું, અનિયંત્રિત અને સ્વાયત્ત પ્રાણીની માફક ચાલ્યા કરવાનું, મન થાય ત્યાં રાત ગાળવાનું, અરે ક્યારેક તો જંગલમાં, તદ્દન નિર્જન પ્રદેશમાં ચાલવાનું, મને મારા દુ:ખને, મારા આ ભયાનક વાસ્તવને ભૂલવાના ઓસડ જેવું લાગતું હતું. મૃત્યુનો મને ભય નહોતો રહ્યો, ઈજા પામવાની બીક ચાલી ગઈ હતી. મારો ચહેરો જ એટલો બદસૂરત થઈ ગયો હતો કે મને હવે કશાયથી ભય લાગતો નહીં. અલબત્ત, મારા હોઠ પર નવી ચામડી આવી હતી. મારા નાક પર ચીંથરાને વળ ચડાવ્યો હોય તેવી ચામડીની નીચેથી નવી ચામડી ફૂટતી

હતી. નાક પરથી જૂની બળેલી ચામડી રબ્બરના કે ગુંદરના પડની જેમ ઊખડતી હતી, પણ એથી કાંઈ સૂરત બદલાઈ ન હતી. ક્યારેક પીવાના પાણીમાં, વહેતા ઝરણાના ક્યાંક સ્થિર થયેલા પાણીમાં મારો ચહેરો અનાયાસ જોવાઈ જતો ત્યારે કવચ તૂટી જતું. ભૂતકાળ મારી સામે આવીને દુ:સ્વપ્નની જેમ ખડો થઈ જતો.

મારી રઝળપાટ દરમિયાન ગમે ત્યારે, ગમે તે જગ્યાએ ઓચિંતો જ મને સેવાદાસજીનો અદ્ભુત પત્ર મળતો... સેવાદાસજીનો કોઈ ભક્ત કે કોઈ સાધુ મને મળી જતો. અને સેવાદાસજીએ આપને માટે આ થેલી... આ પ્રસાદ અને પત્ર મોકલ્યાં છે એમ કહીને મને એક થેલી પકડાવી દેતો. મારું નામ પણ આપોઆપ જ બદલાયું હતું. સેવાદાસે જ મારું નામકરણ કરી નાખ્યું હતું. તેમના પત્રો પર 'મસ્તરામજી' લખાઈને આવતું. હું કોઈ સાધુ ન હતો. સાધુ થવાની મારી ત્રેવડેય ન હતી. સાધુ થાઉં તોય મને વળગેલી માયા છૂટવાની ન હતી. ઘર છોડવાથી માયા ઘટતી નથી... ઘટે છે માત્ર સાપેક્ષ સંબંધો...

તેમ છતાં આપણો આ દેશ સાધુસંતોનો દેશ છે. નિર્દોષ ભોળા અને શ્રદ્ધાળુ લોકોમાં સાધુસંતોમાં અનેરો વિશ્વાસ છે અને એટલે જ સાચા સંતો કે પછી બનાવટી સાધુઓ હિંદમાં ઉપજીવી પ્રાણીઓની માફક લોકાશ્રયે જીવે છે—આરામથી અને આનંદથી.

વળી સાધુને કોઈ ભૂતકાળ પૂછતું નથી. પરિણામે હું કોણ છું, ક્યાંથી આવું છું, તે કોઈ પૂછતું નહીં. રાજકારણમાં કે આ સાંસારિક જગતમાં ભલે કદરૂપા માનવીને માટે, સંકોચ ભરેલું જીવન નિર્માતું હોય, પણ જો તમે કોઈ અઘોરપંથી સાધુ હો, તો કદરૂપા તમારી વિશિષ્ટ સાધનાની દ્યોતક બની રહે છે.

વહેતા દિવસો સાથે મારો ભૂતકાળ પણ પાનખરમાં ઝાડ પરથી ગળતાં પાંદડાંની માફક મારા પરથી ખંખેરાતો જતો હતો. બાલીરામજી, મૉમ, ગ્રેઇસ, આજો અને સેના... આ બધા લોકો જાણે મેં વાંચેલી કોઈ અનન્ય નવલકથાનાં પાત્રો હોય તેમ સ્મૃતિપટને ખૂણે ચાલ્યાં જતાં. ક્યારેક એ સૌ સ્વપ્નમાં આવતાં... ક્યારેક હું દિવાસ્વપ્નમાં તેમને જોતો... અને ઓથાર છવાતો.

નર્મદાનાં જંગલોમાં ભટકવું, નાનકડા કસબાઓમાં અભણ દેહાતી પ્રજાઓ સાથે રહેવું ધીમે ધીમે મુશ્કેલ પડવા માંડ્યું હતું. પેલી લોકવાયકાને કારણે મારી વાત ચર્ચાવા લાગી હતી. 'અશ્વત્થામા' ધારીને મને જો કોઈ પકડી અને પડકારે તો જરૂર ઉપાધિ થાય. અને એટલે જ રાજપીપળા પહોંચીને હું

નર્મદાની ખીણ છોડીને ક્યાંક બીજે જવા માગતો હતો.

આ અરસામાં મને મલેરિયા થયો. હું ધ્રૂજી ઊઠ્યો હતો. રાજપીપળાથી થોડાં માઈલ દૂર એક નાનકડા કસબા પાસે, કેવડી ગામમાં હું ધ્રૂજતો ધ્રૂજતો, ગામના નાના શિવાલયમાં પડ્યો હતો. ઠંડીથી મારાં રૂંવેરૂંવાં ધ્રૂજતાં હતાં. એક આખો દિવસ અને એક રાત હું મારા કંબલમાં ટૂંટિયું વાળીને પડ્યો રહ્યો હતો, પણ બીજે જ દિવસે સવારે, જાણે ઈશ્વર મારા પર મહેર વરસાવતો હોય તેમ એ શિવાલયમાં રાવબહાદુર કેશવરામ ભાર્ગવ નામના વેપારી આવ્યા હતા. (ત્યારે જ મને ખબર પડી હતી કે મારા પર ઈશ્વર નજર તો જરૂર રાખતો હતો... પણ તે જાતે નહીં... તેના દૂત દ્વારા—બાલીરામજી દ્વારા.)

કોણ જાણે બાલીરામજીએ કે સેવાદાસજીના કોઈ ભક્તે કે ગમે તેણે મારા વિશે શું કહ્યું હશે તે મને ખબર નથી, પણ એ વેપારી મારી પાસે આવ્યા હતા. મને વંદન કર્યું હતું અને બોલ્યા હતા, 'બાબા, હું તમને લેવા આવ્યો છું.'

અલબત્ત, એ જ્યારે આવ્યા ત્યારે તાવથી હું ધ્રૂજતો હતો, એટલે તે વખતે મારામાં તર્ક કરવાની કે બાલીરામજી વિશે વિચારવાની કોઈ શક્તિ ન હતી.

એ ઘોડાગાડીમાં મને રાજપીપળા લઈ ગયા હતા. બ્રોચ ટિમ્બર કંપની નામે ચાલતી ઇમારતી લાકડાની પેઢીના એ માલિક હતા. રાજપીપળા, ભરૂચ અને મુંબઈમાં તેમની અસ્કામતો હતી. બહોળો વેપાર હતો. તે મોટે ભાગે મુંબઈ રહેતા. મૂળ ભરૂચના બ્રાહ્મણ... ભાર્ગવ કુટુંબના પણ વ્યવસાયે વાણિયા... વેપારી. મુંબઈની એક કૉલેજ માટે દાન આપીને તેમણે રાવબહાદુરનો ઇલકાબ મેળવેલો. તે અવારનવાર રાજપીપળા આવતા.

રાજમહેલથી શહેર તરફ જવાના રસ્તા પર તેમની સુંદર કોઠી હતી. મને ત્યાં લઈ જવામાં આવ્યો. મારી શુશ્રૂષા શરૂ થઈ. તેમણે મને ક્યારેય કોઈ સવાલો ન પૂછ્યા તેનું મને આશ્ચર્ય થતું હતું, પણ મારા વિશે કોઈ ગજબની ગેરસમજ રાજપીપળાના સંપન્ન લોકોમાં થઈ રહી છે તેનો મને ખ્યાલ આવતો ગયો. વિખ્યાત મહેરબાબા સેવાદાસજીના પટ્ટશિષ્ય પધાર્યા છે તેવી કોઈ અફવા ચાલુ થઈ. હું માંદો હતો. તાવથી ધ્રૂજતો હતો. વળી, મારી પાસે મારી કોઈ આઇડેન્ટિટી ન હતી. મારા વિશે, મારા ભૂતકાળ વિશે, મારા બળી ગયેલા ચહેરા વિશે કોઈ ખુલાસા અપાય તેમ ન હતા. જંગલમાં એકાએક ફાટી નીકળેલા દાવાનળમાં, સેવાદાસજીની કુટિરને પણ આગ લાગી હતી, તેમાં હું દાઝ્યો હતો તેવી વાત કંઈક સ્વયંભૂ જ પ્રચલિત થઈ હતી.

સેવાદાસજીને ત્યાં રહેતા એક અદના સાધુ સિવાય બીજી કોઈ આઇડેન્ટિટી મારે માટે શક્ય ન હતી. સેવાદાસજીને રાવબહાદુર કેશવરામ ગુરુ માનતા અને એટલે જ સેવાદાસજીનો શિષ્ય પણ ગુરુતુલ્ય ગણાય તે સ્વાભાવિક હતું. રાવબહાદુર આવા સંતોની સેવાના ફળ રૂપે જ લખપતિ બન્યા છે તેવી એક વાયકા હતી. તેમાં મારા આગમનથી અને મારા ગંદા દેખાવ છતાં, મારી જે કાળજી લેવાઈ રહી તેને કારણે એ વાયકા પર મહોર મરાઈ હતી. પરિણામે તેમને ઘેર કુતૂહલપ્રિય લોકો મારી તબિયતના સમાચાર પૂછવા આવતા. મને કોઈ સંત માની બેસે તેનાથી મને જે ક્ષોભ થતો તે અવર્ણનીય હતો.

સારું હતું કે હું તાવથી પીડાતો હતો નહીં તો મારે રાજપીપળાના બધા જ પ્રતિષ્ઠિતોને ત્યાં 'પધરામણી' કરવી પડત. કંઈ બોલવું પડત. પારાવાર ઢોંગ કરવો પડત. મને અંગ્રેજી, ફ્રેન્ચ, હિન્દી, મરાઠી વગેરે ભાષાઓ આવડતી અને હવે ગુજરાતી ભાષા સાથે પરિચય કેળવી રહ્યો હતો.

અલબત્ત, ગુજરાતની પરિસ્થિતિ મને કંઈ જુદી જ લાગતી. અહીં કોઈને વિપ્લવની વાતમાં ખાસ રસ દેખાતો ન હતો. પા સદી પહેલાં બનેલી એ ઘટના જૂની બની હતી. લોકો કંઈક પોતાની મસ્તીમાં જીવતા હતા. અરે! તેમના પોતાના જ કાળમાં, થોડા મહિનાઓ પહેલાં જબલપુર અને નર્મદા ટેરિટેરીઝમાં બનેલા બનાવમાં પણ તેમને રસ ન હતો. મધ્ય ભારતના એ ઇલાકામાં બનેલી એ ગંભીર ઘટનાને બહુ જ સામાન્ય ધીંગાણા તરીકે, પિંઢારીઓની ધાડ તરીકે વર્ણવી નાખવામાં આવી હતી. અરે! ક્યારેય મને કોઈએ એ બાબતમાં કોઈ પ્રશ્ન પણ પૂછ્યો ન હતો. સેવાદાસજીના નામને કારણે હું રાજકારણી હોઈશ તેવી કોઈને કલ્પના પણ આવતી ન હતી. કેટલું સ્વાભાવિક હતું! ખરી વિચિત્રતા તો એ હતી કે મને લોકો સાધુ માની બેઠા હતા. હું ભગવાં પહેરતો ન હતો. કુરતો પહેરતો. કસોવાળા ઝભ્ભા પહેરતો, પાયજામા કે ધોતિયું પહેરતો... યસ! પાટલૂનનો મેં ત્યાગ કર્યો હતો. પાટલૂન અમુક જ વર્ગના લોકો પહેરે. એ આમજનતાનો વેશ ન હતો અને મારે, મારી બાબતમાં કોઈ કુતૂહલ થાય તેવું કશું કરવું ન હતું. મને તાવ ઊતરતો અને બે દિવસ સારું રહેતું. વળી, પાછો ધીખીને તાવ આવતો. મારી તબિયત લથડતી જતી હતી. તાવ મારો કેડો મૂકતો ન હતો. મને ભરૂચ લઈ જવામાં આવ્યો. કેશવરામજીએ તેમના ઘરમાં મારી વ્યવસ્થા કરી... પણ ત્યાંય કશું થઈ ન શક્યું. મારું વજન એકાએક ઘટવા માંડ્યું હતું. અલબત્ત, મને મારા દેખાવની તો કોઈ પડી ન

હતી. અને એટલે કપડાં બાબત પણ મારી દિલચસ્પી તદ્દન નામશેષ થઈ ગઈ હતી. ચહેરો જ કુરૂપ બન્યા પછી માણસને કપડાં કેવળ એક ઉપચાર સમાં, એક સંસ્કારિક લક્ષણ સમાં જ લાગે છે.

*

ભરૂચથી ટ્રેનમાં મને મુંબઈ લઈ જવામાં આવ્યો. ત્યારે મારી સ્થિતિ ગંભીર હતી. ભરૂચના વૈદ્યો અને ડૉક્ટરોનું માનવું હતું કે મને ક્રોનિક મેલેરિયા અથવા ટાઇફૉઈડ થયો છે. તેમની પાસે ચોક્કસ કોઈ નિદાન ન હતું. મને મુંબઈ લઈ જવો તે જ યોગ્ય હતું અને કેશવરામ ભાર્ગવ મને મુંબઈ લઈ ગયા હતા. મારી તહેનાતમાં અને શુશ્રૂષામાં તેમણે જાતે ઘણા દિવસો ગાળ્યા હતા.

મુંબઈના જુદા જ પ્રકારના હવામાનને કારણે કે પછી દરિયાકિનારાની કંઈ જુદી જ આબોહવાને કારણે કે પછી દિવસોની રઝળપાટમાંથી તદ્દન આરામદાયક સ્થિતિમાં આવવાને કારણે મને સારું થવા માંડ્યું હતું. આમેય મારું કાઠું (કૉન્સ્ટિટ્યૂશન) મજબૂત હતું. પરિણામે મને આપવામાં આવતી ટ્રીટમેન્ટની ધારી અસર પણ થઈ હતી. વળી, જિંદગીમાં ક્યારેય હું માંદો પડ્યો ન હતો તેમ કહું તો ખોટું ન હતું. એટલે રોગપ્રતિકારક શક્તિ પણ મારામાં હશે. દવાઓની કોઈ ટેવ મારા શરીરને ન હતી, તેથી દવાઓ પણ અસરકારક નીવડતી. અલબત્ત, મારા શરીર પર જાત જાતના ઘા જોઈને, મને ટ્રીટમેન્ટ આપતા ડૉક્ટરો વિચારમાં પડી જતા, પણ સાધુના મારા લેબાસને કારણે અને આશ્રમમાં લાગેલી આગની સ્ટોરીને કારણે મારી ઝાઝી પૂછપરછ થઈ ન હતી.

હું ખોરાક લઈ શકતો હતો. ધીમે ધીમે મારી શક્તિઓ પાછી આવતી રહી. રાવબહાદુર કેશવરામ ભાર્ગવ જાણીતો આદમી હતો. ફોર્ટમાં બોરીબંદર પાસે તેમની પેઢીનું વિશાળ મકાન હતું. દરિયાકિનારે, નાળિયેરીના ઉપવન વચ્ચે સરસ મજાનું મકાન હતું. મને એ જગ્યા ગમવા માંડી હતી. હું સાજો થવા માંડ્યો તે અરસામાં બાલીરામજીને મેં પત્ર લખ્યો હતો. તેનો જવાબ આવ્યો ન હતો. એ પત્ર લખ્યો ત્યારે મને કલ્પના ન હતી કે જવાબને બદલે બાલીરામજી પોતે જ મુંબઈ આવશે.

કેશવરામજીને ત્યાં કોઈ બાવા મસ્તરામ આવ્યા છે તે વાત મુંબઈમાં ફેલાયેલી. અને એક બાવા તરીકે હું પંકાતો જતો હતો, તેનો મને હવે ભય

લાગવા માંડ્યો હતો.

સત્સંગ થયો. મારો ચહેરો જોઈને મોં બગાડે તેવી સ્ત્રીઓ મારી સાથે હસીને વાત કરતી હતી. તેમના અંગત પ્રશ્નો વિશે પૂછતી હતી. કોઈને પણ તે કહી ન શકે તેવી વાતો તે શ્રદ્ધાથી મને કહેતી હતી. અને હું ખૂબ જ સંયમ અને નાટકીય રીતે તેમના જવાબો આપતો હતો. કોઈને હાથમાં ફૂલ આપતો હતો, તો કોઈને કોઈ મંત્ર, કોઈને તેમના દુ:ખનો અંત ક્યારે આવશે, મૂંઝવણનો ઉકેલ ક્યારે થશે તેની તારીખ આપતો હતો. મારું આ નાટક મોડે સુધી ચાલ્યું હતું.

કેશવરામને ત્યાં મારાં 'દર્શને' (!!!) આવેલા શ્રેષ્ઠીઓ અને સ્ત્રીઓમાં બાલીરામજીને જોઈને મેં મારા જીવનનું એક મોટું આશ્ચર્ય અનુભવ્યું હતું.

એ સૌ વિદાય થયા પછી હું સૂવાની તૈયારી કરતો હતો. ત્યાં ધીરેથી બારણા પર ટકોરા થયા. 'કોણ?' હું બોલ્યો અને મારા કમરાનું ખાલી જ વાસેલું બારણું ઉઘાડ્યું...

'બાબાજી...' અવાજ આવ્યો. અને પછી મેં તેમને જોયા...

'માય ગૉડ... બાલીરામજી તમે! ઓહ ગૉડ...' મારાથી બીજું કંઈ બોલાયું નહીં. ઘણે વખતે પોતાની માને બાળક જુએ ત્યારે જે હાલત થાય તેવી મારી હાલત થઈ હતી. હું તેમને વળગી પડ્યો હતો. વળગતાંની સાથે રડી પણ પડ્યો હતો... મિનિટો એ પરિસ્થિતિમાં વીતી હતી. મેં બારણું બંધ કર્યું અને ફરીથી બાલીરામજીને વળગ્યો... એકસાથે અનેક પ્રશ્નો મેં પૂછ્યા... તેમણે શ્વાસ લીધો.

'મારે ઘણું બધું કહેવાનું છે, બાબાજી...' તે બોલ્યા. 'તમને આઘાત પમાડે તેવું છે બાબાજી, પણ એ તમે ક્યારેક જાણો તેના કરતાં હું જ તમને જણાવું તે અગત્યનું હતું અને એટલે જ મેં આ મુલાકાતનો અવસર યોજ્યો હતો...'

'શું વાત છે બાલીરામજી?' મેં કંઈ ગભરાટથી પૂછ્યું.

'મને સમજાતું નથી મારે કેવી રીતે તેની શરૂઆત કરવી...'

'મૉમની તબિયત તો સારી છે ને?' મેં પૂછ્યું.

'મૉમની તબિયત ઠીક છે પણ મારે...'

'મારે... એટલે બાલીરામજી તમે કોઈ માઠા સમાચાર આપવા આવ્યા છો?'

'માઠા સમાચાર કે સારા સમાચાર કહેવા તે મને સમજાતું નથી. બાબાજી, પરંતુ દિલ પર પથ્થર મૂકીને કેટલુંક કામ કરવું પડે છે' તે બોલ્યા.

ઓથાર-૨

'પણ એવું શું છે બાલીરામજી... સેના તો સ્વસ્થ છે ને!'

'હા... બાબાજી...'

'તમારે કોના વિશે વાત કરવાની છે?'

'સેના વિશે... સેના બારનીશ વિશે. થોડા વખત પછી તમે છાપામાં વાંચો અને આઘાત અનુભવો તે કરતાં હું તમને આખી વાત સમજાવું તે અગત્યનું હતું એટલે જ જાતે આવ્યો છું...'

'શું વાત છે બાલીરામજી...' મેં અધ્ધર શ્વાસે પૂછ્યું. બાલીરામજીએ મારી સામે જોયું. ચશ્માં ઉતાર્યાં અને બોલ્યા...

જાનોરી પાઘડીના પાકા રંગની જેમ જ બાલીરામજીના ચહેરા પર વ્યાકુળતા છવાયેલી રહી. તેમ છતાં ઊંડો શ્વાસ લઈને તેમણે પોતાના ગળામાં ભરાયેલી અસ્વસ્થતા દૂર કરી અને બોલ્યા, 'બાબાજી... આપની તલાશ માટે નિમાયેલા અધિકારીઓએ લગભગ સર્વાનુમતે નિર્ણય આપ્યો છે કે જબલપુરમાં રેલવે એમ્બાર્કમેન્ટ પાસે અથવા ગોવિન્દભવન રોડ આગળ થયેલા ધીંગાણામાં આપ અને ખંડેરાવ માર્યા ગયા છો, અને બંડખોરો જે મડદાંઓ એ ધીંગાણા દરમિયાન ઉઠાવી ગયા તેમાં આપનો મૃતદેહ પણ લઈ જવામાં આવ્યો અને તેની દહનક્રિયા કરવામાં આવી છે. રાજેશ્વરીદેવીએ, ગ્રેઇસ અને સેનાએ પણ આપની શોધ માટે સ્વતંત્ર પ્રયાસો કર્યા હતા. આ બધીય તલાશમાં મારે ભારે હૈયે મૂંગા રહેવું પડ્યું એટલું જ નહીં તલાશ કરતા સૌને ગેરમાર્ગે દોરવા માટે દિવસરાત જાગ્રત રહેવું પડ્યું છે.

રાજેશ્વરીદેવીના આઘાતની કોઈ સીમા નથી. પોતાના વ્યક્તિત્વનું ઓજસ કોઈ છીનવી ગયું હોય અને છતાં એક સમ્રાજ્ઞી તરીકે ટટ્ટાર રહીને જીવવાની કોશિશ કરવાની હોય ત્યારે એ સ્થિતિ કેવી કરુણ બની જાય છે, તેનો અંદાજ ભાગ્યે જ કોઈને આવી શકે. ગ્રેઇસની સ્થિતિ પણ તેથી જરાય સારી નથી. સેના અને આજો અત્યંત દ્વિધા, દુઃખ અને અશાંતિ અનુભવે છે. બ્રિટિશ પંચે અહેવાલ આપ્યો કે આપ ગુજરી ગયા છો, તે તો આપને ખબર પડી હશે, એટલે તાત્કાલિક કેટલાંક પગલાં લેવાં પડ્યાં હતાં. પ્રથમ પગલું તો ગ્રેઇસ સાથેના આપના લગ્નની જાહેરાત કરવાનું હતું...'

'પણ બાલીરામજી, મારાં લગ્ન તો–'

'આપનાં લગ્ન થવાનાં હતાં... પણ ગ્રેઇસને બાળક અવતરે તે પહેલાં તેના પિતાનું નામ નિશ્ચિત ન થાય તો શું થાય, તેની મારે આપને ભાગ્યે જ

સમજ આપવાની હોય! પોલિટિકલી તેમ જ સોશિયલી એ અગત્યની બાબત હતી. એ કામ પૂજ્ય સેવાદાસજીએ કર્યું...'

'કર્યું એટલે?'

'એમની પાસે અમે જાહેરાત કરાવી હતી કે તેમના જ આશ્રમમાં આપનાં લગ્ન દસ સાક્ષીઓ વચ્ચે, આપ ગ્વાલિયરથી આવ્યા પછી થોડા વખત બાદ કરવામાં આવ્યાં હતાં.'

'અને લોકોએ એ માની લીધું?'

'સેવાદાસજીની સત્યનિષ્ઠા આખાય મધ્ય પ્રાંતમાં પ્રચલિત છે. કદાચ ખુદ ઈશ્વર ખોટા હોઈ શકે પણ સેવાદાસજી નહીં, પણ તે પહેલાં અમારે ખૂબ ધીરજથી તેમને સમજાવવા પડ્યા હતા. જો કદાચ આપ તેમના આશ્રમમાં તેમને મળ્યા ન હોત તો ક્યારેય એ શક્ય ન બનત. આપના વિશે એ ખૂબ ઊંચો અભિપ્રાય ધરાવે છે. લોકોને આખી વાત ગળે ઊતરતાં વાર લાગી ન હતી. આમેય ગ્રેઇસ તો જાનોરની પુત્રવધૂ તરીકે જ વર્તતી હતી. વળી, લોકો એ અપેક્ષા રાખતા જ હતા. સર વિલિયમ જેવા સંનિષ્ઠ બ્રિટિશ અમલદારની પુત્રી હોવાને કારણે ગ્રેઇસ કદી બેજવાબદારીભર્યું વર્તન કરે નહીં તે પણ એટલી જ તાર્કિક બાબત હતી. પરિણામે આપનું અને ગ્રેઇસનું લગ્ન ક્યારે, કેમ અને કેવી રીતે થયું તેના પુરાવા ઊભા કરતાં કોઈ વાર લાગી નહીં... વેલ ઇટ વૉઝ સીલ્ડ... લોક... સ્ટૉક ઍન્ડ બૅરલ...'

'પણ પ્રશ્ન કેવળ ગ્રેઇસનો ન હતો. સેનાનો પણ મૂંઝવતો સવાલ હતો. તેને મેકલની એટલે કે સંતોજી બારનીશની જપ્ત કરવામાં આવેલી કોઠી, અંગત જમીન, મિલકત વગેરે પાછું અપાયું હતું. રૉયલ પાર્ડન પણ આપવામાં આવી હતી. પરંતુ મેકલની જાગીરનો વહીવટ તેને આપવો કે નહીં તે પ્રશ્ન કાઉન્સિલ ઑફ નેટિવ સ્ટેટસ અને પ્રીવિકાઉન્સિલમાં ચગેલો છે. મોટે ભાગે તેનો નિર્ણય સેનાની તરફેણમાં આવે તેમ છે, પણ તેનેય દિવસો જાય છે. કદાચ ગ્રેઇસની સાથે જ તેને પણ બાળક અવતરશે, ત્યારે પ્રશ્ન ઊભો થશે. અત્યાર સુધી તો એ બાળકના પિતા વિશેની વાત છૂપી જ રહેલી છે. સેનાએ પણ ક્યારેય જાહેરમાં કે ખાનગીમાં એ વાત ઉખેળવા દીધી નથી, છતાં આ કોઈ નાની વાત નથી અને સેના કોઈ સામાન્ય ઓરત નથી કે જેને માટે બે પાડોશીઓ કે ચાર સગાં ચિંતા કરે કે વાતો કરે. આ તો મેકલની જાગીરનો અને બારનીશ કુટુંબની આબરૂનો પ્રશ્ન છે' બાલીરામજીએ કહ્યું અને અટક્યા.

'એટલે બાલીરામજી...!' મેં સખ્ત ચિંતાથી પૂછ્યું. બાલીરામજીએ નીચું જોયું અને ધીરેથી બોલ્યા.

'સેનાના બાળક માટે બાપની શોધ કરવાની હતી...'

'આ તમે શું બોલો છો, બાલીરામજી...?' મેં ઉશ્કેરાઈને કહ્યું.

'ઉશ્કેરાટ કે આઘાતથી પ્રશ્ન ઉકેલાતા નથી, બાબાજી...'

'એટલે? બાલીરામજી, તમે સેનાના બાળક માટે બાપ શોધી કાઢ્યો છે... એ કહેવા અહીં આવ્યા છો?'

'એમ કહો તો ખોટું નહીં...'

'તમે સેનાની સંમતિ લઈને આ બધું કરો છો?'

'એક માની સંમતિ ન હોય તો બાપનું નામ ક્યારેય કોઈને ખબર પડે ખરું?' તેમણે કહ્યું. મારી આંખો પહોળી થઈ. હું બાલીરામજી સામે તાકીને જોઈ રહ્યો.

'બાલીરામજી... બાપનું નામ શોધવાની...' મારાથી પુછાયું નહીં. મારા ગળામાં જાણે કે શબ્દો અને સંવેદન, આઘાત અને આશ્ચર્ય, ગૂંચળું વળીને ભરાઈ ગયાં હોય તેમ ગળું રૂંધાયું. સાત જન્મે હું કલ્પી ન શકત કે મારા બાળક માટે સેનાને આવી પરિસ્થિતિમાં મુકાવું પડશે, એટલું જ નહીં, મેકલની જાગીર માટે સેના પોતાના બાળકની પાછળ બીજા કોઈનું નામ જોડવા તૈયાર થશે... 'બાલીરામજી, મેકલની જાગીર શું એટલી કીમતી છે કે...'

'બાબાજી... ભારે જોખમ વેઠીને હું આપને આ જ કારણે મળવા આવ્યો છું. આઠ-દસ દિવસમાં છાપાંઓમાં આ બધા સમાચાર પ્રગટ થશે અને તમે કોઈ પણ જાતના પૂર્વાપર સંબંધ વગર એ છાપાં વાંચો તો કદાચ જીવનનો સૌથી મોટો આઘાત અનુભવો અને સેના વિશે ગેરસમજ ઊભી થાય.' કહીને બાલીરામજીએ મારા હાથમાં ચામડાની એક પહોળી થેલી મૂકી. 'આમાં કેટલાક પત્રો છે. ખૂબ ખાનગી છે. મારે અમુક પત્રો તો મૉમના કબાટમાંથી ઉઠાવી લાવવા પડ્યા છે, પણ આપ પરિસ્થિતિથી વાકેફ બનો અને હજુ પણ આ અંગે જે કાંઈ યોગ્ય લાગે તે કરવા માટે આપણે વિચારી શકીએ તે માટે આ લઈ આવ્યો છું.' મેં ધીરેથી એ થેલીમાંના પત્રો બહાર કાઢ્યા...

'આપ એ વાંચો... હું બહાર હવામાં બેઠો છું.' કહીને બાલીરામજી ઊભા થઈને વરંડામાં ચાલ્યા ગયા. મેં એક પછી એક પત્રો વાંચવા માંડ્યા. પત્રો પરથી મને લાગ્યું કે દર પંદર દિવસે એક વખત સેના અને મૉમની મુલાકાત

ગ્રેઇસથી છાની યોજાતી હતી. અને લગભગ રોજ કંઈ ને કંઈ પત્રવ્યવહાર એ બન્ને વચ્ચે થતો હતો. મોટા ભાગના પત્રોમાં મારી તલાશ વિશેની માહિતીની આપલે હતી. તેમાં સૌથી અગત્યના બે પત્રો હતા...

વહાલાં મૉમ...

મૉમ કહેવાનો અધિકાર મેં આપમેળે જ લઈ લીધો છે, યૉર હાઇનેસ... આશા છે કે એ અધિકાર કાયમ રહેશે... બ્રિટિશ પંચનો અહેવાલ મને મળ્યો. સેજલ ગુજરી ગયો છે તે વાત મને સ્વીકાર્ય નથી... હું કેવળ સંવેદન કે સંવેગને આધારે આ લખું છું તેવું આપ રખે માનતાં. ધાનોજી અને ગજાનનની જુબાનીમાં ઘણી વાતો અધૂરી લાગે છે, એ વાત બાજુએ રાખીએ તોપણ સેજલ મારે માટે કોઈ પણ સંદેશો, કોઈ પણ જાતનું કૉમ્યુનિકેશન મૂક્યા સિવાય ગુજરી જાય તે અકલ્પ્ય છે. ગ્રેઇસની હાલત મારા જેવી જ હશે તે હું કલ્પી શકું છું. તેનાં લગ્ન સેવાદાસજીની મઢી પર થયાં તે વાત પણ મને બંધબેસતી લાગતી નથી. કારણ એ અંગે પણ સેજલે ક્યારેય કશી વાત મને કરી નથી. મને અંગત રીતે એમ લાગે છે કે, સેજલ કોઈ વિચિત્ર દ્વિધામાં હશે... કંઈક એવું બન્યું છે જેથી તે જાનોર પાછો આવ્યો નથી... અલબત્ત, જે રીતે આપ, બાલીરામજી, બ્રિટિશ અધિકારીઓ અને આજો તલાશ કરી રહ્યાં છો તે રીતે મને લાગે છે થોડા વખતમાં સાચી હકીકત જાણવા મળશે. ગમે તેમ અત્યારે મારી સ્થિતિ વિચિત્ર છે. આપ તો જાણો છો કે સેજલના બાળકની મા થવાનો મને કેટલો આનંદ છે. મને કોઈ જ પશ્ચાત્તાપ તે અંગે નથી. જે કાંઈ બન્યું છે તે મારા અને સેજલના પ્રેમને કારણે બન્યું છે અને પ્રેમમાં રંજ કે પશ્ચાત્તાપ વિરોધાભાસ સમી બાબતો છે. પ્રેમ સર્વાંગસંપૂર્ણ અને અદ્વૈત છે. તે નિર્ભેળ છે... ગ્રેઇસનાં લગ્નની જાહેરાત થશે તો મારી સામાજિક સ્થિતિ વિકટ બનશે પણ આપને એ અનિવાર્ય લાગતું હોય તો તેમાં મારી સંમતિ છે. હું તો સેજલને પરણી જ ચૂકી છું. મારે કોઈ ઔપચારિક જાહેરાતની આવશ્યકતા નથી અને પિતાજીના મૃત્યુથી પરિસ્થિતિ બદલાઈ અને મને રોયલ પાર્ડન મળી છે તે તો એક અકસ્માત છે. બાબા જીવતા હોત તો આજેય હું સેજલના બાળકની સાથે નર્મદાને ખોળે જ હોત. સેજલને પરણીને જાનોરની પટરાણી થવાનું મેં ક્યારેય વિચાર્યું ન હતું.

ગ્રેઇસને મુબારકબાદી આપશો...

—આપની સેના

એ પત્ર પછી બીજો પત્ર પણ હતો. જેમાં ગ્રેઇસનાં લગ્નની જાહેરાતની વાત પણ હતી.

વહાલાં મૉમ,

ગયે અઠવાડિયે આપને મળીને ખૂબ આનંદ થયો. સેવાદાસજીના નિવેદનથી આંચકો લાગ્યો હતો પણ જાનોરના વારસા માટે વારસદાર અનિવાર્ય છે. આપે જે નિર્ણય લીધો છે તે રાજકીય રીતે ઉત્તમ છે. આજો થાકી ગયો છે. મને પોતાને એમ લાગે છે કે મુગુટલાલજીની કોઠી આગળ કંઈક બન્યું છે, પણ સેજલ ત્યાં મરાયો હોય તેવું હું કલ્પી શકતી નથી. હજુય મને થાય છે કે તે ક્યારેક એકાએક મારા કમરામાં, અમારી મેકલની લાલ કોઠીને દરવાજે આવીને ઊભો રહેશે. દરરોજ સવારે શિવાલયમાં જઈને માત્ર એટલી જ પ્રાર્થના કરું છું—મારો સેજલ સલામત હોય, પછી તે ભલે ગ્રેઇસને પરણીને જાનોરમાં રહેતો હોય. આપનું દુઃખ હું નથી સમજી શકતી તેવું રખે માનતાં. ગ્રેઇસ માટે મને કોઈ પૂર્વગ્રહ નથી. મેં જ સેજલને કહ્યું હતું કે તે મારી સાથે લગ્ન કરશે તોય પતિ-પત્ની તરીકે આપણે સાથે રહી નહીં શકીએ. ગમે તેમ મૉમ, હું પણ સ્ત્રી છું. સામાન્ય સ્ત્રી છું અને એટલે મારામાં પણ ઝંખનાઓ છે. એષણા અને ઈર્ષ્યા પણ છે. ગ્રેઇસ કરતાં પૂર્વજન્મમાં કદાચ મેં સેજલને વધુ હેરાન કર્યો હશે. કદાચ ઈશ્વર મને એવા કોઈ અગમની શિક્ષા કરી રહ્યો હશે, પણ મૉમ, એક વાત નિશ્ચિત છે. આવતા જન્મે પણ સેજલ જ મારો પતિ હશે... પરમેશ્વર હશે... મારી તબિયત સારી છે. આપે કહ્યું હતું તે પ્રમાણે કાળજી લઉં છું. વજન ખૂબ વધ્યું છે... સેજલનું બચ્ચું ખૂબ હેરાન કરે છે.

મેકલ માટેના પેપર્સ તૈયાર થતાં જ બાલીરામજી પર મોકલી આપીશ. મોટા ભાગે આવતે સોમવારે મળવા આવીશ.

—આપની સેના

જેમ જેમ એ પત્રો વાંચતો ગયો તેમ તેમ મારા હૃદય પરનો ભાર વધતો ગયો હતો. કેવું ક્લિષ્ટ, કેવું ગૂંચવણવાળું, કેવું અસહાય જીવન બની ગયું. મેં થેલીમાંથી ત્રીજો પત્ર કાઢ્યો.

વહાલાં મૉમ,

પરમ દિવસની મારી વર્તણૂક માટે પારાવાર શરમ અનુભવું છું. હું ગુસ્સે થઈને ચાલી ગઈ તેનું મને અત્યંત દુઃખ છે. મારે એવું કાંઈ કરવું ન હતું... આપ માનશો... ખરેખર મારા મનમાં એવી કોઈ લાગણી ન હતી. આપને હું દેવી ગણું છું અને વંદું છું. હિંદુસ્તાનમાં કદાચ આપના જેટલી વિચક્ષણ વ્યક્તિ ક્યાંય નહીં હોય. હું પ્રશિસ્ત કરવા લખતી નથી, મારા હૃદયથી આ લખી રહી છું, પણ તે વખતે બાલીરામજીએ જે રીતે આખો પ્રસ્તાવ મૂક્યો હતો તેનાથી હું થડકી ઊઠી હતી.

અને જ્યારે આપે પણ એ પ્રસ્તાવ સ્વીકારી લેવા માટે મને કહ્યું ત્યારે મને લાગ્યું હતું મૉમ, કે આપનું હૃદય પથ્થરનું છે અને દિમાગ ગજવેલનું. હું ત્યાંથી ચાલી નીકળી ત્યારે મેં મનમાં નિશ્ચર્ય કર્યો હતો કે ફરી કદી હું આપની પાસે આવીશ નહીં. સેજલને ગુમાવ્યાનું દુઃખ મને જે રીતે સંતાપે છે તેમાં આપના પ્રસ્તાવે મને પારાવાર આઘાત પહોંચાડ્યો હતો. આપને કે બાલીરામજીને અપમાનિત કરવાનો મારો કોઈ ઇરાદો ન હતો. આપની લાગણીને મેં જે દુઃખ પહોંચાડ્યું છે તે બદલ હું માફી માગું છું, મૉમ... મને માફ કરશો...

રાતના પાછલા પહોરે જ્યારે અમે મેકલ પહોંચ્યાં ત્યારે મારો ગુસ્સો શમ્યો હતો. સેજલ જે દિવસે રાજમહેલ છોડીને ગયો ત્યારનો જે ચિતાર આપે આપ્યો તે દૃશ્ય મને કલાકો સુધી દેખાયા કર્યું હતું. બપોર સુધી હું સૂનમૂન બેસી જ રહી હતી. મને ઘવાયેલો ખેરા દેખાતો રહ્યો. હું કલ્પના કરી શકતી નથી કે ખેરાની જિંદગી શું આટલી કરુણ હતી! જો આજોએ મને રોકી ન હોત તો હું બપોરે જ પાછી જાનોર આવવા નીકળી હોત... ખેર! મૉમ, મારાથી રૂબરૂમાં કેટલીક વાતો થઈ ન શકી તે હું આ પત્રમાં લખું છું. મારે મા હોત તો કદાચ એ મને માર્ગદર્શન આપી શકી હોત... એક મા તરીકે મારો આ પત્ર વાંચજો અને પછી યોગ્ય નિર્ણય લેશો. આપ જે નિર્ણય લેશો તે મને શિરોમાન્ય રહેશે. આપને લાગે કે નર્મદા વિસ્તાર અને ઠાકુરોના શ્રેય માટે આપે જે પ્રસ્તાવ મૂક્યો તે શ્રેષ્ઠ છે તો ભલે એમ થાય... આપ કહેશો તે પ્રમાણે હું કરીશ.

મૉમ... સેજલ મારે માટે શું હતો તે કહેવું પણ કેટલું નિરર્થક લાગે

છે! મારી જિંદગીની વાટમાં જો ક્યારેય અપરંપાર સુખ અનુભવ્યું હોય તો તે સેજલના સાન્નિધ્યમાં અનુભવ્યું. આખું બ્રહ્માંડ પણ મને મળ્યું હોત તોય સેજલના એક આલિંગન માટે હું ન્યોછાવર કરી દેત (માફ કરજો આ ધૃષ્ટતા). આજે પણ અભિસારિકાની જેમ જ્યારે હું અરીસામાં જોઉં છું ત્યારે મને સેજલનો સ્પર્શ યાદ આવે છે અને શરીર લાલ થઈ જાય છે. તેનું બાળક મારા પેટમાં છે તેનો આનંદ તો દેવોને પણ દુર્લભ છે. મેં ક્યારેય એવું વિચાર્યું ન હતું કે મને જો બાળક થશે તો જાનોરનો રાજવી થશે... મેકલનો ઠાકુર બનશે. મેં તો કલ્પના જ કરી લીધી હતી કે મારી માફક જ એ નર્મદાને ખોળે ઊછરશે... મારા બાબાના ખભા પર બેસીને તે જંગલનો રાજા બનશે... અને ત્યાં જાનોરમાં બેઠેલા સેજલને યાદ કરીને અમે બંને જિંદગી વિતાવીશું. ક્યારેક રાજકારણમાંથી અને પોતાની ગોરી પત્ની અને પ્રેમાળ માના સંસારમાંથી થોડીક છુટ્ટી મેળવીને તે આવશે... અમારી સાથે રહેશે, કિલ્લોલ સર્જાશે અને વળી પાછાં અમે તેની ગેરહાજરીમાં તેની રાહ જોતાં... તેના પુનરાગમનની વાટ જોતાં નર્મદાના તટ પર પથરાતાં સૂરજનાં કિરણો, જળમાં સરતી માછલીઓ, કાંઠે વિચરતી પ્રાણીસૃષ્ટિ નિહાળતાં બેસી રહીશું.

પણ એ ચિત્ર બાળક આવે તે પહેલાં જ નષ્ટ થયું છે. હવે એ દશ્યો કેવળ સમણાં જ રહ્યાં છે. આપના પ્રસ્તાવથી મને પારાવાર વેદના થઈ છે, થવાની છે, પણ એક જ પ્રશ્ન નડે છે એ બાળક મોટું થાય અને જો જાણે કે વાસ્તવમાં તે કોણ છે ત્યારે શું? અને મને એ શંકાશીલ થઈને પૂછે કે સત્ય શું છે ત્યારે કઈ જીભે હું તેનો જવાબ આપીશ. ક્યે મોંએ હું તેને સમજાવી શકીશ! આપ જ કહો, મૉમ... મારી જગ્યાએ આપ હોત તો શું કરો?

શું પ્રેમની કસોટી આવી દુષ્કર હશે! શું પ્રેમનું એવું સામર્થ્ય છે કે સૌએ કેવળ આત્મસમર્પણ જ કરવું જોઈએ? શું પ્રેમ કેવળ બલિદાનનો પર્યાય છે! ઓહ ઈશ્વર શા માટે તેં પહેલેથી જ આ પ્રશ્ન ઊભો થવા દીધો? આજે હું જ્યારે વિચારું છું કે સેજલને મળતાં પહેલાં હું કોણ હતી... કેવી હતી... શું વિચારતી હતી... ત્યારે જાણે મારી યાદશક્તિ મૂરઝાઈ ગઈ હોય તેમ કશું યાદ આવતું નથી. અરે! જ્યારે સ્ત્રીત્વની કિંમત જ મને સેજલના પ્રેમથી સમજાઈ છે મૉમ, ત્યારે આજે માતૃત્વની કિંમત

મારે ચૂકવવાની છે, તે કેવું વિચિત્ર લાગે છે! પ્રેમ ત્યારે જ સર્વાંગસંપૂર્ણ બને છે જ્યારે મા બનવાનો, પિતા બનવાનો અવસર પ્રાપ્ત થાય છે. બાકી તો આ જગતમાં પ્રેમના તો શું પુરાવા હોઈ શકે? આપણું સર્જન જ એ ભાવના, એ સંવેગનો એકમાત્ર દાર્શનિક પુરાવો છે અને એ પુરાવો પણ ગુમાવવાનો થાય તો એક સ્ત્રી તરીકે અસહ્ય છે મૉમ... હું આપના જેટલી શક્તિશાળી નથી. આપે જે કર્યું છે, સહ્યું છે તેનો અલ્પ ભાગ પણ સહેવાની મારી હેસિયત નથી...પણ હુંય રાજપૂતાણી છું. આપે જે વચન આપ્યું છે અને એ વચન મારા થકી આપ નિભાવી શકો તેમ હો મૉમ, તો આ નશ્વર દેહનો બીજો ખપ પણ શું હોઈ શકે?

આ પત્ર વાંચ્યા પછી પણ આપને લાગે કે મારે આપ કહો છો તેમ જ કરવું જોઈએ તો હું તૈયાર છું. સંતોજી બારનીશની દીકરી પણ તેના ખાનદાનની રોશની કાયમ રાખવામાં કોઈ પણ ભોગ આપી શકશે. આપ બેફિકર રહેજો અને આમેય ખેરો ક્યાં મને નહોતો ચાહતો? તેણે જિંદગીમાં ક્યાં સુખ જોયું છે? તેનો આત્મા કદાચ આ નિહાળતો હશે તો જરૂર તેને અપાર શાંતિ મળશે... મૉમ, મને કહો, મારે શું કરવાનું છે... કયા સેવાદાસજી આ પુરાવો રજૂ કરવાના છે? કયા કોરા કાગળ પર મારે સહી કરવાની છે?

—આપની સેના

'નહીં... નો... ધિઝ ઇઝ ઍબ્સર્ડ... ધીસ ઇઝ બ્લડી ઍબ્સર્ડ...' હું બરાડી ઊઠ્યો, 'બાલીરામજી...' મેં ભયાનક મોટા અવાજે બૂમ પાડી. બાલીરામજી કમરામાં ધસી આવ્યા. તેમના ચહેરા પરની વ્યાકુળતા ચાલી ગઈ હતી. મોં પર રોજની જેમ તેમની આત્મશ્રદ્ધાની મક્કમતા છવાયેલી હતી. 'આર યુ મૅડ... આર યુ હાર્ટલેસ... બાલીરામજી, મને સમજાવશો આ બધું છે શું? મને સમજાવશો આ છોકરી પાસે તમે શું કરાવવા માગો છો તે—'

'ધીરે બાબાજી... આપ અહીં સાધુના સ્વાંગમાં છો... બરાડા પાડવાથી કંઈક વધુ મુશ્કેલી સર્જાશે...'

'જહન્નમમાં જાય સાધુનો સ્વાંગ... આઈ ડોન્ટ કેર... આઈ ટેલ યુ બાલીરામજી... આઈ કેર હેન્ગ... મને સમજાવશો આ શું રાજરમત છે?'

'મને એમ કે આપ આખી વાત સમજી ગયા હશો.' બાલીરામજીએ

ધીરેથી કહ્યું.

'ન સમજું તેટલો બેવકૂફ મને માનો છો બાલીરામજી! પણ એ હું નહીં થવા દઉં... એ હું હરગિજ નહીં થવા દઉં... સેના... સેનાને માથે તમને લોકોને હું માછલાં ધોવા દેવાનો નથી. શી ઇઝ માય બિલવેડ... શી ઇઝ માય લાઇફ... માયસેલ્ફ...' મેં કહ્યું અને મારી મૂઠી બીજા હાથની હથેળીમાં પછાડી. 'તમે મૉમને કહી દેજો બાલીરામજી, આ મારાથી બરદાસ્ત નહીં થાય...'

'વારુ બાબાજી, હું કહી દઈશ, પણ પછી...'

'પછી શું? પછી ગમે તે, પણ આ હું નહીં થવા દઉં...'

'તો કટંગીનું શું થશે? બ્રિટિશર્સ એ લાવારિસ સ્ટેટને ઍનેક્સ કરી લેશે.' બાલીરામજીએ કહ્યું.

'તો ભલે કરે. લેટ કટંગી ગો ટુ હેલ...'

'મૉમને પોતાને એ કેવું લાગશે?'

'એ સાથે મારે કોઈ નિસ્બત નથી. મૉમ પોતાનો કક્કો ખરો કરવા માગે તેવું બધી વખત શક્ય ન હોય...' મેં જવાબ આપ્યો.

'ભલે બાબાજી... આપનો સંદેશો હું લઈ જઈશ, પણ પછી સેનાનું શું?'

'એને હું સાથે લઈ જઈશ... યસ... આઈ વિલ ટેક હર વિથ મી. હું જ્યાં જઈશ ત્યાં તેને લઈ જઈશ.'

'અને ગ્રેઇસ, બાબાજી...?' બાલીરામજીએ પૂછ્યું.

'એ ગ્રેઇસ જાણે...'

'અને તેને બાળક અવતરશે ત્યારે?'

'ઓહ બાલીરામજી, એને બાળક અવતરશે તો શું થશે! અરે હજારો સ્ત્રીઓને બાળક જન્મે છે. હું પોતે પણ મારા બાપના મૃત્યુ પછી જન્મ્યો હતો. તેથી શું થઈ ગયું? એ ગોરી છોકરી તેનું ફોડી લેશે.'

'બાબાજી... આવું કંઈ આપ બોલશો તેની મને કલ્પના ન હતી. ગ્રેઇસને બાળક થાય તેમાં આપ જવાબદાર તો–'

'હા હા, સાડી સત્તર વાર જવાબદાર. મારી જિંદગીની એ મોટામાં મોટી ભૂલ હતી બાલીરામજી અને એનું ફળ હું ભોગવી રહ્યો છું.' મેં કહ્યું.

'એનું બાળક થશે ત્યારે તે પણ–' તે બોલ્યો અને હું અકળાઈ ઊઠ્યો.

'ઓહ ગૉડ, બાલીરામજી... પ્લીઝ... પ્લીઝ મને ગૂંચવો નહીં. મારું માથું ભમે છે. એક વાત હું સમજું છું–જિંદગીમાં સેનાથી વધુ મને કંઈ પ્રિય નથી.

આપ પણ નહીં... જાનોર પણ નહીં... મારી મૉમ પણ નહીં...' મેં કહ્યું.

'અને છતાં આપ સેના પાસે ગયા નહીં.' બાલીરામજીએ જડબા સખ્ત કરીને કહ્યું. 'મને કહેશો બાબાજી, મેકલ ગયા ત્યારે શા માટે આપે આજોને કહ્યું નહીં. શા માટે આપ સેનાની પાસે દોડી ન ગયા. આપને આટલો બધો પ્રેમ હતો તો આપ નાસતા કેમ ફરો છો?'

'બાલીરામજી, હું આપનું અપમાન કરું તે પહેલાં આ બંધ કરશો. તમને ખબર છે હું કેમ ન ગયો તે... મારો આવો ભયાનક ચહેરો હું સેના સામે ધરી શકું તેમ નથી. સેના તો શું ગ્રેઇસ કે મૉમની પાસે પણ આવા ચહેરે હું જઈ નહીં શકું...'

'શા માટે નહીં? શા માટે નહીં? શું લોકો દાઝી નહીં જતા હોય? શું કદરૂપા ચહેરાવાળા લોકો નાસી જાય છે? બાબાજી, માફ કરજો, પણ આપ આત્મવંચના કરી રહ્યા છો. વેલ, વિચારી લેજો. જો ઇચ્છા હોય તો આવતી કાલે સવારે મારી સાથે જાનોર પાછા આવવા તૈયાર થઈ જજો. આપની રાહ જોઈશ. આપણે જાહેર કરીશું કે આપ જીવતા છો. ખુશીથી આપ સેનાને લઈ જઈ શકશો...' કહીને બાલીરામજી અટક્યા અને ધીરેથી ઉમેર્યું.

'અલ્લાહાબાદ એક્સ્પ્રેસ સવારે દસ વાગે ઊપડે છે. હું રાહ જોઈશ. આપ નહીં આવો તો હું સમજી લઈશ કે આપે નિર્ણય બદલ્યો છે... ખેર! હવે આરામ કરો.' કહીને બાલીરામજીએ બધા કાગળો એકઠા કરીને ઝોળીમાં મૂક્યા.

મારું મગજ ઘૂમતું હતું. નહીં... મારા બાળકની પાછળ ખેરાનું નામ લખાય તે મને મંજૂર નથી... હરગિજ મંજૂર નથી. હું જાનોર જઈશ... હું ચટ્ટાનો તોડી નાખીશ. હું નર્મદાને થંભાવી દઈશ...

તે રાત્રે હું સૂતો ત્યારે મારો ભયાનક ચહેરો જોઈને ભયથી ધ્રૂજતાં બાળકો મને દેખાતાં હતાં...

મારા જીવનના સૌથી વિશદ સંઘર્ષની એ રાત્રિ હતી. મને થયું કે હું પાગલ થઈ જઈશ. મારા મગજમાં ઘણ ઠોકાતા હતા. ગળું રૂંધાતું હતું. મારે જે વિચારવાનું હતું તે વિચારવા માટે મારા મગજને હું સ્થિર કરી શકતો ન હતો. આંખ મીંચીને મેં સૂવા પ્રયત્ન કર્યો હતો, પણ ચિત્તભ્રમના દર્દીની માફક દુઃસ્વપ્નો મારા માનસપટને હલબલાવી નાખતાં રહ્યાં... હું શું વિચારતો હતો તે પણ મને પોતાને સમજાતું ન હતું. ભયાનક ઓથારનાં બિહામણાં દૃશ્યો ભૂખ્યા શિયાળવાની જેમ મારા મગજમાં ઘૂમતાં રહ્યાં. એ ઓથારના બોજ

હેઠળ હું જાગતો હતો કે ઊંઘતો હતો, જીવંત હતો કે મૃત્યુ પામ્યો હતો, તે પણ કળી શકતો ન હતો.

એ ઓથારનું વર્ણન કરવા માટેના શબ્દો પણ મારી પાસે નથી. અરે! મારી જ પાસે નહીં, એ માટેના શબ્દો કોઈ ભાષામાં નહીં હોય... નર્કની કલ્પના પણ એ ઓથારની સામે ઋજુ લાગે, સડી ગયેલા માંસની દુર્ગંધ પણ સહ્ય લાગે, જુગુપ્સાભર્યાં દૃશ્યોની કલ્પનાને પણ મર્યાદા, બીભત્સની પણ કોઈ પરાકાષ્ઠા હોય, પણ તે રાત્રે મારાં મજ્જાતંતુને ખણખણાવીને, મારા અજ્ઞાત મનના કોઈ ભયાનક બોગદાને તોડીને બહાર આવેલાં એ દૃશ્યોની શૃંખલાએ મારા જિસ્મને છિન્ન-વિછિન્ન કરી નાખ્યું હતું.

એ ઓથારમાં મને નર્મદાને બદલે વહેતા ઉકરડા દેખાયા હતા. જાનોરનો રાજમહેલ ધરતીકંપથી ઊખડી ગયેલા લાકડાના ઢગલા અને પથ્થરોના ઢેરની જેમ ઊભેલો દેખાયો હતો. તેના મેદાનમાં, તેની તરડાઈ ગયેલી દીવાલોમાં, પોપડા થઈ ગયેલી તેની આરસની ફરસબંધીમાં ઠેર ઠેર હાથપંજા-થોર ઊગ્યા હતા. મહેલની ચારે તરફ ઊગી નીકળેલી વેલ પર કરોળિયાનાં ભેંકાર જાળાં બાઝ્યાં હતાં. મહેલના વિશાળ કંપાઉન્ડમાં, આંખની કીકીઓ સળગી ઊઠે તેવા ભડક રંગો ધરાવતા બિલાડીના જંગી ટોપ ઊગી નીકળ્યા હતા. એ ટોપની આસપાસ, પિયાનોની સફેદ સ્વર ચકતીઓ જેવા દાંત, કાનની બૂટ સુધી ખૂલતી વિકરાળ મોંફાડ અને કાળા માટલા જેવાં તોતિંગ માથાંવાળાં બાળકો કશીક બિહામણી રમતો રમતાં દેખાતાં હતાં.

ચારે તરફ ગંધાતા ઉકરડાના ઢેર ખડકાયેલા હતા. અને લાલ આંખોવાળાં ભૂંડોનું ટોળું ગંદકીના ટુકડા માટે ચિચિયારીઓ કરીને ખેંચાખેંચ કરતું હતું. તૂટી પડેલા અમારી પૉર્ચની સામે આવેલા, લીલથી ગંદા થઈ ગયેલા સંગેમરમરના ફુવારા હેઠળ, ગોળાકારે ગોઠવાયેલાં ગીધ, કોઈ વિચિત્ર સૃષ્ટિની ડાકણોની મિજલસ ચાલતી હોય તેમ મડદાં ચૂંથતાં હતાં. મહેલમાં જવાને રસ્તે હારબંધ ઉગાડેલાં ઝાડની સૂકીભટ થઈ ગયેલી ડાળીઓ પંખીઓની હગારથી સફેદ થઈ ગયેલી દેખાતી હતી. મહેલની બાજુમાં ઊગેલા અને કોઢિયા જેવા થઈ ગયેલા લીમડાની ડાળીઓ પર સેંકડો કાગડા તદ્દન નીરવ બેઠા હતા. તેમની નજરમાં આગિયા ચમકતા હતા અને મારો તુરક, ખસ થયેલા શેરીના કૂતરાની જેમ તેનાં ચાંદાં પડી ગયેલા દેહ માટે સહેલામાં સહેલું મૃત્યુ શોધતો, આમતેમ દોડતો હતો... પેલા કાગડા તેને જોતા હતા.

આ ઓછું હોય તેમ મહેલના પગથિયે પૉર્ચમાં, વરંડામાં, બંને વિંગમાં જવાના પૅસેજમાં, દાદર પર ચોકમાં, અરે ઠેર ઠેર, જ્યાંત્યાં ગંદા કોથળા પાથરીને રક્તપિત્તથી પીડાતા લોકોની લંગાર લાગી હતી. મારી મૉમ... મારી મૉમને કાચના કૉફિનમાં સીલ કરીને તેના જ કમરાની દીવાલ પર કોઈએ એ કફનપેટી જડી લીધી હતી. હું એ અંગે કંઈ વિચારું તે પહેલાં જ ત્યાં પૅસેજમાં મારા કમરાની બહાર, ઝુમ્મરની માફક કશું લબડતું હતું. ઓહ... ગૉડ... એ ગ્રેઇસ હતી. ફાંસીના ગાળિયામાં તેનું ડોકું લબડી પડ્યું હતું. તે ગુજરી ગઈ હતી, છતાં તેના પેટમાંથી કંઈક અવાજ આવતો હતો. થોડે જ આગળ મારા કમરાના બારણા પર જાળાંઓનો ઢેર લાગ્યો હતો. તેમાં રીંછના વાળ જેવાં રૂંછાંવાળો કરોળિયો ફરતો હતો... અને ભીતરમાંથી આછો સુંદર અવાજ આવતો હતો... સેજલના નામની કોઈએ રટ લીધી હતી... મારી આંખો એ ભયાનક કરોળિયાને જોઈને ફાટી ગઈ હતી.

પણ જાણે મારી જ રાહ જોવાતી હોય તેમ આપોઆપ મારા સ્વીટનું એ બારણું ખૂલ્યું. પેલો કરોળિયો ખસ્યો... જાળું વીંધીને હું ફેફસાં ફાટી જાય તેવા શ્વાસ ભરતો અંદર પ્રવેશ્યો... મારા આશ્ચર્ય વચ્ચે મારો લીવિંગ રૂમ એવો ને એવો જ હતો... તેની અંદર જમણી તરફની દીવાલમાં પડતું મારા બેડરૂમનું બારણું પણ એવું જ ચળકતું અને ચોખ્ખું હતું. મેં ધીરેથી એ બારણું હડસેલ્યું... તાજા ગુલાબ અને ભીની માટીની ખુશબૂ એકાએક મારાં તંગ થઈ ગયેલાં નસકોરાં અને ફાટી જતાં ફેફસાંમાં ફેલાઈ... પણ મારો કમરો હું દૂરબીનના ઊંધા છેડેથી જોતો હોઉં તેવો લાંબો... ઊંડો દૂર દેખાતો હતો. તેની કારપેટ જાણે જોજનો સુધી પથરાઈ હોય તેમ લાગતી હતી. તેને છેડે સેજ સજાવેલી હતી. ઠેર ઠેર ગુલાબની પાંખડીઓ ફરસ પર વેરાયેલી હતી. દૂર દૂર મારો પલંગ દેખાતો હતો... હું દોડ્યો... અનંત ઊંડાણ સુધી ફેલાયેલા મારા જ કમરામાં હું અપાર વેગથી દોડતો રહ્યો.

પલંગની પાંગોત પર લાલ-સફેદ ગુલાબના ગુચ્છાદાર બે હાર લટકતા હતા. અમારા નૈસર્ગિક હોજમાં ઊગતાં કમળ કરતાંયે મોટાં ગુલાબ જોઈને હું આશ્ચર્ય અનુભવતો હતો... ત્યાં ગુલાબી બુટ્ટા ભરેલી રેશમી ચાદર પર કોઈ બેઠું હતું. હિંગળોકશી લાલ કિનાર અને તેવા જ રંગના લાલ ચંદરવાની છાપથી ઓપતું પાનેતર પહેરીને, ઢીંચણ પર હડપચી ગોઠવીને, મેંદીથી રંગેલા હાથથી, અળતાથી ચીતરેલા પગની આંગળીઓ રમાડતી મારી સેના બેઠી હતી...

'સેના...' પારાવાર ભયથી ધ્રૂજતા મારા જિગરમાંથી ચિત્કાર ઊઠ્યો. તેણે ઊંચે જોયું. પરવાળાં વચ્ચે મોતી વેરાયાં હોય તેમ તેના હોઠ પર સ્મિત આવ્યું... તેણે નજર ઉઠાવી... નીલકમલની પાંખડીઓ ખૂલતી હોય તેમ તેનાં પોપચાં ધીરેથી ઊંચકાયાં અને એકાએક તેણે હૃદય થીજવી નાખે તેવી ચીસ પાડી... એ ચીસથી મારાં રૂંવાડે-રૂંવાડાં ખડાં થઈ ગયાં.

'સેના... હું સેજલ... સેના...' મેં કહ્યું, પણ તે સાંભળતી ન હતી. તે દોડીને પલંગની બીજી તરફ ચાલી ગઈ હતી. તેની ચીસોથી આખો કમરો ગાજી ઊઠ્યો હતો. વાવાઝોડાના તાંડવમાં, ધરતીકંપની ભયાનક ધ્રુજારીમાં જાણે એ આખોય કમરો હાલી ઊઠ્યો હોય તેમ દીવાલો પણ જાણે ભાગતી હોય તેમ ખળભળી ઊઠી હતી. કમરામાં લટકતું ઝુમ્મર આપોઆપ હિલોળા લેતું હતું... બારીઓ પર લટકતા પરદા, કોઈ વહાણના કૂવાથંભ પર લબડી પડેલા સઢની માફક ઊડવા માંડ્યા હતા.

'નહીં... નહીં... નહીં.' મોઢા પર અવળો હાથ ઢાંકીને, ફાટી આંખે જોઈ રહેલી સેના ચિત્કારી રહી.

'સેના... સેના...' મેં બૂમ મારી. 'સેના, હું સેજલ છું... તારો સેજલ...'

'નહીં... નહીં...' ભયથી તેની આંખોની કીકીઓ પણ મોટી થઈ ગઈ હતી. હું તેની બાજુએ દોડ્યો પણ તે પહેલાં તેણે મારા ટેબલ પાસે સામેની ભીંત પર લટકાવેલી કટાર ઉઠાવી.

મારું માથું ફાટી જતું હતું, 'સેના... સબૂર... હું સેજલ છું. સેના...' પણ હું તેને આંબી લઉં તે પહેલાં લીસી કાળી મ્યાનમાંથી તેણે કટાર આંખને પલકારે ખેંચી કાઢી હતી. હું દોડ્યો તે પહેલાં તે પલંગ પર ચડી ગઈ હતી. તેની સાડીનો પાલવ મેં પકડ્યો. પણ તે વખતે જ તેણે બન્ને હાથે મૂઠ પકડીને કટાર પોતાના જિગરમાં ખૂંતાવી દીધી હતી. તેના જિગરમાંથી શોણિતનો ફુવારો નીકળ્યો... મેંદીથી રંગેલા લાલ હાથ પર અળતો છવાયો. હિંગળોકથી પાનેતરની કિનાર પર મેંદી છવાઈ, તેની ફાટેલી આંખો પારાવાર ભયથી સ્થિર થઈને મારી સામે જોઈ રહી.

'સેના... સેના...' મારા જિગરમાંથી બોદો અવાજ ફેલાયો. મારા વલોવાતા જિગરમાંથી વેદના કે આક્રંદનો ઉચ્છ્વાસ પણ નીકળે તે પહેલાં બીજો જ કોઈ વિચિત્ર અવાજ મને સંભળાયો.

'હ... હ... હ... હ...' ખોખરા અવાજથી કોઈ હસતું હતું. પાનખરમાં

ઝાડ પર ચોંટી રહેલાં સૂકાં પાંદડાં પવનથી ખખડતાં હોય તેવો એ અવાજ હતો. તેમાં કોઈ રમૂજ ન હતી. રંગત કે આનંદ પણ ન હતો... રંજ કે રોષ, વિજય કે ઉપહાર, આવેગ, સંવેગ કે સ્વર ન હતો... એ હાસ્ય હતું જેમાં સંવેદન ન હતું... પ્રાણ ન હતો... ચેતન ન હતું... ખખડતાં...રવડતાં બોદાં પીપડાં જેવો એ અવાજ હતો...

'ઇટ્સ ઓ.કે. સેજલ... શી ઇઝ ડેડ... શી ઇઝ ડેડ... ધ ડેડ હેવ નો વુઝ... ધ ડેડ હેવ નો વોલિશન... ધ ડેડ હેવ નો વરીઝ ઑફ કોગ્નિશન... ફૉર ધ ડેડ એપિઅરન્સિઝ આર મીનિંગલેસ... મી ઓર યુ... યુ... ઓર મી... ધ ડેડ હેવ નો પ્રેફરન્સિઝ... વૉટ એ વર્લ્ડ! વૉટ એ વર્લ્ડ સેજલ! ધ વર્લ્ડ ઑફ નથિંગનેસ... નથિંગ ટુ લૂઝ નોર એનિથિંગ ટુ ગેઇન. ડિવોઇડ ઑફ પેઇન ઍન્ડ ડિવોઇડ ઑફ પ્લેઝર... ધ વર્લ્ડ ઑફ ધ ડેડ ઇઝ એ ગ્રેઇટ વોઇડ... ફેધમલેસ ઍન્ડ ડીપ... ફૉર્મલેસ ઍન્ડ ફિઅરલેસ... ઇટ ઇઝ ધ વર્લ્ડ ઑફ લાઇટ ઍન્ડ ઍર... ઑફ શેડોઝ ઍન્ડ લ્યુમિનેશન... ધેર આર નો સેજલ્સ... નો સેનાઝ ઇન ધિઝ વર્લ્ડ... ઇટ ઇઝ ધ વર્લ્ડ વેર એવરીથિંગ મિંગલ્સ ઇન એર... ઇન ધ લાઇટ... ઇન ધ શાઇન ઍન્ડ ઇન ધ શેડોઝ...'

પડઘાની માફક એ અવાજ, એ વાક્યો કમરામાં વાદળના ઘેરા ગગડાટની જેમ ગુંજી રહ્યાં... 'કોણ છે... કોણ છે ત્યાં?' એકાએક હું ભયથી કાંપતો બોલી ઊઠ્યો. મારા વરંડામાંથી એ અવાજ પવનની લહેરની માફક કમરામાં ઘૂસતો હતો. હું એ અવાજ તરફ ધસ્યો... મારા બેડરૂમની બહારના ઝરૂખામાં મારી આરામખુરશી પડી હતી. એ આરામ-ખુરશીમાં ખેરાસિંહ બેઠો હતો... નિશ્ચેત અને નિર્લિપ્ત... અચેત અને અલિપ્ત... તેની આંખો સીલિંગ પર સ્થિર થઈને જોઈ રહી હતી. સૂકા ઝાડની ડાળીઓના બિહામણાં પડછાયા તેના મડદા પર પડતા હતા...

'ખેરા... ખેરા...' હું જોરથી બૂમ પાડી ઊઠ્યો, પણ તે સાંભળતો ન હતો... 'ખેરા... ખેરા... હમણાં તું બોલતો હતો. કમબખ્ત...' કહીને હું તેના પર ધસી ગયો. મેં જોરથી મૂઠીઓ વાળીને તેની છાતીમાં પ્રહારો કર્યા... 'ખેરા... ખેરા... હમણાં તું બોલતો હતો! મારી સ્થિતિ જોઈને તને આનંદ આવે છે! ખેરા કમબખ્ત બોલતો કેમ નથી. ઝનૂનથી તેની છાતીમાં મેં મૂઠીઓ વાળીને મારી હથેળીઓ પાગલની જેમ પછાડી...

અને એકાએક મારા ઓથારમાંથી હું ઝબકી ઊઠ્યો ત્યારે રાવબહાદુર

કેશવરામ ભાર્ગવના આઉટહાઉસના કમરાની ભીંતો પર હું મૂઠીઓ પછાડતો ઊભો હતો... દમ થઈ ગયો હોય તેવો શ્વાસ મારાં ફેફસાં ચીરી નાખતો હતો... મારા બંને હાથનાં હાડકાંની જાણે કચ્ચરો થઈ ગઈ હોય તેવું કળતર થતું હતું. પરસેવાથી મારો આખો દેહ ભીંજાઈ ગયો હતો. ઓથાર ઓસરતાં કોણ જાણે કેટલીય મિનિટો વીતી હશે. મારી આંખોમાંથી આંસુ ઊભરાયાં કરતાં હતાં... પણ જિગરમાં કોઈ સંવેદન ન હતું... કોઈ સંવેગ ન હતો... કોઈ ઇચ્છા ન હતી.

વાવંટોળ જેવો ઓથાર શમ્યો ત્યારે મારી સ્થિતિ સ્થિતપ્રજ્ઞ કરતાંયે વધુ નિર્લિપ્ત હતી.

ગતિશૂન્ય, એષણાવિહીન, અમર્યાદ શાંતિ મારા દિલમાં પથરાઈ હતી. સવારના પાંચ વાગ્યે કેશવરામના બંગલાની આસપાસનું નાળિયેરીનું ઉપવન જાગી ઊઠ્યું હતું. ધીરે ધીરે આકાશમાં ઓજસ પથરાતું હતું. એ ઓજસમાં ઝૂમતો સમુદ્ર દેખાતો હતો. હું ધીરેથી કમરાની બહાર નીકળ્યો. ઉપવન વટાવીને સમુદ્રના રેતાળ કિનારા પર જઈને ઊભો રહ્યો. દરિયાનાં મોજાં દૂર દૂરથી નજીક આવતી રૂપેરી રેખાઓની જેમ કિનારા તરફ આવતાં હતાં... ખુલ્લા પગે હું રેતી વટાવીને દરિયાનાં પાણીથી અવિરત ભીંજાતી પગથાર પર પહોંચ્યો... દરિયાનાં મોજાંથી મારા પગ ભીંજાયા... પગનાં તળિયેથી હળવી ગલીપચી કરીને રેતી સરી. સાથે પાણી પણ સર્યું... વળી પાછી એક રૂપેરી રેખા દૂરથી આળોટતી નજીક આવી... મોજું ફેલાયું... ફેંસ અને ફોરમ પથરાઈ... પગ ભીંજાયા... સરકતી રેતીના આહ્લાદથી પગનાં તળિયાંમાં સ્વર્ગીય આનંદ છવાયો... તેની અનુભૂતિથી આખું શરીર ઝૂમી ઊઠ્યું.

સરકતી રેતીનો આહ્લાદ પણ જિંદગીની જેમ સરકતો ચાલ્યો. અવિરત આહ્લાદ અને અવિરત ઓટ,... નશ્વર દેહની આ ઘટમાળ આ ઉદધિ, આ બ્રહ્માંડ, આ વિશ્વનાં દર્શન સામે કેવી ક્ષણભંગુર લાગતી હતી... મારા હાથ એકાએક જોડાયા... હું કોને વંદતો હતો... કોને પ્રણામ કરતો હતો... સમજી શકાતું ન હતું પણ મારા મજ્જાતંત્રનો ધરતીકંપ શમી ગયો હતો. ઓથારનું તાંડવ ઓસરી ગયું હતું... મારા પગ આપોઆપ ચાલવા માંડ્યા હતા...

*

અલ્લાહાબાદ એક્સપ્રેસની વિસલ વાગી ત્યારે હું સ્ટેશન પર હતો. જાનોરના

મહાઅમાત્ય માટે જોડાયેલું સલૂન હું જોઈ શકતો હતો. એ સલૂનના ડેક પર ઊભેલા બાલીરામજીને હું જોતો હતો. તેમના ચહેરા પરની વિહ્વળતાય મને દેખાતી હતી. વ્હિસલ વાગી ત્યાં સુધી હું તેમની દમબદમ થતી વ્યાકુળતા નિહાળતો રહ્યો.

'શા માટે અકળાવ છો, બાલીરામજી...' હું મનમાં જ બબડ્યો... 'હું આવવાનો નથી... ક્યારેય આવવાનો નથી... ક્યારેય નહીં...' હું બબડતો રહ્યો. મારી આંખમાંથી ઊભરાતાં આંસુ વચ્ચે ધુમાડાનો ગોટ છવાયો અને ધૂંસરીની ખેંચ અનુભવતા બળદની માફક એન્જિન તણાયું... બાલીરામજીએ તેમને મૂકવા આવેલા લોકોની રજા લીધી અને અવકાશને અનુલક્ષીને હાથ હલાવ્યા... વંદન કર્યાં... તે જાણતા હશે કે હું કમ-સે-કમ તેમને જોવા તો સ્ટેશન પર આવીશ જ...

રાવબહાદુરની કોઠી પર પાછા જવાની મારે કોઈ જરૂર ન હતી. વહેલી સવારથી જ હું ચૂપચાપ ત્યાંથી રવાના થઈ ગયો હતો. ફરી એક વખત હું દરિયાકિનારે પહોંચ્યો... પ્રગલ્ભ શાંતિ મારા આખાય દેહ પર છવાઈ હતી. મારા જીવનની અનેરી, આહ્લાદક યાત્રા તે દિવસથી શરૂ થઈ હતી... સંન્યસ્તની યાત્રા... ગૃહસ્થાશ્રમની શરૂઆતમાં જ સ્વીકારેલા એ સંન્યસ્તનો મને આનંદ થતો હતો...

છતાં ભૂતકાળનો પગરવ મને સંભળાતો રહ્યો... એ પગરવનો અવાજ નજીક આવ્યો અને મેં પાછું જોયું... મારી જેમ જ ભગવાં વસ્ત્રોમાં કોઈ દોડતું-હાંફતું મારી નજીક આવ્યું.

'બાબાજી...'

'કોણ બાબાજી?' મેં પ્રશ્ન કર્યો.

'બાબાજી મને ન ઓળખ્યો? મને બાલીરામજીએ મોકલ્યો છે... બાબાજી મારે આપની સાથે જ રહેવાનું છે... આપની સેવામાં રહેવાનું છે.'

'મારે કોઈની સેવાની જરૂર નથી. તું ચાલ્યો જા. ગજાનન, તું મને ઓળખી શક્યો છું તે વાત પણ ભૂલી જજે... ઈશ્વરને ખાતર ગજાનન તું ચાલ્યો જા... તારે લીધે મને કોઈ ઓળખી કાઢશે તો તે જ મિનિટે મારે આત્મહત્યા કરવી પડશે... અને હજુ આત્મહત્યા કરવાનો સમય પાક્યો નથી. મહેરબાની કરીને તું ચાલ્યો જા, ગજાનન...'

'નહીં બાબાજી... તમને એકલા છોડી દેવાનો મને હુકમ પણ નથી અને

મારી હિમ્મત પણ નથી અને આપ ક્યારેય કોઈને ઓળખાવાના નથી. બાબાજી, ગઈ સાંજે મેં આપને જોયા ત્યાર પછી પણ આપ બદલાઈ ગયા છો...'

'એટલે?' મેં પૂછ્યું, 'હું સમજ્યો નહીં.'

'મારી પાસે અરીસો નથી નહીં તો બતાવત બાબાજી, આપનો એકેએક વાળ સફેદ થઈ ગયો છે અને આપનો ચહેરો પણ કંઈક બદલાયો છે...' તે બોલ્યો... તેણે મારા ખભા પર ઝૂલતો થેલો અને પીઠ પર પીલ્લું વાળીને બાંધેલો કામળો ઊતરાવી લીધો...

'ચાલો બાબાજી... ક્યાં જવાનું છે?' તેણે પૂછ્યું, પણ તેનો મારી પાસે જવાબ ન હતો.

'આ કિનારો લઈ જાય ત્યાં...' મેં કહ્યું. 'તું પાછો જા ગજાનન, તારે જિંદગીથી ભાગવાની કોઈ જરૂર નથી.'

'ઓહ... બાબાજી, આપ સમજતા કેમ નથી. જિંદગીની સમીપ આવવાનો મને મોકો મળ્યો છે ત્યારે આપ કહો છો કે હું ભાગું છું... અરે! કેટલાયે સમયથી હું વિચારતો હતો કે જગતની પ્રદક્ષિણા મારે કરવી છે... ઈશ્વર હોય તો તેને જોવાનો લહાવો મારે મેળવવો છે... લ્યો બાબાજી, આ બૂટ પહેરી લો... જોડા વગરનો સંન્યાસ હિતાવહ નથી' કહીને તે હસ્યો... હું પણ હસ્યો... ખૂબ હસ્યો અને અમે ચાલવા માંડ્યું.

ગજાનનની સાથે હું હસ્યો. ત્યારે મારો પોતાનો અવાજ, મારું પોતાનું હાસ્ય પણ મને તદ્દન જુદું લાગતું હતું. એ મારા ઓથારનો અંત હતો કે અનાસક્તિની શરૂઆત તે તો કોઈ કવિ જ વર્ણવી શકે. તત્ત્વતઃ તે પળથી જાણે મારો બીજો જન્મ થયો હોય તેવું લાગતું હતું.

ખેર! તે દિવસે બાલીરામજી અલ્લાહાબાદ એક્સ્પ્રેસમાં ચાલ્યા ગયા તે પળે મેં મારા મૃત્યુની અનુભૂતિ કરી હતી. પછી જે બધું બન્યું અને આજે પણ વિશ્વના ખૂણે ખૂણે જે બની રહ્યું છે, તે હું એક પ્રેક્ષકની જેમ જોઈ રહ્યો છું અને જિંદગીના રહસ્યનો તાગ મેળવવા મથી રહ્યો છું. રાજકારણ, પ્રેમ, મૂલ્યો, સંવેગો, લગાવ, તનાવ, આસક્તિ, અનાસક્તિ, વગેરે અનેક બાબતો મને ચિરંતન ચિંતનમાં નાખી દે છે. ક્યારેક પ્રશ્ન થાય છે આ બધું શું છે? શા માટે છે? કયા સંદર્ભમાં છે? અને છતાંય મારી જિંદગીમાં વણાઈ ગયેલાં બધાં જ પાત્રો પ્રત્યેની માયા મને પારાવાર હતાશામાં ગર્ત કરી નાખે છે.

મને ગ્રેઈસ યાદ આવે છે ત્યારે થાય છે કેવું વિચિત્ર! તેનું લગ્ન અને

વૈધવ્ય બન્ને એક જ પળે નિર્માયું હશે! મારી તપાસ માટે નિમાયેલા પંચે સત્તાવાર રીતે જાહેર કર્યું હતું કે જબલપુર રેલવે એમ્બાર્કમેન્ટ પાસે અથવા રાજા ગોવિન્દદાસ માર્ગ પાસે મુગુટલાલજીની કોઠી નજીક થયેલી અથડામણમાં જાનોરના પ્રિન્સ સેજલસિંહજી માર્યા ગયા છે. તેમ સમગ્ર પુરાવાને લક્ષ્યમાં લેતાં સિદ્ધ થાય છે.

એ સમાચાર ઠેર ઠેર છપાયા હતા, પણ તે પહેલાં ગ્રેઇસ સાથેના મારા લગ્નની વાત બહાર પાડવામાં આવી હતી. *ટાઇમ્સ*માં મારા અને ગ્રેઇસના પ્રણય અને લગ્નની વાત રોમાંચક શબ્દોમાં છપાઈ હતી. સેવાદાસજીના આશ્રમમાં ગાંધર્વવિવાહ કેવી રીતે થયો તેનો સવિસ્તર અહેવાલ પણ છપાયો હતો. એ વાતની રજૂઆત બાલીરામજીએ કરી હતી. ગ્રેઇસે તેને વૈધવ્યના ઓછાયા હેઠળ રોમાંચક રીતે સ્વીકારી હતી.

એટલું જ નહીં નર્મદા ટેરિટેરીઝના એક રાજ્યમાં પ્રથમ વખત રાજપૂત અને અંગ્રેજ લોહીનો સમન્વય રચાયો છે અને પ્રથમ વાર હિંદના એક રાજ્યમાં એવો સમય આવશે કે જ્યારે એક ઍંગ્લો-ઇંડિયન રાજા પ્રજા પર અનુશાસન કરશે. એ સાથે રાજપૂતો, રાજકારણીઓ અને બ્રિટિશ સલ્તનતના હાકેમોમાં મોટો તરખાટ પણ મચ્યો હતો. બ્રિટિશ સનાતનીઓએ આવાં લગ્નો નહીં થવાં જોઈએ અને થાય તો તેનો રાજકીય લાભ હિંદુઓને મળશે, તેવાં વિધાનો પણ કર્યાં હતાં. ગ્રેઇસે હિંદુ ધર્મ સ્વીકાર્યો. હિંદુસ્તાની પહેરવેશ સ્વીકાર્યો હતો તેને કારણે અંગ્રેજ શાસકોમાં નારાજગી પણ પેદા થઈ હતી, પરંતુ જાનોરમાં તેનો જયજયકાર થયો હતો. સર જ્હોન કેમ્પબેલની ભત્રીજી અને સર વિલિયમની દીકરીએ રાજપૂતાણીનું ગૌરવ તેના સેંથામાં સ્વીકાર્યું હતું, પણ રાજકીય વિવેચકો પૂછતા હતા... એક અંગ્રેજ ઓરત એ ગૌરવ ક્યાં સુધી ટકાવશે? તો વળી કેટલાકને પ્રશ્ન થતો 'સેન્ટ્રલ પ્રોવિન્સિઝની વેસ્ટર્નાઇઝ્ડ' છતાં વિવાદાસ્પદ રાણી રાજેશ્વરીદેવી સાથે, એક વિધવા વહુનું ક્યાં સુધી નભશે? પોસ્થ્યુમસ પ્રિન્સનો પણ પોસ્થ્યુમસ બાળક જન્મશે એ જાણે જાનોર પરના કોઈ શાપની ફલશ્રુતિ છે તેવું કેટલાક અખબારી ચર્ચાપત્રોમાં લખાયું. દિલ્હીથી નીકળતી રાષ્ટ્રવાદથી મઘમઘતી છૂપી પત્રિકાઓમાં તો વળી એમ પણ છપાયું હતું કે જાનોરના રાજવીનું મૃત્યુ ગ્રેઇસના સંબંધનો વિચ્છેદ લાવવા કરવામાં આવેલા કાવતરાનું પરિણામ હતું. મારા વિશે, મારા અને ગ્રેઇસના લગ્ન વિશે, હિંદુ વિધવા તરીકે જુવાનીમાં ડગ માંડતી અંગ્રેજ ઓરત કેટલી

સફળ નીવડશે... તેવી બધી અનેક વાતો ચર્ચાની એરણે ચડી હતી. ગ્રેઇસ માટે એ કેવો ઝંઝાવાત હશે તે હું કલ્પી શકતો હતો.

ખેરાસિંહ, ભવાનીસિંહ અને જૅક મૅકગ્રેગરના મૃત્યુ વિશેનો મારી માનો રિપોર્ટ પણ *ટાઇમ્સ*માં છપાયો હતો. સર પૉવેલ, કર્નલ મૅલેટ અને જૅક મૅકગ્રેગરે શું કાવતરું કર્યું હતું, મોગલ ખજાનો કોણ લઈ ગયું? વગેરે બાબતો પર અનેક પ્રશ્નોથી બ્રિટિશ પાર્લમેન્ટ ગાજી ઊઠી હતી. ગોલાકી મઠનો હત્યાકાંડ, જબલપુરનો બળવો અને જાનોરમાં બનેલા બનાવોએ વિશ્વના નકશા પર જાનોરને હિંદના સ્પાર્ટા તરીકે નવાજવામાં આવ્યું. મારા વિશે, ગ્રેઇસ વિશે, મારી મૉમ વિશે અનેક કિંવદંતીઓ ચાલુ થઈ. આ બધાયમાં એક અદ્ભુત વાત ચોરે અને ચૌટે પ્રચલિત બની હતી અને તે હતી ખેરાસિંહના સંઘર્ષની વાત. એ જ્યારે મેં *ટાઇમ્સ*માં વાંચી ત્યારે હું પોતે જ આશ્ચર્યમૂઢ બની ગયો હતો. અલબત્ત, મને તરત જ ખ્યાલ આવ્યો હતો કે એ કામ મારી મૉમ અને તેના ચાણક્ય સમા બાલીરામજીની કુશાગ્ર બુદ્ધિનો પરિપાક હતો. સંતોજી બારનીશ અને ખેરાસિંહ બન્નેને અંગ્રેજ અમલદારોના હાથા બનાવવામાં આવ્યા હતા. નર્મદા ટેરિટેરીઝમાં મહત્ત્વાકાંક્ષી અને લોભિયા અંગ્રેજ અફસરોએ કેવું દમન કર્યું હતું, કેટલી લખલૂટ દોલત ભેગી કરી હતી, તેના સનસનાટીભર્યા અહેવાલો બહાર આવ્યા હતા. સંતોજી અને ખેરાસિંહ વર્ષો સુધી અંગ્રેજ અફસરોના કાવતરાનો ભોગ બન્યા હતા અને જ્યારે એ કાવતરાનું રહસ્ય ખોલી નાખવા તેમણે બન્નેએ જાનોરમાં આવવાનું નક્કી કર્યું ત્યારે જૅક મૅકગ્રેગરે તેમનું કાસળ કાઢી નાખ્યું હતું. એટલું જ નહીં સલ્તનત તરફ વફાદારીથી રહેતી જાનોરની રાણીએ પોતાનો એકનો એક પુત્ર પણ આવી જ રાજકીય શેતરંજમાં ગુમાવ્યો હતો. સેજલસિંહનું મૃત્યુ જબલપુરની લડાઈમાં નહીં, પણ જાનોરના કૅન્ટોન્મેન્ટમાં થયું છે તેવી વાત પણ બહાર આવી હતી. એ વાત બહાર પડી ન જાય માટે બાલીરામજીને અટકાવવા ગોળી મારવામાં આવી હતી. સર પૉવેલની બહેન જીના પૉવેલ પણ આ કૌભાંડમાં સંડોવાયેલી હતી તેવી પણ વાતો વહેતી થઈ હતી.

આ બધાને પરિણામે નર્મદા ટેરિટેરીઝના વહીવટી માળખામાં અનેક ફેરફારો થયા હતા. કેટલાયે અફસરોને ઇંગ્લૅંડ પાછા બોલાવવામાં આવ્યા હતા. કેટલાકને નોકરીમાંથી ફારેગ કરવામાં આવ્યા. જાનોરની રાણી રાજેશ્વરીદેવી, સલ્તનતના પ્રામાણિક સાથીદાર છે અને જો તે ન હોત તો ઉલ્કાપાત સર્જાયો

હોત, તેવી હકીકત બ્રિટિશ પાર્લમેન્ટ સમક્ષ રજૂ થઈ અને ગ્રેઇસનું સ્થાન જાનોરમાં અવિચળ બન્યું.

આ વાતાવરણનો મહત્તમ રાજકીય લાભ લેવા માટે બાલીરામજી કટિબદ્ધ હતા. સંતોજી બારનીશની દીકરીને રાજે અભયવચન આપ્યું. તેને રૉયલ પાર્ડન અપાઈ હતી. તેના બદલામાં મેકલની જાગીરમાંથી રૂપિયા પાંચ લાખની ભેટ ઇંગ્લૅંડના વહીવટી તંત્રને આપવામાં આવી. અને તે સાથે એક નવો ધડાકો પણ થયો. મૉમની એ કુનેહ હતી કે સેનાનું એ આત્મસમર્પણ હતું તે તો ઇતિહાસ નક્કી કરશે.

ગમે તેમ પણ એ ધડાકો અલ્લાહાબાદ એક્સ્પ્રેસ ઊપડી ગયા પછી એક અઠવાડિયે થયો હતો...

મારા મૃત્યુની સત્તાવાર જાહેરાત થયા પછી મારી મૉમની શું દશા હશે તે હું કલ્પી શકતો હતો, તેથીય વધુ ખરાબ દશા સેનાની હશે... હું બાલીરામજીની સાથે પાછો ગયો હોત તો સેનાએ મને જરૂર સ્વીકાર્યો હોત... હિંદુસ્તાન સતીઓનો દેશ છે. સ્ત્રીઓ પોતાના પતિ પાછળ અગ્નિસ્નાન કરતી. સ્વમાન માટે પોતાના જિગરમાં કટાર હુલાવી દેતાં અચકાતી નહીં. સેના પણ એ જ ધરતીનું સંતાન હતી. હું જેવો છું તેવો તેણે મને સ્વીકારી લીધો હોત. તેમ છતાં તેના અંતરમાં, જિંદગીભર મારો ખોવાયેલો ચહેરો ખોળતી રહી હોત. મારી મૉમ હંમેશાં કહેતી, 'સ્ત્રી કોઈ રમકડું નથી.' તેની વાત સાચી હતી. એટલું જ નહીં, પતિ પાછળ સતી થઈને બળી મરતી સ્ત્રીઓ તરફ તેને વિચિત્ર ઘૃણા હતી. તે માનતી કે એ આત્મવંચના છે. સતીત્વનો પુરાવો આપવા અગ્નિસ્નાન કરવું એ આડંબરની પરાકાષ્ઠા છે. અંધશ્રદ્ધા અને અજ્ઞાનનું પ્રદર્શન છે. સ્ત્રીત્વના અપમાનનો પ્રચ્છન્ન સ્વીકાર છે.

અને છતાંય... એ પોતે શું હતી!

શું પતિ પાછળ અગ્નિસ્નાન કરતી સ્ત્રીઓ જ સતી હતી? જીવનભર વૈધવ્ય વેંઢારીને જીવવું એ અગ્નિસ્નાનનો પર્યાય ન હતો?

મારા જીવનમાં આવેલી ત્રણે સ્ત્રીઓએ અગ્નિસ્નાનથીયે અઘરો પરિત્યાગ, આત્મભોગ આપ્યો હતો. એક તો મારી મૉમ... જિંદગીભર તેણે મારા પિતાની યાદ સેવ્યા કરી હતી... તેના ચમકતા ચહેરાની ભીતરની હતાશા, તે જ્યારે મારા પિતાની છબિ સામે જોતી ત્યારે હું જોઈ શકતો. એવું જ ગ્રેઇસનું હશે! એ મને પરણવાની હતી... તેનું લગ્ન નહોતું થયું છતાંય તેણે મારું પતિત્વ

સ્વીકાર્યું હતું... એટલું જ નહીં, એક અંગ્રેજ ઓરત હોવા છતાં તેણે એક પતિત્વને ધર્મ બનાવ્યો હતો. તેની કૂખે જન્મનારું બાળક તે ઉછેરશે, મારી માએ મને ઉછેર્યો હતો તેમ... એ બાળક જાનોરનું વારસ હશે. સર વિલિયમ કેમ્પબેલ જેવા સર્વોચ્ચ અધિકારીની દીકરી હોવા છતાં તેણે અંગ્રેજ હકૂમતનો નહીં, પણ જાનોરનો વિચાર કરવાનો રહેશે. વીરહાન કુટુંબના ગૌરવને અખંડિત રાખવાનું અને હિંદના સ્વાતંત્ર્ય માટે, સામે પ્રવાહે તરવાનું રહેશે. તેને માટે આ વાત સતીની અગ્નિપરીક્ષાથી ઊતરતી ન હતી.

અને સેના...! ઓહ ઈશ્વર... સેનાના નામ સાથે મારા અંતરમાં કોઈ વજ્રપાત થાય છે. ધરતીકંપ સર્જાય છે. મારી જાત પ્રત્યે મને પારાવાર ધિક્કાર ઊઠે છે. તેના જેવી સ્થિતિ કલ્પનાતીત છે. જિંદગીભર તે પિતાની ભક્તિ કરતી રહી. તેણે મને પ્રેમ કર્યો. ત્યારે પણ તે જાણતી હતી કે તે ક્યારેય મારી પત્ની બની શકવાની નથી. તેણે નિરપેક્ષ ભાવે મને ચાહ્યો હતો... એક ઘડી આવી જ્યારે અમે પતિપત્ની બની શક્યાં હોત... ત્યારે તેણે ... તેના બાબા... સંતોજી બારનીશને ગુમાવ્યા હતા. વિપ્લવવાદીઓના ભીષ્મ પિતામહ સમા સંતોજીને ગુમાવ્યા પછી તેને રૉયલ પાર્ડન મળી હતી. તેના જીવનમાં નવી સવાર ઊગવાની હતી. ત્યાં જ સૂર્યાસ્ત છવાયો હતો. જબલપુરથી હું સાજોસમો પાછો આવ્યો હોત તો પૃથ્વીની કોઈ તાકાત મને સેનાનો સંગાથ છોડાવી ન શકત... પણ એ સુખનો પો ફાટે તે પહેલાં જ તપાસપંચના અહેવાલે તેને વિધવા બનાવી દીધી હતી... પણ એથીય કપરાં ઝેરનાં પારખાં તેણે કરવાનાં હતાં... ઇતિહાસનાં પાનાંમાં મઢાયેલી પદ્મિનીની જેમ, તેને એક વાર નહીં, અનેક વાર, અહર્નિશ, દિવસ-રાત અગ્નિસ્નાન કરવાનું બાકી હતું.

*

ખેરાએ મૃત્યુ પામતી વખતે મારી મૉમ પાસે વચન માગ્યું હતું. કટંગીના દરબારગઢ પર બરવા ઠાકુરોની ધજા ફરકાવવાનું વચન... એ અશક્ય વાત હતી, પણ મને કલ્પના ન હતી કે મારી મૉમ, એક નવું જ રાજકીય સમીકરણ યોજશે... કટંગીના દરબારગઢ પર બરવા ઠાકુરોનો ધ્વજ ચડાવવાનો પ્રશ્ન તે આ રીતે ઉકેલશે! મારી મૉમ સામાન્ય માટીમાંથી ઘડાયેલી ઓરત ન હતી તેનો પરચો તો મને અનેક વખત મળી ચૂક્યો હતો.

સેનાની ગર્ભાવસ્થાનો તેને ખ્યાલ હતો. તેને માટે હું જવાબદાર હતો તે

પણ તે જાણતી હતી. જે મિનિટે તેને ખાતરી થઈ હતી કે હું ખરેખર મૃત્યુ પામ્યો હોવો જોઈએ, તે જ મિનિટે હૃદય પર પથરો મૂકીને, એક ખૂંખાર રાજકારણીની માફક તેણે નિર્ણય લીધો હતો... કટંગીનું રાજ્ય અંગ્રેજોની પાસેથી પાછું મેળવવાનો નિર્ણય... સેનાને અવિરત અગ્નિસ્નાન કરાવવાનો ભયાનક નિર્ણય... ખેરાને આપેલા વચનને પરિપૂર્ણ કરવાનો નિર્ણય...

સેનાને ખેરાસિંહની પત્ની તરીકે જાહેર કરવાનો નિર્ણય તેણે લીધો. સેનાએ તેની સંમતિ આપી હતી. બાલીરામજી એ પછી જ મને મળવા આવ્યા હતા. મને આજે પણ નવાઈ લાગે છે કે બાલીરામજી મારી મૉમની જાણ બહાર મને મળવા કેવી રીતે આવ્યા હશે!

મૉમ માટે, ખેરા અને સેનાનાં લગ્ન અંગે પુરાવા ઊભા કરવાનું કામ આસાન તો ન હતું, છતાં અશક્ય પણ ન હતું. મારાં અને ગ્રેઇસનાં લગ્નની જાહેરાત તેણે સેવાદાસજી જેવા સંત પાસે કરાવી હતી. ક્યારેય અસત્ નહીં બોલનારા સંતે, યુધિષ્ઠિરની જેમ આત્મમંથન જરૂર અનુભવ્યું હશે.

તેવી જ રીતે સંતોજીની દીકરી અને ખેરાસિંહનાં લગ્નની જાહેરાત, મેકલના નગરશેઠ, સંતોજીના ફ્રેન્ચ ડૉક્ટર મિત્ર, અને કટંગીના રાજગોર શ્રીપદ્ પાંડે પાસે કરાવી હતી. સેનાએ તેની જાહેર સ્વીકૃતિ કરી હતી... તેના પેટમાં એ લગ્નનો પુરાવો ઊછરી રહ્યો છે તેવું જાહેર થયું...

એ જાહેરાતનો બોજ કેવડો હશે? જિંદગીભર ક્યારેય તે પોતાના બાળકને કહી નહીં શકે કે તેનો સાચો પિતા કોણ છે? અને તેના બાળકને, ક્યારેય મારી મૉમ પોતાના પૌત્ર કે પૌત્રી તરીકે પોતાના ખોળામાં બેસાડીને રમાડી નહીં શકે. સતીના અગ્નિસ્નાનથી આ વેદના શું ઓછી હશે! સેના માટે તો અહર્નિશ દાહની કાળઝાળ વેદના ચાલુ જ રહેવાની...

*

ખેરા અને સેનાનાં લગ્નની જાહેરાતથી કોઈને કંઈ આઘાત લાગ્યો ન હતો. ક્યાંય કશી ચર્ચા પણ ઉપસ્થિત થઈ ન હતી. અરે! ગ્રેઇસ અને મારાં લગ્ન વિશે જેટલી ચર્ચા થઈ હતી તેટલી પણ ચર્ચા થઈ ન હતી! જાણે કે ખેરા અને સેના એકમેકની સાથે પરણવા માટે જ સર્જાયાં હોય તેમ લોકોએ તે સ્વીકાર્યું હતું... કેવળ *જબલપુર જ્યોત*માં છપાયું હતું કે જાનોરના સ્વ. સેજલસિંહ પણ સેનાના ચાહકોમાંના એક હતા, પણ સેનાએ જાનોરની રાજગાદીએ બેસવાને

બદલે જંગલની કાંટાળી પગરવાટ પસંદ કરી હતી. ખેરા અને સેનાનો પ્રેમ નર્મદાનાં કોતરોમાં પાંગર્યો હતો અને નર્મદાના પવિત્ર જળની સાક્ષીએ તેમણે એકમેકને જિંદગી સુધી સાથ આપવાનું વચન આપ્યું હતું. નર્મદા ખીણના સાવજ સમા એ શૂરવીરને છાજે તેવી શેરની સાથે તેનું લગ્ન ખેરાના રોમાંચક જીવનની પરાકાષ્ઠા બની રહી હતી.

કટંગી અને મેકલ એમ બન્ને જાગીરો સેના મેળવી શકે કે નહીં તે અંગે ઉચ્ચ કક્ષાએ ચર્ચા શરૂ થઈ હતી, પણ કટંગીની પ્રજાએ તો તેને રાણી તરીકે સ્વીકારી લીધી હતી. કટંગીમાં વર્ષો પછી અનેરો ઉત્સવ ઊજવાયો હતો... ખેરાના દીકરાને ગર્ભાશયમાં જ કટંગીની ગાદી મળી હતી... અંગ્રેજો એ વાત પર મહોર મારે તે પહેલાં પ્રજાએ એ મહોર મારી હતી... કટંગી પર... ખેરાના વિજયની ધજા ફરકતી હતી...

ગજાનન અજબ આદમી છે. હું તેને જાનોરની મનસબદારી ફોજના સૈનિક તરીકે, રાજમહેલના ગાર્ડ્ઝની ટુકડીના એક નાયક તરીકે ઓળખતો હતો, પણ ધીમે ધીમે મને ખ્યાલ આવતો ગયો કે તે કેવળ સૈનિક જ નહીં... અચ્છો વાર્તાકાર છે. બડો નાટકિયો છે અને જ્ઞાની પણ છે. તેની સામાન્ય બુદ્ધિ, કોઈ પણ વાતને સમજવાનું તેનું કૌશલ્ય અને જાનોર પ્રત્યેનો તેનો પ્રેમ, મારી મૉમ અને બાલીરામજી તરફનો અહોભાવ, મારા પ્રત્યેની તેની નિઃસ્વાર્થ લાગણી, એ બધું જ અનન્ય હતું.

નાનપણથી અંગત કહી શકાય, તેવો મારે કોઈ મિત્ર ન હતો. ગ્વાલિયરમાં હું ભણતો હતો ત્યારે મારા જે મિત્રો હતા, તે મિત્ર સાથેનો મારો પરિચય જે દિવસે હું જાનોર આવ્યો ત્યારે જ ખતમ થઈ ચૂક્યો હતો. મને એ મિત્રોમાં રસ ન હતો. તે વખતે મારા જીવનમાં એક જ વાત અગત્યની હતી... મારા પિતાની હસતી છબિ... અને આમેય રાજવીઓના જીવનમાં કોઈ મિત્રો હોતા નથી. હોય છે માત્ર હજૂરિયા અને સ્વાર્થી તકસાધુ ઓળખીતાઓ... કાં તો દુશ્મનો. હા... દરેક રાજવીની આસપાસ લંપટ રાજકારણીઓ જરૂર હોય છે. તેવી જ રીતે દરેક રાજ્યમાં પોતાનાં લોહીથી બલિદાન આપતા ચાકરો હોય છે. જીવ જાય તોપણ નમકહલાલી ન છોડે તેવા વફાદાર આદમીઓ હોય છે અને એટલે રાજા રાજા રહી શકે છે, પણ તેને મિત્ર ભાગ્યે જ હોય છે.

ગજાનન સાથે પ્રથમ વાર હું મિત્રતા કોને કહેવાય તે શીખી રહ્યો હતો. તેમ છતાં ગજાનન જ્યારે એક ચાકરની માફક વર્તતો ત્યારે મને દુઃખ થતું...

મને મિત્રની ખોટ સાલતી. ગમે તેમ પણ, મારા વિકટ દિવસોનો ભાર એ આદમીએ પોતાના ખભા પર ઉઠાવી લીધો હતો.

*

રખડતાં વાદળોની જેમ, ભૂલા પડેલા ઊંટની જેમ અમે ફરતા રહ્યા. અમારી પાસે કોઈ ચોક્કસ મંજિલ ન હતી એટલે ક્યારેક પારાવાર કંટાળો આવતો. અવારનવાર ગજાનન ક્યાંકથી જાનોરના સમાચાર મેળવી લેતો. (મને ખાતરી છે કે એ કમબખ્ત કોઈ પણ રીતે બાલીરામજી સાથે પત્રવ્યવહાર કરે છે, પણ મારાથી એ પકડી શકાતું નહીં. એટલું જ નહીં, પણ મને હવે એ રસ પણ રહ્યો નહોતો.) અમારી પાસે કોઈ કામ ન હતું. ખાવું, પીવું અને રખડવું, તે સિવાય કોઈ ધ્યેય ન હતું. અમે બંને સાધુઓ હતા અને પાસે પૈસા પણ હતા. સાધુ તરીકે રખડવાની એક અનેરી મજા છે. દેશમાં અંધશ્રદ્ધાળુઓનો તોટો ન હતો, પરિણામે અનેક રમૂજો સર્જાતી. અમારી એ સ્થિતિનો લાભ લેવાનું ગજાનન ચૂકતો નહીં.

વિપ્લવની વાત પ્રજાની અલ્પ સ્મરણશક્તિમાંથી ભૂંસાતી ચાલી હતી. તેમ છતાં વિપ્લવના એકમાત્ર શૂરવીર સેનાની જેવા નાનાસાહેબ પેશ્વા અંગે ભાત ભાતની વાતો, અફવાઓ ચાલતી હતી. નાનાસાહેબ, અજીમનકીખાન, શાહજાદા ફિરોજશાહ, શાહજાદા મીરજા કોયાશ, સૂરજિત માંડલ, દાજી ભોંસલે, હરિપંત, મૌલવી અહમદશાહ વગેરે, અનેક પાત્રો, હિંદની ધરતી પરથી, વિપ્લવનાં એ ભવ્ય ઐતિહાસિક પાનાંઓમાંથી અદૃશ્ય થયાં હતાં... એ સૌનું શું થયું? એ સૌ ક્યાં હશે? શું કરતાં હશે? વગેરે પ્રશ્નો હું અને ગજાનન ચર્ચતા. અમે જેમ અજ્ઞાતવાસમાં આ ધરતી ખૂંદી રહ્યા હતા તેમ એ પણ કરતા હશે?

જ્યાં જઈએ ત્યાંથી વિપ્લવની વાતોનું પગેરું મેળવતા, વાતો સાંભળતા, સત્ય અને અફવાનુ પૃથક્કરણ કરતા, નિચોડ કાઢતા અમે ફરતા અને એ રઝળપાટમાંથી મને મારા ધ્યેયની પ્રાપ્તિ થઈ હતી. વિપ્લવનો ઇતિહાસ મારો રસ બની ગયો અને એટલે જ અમે ખોવાયેલાં પાત્રોનું પગેરું કાઢવાનો વ્યવસાય સ્વીકાર્યો... મારે કશુંક લક્ષ્ય જોઈતું હતું. ધ્યેય જોઈતું હતું... વિપ્લવનાં પાત્રોને ખોજવાનું ધ્યેય મને દિલચસ્પ લાગ્યું. જિંદગી વેંઢારવા માટેનું કારણ મને મળ્યું...

તેમ છતાં મારા જિગરમાં જિજ્ઞાસાનો દીવો સળગતો જ રહ્યો હતો... સેનાનું શું થયું હશે! ગ્રેઇસનું શું... મૉમનું શું! ભુવનસિંહ ક્યાં હતા! જબલપુરમાં

મુગુટલાલની કોઠીમાં રખાયેલા મોગલ સલ્તનતના અવશેષોનું શું થયું? વગેરે પ્રશ્નો મારા મનમાં વારંવાર ઊઠતા. મને જાનોર દોડી જવાનું મન થતું... મારા મહેલમાં... મારા કમરામાં જઈને એક રાત... ફક્ત એક રાત ગાળી આવવાનું દિલ થઈ આવતું. મારી માને મળવાનું... તેના ખૂબસૂરત ચહેરાને જોવાનું મન થતું... મને સેના યાદ આવતી અને હું ખિન્ન થઈ જતો! ઓહ ઈશ્વર! કેવી પરિસ્થિતિ!

*

ઉજ્જૈનમાં મેળો જામ્યો હતો.

કુંભમેળો. હિંદુ ધર્મના એક અનન્ય પર્વ સમો મેળો. મને ખાતરી હતી કે એ મેળામાં સેવાદાસજી પધારશે અને એટલે જ ગજાનનની ના છતાં મેં એ મેળામાં પહોંચવાનું નક્કી કર્યું હતું. ગજાનને મારો નિર્ણય ગમ્યો ન હતો. તેણે બે-ચાર દિવસ નિર્ણય લેવામાં વિતાવ્યા હતા.

'બાબાજી... આપણે જોખમ લેવું નથી...' તેણે કહ્યું.

'એમાં કંઈ જોખમ નથી ગજાનન... આપણને હવે કોઈ ઓળખી શકે તેમ નથી. તારો જ દેખાવ જો ને...' મેં તેને સમજાવવા દલીલો કરી. તે માનતો ન હતો, પણ મારી વાત સાચી હતી. ગજાનનના ચહેરા પર પૂળાની જેમ દાઢી ઊગી હતી. મારા માથાના વાળ સફેદ પૂણી જેવા થઈ ગયા હતા. સાત જન્મ વિચાર કરે તોપણ અમને કોઈ ઓળખી શકે તેમ ન હતું, પણ ગજાનને એ ભય ન હતો. તેને અંદરથી એમ થતું હતું કે કદાચ આવી જ રીતે જક કરીને હું ભવિષ્યમાં જાનોર જવાની રટ લઈશ અને જો તેમ થાય તો મુસીબત થશે, પણ તેને ખબર ન હતી કે ખુદ ઈશ્વર આવીને મને કહે તોપણ જાનોર જવાની મારામાં ત્રેવડ ન હતી.

આખરે ગજાનન માન્યો હતો અને અમે ઉજ્જૈન પહોંચ્યા હતા. લાખો લોકો ક્ષિપ્રામાં સ્નાન કરવા એકઠા મળ્યા હતા. હિંદભરમાંથી સાચા-ખોટા સાધુઓ, નાગાબાવા અને સંન્યાસીઓ ત્યાં જમા થયા હતા. આપણાં તીર્થસ્થાનોએ પલાયનવાદીઓ માટે કંઈક ધ્યેય પૂરું પાડવાનું કાર્ય કર્યું છે તે મને ત્યારે જ સમજાયું હતું! કેટલા નવરા હતા! કેટલી મોટી સંખ્યામાં નવરા લોકો હરાયા ઢોરની માફક ત્યાં એકઠા મળ્યા હતા! જેમની પાસે કામ ન હતું, ધ્યેય ન હતું, હતો કેવળ અખૂટ સમય... એવા લોકોની ત્યાં ઠઠ જામી હતી...

અમે સેવાદાસજીને શોધતા હતા...
બાલીરામજી અમને શોધતા હતા...

*

જાનોરના એ મહાઅમાત્ય ઘરડા લાગતા હતા. જાનોરથી એ રસાલો લઈને આવ્યા હતા. તે મને મુંબઈમાં મળ્યા તેમ એકલા ન હતા... મેળામાં સ્નાન કરવા માટે, ધર્મચુસ્ત એવા કેટલાક રાજવીઓ અને તેમનાં કુટુંબીજનો આવ્યાં હતાં. ઘરડા જાગીરદારો પણ તેમાં સામેલ હતા. ક્ષિપ્રાને કિનારે રાવટીઓ નંખાઈ હતી. રાજ્યોના ડેરા તેમની ધજાઓથી ઓળખાતા. જાનોરનો પણ ડેરો અમને દેખાયો હતો. એ ડેરાની નજીક અમે પહોંચ્યા હતા...

'બાબાજી...' જાનોરની ધજાઓ જોઈને ગજાનન બોલ્યો હતો. તેને ચિંતા હતી. મહામુસીબતે તેણે મારા મગજ પર છવાયેલો ભાર ઓછો કર્યો હતો. હું હસ્યો... એક સંન્યાસીની માફક હસ્યો. ડેરાની બહાર સવારનું સૂર્યસ્નાન કરતાં બાલીરામજી બેઠા હતા. તેમની આસપાસ મને પરિચિત એવા કંઈક જાનોરીઓ ફરતા હતા. ગજાનનને મેં ત્યાંથી દૂર ઊભો રાખ્યો અને હું તંબુની નજીક ગયો. તંબુની આસપાસ પચાસ કદમનો વિસ્તાર સફેદ દોરડાની વાડથી ઘેરવામાં આવ્યો હતો અને લાકડાની રેલિંગ જેવો ફાટક રચવામાં આવ્યો હતો. એ ફાટક પાસે સંત્રીઓ ઊભા હતા. હું ત્યાં જઈને ઊભો રહ્યો.

સંત્રીઓએ મને રોક્યો. મેં કંઈક પૂછપરછ કરી અને એ ડેરાના માલિકને મળવાની ઇચ્છા પ્રગટ કરી. મારો ચહેરો જોઈને એ લોકો ડરી ગયા હોય અથવા તો તેમને હું કોઈ અઘોરપંથી કે કોઈ ચમત્કારિક પુરુષ લાગ્યો હોઉં... ગમે તેમ પણ ફાટક પરથી એક સંત્રી બાલીરામજી પાસે ગયો. તેણે નીચા ઝૂકીને કશુંક કહ્યું. બાલીરામજીએ માથું ફેરવ્યું. તડકામાં તેમની આંખ ઝીણી થઈ... તેમણે મને જોયો... તેમની જગ્યાએ હું હોત તો હું ચમકીને, આશ્ચર્યથી-આનંદથી ઊભો થઈ ગયો હોત, પણ પીઢ રાજકારણી કદી આશ્ચર્ય પામતો નથી. રાજકારણમાં જે આશ્ચર્ય પામે છે તે કદી જીતતો નથી. તેમણે ધીરેથી ડોકું ફેરવ્યું, મારી સામે જોયું.

'એ સંતને જમવાનું આપીને વિદાય કર.' તેમણે એવું કશુંક કહ્યું હશે. એ શું બોલ્યા તે મને સમજાયું નહીં, પણ ભાવાર્થ હું સમજ્યો હતો. મને ખરેખર આઘાત લાગ્યો. બાલીરામજી ઊભા થઈને મને વળગી પડશે તેવી મેં આશા

રાખી ન હતી. તેવું એ કરે પણ નહીં, છતાં તે મારી પાસે આવીને વાત કરવાનું... સાધુ સાથે વાત કરવાનું નાટક જરૂર કરશે... એવું મેં વિચાર્યું હતું. તેને બદલે તેમણે મને ડેરાના ફાટક પાસેથી જ રવાના કરવાનો હુકમ આપ્યો હતો. એટલું જ નહીં, પણ જાણે હું ખરેખર કોઈ ભીખમંગો સાધુ હોઉં તેમ તેમણે નજર ફેરવી લીધી હતી અને માથા પર હાથ ફેરવતાં ફેરવતાં સૂર્યનાં કિરણોથી અંજાતી પોતાની આંખો મીંચી લીધી હતી.

મારે માટે એ સંત્રી દોડીને ખાવાનું લઈ આવ્યો. એક છાબડામાં રોટલા, મીઠાઈ અને પડિયામાં શાક. મેં મીઠાઈનો એક નાનકડો ટુકડો લીધો અને 'શુભં ભવતુ' કહીને ચાલતો થયો. સંત્રી પોતાના હાથમાં છાબડું અને પડિયો લઈને ઊભો રહી ગયો. બાલીરામ સ્થિતપ્રજ્ઞની માફક આંખ મીંચીને તંદ્રામાં ઝૂલતા રહ્યા.

એ આખો દિવસ હું ઉશ્કેરાયેલો રહ્યો. બાલીરામજીને મેં ગાળો ભાંડી. જાનોરમાં જવાય તેમ રહ્યું ન હતું એટલે શું મારી આવી અવગણના! શું હું કુરૂપ થયો હતો એટલે માણસ મટી ગયો હતો! શું બાલીરામજીને ખબર ન હતી કે હું શા માટે જીવતો હતો? ગજાનન બિચારો મને શાંત પાડતો રહ્યો...

✲

મેળા પર ધૂળનું વાદળ છવાયું હતું. એ ધૂળના ધૂંધળા વાતાવરણ પર લાલ રંગના, ગુલાબી ઝાંય નિતારતાં સૂરજનાં કિરણો ઢોળાયાં... નદીનું પાણી પણ દૂરથી લાલ રંગની કોઈ પારદર્શક ચાદરની નીચે વહેતું હોય તેમ વહેતું હતું. આખા દિવસના ઘોંઘાટને અંતે સૌ થાળે પડ્યા હતા. ઠેર ઠેર નાનકડા ચૂલા અને તાપણીઓ સળગતી હતી. અવકાશમાંથી ઊતરી આવેલા તેજપુંજની જેમ, એ તાપણીઓ અને તાપણીઓની આસપાસ બેઠેલો, ઊંઘતો, તંદ્રામાં કે પછી રાતના શિરામણમાં મશગૂલ માનવમહેરામણ નદીના પટ પર ધબકતો હતો. નાનકડા અને મોટા તંબુઓ, ખૂમચા અને હંગામી હાટડીઓ પર રાત છવાતી જતી હતી. નદીની રેતમાં અમારા કંબલ પાથરીને હું અને ગજાનન સૂવાની તૈયારીઓ કરતા હતા. ઠંડી લાગતી હતી એટલે અમે પણ તાપણી કરી હતી. તાપણીના અજવાળામાં ગજાનનનો ચહેરો રતુંબડો લાગતો હતો... ધીમે ધીમે સૂરજ ડૂબ્યો અને નદીના પટ પર ઠેર ઠેર તાપણીના અજવાળાનું ઓજસ વધતું ગયું. થોડી વારમાં આખોય માનવસમુદાય, ઊંઘની ગોદમાં,

ઈશ્વરને ખોળે, રોજિંદી ચિંતાઓના ઢેર મૂકીને ઝૂલી ગયો...

આકાશ ચોખ્ખું હતું... સપ્તર્ષિના તારાઓ અને તેની આસપાસના તારકવૃન્દને જોતો હું આંખ ઉઘાડી રાખીને પડ્યો હતો. કંબલ નીચે પથરાયેલી રેતની સુંવાળપ મારા થાકેલા શરીરને આરામ આપતી હતી. ગજાનન નાના બાળકની માફક ટૂંટિયું વાળીને, કામળો ઓઢીને ઊંઘતો હતો—નિશ્ચિત અને નિર્લિપ્ત... તેની ભરાવદાર દાઢી તેના શ્વાસોચ્છ્વાસ સાથે ઊંચીનીચી થતી હતી. કેટલી નિર્દોષતા હતી તેના ચહેરા પર! મને તેની અદેખાઈ આવતી હતી... મારી નજર તારાઓ પર સ્થિર થતી, નદી પરથી વહેતો પવન મારી આંખમાં અડતો અને મને ઝળઝળિયાં આવતાં હતાં...

'બાબાજી', ધીરેથી કોઈનો અવાજ આવ્યો અને મારા માથા પાસે મને આછો પગરવ સંભળાયો. એ અવાજ સાંભળીને હું ઊઠું તે પહેલાં તો ગજાનન સફાળો જાગી ઊઠ્યો હતો! શી ખબર તેને એ અવાજ સ્વપ્નોમાં પણ સંભળાતો હશે! બીજી જ સેકન્ડે મને સમજાયું. હું ભડકેલા દીપડાની જેમ જ ઊભો થયો...

'બાબાજી...' ફાટી પડતી ધરાની કંદરામાંથી કોઈનો અવાજ આવતો હોય તેવા સ્વરે, જાનોરનો એ નરકેસરી બોલતો હતો. એક ક્ષણ... મોટી કિનારની ધોતી, ધોતી પર પહેરેલો કસોવાળો ઝભ્ભો... ગળામાં પહેરેલી નાના રુદ્રાક્ષ અને ચળકતા પન્નાની ગાંઠેલી માળા... એક કાનમાં પહેરેલી મરચી...અને હોઠ પર રમતું હૈયું હચમચાવે તેવું કરુણ સ્મિત... ક્ષિપ્રાના તટ પર પડતા ઝાકળનાં ફોરાંની જેમ ભીંજાયેલી આંખો...

'બાલીરામજી...' હું એક ડગલું ભરીને... તેમના બાહુઓ વચ્ચે સમાયો...

'બાબાજી... બાબાજી... સર...' ફાટેલા હૈયામાંથી નીકળતા નિઃશ્વાસ સાથે તેમના શબ્દો રેલાયા...

મારા પિતા તેમની છબિમાંથી બહાર આવીને ક્યારેક તો મને આલિંગશે... ક્યારેક તો મને છાતી સરસો ચાંપીને... મારા પ્રશ્નોનો જવાબ આપશે... એ આશાએ મેં બાળપણ વિતાવ્યું હતું. આજે... એ પળ જાણે આવી હોય તેવી લાગણી, તેવી અનુભૂતિ મને થતી હતી...

ક્યાંય સુધી... સપ્તર્ષિથી છવાયેલા એ નભોમંડળની નીચે, એ રાજર્ષિના આલિંગનમાં, એક બાપના વાત્સલ્યનો અનુભવ કરતો હું અબોલ ઊભો રહ્યો...

સવારે તેમણે મારા પ્રત્યે દાખવેલી અવગણના હું ભૂલી ગયો હતો... અને એક નિઃસહાય, અનાથ બાળકની જેમ હું અવાક બનીને, એ પ્રગલ્ભ

આંખોમાંથી નીતરતા પ્રેમ, કારુણ્ય અને વાત્સલ્યથી ભીંજાતો રહ્યો...

'બાબાજી...' તેમણે મારા માથા પર હાથ ફેરવ્યો.

'તમારાં કરતાં ઘરડો લાગું છું ને! બાલીરામજી...'

મેં રડતી આંખે, પણ હસતે ચહેરે પૂછ્યું. તેમણે જવાબ ન આપ્યો. તેમણે ગજાનન સામે જોયું. ગજાનન નમસ્કાર કરીને ઊભો હતો. તેની આંખોમાંથી ઊંઘ ચાલી ગઈ હતી.

'તેં મને લખ્યું નહીં ગજાનન કે બાબાજીના વાળ...' તે ગજાનનને ઠપકો આપવા ગયા, પણ મેં તેમને બોલતા અટકાવ્યા...

'ઓહો બાલીરામજી... માણસના વાળ સફેદ થઈ જાય તેમાં શું લખવાનું હતું... આવો... આવો બેસો અહીં, મારે તમને ઘણું પૂછવાનું છે... આમે તમે પણ ક્યાં કંઈ લખો છો...'

'બાબાજી, મારી મજબૂરી...'

'મજબૂરીની વાત પછી... મારી મૉમ ક્યાં છે? તે મજામાં છે ને બાલીરામજી... મને... મારા વગર તેની હાલત... એટલે કે બાલીરામજી...' બોલતાં બોલતાં મારાથી રડી પડાયું. એક સાધુ તરીકે... સઘળું છોડીને ધરતીના છોરું બની ગયા પછી આવો સંવેગ મને શોભતો ન હતો, પણ મારા હાથની એ વાત ન હતી... એકાએક મારી મૉમને જોવાની મને ઉત્કંઠા થઈ આવી. તેના સુંવાળા હાથ, તેનો હસતો ગુલાબી ચહેરો, તેની ભીની ભીની આંખો, તેના મોમાંથી લહેરાતી ખુશબૂ... હું કકળી ઊઠ્યો. સ્વસ્થ થતાં મને ઘણી વાર લાગી... બાલીરામજીનું ભીતર રડતું હતું, છતાં તે વિશ્વામિત્રની માફક ઊભા હતા. તેમણે મારી પીઠ પર હાથ ફેરવ્યો. થોડી વારે અમે નીચે બેઠા... ક્ષિપ્રાના સુંવાળા પટ પર...

'ગ્રેઇસ કેમ છે?' મારે તેમને સેના વિશે પૂછવું હતું, પણ મેં ગ્રેઇસનું નામ પહેલું લીધું.

'હર હાઇનેસને પુત્ર જન્મ્યો છે, તે સમાચાર તો તમને મળ્યા હશે ને!'

'નહીં બાલીરામજી...' હું ઘડીભર સ્તબ્ધ થઈને બોલ્યો.

'આજ સાતેક મહિના થયા.' તેમણે જવાબ આપ્યો. મેં આંખ મીંચી લીધી હતી. ગ્રેઇસને અને સેનાને બાળકો અવતર્યાં હશે, તેની મને કલ્પના હતી. મારે એ જાણવું પણ હતું, પરંતુ મેં ક્યારેય એ વાત ગજાનન સાથે ઉખેડી ન હતી. ગજાનને મને કહેવું જોઈતું હતું... કોઈકે મને કહેવું જોઈતું હતું... ખેર!

મેં પૂછ્યું ન હતું... પૂછવાની મારામાં હિંમત ન હતી.

'કેવો છે?'

'ખૂબ જ રૂપાળો, નખશિખ તમારા જેવો જ બાબાજી... પણ થોડો ઊજળો... હર હાઇનેસ ગ્રેઇસને તકલીફ ખૂબ પડી હતી... પણ બધું સારી રીતે પાર પડ્યું... ઈશ્વરે સહાય કરી. તબિયત સારી છે. બાળક ઓવરવેઇટ હતું... એટલે... હર હાઇનેસને શ્રમ ખૂબ પડ્યો... પણ ઈશ્વર કૃપાળુ છે...' કહીને તે અટક્યા.

'ગ્રેઇસની તબિયત—'

'સારી છે... તદ્દન સારી છે બાબાજી, પણ થોડો વખત... થોડા દિવસ ભારે મુશ્કેલ પરિસ્થિતિ રહી...'

મારે પૂછવું હતું કે તે મને યાદ કરે છે! તેના પુત્રને... મારા પુત્રને જોઈને તેને... શું થતું હશે! પણ હું કશું બોલી શક્યો નહીં.

'અનન્ય શ્રદ્ધાથી... આપનાં મૉમના સહવાસથી તે જીવી રહ્યાં છે.' બાલીરામજી નીચું માથું કરીને બોલ્યા...

'અને મૉમ...?'

બાલીરામજીએ ઊંચું જોયું. તેમની આંખો ભરાતી હતી. ધૂંઆધાર પરથી પડતું મૂકતાં પહેલાં રોકાતી નર્મદાની માફક તેમની પાંપણોની નીચે પાણીનાં બુંદ રોકાઈ રહ્યા હતા.

'સાક્ષાત્ જગદંબા છે. બાબાજી, માણસના પીંજરામાં ઊતરી આવેલી મા દુર્ગા છે. કેમ કરીને સમજાવું બાબાજી... કેમ કરીને સમજાવું... કેટલું સહ્યું છે મારી એ દેવીએ... ક્યારેક વિચારું છું અને મન ખિન્ન થઈ જાય છે. કેટલાં તપ કર્યાં હતાં... આજે પણ એ આરાધના, એ આત્મપરિતાપ, એ યજ્ઞ ચાલુ જ છે. ક્યારેક થાય છે બધું જ મૂકીને ચાલી નીકળું. બાબાજી, આજે મને તમે સુખી લાગો છો... ખેર! ખોળિયાનાં કામ ખોળિયાએ કરવાં પડે છે... હું ભાંગી પડતો નથી, કારણ હું એ તપસ્વિનીના સાંનિધ્યમાં જીવું છું. આપનાં મૉમ શું છે તે તો ઇતિહાસ કહેશે. હજુય એ એક આશાએ જીવે છે... ક્ષિતિજે દેખાતા એક નાનકડા દીવડા પર મીટ માંડીને એ જીવી રહ્યાં છે. બાબાજી, બાકી હવે જીવતરનું કામેય શું છે? પણ જે દિવસે એ દીવડો બુઝાશે ત્યારે વજ્રપાત થશે... મને એ દેખાય છે... મને એ સ્પષ્ટ દેખાય છે. અંગ્રેજો આ સોનાની ધરતીને છોડીને જવાના નથી. આ દેશ ક્યારેય સ્વતંત્ર નહીં થાય. ધૂંસરીનું

વજન વેંઢારીને ચાલતા બળદની માફક અંગ્રેજ સત્તા લોકોને કોઠે પડી જશે, પણ આપનાં મૉમને હજુય આશા છે... અને એ આશા તેમની જિજીવિષા છે... મા નર્મદે... મા એ ભવ્ય ઓરતનો ભ્રમ તૂટે તે પહેલાં... તે પહેલાં...'

'તે પહેલાં શું, બાલીરામજી?'

'તે પહેલાં મારી એ દેવીને... જાનોરની એ મેધાવી ઓરતને... ઈશ્વર ઉપાડી લે... તેવું જ હું પ્રાર્થું છું.' બોલતાં બોલતાં નર્મદાતટનો નરબંકો મીણની માફક પીગળી ગયો. પરાણે ખાળી રાખેલાં, આંખોની ભીતરમાં વાસી રાખેલાં આંસુઓ એ મહામાત્યના જિગરને ભીંજવી રહ્યાં.

'અરે... અરે... બાલીરામજી... આ?' તેમની પીઠે હાથ મૂકીને હું બોલ્યો, 'તમારી આંખમાં આંસુ...! જાનોરના વજ્ર જેવા... ભીષ્મપિતામહની આંખો—'

'નહીં બાબાજી... એ જીવશે ત્યાં સુધી હું મરી નહીં શકું અને જીવવા માટેનો મારો મોહ ચાલ્યો ગયો છે, બાબાજી... શા માટે જાનોર પર આવો કાળ ઊતર્યો છે? શા માટે?' તે બોલ્યા. તેમનો ઊનો શ્વાસ મને દઝાડતો હતો... મેં ગજાનને બૂમ પાડી. પાણી મંગાવ્યું. મારે હાથે મેં એ દગ્ધ વિભૂતિના આત્માને ઠંડક આપવા કોશિશ કરી. થોડી વારે તે સ્વસ્થ થયા. શરીર પર પડેલું પાણી ખંખેરીને સજ્જ થતા તોખારની જેમ... મિનિટોમાં જ તેમનું સ્વરૂપ બદલાયું. મીણના પૂતળા જેવા બનેલા એ જાનોરના દીવાનના ચહેરા પર દીવાનગીરીની મુસ્તાકી તરી આવી. હંમેશની જેમ તેમના હોઠ પર માર્દવથી ભર્યું ભર્યું સ્મિત ઊપસી આવ્યું.

'સેના વિશે આપને કશું પૂછવું નથી બાબાજી?' તેમણે પૂછ્યું. હું ચૂપ રહ્યો. કકળતા તેલથી દાઝેલા માણસને એ હાથ ફરીથી કઢાઈમાં નાખવો શે ગમે?

'સેનાને જોડિયાં બાળકો આવ્યાં છે.'

'જોડિયાં?'

'હા... બન્ને પુત્રો...'

'માય ગૉડ! જોડિયાં બાળકો! કેવાં દેખાય છે? સેના જેવાં કે પછી તેના બાપ જેવાં?' તેમના ખભે હાથ મૂકીને તેમને હચમચાવીને મેં પૂછ્યું.

'સેના જેવાં... અદલ સેના જેવાં...' તે બોલ્યા. હું મૂંગો રહ્યો. સેના જેવાં જ! મને ખાતરી હતી, પણ માય ગૉડ... ટ્વીન્સ... બન્ને સરખાં દેખાય છે કે જુદાં જુદાં... કેટલો વખત થયો... ક્યાં જન્મ થયો? મૉમે એ લોકોને જોયાં કે નહીં? તેમની તબિયત કેમ છે? કેવું હસે છે? કકળાટ કરે છે? તેમની માને

વિતાડે છે? સેનાની તબિયત કેમ છે? તે જાડી તો નથી થઈ ગઈ ને. એક પત્રમાં તેણે મૉમને લખ્યું હતું કે તેનું વજન ખૂબ વધ્યું છે. તેને પ્રસવમાં કંઈ તકલીફ ન પડી ને? તેમનાં નામ શું પાડ્યાં?

મારે આ પ્રશ્નો પૂછવા હતા. મારે બધું જ પૂછવું હતું... મારે સેનાને મળવું હતું... મારાં બાળકોને ચૂમવાં હતાં. તેમને હુલાવવાં હતાં... રમાડવાં હતા... જોવાં હતાં... પણ મારું હૃદય રૂંધાતું હતું. મારાં ફેફસાં ફાટતાં હતાં. મારા જિગરમાં ચાલતું ઘડિયાળ મોટા ડંકા વગાડતું હતું. હું મૂંગો રહ્યો. તદ્દન મૂંગો...

'કટંગીનું શું થયું?' મેં સવાલ પૂછ્યો.

'પ્રિવીકાઉન્સિલનો નિર્ણય ફેવરમાં આવશે.' બાલીરામજી બોલ્યા.

'એટલે—'

'આપનાં મૉમ વચનસિદ્ધ છે. ખેરાને આપેલું વચન પરિપૂર્ણ થશે. સેનાના દીકરાઓ કટંગીના ઠાકુરો બનશે. બરવા ઠાકુરોનો ધ્વજ ફરી પાછો કટંગીની કોઠી પર લહેરાશે... બાબાજી... કટંગી, જાનોર અને મેકલ... એક મજબૂત ધરી ઊભી થશે. તેમાં જો બિજયરાઘોગઢ અને પંચમઢી ભળે તો નર્મદા ટેરિટેરીઝમાં ફરી એક વાર તાકાત પેદા થાય. પેલી તરફ વિદિશા... કાનપુર અને ગ્વાલિયર... લખનૌ અને અવધમાં હજુ લોકો વિપ્લવના દિવસો ભૂલ્યા નથી. વિંધ્યાચળ અને સાતપુડામાં જો મોડર્ન આર્મી પેદા થાય તો...'

બાલીરામજી બોલતા રહ્યા. તેમણે મારી મૉમની સ્ટ્રૅટેજી સમજાવી. એ સ્ટ્રૅટેજી પ્રમાણે કામ કરવા માટે તેમની પાસે અજોડ એવી બીજી પણ સ્ત્રી હતી અને તે સેના... મારી મૉમની નસોમાં જે લોહી વહેતું હતું તેવું જ ગરમ, તેવું જ નિષ્ઠાવાન લોહી સેનામાં પણ વહેતું હતું... બાલીરામજીએ અડધો કલાક તેમના રાજકારણની ગાથા ગાઈ... આખરે એ શાંત પડ્યા, પણ મેં કશું સાંભળ્યું ન હતું. સાંભળવાની કે એ સાંભળીને જીરવવાની મારી શક્તિ ન હતી. હું તેમને જોતો રહ્યો. મારી આંખોમાં મહામાત્યને હું કેદ કરવા મથી રહ્યો.

'મારા તુરકને... મારા તુરકને સેના પાસે મોકલી દેજો...' એ મારું છેલ્લું વાક્ય હતું. અમે છૂટા પડ્યા ત્યારે મારા માથામાં ઘણ વાગતા હતા...

*

'ખેરાની અંતિમ ઇચ્છા પરિપૂર્ણ થશે. મારી મૉમે આપેલું વચન પરિપૂર્ણ થશે. સેનાના દીકરાઓ કટંગીના ઠાકુરો બનશે...'

બાલીરામજીના શબ્દો મારી ચારે તરફ ગુંજતા રહ્યા. બાલીરામજી ચાલ્યા ગયા પછી હું સૂતો... આંખ ખુલ્લી રાખીને સૂતો. આકાશમાં સપ્તર્ષિઓએ થોડી મજલ કાપી નાખી હતી. ક્ષિપ્રાના પાણીમાં તરતી જળકૂકડીઓનો રવ, નદીના પટમાં સૂતેલા માનવીઓને અસ્તિત્વનું ભાન કરાવતો હતો... ગજાનના ઘેરા શ્વાસનો અવાજ મને ખલેલ પહોંચાડતો હતો... બાલીરામજીના શબ્દો મારો કેડો મૂકતા ન હતા...

હું ઊભો થયો. પાણીમાં મને કંઈક તણાતું દેખાતું હતું... હું ચાલ્યો... દોડ્યો... ઊભો રહ્યો. હું ઊંઘમાં હતો કે જાગતો તે મને સમજાતું ન હતું. મારા કાનમાં પડઘા પડતા હતા... ખેરાના હાસ્યના પડઘા... પણ એ વિજયનું હાસ્ય ન હતું... મારી મજાક ઉડાવતું... મને માનભંગ કરવા માટેનું... મને તિરસ્કારતું હાસ્ય ન હતું... એ કોઈ યોગીનું હાસ્ય હતું. કોમળ અને નિર્દોષ...

પ્રેમ પ્રજ્ઞાથી પર છે. પ્રજ્ઞા શરીરથી પર છે. શરીર બુદ્ધિથી પર છે. બુદ્ધિ સંવેગથી પર છે. સંવેગથી અનુભૂતિ શક્ય છે, પણ અનુભૂતિ કેવળ સંવેગથી પ્રાપ્ત થતી નથી. મને ખેરાનો અવાજ સંભળાતો હતો... પરમહંસની માફક ખેરા બોલતો હતો. હું તેનો અવાજ સાંભળીને પાણી તરફ ખેંચાતો હતો. ક્ષિપ્રાના જળમાં સફેદ કપડાથી મઢેલું ખેરાનું શબ ધીરેથી વહેતી હોડીની માફક સરતું હતું.

'બંધ કર એ બકવાસ... તારા મોઢામાં એ શબ્દો શોભતા નથી... ખેરા, તું મારી મજાક ઉડાવે છે...'

'નહીં, સેજલ... તું અને હું માટીના ચંદ ટુકડાઓ જ છીએ. એ માટી ઓગળે છે એટલે સત્ત્વનું દર્શન થાય છે. સેનાને હું ચાહતો હતો... તું તો પછી આવ્યો... મેં તેને ચાહી છે, સાચા દિલથી ચાહી છે સેજલ, અને આજે પણ ચાહું છું. તારી જેમ જ... પણ એ ચાહનાનું સ્વરૂપ બદલાયું છે. જ્યારે તમે ખુદ અશરીર હો, ત્યારે શારીરિક પ્રેમની, શરીરના સાંનિધ્યની, ઐહિક માધ્યમની જરૂર રહેતી નથી. પ્રેમ શબ્દનો સાચો અર્થ ત્યારે જ સમજાય છે જ્યારે તમે મૃત્યુ પામ્યા હો... જ્યારે તમારું શરીર ન હોય, જ્યારે તમે પ્રકાશ અને વાયુમાં રૂપાંતર પામ્યા હો... જ્યારે તમે મૂર્ત મટીને અમૂર્ત થયા હો, પણ તને એ નહીં સમજાય સેજલ, કારણ તું જીવતો છે... તું મૃત્યુ પામીશ ત્યારે હવાનાં ઝોલા કે પ્રકાશનાં કિરણોની જેમ તું સેના પાસે જઈ શકીશ... સેનાને આલિંગી શકીશ... એને વીંટળાઈ શકીશ...'

'બંધ કર... બંધ કર ખેરા... હું તારા ટુકડા કરી નાખીશ... હું તને ભૂંજી નાખીશ... ભૂંસી નાખીશ.' હું બરાડી ઊઠ્યો. ક્ષિપ્રામાં તરતા જતા કોઈ વસ્ત્રને મેં પકડ્યું હતું. કોઈની તણાઈ ગયેલી એ ચાદર હતી. ત્યારે જ મને ખ્યાલ આવ્યો કે હું દોડીને પાણીમાં પડ્યો હતો. ઊંઘમાં ચાલીને હું પાણીમાં ઝીંકાયો હતો.

બીજે દિવસે સવારે આખો મેળો અમે ખૂંદી વળ્યા હતા, પણ બાલીરામજી ક્યાંય જડ્યા નહીં. તેમનો ડેરો પણ અદશ્ય હતો. તેમના ડેરાની જગ્યાએ થોડાં ફૂલ વેરાયેલાં પડ્યાં હતાં અને ફેંકી દીધેલાં પતરાળાં... રાત્રે જ તે ચાલ્યા ગયા હતા.

ઉજ્જૈનથી ભટકતા અમે સૂરત આવ્યા હતા. પી. ઍન્ડ ઓ. લાઇન્સની 'મૅરી સ્ટુઅર્ટ' સુરતની ખાડીમાં લંગરાઈ હતી. ગજાનને તપાસ કરી હતી અને તે અમારે માટે એક કેબિન 'બુક' કરી આવ્યો હતો. 'મૅરી સ્ટુઅર્ટ' નવું જ 'કમિશન' થયેલું સ્ટીમશિપ હતું. ઉજ્જૈનની મારી યાત્રા પછી લગભગ ચારેક અઠવાડિયાં બાદ મેં હિંદની ધરતી છોડી હતી. વિશ્વની પરકમ્મા કરવાને ઇરાદે હું અને ગજાનન નીકળ્યા હતા... સમુદ્રના નીલા પાણી પર ઘૂમતાં વાદળોની જેમ...! 'મૅરી સ્ટુઅર્ટ'ના તૂતક પરથી, દૂર સરતી ધરતીને ક્યાંય સુધી મેં જોયા કરી હતી. ધરતી પર દરિયાનાં મોજાંની રેખાઓ સવાર થતી ગઈ, ધરતીની ભૂખરી લીટી ક્ષિતિજમાં ઓગળી અને હું કેબિનમાં પ્રવેશ્યો...

*

કૉન્સ્ટેન્ટિનોપલ...

બોસ્ફરસને કાંઠે સિંધિયાહાઉસથી થોડે દૂર દરિયા પર ઝૂમતું મકાન છે. એ મકાનમાં એક આદમી રહે છે. તેની બહાર ઍક્સ્પોર્ટ-ઇમ્પોર્ટ્સની એક પેઢીનું પાટિયું ઝૂલે છે. એ મકાનમાં એક શ્રેષ્ઠી રહે છે. તેમનું નામ છે સુંદરલાલજી...

ગજાનનનું કહેવું છે કે તેમાં અમારા ભુવનસિંહ રહે છે. ઘડીભર એ મકાનમાં ઝાંપાની બહાર અમે ઊભા રહ્યા. અમે એ મકાનમાં જઈ શક્યા હોત... ભુવનસિંહને મળી શક્યા હોત... જબલપુરથી રૂની ગાંસડીઓમાં પેક કરીને હિંદના અમૂલ્ય ખજાનાને તે ક્યાં લઈ ગયા છે? અહીં લઈ આવ્યા છે? વગેરે પ્રશ્નો પૂછી શક્યા હોત... પણ કોણ જાણે મને તેમાં કોઈ રસ ન હતો. આ નશ્વર દેહ અને તેની આસપાસ ઘૂમતી પળોજણોની માયામાંથી

મારો જીવ મારે છૂટો કરવો હતો. મારે કંઈ જાણવું ન હતું... મારે કશુંય જોવું ન હતું... મારી જિજ્ઞાસાને મારે ઠારીને ધરતીના પેટાળમાં દાટી દેવી હતી.

બોસ્ફરસને કિનારે બાંધેલી દીવાલની આ તરફ નાનકડો ઉદ્યાન છે. બે-ત્રણ-ચાર દેશની વિદેશ કચેરીઓનાં ભવ્ય મહાલયો ત્યાં ઊભાં છે. હું અને ગજાનન એ કોઠીઓની પેલે પાર દેખાતા દરિયાને કાંઠે જઈને ઊભા રહ્યા. પવનની ઠંડી લહેર પથરાતી હતી. સૂરજ દરિયામાં સ્નાન કરતો હતો. નીલાં પાણી પર તેનાં તીરછાં વાયોલેટ કિરણો પથરાતાં હતાં. એ વાયોલેટ કિરણો વચ્ચે અને નીલાં પાણી પર અમારું જહાજ 'મૅરી સ્ટુઅર્ટ' એક સુંદર બતકની જેમ ઝૂલતું હતું.

ત્રણ દિવસ અમે કૉન્સ્ટેન્ટિનોપલમાં રહ્યા... 'મૅરી સ્ટુઅર્ટે' તેની ખોખરી વ્હિસલ વગાડી... યુરોપ તરફ તેની સફર ચાલુ થવાની તૈયારી હતી. તૂતક પર થોડી ધમાલ થઈ. અમે અમારી કૅબિનમાં ગોઠવાયા. લંગર ઉઠાવવાના હુકમો થયા.

તેની શુભ્ર કૅબિનની સુંવાળી ગાદી પર હું સૂતો હતો. એ નાનકડી બંધિયાર કૅબિનમાં, સ્મૃતિપટ પર આવતાં, ધૂંધળાં ચિત્રો અને ઝાંખા ચહેરાને, શરીર પર આવી આવીને એક જ ઠેકાણે બેસતી માખીઓની જેમ હું ઉડાડવાની કોશિશ કરતો રહ્યો.

કૅબિનની સીલિંગમાંથી એ ચિત્રો બહાર આવતાં હતાં. મને ગ્રેઇસ દેખાતી હતી. ગ્રેઇસ હાથમાં ગુલદસ્તો લઈને ઊભી હતી... એકાએક તેની બાજુમાં મને ફાધર કેડવેલ દેખાયા... કેડવેલની બાજુમાં મને ઊભેલો એક નાનકડો છોકરો દેખાયો... નખશિખ મારા જેવો પણ ગોરટિયો. ગ્રેઇસ હસતી હસતી મારી મૉમના કમરામાં ચાલી ગઈ... ગ્રેઇસનો દીકરો ઘરડા કેડવેલના ચહેરા તરફ હસતો જોતો હતો. કેડવેલ ખિજાયેલા હતા...

'બાબાજી સર, યૉર હાઇન્ડ પ્લીઝ' કહીને તેમણે તેમના હાથમાં પકડેલી સોટી પોતાના બૂટ પર ફટકારી હતી... ગ્રેઇસનો દીકરો... ટેબલ પર હાથ રાખીને ઝૂક્યો. તેના ઢગરા સહેજ ભારે લાગતા હતા. ધાનોજીએ તેના પાટલૂનમાં ગાશિયાનો ટુકડો નાખ્યો હતો. કેડવેલે સોટી ફટકારી... એ નાલાયક છોકરાએ ચીસ પાડી અને જાણે ભારે દર્દ થયું હોય તેવું નાટક કર્યું. બાજુમાં ઊભેલા ધાનોજીને તેણે આંખ મારી...

અને ત્યાં જ... ત્યાં જ મને ઘોડાના ડાબલા સંભળાયા. જોર જોરથી કાન

ફોડી નાખે તેવા અવાજો. મને ઘોડાના પગ દેખાયા અને પછી... અને પછી એ ઘોડા પરથી છલંગ મારીને ઊતરેલાં બે બાળકો દેખાયાં... સેનાના દીકરા... નખશિખ સેના જેવા જ તેમના ચહેરા... બન્ને સરખા... તદ્દન સરખા. ઘોડા પરથી ઊતરીને દોડતા તે મારા પિતાજીના કમરામાં પહોંચ્યા... ત્યાં સેના બેઠી હતી... મારી સેના... ભેડાઘાટમાં... ગોલાકી મઠમાં... મારી ઘોડારને માળિયે જોયેલી... એ જ સેના... તેના બન્ને દીકરાઓએ તેને ખભેથી પકડી હતી... તે હસતી હતી...

એકાએક તે બન્નેએ તેને હચમચાવી અને પૂછ્યું... 'કહે ને મા, હવે તો કહે, મારા બાપુએ જાનોરના જંગમાં શું કર્યું હતું, કહે ને મા...'

સેના સ્તબ્ધ થઈ ગઈ હતી... મારા પિતાજીની છબિમાં કંડારાઈને ખેરા ઊભો હતો... ખેરાસિંહ...

મારા કાનના પડદા ફાડી નાખે તેવા અવાજે સેનાના દીકરા પૂછતા હતા... કહે ને મા... મારા બાપુએ જાનોરના જંગમાં શું કર્યું હતું... ખેરાની છબિ હસતી હતી... 'મૅરી સ્ટુઅર્ટ'ની ખોખરી વ્હિસલ ફરી વાગી અને હું મારા ઓથારમાંથી ક્ષણ માટે બહાર આવ્યો. જિંદગીના અવિરત પ્રવાસની જેમ એ જહાજ દરિયામાં સર્યું.

* * *

અન્ય સાર્થક પ્રકાશનો

ઉર્વીશ કોઠારી

સરદાર: સાચો માણસ, સાચી વાત ₹ ૨૫૦

સરદાર પટેલના જીવન-કાર્યનાં ઓછાં જાણીતાં પાસાંનું વિવરણ-વિશ્લેષણ

નગેન્દ્ર વિજય (સાર્થક સંવાદશ્રેણી) ₹ ૯૦

માતબર મુલાકાતો સ્વરૂપે વ્યક્તિવિશેષના જીવન-સર્જનનું અંતરંગ આલેખન

જ્યાં જ્યાં હસે એક ગુજરાતી ₹ ૧૫૦

ગુજરાત અને ગુજરાતીઓ વિશેના હાસ્યવ્યંગ લેખ

ભદ્રંભદ્ર ₹ ૭૫

અનામત આંદોલનમાં જડતા—રૂઢિચુસ્તતાના પ્રતીક સમા ભદ્રંભદ્રનો પનારો આધુનિક બાબતો અને અનામત આંદોલન સાથે પડે ત્યારે...

ધૈવત ત્રિવેદી

લાઇટહાઉસ ₹ ૩૨૫

ગુજરાત સમાચારની પૂર્તિમાં હપતાવાર પ્રગટ થયેલી રોમાંચકારી નવલકથા

૬૪ સમરહિલ ₹ ૪૦૦

ભારત અને તિબેટની પૃષ્ઠભૂમિને સાંકળતી, ગુજરાત સમાચારની પૂર્તિમાં હપતાવાર પ્રગટ થયેલી દિલધડક નવલકથા

રમેશાયણ (ક્લાસિક શ્રેણી) ₹ ૫૦

એક ભાવકની નજરે રમેશ પારેખનું દર્શન

દીપક સોલિયા

સિદ્ધાર્થ — એક ક્લાસિક કૃતિ (ક્લાસિક શ્રેણી) ₹ ૧૩૦

હર્મન હેસની જગવિખ્યાત નવલકથાની, વાચકો સાથે સંવાદ સાધતી આગવી રજૂઆત

દુષ્યન્ત કુમાર (ક્લાસિક શ્રેણી) ₹ ૫૦

ઉત્તમ સર્જનને જાણવા-માણવાનો ઉત્સવ

નલિન શાહ

Melodies, Movies & Memories ₹ ૩૦૦

Treasure of anecdotes, insights, rare photographs and research on vintage Hindi film music

બીરેન કોઠારી

સાગર મૂવીટોન ₹ ૯૦૦

ફિલ્મજગત પર અમીટ છાપ છોડનાર ચીમનલાલ દેસાઈની રસપ્રચુર જીવનકથા

Sagar Movietone ₹ ૯૦૦

Translated from Gujarati by Parth Pandya

ગુઝરા હુઆ ઝમાના (સંપાદન) ₹ ૩૦૦

ફિલ્મ અભિનેતા-નિર્દેશક કે. કે.ની ફિલ્મી સફરનાં સંભારણાં

શિક્ષણ થકી સશક્તીકરણ ₹ ૫૦

નડિયાદની મહિલા આર્ટ્સ કૉલેજ દ્વારા આસપાસનાં ગામડાંની વિદ્યાર્થિનીઓ સુધી ઉચ્ચ શિક્ષણ પહોંચાડવાના પ્રતિબદ્ધ અને સફળ પ્રયાસોની પ્રેરક કથા

Empowerment Through Education ₹ ૫૦

Translated from Gujarati by Ishan Bhavsar, Neesha Parikh

સલિલ દલાલ

ગાતા રહે મેરા દિલ ₹ ૨૫૦

નવ ફિલ્મી ગીતકારો શૈલેન્દ્ર, સાહિર લુધિયાનવી, મજરૂહ સુલતાનપુરી, શકીલ બદાયુની, રાજેન્દ્ર કૃષ્ણ, કૈફી આઝમી, હસરત જયપુરી, ઇન્દિવર, આનંદ બક્ષીનું જીવનકવન

નીલેશ રૂપાપરા

છલનાયક ₹ ૩૬૦

વિજ્ઞાન અને અધ્યાત્મના સંઘર્ષને સ્પર્શતી નવલકથા

પ્રશાંત દયાળ

લતીફ ₹ ૧૧૦

ગુજરાતમાં દારૂબંધીના અર્થકારણ અને કોમવાદના રાજકારણની આંખ ઉઘાડી નાખે એવી વિગતો

•

પ્રાચીન ભારતમાં વિજ્ઞાન, દંતકથા અને સત્યકથા બ્રેકથ્રૂ સાયન્સ સોસાયટી (કોલકાતા)

અનુવાદ: કેયૂર કોટક. પ્રાચીન ભારતની વાસ્તવિક સિદ્ધિઓનો સાચો ખ્યાલ આપતી અને વિવિધ દાવાની તર્કબદ્ધ ચકાસણી કરતી રસપ્રદ માહિતી । ₹ ૬૦

તાજગીસભર, અનોખી સામગ્રી દ્વારા ચીલો ચાતરનારું

સાર્થક પ્રકાશનનું છ માસિક મૅગેઝિન

સાર્થક જલસો